பண்ணைப்புரம் எக்ஸ்பிரஸ்

பாகம் 1

கங்கை அமரன்

நக்கீரன் வெளியீடு

பண்ணைப்புரம் எக்ஸ்பிரஸ்
பாகம் -1

கங்கை அமரன்

முதல் பதிப்பு 2016
2ம் பதிப்பு 2021
பக்கங்கள் 622
நூலின் அளவு (14X21.5) டெமி
விலை ரூ. 550

வெளியீடு
நக்கீரன் பப்ளிகேஷன்ஸ்
105, ஜானி ஜான்கான் சாலை
இராயப்பேட்டை
சென்னை 14
தொடர்புக்கு 044 43993000

அட்டை வடிவமைப்பு
ஆர்.சி.மதிராஜ்

நூலழகு
துரை.கணேசன்

அச்சாக்கம்
**சாருபிரபா பிரிண்டர்ஸ் &
பைண்டர்ஸ்**
சென்னை 14

**Pannaipuram Express
Part-1**

Gangai Amaran

First Edition 2016
IInd Edition 2021
Pages 622
Book Size (14X21.5) Demy
Price Rs. 550

Published by
Nakkheeran Publications
105, Jani JahanKhan Road
Royapettah, Chennai 14
Ph 044 43993000

Wrapper Designed by
R.C.Mathiraj

Layout by
Durai.Ganesan

Printed at
Saaruprabha Printers
Chennai 14

சமர்ப்பணம்

சமர்ப்பணம்கிறது சம்பிரதாயத்துக்கானதா நான் நினைக்கல. நமக்கு எல்லாம் தந்தது யாரோ.. அவங்களுக்குத்தான் சமர்ப்பணம் செய்யணும். பெத்து வளர்த்தது, இசை தந்தது.. எனக்கு எல்லாம் தந்தது எங்கம்மாதான்.

என் தாயி சின்னத்தாயிக்கு இந்தப் புத்தகம் சமர்ப்பணம்.

-கங்கை அமரன்

மகிழ்வுரை

இமையும் விழியுமாய் இல்லறத்தில் வாழ்ந்த எங்களின் தாய்-தந்தையர்களுக்கு வாரிசாக ஒரே ரத்தமென ஆறுபேர்கள் பிறந்தோம். எந்தப் பிறவியில் பட்ட கடனைத் தீர்ப்பதற்காகவோ, இந்தப் பிறவியில் எனக்குக் கிடைத்த கடைசித் தம்பியாக, சின்னத்தாய் அம்மாளின் கடைக்குட்டியாக கங்கை அமரன் பிறந்தான்.

திரைத்துறையில் பல பிரிவுகளிலும் புகழ் பெற்றவன் என் தம்பி என்ற பூரிப்பில், இந்தத் தம்பியைப் பற்றி இதில் எழுத வேண்டும் என்ற ஆசையில் இதை எழுதவில்லை. இப்போது நான் உறவுகளை மதித்து ரத்த பந்தங்களுடைய சந்தோஷங்களை களங்கப்படுத்திடாமல் என் உள்ளத்தில் உள்ள உடன்பிறந்த தம்பி கங்கை அமரன் என்ற மன பூரிப்புடனும் மகிழ்வுடனும் என் தம்பி அமர்சிங்கைப் பற்றி எழுதுகிறேன்.

தம்பி கங்கை அமரன் பிறந்த போது, குளிக்க வைத்த பெண், அம்மாவின் அருகில் தம்பியைப் போட வந்தார். அப்போது அம்மா தம்பியைப் பற்றி அந்தப் பெண்மணியிடம் முதலில் கூறிய வார்த்தை, 'எனக்கு பேறுகால வலியே தெரியாம வந்த மகன் இந்த மகன்தான் எனக் கூறினார்.

தம்பி பிறந்த உடன் அம்மாவை எண்ணி எங்களின் தந்தை மிகவும் பயந்தார். காரணம் இவனுக்கு முன்னால் பிறந்தவனான ராசையா (இளையராஜா) பிறந்த போது, கர்ப்பப்பையை விட்டு வெளியான ரத்தப்போக்கு

நிற்காமல், எழுந்து நடக்க முடியாமலும், தாய்ப்பால் கொடுக்க முடியாமலும் ரொம்பவே சிரமப்பட்டார் எங்க அம்மா. அமர் பிறந்ததும் அப்படிப்பட்ட நிலைமை அம்மாவிற்கு வந்துவிடுமோ என்று பயம்தான் என தந்தைக்கு.

என் தந்தைக்கு ஜாதகங்களில் நம்பிக்கையுள்ளதால் அமர்சிங் பிறந்த நேரத்தைக் கணித்துப் பார்த்தார். பிறந்த குறிப்பின்படி தாயின் ஆரோக்கியத்தை வலிமையாக்கும் யோகத்தில் வந்தவன் என்றும்; இவன் தொட்டால் நோய் குணமாகும், இவன் எதைத் தொட்டாலும் விருத்தியடையும் என்றும்; இவன் சேருமிடம் சிறப்படையும் என்றும்; வெற்றித்திருமகன், செல்வாக்கு மிக்கவன் என்றும் அந்த ஜோசியர் கூறினார்.

தம்பி ஆறு மாதக் குழந்தையாக இருக்கும் போது அப்பா தலையில் தூக்கிக் கொண்டு போய், அவனின் கையில் நவதானியத்தைக் கொடுத்து, எங்கள் தோட்டத்தில் முதன் முதலில் விதை போடச் சொன்னார். இவன் போட்ட நவதானியம் விளைச்சல் நிலம் கொள்ளாமல் விளைச்சலாக அமோகமானதைக் கண்டோம் நாங்கள். எங்கள் தந்தையின் வாக்குப்படி நாங்கள் ஒன்றாக இருந்த போது ஒற்றுமைகளுக்குப் பஞ்சமே இல்லாமல்தான் வாழ்ந்தோம். தம்பி அமர் ஏழாம் வகுப்பு படித்துக் கொண்டிருந்த போது, அவனின் கணக்கு வாத்தியாருக்குத் திருமணம். திருமண வாழ்த்தாக

இன்ப வாழ்க்கையைக்
கூட்டிக் கொள்வீரே
துன்ப நினைவினைக்
குறைத்துக் கொள்வீரே
அன்பும் அறனும்
பெருக்கிக் கொள்வீரே
ஆனந்த வாழ்வை
வகுத்துக் கொள்வீரே

என எழுதிக் கொடுத்து, திருமணத்திற்கு வந்த ஆசிரியர்கள் அனைவரின் வாழ்த்தையும் பாராட்டையும் பெற்றவன் இந்தத் தம்பியே.

சினிமாவில் முதலில் பாட்டு எழுதினான். அந்தப் படமும் பாடலும் வெற்றி கண்டது. இந்தத் தம்பியின் பாடலுக்கு அந்தத் தம்பி அமைத்த இசைக்கு மக்கள் மத்தியில் பெரிய வரவேற்பு கிடைத்தது. அதுமட்டுமல்லாமல் அந்தப் பாடலைப் பாடிய எஸ்.ஜானகிக்கும் விருது கிடைத்தது.

தம்பி அமர் 'பாட்டு எழுதி பெரியவனாகிவிட்டோம்' என்று எண்ணி, பாட்டுக்கான ஊதியத்தை அதிகமாகக் கேட்டு வாதாடியதும் கிடையாது, கொடுக்கவில்லையென்றாலும்

அவர்களிடம் வழக்காடியதும் கிடையாது. இவைகள் நானறிந்தவைகள்.

அண்ணன் பாவலர் வரதராஜன் மறைவு எங்களுடைய தம்பிகளை உணரச் செய்து அவர்கள் தலை நிமிர வழிகாட்டியது. கலையைக் கற்றுக் கொடுத்த அண்ணனுக்கு பாச உணர்வுடனும் நன்றி உணர்வுடனும் அவர் பெற்ற மகன்களை, தான் பெற்ற மகன்கள் போல் எண்ணி, தன் அருகில் வைத்து கலைத் தொழிலில் வழி வகுத்துத் தருகிற கங்கை அமரனின் பாசம் உயர்வானதாகும். எனது தந்தையாரும் ஒரு கதாசிரியர், பாடலாசிரியர், பாடகர், சொந்தமாக இசை அமைக்கிற வல்லமை மிக்க ஒரு நடிகரும் கூட. தந்தையின் வழிகளையும் அவரின் கலைத்திறமைகளின் அம்சங்களையும் பின்பற்றி வந்ததனால்தான் அத்தனையும் செயல்படும்படியே அவர் உருவமாக வந்தவன்தான் இந்தத் தம்பி.

தாய்க்குத் தலைமகன் என்றும் தகப்பனுக்கு கடைசி மகன் என்றும் சம்பிரதாய விதிமுறைகளில் கடைப்பிடித்து வந்தவைகள். எங்களது குடும்பத்தில் தாய்க்குத் தலைமகனாகப் பிறந்த என் அண்ணன், எனக்குத் தாயாகவே என்னைப் பராமரித்து வந்தார். தகப்பனுக்கு கடைசி மகனான இந்த தம்பி கங்கை அமரன், இன்று வரை எனக்குத் தந்தையாகவே இருந்து வழி நடத்துகிறான்.

அறிவுரைகள் கூறுவதிலும் அன்பு காட்டி ஆதரிப்பதிலும் அமர் என் தந்தைதான். இது என் உள்ளத்திலிருந்து தொப்புள் கொடி உறவுடன் வந்த உண்மையான வார்த்தைகளே. அம்மா பெத்ததில் உயிருடன் இருப்பது நான், இளையராஜா, கங்கை அமரன். இந்த மூவரும் இனியும் இதே தாயின் வயிற்றில் உடன்பிறப்புகளாகப் பிறப்போமா என்று தெரியவில்லை. எங்களுடைய ஒற்றுமைகளுக்கு உரமிடுவதைப் போலத் தான் தம்பி அமர் செயல்பட்டு வருகின்றான். அதுதான் தம்பியின் மகிழ்ச்சிக்கு காரணமாகவும் இருக்கிறது.

அன்று அப்பா சொன்னதை நேரில் கண்டு அனுபவித்துக் கொண்டிருப்பவள் நான். இன்றும் இப்போதும் வளர்ந்து வரும் திறமை மிக்க சிறுவர்களின் குரல் இனிமைகளை உணர்ந்து கொண்டு மக்களின் முன் அடையாளம் காட்ட மிக உற்சாகத்துடன் அவர்களை ஊக்குவித்து அதற்காக தன் உழைப்பைக் கொடுத்து வருவதற்கு விலை உண்டா?

இப்படிப்பட்ட உழைப்பை, அதில் இருக்கும் வேலைப் பளுவை சிறிதும் சிரமமாக எண்ணாமல் செய்து கொண்டு வருவதை சாதாரணமாக என்னால் எண்ணிப் பார்க்க முடியவில்லை.

இந்தப் புத்தகத்தில் தம்பி எழுதியிருக்கும் அனைத்தையும் படித்தேன். நாங்கள் கிராமத்தில் அப்பாவோடும் அம்மாவோடும் பாவலர் அண்ணனோடும் வாழ்ந்த வாழ்க்கை அனைத்தும்

எதார்த்தங்களின் முதுகெலும்புகள். அவைதான் அவரவர்களின் வளர்ச்சிக்கான அனுபவங்கள், வற்றாத ஊற்றுக்கள்.

தம்பிகள் சென்னையில் வாழ்ந்த வாழ்க்கை, அவர்களை செதுக்கிக் கொள்ள அவர்கள் கற்றுக் கொண்ட பாடம், பட்டினியோட கடந்த இசைப்பயணம், தேடல், வாய்ப்பு, பசி, லட்சியம் இவையெல்லாம் அவர்களை இப்படி உலுக்குமென்று நினைக்காமல், சோர்வடையாமல், சளைக்காமல் உழைத்த அவர்களை வெற்றிக்கு ஏற்றிவிட்ட படிகளை படித்து என் மனதிற்குள் அவர்களையும் தொழுதேன். இந்த வாழ்க்கையை இந்தப் புத்தகத்தில் பதிவு செய்த இப்படிப்பட்ட தம்பிக்கு நான் அக்காவாக இருப்பதற்கு என்ன தவம் செய்தேனோ

வளங்கள் நிறைந்த தம்பி அமருக்கு கனமிகுந்த வாழ்த்துக்கள்.

-அக்கா
பத்மா ராஜன்

என்ன புண்ணியம் செய்தேனோ ..!

ரொம்ப நல்ல நாள், ஒரு நல்ல விஷயத்தை ஆரம்பிக்கிறோம். மனசுல இருந்த என்னுடைய வாழ்க்கைப் பதிவுகள் புத்தக வடிவுல வரணும்னு ரொம்ப ரொம்ப ஆசையா இருந்துச்சு. என் அக்கா பத்மாதான் பக்கத்துல இருந்து அடிக்கடி, 'லேயப்பா இதெல்லாம் மறந்துட்டியேப்பா, இத ஒரு புத்தகமாகப் போடு'ன்னு அடிக்கடி சொல்லிக்கிட்டே இருப்பாங்க.

நானு 'நமக்கெதுக்கு வரலாறு, நம்ம வாழ்க்கைய எழுதி வச்சு விக்கச் சொல்றியா, போக்கா'ன்னு சொல்லி திட்டிக்கிட்டே இருப்பேன். ஆனா.. தனியா இருந்து சிந்திக்கும் போது தான் நம்மளுடைய பதிவுகள் அவசியம்னு முடிவு பண்ணினேன். இதுல கொஞ்சம் துட்டு கெடைக்கிறத ஏ(ன்) வேணாம்னு சொல்லணும்?

பாவலர் வரதராஜன், பாஸ்கர், இளையராஜா, இவங்களோட கூடப்பிறந்த கங்கை அமரனாகிய நான், நாங்க, ஒரு நாகரிக வளர்ச்சி இல்லாத எடத்துலயிருந்து, இன்னிக்கு நாகரிகம் வளர்ந்த எடத்துல இருக்கக் கூடிய வெங்கட் பிரபு, பிரேம்ஜி, பேத்தி ஷிவானி, விக்ரிதி மாதிரி வர்ற ஆட்கள் வரைக்கும் வாழ்ந்துக்கிட்டிருக்கேன்.

அது எந்த மாதிரி வாழ்க்கைன்னு சொல்றது அவசியமா இருக்குறதால பதிவு பண்ணீருக்கேன்.

இதுக்கெல்லாம் என்ன புண்ணியம் செஞ்சேனோ ..

ஏன்னா

கரண்டே இல்லாத காலத்துல நான் பொறந்த போது, ஊர்ல வீட்டுக்கு முன்னால தெருவிளக்கு இருக்கும். அங்கே உக்காந்து பாய விரிச்சிப் போட்டு அம்மா மடியில படுத்துக்கிட்டு நட்சத்திரங்களப் பாத்துப் பேசின காலங்கள்லாம் வேற. இன்னிக்கி நட்சத்திரங்களையே பார்க்க முடியாத ஒரு எடத்துல உக்காந்து எல்லாம் கூடிக்குலாவிட்டு இருக்கோங்கிறது வேற. எவ்வளவோ இழந்திருக்கோங்கிறது இதுலயே நமக்குத் தெரியுது.

ஊர்ல ராத்திரி நேரத்துல, வீட்டுக்கு முன்னால உள்ள தெருவுல பாயப் போட்டு அம்மா மடியில தலைய வச்சுப் படுத்துட்டு, வானத்தப் பாத்தா அங்க மூணு நட்சத்திரம் ஒண்ணா இருக்கும், ஒரு நட்சத்திரம் மட்டும் தனியா இருக்கும்.

‘என்னம்மா இது.. மூணு நட்சத்திரம் ஒண்ணா இருக்கு, ஒரு நட்சத்திரம் மட்டும் தனியா இருக்கே ஏன்’னு கேப்பேன்.

அதுக்கு எங்க அம்மா.. ‘அந்த மூணு நட்சத்திரம் ஒண்ணா இருக்குதுல்ல... அது, நீ, ராஜா, பாஸ்கருப்பா. அந்தா தனியா இருக்கு பாரு, அதுமட்டும் வரதராசுப்பா’... இத எங்க அம்மா சொல்லிக் கேக்கும் போது ரொம்ப ரொம்ப சந்தோஷமான தருணமா இருந்திச்சு.

இந்தப் புத்தகத்த நான் எழுத வேண்டிய அவசியம் என்னன்னா இந்த நாடு எப்படி வளர்ந்திருக்கு, இந்தக் கலை எப்படி வளர்ந்திருக்கு.. இந்த சினிமா இப்போ எப்படி இருக்கு, அப்ப எப்படி இருந்துதுங்குறதும் இதுலேயே வந்துரும்னு நினைக்கிறேன்.

நான் புத்தகமா எழுதி வெளியிட நினைச்சப்போ, அன்புச் சகோதரர் நக்கீரன் கோபால் என்கிட்ட, ‘ஒங்க வாழ்க்கை அனுபவங்கள நக்கீரன்ல தொடரா எழுதுங்கண்ணே’னு சொன்னாரு.

எழுதினேன் .. எழுதிக்கிட்டிருக்கேன்.

நக்கீரன் வாசகர்களின் பேராதரவைப் பெற்ற பெற்று வருகிற ‘பண்ணைப்புரம் எக்ஸ்பிரஸ்’ தொடர புத்தகமாகவும் வெளியிடுகிற நக்கீரன் கோபால் அவர்களுக்கு நன்றி.

இந்தத் தொடர வரவிடாம சிலர் தடுக்க நினைச்ச போதும்கூட தொடர வெளியிட்டதால அவருக்கு மேலும் நன்றிகள் சொல்லிக்கிறேன்.

நான் பேச்சு வழக்குல சொல்றத எழுத்தா மாத்தி சுவாரஸ்யம் சேர்த்த நக்கீரன் முதன்மைத் துணையாசிரியர் தம்பி இரா.த.சக்திவேல் அவர்களுக்கும், புகைப்படங்கள் கொடுத்து உதவிய திரு.ஸ்டில்ஸ் ரவி அவர்களுக்கும் ஃபோட்டோ ஞானம் அவர்களுக்கும் கணிணி ரமேஷ் அவர்களுக்கும் நன்றி.

இந்த நூலுக்கு கலைஞர் அய்யா கையால அணிந்துரை வாங்க ஆசைப்பட்டேன். கலைஞரய்யாவை இந்த நேரத்துல தொல்லை பண்ண வேணாம்னு என்னய கண்ட்ரோல் பண்ணிக்கிட்டேன்.

இளையராஜாண்ணன் அணிந்துரை கொடுத்தா சிறப்பா இருக்கும். கேட்டேன், கிடைக்கல. கிடைக்கலாம்னாலும் தாமதமாகும்.

‘அண்ணே நீங்க அணிந்துரை தரணும்’னு பாரதிராஜாண்ணன் கிட்ட கேட்டேன். ‘கண்டிப்பா தர்றேன்’னார். ஆனா இவ்வளவு நாளா இதோ அதோங்கிற அளவுக்கு பாரதிராஜாண்ணன் பிஸி.

இவங்கள்லாம் அணிந்துரை தரலேன்னா என்ன இவங்களோட ஆசி எப்பவும் எனக்கு உண்டே.

அந்த நம்பிக்கையோட ..

–கங்கை அமரன்

காட்சியான எழுத்து!

சுயசரிதை என்பது சுவாரஸ்யம் நிறைந்தது.

என்றாலும்...

சமயங்களில் சுயசரிதை என்பது சுயபுராணமாக மட்டுமே அமைந்துவிடும்.

ஆனால்...

அன்பு அண்ணன் கங்கை அமரனின் வாழ்க்கை அனுபவம் 'பண்ணைப்புரம் எக்ஸ்பிரஸ்' தொடராக நக்கீரன் இதழில் வந்தபோது... அது சுயசரிதையாக மட்டும் இல்லாமல் சுயவிமர்சனமாகவும் இருப்பதாகப் பலராலும் பாராட்டப்பட்டது.

'பாவலர் பிரதர்'ஸின் கடைக் குட்டியான கங்கை அமரன், தன் வாழ்க்கை அனுபவங்களினூடே கடந்த காலத்தையும் நிகழ்காலத்தையும் அருமையாகப் பொருத்தியிருக்கிறார்.

இசைஞானி இளையராஜாவின் இசைஞானத்தை விமர்சனம் கலந்து மெச்சியுள்ளார். பாரதிராஜாவின் படைப்பு‌லகமும், தனியுலகமும்

கங்கை அமரனின் எழுத்தால் காட்சியாகிறது.

எம்.ஜி.ஆர்., சிவாஜி என்கிற இரு இமயங்களுடன்... அவர்களின் செல்லப்பிள்ளைபோல் பழகிய அனுபவத்தை கங்கை அமரன் விவரித்திருக்கும் விதம் படிக்கப் படிக்க சுவையானது.

அண்ணன் கங்கை அமரனின் எண்ணங்களுக்க எழுத்து வடிவம் கொடுத்து, சுவையாக படைத்துக்கொண்டிருப்பவர் நக்கீரன் முதன்மை ஆசிரியர் அன்புத்தம்பி இரா.த.சக்திவேல்.

சினிமா உலகம், இசை உலகம், சினிமா பிரபலங்கள்... அன்றைய அரசியல் என பலவும் அறிய உதவுகிறது இந்த நூல்.

அந்தந்த காலத்திற்கேற்றாற்போல் அண்ணன் கங்கை அமரன் குறிப்பிடும் புகைப்படங்களை உடனுக்குடன் கொடுத்து உதவும் அன்புநண்பர் போட்டோ என்சைக்ளோ பீடியா தம்பி ஞானத்தை பாராட்ட வேண்டும்.

'பண்ணைப்புரம் எக்ஸ்பிரஸ்' இரு பாகங்களாக வெளியிடுகிறோம். வழக்கம்போல் வாசகப் பெருமக்களின் ஆதரவு வேண்டி இந்நூல்களை வெளியிடுகிறோம்.

-என்றென்றும் உங்கள்

நக்கீரன்கோபால்

1

விடிஞ்சா... 'அன்னக்கிளி' படத்தோட பூஜை... ஸாங் ரெக்கார்டிங்கோட நடக்கப்போகுது.

நாங்க பட்டபாட்டுக்கெல்லாம் பாட்டாவே பலன் கிடைக்கப் போற நாள் அது.

'பாவலர் பிரதர்ஸ்'ஸான எங்களுக்குள்ள பரபரப்பும், பதட்டமும் பரவிக் கிடந்துச்சு.

அன்னக்கி ராத்திரி... நாங்க தூங்கவே இல்ல.

நாங்க தூங்கலேங்கிறதுக்காக விடியாம இருக்குமா?

விடிஞ்சது.

சாந்தோம்ல இருக்கிற கனோஜராய மலையப்ப நாயக்கன் தெரு... சுருக்கமா சொல்லணும்னா கே.எம்.என். தெருவுலதான் நாங்க குடியிருந்தோம். அதிகாலைல நாலரை மணிக்கே எழுந்து, குளிச்சு மாங்காடு காமாட்சி யம்மன் கோயிலுக்கு நான், பாஸ்கரண்ணன், ராஜாண்ணன் மூணுபேரும்

போனோம்.

அம்மாவ மனமுருக வேண்டிக்கிட்டு, அங்கிருந்து கிளம்பி ஆறரை மணிக்கெல்லாம் ஏவி.எம்.ல இருக்க ஆர்.ஆர்.தியேட்டருக்கு வந்திட்டோம்.

யப்பா... எத்தன எத்தன மியூஸிக் டைரக்டர்கள் மியூஸிக் பண்ணின எடம் அது. நாங்க கூட பல மியூஸிக் டைரக்டர்கள்கிட்ட, நெறைய பாட்டுக்கு வாத்தியக் கலைஞர்களா வேலை செஞ்ச ஒரு தெய்வீக எடமாச்சே.

எங்க மூணுபேருக்குமே அடிமனசுல ஒரு பயம். ஏன்னா... ஒரு பெரியஆளு எடுக்கிற படத்துக்கு, இசையமைப்பாளரா ஒரு புது ஆளு. பயம் வரத்தானே செய்யும்.

பந்தல் போட்டு, சாமி படங்களுக்கு அலங்காரம் பண்ணி, குருக்கள் வந்து மந்திரம் சொல்லி, பூஜை போட்டதும் படத்தோட ஸ்கிரிப்ட் ஃபைலை, டைரக்டர்கிட்டயும், பாட்டுப் பேப்பர்களை மியூஸிக் டைரக்டர்கிட்டயும் குடுப்பாங்க. இது வழக்கமான நடைமுறை. ராஜாண்ணன்கிட்ட பாட்டு பேப்பர்களை கொடுத்தப்போ... பதட்டமா வாங்கிக்கிட்டாரு.

எங்ககூட இத்தனை வருஷமா ஒண்ணா டிராவலாகிக்கிட்டிருந்த வாத்தியக்காரர்கள்ல சிலபேருக்கு நெஜமாவே சந்தோஷம். கொஞ்சம் பெரியவங்களுக்கு... 'இவனுங்க என்ன சாதாரண வாத்தியக் காரனுங்கதான... என்னத்த பெருசா பண்ணிடப்போறாங்க'ன்னு ஒரு எளக்காரப் பார்வ.

'அன்னக்கிளி' படத்துக்காக ரெக்கார்டிங் வரை வந்தாச்சு. இதுக்கெல்லாம் என்னென்ன பாடுபட்டிருப்போம் இந்த சின்னாத்தாயி பெத்த மக்க.

கதாசிரியர் ஆர். செல்வராஜ்.... இந்தப் பேரு ஒங்களுக்கெல்லாம் ரொம்பத் தெரிஞ்ச பேரா இருக்கும். 'அன்னக்கிளி', 'பதினாறு வயதினிலே', 'கிழக்கே போகும் ரயில்'னு ஏகப்பட்ட படங்களுக்கு கதை எழுதியவர், வசனம் எழுதியவர்.

நாங்க மதுரையில இருக்கும்போதே செல்வராஜ் எங்களுக்கு பழக்கம். அதுவும் ராஜாண்ணனும், அவரும் ரொம்ப குளோஸ் ஃப்ரெண்ட்டு. இந்தப் பழக்கம் எப்படி வந்துச்சுன்னா... எங்க அண்ணன் பாவலர் வரதராஜன், கம்யூனிஸ்ட் கட்சிக்காக பிரச்சார பாடகரா இருந்தாரு. மதுரையில் மண்டையன் ஆசாரி சந்துல, கம்யூனிஸ்ட் கட்சி ஆபீஸ் ஹால்ல நாங்க தங்கியிருந்தபடி கட்சி கச்சேரி செய்வோம். கட்சித் தலைவர்கள்ல ஒருத்தரான, ரொம்ப நல்ல மனுஷனான சங்கரய்யாவ ஒங்களுக்கெல்லாம் தெரிஞ்சிருக்கும். அவரோட சகோதரரோட பையன்தான் ஆர்.செல்வராஜ். அப்பவே பல புத்தகக்கள்ல சிறுகதையெல்லாம் எழுதுவாரு.

நாங்க மெட்ராஸுக்கு வந்த பின்னாடி, அவரும் பெட்டி படுக்கையோட வந்து எங்ககூடவே தங்கி, அண்ணன் பஞ்சு அருணசலம்கிட்ட உதவியாளரா சேர்ந்தாரு. கொஞ்சநாள்லயே பஞ்சண்ணன்கிட்ட எங்களைப் பத்தி நல்லாச் சொல்லி ஏத்தி வச்சிருந்தாரு.

'மியூஸிக் டைரக்டர் ஜி.கே.வெங்கடேஷ்கிட்ட எங்கஊரைச் சேர்ந்த என்னோட ஃப்ரெண்டு ராஜாவும், ராஜாவோட அண்ணன் -தம்பியும் உதவியாளரா வேலை பார்த்துக்கிட்டிருக்காங்க. 'பாவலர் பிரதர்ஸ்'ங்கிற பேர்ல எஸ்.பி.பி.யோட கச்சேரிகள்லயும், டிராமாக்கள்லயும் வேலை செய்றாங்க. அவங்க போட்டு வச்சிருக்க பாட்டையெல்லாம் நீங்க கேட்டுப் பாருங்க... ரொம்ப நல்லாருக்கும்'னு சொன்னதோட, ராஜாண்ணனை கூட்டிட்டுப்போய் பஞ்சண்ணன் கிட்ட அறிமுகப்படுத்தி வச்சாரு செல்வராஜ்.

அண்ணன் இளையராஜா ட்யூன்
போட நான் கிடாருடன்.
அருகில் பஞ்சு அருணாசலம்

நாங்க போட்டு வச்சிருந்த பாட்டையெல்லாம் டேபிள்ல தாளம் போட்டபடி பாடிக்காட்டினார் ராஜாண்ணன்.

'அன்னக்கிளி ஒன்னத் தேடுதே', 'மச்சானப் பாத்தீங்களா?' பாட்டுகளை கேட்டுட்டு பாராட்டிய பஞ்சண்ணன், 'சரியான நேரம் அமையுறபோது யூஸ் பண்ணிக்கிறேன்'னு சொல்லியனுப்பினார்.

கொஞ்ச நாளைக்கப்புறம்...

தன்னோட தம்பி கே.என்.சுப்பு பேரில் 'அன்னக்கிளி' படத்தை தயாரிக்கவும், எங்களை மியூஸிக் டைரக்டராகப் போடவும் முடிவு செஞ்சார் பஞ்சண்ணன்.

'பாவலர் பிரதர்ஸ்' என்கிற பேரு குழுவோட பேரா இருக்கு... என்பதால் 'ராஜா' என்கிற பேரை பரிசீலனை பண்ணி... அப்புறமா... ஏற்கனவே மியூஸிக் டைரக்டர் ஏ.எம்.ராஜா பேரு பிரபலமாக இருந்ததால்... **'இளையராஜா'**வாக்கினார் பஞ்சண்ணன்.

பல சோதனய தாண்டித்தான்... தொடங்குச்சு 'இளையராஜா'ங்கிற 'பாவலர் பிரதர்ஸ்'ஸோட பயணம்.

அது என்ன சோதனை? அத சொல்றதுக்கு முன்னாடி....

இப்போ வாங்க... ஏவி.எம். ஆர்.ஆர்.தியேட்டருக்கு.

ரெக்கார்டிங் ஹால்ல எல்லாரையும் வச்சு ரிகர்ஸல் பார்த்தாச்சு. எல்லாரும் பாராட்டினாங்க. சில வாத்தியக்காரர்கள் நம்பிக்கையோடவும், சில வாத்தியக்காரர்கள் 'இது நூத்துல ஒண்ணுதான்'னும் நினைச்சு வாசிச்சாங்க.

எங்க குருநாதர் ஜி.கே.வெங்கடேஷ், பஞ்சண்ணன், படத்தின் இயக்குநர்களான தேவராஜ்-மோகன் ஆகியோர் ரொம்ப மனநிறைவோட காத்துக்கிட்டிருந்தாங்க. ஒலிப்பதிவுக் கூடத்துல ராஜாண்ணனுக்கு உதவியா, இசைக்குழு நடத்துனரா ஆர்.கோவர்தனம் இருந்தார். இவர் ரொம்ப பெருமைக்குரியவர். ஏவி.எம். படங்களுக்கு ஆர்.சுதர்ஸனம் இசையமைப்பார்.. அவருக்குத் துணையா இருந்தவர் கோவர்தனம். அதுக்குப் பிறகு அண்ணன் விஸ்வநாதன் -ராமமூர்த்தி இசைக்குழுவிலும் உதவி இசையமைப்பாளரா இருந்தார். கோவர்தனமும் பெரிய மியூஸிக் டைரக்டர்தான். 'நாதஸ்வர ஓசையிலே', 'அன்புள்ள அத்தான் வணக்கம்', 'அந்த சிவகாமி மகனிடம்...' இதுபோல பல பாடல்களால் இசையமைப்பில் சாதனை படைச்சவர். அப்படிப்பட்டவர் எங்களோட முதல் படத்துல வேலை செஞ்சது பெரிய பாக்கியம்.

ரிகர்ஸல் நடக்கும்போதே ராஜாண்ணனுக்கு வயிறு சரியில்ல. பயத்துலயும், பதட்டத்துலயும் ரொம்ப கஷ்டப்பட்டாரு.

ஆர்க்கெஸ்ட்ரா வாசிச்சு, வாசிச்சுப் பழகினதும், பதினோரு மணிவாக்குல எஸ்.ஜானகி வந்தாங்க. அவங்க பாடின

முழுப்பாடலோட ஒத்திகை பார்த்தப்ப... இன்னும் ரொம்ப சந்தோஷமா இருந்துச்சு.

ஆர்க்கெஸ்ட்ராவுக்கு ஒதுக்கப்பட்ட இடங்கள்ல, ஒரு மைக்குக்கு நாலு தாள வாத்தியங்கள்... தபேலா... டோலக்... பேஸ் டோலக்... காங்கோ டிரம்ஸ்... வயலின்ஸ், பேஸ், புளூட்... நான்-ரிதம் கிடார்... இப்படி தனித்தனியாக மைக் முன்னால வாசிக்கணும். ஒவ்வொரு மைக்கும் செக்பண்ணி, பிறகு ஜானகியம்மாவோட சேந்து ரெண்டு, மூணு ரிகர்ஸல் பேலன்ஸிங்கா நடக்கும். அது முடிஞ்சதும்தான் நேரடி டேக், ரெக்கார்டிங் பண்ணப்படும். ஒத்திகை முடிஞ்சு, 'டேக் போலாம்'னு ரெக்கார்டிங் சம்பத் சொன்னவுடனே தியேட்டருக்கு வெளியில் சைலன்ஸுக்காக ஒரு பெல் அடிக்கப்படும். ரெட்லைட்டும் எரியும். இந்த சிக்னல் ஸ்டாப் ஆகுறவரை தியேட்டருக்கு வெளியே கார் சத்தமோ, சைக்கிள் சத்தமோ எதுவுமே கேட்கக்கூடாது.

வாழ்க்கையில ரொம்ப கஷ்டப்பட்டு ஒரு புதுவாழ்க்கை ஓபனாகப் போகுது....

"சைலன்ஸ்..."

"என்ன ராஜா... டேக் போலாமா?"

"ம்... தேங்கா ஒடச்சாச்சா?"

"ஓ... ஒடச்சாச்சு"

''ம்... அப்போ டேக் போலாம்... அமர் நீ அனவுன்ஸ் பண்ணு... ம்...ரோலிங்..."

"அம்மா... அம்மா... அம்மா..." என சொல்லிவிட்டு "எஸ்.பி.டி ஃபிலிம்ஸ் அன்னக்கிளி... ஸாங் 1, டேக் 1 ரன்னிங்" என நான் சொல்லி முடிச்சதுமே...

கோவர்தனம் மாஸ்டர் ''ரெடி... டிக்... டிக்... டிக்...'' என சொடக்கிட்டு விட்டு "ஒன்... ரெடி... ஒன்... டூ... த்ரி... ஃபோர்" சொல்ல...

ஆர்க்கெஸ்ட்ரா ஆரம்பிம்பிக்கிறதுக்கும், 'டப்பு'னு கரண்ட் கட் ஆகிறதுக்கும் சரியா இருந்துச்சு.

அதிர்ச்சி... நிசப்தம்.

அந்த அமைதியைக் கிழிச்சுக்கிட்டு எங்கிருந்தோ ஒரு கமெண்ட் பறந்து வந்தது.

"ம்க்ஹூம்... இது வெளங்குன மாதிரிதான்..."

2

ஏவி.எம்.மில் இருக்க ஆர்.ஆர். தியேட்டரில் ‘அன்னக்கிளி’ படத்துக் கான பாடல் பதிவு.

ஆர்க்கெஸ்ட்ரா கண்டக்டரா இருந்த கோவர்தனம் மாஸ்டர் “டேக் ரெடி... ஒன்... டூ... த்ரீ... ஃபோர்...” னு சொல்ல... ஆர்க்கெஸ்ட்ரா ஆரம்பிக் கிறதுக்கும், ‘டப்பு’னு கரண்ட் கட்டாகிறதுக்கும் சரியா இருந்துச்சு.

அந்த எடமே அதிர்ச்சியில நிசப்தமாகிப்போச்சு.

‘ம்க்ஹூம்... இது வெளங்குன மாதிரிதான்...’ னு யாரோ அடித்த கமெண்ட் எங்க காதுகள்ல விழுந்ததும், எனக்கும், பாஸ்கரண்ணனுக்கும் ஒருவிதமான பயம்... நடுக்கம்... ‘இப்படி அபசகுனமாகிப் போச்சே’ங்கிற அழுகை.

பஞ்சண்ணனின் தம்பிகளோ ‘இதுக்குத்தான் இவங்க வேணாம்னு சொன்னோம். ராசியில்லாத ஆளுங்க’ என தங்களுக்குள் பேசிக்

கொண்டார்கள்.

'இளையராஜாவோட இசை வேணாம்'னு, முதலில் பஞ்சண்ணன்கிட்ட, அவரோட பிரதர்ஸ் வற்புறுத்தி சொன்னாங்களே.... அவங்க சொன்னதுக்கு ஏத்தமாதிரி இப்ப... சென்ட்டிமெண்ட்டா கரண்ட் கட்டாயிருச்சே'னு என்னோட நினைப்பு அங்க ஓடுச்சு.

ராஜாண்ணன் மேஜையில போட்டுக் காட்டின தாளமும், பாட்டும் பஞ்சண்ணனுக்குப் பிடிச்சுத்தான் 'இளையராஜா'னு பேர் மாத்தி 'அன்னக்கிளி'க்கு ஓ.கே. பண்ணினார். ஆனா அவரோட தம்பிங்க விரும்பல. அந்தச் சமயத்துல பஞ்சண்ணன் கதையில வந்த படங்களுக்கெல்லாம் விஜயபாஸ்கர்தான் மியூஸிக். 'கனிமுத்து பாப்பா', 'எங்கம்மா சபதம்'னு பல படங்கள் ஹிட். அதனால் பஞ்சண்ணனோட தம்பிங்க சுப்பு, கே.என்.லட்சுமணன், கிட்டு... இவங்கள்லாம் எங்களோட இசைக்கு ஒத்துக்கல. "விஜயபாஸ்கரையே போடலாம். இல்லேன்னா... வி.குமாரைப் போடலாம்"னு சொன்னாங்க..

ஆனா பஞ்சண்ணனோ ''இளையராஜாதான் மியூஸிக் பண்ணுவான்"னு சொல்லிவிட்டார்.

பஞ்சண்ணன்கிட்ட நாங்க உண்டாக்கின நம்பிக்கையை அவரோட தம்பிங்ககிட்டயும் ஏற்படுத்தணும்னு முடிவு செஞ்சோம்.

அதுக்கு முன்னாடி எந்த புது மியூஸிக் டைரக்டரும் அப்படிச் செஞ்சிருப்பாங்களா?னு தெரியல. ஆனா நாங்க அந்த காரியத்த செஞ்சோம்.

ஸாங் ரெக்கார்டிங்குக்கு ஒருவாரம் முன்னாடி....

தி.நகர்ல கண்ணதாசன் வீட்டுக்குப் பக்கத்துல இருந்த பாலாஜி கல்யாண மண்டபத்த பிடிச்சு, 'அன்னக்கிளி'க்கு வாசிக்கப்போற மியூஸிஸியன்களையும், பின்னணிப் பாடகர்கள் டி.எம்.எஸ்., பி.சுசீலா, எஸ்.ஜானகி... ஆகியோரையும் வரவழைச்சோம். பஞ்சண்ணனோட பிரதர்ஸையும் வரவழைச்சு அவங்க முன்னால படத்துல இடம்பெறப் போற பாட்டுக்களை லைவ்வா பாட வச்சோம்.

பாவலர் பிரதர்ஸான எங்க மேல பஞ்சு பிரதர்ஸுக்கும் முழு நம்பிக்கை வந்துருக்கும்னு நினைச்சுக்கிட்டு வேலைகள ஆரம்பிச்சோம்.

இதோ... எடுத்த எடுப்புலயே கரண்ட்டு கட்டாயிருச்சே....

'முதல் வாய்ப்பு. நல்லபடியா செஞ்சு முடிச்சிடணும்'னு ராஜாண்ணன் ஏற்கனவே பயமும், பதட்டமுமா இருந்தாரு. இப்ப... இன்னும் அதிகமா பாத்ரூமுக்கும், ஒலிப்பதிவு கூடத்துக்குமா அலஞ்சுக்கிட்டிருந்தாரு.

அப்போ... டைரக்டர் பி.மாதவன் வந்தார். அண்ணன்கிட்ட "இந்தா ராஜா... மாங்காடு கோயிலுக்கு போய்ட்டு வந்தேன்... பிரசாதம். டோண்ட் வொர்ரி ராஜா... எல்லாம் நல்லபடியா நடக்கும்''னு வாழ்த்தினார்.

கரண்ட் வந்தது.

மறுபடி ரிகர்ஸல் பார்த்து டேக் போனோம்.

பாடல் பதிவானதும் போட்டுக் கேட்டோம். மொத மொதல்ல கேட்டவுடனே எங்களுக்கு உண்டான மகிழ்ச்சிக்கு அளவே இல்ல.

முறைப்படி இசையை கத்துக்கிட்ட வாத்ய கலைஞர்களும், எங்களுக்கு முன்னால இருந்த சினிமா இசைத்துறையில் இருக்க கலைஞர்களும், வந்திருந்தவங்களும் ரொம்பவே பாராட்டினாங்க.

அந்த திருப்தியோட. வீட்டுக்கு வந்தோம்.

அம்மா எங்களுக்கு ஆரத்தி எடுத்து, திருஷ்டி சுத்திப்போட்டு வீட்டுக்குள்ள அழைச்சாங்க.

அப்பவெல்லாம் ஸ்பூல் டேப் ரெக்கார்டர்தான் இருக்கும். அதில் எங்கம்மா கேட்கிறதுக்காகவே ரெக்கார்ட் பண்ணியிருந்த பாட்டை போட்டுக் காட்டுனோம்.

பாட்டக் கேட்ட எங்கம்மா தாங்க முடியாத சந்தோஷத்துல... "இதென்னப்பா ஏம்பாட்டப் போட்டுட்டீங்க?"னு கேட்டாங்க.

"எல்லாமே நீங்க குடுத்ததுதானம்மா... எல்லாமே ஒங்க பாட்டுத்தான்"னு நான் சொன்னேன்.

உச்சி குளிர அம்மாவோட மனசு வாழ்த்துச்சு. எக்களுக்கு ரொம்ப சந்தோஷமா இருந்துச்சு.

'என்னோட பாட்டாருக்கே?'னு அம்மா கேட்டது முழுக்க உண்மை. முதன்முதலா நாங்க இசைங்கிற ராஜகோபுரம் கட்றதுக்கு அஸ்திவாரமே... எங்கம்மா எங்களுக்காக பாடின தாலாட்டுப் பாட்டுத்தான்.

அன்னக்கிளி ஒன்னத் தேடுதே...

ஆறுமாசம் ஒரு வருஷம்...

ஆவரம்பூ மேனி வாடுதே....ங்கிற இந்தப் பாட்டு எங்க பக்க கிராமங்கள்ல பாடுற கிராமியப் பாட்டு. எங்கம்மா இந்தப்பாட்ட அப்படியே மெதுவா இழுத்து... 'அன்னக்கிளி...ஒன்னத் தேடுதே...'னு ராகத்தோட பாடினா... தூங்காம இருக்க கண்ணெல்லாம் அப்படியே போய் சொறுகிக்கிரும். அப்படி ஒரு சொகமான தூக்கம் வந்து அமைதிப்படுத்தும்.

அந்தப் பாட்டு மூலமா எங்கம்மா எங்களுக்கு எப்படி ஒரு வழி அமைச்சுக் குடுத்திருக்காங்க பாத்தீங்களா...

(இந்த நாட்டுப்புற பாடலோட பல்லவிக்கு மூன்று சரணங்களையும் பஞ்சண்ணன் எழுதினார்.)

அப்புறம்... அதே 'அன்னக்கிளி' படத்துல...

சொந்தமில்லை பந்தமில்லை... வாடுது ஒரு பறவைனு ஒரு பாட்டு... நீங்கள்லாம் கேட்டிருப்பீங்க. இதைக் கேக்குற ஒவ்வொருத்தருக்குமே ஒரு ஃபீலிங் வரும். 'ரொம்பத் தனியா நம்மள

என் தாயாருடன் நான்

யாரோ விட்டுட்டுப் போய்ட்டாங்க'ங்கிற மாதிரியான உணர்வு இருக்கும். அந்தப் பாட்ட பி.சுசீலாம்மா பாடீருப்பாங்க. இந்த பாட்டோட மெட்டுலயும் எங்கம்மாவோட டச் இருக்கு.

கிராமத்து திருவிழா வழிபாட்டு முறையில ஒண்ணு... ஒரு சட்டியில ஒன்பது வகையான தானியங்களை வளர்த்து அம்மனை வழிபடுற முளைப் பயிர். பேச்சு வழக்குல 'மொளப்பாரி'னு சொல்வாங்க. சுத்தபத்தமா, பயபக்தியோட, ஒரு நல்ல நாள்ல முளைப்பயிர் வளப்பாங்க பொம்பளைங்க. கடைசி நாளன்னிக்கு அதை பொம்பளைங்க தலையில வச்சு ஊர்கோலமா கோயிலுக்கு எடுத்திட்டுப் போவாங்க. அப்ப 'தன்னானே....' கொட்டி, கைத்தாளம் போட்டபடி முளைப்பாரி பாடலும் பாடுவாங்க.

அதுமாதிரி... முளைப்பாரி பாட்ட எங்கம்மா பாடப்பாட.... மத்த பொம்பளைங்க... அதே டைமிங்கில 'தன்னானே...'னு சொல்லி ரிப்பீட் பண்ணுவாங்க.

ஈக்கித் துண்டு மேல போட்டு
எங்க போற சாமி -சாமி

எங்க போற சாமி...

ஈசுவரி கோயிலுக்கு

பூத்தொடுக்கப் போறேன்...னு எங்கம்மா பாட....

தன்னனன்னே னானனன்னே

தானனன்னே னானே...ன்னு மத்தவங்க பாடுவாங்க.

அந்த ராகத்துக்குள்ள.... அம்மா பாடுன அந்தப் பாட்டுக்குள்ள இருந்த ஒரு ஈர்ப்ப... ராஜாண்ணன் ‘சொந்தமில்லை பந்த மில்லை’ பாட்டுல கொண்டு வந்திருப்பாரு.

ராஜா.... உண்மையிலயே இசைக்கு கெடைச்ச வரம்.

‘அன்னக்கிளி’ படத்தோட பாட்டுக்கான மியூஸிக் வேலையெல்லாம் முடிஞ்சது.

அப்பவெல்லாம் ஒரு படம் எடுத்து முடிக்க 10-11 மாசம் ஆகும். சின்ன பட்ஜெட் படம்னா... 4-6 மாசம் ஆகும். ‘அன்னக்கிளி’யும் பட்ஜெட் படம்கிறாதால சீக்கிரமே ஷூட்டிங் முடிஞ்சது.

படத்துக்கான பின்னணி இசை... அதாவது ரீ-ரெக்கார்டிங் வாசிக்கணும். அதுக்கான விஷயங்களோட மனசார நாங்க தயாரானோம். ஆனா... “இளையராஜா ரீ-ரெக்கார்டிங் பண்ணக்கூடாது”னு கடும் எதிர்ப்பு கிளம்பிடுச்சு.

எங்களுக்கோ ரொம்ப அதிர்ச்சி.

ஆனாலும்... ஒரு படம் வெளிவந்த பின்னாடிதான் அதுல நாம பங்கெடுத்த விஷயமே உறுதியாகும். ரிலீஸாகிற வரைக்கும் எந்த உத்தரவாதமும் கிடையாதுனு எங்களுக்குத் தெரியும்.

ஏன்னா... எங்களுக்கு முன்அனுபவம் இருக்கே.

‘அன்னக்கிளி’க்கு முன்னாடியே நாங்க மியூஸிக் பண்ணி... ஒரு படம் நின்னு போயிருக்கே!

அது....

ஜெமினிகணேசன் வீட்டில் நாங்க போட்ட தாளம்...

‘அன்னக்கிளி’ பாடல் பதிவின்போது...

3
தீபம் ஏற்றிய முதல் பாட்டு!

"**இ**ளையராஜாவுக்கு ரீ-ரெக்கார்டிங் பண்ணிய அனுபவம் கிடையாது. அதனால் அவர் 'அன்னக் கிளி'க்கு ஆர்.ஆர். பண்ணவேண்டாம்" என எதிர்ப்பு கிளம்பியது.

அறிமுகக் கலைஞர்களுக்கே இருக்க பெரிய சிக்கல்.... ஒரு படத்தில் வேலை பார்த்து... அந்தப் படம் வெளியானால்தான்... அந்தப் படத்தில் நாம் அறிமுகமானோம் என்கிற உத்திரவாதம்.

எங்களுக்கு முன்அனுபவமும் உண்டு. 'அன்னக்கிளி'க்கு முன்பே 'பாவலர் பிரதர்ஸ்'ஸான நாங்க, ரெண்டு மூணு படத்துக்கு இசையமைச்சோம். ஆனா... அதுல ஒரு படம்கூட ரிலீஸாகல. அதுல ஒண்ணு... 'தீபம்' படம்.

எம்.ஜி.ஆரை வச்சு, பல ஹிட் படங்கள் எடுத்தவர் டைரக்டர் டி.ஆர்.ரகுநாத். அவரோட டைரக்‌ஷன்ல, 'காதல் மன்னன்' ஜெமினிகணேசன், 'நாட்டியப் பேரொளி' பத்மினி நடிக்க,

மிகப்பெரிய எழுத்தாளரான பி.எஸ்.ராமையா கதை, வசனத்துல, நடராஜன், ரங்கராஜன்னு ரெண்டு நண்பர்கள் சேர்ந்து தயாரிச்ச படம்... 'தீபம்.'

இந்த தயாரிப்பாளர்கள எங்களுக்கு அறிமுகப்படுத்தினவர்... ராகவேந்தர். பின்னாளில் 'வைதேகி காத்திருந்தாள்', 'சிந்து பைரவி' உட்பட பல படங்கள்ல நடிச்சவர். அப்போ அவரோட பேர்... திருவையாறு ரமணி. டி.எம்.எஸ். மாதிரியே அச்சு அசலா அப்படியே பாடும் திறமை கொண்டவர் ரமணி. அவர் மூலமா எங்களுக்கு 'தீபம்' படத்துக்கு இசையமைக்கும் வாய்ப்பு கிடைச்சது. எங்களை தயாரிப்பாளர்களிடம் அறிமுகப்படுத்தும்போதே... "இந்தப் பையன் நல்லா பாட்டு எழுதுவாப்ல" என என்னை அடையாளப்படுத்தினதால், அந்தப் படத்துல ஒரு பாட்டு எழுதும் வாய்ப்பும் எனக்கு கிடைச்சது.

ஜெமினி மாமா வீட்லதான் எங்களுக்கு முதல் ஆடிஷன். அது... 1970-ஆம் வருஷம்னு நினைக்கிறேன். நாங்க புது மியூஸிக் டைரக்டர்ங்கிறதால் ஜெமினி மாமா வீட்டில் வச்சு பாட்டெல்லாம் வாசிச்சுக் காட்டி ஓ.கே. வாங்கினோம்.

ஒரு கோயில்ல சாமியாரா இருக்கிற ஜெமினி மாமா பாட்டக் கேட்டு அவர் மேல நாட்டியக்காரி காதல் வயப்படுற கதை. ஜெமினி மாமா பாடுற சூழலுக்கு, நான் எழுதின முதல் பாட்டோட... எங்க வாழ்க்கையின் முதல் ஸாங் ரிக்கார்டிங்... வாசு ஸ்டுடியோவுல நடந்தது.

சித்தங்கள் தெளிவடைய
சிவனருளை நாடு
சேருவதும் நேருவதும்
சிவனவனின் வீடு...
மேடை அமைத்து வைத்து
காலம் குறித்து வைத்து
வேடம் போட்டுவிட்டு ரசிப்பான் -நீ
ஆடும் ஆட்டம் கண்டு சிரிப்பான் -உன்
மேலே பூசிவிட்ட சாயம் கலைந்தவுடன்
ஆடும் நாடகத்தை முடிப்பான் -அவன்
அங்கே மனதை எட்டிப் பிடிப்பான்...

இப்படி நான் எழுதிய முதல் பாட்டை, டி.எம்.சௌந்தர்ராஜன் பாடிக்கொண்டிருக்கிறார். எனக்கு ரொம்ப சந்தோஷம். எம்.ஜி.ஆர்., சிவாஜின்னு பெரிய பெரிய ஆளுங்களுக்கு பாடினவர், நம்ம இசையில... அதுவும் நான் எழுதுன பாட்டை பாடுறது நெஜந்தானா? கடவுள் எங்கள ரொம்பவே ஆசிர்வதிச்சிட்டான்போல.

பாட்டு வரிகளுக்காக எழுத்தாளர் பி.எஸ்.ராமையா என்னை ரொம்பப் பாராட்டினார். எனக்கு சந்தோஷமா இருந்துச்சு.

ரெண்டு பாட்டுக்களை பதிவு செஞ்சிருந்த நிலையில்... 'தீபம்'

படம் நின்னுப் போச்சு.

(எங்களுக்காக முயற்சி எடுத்துக்கிட்ட ரமணி என்கிற ராகவேந்திராவுக்கு என்றென்றும் நன்றி. பின்னாளில் சிவாஜி சார் 'தீபம்'ங்கிற டைட்டிலில் நடிச்ச படத்துக்கு ராஜாண்ணன்தான் மியூசிக் போட்டாரு.)

'அன்னக்கிளி'க்கு வர்றேன்.

ஏற்கனவே 'இளையராஜா இசை வேணாம்'னு பஞ்சு அருணாசலத்தோட தம்பிகள் சொன்னபோதும், 'இளையராஜா இசைதான்' என தீர்க்கமா சொல்லீட்டார் பஞ்சண்ணன். இப்போ... "இளையராஜாவுக்கு பின்னணி இசையமைப்பில் அனுபவமில்ல. ஆனா அன்னக்கிளி படமோ ரீ-ரெக்கார்டிங்கை நம்பித்தான் எடுக்கப்பட்டிருக்கு. மியூஸிக்லயே ஆடியன்ஸுக்கு ஃபீலிங்கை சொல்லணும். பின்னணி இசை சரியா வரலைன்னா... படம் விழுந்துபோகும். அதனால... ஜி.கே.வெங்கடேஷையோ.. இல்ல... வேற யாராவது பெரிய மியூஸிக் டைரக்டரையோ வச்சுதான் ரீ-ரெக்கார்டிங் பண்ணணும். இளையராஜா ரீ-ரெக்கார்டிங் பண்றதுக்கு நாங்க ஒத்துக்கமாட்டோம். படம் கொஞ்சம் லேட்டா வந்தாக்கூட பரவால்ல. நல்ல ஆளா வச்சு பண்ணுங்க" என பஞ்சண்ணனின் தம்பிங்க சுப்பு, லட்சுமணன், கிட்டு சேர்ந்து சொன்னாங்க.

தம்பிங்க பேசப் பேச... பஞ்சண்ணனுக்கு மெல்ல மெல்ல கோபம் வந்துருச்சு.

''டேய்... நான் சினிமாவுல ரொம்ப அனுபவஸ்தன். கண்ணதாசன்லருந்து பலபேர்கிட்ட வேலை பார்த்தவன். எவ்வளவோ கதைகள் எழுதியிருக்கேன். எம்புட்டோ பாடல்கள் எழுதியிருக்கேன். எத்தனையோ கலைஞர்களை ஊக்கப்படுத்தியிருக்கேன். டைரக்டர் எஸ்.பி.முத்துராமன் உட்பட பல கலைஞர்கள அறிமுகப் படுத்தியிருக்கேன். எனக்கு நீங்க ஐடியா சொல்றீங்களா? என்னோட அனுபவம் வேற. நீங்க இப்ப வந்த பயக. எப்படிடா சொல்லலாம்... 'அவங்களுக்கு ரீ-ரெக்கார்டிங் தெரியாது'னு? இதுக்கு முன்ன... ஜி.கே.வெங்கடேஷ்கிட்ட நெறைய படங்களுக்கு ரீ-ரிக்கார்டிங் பண்ணிய அனுபவம் இளையராஜாவுக்கு உண்டுனு எனக்குத் தெரியும். நான் ஒண்ணும் விசாரிக்காம இல்ல. என்னோட கணிப்பு சரியாத்தான் இருக்கும். ஒரு புத்திசாலிப் புள்ளய போடவேணாம்னு சொல்றீங்களே... நீங்க வேண்ணா பாருங்கடா... பின்னால அவன் எப்படி வர்றான்"னு தெளிவாச் சொல்லி தம்பிங்களோட வாயை மூட வச்சார் பஞ்சண்ணன்.

ரீ-ரெக்கார்டிங் பண்றதுக்கும் எங்களை அனுமதிச்சார்.

ஏவி.எம்.லேப்புக்கு பக்கத்துல இருக்க ஏவி.எம். 'டி' தியேட்டர்ல... நானும், ராஜாண்ணனும் மட்டும் படத்தை ஒவ்வொரு ரீலா போட்டுப்

'அன்னக்கிளி' சுஜாதா - சிவக்குமார்

போட்டுப் பார்த்தோம். நான் கிடாரும், ராஜாண்ணன் ஆர்மோனியமும் மட்டும் கொண்டு போயிருந்தோம். படத்த நிறுத்தி நிறுத்தி போட்டுப் பார்த்து... எந்தெந்த எடத்துல என்ன மாதிரியான மியூஸிக் வரணும்கிறதை அண்ணன் வெஸ்டர்ன் நோட்ஸா எழுதினார்.

இப்படி முழுப்படமும் பார்த்து நோட்ஸ் எழுதி முடிக்க... கொஞ்சம் தாமதமாயிருச்சு. அதனால் எங்களுக்கு ஏவி.எம். 'ஆர்.ஆர்.' தியேட்டர் கிடைக்கல.

அதனால் 'அன்னக்கிளி' ரீ-ரெக்கார்டிங் மட்டும் எங்க நடந்துச்சுன்னா... இப்போ க்ரீன் பார்க் ஹோட்டல் இருக்குதில்ல... அதுக்குள்ள நுழையிறதுக்கு முன்னாடி லெஃப்ட் சைடுல... ஒரு பில்டிங் இருக்கும் பாருங்க... அது வாஹினி ஸ்டுடியோவுல ஒரு ரெக்கார்டிங் தியேட்டர். அங்கதான் நடந்தது. (பெரிய பெரிய ஆளுங்கள்லாம் வேலை பார்த்த சினிமா எடங்கள் இப்போ அடையாளத்தை இழந்துக்கிட்டிருக்கு. எனக்கு மட்டும் வசதியிருந்தா அந்த இடத்தை வாங்கி புதுசா வர்ற கலைஞர்களுக்கு ஒரு பயிற்சிக் களமா மாத்திடுவேன். வசதியில்லையே...)

பல முன்னணி வாத்தியக் கலைஞர்கள்லாம் வந்து வந்து

வாசிச்சாங்க. ஆர்.ஆர்.ல ஒரு பொண்ணோட ஹம்மிங் தேவைப் பட்டுச்சு. இதுக்கு யாரைப் போட்டோம்னா... எல்.ஆர்.ஈஸ்வரியோட தங்கச்சி, எல்.ஆர்.அஞ்சலி... அவங்கதான் அந்த ஹம்மிங்கெல்லாம் பாடுனாங்க.

ரொம்ப நல்லபடியா ரீ-ரெக்கார்டிங் வேலைகளை முடிச்சோம்.

'அன்னக்கிளி'யை இயக்கிய இரட்டை இயக்குநர்கள் தேவராஜ்-மோகனுக்கு இதுதான் முதல் படம். அவங்க 'பொண்ணுக்கு தங்க மனசு' படத்துல வேலை பார்த்துக்கிட்டிருக்கும்போது, எங்களுக்கு பழக்கமானாங்க. 'அன்னக்கிளி'யை ரொம்ப நல்லா எடுத்திருந்தாங்க. முதன்முதலா ஒரு கிராமத்துல போயி, வெளிப்புறப் படப்பிடிப்பு நடத்தி எடுத்த படம் இது. அதுக்கு முன்னால இப்படி கிராமத்துல போயி எடுத்த படம் வந்துச்சா?'னு எனக்குத் தெரியல. பண்ணாரி மாரியம்மன் கோயிலுக்கு மேல ஒரு கிராமத்துல... (சந்தன வீரப்பன் வாழ்ந்த கிராமத்துக்கு பக்கத்துல....) யூனிட் மொத்தமும் நடந்துபோய் எடுத்தாங்க. ரொம்ப இயற்கை சூழ்ந்த கிராமம் .

தெளிவான படப்பிடிப்பு. கண்ல ஒத்திக்கிற மாதிரி இருந்திச்சு ஒளிப்பதிவு. பாட்டெல்லாம் சூப்பர். சுஜாதா, சிவகுமார், தேங்காய் சீனிவாசன்... தூள் பண்ணீருந்தாங்க. 'நம்ம பாட்டுக்கேத்த கதாபாத்திரங்கள்லாம் நிஜமான நிழலா ஸ்கிரீன்ல உலவுதே'னு நாங்க உச்சி குளுந்து போனோம்.

எங்க வாழ்க்கையை தீர்மானிக்கப் போற படம்கிறதால... 'அன்னக்கிளி' எப்ப ரிலீஸாகும்னு ஆவலோட காத்துக்கெடந்தோம்.

கொடுத்த வேலைய நிறைவா செஞ்சுட்ட நிம்மதி நெஞ்சு முழுக்க நிரம்பிக் கிடந்துச்சு.

அடடா... முக்கியமான ஒருத்தரப் பத்தி சொல்ல மறந்துட்டனே....

'நம்மளோட மொதப்படமான 'அன்னக்கிளி' பூஜைக்கி அண்ணன் விஸ்வபாரதி வரலையே?... ஏன் அவரு வரல?'னு யோசனை போச்சு.

விஸ்வபாரதியண்ணன்தான் எங்களுக்கு வழிகாட்டி. அவரு மெட்ராஸ்ல இருக்கிறதாலதான் நாங்களும் நம்பிக்கையோட மெட்ராஸ் வந்தோம்.

'விஸ்வபாரதி'ன்னா யாரு?

இந்தா... அவரப் பத்தி சொல்றேன்...

4
எங்கடா என்னய கூப்பிட்டீங்க...

'**ப**ண்ணைப்புரம் எக்ஸ்பிரஸ்' தொடரை படிச்சிட்டு நிறையப் பேர் போன் பண்றீங்க... பாராட்டுறீங்க. நான் என்னமோ நினைச்சு எழுத ஆரம்பிச்சேன். ஆனா... வாசகர்கள்ட்ட இவ்வளவு வரவேற்பு இருக்கும்னு நான் நினைக்கல. புது உலகத்துல நுழைஞ்சிட்ட மாதிரி இருக்கு. சில உண்மைகள மறைச்சு சொல்லவேண்டியிருக்கும், சிலதை மறைக்காம சொல்ல வேண்டியிருக்கும். கிடைச்சிருக்க வரவேற்பைப் பார்க்கிறப்போ... முடிஞ்சளவு மறைக்காம உண்மையைச் சொல்ல லாம்னு இருக்கேன். சரி... வாங்க.... கதைக்குள்ள போகலாம்.

எங்க வாழ்க்கைல முக்கியமான கட்டத்துல இருக்கிறவரு விஸ்வபாரதி. நாங்க மெட்ராஸ் வர்றதுக்கே அவருதான் காரணம். அவருகூட சேர்ந்துதான் நாங்க நாடகங்களுக்கு வாசிச்சோம். அந்த நாடகத்துல

அவரு ஹீரோ. அவரு யாருங்கிறத சொன்னாத்தான.... அவரோட முகத்த நினைச்சுப் பார்த்து.... அவரு ஹீரோவா? இல்லையாங்கிறதை நீங்க முடிவு பண்ணமுடியும். அவரோட அம்மா, அப்பா அவருக்கு வச்ச பேரு பால்பாண்டி. அவர பள்ளிக்கூடத்துல சேர்க்கும்போது அவர் பேரு சின்னச்சாமி. கிராமத்துல மலேரியா இன்ஸ்பெக்டராவும் வேலை செஞ்சாரு. அப்புறமா... சினிமாவுல பெரிய ஹீரோவாகணும்னு மெட்ராஸுக்கு வந்தாரு. நாங்கள்லாம் அப்ப கிராமத்துல இருந்தோம்.

மெட்ராஸ் வந்ததும் 'விஸ்வபாரதி'னு பேரை மாத்திக்கிட்டு நாடகம் போட்டாரு. ஃப்ரெண்ட்ஸுக்கிட்ட பணம் திரட்டி 'சும்மா ஒரு கதை'ங்கிற நாடகம் போட்டாரு. அந்த விஸ்வபாரதிதான்... இன்னைக்கி பெரிய டைரக்டரா ஒசந்து நிக்குற **நம்ம பாரதிராஜா.**

ராமன் கதையில வரும்... 'நாம் நால்வராக இருந்தோம். அன்புள்ள குகனுடன் சேர்ந்து ஐவரானோம்'னு. அது மாதிரி நாங்களும், பாரதிராஜாண்ணனும் குடும்பத்துல ஒண்ணா சேர்ந்து வளர்ந்தவங்க. நாங்களும் ஐவரானோம். எங்களுக்கு முன்னால பாரதிராஜாண்ணன் மெட்ராஸுக்கு வந்துருக்கலேன்னா... நாங்க யாரையும் நம்பி மெட்ராஸுக்கு வந்திருக்க முடியாது. நாங்க இங்க வர்றதுக்கு வழிகாட்டியாவும், 'நிச்சயமா நாம மெட்ராஸ்ல பொழைக்கலாம்டா... சாதிக்கலாம்டா...'ங்கிற நம்பிக்கையையும் ஊட்டினது... பாரதிராஜாண்ணன்தான். சும்மா சொல்லக்கூடாது... நெறையவே கஷ்டப்பட்டாரு... எங்களுக்காக.

தி.நகர்ல... நம்பர் 62ஏ உஸ்மான் ரோடு அட்ரஸ்ல... பேச்சிலர்ஸ் தங்குறதுக்கான ஹாஸ்டல்ல பாரதிராஜாண்ணன் தங்கியிருந்தார். ஹாஸ்டல் லைஃப்ல இருக்கிறவங்களுக்கு தெரியும். சிட்டிக்குள்ள... இந்த மாதிரி பேச்சிலர்ஸ் தங்குற இடத்துல... ஒரு சின்ன ரூம்ல... மூணுபேர், நாலுபேர் தங்கீருப்பாங்க. அப்படிப்பட்ட எடத்துல போயி நான், ராஜாண்ணன், பாஸ்கரண்ணன்... மூணுபேரும் போய் இறங்கினோம்.

ஏற்கனவே நாலு பேரு தங்கீருக்க ரூம்ல, எக்ஸ்ட்ரா மூணு பேரு தங்க முடியுமா? தங்க அனுமதிப்பாங்களா?

எப்படியோ.. அதுல கஷ்டப்பட்டு வளந்து, கஞ்சிக்கில்லாம தவிச்சு..... 'ரூமைக் காலி பண்ணுங்கடா'னு ஹாஸ்டல் நடத்துனவங்க சொல்றவரைக்கும், எங்கள பொறுமையா வச்சிருந்தாரு. மத்த இளைஞர்களா இருந்தா... 'நாங்க ஊருக்கே போறம்'னு கிளம்பீருப்பாங்க. அடைக்கலம் கொடுக்கிறவரும் அதுதான் சாக்குனு ஊருக்கே போக விட்டிருப்பாரு. ஆனா பாரதிராஜாண்ணன் அப்படிச் செய்யல.

'டேய்... இருங்கடா பாத்திரலாம்'னு உற்சாகப்படுத்தினாரு.

ஹாஸ்டல் பக்கத்துல கணேஷ் பவன் ஓட்டல்ல... மதிய

சாப்பாட்டுக்காக ஒரு மாசத்துக்கு தேவையான டோக்கன் புக் வாங்கி வச்சிருந்தாரு பாரதிராஜாண்ணன். அந்த புக்கை எடுத்துட்டுப் போய் நாலு பேரும்... ஒரே வாரத்துல மொத்தமா தின்னு தீத்தோம்.

அதுக்கப்புறம் சாப்பாட்டுக்கு என்ன பண்ணுனோம்?

நெஜமாவே, சத்தியமாவே... ரொம்ப சந்தோஷத்தோட சொல்றேன்.... பட்டினியாத்தான் கெடந்தோம்.

வேலை தேடி அலைஞ்சோம்.

சங்கிலி முருகனோட நாடகம் ‘மாசற்ற மனம்.’ அதுல ஓ.ஏ.கே.தேவர் நடிச்சார். அதுக்கு ‘பாவலர் பிரதர்ஸ்’ங்கிற பேர்ல நாங்க மியூஸிக் பார்ட்டியா ஒர்க் பண்ணினோம். அந்த ஒரு நாடகம்தான் எங்களுக்கு சாப்பாடு போட்டுக்கிட்டிருந்துச்சு. எப்பவாவது மேடை கச்சேரிகள்ல வாய்ப்பு கிடைக்கும். அதுல கிடைக்கிற பணத்தை வச்சு அட்ஜஸ்ட் பண்ணி வாழ்க்கைய ஓட்டிக்கிட்டிருந்தோம்.

அப்புறம்... எங்க மூணு பேருக்கும் திருமணமாகிட்டதால... பாரதிராஜாண்ணன முன்ன மாதிரி தினமும் சந்திச்சுக்க முடியல.

இப்படி எங்ககூடவே இருந்த பாரதிராஜாண்ணன் ‘அன்னக்கிளி’க்கு நாங்க ஸாங் ரெக்கார்டிங் பண்ணினப்பவோ... ஆர்.ஆர்.பண்ணினப்பவோ வரலையே... ‘என்னா ஏது?’னு விசாரிக்கலையே.... அந்தச் சமயம் அண்ணன் எங்க போயிருந்தாரு?

ஒரு லட்சியத்தோட ஒருத்தர் முன்னால வந்து ஏறிப் போய்க்கிட்டிருக்கும்போது.... அவருக்கு பின்னால வந்தவங்க, அவரைவிட முன்னேறிப் போனாங்கன்னா... அதை யாரால தாங்கிக்க முடியும்? சினிமாவுல சாதிக்கணும்னு எங்களுக்கு முன்னால வந்தாரு அவரு. அவருக்குப் பின்னால வந்த நாங்க ‘படக்’குனு ‘அன்னக்கிளி’ வரைக்கும் முன்னேறி வந்திட்டோம்.

‘நமக்குப் பின்னாடி வந்தவிய்ங்க... கஞ்சிக்கில்லாம கஷ்டப்பட்டவிய்ங்க... முன்னேறிப் போய்ட்டாங்களே’ங்கிற வருத்தம் எல்லாருக்கும் இருக்கும்.

ஆனா... பாரதிராஜாண்ணன் அப்படி நினைக்கல. அவரோட மனசு அப்படிப்பட்டதில்ல.

நான் ‘பண்ணைப்புரம் எக்ஸ்பிரஸ்’ தொடரை எழுத ஆரம்பிச்சு... ரெண்டாவது அத்யாயம் வெளிவந்த பிறகு... பாரதிராஜாண்ணன்கிட்ட “எண்ணே... ‘அன்னக்கிளி’ பூஜைக்கி ஏன்ணே நீங்க வரல? அப்ப எங்கண்ணே போயிருந்தீங்க?”னு கேட்டேன்.

“நீங்க எங்கடா என்னய கூப்பிட்டீங்க?”னு சொன்னாரு.

“ஏன்ணே... எல்லாரும் ஒண்ணாத்தான திரிஞ்சோம். இதுல தனியா வேற ‘நீ பூஜைக்கி வாண்ணே’னு கூப்பிடணுமாக்கும்”னு நான் கேட்டேன்.

"போடா வெளக்கெண்ண... அந்த நேரம் நீங்க எவனுமே என்னய மதிக்கல"னு சொன்னார்.

குடும்ப விஷயமா அந்தச் சமயம் பாரதிராஜாண்ணன் வெளியூர் போயிருந்தார். அதனாலதான் வரல. 'அன்னக்கிளி' பூஜைக்கி போக முடியாம போன வருத்தம் இப்பக்கூட அவர் பேச்சுல தெரிஞ்சது.

அவரு வரலையேங்கிற ஏக்கம் எங்களுக்குள்ள அப்பவும் இருந்திச்சு... இப்பவும் இருக்கு.

அவரு பூஜைக்கி வராததுக்கு இன்னொரு காரணம் கூட இருக்கு...

நாங்கள்லாம் ஒண்ணா இருந்தபோது... எங்களோட பயிற்சிக் களமா இருந்தது... எங்களோட குருநாதர் ஜி.கே.வெங்கடேஷ். 'பொண்ணுக்குத் தங்க மனசு', 'சபதம்' படமெல்லாம் மியூஸிக் பண்ணினார். நாங்க அவர்கிட்ட வேலை செஞ்சோம். நாடகத்துல நடிச்சுக்கிட்டும், சினிமாவில் நடிக்கிற முயற்சியிலயும்.... வாய்ப்புகள தேடிக்கிட்டு... டைரக்டர்கள் ஏ.ஜெகந்நாதன் சார்கிட்டவும், ரா.சங்கரன் சார்கிட்டவும் அஸிஸ்டெண்ட்டாவும் இருந்தார் பாரதிராஜாண்ணன்.

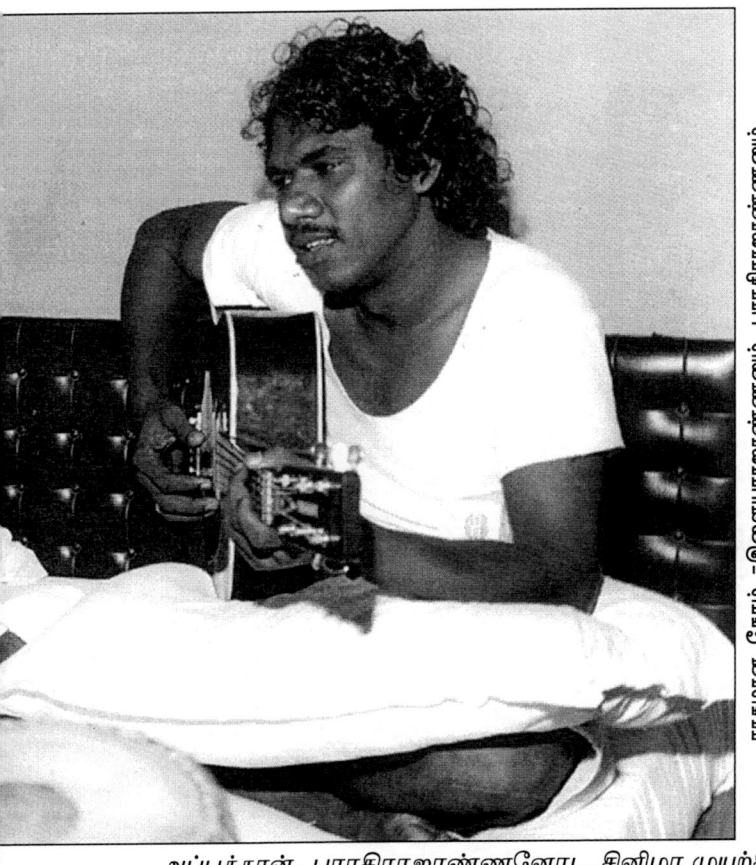

ராகமான நேரம் –இளையராஜாண்ணனும், பாரதிராஜாண்ணனும்

அப்பத்தான்... பாரதிராஜாண்ணனோட சினிமா முயற்சியில ஒரு மாற்றத்தை எங்க பாஸ்கரண்ணன் ஒரு அட்வைஸா சொன்னார்.

இந்த கங்கை அமரனுக்கும், இளையராஜாவுக்கும் வழிகாட்டியா, அட்வைஸரா இருந்தவர் எங்க பாஸ்கரண்ணன் மட்டும்தான். 'டேய்... வெளக்கெண்ணைகளா... ஒங்களுக்கு என்னடா தெரியும். நான் சொல்றபடி செய்ங்கடா'னு அதட்டிப் பேசி, முரட்டுத்தனமா நடந்துக்கிட்டு... எங்களுக்கு பாதுகாப்பா இருந்தவர் அவர்தான்.

நாடகத்துல மியூஸிக் பண்றதுல வர்ற வருமானத்த அவர் பேர்ல அக்கவுண்ட் ஓப்பன் பண்ணி போட்டு வச்சிருந்தார். எங்களுக்கு ஏதாவது அவசரத்துக்கு தேவைன்னா... 'அண்ணே... பத்து ரூவா குடேன்'னு கேட்டு வாங்கிக்கிவோம்.

பாஸ்கரண்ணனும், பாரதிராஜாண்ணனும் ரொம்ப ஆத்மார்த்தமா, நெருங்கிய நண்பர்களா இருந்தாங்க.

அந்த உரிமையில் அட்வைஸ் பண்ணினார்.

'டேய்... பாரதி... ஓம்மூஞ்சிக்கெல்லாம் ஹீரோவா நடிக்கணும்னு

ட்ரை பண்ணாதடா. நல்ல... அட்டகாசமான ஆட்கள்லாம் ஹீரோவா வந்துக்கிட்டிருக்காங்க. நீ பேசாம... டைரக்ஷன் லைன்ல புகுந்துரு'னு சொன்னதோட... இளையராஜாண்ணனும், பாஸ்கரண்ணனும் சேர்ந்து போய் குருநாதர் ஜி.கே.வெங்கடேஷ்கிட்ட 'யாராவது ஒரு பெரிய டைரக்டர்கிட்ட பாரதிய சேர்த்துவிடுங்க'னு கேட்டாங்க.

கன்னடத்துல பெரிய டைரக்டரான புட்டண்ணா கனஹல் அப்போ கன்னடம்-தமிழ்... ரெண்டு மொழியிலயும் ஒரே நேரத்துல படம் எடுத்துக்கிட்டிருந்தாரு. தமிழ்ல 'இருளும் ஒளியும்'கிறது டைட்டில். அவருக்கு போன் போட்ட ஜி.கே.வெங்கடேஷ், 'ஒன்னப் பார்க்க பாரதி வர்றான். அவனை உன்கூட சேர்த்துக்கோ'னு சொல்ல... அதன்படியே ஆச்சு.

புட்டண்ணாகிட்ட சேர்ந்ததுதான் பாரதிராஜாண்ணனுக்கு நெஜமான விடிவுகாலம்.

இப்பக்கூட பாரதிராஜாவோட படங்களைப் பார்க்குறப்போ... அண்ணனோட டேக்கிங்ஸ்... ஷாட்ஸ்லெல்லாம் பார்க்குறப்போ புட்டண்ணாவோட மறுபிறப்பாத்தான் பாரதிராஜாண்ணன் தெரியிறார் எனக்கு. குருவ ஃபாலோ-அப் பண்ணித்தான சிஷ்யங்க வருவாங்க. இளையராஜாவோட அசிஸ்டெண்ட்ஸ்கிட்ட இளையராஜா பாணி இருக்கிற மாதிரி, புட்டண்ணாவோட படத்தோட ஷூட்டிங்குக்காக பாரதிராஜாண்ணன் போயிட்டதாலதான் நாங்க மியூஸிக் டைரக்டரானப்போ அவரால வர முடியலை.

பாரதிராஜா - எஸ்.பி.பாலசுப்ரமணியம்... பயங்கர சண்டை?!

5
பாரதிராஜா-எஸ்.பி.பி. பயங்கர சண்டை!

கஷ்டப்பட்ட காலத்துல உதவு னவுங்கள காலத்துக்கும் நன்றியோட நினைச்சுப் பார்க்கணும் அப்படி நாங்க நினைச்சுப் பார்த்து, நன்றி சொல்ல வேண்டியவங்கள்ல முக்கியமான ஒருத்தர்.... எங்களோட இசை வாழ்க் கைக்கு பக்க பலமானவர்... தன்னோட கச்சேரிகள்ல 'பாவலர் பிரதர்ஸ் இசைக்குழு'ங்கிற பேர்ல எங்களை மியூஸிக் பண்ண வச்சவர்.. எங்களோட அன்பு நண்பன் எஸ்.பி.பாலசுப்பிர மணியம்.

'பாரதிராஜாவுடன் சேர்ந்து நாங்கள் ஐவரானோம்'னு சொன்னே னில்லையா... 'எஸ்.பி.பாலசுப்பிரமணி யத்தோட நாங்க அறுவரானோம்' அந்தளவு நெருங்கிய தோழன் பாலு.

பாலுவுக்கு அப்பத்தான் கல்யா ணம் ஆன புதுசு. காதல் கல்யாணம். பொண்ணு சாவித்ரியோட வீட்ல சம்மதிக்காததால.. எதிர்ப்பை மீறி மேரேஜ் பண்ணிக்கிட்டாங்க. குடும்பத்

என்னோட பிறந்த நாளன்று... ஒரு ஸாங் ரிக்கார்டிங். பாட வந்த பாலு,
எனக்கு இனிப்பு ஊட்ட... அருகே எஸ்.ஜானகியம்மா

தினர் எதிர்ப்பால் சாவித்ரி அவங்க அம்மா வீட்ல வசிச்சது.

ரெங்கராஜபுரத்துல வீடு எடுத்து தங்கியிருந்தான் பாலு. தமிழ்ல சில பாடல்கள்தான் பாடியிருந்தான். ஆனா தெலுங்குல நிறைய பாடல்கள் பாடிக்கிட்டிருந்தான். அதோட கச்சேரிகள் செய்திட்டிருந்தான். அவனோட லைட் மியூஸிக் குழுவுல வேலை செய்ய சான்ஸ் கேட்டு நான், இளையராஜாண்ணன், பாஸ்கரண்ணன், பாரதிராஜாண்ணன்... நாலுபேரும் போனோம்.

டைரக்டர் புட்டண்ணா கனஹல் படத்துல பாலு பாடப் போயிருந்தப்போ... புட்டண்ணா சிஷ்யன் பாரதிராஜாண்ணனுக்கு, பாலுவோட பழகும் வாய்ப்பு கிடைச்சது. அதன் அடிப்படையில்தான் பாலுவைப் பார்க்க கூட்டிப்போனார் பாரதிராஜாண்ணன். பாலுகிட்ட எங்களை அறிமுகமும் செஞ்சு வச்சார்.

நான் கிடார் வாசிச்சுக் காட்டினேன். இளையராஜாண்ணன் ஆர்மோனியம் வாசிச்சார். ரெண்டு கைலயும் ஆர்மோனியம் வாசிக்கிறதுல ராஜாண்ணனை அடிச்சுக்க ஆளே இல்ல. ஒரு முழு ஆர்க்கெஸ்ட்ரா இசையையே ஆர்மோனியத்தில் கொண்டு வந்திடுவார். ரொம்ப ஃபேமஸான 'லாராஸ் தீம்'ங்கிற இசையை ராஜாண்ணன் ரெண்டு கையாலயும் வாசிச்சுக் காட்டினதும் பாலு அசந்துட்டாப்ல.

ஆனாலும் "அய்யோ... என்கிட்ட ஆர்மோனியம் வாசிக்க அனிருத்ராவ் இருக்காரே. ஒங்கள எப்படி பயன்படுத்திக்கிறதுனு தெரியலையே"னு சொன்ன பாலு... ராஜாண்ணனை கிடார் வாசிக்க சேர்த்துக்கிட்டான். நாங்கள்லாம் கஷ்டப்படுறதையும், நாடகத்துல வர்ற கொஞ்சம் பணத்தை வச்சுத்தான் குடும்பம் நடத்துறோம்ங்கிறதையும் ராஜாண்ணன் மூலம் தெரிஞ்சுக்கிட்ட பாலு, என்னை கிடார் வாசிக்கவும், பாஸ்கரண்ணனை காங்கோ டிரம்ஸ் வாசிக்கவும் சேர்த்துக்கிட்டார். ராஜாண்ணன் ஆர்மோனியம் வாசிச்சார். எங்களுக்கு 'பாவலர் பிரதர்ஸ் இசைக்குழு'ங்கிற பேர்ல வாய்ப்பைக் கொடுத்ததோட... நாடகங்களுக்கு மியூஸிக் பண்ணிக்கிட்டிருந்த எங்களை மெட்ராஸில் மெல்லிசைக் கச்சேரிக்கு கொண்டுவந்தது பாலுதான்.

நெஜமான நன்றியோட பாலுவை நினைச்சுப் பார்த்துக்கிறேன்.

பாலுவோட நாங்க கச்சேரி செய்த அனுபவம் ரொம்ப இண்ட்ரஸ்டிங்கா இருக்கும். ஒருதடவ... சிதம்பரம் அண்ணாமலை யுனிவர்ஸிடில கச்சேரி. பாலுவோட ஃபியட் கார்ல, பாலு ட்ரைவ் பண்ண... நான், அண்ணன்கள் பாஸ்கர், இளையராஜா, பாரதிராஜா... அங்க போனோம்.

ஸ்டூடண்ட்ஸோட ஹாஸ்டல்ல ஒரு இடத்துல எங்களை தங்க வச்சாங்க. அந்தச் சமயம் பாலு மட்டும்தான் சினிமாவுல பாடியிருந்ததால் தெரிஞ்ச முகமா இருந்தான். பாலுவைப் பார்க்கிறதுக்காக ஸ்டூடண்ட்ஸூம் ஆர்வமா நின்னுருந்தாங்க.

சாப்பிட்டு முடிச்சதும் பாரதிராஜாண்ணன் வெளியில வந்தாரு.

திடீர்னு பாரதிராஜாண்ணன் சவுண்டு விடுறாரு... "என்னடா பெரிய எஸ்.பி.பாலசுப்பிரமணியம். சினிமாவுல பாடீட்டா... நீ பெரிய புடுங்கியா?" னு கேட்க...

சத்தம் கேட்டு பாலு வெளிய வந்தான்.

"இங்க பார்... இந்த கத்துற வேலையெல்லாம் இங்க வேணாம். நாம கச்சேரி நடத்த வந்திருக்கோம். ஸ்டூடண்ட்ஸ் முன்னால... இப்படியெல்லாம் தகராறு பண்ணாத" என பாலு சொன்னான்.

"பெரிய இவனா நீ?"னு கேட்டுக்கிட்டே பாரதிராஜா கையை ஓங்க... பதிலுக்கு பாலுவும் ஓங்க... வார்த்தை முத்திப்போயி... ரெண்டு பேரும் அடிச்சுக்கிறாங்க.

“டேய்... டேய்... எஸ்.பி.பாலசுப்பிரமணியத்துக்கும், யாரோ ஒரு ஆளுக்கும் பயங்கர சண்ட நடக்குதுடா” என சில மாணவர்கள் சொல்ல... மாணவர்கள் கூட்டம் பெரிசா கூடீருச்சு.

“ராஸ்கல்... நான் யார்?னு தெரியுமாடா? எங்க ஊர் பக்கம் வந்து பாருடா... அப்பத் தெரியும்” என பாரதிராஜா சொல்ல...

“ஆந்திராவுல நான் எவ்வளவு பெரிய ஆளுனு... நீ அங்க வந்து பாருடா தெரியும்”னு பாலு சொல்ல...

நாங்க அவங்கள விலக்கி விடுறோம். ஆனா அவங்க எங்கள புடிச்சுத் தள்ளி விடுறாங்க.

‘என்னமோ... ஆகிப்போச்சு’னு மொத்த ஸ்டூடண்ட்ஸூம் பதறிப் போய் நிக்கிறாங்க.

சட்டயக் கிழிக்கிற அளவுக்கு ரெண்டுபேருக்கும் சண்ட.

சண்ட உச்சகட்டத்துல இருக்கும்போது.... எதிர்பாராத ட்விஸ்ட்.

“சரி... வா பாரதி... கச்சேரிக்கான வேலையைப் பார்ப்போம்”னு சொல்லி பாரதிராஜாண்ணன் தோள்ல பாலு கைபோட.... பாலு தோள்ல இவரு கைபோட.... ரெண்டு பேரும் சிரிச்சுக்கிட்டே ஹாஸ்டலுக்குள்ள போயிட்டாங்க.

மத்தியானம் ரெண்டு மணிக்கு இந்தக் கூத்து. சாயங்காலம் கச்சேரி தொடங்கிற வரைக்கும் பொழுது போகணும்ல. அதுக்குத்தான் இப்படி பேசி வச்சுக்கிட்டு சும்மா ஜாலிக்கா சண்ட போட்டுக்கிட்டாங்க.

இந்த செட்-அப் சண்டக்கி நாங்களும் உடந்தைதான்.

அப்படியே... பாலுவும், பாரதிராஜாவும் பிறவி நடிகர்கள் மாதிரி... நடிச்சுக்கிட்ட இந்த மாதிரியான அனுபவங்கள நிறைய பார்த்த அனுபவம் எங்களுக்கு இருக்கு.

நான் ஏற்கனவே சொன்ன மாதிரி... பாலுவுடன் சேர்ந்து அறுவரானோம்.

தெலுங்கு சினிமாவில் பாலு பாடிய நிறைய பாட்டுக்களுக்கு நாங்க வாசிச்சிருக்கோம்.

இன்னைக்கிவரை பாலுவுடன் அதே நட்பு தொடருது. இதில் நிறைய சுவாரஸ்யமான அனுபவங்கள் இருக்கு. அதையெல்லாம்... அப்பப்போ சொல்றேன்.

அப்படிப்பட்ட நண்பனுக்கு... அருமையான பாடகனுக்கு... நாங்க ‘அன்னக்கிளி’யிலயோ, அடுத்தடுத்து இளையராஜா இசையமைச்ச படத்துலயோ பாடுற வாய்ப்புத் தரல. அது ஏன்ங்கிறதையும் சொல்றேன்.

இப்ப... மறுபடி ‘அன்னக்கிளி’ கதைக்கே வருவோம்.

படத்துக்கு ரீ-ரெக்கார்டிங் முடிச்சோம். படம் எங்களுக்கு ரொம்ப பிடிச்சிருந்தது. எப்போ ரிலீஸாகும்?னு ரொம்ப ஆவலோட

காத்துக்கிடந்தோம்.

அப்போதெல்லாம் பஞ்சுஅருணாசலமண்ணன் வேலை செய்ற படம் எதுவா இருந்தாலும் பூஜை போடும்போதே எல்லா ஏரியாவும் வித்திடும். அப்படி ஒரு ராசி அவருக்கு.

ஃபர்ஸ்ட் காப்பி ரெடியானதும்... தயாரிப்பாளர் தரப்புல விநியோகஸ்தர்களுக்கு படம் போட்டுக் காண்பிப்பாங்க. இது வழக்கமான நடைமுறை. இந்த ஷோ முடிஞ்சதும்தான் விநியோகஸ்தர்கள் பேரம் பேசுவாங்க.

'அன்னக்கிளி'க்கும் பேரம் நடந்தது.

"படம் எதிர்பார்த்த மாதிரி இல்ல. விலையை குறைச்சுத்தான் தரணும். எங்களுக்கு நம்பிக்க இல்ல... எங்க பக்கத்துல படம் ஓடுமான்னு. ஏதோ கிராமத்துல போயி எடுத்திருக்காங்க. மியூஸிக் டைரக்டர் வேற புதுசு. டைரக்டரும் புதுசு. விலையைக் குறைச்சுக் குடுங்க"னு விநியோகஸ்தர்கள் டிமாண்ட் பண்ணினாங்க.

(என்னா நல்ல படமா இருந்தாலும் டிஸ்ட்ரிபியூட்டர்ஸ் இப்படித்தான் சொல்லுவாங்க. ரஜினி சார் இப்போ நிறைய நஷ்ட ஈடெல்லாம் கொடுக்கிறாரு. ஆனா... அந்தக் காலத்துல... படம் ஓடலேன்னா நஷ்டஈடெல்லாம் கொடுக்கிற வழக்கமில்ல.)

ஒருவழியா ரிஸ்க் எடுத்து பட வியாபாரத்த பஞ்சண்ணன் முடிச்சாரு.

ரிலீஸ் தேதியும் குறிச்சாச்சு.

அந்தநாளை எதிர்பார்த்து எங்க மனசெல்லாம் அடிச்சுக்கிருது... மக்கள் என்ன சொல்வாங்களோ?... ஏத்துப்பாங்களா?ங்கிற படபடப்புல.

1976 மே 14-ந் தேதி 'அன்னக்கிளி' படம் ரிலீஸாச்சு.

ரிசல்ட் என்னாச்சு?

6
ஊரெல்லாம் எங்க தாளம்!
ஒரு சிலருக்கு எகத்தாளம்!

தொடரைத் தொடர்ந்து படிச்சு எனக்கு போன்பண்ணி பலரும் பாராட்டிக்கிட்டிருக்காங்க. எங்க முதல் பட ஹீரோ அண்ணன் சிவகுமார் ரெகுலரா எனக்குப் போன் பண்றாரு. 'நீ உன் வாழ்க்கையில் நுழையிற விஷயங்களைப் படிக்கிறபோது நாங்களும் எங்க வாழ்க்கைக்குள்ள நுழைஞ்ச தருணங்களை திரும்பிப் பார்க்கிற மாதிரி இருக்கு. ரொம்ப அருமையா இருக்குடா கண்ணா. ஸ்ட்ரெய்ட்டா யாரையும் குத்திக் காமிக்காத. நீ பட்ட காயம் எவ்வளவுன்னு எனக்குத் தெரியும். உன்னை பலபேர் காயப்படுத்தி யிருந்தாலும் உன்னால் யாரும் காயப்படாதபடி பார்த்துக்கோ. ரொம்ப அருமையா இருக்கு தொடர்' என்று சொன்னார். இதுபோல் பாராட்டிவரும் பலருக்கும் நன்றி.

1976 மே 14-ந் தேதி... இளைய ராஜா இசையமைச்ச 'அன்னக்

கிளி' ரிலீஸாச்சு.

மெட்ராஸ்ல படம் வெளியான தியேட்டர்லயெல்லாம் ரவுண்ட்ஸ் போய்ட்டு பாண்டிபஜார் ராஜகுமாரி தியேட்டருக்கு வந்தோம். புதுப்படம் வெளியான அறிகுறியோ... ஆர்வமோ அங்க இல்ல. சாதாரணமா... படம் பார்க்க கூடுற கூட்டத்துல நால்ல ஒரு பங்கு கூட்டம்கூட இல்ல. கிட்டத்தட்ட ஒரு வாரம்... எல்லா எடத்திலயும் இதுதான் நிலமை. நாங்களும் விடாம ராஜகுமாரி தியேட்டர்ல போய் நின்னோம். அப்பவெல்லாம் எங்க முகம் பப்ளிக்குக்கு தெரியாது. இப்ப மாதிரி டி.வி.சேனல்ஸ் அப்ப இல்லையே.

"மியூஸிக் போட்டிருக்கது... யாரோ... இளையராஜாவாம். ஏதோ தோணினத அடிச்சுவிட்டிருக்கான்"னு எங்க காதுபட, ரசிகர்கள் தங்களுக்குள்ள பேசிக்கிட்டுப் போனாங்க.

நாங்க தொங்கிப்போன முகத்தோட காத்திருந்தோம்.

படம் பார்த்திட்டு வெளில வந்த சினிமா வாத்தியக் கலைஞர் களைப் பார்த்ததும் ஒரு உற்சாகத்தோட அவங்ககிட்ட பேசினோம்.

அப்போ பிரபல இசையமைப்பாளரா இருந்த வி.குமார்கிட்ட ஆர்க்கெஸ்ட்ரா இன்-சார்ஜ்ஜா இருந்த கல்யாணம், குமாரின் அஸிஸ்டெண்ட் சுந்தர்ராஜன், சுந்தர்ராஜனோட தம்பி சந்தானம்... இவங்க மூணு பேர்கிட்டயும் "எங்க வொர்க் எப்படி?"னு கேட்டோம்.

"...ம்... இருக்கு... இருக்கு... மொதப்படம்தான... போகப் போக சரியாப்போயிடும்... பார்க்கலாம்..."னு சொல்லிட்டுப் போய்கிட்டே இருந்தாங்க. அதாவது... அவங்களோட பதில்ல... **எகத்தாளம்**னு சொல்வாங்களே... அது இருந்திச்சு.

'என்னடா... இது? மியூஸிக் லைன்ல இருக்கிறவங்களே... இப்படிச் சொல்றாங்களே... ஒருவேள... வி.குமார்ட்ட வொர்க்பண்றதால அவங்களுக்கு நம்மளோட மியூஸிக் பிடிக்கலையோ?'னு ரொம்ப வாட்டமா நின்னுட்டிருந்தோம். இதுபோல பல மியூஸிஸியன் களும் 'நல்லால்ல'ங்கிற அபிப்ராயத்தத்தான் வெளிப்படுத்தினாங்க.

(இளையராஜாவோட 'அன்னக்கிளி' இசையை நல்லால்லேனு சொன்ன இந்த மூணு பேரும்தான்.... இளையராஜாகிட்ட வந்து சேர்ந்தாங்க. ராஜாண்ணன்கிட்ட இசைக்குழு நிர்வாகியா கல்யாணமும், ராஜாண்ணனுக்கு நோட்ஸ் எழுதுற அஸிஸ்டெண்ட்டா சுந்தர்ராஜனும், ராஜாண்ணன்கிட்ட சந்தானம் கிடார் வாசிக்கிறவராவும் வேலைக்குச் சேர்ந்தாங்க. எங்க இசையை சுமாரா இருப்பதாச் சொன்னவங்களையே எங்ககூட வேலைக்கு வச்சுக்கிட்டதில் எங்களுக்கும் சந்தோஷம். அவங்க மூணுபேரும் இப்ப இல்ல. தங்களோட கடைசிக் காலம் வரைக்கும் ராஜாண்ணன்கிட்டத்தான் அவங்க மூணு பேரும் வேலை பார்த்தாங்க.)

ஒருவாரத்துக்குப் பின்னாடி... 'அன்னக்கிளி' பிக்-அப்

ஆகிவிட்டதாக சந்தோஷமான ரிசல்ட் எல்லா ஊர்லயிருந்தும் வந்தது.

என்ன மாயமோ? என்ன மந்திரமோ? நாங்க கும்பிட்ட கடவுளோட கருணையோ... அந்தப் படத்துக்கு இருந்த சக்தியோ... ஒரு வாரத்துக்குப் பின்னாடி வீராவேசம் வந்த மாதிரி, படம் பிச்சிக்கிட்டு ஓடுச்சு பாருங்க... யப்பா யப்பா யப்பா...

'**அன்னக்கிளி**' படத்திற்கு இசையமைக்கிறதுக்கு முன்னாடியே எங்களுக்கு கல்யாணம் ஆயிடுச்சு.

எங்க பத்மா அக்கா வழியில... பாம்பேல இருந்த எங்க தூரத்து சொந்தக்காரப் பொண்ணு சுசீலாவுக்கும் பாஸ்கரண்ணனுக்கும் திருமணம் நடந்துச்சு. எங்க கமலம் அக்கா மகள் ஜீவாங்கிற ஜீவகன்னிகையை ராஜாண்ணன் திருமணம் பண்ணிக்கிட்டார்.

நான் லவ் மேரேஜ்.

தி.மு.க.வுல ரொம்ப பெரிய ஆளா இருந்தவரு... அறிஞர் அண்ணா, எம்.ஜி.ஆர், கலைஞருக்கெல்லாம் ரொம்ப ஹெல்ப் பண்ணினவர்... எஸ்.எஸ்.பி.லிங்கம் என்கிற வேதாச்சல முதலியார். அண்ணா இவரோட வீட்லதான் தங்குவார். அண்ணாவைப் பார்க்கிறதுக்காக எம்.ஜி.ஆர்., கலைஞரெல்லாம் இவரு வீட்டுக்குத்தான் வருவாங்க. இவங்கள்லாம் தூக்கி வளர்த்த குழந்தை... வேதாச்சல முதலியாரோட மகள் மணிமேகலை. மணிமேகலையைத்தான் நான் காதலிச்சு கல்யாணம் பண்ணிக்கிட்டேன்.

(என்னோட காதலுக்கு பாரதிராஜாண்ணன் தூது போயிருக்கார் தெரியுமா? அதையெல்லாம் அப்பப்போ சொல்றேன்.)

முதல்ல நாங்க மயிலாப்பூர் காரணீஸ்வரர் கோயில் தெரு நெ.100-ல் குடியிருந்தோம். அங்கதான் ராஜாண்ணனுக்கும் பாஸ்கரண்ணனுக்கும் கல்யாணமாச்சு. அப்புறம் சாந்தோம் கனோஜராய மலையப்ப நாயக்கன் தெரு வீட்ல ராஜாண்ணன் குடும்பமும், பாஸ்கரண்ணன் குடும்பமும்... கூடவே எங்க அம்மாவும் வசிச்சாங்க.

அந்த வீட்ல ரெண்டு ரூம்தான் இருந்தது. வேற வசதியான வீடு புடிக்கலாம்னா... அதுக்கேத்த சம்பாத்தியம் இல்ல. "நல்லா வருமானம் வரும்போது வேற பெரிய வீடு புடிச்சு... நாமெல்லாம் ஒண்ணா இருக்கலாம். இப்ப நீ உன் மாமனார் வீட்லயே இருந்துக்க"னு சொல்லீட்டாங்க. அதோட 'ஒம்பொண்டாட்டி ரொம்ப வசதியா வளந்த புள்ள, அத இங்க கூட்டிட்டு வந்து கஷ்டப்படுத்தாத'னு அம்மாவும் சொல்லிட்டாங்க. சனி, ஞாயிறுகள்ல லைட்ஹவுஸ் பக்கத்துல டோட்டல் ஃபேமிலியும் பீச்ல உக்காந்து சந்தோஷமா பேசிக்கிட்டிருப்போம். அது எங்க வாழ்க்கைல மறக்க முடியாத அனுபவம்.

மாமனார் வீட்ல குடும்பம் நடத்துனாலும்... மாப்ள முறுக்க

நான் விடலையே...

நம்பர் 10, ராஜா அண்ணாமலைபுரம் 6-வது மெயின் ரோடு. இதுதான் அப்போ... என் மாமனார் வீட்டு அட்ரஸ். அந்த வீட்ல எங்களுக்கு ஒரு ரூம் ஒதுக்கிக் குடுத்தாங்க. அந்த ரூமுக்குள்ளயே ஒரு ஸ்டவ் வச்சு, தனியா சமைச்சுக்கிட்டோம்.

"மாமனார் வீட்ல சும்மா குடியிருக்கமாட்டேன். மாசா மாசம்

முதல் முதலாக கார் வாங்கிய மகிழ்ச்சியில்... மெரினா பீச் முன்பாக... நான், ராஜாண்ணன், பாஸ்கரண்ணன்

வாடகை கொடுப்பேன். வாடகையை வாங்கிக்கிறதுக்கு சம்மதிச்சாத்தான் இங்க இருப்பேன்"னு சொல்லி... மாசம் 75 ரூவா வாடகையும் தந்தேன்.

கஷ்டம்தான்... ஆனாலும் மாப்ள முறுக்க விட்ற முடியாதுல்ல. அதோட... மாமனார் வீட்டுக்கு ஒரு பாதுகாப்பாவும் இருக்குமேனு அங்கயே குடியிருந்தேன். வெங்கட்பிரபுவும் பொறந்துட்டான். அவன் வளர்றதுக்கும் மாமனார் வீடு தோதா இருந்துச்சு.

நாங்க... தினமும் எப்படி ரெக்கார்டிங்குக்கு போவம்னா... ராஜாண்ணனும், பாஸ்கரண்ணனும் சேர்ந்து சாந்தோம்ல ஒரு டாக்சி புடிச்சி.... எங்க வீட்டுக்கு வந்து பிக்-அப் பண்ணிக்குவாங்க. வேலை முடிஞ்சதும் திரும்பி டாக்ஸியில வந்து என்னை என் வீட்ல ட்ராப் பண்ணிட்டுப் போவாங்க.

ரெக்கார்டிங் வேலைக்கு வந்து போறதுக்கு கன்வேயன்ஸ்... போக்குவரத்துச் செலவுக்குனு மூணு பேருக்கும் பணம் குடுப்பாங்க.

அந்தப் பணத்துல டாக்ஸிக்கான செலவு எவ்வளவோ... அதுல ஒரு பைசா கூட கூடக்குறச்சு இருக்காதபடி... மூணு பங்கா சரி சமமா பிரிச்சு... அவங்கவங்க காசுல இருந்து கொடுக்கணும்.

முப்பது ரூவா டாக்சிக்கு ஆச்சுன்னா... தலைக்கி பத்து ரூவா கொடுத்துருவோம். இதுல பாரபட்சமே பார்க்காம, ரொம்ப ஸ்ட்ரிக்ட்டா இருப்பாரு அண்ணன். அந்தளவுக்கு கணக்குப் பார்க்கிற ஆளுங்க இல்லதான் நாங்க. என்ன பண்றது... மூணு பேருக்கும் குடும்பம்னு ஆகிப்போச்சு. வீட்டுச் செலவு இருக்குல்ல. அதனாலதான் இப்படி பொதுச் செலவுல சம பங்கு.

மியூஸிஸியன்களா இருந்தப்போ தினமும் வேலைக்குப் போயிட்டு வந்தோம். மியூஸிக் டைரக்டர் ஆன பின்னாடி அப்படிப் போக முடியல.

அடுத்தப் பட வாய்ப்பும் உடனே அமையல. அதனாலதான் இப்படியெல்லாம் கணக்குப் பார்த்துத்தான் வாழ்ந்தோம் அப்போ.

ராசையா... **இளையராஜா**வாயிட்டார். ஊரெல்லாம் 'அன்னக்கிளி' படத்தோட.... **பாவலர் பிரதர்ஸின் பாட்டு** ஒலிக்குது. மக்கள் ரசிக்கிறாங்க. திரையுலகத்த தாண்டியும்... "யார்ரா இவிய்ங்க"னு வியந்து பேசுறாங்க.

எங்களோட கடும் போராட்டத்துக்கு நியாயமான வரவேற்பும், வெற்றியும், புகழும் கிடைச்சிருச்சு. அப்ப எங்களோட மனநெல... எம்புட்டு சந்தோஷமா இருந்திருக்கும்.

ஆனாலும்... நாங்க ஜெயிக்காம போராடிக்கிட்டிருந்தப்ப குறைவா இருந்த ஒரு மனவலி... நாங்க ஜெயிச்சப்போ ரொம்பப் பெரிய வலியா எங்களை கலங்க வச்சுச்சு.

அது என்ன வலி?

7
பாவலர் தந்த பாட்டு!

'**அ**ன்னக்கிளி'யில் எங்களோட இசைப்பயணம் வெற்றிகரமா அமைஞ்சதை நினைச்சு நாங்க சந்தோஷப்பட்ட அதே வேளையில்... உள்ளூர ஒரு வலி.

'தம்பிங்கள்லாம் சினிமாவுல நுழைஞ்சு.. ஜெயிச்சுட்டாய்ங்களே'னு கொண்டாட வேண்டிய எங்க அண்ணன் பாவலர் வரதராஜன் இல்லையே...

அவரை நாங்க அண்ணன்ங் கிறதைவிட பலபடி மேலா... தந்தையா.... சொல்லப்போனா... எங்களோட ஞானத்தந்தையாத்தான் பார்த்தோம்.

எங்களுக்கு இசைய கத்துக் கொடுத்தவரு அவருதான்.

'இப்படிப் பாடணும், இப்படித்தான் வாசிக்கணும்..'னு சொல்லித் தந்ததோட... 'எந்த மாதிரியான பாட்டுக்கள் மக்களுக்குப் பிடிக்கும்'ங்கிற சூட்சுமத்தையும் எங்களுக்கு கத்துக் கொடுத்தார்.

கம்யூனிஸ்ட் கட்சிக்காக பிரச்சாரம்

செஞ்சு பாடப்போகும்போது... ஏழை எளிய மக்கள் விரும்பக்கூடிய வகையில் பாடல்களைப் பாடுவாரு. ஊர் ஊரா... மக்களை நேர்ல சந்திக்க வச்சு, அவங்களோட ரசனையை நேரடியா எங்களைப் பார்க்க வச்சவரு எங்க பாவலரண்ணன்.

அவரு சொல்லித் தரலேன்னா.. எங்களுக்கு இசை வந்திருக்காது, பாட்டு வந்திருக்காது, எழுத்து வந்திருக்காது, பேச்சு வந்திருக்காது. சொல்லப்போனா... பணமும் வந்திருக்காது.

நானும், பாஸ்கரண்ணனும் மியூஸிஸியனா வேலைபார்க்கிறதுக்கு முன்னாடியே பிரபல மியூஸிக் டைரக்டர் சி.என்.பாண்டுரங்கம்கிட்ட இளையராஜாண்ணன் உதவி இசையமைப்பாளரா வொர்க் பண்ணிக்கிட்டிருந்தார். ‘சத்தியமே வெல்லும்’ பட டைட்டில்ல **இசை**

எங்களோட
ஞானத்தந்தை
பெரியண்ணன்
பாவலர் வரதராஜன்

-சி.என்.பாண்டுரங்கன், உதவி -ராஜானு வரும்.

முதன்முதல்ல இளையராஜாண்ணனுக்கு டைட்டில் கார்டுல பேர் வந்த படம் இது.

இந்தப் படம் ரிலீஸானப்போ... மதுரையில இருந்த எங்க பாவலரண்ணன், ‘என் தம்பிங்க சினிமாவுல இசைத்துறையில இருக்காங்க’னு தன் நண்பர்கள்ட்டயெல்லாம் சொல்லிச் சந்தோஷப்பட்ட பாவலர் தனக்கும், தன் நண்பர்களுக்கும் டிக்கெட் எடுத்து, முதல் நாள்... முதல் ஷோவ பார்த்தார்.

அப்படி... எங்கள உசரத்துல வச்சு பார்க்க ஆசப்பட்ட எங்க பாவலரண்ணன்... ‘அன்னக்கிளி’யில் ‘இளையராஜா’னு எங்க பேர் வர்றதைப் பார்க்கிறதுக்கு இல்லாம போய்ட்டாரேங்கிற வருத்தம் எங்கள வாட்டுச்சு.

பாவலரண்ணன் பிறந்திருக்கலைன்னா... மக்கள் முன்னாடி பாடி கைதட்டல் வாங்கலேன்னா... நாங்க இசைப் பக்கமே வந்திருக்க மாட்டோம். எங்களோட பாட்டும், இசையும் பாவலர் தந்தது.

கம்யூனிஸ்ட் கட்சி கச்சேரிகளுக்கு பாடப் போகும்போது... ரிகர்ஸல் பார்த்துப்போம். ஸ்டேஜ்ல பாடும்போது தப்பு நடந்துட்டா... ஸ்டேஜுனு பார்க்கமாட்டார்... ‘பளார்’னு அடிச்சிடுவார். இப்படி பலதடவ அவர்கிட்ட அடிவாங்கி... வாங்கி... இசையில நாங்க பயிற்சி அடைஞ்சோம். இந்த பயிற்சிதான் எங்கள ஜனரஞ்சகமா... ஜனங்கள கவர்றதுக்கு சொல்லித் தந்துச்சு.

பிரபலமான சினிமாப் பாட்டு மெட்டுக்கள்ல... பொதுவுடமைச் சித்தாந்தங்களை பொருத்தி மக்களோட பாட்டா மாத்தி எழுதுவாரு பாவலரண்ணன்.

பாலிருக்கும்... ம்கும்...
பழமிருக்கும்... ம்கும்...
பசியிருக்காது...

பஞ்சணையில் காற்று வரும் தூக்கம் வராதுங்கிற பிரபலமான பாட்டை பாவலரண்ணன் மாத்தி எழுதிப் பாடினார். அந்தப் பாட்டு மக்கள்ட்ட பெரும் வரவேற்பையும் பெற்றது.

ஏர் பிடிக்கும்... ம்கும்..
உழவனுக்கு... ம்கும்...
நிலமிருக்காது...
எந்திரமாய் உழைத்திடுவான் பலன் இருக்காது
....
கட்டிடங்கள் உயர்த்திடுவான் கலை அழகோடு - ராவில்
கண்ணுறங்க தனது சொந்த வீடிருக்காது.
தறி பிடித்தே உடை குவிப்பான் சாயம் விடாது - நொந்த
தனதுடலை மறைக்க நல்ல துணி இருக்காது...

.... இப்படி மாத்திப்பாடுவார் பாவலர்.

(தொடரைப் படிக்கிற வாசகர்கள் அந்த ட்யூனில் இந்த பாட்டை பாடிப் பாருங்களேன்)

ஒரு கவித்துவமிக்க ட்யூன்ல, ஏழை எளிய மக்களோட வாழ்க்கையை சொல்றதில் பாவலரை விட ஒருஆள் இல்ல. நாங்கள்லாம் சினிமாவுல குப்பை கொட்டினோம். இந்த மாதிரி சேவையெல்லாம் பண்ணல. என்ன விக்கிதோ... அத குடுத்தோம்.

அதனாலதான் அண்ணன் ஜெயகாந்தன் திட்டினாரு... “சினிமாவுக்கு வந்துட்டீங்களா... இனிமே அப்படித்தான். பாவலர்னா அப்படி கெத்தா நின்னாரு. ‘ஏழைகளைப் பாடுவேன்... ஏழைகள் படுறபாட்டைப் பாடுவேன்... ஏழைகளோட வலியைப் பாடுவேன்... அவங்களுக்கான வழியைப் பாடுவேன்’னு நின்னாரு. நீங்க சினிமா மார்க்கெட்ல இறங்கீட்டீங்க”னு சொன்னாரு.

எங்க சினிமாவோட மொத்தக் கணக்கை எடுத்துப் பார்க்கும்போது ‘அடடா... பாவலரண்ணன் உருவாக்குன கருத்துக்கள அதிகமா நாம முன்னெடுக்கலையே’ங்கிற வருத்தம் எனக்குள்ள இருக்கு. ‘சினிமாவுல... வியாபாரத்துல போயிட்டோம்... ஜனங்களுக்கான விஷயங்களை போதிய அளவு சொல்லலையே’னு நினைக்கிறேன்.

பாவலரண்ணன் இறந்திட்டாலும் எங்களோடவே இருந்து, எங்கள ஆசிர்வதிக்கிறார்.

ராஜாண்ணன் இப்பவும் வாசிக்கிறது பாவலர் வச்சிருந்த ஆர்மோனியம்தான். ‘சின்ன மணிக்குயிலே’ பாட்டுல அந்த ஆர்மோனிய இசைய கேட்கலாம். அந்த ஆர்மோனியம் ரொம்ப அழகா இருக்கும். பொன்னையன் ஆசாரிங்கிறவர் செய்து கொடுத்த ஆர்மோனியம். கோயம்புத்தூர் கம்யூனிஸ்ட் கட்சி தோழர்கள், பாவலருக்கு வாங்கிக் குடுத்த ஆர்மோனியம்.

நாங்க கம்யூனிஸ்ட் கட்சிக்கு கச்சேரி பண்ணும்போது நாங்க அண்ணன்-தம்பிங்க நாலு பேருமே பாடுவோம். ஒரு கச்சேரிக்கி எங்களுக்கு மொத்த சம்பளமே 25 ரூவா... 30 ரூவாதான் இருக்கும். அதுலயும் கூட.... ‘தோழர்... இன்னிக்கி எதிர்பார்த்த வசூல் இல்ல’னு 15 ரூவா, 20 ரூவா கொடுப்பாங்க. அதை மனப்பூர்வமா வாங்கிக்குவார்.

பாவலரண்ணன் ரொம்பக் கடுமையான உழைப்பாளி. அவரோட ஆன்மா ஆசிர்வதிச்சபடியே இருக்கு. அவர் பேரைச் சொல்லியே வாழ்றதில் பெருமைப்படுறோம்.

‘அன்னக்கிளி’யில் இசையமைப்பாளர் ஆயாச்சு. ரெண்டாவது பட சான்ஸ் கேட்டுப் போகல. ஆனா... எங்கள நிரூபிச்சுக் காட்டணும்கிற துடிப்பு இருந்துச்சு. சும்மா இருக்கிற நேரத்துல ட்யூன் கம்போஸ் பண்ணி பாட்டெழுதி வச்சுருவோம். காதல், சோகம்னு எல்லா சூழ்நிலைக்கும் கம்போஸ் பண்ணி, பாட்டும் எழுதி

வைப்போம்.

எம்.எஸ்.விஸ்வநாதன், வி.குமார், சங்கர்-கணேஷ்... இவங்க அப்ப பீக்ல இருந்தாங்க. இவங்களையெல்லாம் பீட் பண்ணணும்னு நினைச்சு நாங்க வரல. யாரையும் ஓரங்கட்டணும், ஒக்கார வைக்கணும்கிற வெறித்தனமெல்லாம் எங்களுக்கு இல்ல. எங்களுக்கும் வேலை வேணும்னுதான்... நாங்களும் இசைத்துறையில வேலை செய்யணும்னுதான் வந்தோம்.

அடுத்தப் படவாய்ப்பு அமைய தாமதம் ஆச்சு. நாங்க தோத்துப் போயிடக்கூடாதுனு பஞ்சு அருணாசலமண்ணன் ரொம்ப கஷ்டப்பட்டார்னுதான் சொல்லணும்.

ஏற்கனவே ஜி.கே.வெங்கடேஷ், ராஜன்-நாகேந்திரா, குன்னக்குடி வைத்தியநாதன், வி.குமார் ஆகிய மியூஸிக் டைரக்டர்கள்ட்ட நான் கிடார், ராஜாண்ணன் காம்போ ஆர்கன் வாசிச்சோம். மியூஸிக் டைரக்டரான பிறகும் மியூஸிஸியன் வேலையை தொடர்ந்து செஞ்சோம். எங்க அன்பு நண்பன் எஸ்.பி.பாலசுப்பிரமணியத்தோட மெல்லிசைக் கச்சேரிகள்லயும் வாசிச்சோம்.

அந்தக்கிளி அப்படி... இந்தக் கிளி... எப்படி?

8
கண்ணில் தொடங்கி கண்ணில் முடித்த கவியரசர்!

டைரக்டர் பி.மாதவன் சார் கம்பெனிப் படங்களுக்கு 'மெல்லிசை மன்னர்' எம்.எஸ்.வி.யும், எங்க குருநாதர் ஜி.கே.வெங்கடேஷும் மியூஸிக் பண்ணினாங்க. குருநாதர்கிட்ட நாங்க வாசிச்சதால அந்த கம்பெனியில் எங்களுக்கு நல்ல தொடர்பு இருந்திச்சு. பி.மாதவன் சார் தயாரிப்புல 'அன்னக்கிளி' தேவராஜ்-மோகன் டைரக்ஷன்ல 'பாலூட்டி வளர்த்த கிளி' படம் எங்களுக்கு ரெண்டாவது வாய்ப்பா அமைஞ்சது.

'அய்யோ... இதென்ன அதிசயமா இருக்கு?' னு எங்களால நம்பவே முடியல.

ஸ்ரீதர் சார்ட்ட அஸிஸ் டெண்ட்டா இருந்தவர் பி.மாதவன்.

எம்.ஜி.ஆரோட 'தெய்வத் தாய்' படத்தை இயக்கினார். சிவாஜியை வச்சு 'தங்கப்பதக்கம்', 'எங்க ஊர் ராஜா', 'ஞான ஒளி', 'ராமன் எத்தனை ராமனடி', 'பட்டிக்காடா பட்டணமா'னு பல

சூப்பர்ஹிட் படங்களை இயக்கினார். 'அருண்பிரசாத் மூவீஸ்'ங்கிறது மாதவன் சாரோட புகழ்பெற்ற தயாரிப்பு நிறுவனம்.

அப்பேர்ப்பட்ட மாதவன் சாரின் தயாரிப்பில் இசையமைக்க எங்களுக்கு கிடைச்ச வாய்ப்பு, எங்கள பிரமிக்க வச்சது.

எங்களோட முதல் படத்துல அய்யா கண்ணதாசன் கூட வேலை செய்ற வாய்ப்பு அமையல.

'பாலூட்டி வளர்த்த கிளி'யில் கண்ணதாசன் எழுதினார்.

அவரு எங்களுக்கு எழுதுன முதல் பாட்டு 'கண்ணோடு கண்ணு... ரெண்டும் ஒண்ணோடு ஒண்ணு' னு ஆரம்பிக்கும்.

இந்த பாட்டுல பல்லவியோட கடைசியில... **'கண்ணா ஓடோடி வா.... ராஜா வா**...'னு கண்ணதாசன் எழுதினாரு.

'ராஜா வா'னு எங்களை ஆசீர்வதிச்சார். அதுல எங்களுக்கு ரொம்ப மகிழ்ச்சி.

கண்ணதாசனய்யா இல்லாத இந்த நேரத்துல நினைச்சுப் பார்க்கிறேன்.... இளையராஜா இசையில் அவர் எழுதின முதல் பாட்டு 'கண்'ல தொடங்குச்சு. அவரோட கடைசிப் பாட்டு ராஜாண்ணன் இசையில 'கண்ணே கலைமானே'னு ('மூன்றாம் பிறை' படத்துல) 'கண்'லதான் தொடங்குச்சு.

சினிமாங்கிறது கண்ணாலயும், காதாலயும் உணரப்படுறதுதானே. மத்தவங்க கண் பார்வையிலே இருப்பதுதானே.

(நான்கூட அப்பப்ப... கண்ணாடி முன்ன நின்னு சந்தோஷப்பட்டுக்கிற விஷயம் ஒண்ணு இருக்கு.

கம்பன் பேர்ல முதல் எழுத்து 'க', கடைசி எழுத்து 'ன்'. **கண்ணதாசன்** பேர்ல முதல் எழுத்து 'க', கடைசி எழுத்து 'ன்'. 'டேய்... அமர்... ஒன் பேர்ல முதல் எழுத்து 'க' கடைசி எழுத்து 'ன்...' என்னா ஒரு தெய்வச் செயல். நீ ஜெயிச்சிடுவடா...'னு நானே சொல்லிப் பார்த்து அப்படியே கெத்தா ஒரு லுக் விட்டுக்குவேன்.)

எங்களுக்கு கச்சேரிகள்ல வாய்ப்புத் தந்து ஆதரிச்ச எஸ்.பி.பாலசுப்பிரமணியத்த... அந்த அருமையான பாடகன... எங்க முதல் படமான 'அன்னக்கிளி'யில் நாங்க பாடவைக்க முடியல.

இதுக்குக் காரணம்... அப்போ மார்க்கெட்ல ரொம்ப வேல்யூவோட இருந்தார் டி.எம்.எஸ். அதனால புதிய ஆளுங்களான நாங்க... மார்க்கெட் வேல்யூ உள்ளவங்களோடயே போகவேண்டி இருந்துச்சு.

'பாலூட்டி வளர்த்த கிளி'யில பாலுவைப் பாட வச்சோம்.

அவனும், ஜானகியம்மாவும் சேர்ந்து 'நான் பேச வந்தேன் சொல்லத்தான் வார்த்தையில்லை'ங்கிற அருமையான பாடலைப் பாடினாங்க.

எங்க இசையில பாலு பாடி வெளி வந்த முதல் படம் 'பாலூட்டி

குடும்பத்துடன் ஒரு சந்தோஷ சவாரி

வளர்த்த கிளி'ன்னாலும்... எங்க இசையில் பாலு பாடுறதுக்கு முதல்ல ஒப்பந்தமானது... முதல்ல பாடுனது... எங்க இசையில் மூணாவது படமா வந்த 'உறவாடும் நெஞ்சங்கள்' படத்துக்குத்தான்.

'உறவாடும் நெஞ்சங்கள்' படத்தோட கதாசிரியர் பஞ்சண்ணன். அவர்கிட்ட 'பாலுவ பாடவைக்கணும்'னு சொன்னதுமே, அவரும் உதவினார்.

'ஒருநாள் உன்னோடு ஒருநாள்' எனத் தொடங்கும் அந்தப் பாட்ட விஜயா கார்டன்ல இருந்த ரெக்கார்டிங் ஸ்டுடியோவுலதான் பதிவு செஞ்சோம்.

('நல்ல நேரம்' படத்துல யானைகள வச்சுக்கிட்டு எம்.ஜி.ஆர்., பாடுவாரே... அந்தப் பாட்ட எடுத்த இடமான விஜயா கார்டன் அப்போ ரொம்ப ஃபேமஸ்.

எம்.ஜி.ஆர். படம் ஒரு பக்கம், சிவாஜி படம் ஒரு பக்கம், ஜெய்சங்கர் படம் ஒரு பக்கம்னு ரொம்ப பிஸியா இருக்கும்.

இப்போ அந்த கார்டனைக் காணோம். ரெக்கார்டிங் தியேட்டர்

இருந்த இடத்துல இப்போ கல்யாண மண்டபம் இருக்கு.

பெரிய பெரிய ஜாம்பவான்கள் வேலை செஞ்ச இடமெல்லாம் தன்னோட அடையாளத்தை இழந்துக்கிட்டு வருவது, இதெல்லாம் காலத்தோட மாற்றம். இன்னும் என்னென்ன மாற்றமெல்லாம் வருமோ?)

அந்தச் சமயம் நாங்க நிறைய இந்திப் பாட்டுக்கள கேட்போம். ரொம்ப ஃபேமஸான ஒரு இந்திப் பாட்டோட பாதிப்புலதான் 'ஒருநாள் உன்னோடு ஒருநாள்' ஸாங் ட்யூனை போட்டோம். அது எந்த இந்திப் பாட்டுனு நான் சொல்லமாட்டேன். நீங்களே கண்டுபிடிச்சுக்கங்க. தொழில் ரகசியத்தையெல்லாம் வெளிய சொல்லக்கூடாதுல்ல.

'பாலூட்டி வளர்த்த கிளி' இசை வேலைகள படபடனு செஞ்சு முடிச்சோம்.

எல்லாருக்கும் ஒரு எண்ணம் என்னன்னா... 'இளையராஜா ரெண்டாவது படத்துல தன்ன நிரூபிப்பானா? ஜெயிப்பானா? மாட்டானா?'ங்கிறதுதான்.

படத்தோட ரிலீஸுக்கு நாங்களும் ஆவலோட காத்து கிட்டிருந்தோம்.

அந்தப் படத்துல வேல செஞ்ச எங்களுக்கு அந்தப் படம் ரொம்ப நல்ல படமாத்தான் தெரிஞ்சது. எல்லாருக்குமே தங்களோட சொந்தப்புள்ளைங்க, நல்ல புள்ளைங்களாத்தான் தெரியும். மத்தவங்களுக்குத்தான் 'இவன் சாஃப்ட்டானவன்... இவன் குறும்புக்காரன்'னு தெரியும்.

எங்க ரெண்டாவது புள்ள (பாலூட்டி வளர்த்த கிளி) எங்களுக்கு நல்ல புள்ளயா தெரிஞ்சது.

'அன்னக்கிளி டீமான டைரக்டர்ஸ் தேவராஜ்-மோகன், இசையமைப்பாளரான நாங்க, கேமராமேன் சோமு சார், டீம்தான் இந்தப் படத்துக்கும்.

'எங்க தலையெழுத்த தீர்மானிக்கப்போற படம்'னு சொல்லிக்கிட்டுக் காத்திருந்தோம்.

1976, ஆகஸ்ட் 20-ந் தேதி 'பாலூட்டி வளர்த்த கிளி' ரிலீஸாச்சு.

பத்திரிகைக்காரங்க வந்து படம் பார்த்தாங்க. ராஜாண்ணன் எப்பவுமே பிரஸ்காரங்ககிட்ட இருந்து கொஞ்சம் ஒதுங்கியே இருப்பாரு. நானும், பாஸ்கரண்ணனும் நெருங்கிப் பழகுவோம் அவங்களோட.

படத்தைப் பார்த்திட்டு 'ஆங்... நல்லாருக்கு'னு தலய ஆட்டீட்டுப் போய்ட்டாங்க.

ஒரு பல... (நல்லா கவனிங்க... ஒரு சில இல்ல...) ஒரு பல பத்திரிகைக்காரங்க... நியாயம் தவறாதவங்க என்பதால...

‘அன்னக்கிளி தூள்… பாலூட்டி வளர்த்த கிளி பாழ்’னு விமர்சனங்கள் எழுதிட்டாங்க.

அதைப் படிச்சதும் எங்களுக்கு கை, காலெல்லாம் நடுங்க ஆரம்பிச்சிருச்சு.

‘விமர்சனத்த பார்த்திட்டுத்தான அடுத்தப் பட வாய்ப்புகள் வரும். இப்புடி எழுதியிருக்காங்களே?’னு மனசுக்கு கஷ்டமாப் போச்சு.

‘பாலூட்டி வளர்த்த கிளி’ படத்தில் பாட்டெல்லாம் ஹிட். ஆனாலும் படம் போகல்ல. இதுல எங்களுக்கு ரொம்ப வருத்தம்.

‘பாடல்கள் பரவால்ல’னு எழுதியிருந்தாலாவது அடுத்தடுத்து பட வாய்ப்புகள் வருமே… இப்படி குறிப்பிடாம எழுதிட்டாங்களே’னு ஃபீல் பண்ணினோம்.

நாங்க சோர்ந்து போனாலும் பஞ்சண்ணன் விடுவாரா?

‘பஞ்சு அருணாசலம் கதையில எடுக்கப்போற படமா? அப்ப கதை என்னான்னு கேட்கவே தேவையில்ல’னு சொல்லி ஹீரோக்கள் நடிக்க வந்த காலம் அது. பட்ஜெட் படங்களைத் தர்றதுல பஞ்சண்ணன் கைதேர்ந்தவர். அவர் கதை எழுதுற படங்கள் பூஜையன்னிக்கே வித்துரும்.

அவரோட கதையில், எங்களோட மூணாவது படமான ‘உறவாடும் நெஞ்சம்’ ரிலீஸாச்சு.

இந்தப் படம் பெரிய வெற்றியைப் பெறல. தோற்கவும் இல்ல. போட்ட முதலை மீட்டுச்சு.

நான் மியூஸிஸியனா கிடார் வாசிக்கும்போது ஒரு நாளைக்கு அதிகபட்சம் 75 ரூபாதான் சம்பளம். (இப்பவெல்லாம் கிடாரிஸ்ட்டுக்கு 10 ஆயிரம் ரூபா வரைக்குமெல்லாம் குடுக்குறாங்க.)

மியூஸிக் டைரக்டரானதும் சில ஆயிரங்களுக்கு இசையமைச்ச எங்களோட பொருளாதார அந்தஸ்து இப்ப உயர ஆரம்பிச்சிடுச்சு. எனக்கு என் மகன் வெங்கட் பிரபு பிறந்ததுலருந்தே ஏறுமுகம்தான். அதேபோல ராஜாண்ணன் மகள் பவதாரிணி பிறந்ததும்… பாவலர் பிரதர்ஸுக்கே ராசியா அமைஞ்சது.

நாங்க இறை நம்பிக்க அதிகம் உள்ள ஆளுங்க. இப்பவும்கூட ஆர்மோனியப் பொட்டிய தொடுறதுக்கு முன்னாடி சில நிமிஷம் மெடிடேஷன் பண்ணீட்டுத்தான் வேலை ஆரம்பிப்பார் ராஜாண்ணன். கடவுளோட கருணை எங்களுக்கு எப்பவுமே இருக்கு.

பத்ரகாளி பரவசம்!

9
வந்தாரய்யா கலகல கவிஞரு!

'இதென்ன...வர்றதெல்லாம் பெருசு பெருசா வருதே'னு எங்களுக்கு ஆச்சரியமா இருந்திச்சு.

ரொம்பப் பெரிய டைரக்டரான... அண்ணன் எம்.ஜி.ஆரை வச்சு 'அன்பே வா' படத்தையும், அண்ணன் சிவாஜிய வச்சு 'தெய்வமகன்', 'பாரதவிலாஸ்', 'பாபு', 'டாக்டர் சிவா'னு ஏகப்பட்ட ஹிட் படங்களைத் தந்த... ஏவி.எம்.மோட ஆஸ்தான டைரக்டரா இருந்த ஏ.சி.திருலோகசந்தர் சார்கிட்ட இருந்து எங்களுக்கு அழைப்பு வந்துச்சு.

ஏதோ அதிசயம் நடப்பது போல இருந்துச்சு எங்களுக்கு.

'எம்.எஸ்.விஸ்வநாதனோட சேர்ந்து எத்தனையோ மியூஸிகல் ஹிட்ஸ் கொடுத்த டைரக்டர்ட்ட இருந்து நமக்கு அழைப்பா?'னு ஒரு பிரமையாவே இருந்துச்சு.

ஒருவகையில எங்களோட பிரம்மைங்கிறது மடத்தனமானதுதான்.

எம்.எஸ்.வி. இப்போ இறந்துட்ட

பிறகு நாங்க அவரப்பத்தி எவ்வளவோ உயர்வா சொல்றோம். ஆனா அன்னைக்கி எம்.எஸ்.வி.யோட மனநிலையில இருந்து பார்த்தம்னா.... அவருக்கு எம்புட்டு கஷ்டம் இருந்திருக்கும்?

அப்படியே தேன் மாதிரி பாட்டுக்கள குடுத்து கோட்டை கட்டியிருந்த மனுஷனாச்சே. அப்படிப்பட்டவரை விட்டுட்டு எங்கள மியூஸிக் பண்ணச் சொல்லிக் கேட்டார் ஏ.சி.திருலோகசந்தர்.

நுங்கம்பாக்கத்துல இருந்த திருலோகசந்தர் ஆபீஸுக்கு ராஜாண்ணன், பாஸ்கரண்ணன், நான்... மூணு பேரும் போனோம்.

"நான் எடுக்கப் போற 'பத்ரகாளி' படத்துக்கு நீங்கதான் மியூஸிக் பண்ணணும்" என்றார்.

''சார்... நீங்க தப்பா எடுத்துக்கலேன்னா.... எம்.எஸ்.வி. அண்ணனோட மியூஸிக்ல தொடர்ந்து படம் பண்ணுனீங்க. அவருக்கு குடுக்க வேண்டிய வேலைய எனக்கு கொடுக்குறீங்க. அவருக்குப் பதிலா நான் வேலை செய்றதுல எனக்கு கூச்சமா இருக்கு சார்''னு ராஜாண்ணன் சொன்னார்.

"சினிமாவுல இது சகஜமானதுதான். இதுல நீங்க சங்கோஜப்பட என்ன இருக்கு"னு கேட்டார் டைரக்டர்.

"எனக்கு யோசிக்க டைம் குடுங்க"னு ராஜாண்ணன் சொன்னார்.

"சரி"ன்னாரு டைரக்டர்.

நேரா எம்.எஸ்.வி.யைப் பார்த்து 'அண்ணே... நீங்க தொடர்ந்து வேல செஞ்சுக்கிட்டிருந்த எடத்துல... எங்கள வேல செய்யச் சொல்றாங்களேண்ணே'னு சொல்லீருந்தா... 'அய்யோ... தாராளமா பண்ணுங்க தம்பி'னு சந்தோஷமா சொல்லீருப்பார்.

ஆனா... அவரோட வேலய நாங்க பார்க்கப்போறத அவர்கிட்டவே எப்படிச் சொல்றதுங்கிற தயக்கம் எங்களுக்கு இருந்துச்சு.

'யோசிச்சு சொல்றம்னு திருலோகசந்தர்கிட்ட சொல்லீட்டு வந்தீங்களாமே? இதுல என்ன யோசிக்கிறதுக்கு இருக்கு? சினிமானு இல்ல... எந்த ஃபீல்டுலயும் புதுப்புது ஆட்கள் வர்றது யதார்த்தமான விஷயம்தான. சினிமாங்கிறது சந்த. யாருக்கு... என்ன வாய்ப்புங்கிறத மார்க்கெட்டுதான் தீர்மானிக்குது. உடனே போய் அந்த வாய்ப்பை ஒப்புக்கங்க'னு சினிமா நண்பர்கள் சொன்னாங்க.

நானும், பாஸ்கரண்ணனும் ராஜாண்ணன்கிட்ட எடுத்துச் சொன்னோம்.

சம்மதிச்சார்.

சிலநாள்ல... திருலோகசந்தர் சார் ஆபீஸுக்குப் போனோம்.

சம்பளம் பேசி முடிவாச்சு.

'பத்ரகாளி' படத்துக்கு இசையமைப்பாளர் இளையராஜானு ஒப்பந்தம் போட்டாச்சு.

பாட்டு ட்யூன்கள போட்டுக் காண்பிச்சாச்சு. திருலோகசந்தர்

மெல்லிசை மன்னர் எம்.எஸ்.வி.யுடன் நான்

ஓகே பண்ணீட்டாரு.

'பத்ரகாளி' பிராமணா பாஷ பேசுற கத. அதனால பிராமண பாஷயில பாட்டெழுத அந்தக் கவிஞரை ஒப்பந்தம் செஞ்சிருந்தாங்க.

அந்தக் கவிஞர் வந்தார்.

'அடேயப்பா...' என நாங்க பிரமிச்சுப் போயிட்டோம்.

'எவ்வளவு பெரிய கவிஞர்... எம்புட்டு சமஸ்கிருத சம்பிரதாயங்கள படிச்சவர்... எவ்வளவு பெரிய ஞானஸ்தர்...'

வியப்பு தாளமுடியாம 'ஆஹா... வாலி சார்...'னு கொஞ்சம் வாய்விட்டே நான் சொல்லிக்கிட்டேன்.

வாலி சார் இருக்கிற எடத்துல கலகலப்புக்கு பஞ்சமே இருக்காது. அது ரெக்கார்டிங் தியேட்டரா இருந்தாலும் சரி, கூட்டமா இருந்தாலும் சரி... அவரோட வீட்டுக்குப் போனாலும் சரி... கலகலப்பா பேசுவார்.

அப்படி கலகலப்பு மூட்டியபடியே பாட்டெழுத தயாரானார்.

ராஜாண்ணன் இசையில் வாலி சார் முதன்முதலா எழுதுறார்.

இது ஒரு டூயட் பாட்டுண்ணாலும் ஒரு தாலாட்டு பாடல் மெட்டுல இருக்கணும்னு திருலோகசந்தர் சொல்லீருந்தார். அப்படியான ட்யூனை ராஜாண்ணன் வாசிச்சார்.

அந்த ட்யூனுக்கு வாலி எழுத ஆரம்பிச்சார்.

கண்ணன் ஒரு கைக்குழந்தை
கண்கள் சொல்லும் பூங்கவிதை
கன்னம் சிந்தும் தேன் அமுதை
கொண்டு செல்லும் என் மனதை
கையிரண்டில் நாளெடுத்து
பாடுகிறேன் ஆராரோ...
மைவிழியே தாலேலோ
மாதவனே தாலேலோ

என வாலி சொல்லிக்கிட்டே எழுதினார்.

''அண்ணா ரொம்ப அருமையா இருக்கு''னு சொன்ன ராஜாண்ணன் “இது நாங்க ஊர்ல இருக்கும் போது போட்ட ட்யூன்ணா. அமர் எழுதுன பாட்டுக்கு நான் மெட்டு போட்டேன்”னு சொல்ல... வாலி என்னப் பார்த்தார்.

நாங்க ஊர்ல இருக்கும் போது... ராஜாண்ணனுக்கு ஏதாவது ட்யூன் போட்டுக்கிட்டே இருக்கணும். ஆனா பாட்டு வேணுமே?. அதனால நான்தான் எழுதுவேன்.

அப்படி ஒருதடவ... நான் எழுதிக் குடுத்த பக்தி பாட்டுக்கு ட்யூனைப் போட்டார் ராஜாண்ணன்.

மூன்று தமிழ் காவியமும்
முருகனுக்கு தொட்டிலடி
முத்தமிழின் சங்கமும்
முருகனுக்கு கட்டிலடி
நன்று சொன்ன தலைவனுக்கு
நாடெல்லாம் கோவிலடி
நாளும் அந்தக் கோவிலிலே
நல்ல நாள் கோலமடி....

... இப்படி நான் எழுதியிருந்தேன். அதுக்கு மெட்டுப் போட்டார்.

(வாசகர்கள் ‘கண்ணன் ஒரு கைக்குழந்தை’ பாட்டு மெட்டுல இந்தப் பாட்ட பாடிப்பாருங்களேன்)

அதை வாலியிடம் சொன்ன ராஜாண்ணன்... நான் எழுதின பாட்டு வரியையும் சொல்ல...

ஏ.சி.திருலோகசந்தர்லருந்து எல்லாரும் இருந்த அந்த எடத்துல ‘ரொம்ப நல்லாருக்கே’னு என்னைப் பாராட்டிய வாலி... ‘நீ இப்ப

எதுக்கு நான் சொல்ற பாட்ட எழுதிக்கிட்டுருக்க?' னு கேட்டார்.

நான் கிடாரை கைல வச்சுக்கிட்டே... ஒரு பேப்பர்ல வாலி சொல்லச் சொல்ல 'கண்ணன் ஒரு கைக்குழந்தை' பாட்டை எழுதிக்கிட்டிருந்தேன். அதைப் பார்த்திட்டுத்தான் வாலி கேட்டார்.

"நான் உங்ககிட்ட உதவியாளரா சேரணும்... நீங்க சொல்லச் சொல்ல நான் எழுதணும்னு ரொம்ப ஆசப்பட்டேண்ணா. அந்த ஆசய இப்ப தீர்த்துக்கிட்டேன்"னு சொன்னேன்.

வாலி சிரிச்சார்.

கவிஞர் வாலியிடம் நான் உதவியாளர் வேல கேட்டுப் போன அனுபவம்!

10
சிலிர்க்க வைத்த நடிப்பு இமயம்!

'**ப**த்ரகாளி' படத்துக்காக டைரக்டர் ஏ.சி.திருலோகசந்தரோட நுங்கம்பாக்கம் ஆபீஸ்ல.. ராஜாண்ணன் வாசிச்ச ட்யூனுக்கு 'கண்ணன் ஒரு கைக்குழந்தை'னு தொடங்கிய பாட்டு வரிகள வாலி சார் சொல்லிக்கிட்டே எழுத... ஒரு கையில் கிடாரை வச்சுக்கிட்டு, ஒரு பேப்பர்ல நான் எழுதுறதைப் பார்த்த வாலி சார், "நான் சொல்ற பாட்ட நீ ஏய்யா எழுதுற?"னு கேட்டார்.

"அண்ணா... நான் ஒங்ககிட்ட அஸிஸ்டெண்ட்டா சேரணும்கிறது ரொம்பநாள் ஆச. அது முடியல. இப்போ நீங்க சொல்லச் சொல்ல எழுதி அந்த ஆசய தீர்த்துக்கிறேன்"னு நான் சொன்னேன்.

வாலி சார் ஆச்சர்யப்பட்டுக் கிட்டே... சிரிச்சார்.

ஊர்ல இருக்கும்போதே சினிமா ஆர்வத்துல... அதுலயும் பாட்டெழுதிக்கிட்டு திரிஞ்ச ஆளுதானே நான்.

நான் சினிமா கொட்டகைல படம் பார்க்குறப்போ... டைட்டிலயும் விடாம பாப்பேன்.

அய்யா கண்ணதாசன் பாட்டெழுதுற படங்கள்ல... **பாடல்கள் - கண்ணதாசன், உதவி -பஞ்சு அருணாசலம்**னு டைட்டில்ல வரும்.

'படகோட்டி' படத்துல எல்லாப் பாடல்களையும் வாலி சார் எழுதீருந்தார். டைட்டில்ல... **பாடல்கள் -வாலி**னு மட்டும் வந்தது.

'அடடா... கண்ணதாசனுக்கு உதவியாளர் இருக்காரு. பாவம்... வாலிக்கு உதவியாளர் யாரும் இல்ல போலிருக்கே. நாமதான் பாட்டெழுதுறமே... இந்தப் பாட்டயெல்லாம் வாலிகிட்ட குடுத்திட்டு அவர்கிட்ட உதவியாளரா சேர்ந்துட வேண்டியதுதான்'னு முடிவு செஞ்சேன்.

என்னோட ஒரிஜினல் பேரானா **அமர்சிங்**கிற பேர்ல வாலிக்கு நிறைய கடிதம் எழுதுனேன்.

எதுக்குமே பதில் இல்ல.

நாங்க மெட்ராஸுக்கு வந்த பின்னாடி... மேடை நாடகங்களுக்கு அப்பப்போ மியூஸிக் பண்ணிட்டிருந்தப்போ... வாலியைப் போய்ப் பார்த்து... அஸிஸ்டெண்ட்டா சேர்ந்திடணும்னு முடிவு செஞ்சேன்.

அப்போ... மைலாப்பூர் காரணீஸ்வரர் கோயில் தெருவுல குடியிருந்தோம். காலைல நாலரை மணிக்கி எழுந்து ரெடியாகி... பஸ் பிடிச்சு கோடம்பாக்கம் மேம்பாலத்துக்கிட்ட வந்து இறங்கினேன்.

மகாலிங்கபுரம் ஐயப்பன் கோயிலுக்கு எதிர ஒரு காம்பவுண்ட்ல... சின்ன வீட்ல... இருந்தார் வாலி. (எதையாவது கற்பனை பண்ணிக்காதீங்க...) ஒரு ஸ்மால் ஹவுஸ்ல... வாலி தன் மனைவி திலகம்மாவோட குடியிருந்தார்.

நான் அவரோட வீட்டுக்குப் போனேன். ஆனா எனக்கு முன்னாடியே வாலியைப் பார்க்க... பல புதுக் கவிஞர்கள் காத்திருந்தாங்க. நானும் அவங்களோட நின்னேன்.

சில்க் ஜிப்பாவும், சந்தனப் பொட்டுமா... தகதகனு ஹீரோ கணக்கா வந்தார் வாலி.

"என்னய்யா?"னு கேட்டார் என்னப் பார்த்து.

"நான் ஊர்லருந்து 'அமர்சிங்'கிற பேர்ல ஒங்களுக்கு நிறைய தடவ கடிதம் போட்டிருக்கேன். நான் பாட்டெல்லாம் எழுதி ஃபைல் போட்டு கொண்டு வந்திருக்கேன். உங்ககிட்ட அஸிஸ்டெண்ட்டா சேரணும்."

"பாட்ட நான் சிந்திக்கப் போறேன். அத என் கை பேனா புடிச்சு எழுதப் போகுது. இதுக்கு எதுக்குய்யா அஸிஸ்டெண்ட்டு?"னு கேட்டுட்டு, அடுத்த நபரை விசாரிக்க ஆரம்பிச்சுட்டார்.

நான் ரொம்ப வருத்தத்தோட வீட்டுக்கு வந்தேன்.

இதோ... 'பத்ரகாளி'க்காக இளையராஜாவோட மெட்டுக்கு வாலி அண்ணா பாட்டெழுத... நானும் அதை எழுதி... வாலிக்கு

உதவியாளராகணும்கிற என்னோட வெகுநாள் ஆசய தீர்த்துக்கிட்டேன்.

'அடுத்தாத்து அம்புஜத்த பார்த்தேளா'ங்கிற வாலியோட பிராமணா லாங்வேஜ் பாட்டு ரொம்ப பிரபலம்.

'பத்ரகாளி'யில் பிராமண பாஷையில் வரும் பாட்டுக்கு வாலி எழுதியது... யாராலயும், மறுக்கவோ, மாற்றம் செய்யச் சொல்லவே முடியாத அளவுக்கு அட்டகாசமா.. 'கேட்டேளே அங்கே... அத பார்த்தேளா இங்கே'னு பின்னியெடுத்தார்.

ராஜாண்ணன் இசையில் கே.ஜே.யேசுதாஸ் முதன்முதல்ல பாடின பாட்டு 'கண்ணன் ஒரு கைக்குழந்தை'. யேசுதாஸ் ரொம்ப 'நீட்'டான பாடகர். அப்போதெல்லாம் வொய்ட் பேண்ட் வொய்ட் சர்ட் அணிந்தபடிதான் வருவார். ரொம்பச் சுத்தமா இருப்பார். (இவருடனான அனுபவங்கள அந்தந்த சந்தர்ப்பத்துல சொல்றேன்)

ஒருநா... ராஜாண்ணன், நான், பாஸ்கரண்ணன்... மூணுபேரும் ஒரு வாடகை டாக்ஸியில ஸ்டுடியோவுக்கு போய்க்கிட்டிருந்தோம். அண்ணா சாலை நந்தனம் சிக்னல்ல... நாங்க போன டாக்ஸி சிக்னலுக்காக நின்னிருந்தது. சைடுல... எங்க டாக்ஸியை ஒட்டி ஒரு கார் வந்து நின்னுச்சு.

கார்ல சாண்டோ சின்னப்பா தேவரய்யா.

"டேய்... என்னங்கடா இது? இன்னமும் டாக்ஸியில

போய்க்கிட்டிருக்கீங்க? கார் வாங்குங்கடா. நேரம் இருக்கும்போது ஆபீஸுக்கு வந்து என்னப் பாருங்க” என தேவர் சொல்ல...

சிக்னல் கிடைச்சது.

ஆமாம்... அது நாங்க சொந்தமா கார் வாங்குறதுக்கான க்ரீன் சிக்னல்தான்.

பொருளாதார ரீதியா இப்ப நாங்க... ஓரளவு மேல ஏறிக்கிட்டிருந்த நேரம்...

சாந்தோம் கனோஜராய மலையப்ப நாயக்கன் (கே.எம்.என்) தெருவுக்கு அண்ணன்கள் குடிவந்தாச்சு.

‘பத்ரகாளி’ பட கம்பெனியில புரொடக்ஷன் மேனேஜரா இருந்த ஒருத்தர்... நாங்க கார் வாங்குறதுக்கான முயற்சிகள எடுத்தார்.

தமிழ்த் தாத்தா உ.வே.சா.வோட மகன் அப்போ ரிலையன்ஸ் மோட்டார் கம்பெனியில ஜெனரல் மேனேஜரா இருந்தாரு. அவரைப் போய்ப் பார்த்து பேசினோம். அப்ப காரோட வெல... முப்பதாயிரத்துக்கும் உள்ளதான். தவணை முறையில 3335 நம்பர் உள்ள காரை வாங்கினோம்.

‘திறமையால வளர்ந்து வர்றவிய்ங்க... சீக்கிரம் சொந்தக் கார் வாங்கணும்’னு நினைச்ச தேவரோட நல்ல வாக்கும், அவரோட ஆசிர்வாதமும் எங்களை கார் வாங்க ஊக்கப்படுத்துச்சு.

(ஆனால் தேவர் சொன்னபடி நாங்க அவரை அவரோட ஆபீஸில் போய் சந்திக்க... காலமும், சூழலும் உடனே அமையல)

கார் வாங்கியாச்சு. ஆனா காரை நிறுத்துறதுக்கு சாந்தோம் வீட்ல எடமில்ல. நான் ராஜா அண்ணாமலைபுரத்துல என் மாமனார் வீட்ல இருந்தேன்லயா... அங்கதான் காரை நிறுத்தினோம்.

காலைல வெள்ளனா எழுந்து கிளம்பிடுவேன். டிரைவர் பத்மநாபன் வந்திடுவார். காரை எடுத்துக்கிட்டு சாந்தோம் போய் அண்ணன்கள பிக்-அப் பண்ணிக்கிட்டு ஸ்டுடியோவுக்கு போவோம். வேல முடிஞ்சதும், அண்ணன்கள... சாந்தோம்ல ட்ராப் பண்ணிட்டு, இங்க வந்திடுவேன்.

எங்க சினிமா வாழ்க்கைல... பெரிய ஆச்சரியம் காத்திருந்துச்சு.

அது...

நடிகர் திலகம் சிவாஜியோட ‘தீபம்’ படத்துக்கு இசையமைக்கிற வாய்ப்பு.

நாங்க ஊர்ல இருக்கும்போதே சிவாஜி சார பார்த்து பரவசப்பட்டிருக்கோம். அந்த அனுபவம்.. இப்ப நினைச்சாலும் சிலிர்க்க வைக்கும்.

எங்க ஊர்ல... ராயர் ஓட்டல்காரங்க, ‘மேரி சவுண்ட் சர்வீஸ்’னு ரேடியோ, மைக்செட்டு கம்பெனி வச்சிருந்தாங்க. அங்க எங்க பாஸ்கரண்ணன் வேல பார்த்துக்கிட்டிருந்தாரு. விசேஷம்

நடக்கும்போது மட்டும் வருமானம் இருக்கும். மத்தபடி பெரிசா இருக்காது. இருந்தாலும் அப்பவெல்லாம் ஊர்ல மைக்செட் காரங்களுக்கு ஒரு தனி மதிப்புதான்.

குழாய் ரேடியாவ உசரமான எடங்கள்ல கட்றது... எந்த விசேஷத்துக்கு ரேடியோ போடுறாங்களோ... அதுக்குத் தகுந்த மாதிரியான ரெக்கார்டுகள போடுறது பாஸ்கரண்ணன் வேல.

இப்பவெல்லாம் டி.வி.யில, வானொலில, மேடைல... ஒளிபரப்பப் போற பாட்டுக்கள தொகுத்து வழங்குறாங்களே... அத அப்பவே செஞ்சவரு பாஸ்கரண்ணன்.

ஒளிபரப்பப் போற பாட்டோட சிறப்புகள... விதவிதமான குரல்கள்ல மைக் மூலமா தொகுத்து வழங்குவார். அதைக் கேட்கிறதுக்கே சொகமா இருக்கும்.

அண்ணன தொட்டாரு சிவாஜி.

அண்ணனுக்கு கடுமையான குளிர் காச்சலே வந்துருச்சு...

11
சிவாஜியே தொட்டுட்டாராம்ல...

எங்க ஊர்ல ராயர் ஓட்டல் காரங்க 'மேரி சவுண்ட் சர்வீஸ்' கம்பெனி நடத்துனதையும், அதுல வேல பார்த்த எங்க பாஸ்கரண்ணன் மைக் செட்டு போட்டு, ஒசரமான எடத்துல குழாய் ரேடியோ கட்டுவார்னு சொன்னேனில்லயா...

எங்க ஊரான பண்ணப்புரத்துக்கு பக்கத்துல இருக்க பல்லவராயன் பட்டிக்கு மைக்செட்டு போடப் போனார்னா... ஊர்லயே ஒசரமா இருக்க ஒரு மரத்துல குழா ரேடியாவக் கட்டி, அத எங்க ஊருக்கு நேரா திருப்பி வச்சுடுவாரு.

பாட்டுப் போடுறதுக்கு முன்னாடி டெஸ்ட்டிங் பண்ணுவாரு.

'அலோ... மைக் டெஸ்ட்டிங்... ஒன்... ட்டூ... த்ரி...' னுதான் டெஸ்ட் பண்ணுவாங்க.

இந்த ஊர்ல மைக்செட்டு போடுறப்ப மட்டும் 'அலோ... மைக் டெஸ்ட்டிங்... ஒன்... ட்டூ.. .த்ரி...

கேக்குதாடா...'னு சொல்லுவார்.

ஏன்னா... அது எங்க காதுக்கு கேக்குறதுக்கான வார்த்தை.

நாங்க அந்த சத்தத்தக் கேட்டுட்டு 'அய்... பாஸ்கரண்ணன் மைக்செட் போடுறாங்க'னு உற்சாகமா கத்திக்கிட்டே ஓடுவோம்.

'வீரபாண்டிய கட்டபொம்மன்' படத்தோட வெற்றிவிழாவுக்கு ஊர் ஊரா வந்து மக்களுக்கு நன்றி தெரிவிச்சாரு நடிகர் திலகம் சிவாஜி.

போடியில முக்கியஸ்தரான சுப்புராஜ் வீட்ல தங்கி ரெஸ்ட் எடுத்துட்டு... ஒவ்வொரு ஊரா நன்றி சொல்லிட்டு எங்க ஊருக்கும் வந்தாரு.

ஒரு ஜீப்ல சிவாஜிய ஏத்தி ஊர்வலமா அழைச்சிட்டு வந்தத

ஒரு விழாவில் நடிகர் திலகத்துடன் நான்

பார்த்தப்போ... ஒரு மகாராசாவ பார்க்குற மாதிரி இருந்திச்சு.

எங்க ஊர்ல காந்திஜி தியேட்டர்லதான் சிவாஜி பேசுறாரு.

எங்க பாஸ்கரண்ணன்தான் மைக்செட்டு அரேஞ்மெண்ட்டு.

சிவாஜிய வரவேற்று நிகழ்ச்சி தொடங்கப் போகுது. கடவுள் வாழ்த்துப் பாட 'அமர்சிங்'னு என் பேரைச் சொல்லி கூப்பிட்டாங்க.

'நான் பெற்ற செல்வம்' படத்துல வர்ற பாட்ட பாடினேன்.

'மாதா பிதா குரு தெய்வம் -அவர்

மலரடி தினம் தினம் வணங்குதல் செய்வோம்'னு கடவுள்

வாழ்த்துப் பாடி முடிச்சேன்.

'அடுத்தபடியாக நடிகர் திலகம் சிவாஜி பேசுவார்'னு அனவுன்ஸ் பண்ணுனாங்க.

அப்படிச் சொன்னதுமே... ஜனங்களோட ஆரவாரம் தாங்க முடியல.

'எவ்வளவு பெரிய சிவாஜி... சினிமாவுல பார்த்து பிரமிச்ச மனுஷன நேர்ல பார்த்துக்கிட்டிருக்கமேங்கிற' தாள முடியாத சந்தோஷத்துல ஜனம் திக்குமுக்காடுது.

பொதுவா கூட்டம் நடக்கும்போது நீங்கள்லாம் பார்த்துருப்பீங்க... மேடையில யார், யார் பேசுறாங்களோ...

அவங்களோட ஒசரத்துக்குதக்கன மைக்க ஒசரம் கூட்டியோ, கொறைச்சோ அட்ஜஸ்ட் பண்ணுவாரு மைக் செட் அமைப்பாளர்.

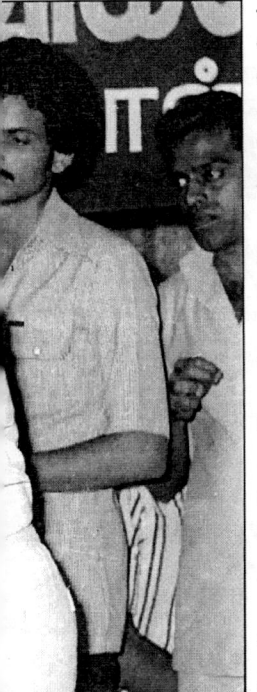

சிவாஜி பேசறதுக்காக எழுந்து மைக்கை நோக்கி போறப்போ... சிவாஜிக்கு ஏத்த மாதிரி மைக்கை அட்ஜஸ்ட் பண்ண பாஸ்கரண்ணன் ஓடி வந்தாரு.

அதைக் கவனிச்ச சிவாஜி 'எல்லாம் சரியா இருக்கு...போ..'னு சொல்லி பாஸ்கரண்ணனோட முன்தோளைத் தொட்டுச் சொன்னாரு.

கரண்ட்டு ஷாக் அடிச்ச மாதிரி ஆயிட்டாரு அண்ணன்.

அந்த வெற்றிவிழாவுல சிவாஜிக்கு பெரிய... ஆளுசர ரோசாப்பூ மால போட்டாங்க.

பிறகு... அந்த மாலய கழத்தி மேடையில ஒரு ஓரமா வச்சாங்க. என்னோட நெனப்பும், கண்ணும் அந்த மால மேலயே இருந்திச்சு.

கூட்டம் பேசி முடிஞ்சது.

சிவாஜி மேடய விட்டு எறங்கினாரு. அவர பார்க்குறதுலயே விழா நடத்துனவங்களும், ஜனங்களும் இருக்கும்போது அந்த மாலைய யாரு பார்ப்பா?

நான் சும்மா இருப்பனா? கூட்டம் முடிஞ்ச மறுநிமிஷமே.. மாலைய தூக்க முடியாம தூக்கிக்கிட்டு எடுத்தேன் ஓட்டம் எங்க வீட்டுக்கு.

'தெரியுமா... இது சிவாஜிக்கி போட்ட மாலை'னு பெருமயோட சொல்லிக்கிட்டே அந்த மாலைய பொக்கிஷம் மாதிரி வீட்ல வச்சு அழகு பார்த்தேன்.

ரோசாப்பு வாடி வதங்கி, கலர் மாறி, சருகாகி, வெறும் நாராகிற வரைக்கும் அந்த மாலைய வச்சுப் பார்த்தேன்.

(இன்னைக்கி வரைக்கும், இந்த நிமிஷம் வரைக்கும் அந்த

சம்பவமும், அந்த மாலையோட வாசமும் என்னோட மனச விட்டுப் போகலையே)

சிவாஜிக்கு போட்ட மாலய வச்சுக்கிட்டே நான் இம்புட்டு அலம்பல் பண்ணினேன்.

சிவாஜி தொட்டதால கரண்டு ஷாக் அடிச்ச மாதிரி ஆயிட்ட எங்க பாஸ்கரண்ணன் நிலம என்ன தெரியுமா?

கடுமையான காய்ச்சல் வந்திருச்சு. நாலுநாளா படுக்கைல இருந்து அண்ணன் எந்திரிக்கவே இல்ல.

'சிவாஜி தொட்டுட்டாரு... சிவாஜியே தொட்டுட்டாராம்ல'னு உள்ளூர் தாண்டி, அக்கம் பக்கம் வரைக்கும் விஷயம் பரவிருச்சு. 'அம்மாடீ... ஊருக்கண்ணு பொல்லாக் கண்ணு'னு பெரியவங்க சொல்லுவாங்களே... அதுமாதிரி கண்திருஷ்டி வந்துருச்சு. ஜுரத்துல தவிச்சு போயிட்டாரு பாஸ்கரண்ணன்.

மியூஸிக்ல புகழடைஞ்ச பின்னாடி... சிவாஜி சார்கூட நெருங்கிப் பழகுற வாய்ப்பு எங்களுக்கு கிடைச்சது.

'வீரபாண்டிய கட்டபொம்மன்' படத்தோட வெற்றிவிழாவுக்காக அவர் எங்க ஊருக்கு வந்ததையும், அவருக்குப் போட்ட மாலய நான் எடுத்திட்டுப் போனதையும், பாஸ்கரண்ணனுக்கு காய்ச்சல் வந்ததையும், அந்த விழாவுல நான் கடவுள் வாழ்த்துப் பாடினதையும் சொன்னேன்.

'எங்க அந்தப் பாட்ட திரும்பப் பாடுறா'னு சொல்லி என்னைப் பாடவச்சுக் கேட்டார் சிவாஜி.

இதெல்லாம் எம்புட்டு பெரிய கொடுப்பினை!

சிவாஜி சார் படத்துக்கு மெட்டுப் போட்டத சொல்றதுக்கு முன்னாடி... மைக் செட்டோட சேர்ந்த ஒரு ஆம்ப்ளிஃபயர் மேட்டர சொல்லீடுறேன்.

எங்க பாஸ்கரண்ணன் எங்கள அதட்டி, மெரட்டி.. நாங்க முன்னேறுறதுக்கு உழைச்சவர். எங்களோட வெற்றிக்குப் பின்னாடி அவரோட அரவணைப்பும், கண்டிப்பும், உழைப்பும் இருக்கு.

பின்னாள்ல... 1990-ல ஒரு பத்திரிகைல பாஸ்கரண்ணன் பேட்டியில சொல்லீருந்த விஷயத்த இங்க சொல்றேன்.

ஆம்ப்ளிஃபயர் ஒண்ணு பாஸ்கரண்ணன் வச்சிருந்தார். சவுண்ட்ட கூட்டக் குறைக்க, தெளிவாக்க அது பயன்படும். நான் கிடார் வாசிக்கும்போது அந்த ஆம்ளிஃபயர் கிடார் சவுண்ட்ட துல்லியமா தெளிவா எடுத்துக் குடுக்க பயன்பட்டுச்சு.

மெட்ராஸுக்கு வந்து மியூஸீஸியன்ஸ் சான்ஸ் கேட்டு போனப்ப... 'வெஸ்டர்ன் இசையை இன்னும் முறைப்படி கத்துக்கணும்'னு சொன்னாங்க. தன்ராஜ் மாஸ்டர் பேரையும் பரிந்துரை செஞ்சாங்க.

அவர்கிட்ட நாங்க மூணுபேரும் பணம் கட்டி கத்துக்க வசதி

இல்ல.

'ராஜாவ மட்டும் சேர்த்துவிடலாண்டா'னு சொன்ன பாஸ்கரண்ணன் ராயப்பேட்டயில ஒரு மார்வாடி கடயில அந்த ஆம்ளிஃபயர அடகு வச்சார்.

அதுல கிடைச்ச பணத்த வச்சு பீஸ் கட்டி தன்ராஜ் மாஸ்டர்கிட்ட ராஜாண்ணன சேர்த்துவிட்டாச்சு.

அப்புறமா... நாங்க 'பாவலர் பிரதர்ஸ்'ங்கிற பேர்ல மேடை நாடகங்களுக்கு இசையமைக்க ஆரம்பிச்சதும்... கைல கொஞ்சம் காசு பொரண்டுச்சு.

அந்தப் பணத்த வச்சு ஆம்ளிஃபயர மீட்கலாம்னு அந்த அடகுக் கடைக்குப் பாஸ்கரண்ணன் போனார்.

அடகுக் கடய காணோம்.

'அந்த மார்வாடி மாறி போயிட்டாரு. இப்ப எந்த ஏரியாவுல இருக்காருனு தெரியல'னு அங்ஙன இருந்தவுக சொல்லீருக்காங்க.

வேற என்ன பண்ணமுடியும்?

'அடகுக் கடயவே அடகு வச்சிட்டாங்க போல'னு நெனச்சுக்கிட்டு திரும்பி வந்துட்டாரு.

இப்ப... சிவாஜி சார் மேட்டருக்கு வருவோம்.

சிவாஜியோட 'தீபம்' படத்துக்கு இசையமைத்த அனுபவம்...!

12
அவரை அசத்திய பாட்டு!

எம்.எஸ்.விஸ்வநாதன் இசையில சிவாஜி சார் படப் பாட்டெல்லாம் எப்படியெல்லாம் இருக்கும்னு தெரியும். இளையராஜா இசையில் சிவாஜி படப் பாட்டு எப்படியிருக்கும்?

'தீபம்' படத்துக்கு ராஜாண்ணன் ஒப்பந்தமானபோது இந்த எதிர்பார்ப்பு எங்களுக்கும் இருந்தது. மறுபடியும்... தவிர்க்க முடியாம நாங்க எம்.எஸ்.வி. யோட கோட்டைக்குள்ள... நுழையுறோம்.

ஆமா... நடிகரும், தயாரிப்பாளரு மான கே.பாலாஜி சார் தயாரிச்ச படங்களுக்கெல்லாம் எம்.எஸ்.வி.தான் மியூஸிக் பண்ணிட்டிருந்தார்.

'தீபம்' படத்துக்கு ராஜாண்ணனை மியூஸிக் பண்ண அழைத்தார் பாலாஜி. அண்ணன் போய் பேசி, ஒப்பந்தம் செஞ்சுக்கிட்டு வந்தார். (மதுரை தமுக்கம் மைதானத்துல வருஷா வருஷம் பொருட் காட்சி நடக்கும். அதுல சினிமா பிரபலங்கள் நடிக்கிற நாடகம் நடக்கும்.

அப்படி ஒருதடவ பாலாஜி சார் மதுரை வந்தப்போ... எங்களுக்குப் பழக்கம்.)

' 'மெல்லிசை மன்னர்'ங்கிற ஜாம்பவான் வேலை பார்த்த இடங்கள்லயெல்லாம் நாங்க வேலை பார்த்து ஜெயிக்கிறோம்'கிற பெருமை எங்களுக்கு இருந்துச்சு. ஆனாலும் இறுமாப்பு இல்ல. வேலய சரியாச் செய்யணும்கிற ஒரு விழிப்புணர்வு எங்களுக்கு இருந்துச்சுனு சொல்லலாம்.

படத்தோட டைக்டர் கே.விஜயன்.

கம்யூனிஸ்ட்காரரான இவரை எங்களுக்கு முன்கூட்டியே தெரியும். அதாவது... எங்களோட 'அன்னக்கிளி'க்கு முன்னாடியே.

கே.விஜயன், கே.பாலதண்டாயுதம், மல்லியம் ராஜகோபால்... இவங்கள்லாம் சேர்ந்து 'பாதை தெரியுது பார்'னு ஒரு படம் எடுத்தாங்க. அந்தப் படத்துக்கு எம்.பி. ஸ்ரீனிவாசன் மியூஸிக் பண்ணியிருந்தார். கம்யூனிஸ்ட்காரங்க தயாரிப்பு என்பதால் அவங்களோட அடுத்த படத்துக்கு சான்ஸ் கேட்டு விஜயனைப் போய்ப் பார்த்தோம். 'அன்னக்கிளி'க்கு எங்களை மியூஸிக் பண்ண வைக்க பஞ்சு அருணாசலம் முடிவு செஞ்சபோதும், அவரோட தம்பிகள் ஒத்துக்காததால் ஒரு மண்டபத்தில் அந்தப் படத்துக்கான பாட்டுக்களை கச்சேரியமைச்சுக் காட்டினோம்னு ஏற்கனவே சொல்லீருக்கேன். அதுக்கும் முன்னாடியே விஜயனுக்காக ஒரு கச்சேரி வச்சுக் காட்டினோம். ஆனாலும்... எங்களுக்கு வாய்ப்பு அமையல.

'பாவலர் பிரதர்ஸ்'ங்கிற பேர்ல கம்யூனிஸ்ட் கட்சி பிரச்சார கச்சேரிகள் செஞ்சுக்கிட்டிருந்த எங்களுக்கு, 'பாதை தெரியுது பார்' பட வாய்ப்பு கிடைக்காதது ஏமாற்றமாத்தான் இருந்துச்சு.

'**தீ**பம்' படத்துக்கு ஒப்பந்தமான மறுநாள்லருந்தே ஸாங் கம்போஸிங் வேலய தொடங்கிட்டோம்.

அப்பவெல்லாம் மியூஸிக் பண்றதுக்கு இப்ப மாதிரி பெரிய சம்பளமெல்லாம் கிடையாது. ஆனா... பெரிய பெரிய ஆளுங்க படத்துக்கு, கம்பெனிக்கு மியூஸிக் பண்றோம்ங்கிற பெருமையில் பரபரனு வேலய ஆரம்பிச்சோம்.

சிச்சுவேஷனை கிரியேட் பண்ணி அதுக்கு ட்யூனையும், பாட்டு வரிகளையும் சும்மாயிருக்கிற நேரங்கள்ல தயார்பண்ணி வச்சிருப்போம்னு ஏற்கனவே நான் சொல்லீருக்கேன்.

அப்படி ஏற்கனவே ரெடிபண்ணி வச்சிருந்த பாட்டுத்தான் 'அந்தப்புரத்தில் ஒரு மகராணி' பாட்டு.

ராஜா-ராணியோட டூயட் எஃபெக்ட்டில் ராஜாங்க வார்த்தைகளை வச்சு நான் எழுதின பாட்டு வரிகள்...

அந்தப்புரத்தில் ஒரு மகராணி -அவள்
அன்புக்கரத்தில் ஒரு மகராஜன்

அன்பு உலகம் தன்னை அரசாளும் -அந்த
ஆனந்தமே இவர்க்கு உறவாகும்
.....
தெய்வீக காதல் அரண்மனை
தங்கத் தேரினிலே நமது ஊர்வலம்
கையில் காதல் வழிச் செங்கோல் -அது
காதலரை நடத்தும் நகர்வலம்
....இப்படி எழுதியிருந்தேன்.

(அந்தப்புரத்தில் ஒரு மகராணி பாட்டு மெட்டில் இதைப் பாடிப் பாருங்க. இப்படிப் பாடிப் பாடியே இந்த தொடர் முடியுறதுக்குள்ள நீங்க பெரிய பாடகர்களா ஆகீடுவீங்க போலிருக்கே)

நான் எழுதிய பாட்டில்... பல்லவியில் முதல் இரண்டு வரிகளை மட்டும் எடுத்துக்கிட்டு

அந்தப்புரத்தில் ஒரு மகராணி -அவள்
அன்புக்கரத்தில் ஒரு மகராஜன்
கண்கள் சிவந்திருக்க அவள் பார்த்தாள்
காமன் திருச்சபைக்கு வழி கேட்டாள்...

எனத் தொடங்கி முழுப் பாடலையும் அருமையா புலமைப்பித்தன் எழுதினார்.

ஏவி.எம்.மில் படப்பிடிப்பில் இருந்த சிவாஜி சார் பாட்டை கேட்க விரும்பினார்.

(சிவாஜியை 'சார்'னு குறிப்பிடுவதில் ஒரு அந்நியம் இருக்கு. அவரை 'அண்ணன்'னு ராஜாண்ணன் கூப்பிடுவார். நான் அவரை 'அப்பா'னுதான் கூப்பிடுவேன். பிரபு நடிக்க வந்தபிறகு... 'அப்பா... அப்பா...'னு பிரபு கூப்பிடுறதைப் பார்த்திட்டு, நானும் சிவாஜியை 'அப்பா'னு கூப்பிட ஆரம்பிச்சேன். அதுலதான் ஒரு அந்நியோன்யம் இருக்கு. அதனால்... இப்ப இருந்தே சிவாஜியை 'சிவாஜியப்பா'னு குறிப்பிடுறேனே..)

நாங்க ஊர்ல இருக்கையில... நேர்ல பார்த்து வியந்த நடிகர் திலகத்த... நாங்க சினிமாவுக்கு வந்து ஆளான பிறகு... முதன்முதலா பார்க்குறோம்.

மேக்-அப் அறையில் இருந்த அவரை ஒரு புல்லரிப்போட பார்த்தோம்.

பாட்டக் கேட்டுட்டு ரொம்ப மகிழ்ச்சியா, திருப்தியா பாராட்டினார் சிவாஜியப்பா.

'அவரோட நாடி நரம்பெல்லாம் நடிக்கும்'னு சிவாஜியப்பாவப் பத்தி நாம சொல்வோம்.

சினிமாவோட.... ரசிகனோட.... நாடித்துடிப்பையும் துல்லியமாத் தெரிஞ்சு வச்சிருந்தார்.

‘தீபம்’ படத்தின் ‘அந்தப்புரத்தில் ஒரு மகராணி’ பாடல் காட்சியில் சிவாஜி–சுஜாதா

அதுக்கொரு உதாரணம் சொல்லணும்னா...

நாங்க அவரோட நிறைய படங்களுக்கு மியூஸிக் பண்ணியிருக்கோம். ரீ-ரெக்கார்டிங் விஷயத்துல ரொம்ப கவனமா ஒரு விஷயத்தை கையாளச் சொல்லுவார்.

‘‘ஆர்.ஆர்.ல எந்த எடத்துலயும் கேப் விடாதீங்கடா’’னு சொல்லுவார்.

ஒரு காட்சியில சில இடங்கள்ல வாத்தியமே இசைக்காம ஸைலண்ட்டா விடுற உத்தி ஒண்ணு இருக்கு. இப்பவெல்லாம் அது அதிகமா கையாளப்படுது.

இதைத்தான் சிவாஜியப்பா ‘வேணாம்’ என்பார்.

‘‘ஸைலண்ட்டா விட்டா... தியேட்டர்ல அந்த நேரத்துல கமெண்ட் அடிப்பான். அதுக்கு எடங்கொடுக்கக்கூடாது’’னு காரணமும் சொல்லுவார்.

‘தீபம்’ பாட்டும் படமும் நல்லபடியாப் போச்சு.

எம்.எஸ்.வி. செய்திருக்க வேண்டிய வேலய நாங்களும் நல்லபடியா செஞ்சிட்ட திருப்தி இருந்தாலும்... அப்போ அவருக்கு என்ன

மாதிரியான மனநெருக்கடி இருந்திருக்கும்கிறதை என்னால் நினைச்சுக்கூட பார்க்க முடியல.

சென்னை பல்கலைக்கழக மைய மண்டபத்துல எம்.எஸ்.வி.யோட கச்சேரி நடக்குது.

அந்தச் சமயம் 'நினைத்தாலே இனிக்கும்', 'அவர்கள்'னு சில படங்களோட பாடல்கள்தான் அவருக்கு வந்திருக்கு. நாங்க மளமளனு போயிட்டிருக்கோம்.

அந்தக் கச்சேரியில... 'மச்சானப் பார்த்தீங்களா' பாட்டுப் பாடுங்க, 'கேட்டேளே அங்கே அத பார்த்தேளா இங்கே பாடுங்க'னு ரசிகர்கள் அவரை ரொம்ப கஷ்டப்படுத்தீட்டாங்க.

'நாம இவ்வளவு படம் வேல செய்றமே... எம்.எஸ்.விய வச்சு ரெண்டு படம் பண்ணுங்க'னு வந்த வாய்ப்புகள்ல ரெண்ட திருப்பி விடணும்கிற யோசனை அப்ப இந்த மரமண்டைகளுக்கு இல்லாமத்தான் போச்சு.

சினிமாவுக்கு வர்றதுக்கு முன்னாடி... ஊர்ல நாங்க நடத்தின கச்சேரி... அதை கேட்டு ரசிச்சு பாராட்டிய எம்.எஸ்.வி

13
சுப்ரமணியம்... சோறு வேணும்!

ஊர்ல கம்யூனிஸ்ட் கட்சிக்காக பாவலரண்ணன் நடத்திவந்த பிரச்சார இசைக் கச்சேரிக்கி சங்கர தாஸண்ணன்தான் ரெகுலரா ஆர்மோனியம் வாசிப்பார். எங்க வீட்லதான் ஆர்மோனியம் இருக்கும். பாவலரண்ணன் வீட்ல இல்லாதப்ப ஆர்மோனியத்த எடுத்து ராஜாண்ணன் வாசிச்சிப் பழகுனாரு. சங்கரதாஸ் மாதிரியே ஆர்மோனியத்துல அனுஸ்வரம் போட்டு வாசிச்சிக் கத்துக்க ஆரம்பிச்சு நல்லா தேறிட்டார்.

காலமோ நேரமோ என்ன சூழ்நிலையோ... சங்கரதாஸுக்கு ஒடம்பு முடியாமப் போச்சு. அவரால கச்சேரிகளுக்கு வந்து வாசிக்க முடியல.

எங்களோட ஒவ்வொரு விஷயத்துக்குப் பின்னாடியும் எங்க அம்மா இருக்காங்களே...

"எப்பா வரதராசு... சங்கரதாசு வரலேன்னா என்னப்பா? தம்பி ராசையா இருக்கான்ல. அவன் நல்லாத்தான்

எம்.எஸ்.வி.யுடன்
ராஜாண்ணன்

ஆர்மோனியம் வாசிக்கிறான். நீ வேணும்னா ஒருதடவ கேட்டுப்பாரேன். அவனையே ஒங்கூட வச்சுக்க. நீயும் ஒத்தையா கெடந்து கத்தி... கத்தி தொண்டத்தண்ணி வத்திப்போவுது. கூட ஒத்தாசையா பேசுறதுக்கு பாஸ்கர் இருக்கான்ல. அவன் மைக்செட்டுல வேலைசெஞ்சு என்ன பிரயோசனம்? அண்ணந்தம்பிங்க ஒண்ணாயிருந்து ஒண்ணுக்கொண்ணு ஒத்தாசையா கச்சேரி பண்ணுங்க"ன்னு அம்மா சொன்னாங்க.

பாவலரண்ணனும் சம்மதிச்சார்.

ராஜாண்ணனுக்கு அடிச்சது யோகம்.

அவரோட ஆர்மோனிய அரங்கேற்றம் மாதிரி அமைஞ்சது சுருளிப்பட்டிக் கச்சேரி.

அம்மாவோட ரெகமண்டேஷன்ல ஆர்மோனியம் வாசிக்க வந்தாலும் தான் பெரிய தெறமசாலிங்கிறத அந்தக் கச்சேரில நிரூபிச்சார் ராஜாண்ணன். பாஸ்கரண்ணன் தபேலா, நான் பொம்பளக் குரல், பாவலரண்ணன் மெயின் பார்ட்.

ராஜாண்ணன் கைல ஆர்மோனியம் அனுஸ்வரம் பேசுதுன்னா... அந்தப் பெரும சங்கரதாஸையே சாரும். அந்தளவுக்கு அவர ஃபாலோபண்ணி வாசிச்சார் ராஜாண்ணன்.

ராஜாண்ணனுக்கு எப்பவும் இசைமேல அர்ப்பணிப்பு உண்டு. அன்னைக்கிருந்த காலகட்டத்துல அவருக்கு அந்த அர்ப்பணிப்பு ரொம்ப ரொம்ப ஜாஸ்தியா இருந்திச்சு.

'**மா**டி மேல மாடி கட்டி'ன்னு ஒரு ஃபேமஸான பாட்டு இருக்கு தெரியும்ல. அந்த ராகத்துல காங்கிரஸ் கட்சிய எதிர்த்து பாவலரண்ணன் பாடுவாரு.

மக்களைக் கசக்கிடும்
பதுக்கலைப் பிடிக்க வந்த டி.டி.கே.
(டி.டி.கிருஷ்ணமாச்சாரி)
ஹலோ... ஹலோ...
கம்அவுட் ஸீ அண்ட் ஸே
சிக்கலைக் களைந்தெடுக்க
வக்கில்லாது ஆட்சி செய்யும் சி.எஸ்.ஸே
(சி.சுப்ரமணியம்)
ஹலோ... ஹலோ...
கம்அவுட் ஸீ அண்ட் ஸே
சுப்ரமண்யம் சோறு வேணும்...
சுப்ரமண்யம் சோறு வேணும்
கங்கையும் காவிரியும் பாய்ந்து செழிக்கும் -நல்
இந்திய நாட்டினிலே
திங்கிற சோத்துக்கு டிங்கியடிக்குது
உங்களின் ஆட்சியிலே
மூணு திட்டம் முடிஞ்சுப்போச்சு
முதுகெலும்பு ஒடஞ்சுப்போச்சு
கொடி உயர்த்துவோம்...
சுப்ரமண்யம் சோறு வேணும்...
சுப்ரமண்யம் சோறு வேணும்

என்ன மாதிரி பாட்டு பாருங்க.

அரசியல் பிரச்சனய ரொம்ப எளிமையா மக்களுக்கு பழக்கப்பட்ட ட்யூன்ல குடுத்து பின்னியெடுத்தார் பாவலர்.

இந்தப் பாட்டுக்கு பேக்ரவுண்ட் மியூஸிக்க தத்ரூபமா வாசிச்சார் ராஜாண்ணன்.

ராஜா... நீ 'கிரேட்'யா

ஒருநாள்...

திருச்சி பொன்மலையில் கச்சேரி. கச்சேரி மேடைக்குப் பக்கத்துலயே மெல்லிசை மன்னர் எம்.எஸ்.விஸ்வநாதனோட மாமனார் வீடு. அன்னைக்கி அந்த வீட்ல எம்.எஸ்.வி. தங்கியிருக்கார்னு கேள்விப்பட்டோம்.

'இந்தக் கச்சேரிய எம்.எஸ்.வி. கேப்பாரே'னு கை, கால் வெலவெலத்துப்போச்சு. ஆனாலும் வெளுத்துக்கட்டினோம். பாவலரண்ணன்தான் பாட்டெல்லாம் பாடுவார். அப்பப்ப அவருக்கு கொஞ்சம் ரெஸ்ட். அந்த கேப்ல அந்தச் சமயம் ஹிட்டான சினிமாப்

பாட்ட ஆர்மோனியத்துல வாசிக்கிற பழக்கம் உண்டு.

எம்.எஸ்.வி. மியூஸிக்ல ‘வெண்ணிற ஆடை’ படம் வந்த புதுசு. அந்தப் படத்துல ‘அம்மம்மா காற்று வந்து ஆடை தொட்டுப் பாடும்’னு ஒரு பாட்டு ரொம்ப ஹிட்டு. அந்தப் பாட்டுக்கு ஒத்த ஆளா பேக்ரவுண்ட் வாசிக்கிறது ரொம்ப கஷ்டம். ஆனாலும் பக்கத்து வீட்டுல எம்.எஸ்.வி. இருக்குறாரு... அவரு கேட்டு ரசிக்கணும்ங்கிற நெனப்புல ராஜாண்ணன் பிச்சிவாங்கிட்டாரு. அன்னைக்கி கச்சேரி முழுக்க கெடைக்கிற கேப்புலயெல்லாம் இந்தப் பாட்ட வாசிச்சோம். ஜனங்க ரொம்ப கை தட்டி ரசிச்சாங்க. கச்சேரி முடிஞ்சது.

எம்.எஸ்.வி.ய பாக்கப் போலாம்னு அந்த வீட்டுக்குப் போனோம். ஆனா ‘எம்.எஸ்.வி. படுத்து ரெஸ்ட் எடுக்குறாங்க’ன்னு சொல்லி யனுப்பிச்சிட்டாங்க. தங்குற எடத்துக்கு வந்தோம். இப்ப... ராஜாவப் பத்தி பேசுன மாதிரி அன்னைக்கி ராத்திரியெல்லாம் எம்.எஸ்.வி.ய பத்திதான் எங்க பேச்சு இருந்தது. நாங்க எப்பவும் பேசுற ஒரே ஆளு எம்.எஸ்.வி.தான். அவர்தான் எங்களுக்கு இசைஞானி. அவர்தான் எங்களுக்கு இசைக் கடவுள். அவர் காத்துலதான் நாங்க சுவாசிச்சிக்கிட்டு வாழ்ந்துக்கிட்டிருக்கோம்.

மறுநாள் காலையில எல்லாரும் ஊருக்கு கௌம்புனோம்.

அண்ணன்கள்லாம் “டேய் அமர், நாங்க முன்னாடி கௌம்புறோம். நீ எம்.எஸ்.வி.யோட மாமனார் வீட்டுக்குப் போயி எம்.எஸ்.வி.ய பார்த்து ‘நாங்க கச்சேரியில எப்படி வாசிச்சோம்’னு கேட்டுட்டு ஊருக்கு வந்து சேரு”னு சொல்லி பஸ்ஸுக்கு காசு குடுத்துட்டுப் போயிட்டாங்க.

என்ன பெரிய காசு... 5 ரூவா, பத்து ரூவா. ஆனாலும் அது அப்ப பெரிய தொகதான?

நான் பொன்மலைக்கு போனேன். எம்.எஸ்.வி. மாமனார் வீட்ல போய் அவரோட மாமனாரைப் பார்த்துப் பேசினேன்.

“தம்பி... ஏதோ அவசர வேலைன்னு சொல்லி காலைல ரொம்ப சீக்கிரமாவே அவரு கௌம்பிப் போயிட்டாரு”னு சொன்னார்.

எனக்கு ஏமாற்றமா இருந்துச்சி.

“ஆனா, ராத்திரி நீங்க வாசிச்சதக் கேட்டு ரொம்ப சந்தோஷப்பட்டாரு... நல்லா முழுமையா இருந்துச்சின்னு சொன்னாரு தம்பி”னு எம்.எஸ்.வி.யோட மாமனார் சொல்ல... எனக்கு சந்தோஷம்.

‘மூணே மூணு பேரு வாசிச்சது முழுமையா இருந்திச்சின்னு மெல்லிசை மன்னர் சொல்லியிருக்காரே’னு சந்தோஷத்துல மெதந்துக்கிட்டு ஊருக்கு கௌம்பினேன். அண்ணன்ககிட்டயும் சொன்னேன்.

இது எங்க வாழ்க்கைல மறக்க முடியாத சம்பவம்.

இப்ப அதே மாதிரி எங்க முன்னாடி வாசிச்சவங்ககிட்ட நாங்க மனசார பாராட்டுன மாதிரி எனக்கு ஞாபகமில்ல. குத்தங்கொற கண்டுபிடிச்சே நாள் ஓடிக்கிட்டிருக்கு.

14

ஊருக்குள் ஒரு வி.ஐ.பி!

பாரதிராஜாண்ணனோட மேட்டர பேசுவோமா...

நாங்க ஊர்ல இருக்கையில...

'மலேரியா ஒழிப்புத் திட்டம்'னு அரசாங்கம் எங்க ஏரியாவுல ஒரு கேம்ப் போட்டாங்க. விருதுநகர்க்காரரரான மதலைக்கனிங்கிறவர் எங்க ஊர்ல வந்து இந்த வேலயில ஜாயின் பண்ணினார். ஊரூராப் போயி காய்ச்ச வந்தவங்களுக்கு மருந்து தர்றது, பிளட்ட மாதிரி எடுத்து லேப்புக்கு அனுப்புறது அவரோட வேல. மதலக்கனி மாண்டலின் இசைக்கருவி வச்சிருந்தார். அத நல்லா வாசிப்பார்.

'அடடா... ஒரு மியூஸிஸியன் இருக்காரே'னு சந்தோஷப்பட்டு நாங்க அவர ஃப்ரெண்டு புடிச்சுக்கிட்டோம். அவரோட மாண்டலின் கருவிய எடுத்து நாங்களும் வாசிக்க ஆரம்பிச்சிட்டோம்.

அவரும் எங்களோட சேர்ந்து நல்லா ஊரச் சுத்துவார். ரொம்ப ஜாலியா

இருப்போம்.

இப்படி இருக்கும்போது ஒருநாள்... ரொம்ப பயந்த பாவனையில எங்ககிட்ட வந்தாரு.

'இனிமே நாம் முன்னமாதிரி ஊரச் சுத்துறதோ... அடிக்கடி சந்திச்சுக்கிறதோ கூடாது'னு சொன்னார்.

ஏன்னா...

'எனக்கு மேலதிகாரியா ஒரு இன்ஸ்பெக்டர போட்டிருக்காங்க. அந்த இன்ஸ்பெக்டரும் நம்ம ஊர்லதான் (பண்ணைப்புரத்துல) தங்கப் போறாரு. நான் ஒங்களோட சுத்திக்கிட்டிருக்கது தெரிஞ்சா மேலதிகாரிக்கு எழுதிப்போட்டு, என்னோட சீட்டக் கிழிச்சிடுவாரு இன்ஸ்பெக்டர்'னு ரொம்ப சோகமா சொன்னாரு மதலைக்கனி.

'அவ்வளவு ஸ்ரிக்ட்டான இன்ஸ்பெக்டரா? அவரு எப்ப வருவாரு? அவரப் பாக்கணுமே'ங்கிற ஆர்வம் எங்களுக்கும் வந்திருச்சு.

இன்ஸ்பெக்டர் ஊருக்கு வர்ற நாளும் வந்துச்சு.

பஸ் ஸ்டாண்ட்ல போய் நிற்கிறோம். எங்க ஊரு பஸ் ஸ்டாண்டுக்குப் பேரு ஆத்திமரம். அந்த மரம் ரொம்பப் பெருசா, அகலமா வளர்ந்து நிக்கும். சுத்தி கருங்கல்லுல மேட போட்டிருப்பாங்க. ஊர்ல வேல வெட்டி இல்லாத பெருசுங்க, எளசுங்கள்லாம் அந்த மேடயில ஒக்கார்ந்து சிலபேரு சீட்டு வெளையாடுவாங்க. அடிக்கிற காத்துல கால நீட்டி சிலபேரு தூங்குவாங்க. அது வேல வெட்டி இல்லாதவங்களோட எடமாத்தான் இருந்துச்சு.

எங்க கண்ணுகள கேமராவாக்கி நல்லா ஜூம் போட்டு பார்த்தோம். தூரத்துல தேனியில இருந்து தேவாரம் போற பஸ் வந்தது. மதலைக்கனிய மட்டும் விட்டுட்டு நாங்கள்லாம் கொஞ்சம் தூர போய் நின்னோம்.

பஸ் வந்து நின்னது.

நிறையப்பேரு எறங்குனாங்க. ஒருத்தர் மட்டும் சட்டய பேண்ட்டுக்குள்ள இன் பண்ணி, பெல்ட்டு போட்டு, ஷூ போட்டுக்கிட்டு, கூலிங் கிளாஸ் சகிதமா எறங்கினார். தோள்ல ஒரு பேக்கும், கைல ஒரு பெட்டியுமா... ரொம்பத் தோரணையாத்தான் இருந்தாரு.

'பதினாறு வயதினிலே' படத்துல வர்ற டாக்டர் மாதிரி எறங்கி நின்னு லுக்கு விட்டார்.

'என்னடா ஊரு இது? என்னடா தெரு இது?' னு அவரோட பாய்ண்ட் ஆஃப் வியூல அவருக்குத் தோணியிருக்கும்.

(அந்த இன்ஸ்பெக்டரோட சொந்த ஊரான அல்லி நகரமும் அப்ப அப்படித்தான் இருந்துச்சு)

இன்ஸ்பெக்டருக்கு போலீஸ்காரர் மாதிரி ஓங்கி ஒரு சல்யூட்

போட்ட மதலைக்கனி, அவரோட கைல இருந்த பெட்டிய வாங்கிக்கிட்டாரு.

எங்கள ஒரு பார்வ பார்த்துட்டு கம்பீரமா நடந்து போனாரு இன்ஸ்பெக்டர்.

நாங்க கொஞ்சம் கேப் விட்டு பின்னாலயே போனோம்.

எங்க ஊர் வடிவேல் கவுண்டர் வீட்டை ஒட்டி, ஒரு சின்ன எடம்... பொட்டிக்கட மாதிரி. அதுல அவர தங்கவச்சாங்க.

எங்க ஊர்லயே ரொம்ப ஃபேமஸான ராயர் ஓட்டல்ல சாப்பாடு, டிஃபன்லாம் ரொம்ப நல்லா இருக்கும். இன்ஸ்பெக்டர் அங்கதான் சாப்பிடுவார். அப்படி சாப்பிட வரும்போதுதான்... அவர்கிட்ட பாஸ்கரண்ணனையும், ராஜாண்ணனையும், என்னையும் அறிமுகப்படுத்தி வச்சாரு மதலைக்கனி.

இப்படித்தான் எங்களுக்கு முதன்முதலா அறிமுகமானார் இன்ஸ்பெக்டர் என்கிற.. பால்பாண்டி என்கிற சின்னச்சாமி என்கிற... விஸ்வபாரதி என்கிற... பாரதிராஜாண்ணன்.

ஒவ்வொருநாளும் சாயங்காலத்துல எங்க வீட்ல நாங்க மியூஸிக் பண்ணி, பாடிப் பழகுறது வழக்கம்.

இந்தப் பாட்டுச் சத்தத்த கேட்டு 'என்ன ஏது'னு விசாரிச்சுக்கிட்டே எங்க வீட்டுக்கு வந்துட்டாரு இன்ஸ்பெக்டர்.

பாஸ்கரண்ணனும், ராஜாண்ணனும் வாசிச்சுக்கிட்டிருக்க... நானும், பாவலரண்ணனும் பாடிக்கிட்டிருந்தோம். அதப் பார்த்திட்டு 'ஓஹோ... இந்தக் குடும்பமே சங்கீத குடும்பமோ'னு சொல்லி எங்களோட பழக ஆரம்பிச்சார்.

நட்பு சீக்கிரமே நெருக்கமாச்சு. 'சார்... சார்'னு கூப்பிடுறது போய்... 'வாய்யா... போய்யா'னு பாஸ்கர் -ராஜா -சின்னச்சாமி... மூணுபேரும் பேசிக்க ஆரம்பிச்சிட்டாங்க.

இன்ஸ்பெக்டர் தன்னோட வேலயிலயும் ரொம்பக் கவனமாத்தான் இருந்தார்.

காய்ச்சல் இருக்கவங்கள, அவங்களோட வீட்லபோய் பார்த்து செக்பண்ணி, அவங்களோட கையை நீட்டச் சொல்லி நுனி விரல்ல ஒரு ஊசிய வச்சு படக்குனு குத்தி, அந்த ரத்தத்த ஒரு கண்ணாடி ஸ்லைடுல எடுப்பாங்க. அந்த ஸ்லைடு காய்ஞ்சதும் பேரு, விபரத்தோட மொத்தமா சேர்த்து, திண்டுக்கல்ல இருக்குற லேப்புக்கு அனுப்பி வைப்பாங்க. அங்க டெஸ்ட் பண்ணி, ரிசல்ட்டு சொல்வாங்க. அதுல மலேரியா இருக்குனு தெரிஞ்சா அதுக்கு மருந்து மாத்திரை குடுக்கணும்.

இன்ஸ்பெக்டர் இந்த வேலயயும் செய்வார். அதோட உதவியாளர் இந்த வேலய ஒழுங்கா செய்றாரானு செக்பண்ணி... உதவியாளர் ட்ரீட்மெண்ட் குடுத்த வீட்லபோய், சுவத்துல கரித்துண்டால கையெழுத்துப் போடணும். எல்லாம் சரியா நடக்குதுங்கிறதுக்கு

அடையாளம்தான் இந்த கரித்துண்டு கணக்கு.

இதுல நம்ம இன்ஸ்பெக்டருக்கு சில சங்கட்டமும் நடந்திருக்கு.

பண்ணபுரத்துக்குப் பக்கத்துல கரியணம்பட்டி அப்படிங்கிற ஊர்ல...

புதுசா கல்யாணமான ஒரு புருஷன்-பொண்டாட்டி.

புதுப்பொண்ணுக்கு ஒடம்பு சரியில்ல.

தகவல் கிடைச்சு... அந்த வீட்டுக்குப் போனார் இன்ஸ்பெக்டர்.

'என்னம்மா செய்யுது? காய்ச்சலடிக்குதா? கவலப்படாதம்மா... சரி பண்ணிரலாம். மலேரியாவாகூட இருக்கலாம். அதுக்காக கவலப்படாதம்மா'னு சொல்லி அந்தப் பொண்ணோட இடது கை ஆட்காட்டி விரல நீட்டச் சொல்லி அதுல ஊசியால குத்தி ரத்தத் துளிய கண்ணாடித் துண்டுல எடுத்துக்கிட்டு கிளம்பினார்.

தூரத்துல இருந்து இதைப் பார்த்துக்கிட்டிருந்த புருஷன்காரன்... வீட்டுக்கு வந்து பொண்டாட்டிகிட்ட சந்தேகத்துல சண்டைக்கிப் போயிட்டான்.

'வந்துட்டுப் போனது எவண்டீ? யார்ரீ அவன்? எதுக்கு ஒங்கையப் புடிச்சான்?'னு கொடச்சலக் குடுக்க... காய்ச்சக்காரப் புள்ளயால பேச முடியல.

அதுக்குள்ள... சத்தம் கேட்டு இன்ஸ்பெக்டரே வந்துட்டாரு.

'ஏய்... நான் மலேரியா இன்ஸ்பெக்டரப்பா'

'என்னோட வீட்ல ஒங்களுக்கென்னாங்க சோலி?' னு புருஷன்காரன் கேட்க...

அவனுக்கு முழு விவரத்தையும் விளக்கிச் சொல்றதுக்குள்ள இன்ஸ்பெக்டருக்கு பெரிய போராட்டமாகிப் போச்சு.

ஒருநாள்... பக்கத்துல பல்லவராயன்பட்டிக்கு வாடகை சைக்கிளை எடுத்துக்கிட்டு செக்கிங் போனாரு இன்ஸ்பெக்டர். அவரோட பெட்டிய தூக்கிக்கிட்டு நான் பின்னால போனேன்.

ஒரு வீட்ல செக் பண்ணி, கரிக்கோடு போடுறப்போ... அந்த வீட்லயிருந்த வயசான அம்மா பார்த்துருச்சு.

'ஏண்டா... நீதானா அந்தப் படுபாவி? என் வீட்ல என்னிக்கி கரிக்கோடு போட்டியோ... அன்னைலருந்து என் வீட்ல தரித்திரம் பிடிச்சுப் போச்சு' என சண்டைக்கி வர... (ஊரில் கரிக்கோடு போட்டு விளையாடினால் கூட பெரியவர்கள் 'ஆகாது' என திட்டுவார்கள்). அந்தம்மாவ சமாதானப்படுத்துறதுக்குள்ள இன்ஸ்பெக்டருக்கு போதும்... போதும்னு ஆகிப்போச்சு.

பாரதிராஜாண்ணன் நாடகம்... சீரியஸ் க்ளைமாக்ஸ்... சிரிப்பாய் சிரிக்க வைத்த பாஸ்கரண்ணன்.

15
'வில்லன்' பாரதிராஜா!

எங்க ஊர்ல இருக்க வீடுகள்ல அப்பவெல்லாம் கழிவறை கிடையாது. பெரிய பெரிய வீடுகள்ல கூட பின்பக்கத்துல குளிக்கிற எடம் மட்டும் தான் இருக்கும். மத்ததுக்கெல்லாம் வெளியதான் போகணும். எங்க ஊருக்கு மேற்க... வீரான் தோப்பு... அதுதான் பொம்பளயாளுக 'ஓரம்' போற எடம். ஆம்பளயாளுங்க ஒதுங்கிற எடம்னா... ஊருக்கு கெழக்க, பல்லவராயன்பட்டிக்கி போற வழியில இருக்க ஓடப்பக்கம்தான் போய் ஆகணும்.

காடு, கழனிக்கி தண்ணி பாய்ச்ச... யாராவது பம்புசெட்டு போட்டா அங்க போய் குளிப்போம். பம்பு செட்டு போடாதப்ப... கெணத்துல எறங்கி குளிப்போம். (நீங்க தாராளமா எங்கள நம்பலாம்... நாங்கள்லாம் தெனமும் குளிக்கிற ஆளுகதான்.)

இன்ஸ்பெக்டர் சின்னச்சாமி (பாரதிராஜாண்ணன்), பாஸ்கரண்ணன், ராஜாண்ணன்... கெணத்துல நீச்ச லடிச்சுக் குளிப்பாங்க. அழுக்குத் துணியவெல்லாம் எடுத்திட்டுப் போயி கெணத்தடியில துவச்சுக் கொண்டாருவோம்.

நான் அப்ப பள்ளிக்கூடத்துல படிச்சுக்கிட்டிருந்தேன். 'தமிழ்த் தென்றல்'னு ஒரு கையெழுத்துப் பத்திரிகை நடத்தினேன். ரெண்டு கார்பன் வச்சு எழுதி, மூணு புத்தகமா ரெடி பண்ணி மூணு ஸ்கூலுக்கு கொடுப்பேன். ஸ்கூல்ல இருக்கிற மாணவ-மாணவிகள் எழுதுற சின்னச் சின்ன விஷயங்களோட, எங்களுக்குப் பிடிச்ச படம், பாட்டு... இதுபத்தியெல்லாம் அதுல இருக்கும்.

சின்னச்சாமி ரொம்ப நல்லா படம் வரைவார். "சார்... இந்தப் பத்திரிகைக்கி அட்டப் படம் வரஞ்சு குடுங்க"னு அவர கெஞ்சிக் கேட்பேன். அவரும் விதவிதமா வரஞ்சு தந்து, என்னோட ஆர்வத்தப் பாராட்டுவார்.

ஊர்ல என்னோட படிச்சுக்கிட்டிருந்த மாணவ-மாணவிகளை யெல்லாம் ஒண்ணு சேர்த்து 'மாணவர் சங்கம்' ஆரம்பிச்சேன். அந்தக் கூட்டத்துக்கு தலம தாங்க சின்னச்சாமியும் வந்திருக்கார்.

"சங்க கூட்டத்துக்கு தலம தாங்க பெரிய இன்ஸ்பெக்டர் வர்றாரு. அவர பூ குடுத்து வரவேற்கணும். அதனால எல்லாரும் பூ கொண்டு வாங்க"னு சொல்லீருந்தேன். அவங்கவங்க தங்களுக்கு கிடைச்ச காட்டுப்பூ, தோட்டத்துப் பூவையெல்லாம் கொண்டுவந்தாங்க. இன்ஸ்பெக்டர் வந்து உட்கார்ந்ததும், ஒவ்வொருத்தரா வரிசையில வந்து அவருக்கு பூ கொடுத்தோம்.

(இந்த விஷயத்த இப்பக்கூட என்கிட்டச் சொல்லி மனசார பாராட்டுவார் பாரதிராஜாண்ணன்)

கலை ஆர்வம்தான் சின்னச்சாமியையும், எங்களையும் நெருங்க வச்சது.

அவரோட சொந்த ஊரான அல்லி நகரத்துல நாடகம் போட்டு நடிச்ச அனுபவத்தையெல்லாம் எங்ககிட்ட சொல்வார். நாங்க எல்லாருமே சேர்ந்து ஒரு நாடகம் போடுறதுக்கான சந்தர்ப்பத்த எதிர்பார்த்துக் காத்துக்கிட்டிருந்தோம்.

நடிப்பு, எழுத்து... இந்த ரெண்டுலயும் பெரிய லெவல்ல வரணும்கிற ஆர்வம் அப்பவே சின்னச்சாமிகிட்ட நிறைய இருந்துச்சு. அதுல முக்கியம்... பெரிய நடிகராகணும்கிறதுதான்.

'வீரபாண்டிய கட்டபொம்மன்' படத்துல நடிகர்திலகம் சிவாஜி பேசுற 'கிஸ்தி, திரை, வட்டி' வசனத்தை கம்பீரமா பேசி நடிச்சுக் காட்டுவார். அப்படி அவர் நடிக்கும்போது ரொம்ப பிரமாண்டமா இருக்கும். நாங்கள்லாம் 'ஆ'னு மெய்மறந்து பார்த்துக்கிட்டிருப்போம்.

தேனியிலருந்து போடிக்கி போற வழியில பழனிச்

செட்டிபட்டிங்கிற ஊர்ல சவுடம்மா கோயில் திருவிழா வருசா வருசம் நடக்கும். அங்க ஒரு ஆளப் புடிச்சி, திருவிழால நாடகம் போட அனுமதி வாங்கிட்டாரு சின்னச்சாமி.

அப்பவெல்லாம் நாடகத்துல பிரபலமான சினிமா பாட்டுக்களப் பாடுறதுதான் வழக்கம்.

எனக்கு இதுல உடன்பாடு கிடையாது. கதைய புதுசா எழுதுற மாதிரி... பாட்டையும் நாடகத்துக்குனு எழுதி, இசையமைக்கணும்னு நினைச்சேன்.

எங்க பாவலரண்ணன் எழுதுறத பார்த்துப் பார்த்து எனக்கும் பாட்டெழுதுறதுல அப்பவே ரொம்ப ஆர்வம்.

எங்க ஊருக்கு ஒதுக்குப்புறமா ஒரு பெரிய ஆலமரம் இருக்கும். அந்த ஒத்த ஆலமரத்துல நெறையப் பேரு தூக்குமாட்டி செத்துருக்காங்க. அதனால 'அந்த மரத்துப் பக்கம் போகக்கூடாது'னு சொல்வாங்க. ஆனா பாட்டெழுதுற என்னோட ஆர்வம் தனிமய

விரும்பி ஆட்டோமேட்டிக்கா அந்த ஆலமரத்துக்குப் போச்சு.

அந்த மரத்து மேல ஏறினா... ரெண்டு கை அகலத்துக்கு படுக்கை மாதிரி வசதியோட ஒரு கிளை இருக்கும். அதுல ஏறிப் படுத்துக்கிட்டு நெறய பாட்டுக்கள எழுதியிருக்கேன்.

சவுடம்மா கோயில் திருவிழால நாங்க நாடகம் போடுறது உறுதியாயிருச்சு. அதுல நான் எழுதுன பாட்டு வரணும்கிறதுல நானும் உறுதியா இருந்தேன்.

"நாம எதுக்கு சினிமாப் பாட்டப் போடணும்? சொந்தமா பாட்டெழுதி சேர்ப்போம்"னு சொன்னேன். நாடக டைரக்டரும், நடிகருமான சின்னச்சாமி சம்மதிச்சார். அவர் சொன்ன சிச்சுவேஷனுக்கு நான் எழுதின பாட்டு...

வெண்ணிலவின் காவலிலே கங்கை நதி ஓடும்
கங்கை நதி ஓரத்திலே கண்ணன் மனம் வாடும்
காவியத்து பேரழகி... கானகத்து மானழகி...

...இப்படி நான் எழுதிக்குடுத்த பாட்டுக்கு ராஜாண்ணன் மியூஸிக் பண்ணிக்குடுத்து அத நாடகத்துல அரங்கேத்துனதுல எனக்கு ரொம்பவே சந்தோஷம்.

நாடக மேதை சங்கரதாஸ் சுவாமிகளுக்கு அப்புறம் நாடகத்துக்காக புதுசா பாட்டெழுதுனது நாங்கதான். அந்த நாடகத்துல 'பாடல்-அமர், இசை-ராஜா'னு ஸ்லைடு போட்டது இப்பவும் நல்லா ஞாபகத்துல இருக்கு.

நாடகத்துல ஸ்கீரின்ல ஸ்லைடு போடுறத முதல்ல செஞ்சது பாவலரண்ணந்தான். எங்க ஊர்ல மாரியம்மன் கோயில் திருவிழாவுல பாவலர் போட்ட நாடகத்துல எங்களோட சொந்தப் பாட்டுதான் இடம் பிடிச்சது.

பாவலர், கச்சேரிகள் பண்றதோட பெரிய பெரிய நாடகங்களும் போட்டிருக்காரு. (டைரக்டர் ஆர்.வி.உதயகுமாரோட மாமனார்) கணேசன் நாரதராகவும், பாவலர் சித்ரகுப்தனாவும் நடிச்சிருக்காங்க.

மதுரையில கம்யூனிஸ்ட் கட்சி மாநாட்டுல அடக்குமுறையால உயிர்விட்ட கட்சி தியாகிகள் ரெண்டுபேரை பெருமைப்படுத்த 'மாரி மணவாளன்'ங்கிற நாடகத்த பாவலர் போட்டாரு. அதுக்கு நாங்கதான் மியூஸிக்.

அடுத்து சின்னச்சாமி வில்லனா நடிச்சி ஒரு நாடகம் போட்டார். நாங்கதான் மியூஸிக்.

எங்க பாஸ்கரண்ணாவுக்கு நடிப்பு மேல ரொம்ப ஆர்வம். "ஏண்டா... நீ போடுற நாடகத்துல எனக்கு வேஷமில்லையா?"னு கேட்டார்.

"நீதான் மியூஸிக் பண்றியே?"

"இருந்தா என்ன? நானும் நடிக்கிறேன்"னு சொல்ல... அவருக்கும்

வேஷம் கொடுத்தாரு சின்னச்சாமி.

கதைப்படி... பணக்கார அப்பாவுக்கு மூத்தபிள்ளை நல்லவன், சின்னவன் கெட்டவன்.

"சொத்தெல்லாம் ஒரு பத்திரத்துல என் பேருக்கு எழுதிக்குடு"னு சின்னச்சாமி மிரட்ட... அப்பா மறுக்க... இந்தத் தகராறுல அப்பாவ சுட்டுக் கொன்னுடுவார் சின்னச்சாமி.

"இப்படி அநியாயமா கொன்னுட்டானேப்பா"னு நல்ல மகன் அதிர்ச்சியடையணும். இந்த ஸீன்ல போலீஸ் வேஷம் போட்ட பாஸ்கரண்ணன் வரணும்.

போலீஸ் வந்து வழக்கமான ஃபார்மாலிட்டிஸ் பண்ணணும். அதனால் பாஸ்கர்கிட்ட என்ன மாதிரி நடிக்கணும்கிறத சின்னச்சாமி வெளக்கமா சொல்லல.

மியூஸிக் பீட்ல இருந்த பாஸ்கர்கிட்ட "நீ இந்த ஸீன்ல வரணும்"னு மட்டும் சின்னச்சாமி சொல்லீட்டார்.

அந்த ஒரு ஸீன்லயே முழுத்திறமையவும் காட்டணும்னு பாஸ்கரண்ணன் கங்கணம் கட்டீட்டார்.

சின்னச்சாமி அப்பாவ சுட்டதுமே... பாஸ்கர் பின்னாலேயே போய் சின்னச்சாமிய கெட்டியா பின்வாக்குல இறுக்கிப் புடிச்சுக்கிட்டார்.

"டேய்... கதைப்படி நீ என்னய பிடிக்கக்கூடாதுடா... விடுறா"னு சின்னச்சாமி கத்த...

"அடப்பாவி... பெத்த அப்பனையே சுட்டுட்டியே... அப்பன என்ன அப்பளம்னு நெனச்சியா?" னு சொந்த டயலாக்க வேற அள்ளிவிடுறாரு பாஸ்கரண்ணன்.

"எப்படிடா... இந்த ஸீன முடிக்கப் போறாங்க?"னு எல்லாருக்கும் பதட்டம்.

பொறுமையிழந்த சின்னச்சாமி, 'யேய்'னு பலம் கொண்ட மட்டும் தன் முதுகுல தொத்தி யிருந்த பாஸ்கர இழுத்து கீழ போட்டுட்டு... மேடைக்கி உள்புறம் ஓடி... திரை மறைவுல நின்னுக்கிட்டு "டேய் உள்ள வந்து தொலடா"னு கூப்பிட்டார்.

க்ளைமாக்ஸ் இல்லாமலே நாடகம் முடுஞ்சுப் போச்சு.

அப்பாவ சுட்டுட்டு ஓடுன சின்னச்சாமிய பாஸ்கர் தேடிப் பிடிச்சு அரெஸ்ட் பண்ணணும். இதுதான் கதையில இருந்தது. இந்த ஸீன் சிக்கலாகி சிரிப்பா சிரிச்சுப்போச்சு.

டிக்கெட் எடுக்காம சினிமாப் படம். செக்கிங்கில் சிக்கிய பாரதிராஜா... பாஸ்கர்.

16
ஓசி சினிமா - திடீர் செக்கிங்!

மலேரியா இன்ஸ்பெக்டர் சின்னச்சாமி (பாரதிராஜாண்ணன்), பாஸ்கரண்ணன், ராஜாண்ணன்.. மூணுபேரும் உத்தமபாளையம் முல்லை ஆத்துல குளிக்கப் போனாங்கன்னா... சாமானியமா கரையேற மாட்டாங்க. தண்ணிக்குள்ளயே கெடப்பாங்க. இப்படி தண்ணியிலயே ராஜாவும், பாஸ்கரும் ரொம்ப நேரம் கெடந்துட்டு வந்தது பாவலரண்ணனுக்குத் தெரிஞ்சா பிரம்பெடுத்து வெளாசிடுவாருனு தெரியும். உடம்பு, தலையெல்லாம் ரொம்ப நேரம் தண்ணியில கெடந்தா வறண்டு போயிரும்ல. அது தெரியாம இருக்கிறதுக்காக நான் தேங்கா எண்ணய எடுத்து அவங்க பார்வையில படுற மாதிரி வச்சிடுவேன். வறண்டு போனது தெரியாம இருக்க... தேங்கா எண்ணய பூசிக்கிடுவாங்க.

(ம்.... அப்படி ஒண்ணாத் திரிஞ்ச

அந்தக்காலம் இனிமே வருமா?)

அப்ப அடிச்ச கூத்தெல்லாம் இப்பவும் எனக்கு ஞாபகத்துல இருக்கு.

பண்ணைப்புரம் ராஜ்கமால் தியேட்டர்ல... பெரியண்ணனோட ஃப்ரெண்டு சுடலைங்கிறவரு டிக்கெட் கிழிக்கிற வேலை பார்த்தாரு. அவரு மூலமா நாங்க பல தடவ ஓசியா படம் பார்த்திருக்கோம்.

அந்தச் சமயம் 'கைராசி' படம் போட்டிருந்தாங்க.

'வாப்பா... இன்ஸ்பெக்டரு. நாம இன்னைக்கி படம் பார்க்கப் போலாம். ஃபுல்லா என்னோட செலவுதான்'னு சொல்லி சின்னச்சாமிய கூட்டிக்கிட்டுப் போனாரு பாஸ்கரண்ணன்.

தியேட்டருக்குப் போனாங்க. டிக்கெட் எடுக்குற கவுண்ட்டர் பக்கம் போகாம... டிக்கெட் கிழிக்கிற எடத்துக்கு கூட்டிட்டுப் போனாரு பாஸ்கர்.

"ஏய்... என்னப்பா... இங்க கூட்டிக்கிட்டு வந்திருக்க? டிக்கெட் எடுக்க வேணாமா?"

"என்னாது... டிக்கெட்டு எடுக்கணுமா? யேய்... இது நம்ம தியேட்டர் மாதிரி. இங்க வேல செய்றவங்க எல்லாரும் நமக்கு வேண்டியவங்க மாதிரி. நீ பேசாம வா"

"இப்பல்லாம் டிக்கெட்டு எடுக்காமப் போறது எனக்கென்னமோ மரியாதக் கொறைச்சலா தெரியுது. சுத்துப்பட்டு கிராமத்துக்கெல்லாம் தெரிஞ்ச மலேரியா இன்ஸ்பெக்டர் நான். டிக்கெட் எடுக்காம ஓசியில படம் பார்க்கப் போனா... நல்லாருக்காது"

"நாம டிக்கெட்டு எடுத்திருக்கமா... இல்லியாங்கிறது டிக்கெட்டு கிழிக்கிறவருக்கு மட்டும்தான் தெரியும். அதனால ஒண்ணுமில்லப்பா... நீ தைரியமா என்கூட வா"னு சின்னச்சாமிய கூட்டிக்கிட்டுப் போனாரு பாஸ்கரண்ணன்.

இவங்களைப் பார்த்ததும் 'வாங்கப்பா... போங்க உள்ள'னு அனுப்பிட்டாரு சுடலை.

உள்ள பெஞ்ச் டிக்கெட்டு கிழிக்கிறவரும் பாஸ்கருக்கு ஃப்ரெண்டா இருந்ததால... 'பெஞ்ச்ல ஒக்காருங்க' என அனுப்பி விட்டார்.

படம் ஓடிக்கிட்டிருக்கு...

டிக்கெட்டு எடுக்காம படம் பார்க்கிறதால சின்னச்சாமிக்கு மனசே சரியில்ல.

'அன்புள்ள அத்தான் வணக்கம்'ங்கிற பாட்டு ஸ்கிரீன்ல ஓடிக்கிட்டிருக்கும்போது....

வெளியில ஆர்.டி.ஓ. ஆபீஸ் ஜீப் வந்து நிக்குது.

'தியேட்டர்கள்ல டிக்கெட்டு ஒழுங்கா குடுக்குறாங்களா? அதுக்கான வரியெல்லாம் தியேட்டர்காரங்க கட்றாங்களா?'னு செக்

ராஜாண்ணனும்
பாரதிராஜாண்ணனும்

பண்றதுக்காக ஆர்.டி.ஓ. ஆபீஸ் அதிகாரிங்க திடீர்னு தியேட்டர்கள்ல செக்கிங் வர்றது வழக்கம். இந்த தியேட்டருக்கு இதுக்கு முன்ன இப்படி ரெய்டு வந்ததில்ல.

சின்னச்சாமி மனசுல உறுத்தல் இருந்த மாதிரியே... அதுக்குன்னே நடக்குற மாதிரியே... அதிகாரிகள் உள்ள நுழைஞ்சிட்டாங்க.

'சிக்கிட்டம்டா'னு நெனச்ச சின்னச்சாமி சன்னமான குரல்ல "ஏண்டா... டிக்கெட்டு எடுக்காம படம் பார்க்க வேணாம்னு சொன்னேன். கேட்டியா? கட்டாயப்படுத்தி கூட்டிவந்து ஒக்கார வச்சிருக்க. ஏலேய்... நான் ஒரு கவருமெண்ட்டு எம்ப்ளாயி. வந்திருக்கவங்களும் கவருமெண்ட்டு எம்ப்ளாயி. புடிச்சி ரிப்போர்ட் எழுதுனாங்கன்னா... என் ஸீட்டு கிழிஞ்சிரும். ஏண்டா இப்படி பண்ணுன? ஒங்கூட வந்ததே தப்பாப் போச்சு"னு சொல்ல...

செக்கிங் வந்தவங்க... இருட்ல டார்ச் லைட் அடிச்சி... டிக்கெட்டுகள வாங்கி செக் பண்ணிக்கிட்டே வந்தாங்க.

"கொஞ்சம் பொறு சின்னச்சாமி... நீ நாடகமெல்லாம் போடுற

டைரக்டர்தான. இப்ப இந்த சிச்சுவேஷனுக்கு தகுந்த மாதிரி நடி. நான் சொல்ற டயலாக்க ஃபாலோ பண்ணிக்க''னு சொல்லிட்டு பெஞ்சிலருந்து எழுந்தாரு பாஸ்கர்.

"இதோ... பாருங்க... எல்லாரும் அவங்கவங்க டிக்கெட்ட எடுத்து கைல வச்சுக்கங்க. செக்கிங் நடக்குது. யாரும் எங்கள ஏமாத்த முடியாது" னு கூட்டத்தப் பார்த்து கத்திச் சொல்ல...

மக்கள் மத்தியில ஒரு கசமுசா... சலசலப்பு.

சிலபேர் எந்திருச்சு நிக்க ஆரம்பிச்சாங்க. 'யோவ்... படம் மறைக்கிதுய்யா... ஒக்காருங்க'னு சில பேர் கத்துறாங்க...

''யாரும் எந்திரிக்காதீக. ஆனா... செக்கிங் நடக்குது பார்த்துக்கங்க"னு பாஸ்கர் குழப்பிவிட....

ஜனங்க மொத்தமா எந்திரிச்சாங்க. படத்தை நிறுத்திட்டு லைட்டப் போட்டாரு ஆபரேட்டர்.

இந்தச் சந்தடியில... பாஸ்கரும், சின்னச்சாமியும் நைஸா பெஞ்ச்லருந்து எறங்கி... தரை டிக்கெட்டுப் பகுதிக்குள்ள தாவிட்டாங்க.

'யாரும் எங்கள ஏமாத்த முடியாது... ஆமா...'னு சவுண்டு விட்டுக்கிட்டே, சமாளிச்சு... தியேட்டர விட்டு வெளியில வந்திட்டாங்க.

இப்படியெல்லாம் கூத்து நடந்திருக்கு.

(இப்பவும்கூட நாங்கள்லாம் ஓசிச் சினிமாதான் பார்க்குறோம். அப்போ ஜனங்களோட ஜனங்களா பார்த்தோம். இப்போ... குடும்பத்தோட போயி பிரீமியர் ஷோ, ஸ்பெஷல் ஷோ பார்க்குறோம்.)

ஒவ்வொரு நாளும் சாயங்காலம் ஆகிருச்சுன்னா போதும்... சின்னச்சாமி, பாஸ்கர், ராஜா... மூணுபேரும் தளுக்கி மினிக்கிக்கிட்டு கௌம்புவாங்க.

எங்க போவாங்க?

எங்க ஊர்லருந்து கோம்பைங்கிற ஊருக்குப் போற வழியில... 'ஃபோக்ஸ் கல்லு'னு ஒரு கல்லு இருக்கும். (இப்பவும் இருக்கு)

மூணுபேரும் அதுல ஒக்கார்ந்துக்கிட்டு சிரிச்சி... சிரிச்சி பேசிக்கிட்டிருப்பாங்க. ஆனா... அவங்க அந்த நேரத்துல அங்ஙன ஒக்காந்து பேசுறதுக்கு ஒரு வயசுக் காரணம் இருக்கு.

கோம்பை, பண்ணப்புரம் ஹைஸ்கூல்லருந்து இளவட்டப் பொண்ணுங்க ஸ்கூல் விட்டு வீட்டுக்குப் போற நேரம் அது.

இப்ப மாதிரி அப்பவெல்லாம் சினிமா பாதிப்பு பொண்ணுங்ககிட்ட இல்ல. கிராமத்து ஸ்டைலுதான். கிராமத்து அழகுதான். ஆனா... சும்மா சைட் அடிக்கிறது மட்டும்தான் நடந்திருக்கு.. வேற எதுவும் நடக்குறதுக்கு சான்ஸ் இல்ல. நடந்தா... அருவா... கம்பெல்லாம் பேசுமே.

அதனால் மூணு பேரும் ஸைட் அடிச்சது... சும்மா... டைம்பாஸ் பண்றதுக்கான பட்டாணிக் கடல.

(இந்த விஷயத்த... இப்ப பாரதிராஜாண்ணனோ, ராஜாண்ணனோ இல்லனு சொல்லி மறுக்க முடியாது. நான் ஒருத்தன் சாட்சியா இருக்கன்ல... ஆமானு சொல்றதுக்கு.

இப்ப இத சொல்றதுனால அவங்களுக்கு களங்கம் ஒண்ணும் வந்துறப் போறதில்ல.

இளவட்ட வயசுல எல்லாருக்கும் இருக்கிற ஆசாபாசம்தான இவங்களுக்கும் இருந்துருக்கு. (எனக்கும்தான்) பாரதிராஜா, இளையராஜாங்கிற திறமைசாலிகள் தனியா பொறந்த தெய்வப்பிறவியில்லனு தெரிஞ்சுக்கிறதுக்காகத்தான் இதைச் சொல்றேன்)

ஊர்ல எங்களோட ஒண்ணுமண்னா சுத்திக்கிட்டிருந்த சின்னச்சாமிக்கி ஏதோ பொறி தட்டீருக்கு. எப்பப் பார்த்தாலும் ஏதோ யோசனையிலயே இருந்தாரு. மூஞ்சிய உம்முனே அவரு வச்சிருக்கிறதப் பார்த்தா ராஜாண்ணனும், பாஸ்கரண்ணனும் ‘என்னப்பா... என்னாச்சு? எப்பப் பார்த்தாலும் உம்முனே இருக்க. முன்னால ஒன்கிட்ட இருந்த கலகலப்பக் காணாமே?’னு விசாரிச்சாங்க.

“இல்லப்பா... இதே வாழ்க்கய எத்தன நாளாக்கித்தான் வாழ்றது? எங்க காய்ச்சல்? எவனுக்கு மலேரியானு தேடிக்கிட்டே திரியணுமா? நூத்திஅம்பது ரூவா சம்பளத்துக்கு ஓடி ஓடி வேல செய்யணுமா?” என பெருமூச்சு விட்டவர்... “இதுக்கு மேல இருக்குடா வாழ்க்கை”னு சொல்லி நிறுத்த... ராஜாண்ணனும், பாஸ்கரண்ணனும் சின்னச்சாமியவே பார்த்தாங்க.

எங்களோட நட்பில் விழுந்த இடைவேளை.

சின்னச்சாமி என்கிற பாரதிராஜாண்ணன்... மெட்ராஸுக்கு கிளம்பிய அந்தத் தருணம்.... இப்பவும் என் மனசை உருக்குது...

17
அம்மாவின் இசைக்குரல்!

"என்னப்பா... என்னாச்சு? முன்ன மாதிரி கலகலப்பு இல்லாம உம்முனு இருக்கியே என்னா விஷயம்?"னு மலேரியா இன்ஸ்பெக்டர் சின்னச்சாமி (என்கிற பாரதிராஜாண்ணன்)கிட்ட ராஜாண்ணனும், பாஸ்கரண்ணனும் விசாரிச்சாங்க.

"எங்க காய்ச்ச? எவனுக்கு காய்ச்ச?னு அலைஞ்சுக்கிட்டிருக்கது ஒரு வாழ்க்கையா? இதுக்கு மேல இருக்குடா ஒரு வாழ்க்க. எனக்குத் தெரிஞ்ச ஃப்ரெண்டு மெட்ராஸ்ல இருக்காப்ல. அவருக்கு சினிமா ஆட்களையெல்லாம் தெரியுமாம். 'நீ இங்க வந்துரு சின்னச்சாமி. தெரிஞ்சவங்கள காட்டிவிடுறேன். நீ ஒன்னோட தெறமய காட்டி பொழச்சுக்கோ'னு சொல்றாரு. அதான்... நானும் மெட்ராஸ் போயிடலாம்னு யோசிக்கிறேன்"னு சின்னச்சாமி சொன்னார்.

“யப்பா... நாம ஒண்ணுக்குள்ள ஒண்ணா இவ்வளவு நாளா வாழ்ந் துட்டோம். வெறும் கச்சேரியில வாசிச்சு... வாசிச்சு... கம்யூனிஸ்ட் கட்சி குடுக்கிற முப்பது ரூவாய்க்கு விழுந்து... விழுந்து ஒழைக்கிறோம். ‘இது போதும்டா நமக்கு. கஷ்டப்படுற மக்களுக்கு ஒரு வழி காட்டுறதுக்கு நமக்கு இந்த பாட்டும், இசையும் கெடச்சிருக்கு... இத விட்டுட்டு போகக்கூடாது’ங்கிற முடிவுல பாவலரண்ணன் இருக்காரு. நாங்க என்ன பண்றதுனு தெரியல. எங்கள கேட்காமலேயே கம்யூனிஸ்ட் கட்சியோட உண்டியலுக்குள்ள எங்களயும் போட்டுட்டாரு பாவலர்.

எங்களுக்கும் ஆசதான்... சினிமாவுல ஜெயிக்கணும்னு. என்ன பண்றது? நீ மெட்ராஸுக்குப் போயி ஒரு நல்ல நெலமைக்கி வந்துட்டயின்னா... நாங்களும் பொறப்பட்டு வந்திருவோம். நீ மெட்ராஸுக்கு போறதுல எங்களுக்கெல்லாம் ரொம்ப சந்தோஷந்தான். ஆனா... இம்புட்டு நாளா பழகிப்புட்டு... ஒன்னய விட்டு பிரிஞ்சிருக்கதுக்கு எங்களுக்கு ரொம்ப கஷ்டமாத்தான் இருக்கு”னு பாஸ்கரண்ணன் சொல்ல, ராஜாண்ணனும் ஃபீலிங் ஆனாரு.

அன்னிக்கி முழுக்க எங்க மனசெல்லாம் ரொம்ப சோகமயமாத்தான் இருந்திச்சு.

இன்ஸ்பெக்டருடனான நட்புல இடைவேள வரப்போறத நினைச்சு... அவரோட சேர்ந்து ராஜாண்ணனும், பாஸ்கரண்ணனும் அடிச்ச கூத்துகளா நான் அசை போட்டுக்கிட்டே இருந்தேன்.

சின்னச்சாமி தன்னோட இன்ஸ்பெக்டர் வேலய ரிஸைன் பண்ணீட்டாரு. அவரு ஊருக்குப் போற நேரமும் வந்துச்சு.

அவரு மொதமொத எங்க ஊருக்கு மலேரியா இன்ஸ்பெக்டர் வேலையில ஜாய்ண்ட் பண்ண வர்றப்ப... அத்திமரம் பஸ்ஸ்டாண்டுல... ‘பதினாறு வயதினிலே’ பட டாக்டர் மாதிரி வந்து எறங்குனார்னு சொன்னேனில்லையா... அந்த காட்சி இப்ப... அவரை வழியனுப்ப அதே அத்திமரம் பஸ்ஸ்டாண்டுல நிக்குற எங்க கண்ணு முன்னால தெரியுது.

பஸ்ஸுக்காக காத்திருக்கோம்.

ஒருத்தரோட ஒருத்தர் பேசிக்கல. உள்ளுக்குள்ள சோகம் பாரமா அழுத்துது.

தேனி போற பஸ் வந்தது.

பெட்டி படுக்கைகளோட பஸ்ல ஏறுறாரு சின்னச்சாமி.

அவரும் சரி... நாங்களும் சரி... வெடுச்சு அழுதுருவமோங்கிற தவிப்புல... உதட்ட கடிச்சுக்கிட்டு உள்ளுக்குள்ள விம்முறோம்.

‘இதயம் போகுதே...
எனையே பிரிந்தே...
காலையிளம் காற்று
பாடிவரும் பாட்டு
கேட்காதோ...’

என்
தந்தையும்
தாயும்

இந்த மாதிரியான ஒரு சிச்சுவேஷன்ல... அவருக்கு பிரியாவிடை கொடுக்குறோம்.

அதுவரைக்கும் நான், மலேரியா இன்ஸ்பெக்டர் சின்னச்சாமிய... அவர் ஒரு அரசு அதிகாரிங்கிறதால... 'சார்'னுதான் கூப்பிட்டுக்கிட்டிருந்தேன்.

அவரை ஏத்திக்கிட்டு பஸ் கிளம்புன அந்த நேரம்... 'அண்ணே'னு எனக்குள்ள நான் பதறிக் கூப்பிட்டேன்.

எங்க கண்லருந்து பஸ் மறயிற வரைக்கும் அந்த திசையிலயே பார்த்துக்கிட்டிருந்தோம்.

திரும்பிப் பார்த்தா... ஊரே வெறிச்சோடிப் போன மாதிரி... ஒரு ஃபீலிங்.

நைட்டு... தூக்கமே வரல.

மனசுல பலப்பல நெனப்பு ஓடுது. அப்பா... அம்மா... பாவலர்... போராட்ட வாழ்க்க... இப்படியெல்லாம் போராடி வாழ... தெம்பு இருக்குன்னா அதுக்கு... எங்க தாத்தாவோட தாத்தா பூலித்தேவன் படையில இருந்தது... இப்படி மனசுல ஓடுச்சு.

கங்காணி டேனியல் இராமசாமி....

எங்க அப்பா.

எங்க அப்பாவப்பத்தி எங்க அம்மா அடிக்கடி சொல்லுவாங்க...

'அவரு ஒரு சாம்ராஜ்யத்தயே கட்டி ஆண்டவரு'னு சொல்வாங்க.

உண்மைதான்... ஆண்டவர்தான்... இரக்கமான மனசு உள்ளவர்... அதே நேரத்துல ரொம்ப ஸ்டிரிக்ட்டா இருப்பாரு. எதுவுமே ரூல்டா இருக்கணும்னு கண்டிப்பு காட்டுறவர். எங்கப்பாவப் பார்த்து எல்லாரும் பயப்படுவாங்க. வீட்லயும் அப்படித்தான். அண்ணன்கள்கூட பயந்துக்கிட்டு இருப்பாங்க.

பண்ணப்புரத்தப் பொறுத்தவரைக்கும்... பணக்காரங்க மட்டும்தான் காரவீடு கட்டி வாழ்ந்திட்டு இருப்பாங்க. அடுத்த ஜாதிக்காரங்களும், மத்தவங்களும் காரவீடு கட்டி வாழ்ந்தா... 'ம்... அவனெல்லாம் காரவீடு கட்டி வாழ்ந்துக்கிட்டு இருக்கானா?'னு பொறாமையா பார்ப்பாங்க.

அப்படி இருந்த காலகட்டத்துல... அந்த பணக்காரங்களுக்கு ஈக்குவலா ஒரு காரவீடு கட்டி, அதுமேல ஜப்பான் பீங்கான்ல குமிழ் வச்சு... அழகுபடுத்தி... ராஜபோகமா வாழ்ந்தவருதான் எங்க அப்பா.

எங்கப்பா கட்டியிருந்த அந்த வீடு அருமையா இருக்கும். அந்த வீட்டோட டிஸைன்தான் ஞாபகம் இருக்கு. ஆனா... அந்த வீடு இல்ல. காணோம்.

காணோம்னா... காணோம்... அவ்வளவுதான்.

எங்க அப்பாவோட முன்னோர்கள் திருநெல்வேலிப் பக்கத்துல இருந்தவங்க. பூலித்தேவன் படையில பல படைக் குழுக்கள்

இருந்திருக்கு. அதுல ஒரு படைக் குழுவுக்கு தளபதியா எங்கப்பா வழி பாட்டனார் ஒருத்தர் இருந்ததா சொன்னாங்க.

அப்ப... மருதநாயகம் என்கிற யூசுப்கான் படையெடுத்து வந்தானாம். ரொம்பக் கொடுமையான அவன் எல்ல ஊர்களயும் வளச்சுப் புடுச்சு அடிச்சுக்கிட்டு வந்தானாம். அப்படி வந்த நேரத்துல பூலித்தேவனோட படைகள் எல்லாம் சிதறி ஓடினாங்களாம். எங்க பாட்டனார் குடும்பத்தோட.. கேரளா மலைத்தொடர்ல இருந்த வெள்ளக்காரங்களோட டீ எஸ்டேட்ல வேல செய்யப்போயி... அங்கயே... ஜனங்களோட ஜனங்களா கலந்துட்டாங்க.

எங்கப்பா... எங்கம்மா சின்னத்தாய கட்டுறதுக்கு முன்னாடி... அப்பாவுக்கு ரெண்டு சம்சாரம். குழந்தைங்கள்லாம் இருக்காங்க.

எங்கப்பா... எஸ்டேட்டுல கங்காணியா வேல பார்த்துக்கிட்டிருந்தப்பதான் எங்கம்மாவ பார்த்திருக்கார். எங்கம்மா ஏல மலக் காட்ல பாடுற பாட்ல மயங்கி, மனச பறி கொடுத்து கல்யாணம் பண்ணிக்கிட்டதா சொன்னாங்க.

ஏலமல தோட்டத்துல ஏலப்பழம் எடுக்குறவங்களுக்கும், காப்பிக் கொட்டை பறிக்கிறவங்களுக்கும், தேயில பறிக்கிறவங்களுக்கும் வேலயோட அலுப்பு தெரியாம இருக்கிறதுக்கு எங்கம்மா பாட்டு பாடீருக்காங்க.

எங்கம்மாவோட குரல அவங்களோட கடைசி காலம் வரைக்கும் நாங்க கேட்டப்போ குரல் இனிமையா இருந்தது. சின்ன வயசுல எப்படி இருந்திருக்கும் அவங்க குரல்.

சங்கீதம் தெரிஞ்ச எங்கப்பாவோட காதுல எங்கம்மாவோட பாட்டு விழுந்து... அதுல மயங்குறதுல... விந்தை எதுவும் இல்லையே.

‘ஈ புகுந்தா எறகொடியும்
எண்டம்பொதர் காட்டுக்குள்ள
சதுரக்கள எடுக்கச் சொல்லி
சாராப் புழியுறாங்க.
அட்ட கடிக்குதய்யா
ஆன சத்தம் கேட்குதய்யா
புள்ள அழுகுதய்யா
புண்ணியரே வேல விடு...’

இப்படி எங்கம்மா பாடீருக்காங்க. எங்கப்பா மயங்கீருக்காரு.

அப்பாவோட தீர்க்கதரிசனமும்... மரணமும்!

18
மக்களைப் பெற்ற மகராசி!

அப்பாவோட அப்பாவ... அதாவது... தாத்தாவ நான் பார்த்ததில்ல. தாத்தாவுக்கு ஆன்மிக ஈடுபாடு அதிகம் இருந்திருக்கு. பக்தி கதாகலாட்சேபம் பண்ணுவாராம். நாடகம்... சினிமா... இல்லாத அந்தக் காலத்துல பாட்டும் வசனமுமா சேர்ந்து எங்க தாத்தா பண்ற கதாகாலட் சேபத்துக்கு மக்கள்ட்ட ரொம்ப வரவேற்பு இருந்திருக்கு. 'ஹரிச்சந்திரா' வரலாறு முழுசையும், பாட்டும் வசனமுமா தாத்தா பாடும்போது மக்கள் ரொம்ப ஆர்வமா கேட்பாங்களாம். அவரோட பக்தி ஈடுபாட்டப் பார்த்து அவர்கிட்ட விபூதி வாங்கி பூசிட்டுப் போவாங்களாம் ஜனங்க.

சிலநேரம் கத கேட்கிறவங்க கண்ணுக்கு தாத்தா தெரியமாட்டாராம். 'அவர் எங்க?'னு ஜனங்க தேடும்போது... 'நல்லா பாருங்க... என்னத் தெரிய லையா?'னு கேட்டு... அதே இடத்துல

உட்கார்ந்திருப்பாராம்.

இந்த மாதிரி பல அதிசயங்கள தாத்தா பண்ணீருப்பதா சொல்வாங்க.

எங்கப்பா ரொம்ப பக்திமான்... தீர்க்கதரிசி... வான சாஸ்திரம் தெரிஞ்சவர். எங்களோட ஜாதகமெல்லாம் அவருக்கு அத்துபடி.

எங்கப்பா பாடின நெறய பாட்டுக்கள எங்கம்மா பாடிக் காட்டியிருக்காங்க.

அந்தப் பாட்டெல்லாம் அப்பாவே மெட்டுப் போட்டுப் பாடின பாட்டுனு எங்க அக்கா சொல்லும். அப்பா பாடின, கடவுளிடம் வேண்டுற ஒரு பாட்ட... அக்கா என்கிட்ட பாடிக்காட்டினதுல இன்னமும் என் நெனப்புல நிக்குற ஒரு பாட்டு....

'உனக்கெந்த கணக்கை
நான் ஒப்பிக்கப் போகின்றேன்
உடல் நடுங்குதய்யா
சினத்தினாலே கொடிய
தீமை செய்தேனய்யா
திருட்டுத்தனம் புரிய
சிந்தை துணியுதய்யா
உடல் நடுங்குதய்யா....'

தன்னோட இறுதிக் காலத்தையும், எங்களோட எதிர்காலத்தையும் அப்பா ரொம்ப தீர்க்க தரிசனமா முன்கூட்டியே அம்மாகிட்ட சொல்லீருந்திருக்கார்.

"நான் ரொம்ப நாளக்கி இந்த ஒலகத்துல இருக்கமாட்டேன்"னு ஊர்ல இருக்குற எல்லார்கிட்டயும் சொல்லியிருக்கார். அப்படிச் சொன்ன ஒரே வாரத்துல படுத்த படுக்கையாகிட்டார். 'அந்த மனுஷன் சொன்ன மாதிரியே நடக்குதே'னு ஊர் ஜனங்கள்லாம் ஆச்சரியமா வந்து அப்பாவ பார்த்திட்டுப் போனாங்க.

நாங்கள்லாம் சுத்தி நிக்கிறோம். அம்மாவ பக்கத்துல ஒக்கார வச்சிட்டு... பாவலரண்ணனோட கையப் புடிச்சு அம்மா கைல கொடுத்திட்டு... "கடவுள் என்னய கூப்புடுறார். நான் போறேன்"னு சொல்லீட்டே உசுரவிட்டார்.

1952 ஏப்ரல் மாசம் 10-ந் தேதி சனிக்கிழம... இயேசு கிறிஸ்து உயிர்த்தெழுந்த நாள். அந்த பண்டிகை நடக்கக்கூடிய சமயத்துல... 'கடவுள் என்னய கூப்பிடுறார்'னு சொல்லிக்கிட்டே இறந்துபோனார்.

எங்கப்பா இறந்தன்னைக்கி வீட்ல ஒரே கூட்டம். எனக்கு ஒண்ணும் சரியா வெளங்கல. நானும், எங்க அக்கா மக ஜீவாவும் (இளையராஜாண்ணனின் மனைவி) சின்னப் புள்ளைங்க. அப்பா இறந்தது தெரியாம... கடயில போயி மாம்பழம் வாங்கிட்டு வந்து மாட்டுக் கொட்டகையில ஒக்கார்ந்து தின்னுக்கிட்டிருந்தோம்.

பாஸ்கரண்ணன், ராஜாண்ணன், நான்

ஜீவா பொறந்தப்போ... அந்த ஜாதகத்தப் பார்த்து 'இது ராசையா கட்டிக்க வேண்டிய ஜாதகம்... இத மாத்தீடாதீங்க'னு சொன்னாராம் அப்பா.

"சின்னத்தாயி... ஒன் புள்ளைங்க... இந்த உலகமறிய பேர்பெத்த புள்ளைகளா வாழும்... நீ குடுத்து வச்சவ... மகராசி..." னு ஒரு தடவ அம்மாகிட்ட அப்பா சொல்லீருக்கார்.

எங்கப்பா கங்காணி டேனியல் இராமசாமி... ஒரு பிரமிப்பான தெய்வ அருள் படைச்சவர்.

அதே மாதிரி... எங்கம்மா சின்னத்தாயி... இறையருள் உள்ளவங்கதான்.

எங்க பக்கம்... பதினெட்டுப் பட்டியிலயும் நடக்கக்கூடிய மாரியம்மன் கோவில் திருழா, காளியம்மன் கோவில் திருழா, வீரபத்ரன் கோவில் திருழா.... இப்படி எந்தக் கோவில் திருழாவா இருந்தாலும் அந்தத் திருழாவ முன்னாடி நின்னு நடத்துற பெரிய கிராமத்து தேவத மாதிரி எங்கம்மா இருந்தாங்க.

திருழா தொடங்குறதுக்கு முன்னாடி... கல்யாணம் ஆகாத கன்னிப் பொண்ணுங்கள்லாம் மொளப்பாரி போடுறதுக்கு நவதானியங்களயும், பாத்திரங்களயும் கொண்டுவந்து அம்மாகிட்டத்தான் கொடுப்பாங்க.

அத பதியம் போட்டு எங்க வீட்ல இருக்க இருட்டு ரூம்ல எங்கம்மா வைப்பாங்க. ஒவ்வொரு மொளப்பாரியும் யாரோடங்கிறதுக்கு அம்மா ஒரு அடையாளம் வைப்பாங்க.

திருழா முடியிற வர மொளப்பாரி போடுறவங்க சுத்த பத்தமா இருந்து... ஒரு நேரம் மட்டும் சாப்பிடுவாங்க.

மொளப்பாரி நேந்துகிட்டவங்க தினமும் தங்களோட வீட்ல இருந்து ஒரு சொம்பு தண்ணீர கொண்டு வந்து அம்மா முன்னாடி வைப்பாங்க. அந்த சொம்புத் தண்ணிய சம்பந்தப்பட்டவங்களோட மொளப்பாரியில ஊத்துவாங்க அம்மா.

மொளப்பாரி வளர்ற ரூமுக்குள்ள அம்மாவத் தவிர வேற யாரும் போகமாட்டாங்க. நான் சின்னப்பயங்கிறதால நான் மட்டும் போய்ப் பார்ப்பேன். நல்லா தளதளனு வளர்ந்து... வாசனையா இருக்கும். (ஹி...ஹி... நான் தெய்வஅருள் பெத்த குழந்தையாச்சே)

கோவிலுக்கு மொளப்பாரி செலுத்துற நாள்ல... மொளப்பாரி எடுக்குற பொம்பளைங்கள்லாம் எங்கவீட்டு வாசலுக்கு வந்து கும்மியடிச்சு மொளப்பாரிய எடுத்திட்டுப் போவாங்க.

நான் ஏற்கனவே சொன்னமாதிரி... எங்கம்மா பாடின 'ஈக்கித்துண்டு மேல போட்டு எங்க போற சாமி' பாட்டோட சந்தத்துலதான் எங்க முதல்படமான 'அன்னக்கிளி'யில 'சொந்தமில்லை பந்தமில்லை வாடுது ஒரு பறவை' பாட்டுப் போட்டோம். இதே சந்தத்துலதான் 'கரகாட்டக்காரன்' படத்துக்கு 'மாங்குயிலே பூங்குயிலே' பாட்டும் அமைஞ்சது.

எங்க தாத்தா... புராணக் கதைகள பாட்டாவும், வசனமாவும் சொல்லி கதாகாலட்சேபம் செஞ்சாரு. ஆன்மிக அருள் கொண்டவரு. எங்க அப்பா... சொந்தமா பாட்டெழுதி, மெட்டுப் போட்டுப் பாடினவரு. ஆன்மிக அருள் கொண்டவரு. எங்க அம்மாவும் நாட்டுப்புற பாட்டுக்கள பாடுனவங்க. ஆன்மிக அருள் கொண்டவங்க.

இப்படிப்பட்ட இசைஞானமும், தெய்வ அருளும் பெத்த

பரம்பரையில வந்த கருவுல உதிச்சவங்கதானே நாங்க.

'ஏழேழு தலமுறைக்கும்
எங்கசாமி பக்கபலம்
எடுத்து வந்தோம் நல்ல வரம்
ஏழு ஸ்வரம் எங்களுக்கு
எப்பொழுதும் கூடவரும்
எங்கபுரம் பண்ணப்புரம்...'

பாவலர் வரதராஜன்

பாஸ்கரன்

இளையராஜா

நான்...

எல்லாருமே ஒலகறிய இப்பிடி ஒசரத்துக்கு வந்திருக்கோம்.

இசையிலயும், எழுத்துலயும், பேச்சுலயும், பாடுறதுலயும் நாங்க ஆளானதுக்கு பாவலர் குடுத்த பயிற்சிதான் மிக முக்கியக் காரணம்.

நான் சின்னப்பயலா இருக்கும்போதே பாவலரண்ணனுக்கு கல்யாணம் ஆயிடுச்சு. அவரு காதலிச்சு கல்யாணம் பண்ணிக் கிட்டவருனு எங்கம்மாவும், எங்கக்காவும் வாய்பட சொன்னதை கேட்டிருக்கேன்.

பாவலர கட்டிக்கிட்ட எங்க சீனியம்மா மதினி... எங்க சொந்தத்துப் பொண்ணுதான்.

நல்லா வாழ்ந்தவங்க... எல்லார்கிட்டயும் நல்லா பேசக்கூடியவங்க... எல்லாரையும் மதிக்கக்கூடியவங்க. பாவலருக்கு கிடைச்ச அதிர்ஷ்டம்தான் சீனியம்மா மதினினுகூட சொல்லலாம்.

ஏன்னா... பாவலரப் பத்தி ஒங்களுக்கு தெரியாதுல்ல.

அவரு கொஞ்சம் ட்ரிங்ஸ் அடிக்கட்டு.

சீனியம்மா மதினியோட எண்ணம் என்னன்னா... ''ஒங்க குடும்பத்துக்கு வந்து... நான் எல்லாருக்கும் சமச்சுப் போட்டுக்கிட்டிருக்க முடியாது. நாம தனிக்குடித்தனம் நடத்தலாம். இதுக்கு நீங்க சம்மதிச்சா... ஒங்களோட வாழ்றேன். இல்லேன்னா வாழமாட்டேன்''னு சொல்லீட்டாங்க.

பெரிய சண்டையாகிப்போச்சு.

அண்ணன் -மதினி விவாகரத்து. அந்த விவாகரத்து முறைய இப்ப நெனச்சா ரொம்ப விநோதமா இருக்கு...

19
இவெட பாவலர் வரதராஜன் யாராணு?

"**த**னிக்குடித்தனம் பண்றதா இருந்தா நான் ஒங்களோட வாழ்றேன். இல்லேன்னா நான் எங்கம்மா வீட்டுக்குப் போயிடுறேன்"னு சீனியம்மா மதினி சொல்லீட்டாங்க.

பாவலரண்ணனுக்கு மதினி மேல ரொம்ப கோவம்.

"தனிக்குடித்தனம் வர முடியாது. அதெல்லாம் சரிப்படாது"னு சொல்லீட்டாரு.

இதனால புருஷன் பொண்டாட்டிக்குள்ள சரியா பேச்சுவார்த்த இல்லை. ரெண்டு பேருமே அவங்கவங்க முடிவுல உறுதியா இருந்தாங்க.

கிராமத்து பெரியவங்க முன்னாடி பஞ்சாயத்தக் கூட்டினாரு பாவலரு. ரெண்டு தரப்பு குடும்பத்து ஆளுகளும் கூடியிருந்தாங்க.

"இவளுக்கும், எனக்கும் சரிப்பட்டு வரல. இனிமே இவகூட எனக்கு எந்த சம்பந்தமுமில்ல. அத்துவிட்றுங்க"னு

பஞ்சாயத்து முன்னாடி அண்ணன் சொல்லிப்புட்டார்.

ஊர்ல இருக்க பெரியதனக்காரங்கள்லாம் சமாதானப்படுத்த முயற்சி எடுத்தும், அண்ணனும், மதினியும் பிடிவாதமா இருந்ததால பிரிச்சு வச்சாங்க.

தாலியக் கழட்டி வாங்கிக்கிட்டாங்க பஞ்சாயத்தார். ஏதோ ஒரு குச்சிய ரெண்டா பிச்சு, வலது கைல இருந்த குச்சிய எடது பக்கமும், எடது கைல இருந்த குச்சிய வலது பக்கமும் வீசி எறிஞ்சாங்க.

"ரெண்டு குடும்பத்தாரும் ஒருத்தர ஒருத்தர் திரும்பிப் பாக்காம போங்க. ரெண்டு தரப்பும் பேசிக்கிரக் கூடாது. மீறி பேசிக்கிட்டா... பஞ்சாயத்துக்கு தெண்டம் (அபராதத் தொகை) கட்டணும்"னு சொல்லி அனுப்பிச்சிட்டாங்க.

அதுபடி அண்ணனும், மதினியும் பிரிஞ்சேதான் இருந்தாங்க. நல்லது, கெட்டதுல கூட பார்த்துக்கல... பேசிக்கல.

கொஞ்ச வருஷத்துக்குப் பின்னாடி....

ஒருநா... பாவலரண்ணன்கிட்ட எங்கம்மா பேசுனாங்க.

"யப்பா... வரதராசு... நீ தனியா இருக்குறதும், சாப்புடாமக் கொள்ளாம தவிக்கிறதும், மனசுக்குள்ளயே நீ திக்குறதும்... எனக்குத் தெரியுதுய்யா. நீ சீனியம்மாகூட சேர்ந்து வாழ்றதுதான் நல்ல முடிவுனு எனக்குப் படுது. ஊருக்கு கட்டவேண்டிய தெண்டத் தொகைய கட்டிப்புட்டு,. வீட்டோட தெக்குப் பக்கத்த நீ ஓம் பங்குக்கு எடுத்துக்க. வடக்குப் பக்கத்துல நாங்க இருந்துக்குறோம். நீ அவள கூட்டியாந்து வாழ்ற வழியப் பாருய்யா"னு சொல்லி சமாதானப்படுத்தி சம்மதிக்க வச்சாங்க.

ஒரே வீட்டுக்குள்ளயே பாகப்பிரிவினைதான்.

வாசல் ஒண்ணுதான். தெக்குப் பக்கம் அவங்களும், வடக்குப் பக்கம் நாங்களும் இருந்தோம். வாசக்கதவு எந்நேரமும் தெறந்தேதான் இருக்கும்.

பாவலரண்ணன் ரொம்ப சுறுசுறுப்பான ஆளு. அவர்கூட யாரும் அதிகமா பேச மாட்டாங்க. எல்லாம் பயம்தான். சாயங்கால மாயிருச்சுன்னா... அவரு அவரா இருக்க மாட்டாரே...

கச்சேரி மேடையில நாங்க சின்னதா தப்பா பாடுனாக்கூட.... 'டமால்'னு முதுகுல ஒண்ணு விழும். அதுல ரொம்ப ஸ்டெடியா இருப்பார்.

எங்க முதுகுகள்ல விழுந்த அடியெல்லாம் அடி இல்ல... படி. எங்க வாழ்க்கையோட முன்னேற்றத்துக்கான படிக்கட்டுகள்.

அந்த அடிகள்தான் எங்கள பக்குவப்படுத்துச்சு. அந்த அடிகள்தான் எங்கள வளர்த்துச்சு. அந்த அடிகள்தான் எங்கள யோசிக்க வச்சுச்சு. அந்த அடிகள்தான் எங்களோட முன்னேற்றத்துக்கு காரணமா இருந்துச்சு. அந்த அடிகள்தான் இன்னமும் எங்கள வாழ

அண்ணன் பாவலரும் -மதினி சீனியம்மாவும்

வச்சுக்கிட்டிருக்கு.

பாவலரண்ணன் கம்யூனிஸ்ட் கட்சி பிரச்சார பாடகர்ங்கிறதை ஏற்கனவே சொல்லீருக்கேன்லயா...

1957-58ல தேவிகுளம் பீர்மேடு இடைத்தேர்தல். இந்த எலெக்ஷன் பிரச்சாரத்துலதான் மொதமொதலா கட்சி சார்ந்து பாடினார் பாவலர். அப்போ 'ஜனசக்தி' பத்திரிகைல ஆசிரியர் குழுவுல இருந்த

தியாகி ஐமாயாண்டி பாரதி அய்யாதான், எங்க அண்ணன கட்சிக்காக பாட ஏற்பாடு செஞ்சார்.

கேரள அரசியல்ல அப்போ என்ன நிலமைன்னா... ஒரே ஒரு ஸீட் கிடைச்சிட்டா... கம்யூனிஸ்ட் கட்சி ஆட்சி அமைஞ்சிடும். இந்த தேர்தல்ல ரோசம்மா புன்னுஸ் கம்யூனிஸ்ட் வேட்பாளரா நிக்குறாங்க.

தேவிகுளம் பீர்மேடு பகுதி காபி, டீ, ஏலக்கா எஸ்டேட்ல வேலை செய்ற தொழிலாளிங்கள்லாம் தேவாரம், கோம்பை, பண்ணைப்புரம் பக்கத்துல வாழ்ந்த தமிழர்கள்தான்.

அதனாலயே அவங்கள கவர...

'ஏல மலயும் கண்டேன்
ஏல மலத் தோட்டங்கண்டேன்
பாழும் பய பஞ்சம் வந்து
பண்ணப்புரம் தோட்டங்கண்டேன்'

... இப்படி எழுதிப் பாடினாரு.

பாவலருக்கு சம்பளம்னு சல்லிக்காசு கெடையாது. கைதட்டல்ல அவரோட வயிறு நெறஞ்சிரும்.

அண்ணன் பாடுற அழக பார்க்குறதுக்காக அம்மா, நான், பாஸ்கரண்ணன், ராஜாண்ணன்... எல்லாரும் மூணாறுக்குப் போய் பார்த்தோம்.

ஒரு ஜீப்புல ஏறி... ஆளுங்க கூட்டமா இருக்குற எடத்துல நிறுத்தச் சொல்லி, காங்கிரஸ் கட்சிய சும்மா வாங்குவாங்குனு வாங்குவார்.

பாரதியாருக்கு ஒரு கண்ணம்மா மாதிரி... பாவலரும் தன்னோட பாட்டுக்கள்ல கண்ணம்மாவ சேர்த்துப்பார்.

காங்கிரஸுக்கு அப்போ 'ரெட்டைக் காள' மாட்டுச் சின்னம். அத வச்சுக்கிட்டு... பாலிடிக்ஸ்ல புகுந்து பாட்டாலயே வெளயாடினாரு பாவலரு.

சிக்கிக்கிட்டு முழிக்குதம்மா
வெக்கங்கெட்ட காள ரெண்டு
முட்டி ஒடஞ்ச காள ஏங்கண்ணம்மா- இது மூக்கு கயிறு
அறுந்த காள ஏங்கண்ணம்மா
.....
பத்தாண்டு காலமாக
அத்துக்கிட்டு மேஞ்ச காள
வித்தாரம் பேசிக்கிட்டு ஏங்கண்ணம்மா -இப்போ
வீடு வீடா சுத்தி வருது பொன்னம்மா

....இப்படி அரசியல் களத்துல அமர்க்களம் பண்ணினார்.

எஸ்டேட்டுல அங்கங்க தொழிலாளிங்க வேல செஞ்சுக்கிட்டு இருப்பாங்க. தூரத்துல அண்ணன் வர்ற ஜீப்பு எண்ட்ரியானதுமே குஷியாகிடுவாங்க.

பொதுவான எடத்துல ஜீப் வந்து நின்னதும் அண்ணன் மைக்க ஆன் பண்ணி பாட ஆரம்பிச்சிடுவார். தொழிலாளிங்க மொத்தமா கூடீருவாங்க.

பாட்டும், பேச்சுமா கம்யூனிஸ்ட் கட்சி கொள்கைகள அண்ணன் சொல்ற அழகப் பார்த்து, அவருமேல ஜனங்களுக்கு கொள்ள ஆச.

ஒரு பாட்ட அண்ணன் பாடி முடிச்சதும்... ஆளாளுக்கு ஓடிப்போயி டீயும், மசால் வடையும் வாங்கிட்டு வந்து தருவாங்க. இதையெல்லாம் பார்த்து எங்களுக்கு பெரும தாங்கல.

அந்த தேர்தல்ல கம்யூனிஸ்ட் கட்சி அமோகமா ஜெயிச்சது.

மூணாறு ரேஸ்கோர்ஸ் மைதானத்துல தேர்தல் வெற்றி விழா.

அம்பதாயிரத்துக்கும் மேல இருக்கும் கூடின ஜனங்க.

கேரள முதலமைச்சர் ஈ.எம்.எஸ்.நம்பூதிரிபாட் மேடை ஏறும்போது... மக்கள் பலத்த கரகோஷம் பண்ணினாங்க.

அவருக்கு ஒரு பெரிய ரோஜா மாலய போட வந்தாங்க. அந்த மாலய தன்னோட கழுத்துல வாங்கிக்காம கைல பிடிச்சு தடுத்த ஈ.எம்.எஸ்.,

"இவடெ பாவலர் வரதராஜன் யாராணு?" என மைக்குல கேட்டபடி... மேடைக்கு வரும்படி சைகையும் செய்தார்.

நின்னிருந்த கூட்டம் "பாவலர்... பாவலர்..."னு கத்த...

அண்ணன் மேடையில ஏறினார். ஈ.எம்.எஸ்.ஸுக்கு வணக்கம் வச்சார்.

மக்கள்லாம் பயங்கர ஆரவாரம் செய்ற அளவுக்கு... அண்ணனைப் பெருமைப்படுத்தும் விதமாக ஈ.எம்.எஸ். என்ன சொன்னார் தெரியுமா?

20
கிராமியத் தென்றல்!

1957-58 கேரள மாநிலம் தேவிக்குளம்-பீர்மேடு இடைத் தேர்தல்ல... கம்யூனிஸ்ட் கட்சிய ஆதரிச்சு, பாவலர் வரதராஜண்ணன் தீவிரமா பிரச்சாரம் செஞ்சாரு. கம்யூனிஸ்ட் ஜெயிச்சது.

மூணாறு ரேஸ்கோர்ஸ் மைதானத்துல வெற்றி விழா நடந்தது. பெரிய தலைவர்கள்லாம் மேடையில இருந்தாங்க. முதலமைச்சர் ஈ.எம்.எஸ். நம்பூதிரிபாட் மேடையேறினப்போ... கரகோஷம். அவருக்கு ஆளுயர மாலையை போடுறதுக்காக கொண்டு வந்தாங்க. அதை தன் கையால தடுத்த ஈ.எம்.எஸ். "இவடெ பாவலர் வரதராஜன் யாராணு?"னு மைக்ல கேட்டு... மேடைக்கு வரும்படி சைகை யும் செய்தார்.

கூடியிருந்த கூட்டத்துல இருந்து 'பாவலர்... பாவலர்' னு கோஷம்.

அண்ணன் மேடை ஏறி... ஈ.எம்.எஸ்.க்கு வணக்கம் வச்சார்.

என்னோட டைரக்‌ஷன்ல 'செண்பகமே... செண்பகமே' படத்தில கரகாட்டக்காரியாக சில்க் ஸ்மிதா நடிச்சார். ஸ்பாட்டில் கரகத்தோட ஸ்டெப் வச்சு காட்டினேன் நான்.

"ஈ வெற்றி... பாவலர் வரதராஜன்டெ வெற்றியானு" எனச் சொல்ல... மக்கள் ஆரவாரம் செஞ்சாங்க.

தனக்காகப் போடவிருந்த ரோஜா மாலையை பாவலருக்கு போட்டாரு ஈ.எம்.எஸ்.

அது ஒரு பெரிய கௌரவமா இருந்திச்சு.

பாவலரோட பாட்டோட சிறப்பும், அது வேகமா மக்கள்ட்ட போய்ச் சேர்ந்த விதமும், அதனால் மக்களோட ஆதரவு கம்யூனிஸ்ட் பக்கம் திரும்பியதும்.... இப்படி அந்த வெற்றிக்கு பாவலரோட பாட்டு ஆதாரமா அமைஞ்சது. இதை "பாவலரின் வெற்றி" என ஈ.எம்.எஸ்ஸும்

அறிவிச்சது எவ்வளவு பெருமை.

ஒத்த ஆளா மைக் புடிச்சு, தேர்தல்ல பாடின பாவலரண்ணன்... அதுக்குப் பிறகு தனக்குன்னு ஒரு இசைக்குழுவ அமைச்சுக்கிட்டு கச்சேரிகள் பண்ண ஆரம்பிச்சாரு.

என்ன பெரிய இசைக்குழு?

ஒரு தபேலா... ஒரு ஆர்மோனியம்.

இத வச்சுக்கிட்டு கட்சி கொள்கைகள பிரச்சாரம் பண்ணி கச்சேரி செஞ்சாரு.

நாட்டுப்புற மேடைக் கதைகள், பகுத்தறிவு மேடைக் கதைகள்... ஏன்?.... காதல் பாடல்கள்... இதையெல்லாம் வச்சு... 'கிராமிய பாட்டுக் கச்சேரி'னு தனிக் கச்சேரிகள் பண்ணினார்.

கிராமத்துல இருக்க ஒரு வயசுப் பையனுக்கும், கன்னிப் பொண்ணுக்கும் லவ்வு. இவங்களோட காதல் கதைய வச்சு பேச்சும், பாட்டுமா நாட்டுப்புற கச்சேரி பண்ணினார்.

தோட்டத்துல அந்தப் பையனும், பக்கத்து தோட்டத்துல அந்தப் பொண்ணும் வேல பார்த்துக்கிட்டிருக்காங்க.

வேல செஞ்சுக்கிட்டே அந்தப் பொண்ணுக்கு ஜாடையா உணர்த்துற மாதிரி பையன் பாடுவான்...

சோளம் வெதைக்கயிலே
சொல்லிப்புட்டு போன புள்ள
சோளம் வெளஞ்சிருச்சு
தன்னானே தன்னானே -நீதான்
சொன்ன சொல்லு என்ன ஆச்சு
தில்லேலே தில்லேலே...
இப்படி அவன் பாட...
பருத்தி வெதைக்கயிலே -என்ன
பாத்து சிரிச்ச மச்சான்
ஒருத்தி எடுக்கயிலே
தன்னானே தன்னானே -நீதான்
ஓடி வந்தால் ஆகாதோ
தில்லேலே தில்லேலே...
இப்படி அந்தப் பொண்ணு பாட....
கல்லுக்கு கல்லுரச -தங்கம்
கடல் மீன நீர் உரச
உன்னோடு நானுரச -என்
உசுருமெத்த சாகுதடி
இப்படி அவன் பாட...
ஆசவச்சேன் உம்மேல -மச்சான்
அரளி வெச்சேன் கொல்லையில

பாசம் வச்ச நாள் முதலா -வேற
பக்கம் மொகம் நானறியேன்...

இப்படி அவ பாடுவா.

...இப்படியெல்லாம் எழுதி கதயும் பாட்டுமா பாடுவார் பாவலரண்ணன். கேக்குறதுக்கு அம்புட்டு சொகமா இருக்கும்.

மொத மொதல்ல மேடைகள்ல கிராமிய பாட்டுக் கச்சேரி பண்ணினது பாவலர்தான்.

பாவலரோட ட்யூனையெல்லாம் நாங்க சினிமாவுல போட்டு முடிச்சிட்டோம். ஆனா பாவலருக்குத்தான் நாங்க ஒண்ணுமே பண்ணல.

அதனாலதான் திரும்பத் திரும்ப சொல்றேன்... எங்களோட இசையும், பாட்டும் எங்கம்மாவும், பாவலரும் எங்களுக்குத் தந்த வரம்தான்.

அந்த நேரத்துல...

கம்யூனிஸ்ட் கட்சி தோழர்கள... எங்க வீட்ல சாப்புடுறதுக்கு கூட்டி வருவாரு பாவலர். ஏறக்குறைய 10-15 தோழர்கள் வருவாங்க. மாநில அளவுல, மாவட்ட அளவுல... பொறுப்புல இருக்க தோழர்களும் அதுல அடக்கம்.

எங்கம்மாவும், ரெண்டு அக்காக்களும் சேர்ந்துதான் விருந்த தடபுடலா சமைப்பாங்க.

'அத வாங்கிட்டு வா... இத வாங்கிட்டு வா'னு என்னய பலசரக்குக் கடைக்கி விரட்டிக்கிட்டே இருப்பாங்க. நானும் வாங்கிட்டு வந்து குடுத்துக்கிட்டே இருப்பேன்.

விருந்தெல்லாம் முடுஞ்சு, தோழர்கள் கிளம்பின பிறகு... பண்ட பாத்திரங்களக் கழுவிக் கழுத்திட்டு வீட்ல எல்லாரும் தூங்க ஆரம்பிச்சிருவாங்க.

அம்மா திடீர்னு எழுந்து...

''யப்பா... வீட்ல எல்லாரும் சாப்ட்டாங்களா? அமர் சாப்ட்டானா?"னு பத்மாக்காகிட்ட கேட்பாங்க.

"இல்லையே... நான் அவனுக்கு சாப்பாடு போடலியே"னு அக்கா சொல்லும்.

"கமலா... நீ அமருக்கு சாப்பாடு போட்டியா?"னு கேட்பாங்க.

"நானும் போடலியே" னு கமலாக்கா சொல்லும்.

எல்லார்கிட்டயும் கேட்டுட்டு, அம்மா என்னைத் தேடி வந்து எழுப்புவாங்க. "கண்ணா... சாப்பிட்டியாமா?"னு கேட்பாங்க.

நான் "இல்லம்மா"னு சொன்னவுடனே...

என்னய கட்டிப்புடுச்சு, தடவி, என்னோட தலய தன்னோட மடியில வச்சு... ரெண்டு கிளாஸ் தண்ணிய குடுத்து தூங்க வைப்பாங்களாம்.

இதெல்லாம் எங்கக்கா என்கிட்ட சொன்னது.

எனக்கும் லைட்டா ஞாபகமிருக்கு.

அப்பவே என்னய "நீ தியாகிப்பா"னு சொல்வாங்க.

அப்பவே நான் பசிய தாங்கிப் பழகீட்டன்ல.

ஆம்பள பாடுற பாட்ட மட்டுமே எழுதி, இசைச்சு பாடிக்கிட்டிருந்த பாவலர்... ஆண்-பெண் சேர்ந்து பாடுற பாட்டை எழுதினார். கேரளாவுல... அவர்கூட பிரச்சாரத்துல அப்பப்ப பாடின ரோஸிங்கிற பொண்ணுக்கும், பாவலருக்கும் ஒரு இதுனு, 'அந்தப் பொண்ணுகூட சேர்ந்து பாடக்கூடாது'னு எங்கம்மாவும், மதினியும் சொல்லீட்டாங்க.

அதனால... பாவலர் தன்கூட பாடுறதுக்கு பொம்பளக் குரல் தேடிக்கிட்டிருந்தாரு.

♦ *பாவலரண்ணன் கூட சேர்ந்து இளையராஜாண்ணன் லேடீஸ் குரலில் பாடிய அரசியல் டூயட்!*

♦ *பாதியிலயே நின்ன இளையராஜாவின் பள்ளிப் படிப்பு.*

♦ *வைகை டேம் கட்டும்போது... அங்கே கூலி வேலை பார்த்த இளையராஜா...*

21
ராஜாவுக்குள் ஒரு ராணி!

எங்க ஊருக்கு தென்கிழக்கால நான் படிச்ச பள்ளிக்கூடம்.

ஹெட்மாஸ்டர் பேரு... பெருமாள் வாத்தியார்.

அவரு ஸ்கூலுக்குள்ள வந்தா மாணவர்கள்லாம் நடுங்குவாங்க.

ஸ்கூல்ல ஏதாவது 'கசமுசா'னு சத்தம் வந்தா... பெருமாள் வாத்தியார் தன்னோட ரூம்ல இருக்க பிரம்ப எடுத்து டேபிள்ல தட்டுனாருன்னா... அந்த சத்தம் கேட்டு... ஸ்கூலே சைலண்ட் ஆயிடும்.

ரொம்ப டெரரானவரு. புலி மாதிரி...

ஆரம்பத்துல நாங்க எல்லாருமே அவர்கிட்டத்தான் படிச்சோம்.

அப்போ இருந்து இப்போ வரைக்கும் எங்க ஊர்ல எனக்கு முக்கியமான ஃப்ரெண்டுன்னா... அது ராஜேந்திரன். எங்கப்பாவோட முதல் சம்சாரத்தோட ஒரே மகனோட பையன் ராஜேந்திரன். அவனுக்குத்தான் என்னோட விஷயமெல்லாம் தெரியும்.

(நான் இப்போ ஊர்ல வாங்கிப் போட்டிருக்க நிலத்தை ராஜேந்திரன்தான் பார்த்துக்குறார். நான் அப்பப்போ பார்த்துக்குவேன்)

எங்க ஸ்கூல்ல பிரேயர் பாடுறதுன்னா... எங்க குடும்பத்த விட்டா வேற யாரு இருக்கா? அப்பவே பாட்டுக்காரங்க நாங்க.

எங்க பாஸ்கரண்ணன் படிச்சாரா? என்னா?னு தெரியல.

எனக்கு நினைவு தெரிஞ்சு அவர் பள்ளிக்கூடத்துக்கு போயி நான் பார்த்ததா என்னோட ஞாபகத்துல இல்ல.

அதுக்கப்புறம்... ராஜாண்ணன் தேவாரம் ஹைஸ்கூல்ல படிச்சார்.

ராஜாவுக்கு ஸ்கூல்ல தொடர்ந்து படிக்கிறதுல ஒரு சின்ன பிரச்சின.

'படிக்க வேண்டாம்... போ வெளியில...'னு சொல்ற ஒரு சூழ்நில வந்துச்சு.

(அது என்ன பிரச்சனங்கிறத ராஜாண்ணன், தான் எழுதுன புத்தகத்துலயே சொல்லல. அதனால நானும் அதப்பத்தி இங்க சொல்ல வேணாம். அது ஒரு ரகசியம். ரகசியம்... ரகசியமாவே இருக்கட்டுமே.)

வேற பக்கம் பணம் கட்டி படிக்க வைக்கவும் வசதியில்ல.

வைகை டேம் கட்ட ஆரம்பிச்சப்போ எங்க கமலாக்காவோட வீட்டுக்காரர் மச்சான் முனியாண்டி டேம் கட்டுற இஞ்ஜினியர் குழுவுல, கட்டிடம் கட்ற வேலயில இருந்தாங்க.

ஸ்கூலை விட்டு நிறுத்தினதால... ராஜாண்ணன் டேம்ல தண்ணியடிக்கிற வேலையில சேர்ந்தார்.

(பாத்தீங்களா... தப்பா நினைக்கிறீங்களே... அவரு தண்ணியெல்லாம் அடிக்கல.)

கட்டப்படுற கட்டடம் காயிறதுக்காக தண்ணி ஊத்துவாங்களே... அந்த வேலயத்தான் செஞ்சார். அதோட... அங்க இருக்கிற செடி, கொடிகளுக்கும் தண்ணி ஊத்துவார்.

இந்த வேலயச் செய்யும்போது பாட்டுப் பாடிக்கிட்டேதான் செய்வாரு ராஜா. அந்தப் பாட்டக் கேட்டுக்கிட்டே... மத்தவங்களும் வேல செய்வாங்க.

இப்படி இசையிலயே வளந்தவர் ராஜாண்ணன்.

எதுக்காக வேலக்கிப் போனாருன்னா... "அதுல கிடைக்கிற கூலிய சேர்த்து வச்சு.. அதே ஸ்கூல்லயே திரும்பப் போய் சேருவேன்"னு ராஜா சொன்னார்.

அவரோட ஜாதகத்துல 'ஒன்பதாம் வகுப்பு தாண்டாது படிப்பு'னு இருந்துச்சு.

நான் ஏற்கனவே சொன்ன மாதிரி ஜாதகத்த கணிக்கிறதுல வல்லவரான எங்கப்பாவும் ராஜாண்ணன் பிறந்தப்பவே, அவரோட ஜாதகத்த கணிச்சு 'படிப்பு பெருசா இருக்காது'னு சொல்லீருந்திருக்கார்.

பாஸ்கரண்ணன் -பாவலரண்ணன் -நான் -ராஜாண்ணன்

வேல பார்த்து காசு சேர்த்த ராஜா... மறுபடி ஸ்கூல சேர்ந்தாரு. ஆனா ஜாதகம் வலியதாச்சே... படிப்ப தொடர முடியல.

எங்கப்பா முன் கூட்டியே கணிச்சு சொன்னது பலிச்சது. இதுமட்டுமில்ல... எங்க குடும்பத்தப் பத்தி பல விஷயங்கள... தீர்க்கதரிசி மாதிரி கணிச்சு சொல் லீட்டுப் போயிருக்கார் எங்கப்பா.

அதுபடிதான் நடந்தது. நடக்கும். அப்படி ஒரு நம்பிக்க எங்களுக்கு.

ஆணும் பெண்ணும் பாடுற மாதிரி பிரச்சாரப் பாட்டுக்கள எழுதி ட்யூன் போட்ட பாவலரண்ணன் தன்கூட பாடுறதுக்கு ஒரு பொம்பளக் குரல் தேடிக்கிட்டிருந்தபோது...

இளையராஜாண்ணனுக்கு அப்போ... 13 வயசு இருக்கும். இந்த வயசுல இருக்க சிறுவர்களுக்கெல்லாம் குரல்... பொம்பளக் குரல் மாதிரிதான் இருக்கும்.

ஸ்கூலுக்குப் போகாததால... பாவலரண்ணண் கூட அரசியல் டூயட் பாட கிளம்பிட்டார் ராஜாண்ணன்.

மாயவரத்துல கம்யூனிஸ்ட் கட்சி மாநாடு. பாவலரோட கச்சேரியக் கேட்க ஜனம் திரண்டிருக்கு.

சங்கரதாஸ் ஹார்மோனியம், திண்டுக்கல் அலெக்ஸாண்டர் தபேலா, பாவலர் பாட்டு, ராஜா பெண் குரல்ல எதிர் பாட்டு.

பாவலர் பாடுறதுக்கு ராஜா பதில் சொல்ற மாதிரி அமைக்கப்பட்டிருந்துச்சு அந்தப் பாட்டு.

கச்சேரியக் கேட்ட ஜனங்க... பசிய மறந்து... 'இன்னும் பாடுங்க...

இன்னும் பாடுங்க'னு நடுராத்திரி தாண்டி... அதிகால மூணு மணி வரைக்கும் ரசிச்சிருக்காங்க.

புதுச்சேரி தேர்தல்ல காங்கிரஸ எதுத்து நின்ன வா.சுப்பையாவ ஆதரிச்சு, பாவலர் கச்சேரி செஞ்சாரு. அப்பத்தான் பாவலருக்கு 'இசை முரசு'ங்கிற பட்டத்தக் குடுத்தாங்க.

அந்தக் கச்சேரில பாவலர் காங்கிரஸுக்கு ஓட்டு கேட்கிற மாதிரியும், ராஜா அதை மறுக்கிற மாதிரியும் பாடினாங்க.

ஒத்த ரூபா தாரேன்
உப்புமா காபியும் தாரேன்
ஓட்டுப் போடுற பெண்ணே
நீ மாட்டப் பாத்துப் போடு

... இப்படி பாவலர் பாட....

ஒன் ஒத்த ரூபாயும் வேணாம்
உப்புமா காபியும் வேணாம்
நீங்க ஊரக்கெடுக்கிற கூட்டம்
உங்கள ஒழிச்சுக்கட்டப் போறோம்

... இப்படி ராஜா பெண்குரல்ல பதில் சொல்லிப்பாட....

இப்படியே ஒரு ரூபாயில ஆரம்பிச்சு... பத்து ரூபா வரைக்கும் பேரம் பேசும் ஆண்குரல். ஆளும்கட்சியோட வண்டவாளத்த தண்டவாளத்துல ஏத்தும் பெண்குரல்.

கடைசியில உண்மை புரிஞ்ச ஆண்... அதாவது... பாவலர்....

அய்யய்யோ போச்சே -என்
ஆசயெல்லாம் போச்சே
என் ஆயிரம் ஆயிரம் ரூபா
அது அம்புட்டும் மண்ணாப்போச்சே
இந்த காள மாடும் வேணாம்
இந்த கதருச் சட்டயும் வேணாம்
நான் காஷாயத்த கட்டி -இப்பவே
காசிக்கு போகப் போறேன்

... இப்படிப் பாட்.... பாட்டு நிறைவுறும்.

'பட்டணந்தான் போகலாமடி'ங்கிற சினிமா பாட்டு மெட்டுல பாவலர் எழுதிப் பாடி.... கூடவே ராஜா பெண் குரல்ல பாடின பாட்டு ரொம்ப ஃபேமஸ்.

காங்கிரஸுல சேரப்போறண்டி பொம்பள...
கதரப் போட்டு பாக்கப்போறண்டி -நல்ல
காந்தியின் கொள்கய சாந்தி வழியில
கடைப்புடுச்சு நடக்கப் போறண்டி....

...இப்படி பாவலர் பாட....
வெளியச் சொல்லி தொலைச்சிராதீங்கோ மாப்புள
வீணாக் கெட்டு போயிடாதீங்க -காந்தி
வீரர் வளர்த்திட்ட காங்கிரஸ் கட்சி
மாறாக போச்சு மாமா
...இப்படி ராஜா பாடுவார்.

இதுமாதிரி பல கச்சேரிகள்ல... பாவலரண்ணன் கூட ராஜாண்ணன் பாடினார்.

அப்பத்தான் வந்தது அந்தப் பிரச்சின.

22
நானும் கச்சேரிக்கு கௌம்பிட்டேன்!

பாவலர் வரதராஜனோட கம்பீர குரல்லயும், இளையராஜாவோட பெண் குரல்லயும் பாவலரோட கச்சேரி கலக்கிக்கிட்டிருந்த நேரத்துல... அந்தப் பிரச்சின வந்துச்சு.

ஆமா... சிறுவர்களுக்கு 13 வயசு வரைக்கும் பெண்குரல் மாதிரி இருக்கும். அதுக்குப் பிறகு ஆண் குரலா மாறும்.

இத... மகரக் கட்டுன்னு சொல் வாங்க.

இதனால ராஜாண்ணனால பெண்குரல்ல பாட முடியல.

ராஜாண்ணன் இல்லாம கச்சேரி பண்றது பாவலருக்கு கை ஒடஞ்ச மாதிரி இருந்துச்சு.

'எல்லாத்தையும் இழுத்துப் போட்டுக்கிட்டு அந்தப் பெரியபுள்ள (பாவலர்) கஷ்டப்படுதே'னு எங்கம்மா கவலப்பட்டாங்க.

எனக்கு இப்பவும் நல்லா ஞாபகமிருக்கு...

ஒரு நா ராத்திரி...

பாவரண்ணன்கிட்ட அம்மா சொன்னாங்க. "யப்பா வரதராசு... நம்ம ராசைய்யாவுக்குத்தான் மகரக்கட்டு வந்துருச்சே. இனிமே எங்க அவன் பொம்பள குரல்ல பாடுறது? இந்த அமர் பய நல்லாத்தான பாடுறான்... அவன பொம்பளக் குரல்ல பாடுறதுக்கு போட்டுக்கிட்டா... ஒனக்கு கொஞ்சம் சொம குறையுமே"னு சொன்னாங்க.

"நம்ம வீட்ல படிச்சு... உத்தியோகத்துக்கு வர்ற மாதிரி இதுவரைக்கும் யாரும் இல்ல. டேய்... அமரு... நீ படிச்சு பெரியாளா வரணும். நல்ல உத்தியோகம் பார்க்கணும்னு நாங்க நெனைக்கிறோம். இந்த பாட்டு கீட்டேல்லாம் ஒனக்கு வேணாம். நல்லா படிக்கிற வழியப் பாரு"னு பாஸ்கரண்ணனும், ராஜாண்ணனும் சொன்னாங்க.

நான் கொஞ்சமும் யோசிக்கல...

"எனக்கு படிப்பு வேணாம். பாட்டுத்தான் வேணும். நீங்கள்லாம் மேடையில பாடி... மக்கள்ட்ட கைதட்டல் வாங்குற மாதிரி நானும் வாங்கணும்னு ஆச. எனக்கு படிப்பு வரல... பாட்டுத்தான் வருது" னு சொன்னேன்.

அப்புறமென்ன... பாவலரண்ணன் கூட மேடையில பாடுறதுக்கு எனக்கு வீட்டுலயே ரிகர்ஸல் நடந்துச்சு.

பம்பாய்ல நடக்குற கம்யூனிஸ்ட் கட்சி கூட்டத்துல பிரச்சார கச்சேரி பண்றதுக்கான ஏற்பாடு நடந்துச்சு. பாவலர் மொத மொதல்ல கம்யூனிஸ்ட் கட்சி பிரச்சாரப் பாடகரா கேரளாவில் பாடுறதுக்குக் காரணமா இருந்த தியாகி ஐ.மாயாண்டி பாரதிதான் இந்த பம்பாய் பிரச்சார கச்சேரிக்கும் ஏற்பாடு செஞ்சார்.

ஊர்லருந்து கௌம்பி, திண்டுக்கல் ரயில்வே ஸ்டேஷனுக்கு வந்து, அங்கருந்து ரயில் மூலமா மெட்ராஸ் போய், அங்கருந்து ரயில் மூலமா பம்பாய் போக ஏற்பாடு.

எனக்கு ஒரே சந்தோஷம். அதுக்குக் காரணம்... ரயில்ல போகப்போறனே.

ஆமா... அதுக்கு முன்னால நான் ரயில்ல ஏறுனதே இல்ல. அதனால ரயில நெனச்சு... மனசுக்குள்ள பயங்கர சந்தோஷம்.

அய்யோ...!

திண்டுக்கல்லுல ரயிலப் பார்த்த அனுபவமே பெரிய அனுபவம்.

'அடேங்கப்பா... எந்தந்தண்டியா இருக்கு?! இதுக்குப் பேருதான் ரயிலா?

அட... இதுதான் தண்டவாளமா? இதுலதான் ரயிலு ஓடுமா?

எம்மாம் பெரிய கட்டடத்த கட்டி வச்சிருக்கானுங்க? காம்பவுண்ட்டு சுவரெல்லாம் கூட போட்டுருக்காங்களே?

அந்த ஆள்தான் இன்ஸ்பெக்ட்டரா?

வெள்ள ட்ரெஸ் போட்டிருக்காரே அந்த இன்ஸ்பெக்டரு? எதுக்கு?

அவர்தான் ரயிலோட கண்டக்டருபோல...

அவரு சொன்னாத்தான் நாம ரயிலுக்குள்ள போக முடியுமாமே?'

-இப்படியெல்லாம் ஆச்சரியமும், கேள்வியுமா... அடக்க முடியாத சந்தோஷத்துல இருந்தேன்.

பாவலரண்ணன், சீனியம்மா மதினி, நான், பாவலரோட பையன் ஸ்டாலின், திண்டுக்கல்லருந்து ஹார்மோனிஸ்ட் ஜேம்ஸ், தபேலா அலெக்ஸாண்டர்... எல்லாரும் சேர்ந்து ரயில்ல பயணமானோம்.

எக்மோர் ஸ்டேஷன்ல வந்து ரயில் நிக்குது.

மெட்ராஸ்ல கால வச்சேன்.

அண்ணன்கள் இளையராஜா, பாஸ்கருக்கு முன்னால மெட்ராஸுக்கு வந்துட்டேன் நான்.

சினிமாவுல பார்த்த அதே மெட்ராஸ் நல்ல மெட்ராஸ்... அதே எக்மோர் ரயில்வே ஸ்டேஷன்... அதை நேர்ல பார்த்து பிரமிச்சுப் போனேன்.

எங்கள கூட்டிட்டுப் போறதுக்கு ஐ.மாயாண்டி பாரதி,

ஸ்டேஷனுக்கு வந்திருந்தார்.

இப்ப இருக்குற சென்னை மாதிரி அப்ப இல்ல. ரொம்ப அழகா இருந்துச்சு.

இப்ப நெனச்சுப் பாக்குறப்பவும் அந்தக் கால சென்னை மனசுக்கு சந்தோஷம் தருது.

எங்கயாவது ஒரு இடத்துல சைக்கிள் போகும். திடீர்னு ஒரு அம்பாஸிடர் கார் தட்டுப்படும். எப்பவோ... ஒண்ணு ரெண்டு பஸ் போகும்.

ஐ.மா.பா.வோட வீடு ராயப்பேட்டயில சீனிவாச பெருமாள் சன்னதியில இருந்துச்சு. பல குடித்தனம் ஒண்ணா இருக்குற ஒரு சின்ன காம்பவுண்ட்டுக்குள்ள சின்னதா ஒரு வீட்ல இருந்தாரு.

அவரோட சம்சாரம் பொன்னம்மா ரொம்ப நல்லம்மா. எங்க அத்தன பேருக்கும் வயிறார சமச்சுப் போட்டு சந்தோஷப்பட்டாங்க.

அந்த வீட்டுக்கு வெளியில வந்து பார்த்தா... லெப்ட்டு ஸைடுல சீனிவாசப் பெருமாள் கோயில். ரைட்டுல ராயப்பேட்ட ஆஸ்பத்திரி.

லெப்ட்டுல போயிட்டு ரைட்டுல திரும்பினா... நடிகர் திலகம் சிவாஜி கணேசனோட ஆபீஸ். அதுக்குப் பக்கத்துல மக்கள் திலகம் எம்.ஜி.ஆரோட ஆபீஸ்.

நடந்துபோயி அங்கெயெல்லாம் வேடிக்கை பார்த்து ஆச்சரியப்பட்டேன்.

'ஏய்... எம்.ஜி.ஆரு, சிவாஜியெல்லாம் இங்கதான் வருவாங்களாம். நாமெல்லாம் அவங்கள பக்கத்துல பார்க்க முடியுமா?'னு ஆச்சரியமா பேசிக்குவோம்.

(அவங்கள...பார்க்குற, பழகுற, அவங்க படங்களுக்கு வேல செய்ற பாக்கியத்தையெல்லாம் பின்னால கடவுள் எங்களுக்கு வச்சிருக்காருனு அப்ப எனக்குத் தெரியாது. ஊர்ல சிவாஜிய பார்த்த அனுபவத்தையும், அவரோட 'தீபம்' படத்துக்கு இசையமைச்ச அனுபவத்தையும் ஏற்கனவே சொல்லீருக்கேன். எம்.ஜி.ஆரையும் ஊர்ல பார்த்தோம். மியூஸிக் டைரக்டரானதும் அவரோட பழகினோம். அந்த அனுபவத்த அப்புறமா சொல்றேன். இப்ப பம்பாய்க்கு வாங்க என்கூட)

நாங்க எப்படி கச்சேரி பண்ணப் போறோம்கிறத கட்சி மேலிட ஆட்களெல்லாம் கேக்குறதுக்காகவே ஒரு கச்சேரிய ஏற்பாடு செஞ்சாங்க.

சென்னை பிராட்வேயில அரண்மனைக்காரன் தெருவுல இருக்குற கோகலே ஹால்ல அந்த ட்ரெயல் கச்சேரி நடந்தது.

(நான் மொதமொதப் பாடுன மேட இந்த கோகலே ஹால்தான். இருந்தாலும் ஜனங்க மத்தியில அரங்கேற்றங்கிறது பம்பாய்லதான். என்னோட மொதல் மேடயான கோகலே ஹால் இப்போ எப்படி

இருக்குனு தெரியல. எனக்கு மட்டும் வசதி இருந்தா அந்த எடத்த வாடகைக்காவது வாங்கி, மியூஸிக்ல இண்ட்ரெஸ்ட்டா இருக்கிற குழுவினர்கள பாட வச்சுக் கேக்கணும்னு எனக்கு ஆச)

கட்சிக்காரங்க முன்னாடி... லேடீஸ் குரல்ல நான் பாடின என்னோட மொத மேடைப் பாட்டு என்னன்னு தெரியுமா?

'மண்ணுக்கு மரம் பாரமா?'ங்கிற ஃபேமஸான சினிமா பாட்டு மெட்டுல அமைஞ்ச பாட்டு...

செங்கொடி பறந்தாடுது

ஜெகமெல்லம் புகழ் பாடுது

சிந்தை மகிழ்ந்தாடுது...

ட்ரெயல் கச்சேரி முடிஞ்சதும் எல்லாரும் என்னய பாராட்டினாங்க.

பம்பாய்க்கு புறப்படுறோம்...

எனக்கு நல்லா ஞாபகமிருக்கு...

1959 அக்டோபர் 8

இந்த நாள்... என்னோட வாழ்க்கையில மறக்க முடியாத நாள்.

பம்பாய் போறதுக்காக சென்ட்ரல் ரயில்வே ஸ்டேஷனுக்கு வந்தோம். எங்களை ஐ.மா.பா.தான் வழியனுப்ப வந்தார்.

எக்மோர் ஸ்டேஷனப் பார்த்து பிரமிச்ச நான்... சென்ட்ரல் ஸ்டேஷனப் பார்த்து மிரண்டுதான் போனேன்.

பிளாட்பாரத்துல நாங்கள்லாம் நின்னுட்டிருந்தோம்.

பாவலரண்ணனும், ஐ.மா.பா.வும் கட்சி சம்பந்தமா பேசிக்கிட்டிருந்தாங்க.

அப்ப... யாரோ ஒரு தோழர் ஓடி வந்தார்.

மூச்சு வாங்கியபடி ஒரு சேதியைச் சொன்னார் அந்தத் தோழர்.

அதக் கேட்டதும் பாவலரும், ஐ.மா.பா.வும் தங்களோட தலயில இடி விழுந்த மாதிரி ஆகிட்டாங்க...

23
இட்லிக்கு காய்ச்சல்!
காபிக்கு பேதி!

பம்பாய்ல கம்யூனிஸ்ட் கட்சி பிரச்சாரக் கச்சேரி நடத்த... ரயில் ஏறுறதுக்காக சென்னை சென்ட்ரல் ரயில்வே ஸ்டேஷன்ல காத்திருந்தோம்.

அது... 1959 அக்டோபர் 8-ந் தேதி. இந்த நாளை மறக்கவே முடியாது.

நாங்க பிளாட்பாரத்துல நின்னுட்டிருந்தோம்.

பாவலரண்ணனும், எங்கள வழியனுப்ப வந்திருந்த கம்யூனிஸ்ட் தலைவர்கள்ல ஒருத்தரான தியாகி ஐமாயாண்டி பாரதியும் கட்சி சம்பந்தமா பேசிக்கிட்டிருந்தாங்க.

அப்போ... யாரோ ஒரு தோழர் ஓடி வந்தார்.

"தோழர்... பட்டுக்கோட்டை கல்யாணசுந்தரம் ஆஸ்பத்திரியில தவறிட்டாரு" னு தகவல் சொன்னார்.

பாவலரும், ஐ.மா.பா.வும் தங்களோட தலயில இடி விழுந்த மாதிரி ஒக்காந்துட்டாங்க.

பட்டுக்கோட்ட கல்யாணசுந்தரம்

பாட்டுன்னா... எங்களுக்கு ரொம்பப் புடிக்கும். அவரையும் பிடிக்கும். எங்கள மாதிரி... சாதாரண விவசாயக் குடும்பத்துல பொறந்து, கிராமியம், இலக்கியம், எழுச்சி, மக்கள் பிரச்னை, அரசாங்கம்... இப்படி எல்லாத்தையும் வச்சு எழுச்சியான பாடல்கள எழுதினது பட்டுக்கோட்டையார்தான்.

அவரு போயிட்டாருனு நினைக்கும்போது ரொம்ப கஷ்டமா இருந்துச்சு.

அந்தத் துக்கத்த நாங்க சுமந்துக்கிட்டு ரயிலேறினோம்.

எங்கள சுமந்துக்கிட்டு ரயில் கிளம்புச்சு.

ரெண்டு ராத்திரி பயணத்துக்குப் பிறகு பம்பாய்க்கு நாங்க வந்து சேர்ந்தப்போ... பட்டுக்கோட்டையார் இறந்த துக்கத்தோட தாக்கம் பாவலரண்ணனுக்கு அதிகமாயிருச்சு.

எங்க பார்த்தாலும் பெரிய பெரிய கட்டிடம்.

யம்மடியோவ்....

பம்பாயோட பிரமாண்டத்து முன்னாடி மெட்ராஸ் இத்துனூண்டு ஆகிப்போச்சு.

அங்க கொஞ்சம் வசதியா இருந்த கம்யூனிஸ்ட் தோழரோட வீட்ல தங்க வைக்கப்பட்டோம்.

மறுநா...

கட்சித் தோழர்களப் பார்க்குறதுக்காக நாங்க போன எடம்... தாராவி.

இந்த தாராவியப் பத்தி ஒங்களுக்குத் தெரியுமா?

தெரிஞ்சிருக்கலாம். இருந்தாலும் சொல்றேன்.... 'ஸ்லம்டாக் மில்லியனர்'னு ஒரு படம் வந்துச்சே... அதான். ஏ.ஆர்.ரஹ்மானுக்கு ஆஸ்கர் அவார்ட் கெடச்சுதே... அந்தப் படத்துல வர்ற எடந்தான் தாராவி. அங்க போனோம்.

இப்ப நெனச்சாலும் மனசுக்கு கஷ்டமா இருக்கு. அந்த எடத்துல எப்படித்தான் நம்ம தமிழர்கள் வாழ்றாங்களோ? அந்த எடத்துக்கு வசதிங்கிற விடிவு காலம் இன்னும் வரவே இல்ல. சென்னை தீவுத்திடல் மாதிரி நாலு பங்கு இருக்க எடத்துல நம்ம தமிழ் ஆட்கள்லாம் சின்னச் சின்ன குடிசையப் போட்டு நெருக்கடியா வாழ்றாங்க. பக்கத்துலயே ஏரோப்ளேன் எறங்குற எடம். ஒண்ணுக்கு ரெண்டுக்குப் போக வசதி இருக்காது. அவங்க வாழ்ற வாழ்க்க ரொம்ப சாதாரணமானது. ஆனா... ரொம்ப அன்பானவங்க.

அங்க எங்களுக்கு மறுநா... விருந்து கொடுத்தாங்க. ரொம்ப நல்லா இருந்துச்சு. தாராவி மக்களோட கஷ்டத்த என்னால அப்ப முழுமையா உணர முடியல. ஏன்னா... நான் சின்னப்பயலாச்சே. ஆனா... மனச என்னமோ பண்ணுச்சு.

''இந்த மாதிரி கஷ்டப்படுற மக்களுக்கு ஒதவி வாங்கித்

பட்டுக்கோட்டை கல்யாணசுந்தரம்

தர்றதுக்குத்தான் கம்யூனிஸ்ட் கட்சி இருக்கு. அந்தக் கட்சிக்காக பாடுபடுறதுதான் நம்ம வேல"னு பாவலரண்ணன் எங்களுக்கெல்லாம் சொன்னார்.

பம்பாய்ல மாத்துங்கா அப்படிங்கிற எடத்துலதான் எங்க கச்சேரி. ஒரு மீட்டிங்குக்கு உண்டான ஏற்பாடுகளோட நடந்தது.

வெகு சாதாரண ஜனங்கள் திரண்டு வந்து கச்சேரி கேட்டாங்க. பட்டுக்கோட்ட கல்யாணசுந்தரம் இறந்த துக்கத்தோட தாக்கத்துலருந்து மீளமுடியாத பாவலரண்ணன்... அந்தக் கச்சேரியில 'இந்த மாநிலத்தையும் பாராய் மகனே'ங்கிற ட்யூன்ல பட்டுக்கோட்டையாரைப் பத்தி ஒரு பாட்டெழுதிப் பாடினார்.

தமிழ் மாநிலத்தின் தனிப்பெரும் கவியே
உன்னை மறவாது தமிழர் உள்ளம் இனியே

இந்த மாறாத சோகம் என்று மாறுமோ
இனி தீராத துன்பம் என்று தீருமோ...

....

எளியோரை எழுப்பும் திரைப்பாடல் எழுதி
புதுப்பாதை வகுத்தாய் தோழனே
உழுகின்ற ஏழை விவசாயி நிலையை
உணர்த்தும் தமிழ்க்கவி வேந்தனே....

...என்ன ஒரு அற்புதமான பாட்டு.

எங்கண்ணன் எழுதுன பாட்டு இன்னைக்கும் மின்னல் மாதிரி நினைவுக்கு வருதுன்னா... அந்த வரிகளோட ஆழம்தான் காரணம். பொதுவாவே எளியவங்களும் ஈஸியா புரிஞ்சுக்கிற மாதிரித்தான் பாவலரோட பாட்டுக்கள் இருக்கும்.

பட்டுக்கோட்டையார் மேல அண்ணனுக்கு இருக்கிற ஒரு அலாதியான ஈர்ப்புலதான் இப்படி அழுத்தமா... எளிமையா எழுதினார்.

பம்பாய் கச்சேரி முடிஞ்சு ஊர் திரும்பினோம்.

தமிழ்நாட்டுல இருக்க ஊர்கள்ல நாங்க பாடாத எடமே இல்ல... எங்க கால் படாத ஊரே இல்லனுதான் சொல்லணும்.

அதென்ன... 'சொல்லணும்?'

எங்க கால் படாத ஊரே இல்ல.

பெரிய பெரிய தலைவர்களுக்கு கூடுற கூட்டம்தான் எங்க பாவலரண்ணனுக்கு கூடும்.

('ஆராதனா' இந்திப் படத்துல 'லுப்புதேரா மஸ்தானா'னு ரொம்ப ஃபேமஸான பாட்டு இருக்குல்ல. அந்த ட்யூனை மனசுக்குள்ள தயாரா வச்சுக்கிட்டு... தொடர்ந்து படிங்க வாசகர்களே...)

புரட்சிகரமான பாட்டுக்கள எழுதி, மெட்டமச்சு பாடுறது மட்டுமில்லாம... அப்பப்போ சிரிக்கச் சிரிக்கச் சொல்லி சிந்திக்க வைக்கிற மாதிரி பாட்டுக் கட்டுவார் பாவலரண்ணன்.

சென்ட்ரல் கவருமெண்ட்டு அப்போ குடும்பக் கட்டுப்பாடு சட்டம் ஒண்ண போட்டுச்சு.

அது பாவலரண்ணனுக்கு பிடிக்கல. அத எதுத்து ஜாலியா ஒரு பாட்ட எழுதினாரு.

லுப்புதேரா மஸ்தானா
பியருமேரா தீவானா
ஃபூலுக்கோயி ஹம் சேனா
ஹோகயே....

....இந்த இந்திப் பாட்டு மெட்டுல எழுதிப் பாடினாரு.

லூப்பு தர்றான் சரிதானா?
மாட்டலன்னா விடுறானா?
நாளைய வாரிசு வீணா

போகுதே...

அண்ணன் பாடின இந்த அதிரடிப் பாட்ட அப்போ முணுமுணுக்காத வாயே கெடையாது.

பாவலர் மேடையில சிரிச்சார்னா... கூட்டம் சிரிக்கும். கோவமாப் பேசினார்னா... கூட்டமே கொந்தளிக்கும். அழுதார்னா... கூட்டமே அழும்.

இதையெல்லாம் நேரடியா பார்த்து அனுபவிச்சவிய்ங்க நாங்க.

வெள்ளக்காரன் காலத்துல
வெலவாசிய பாத்தியா?
கொள்ளக்காரன் ஆட்சியில
கூடிப் போனத பாத்தியா?

....

இட்லிக்கு காச்ச வந்து
எளச்சுப் போனதப் பாத்தியா?
காப்பிக்கி பேதி வந்து
கழிஞ்சு போனதப் பாத்தியா?
தோசைக்கி காச்ச வந்து
சுருங்கிப் போனதப் பாத்தியா?
போண்டாவுக்கு ஜன்னி வந்து
பொடிசாப் போனதப் பாத்தியா?

....இப்படி ஜாலி கேலியா வெலவாசிய பாட்டால் சாடினார் பாவலர்.

என் கை நிறைய சாக்லெட்டை அள்ளித் தந்த பிரபல நடிகை.

24
பாராட்டு... பளார்...?

பாவலரண்ணன் கூட கச்சேரிகள்ல பெண்குரல்ல பாடிட்டிருந்த இளையராஜாவுக்கு மகரக்கட்டு வந்ததால பெண்குரல்ல பாட முடியல. அதனால பெண்குரல்ல பாடுறா வாய்ப்பு எனக்கு கிடைச்சிச்சில்லயா...

பாவலரோட சேர்ந்து கச்சேரியில பாட முடியலையேங்கிற சோகம் ராஜாண்ணனுக்குள்ள இருந்திருக்கு.

பாராட்டும், கைதட்டலும் வாங்கிப் பழக்கப்பட்டுட்டு... சும்மா இருக்க முடியாதில்லையா?

'நாமளும் மறுபடி மேடையேறி கச்சேரி பண்ணணும்'னு ராஜாண்ணன் கரெக்ட்டா பிளான் போட்டார்.

அதுதான்... ராஜாண்ணன் ஹார்மோனியம் கத்துக்கிட்ட விஷயம்.

அவரு எப்படி சுயமா... பாவலர் வீட்ல இல்லாதப்ப ஹார்மோனியத்த எடுத்து வச்சு கத்துக்கிட்டாரு... அவருக்கு அனுஸ்வரம் எப்படி கைவந்த கலையாச்சு. சுருளிப்பட்டியில

மொதமொதலா ராஜா ஹார்மோனியம் வாசிச்சதுதான் இளையராஜாவோட மொதமொத கச்சேரி... இதுபத்தியெல்லாம் ஏற்கனவே சொல்லீட்டேன்.

மதுரையில தமுக்கம் மைதானத்துல வருஷா வருஷம் சித்திரை பொருட்காட்சி நடக்கும்.

அங்க தினமும் யாராவது ஒரு சினிமா பிரபலத்தோட கச்சேரி, நாடகம்... இப்படி ஏதாவது இருக்கும்.

அப்படி ஒரு தடவ... பொருட்காட்சியில நாடகம் போடுறதுக்காக நடிகரும் தயாரிப்பாளருமான பாலாஜி, நாகேஷ், நடிகை சந்திரகாந்தா... இவங்களோட பலபேர் வந்திருந்தாங்க மதுரைக்கி.

நாங்க மதுரைக்குப் போனா பஸ் ஸ்டாண்ட்டு முன்னால இருக்க 'மீனாட்சி நிலையம்'ங்கிற ஒரு சத்திரம் மாதிரியான லாட்ஜ்லதான் தங்குவோம். கார்ப்பரேஷன் நடத்துற விடுதி அது. வாடக ரொம்ப சீப்பா இருக்கும்.

நாங்க தங்கியிருந்த அந்த லாட்ஜ்ல நடிகை சந்திரகாந்தாவும், இன்னும் சிலரும் தங்கிருந்தாங்க. நாகேஷும், பாலாஜியும் வேற ஓட்டல்ல தங்கீருந்தாங்க.

ரிகர்ஸல் நடத்துறதுக்கு மட்டும் மீனாட்சி நிலையம் வருவாங்க ரெண்டு பேரும்.

நாங்க ரூம்ல தபேலாவயும், ஹார்மோனியத்தையும் எடுத்து வச்சு கச்சேரி வச்சோம்.

பெண்குரல்ல நான் பாட ஆரம்பிச்சேன்....

மாலைப் பொழுதின் மயக்கத்திலே -நான்
கனவு கண்டேன் தோழி
மனதில் இருந்தும் வார்த்தைகள் இல்லை
காரணம் ஏன் தோழி
கனவில் வந்தவர் யாரெனக் கேட்டேன்
கணவரென்றார் தோழி
கணவர் என்றால் அவர் கனவு முடிந்ததும்
பிரிந்ததும் ஏன் தோழி
இளமையெல்லாம் ஒரு கனவுமயம் -இதில்
மறைந்தது சில காலம்
தெளிவும் அறியாது முடிவும் தெரியாது
மயங்குது எதிர்காலம்....

ஆஹா என்னா ஒரு பாட்டு.

இந்தப் பாட்ட என்னால முடிஞ்ச அளவுக்கு கொஞ்சம் உணர்வுப்பூர்வமா ஒரு பெண்ணோட மனநிலைல பாடினேன்.

பாட்டக் கேட்ட சந்திரகாந்தா உருகிப் போய்ட்டாங்க.

சந்திரகாந்தா அந்தக் காலத்துல ரொம்ப பிரபலமான கதாநாயகி.

'சரவணப் பொய்கையில் நீராடி துணை தந்தருள் என்றேன் முருகனிடம்' அப்படிங்கிற... இன்னைக்கி வரைக்கும் பிரபலமா இருக்க பாட்டு வருமே... 'இது சத்தியம்' படம், ஸ்ரீதரோட 'கலைக்கோயில்'... இந்த மாதிரி பிரபலமான படங்கள்ல நடிச்சவங்க.

என்னோட பெண்குரல்ல இந்தப் பாட்டக் கேட்டு ரசிச்சு... கை நிறைய சாக்லெட்ட அள்ளிக்கிட்டு வந்து என் கைல குடுத்தாங்க.

"ரொம்ப நல்லா பாடுறீங்க தம்பி. கண்டிப்பா நீங்க பெரிய அளவுல வருவீங்க"னு சொல்லி மனப்பூர்வமா பாராட்டினாங்க.

கச்சேரிகள்ல பாடி, மக்களோட கைதட்டலையும், பாராட்டையும் பலமுறை நான் வாங்கீட்டேன்.

ஆனா... சினிமாவுல ரொம்ப ஒசரத்துல இருக்க ஒரு பிரபலம் என்னயப் பாராட்டிய அந்த அனுபவம் என்னோட வாழ்க்கைல முதல் அனுபவம். மறக்க முடியாத அனுபவம்.

பாராட்டு வாங்குனத சொல்றப்போ.... 'பளார்' வாங்குனதையும் சொல்லணும்ல.

பாரதியாரோட 'காற்று வெளியிடை கண்ணம்மா'ங்குற பாட்டு மெட்டுல.... பாவலரண்ணன் ஒரு பாட்டெழுதினார்.

கம்யூனிஸ நாடான ரஷ்யா மொதமொதல்ல ராக்கெட்ல ஆளனுப்பின நிகழ்வ வச்சு அந்த பாட்ட உருவாக்குனார்.

வானவெளி தன்னை சுற்றித்தான்
வந்த சேதியில் உள்ளம்
களிக்குதே...

இப்படி எழுதிப் பாடினாரு பாவலர். பெண்குரல்ல நான் பாடுறேன்.

இது ரொம்ப கஷ்டமான பாட்டு. பாட்டோட சேந்து ராகமெல்லாம் இழுக்கணும்.

அந்த ராகத்த என்னால சரியா பாட முடியல.

அடுத்த நிமிஷம் விழுந்தது பாருங்க என்னோட முதுகில ஒரு அடி....

"ஒழுங்கா பாடமாட்டியா?" னு கத்துனாரு பாவலர்.

நீங்களே அந்தப் பாட்டுல வர்ற ஹம்மிங்க பாடிப் பாருங்க...

பத்து மாற்று பொன்னொத்த
நின் மேனியும்.....
ஆ.... ஆ....

எவ்வளவு கஷ்டமான சங்கதி பாருங்க. இந்த எடத்துலதான் திணறினேன். அதுவும் முதுகுல ஓங்கி ஒரு அடி விழுந்தா... பாட முடியுமா?

ஆனாலும் அழுதுக்கிட்டே பாடி முடிச்சேன்.

அப்படி அடி வாங்கிப் பாடினதுனாலதான்... இப்படி 'வாங்கி'ப்

பாடிக்கிட்டிருக்கோம்.

(துட்டு)

கம்யூனிஸ்ட் கட்சிக்காக பாவலரண்ணன் கச்சேரி பண்ணினாலும், எங்க பக்கத்து ஊர்கள்ல நடக்குற திருவிழாக்களுக்கு சினிமா பாட்டுக்கள் இல்லாம கிராமிய பாட்டுக்கள வச்சு கச்சேரி பண்ணினார்.

இப்படியான கதையும், பாட்டுமா வர்ற கிராமியப் பாடல்கள தொகுத்து எழுதி மொத்தமா திருச்சி ஆல் இந்தியா ரேடியோ ஸ்டேஷனுக்கு அனுப்பினார்.

'ஏட்டில் எழுதா அக்கவிதை' என்ற தலைப்புல 'இந்த கிராமிய பாடல்களை மெட்டோட வானொலியில் பாடுவதற்காக... உங்களோட அழைப்புக்காக காத்திருக்கிறேன்'னு ஒரு லெட்டரும் எழுதி சேர்த்து அனுப்பினார் பாவலர்.

கொஞ்ச நாளக்கி அப்புறமா அந்த பாட்டுப் பண்டல் திரும்பி வந்துச்சு.

'உங்க பாடல்கள் வானொலியில் ஒலிபரப்ப தகுதியில்லாதவை'னு குறிப்பு போட்டு திருப்பி அனுப்பிட்டாங்க... வானொலி நிலையத்தார்.

ஆனா...

கொஞ்ச நாட்கள் கடந்ததும்....

பாவலர் அனுப்பிய பாட்டுக்கள வேற பாடகர்கள வச்சு பாடவச்சு 'கிராமியக் கலை'னு சொல்லி ரேடியோவில் ஒலிபரப்புனாங்க.

'என்னடா இது... நாம அனுப்புன பாட்டுக்கள... நமக்கு வாய்ப்புத் தராம... இப்படி வேறவங்களப் பாடவச்சு ஒலிபரப்புறாங்களே...'னு பாவலருக்கு ரொம்ப ஷாக்.

'சரி... ஏதோ ஒரு பாட்டு தவறா வேற ஒருத்தர பாடவச்சு ஒலிபரப்புறாங்க'னு சமாதானமானாரு.

ஆனா... தொடர்ந்து பாவலர் அனுப்பின பாட்டெல்லாம் ஒலிபரப்பாகவும் அவருக்கு ரொம்ப வருத்தமாப் போச்சு.

பார்லிமெண்ட்டில் எதிரொலித்த பாவலரின் பாட்டு விவகாரம்...

25

அக்கா கழுத்தில் 'அரிவாள்-சுத்தியல்' தாலி!

'ஏட்டில் எழுதாத கவிதைகள்'னு கிராமியப் பாடல்களத் தொகுத்து எழுதி, திருச்சி 'ஆல் இந்திய ரேடியோ'வில் மெட்டோட பாட வாய்ப்புக் கேட்டு அனுப்பினார் பாவலரண்ணன்.

'ஒலிபரப்பத் தகுதி இல்லாதவை'னு சொல்லி திருப்பியனுப்பிச்ச வானொலி நிலையம்... கொஞ்ச நாட்கள்லயே... வேற வேற பாடகர்கள பாடவச்சு 'கிராமியக் கலை'ங்கிற பேர்ல அதே பாடல்கள ஒலிபரப்புச்சு. இதனால் வருத்தப்பட்ட பாவலர் அப்போ... திருச்சி எம்.பி.யா இருந்த கம்யூனிஸ்ட் கட்சிப் பிரமுகர் ஆர்.உமாநாத்கிட்ட நடந்த விஷயங்களச் சொன்னார்.

உமாநாத் ரொம்ப விவரமானவர். நடந்த விஷயங்கள ஒரு ஃபைலா பக்காவா ரெடி பண்ணி.... பார்லிமெண்ட்ல வச்சு... கேள்வி கேட்டு... புகுந்து வெளையாடிட்டார்.

கவருமெண்ட்டுன்னாலே... எதையாவது சொல்லி சமாளிக்கிறதுக்கு

சில காரணங்கள வச்சிருக்குமே... 'இந்தக் கிராமியப் பாடல்கள பாவலர் வரதராஜன் அனுப்புறதுக்கு முன்னாலயே... வேறொருத்தர் அனுப்பியிருந்ததால... அவங்க பேர்ல ஒலிபரப்பப்பட்டது'னு சப்பக்கட்டு கட்டி... முடிச்சிட்டாங்க.

அத்தோட இந்த விஷயத்த கம்யூனிஸ்ட் கட்சிக்காரங்க கண்டுக்காம விட்டுட்டாங்க. அய்யோ... நாங்க கம்யூனிஸ்ட் கட்சியில இருந்தப்போ... பட்டபாடே தனி புஸ்தகமா போடலாம்.

பாவலரண்ணன் கம்யூனிஸ்ட் கொள்கைகள பரப்புறதுக்காக 'இரு கொலைகள்', 'பாட்டாளியின் குரல்' 'நீதி'... இப்படி பல நாடகங்களயும் போட்டாரு. மதுரயிலருந்து நடிகர்கள கூட்டி வந்து, வீட்லயே தங்க வச்சு... ஒருவாரம் ரிகர்ஸல் நடத்துவாரு. அவுங்களுக்கெல்லாம் கோழியடிச்சு விருந்து போடுவாரு. அந்த அளவுக்கு கொள்கயோட கூடிய கலையார்வம் பாவலருக்கு இருந்துச்சு.

(பாவலரோட கலையார்வத்த... நேரடியா நாங்க பார்க்கலேன்னா... நோ இளையராஜா... நோ கங்கை அமரன்.

பாவலர் மேடையேறி பாராட்டு வாங்கலேன்னா... பரிசு வாங்கலேன்னா... கைதட்டல் வாங்கலேன்னா... நாங்களும் பாராட்டுக்கோ, கைதட்டலுக்கோ ஆசப்பட்டிருக்க மாட்டோம். பாவலர் பக்கத்துல உட்காந்து பாடுனதுனாலதான... இந்த கங்கைஅமரனுக்கும் பாட்டு வந்துச்சு... இசை வந்துச்சு. பாவலர் புதுசா பாட்டெழுதி, புதுசா மெட்டுப் போட்டதப் பார்த்து... அந்த ஆச வந்த சத்தியத்தின் காரணமாத்தான் ராசையா... இளையராஜாவா பரிணமிக்க முடிஞ்சிச்சு.)

நீங்கள்லாம் நெனைக்கிற மாதிரி... ரொம்ப அடிமட்டத்துலருந்து வந்தவங்க இல்ல நாங்க. நல்லா வசதியான குடும்பம்தான். எங்கப்பா சம்பாதிச்சு வச்சிட்டுப்போன சொத்து... எங்க ஊருலயே ஏலமலக் காட்டுல 22 ஏக்கர் நிலம் இருந்துச்சு. அந்த காட்டோட பேரு... 'அசோகவனம் எஸ்டேட்.'

பாவலரண்ணன் நாடகம் போடுறதுக்கு தேவையான பணம் இருக்காது. ஒவ்வொரு நாடகம் போடும்போதும் ஒவ்வொரு ஏக்கராவா... ஆயிரத்துக்கும், ரெண்டாயிரத்துக்கும் வித்து நாடகம் போட்டாரு.

"ஏம்புள்ள... நாடகம் போடுறான். அதப் பார்த்து ஜனங்க கைதட்றாங்க. அது போதும் எனக்கு. புள்ளக்கி கிடைக்கிற பாராட்ட விட எனக்கு நெலம் பெருசாத் தெரியல"னு எங்கம்மா சொல்லுவாங்க.

'நான் சினிமா எடுக்கப் போறேன். வீட வித்து, நிலத்த வித்து காசு குடு'னு இன்னைக்கி ஒரு புள்ள கேட்டா... எந்தத் தகப்பனாவது குடுப்பானா? கூடப்பிறந்தவன் குடுப்பானா?

எந்த தாயாவது சொத்த வித்து நாடகம் போட சம்மதிப்பாங்களா?

ஆனா... எங்கம்மா சம்மதிச்சாங்க. அதுதான் எங்கம்மா. 22 ஏக்கர் நிலத்தயும் வித்து 22 நாடகங்களப் போட்டாரு பாவலரண்ணன்.

எங்கப்பா சேர்த்து வச்ச சொத்தெல்லாம் போயிட்டாலும்கூட... இந்த கலை உணர்வுங்கிற சொத்து எங்களுக்கு இவ்வளவு பெரிசா இருக்க... அதுதானே காரணம்.

எங்கம்மா எங்கள வளர்த்த விதத்த நினைச்சா... கண்ணீர் விட்டு அழக்கூடிய... ஆனா ரொம்ப அருமையான அனுபவம்தான்.

எங்க பெரியக்கா கமலத்துக்கு கல்யாணமானது எனக்கு

பத்மாக்காவுடன் நான்

ஞாபகத்துல இல்ல. அப்போ நான் ரொம்ப சின்னப்பய.

அக்காவோட வீட்டுக்காரர் கூடலூர் முனியாண்டி மச்சான். மிலிட்டரில வேல பார்த்தார். மாசா மாசம் அக்காவுக்கு பணம் அனுப்புவார். அப்படி பணம் வரும்போதெல்லாம்... அக்காகிட்டருந்து மாசாமாசம் கொஞ்சம் பணம் கடனா வாங்கிட்டு வந்து, எங்களுக்கு ருசியா ஆக்கிப் போடுவாங்க எங்கம்மா.

கடன் வாங்கிட்டு வந்ததும் நாடார் கடைக்கி பலசரக்கு சாமான் வாங்க என்னயத்தான் அனுப்புவாங்க.

''இதெல்லாம் வாங்கிக்கிட்டு கடசியில கொசுறு கேட்டு வாங்கிட்டு வா''னு அம்மா சொல்வாங்க. நானும் மொத்தச் சாமானும் வாங்கிட்டு ''இவ்வளவு வாங்கீருக்கம்ல. பருப்பு கொஞ்சம் அள்ளிப்போடுங்க''னு கேட்டு வாங்கிட்டு வருவேன்.

''பரவால்லயே இந்தப்புள்ள சமத்தா இருக்கே''னு அம்மா பாராட்டுவாங்க.

தாயும் புள்ளயும் ஒண்ணா இருந்தாலும் வாயும் வயிறும் வேறதான.

''எங்கிட்ட கடனா வாங்குனத திருப்பிக்குடு''னு அம்மாகிட்ட கமலமக்கா கேட்டுச்சு.

வருஷக்கணக்கா வாங்குனது... மொத்தக் கடனா பெரிசா வந்து நின்னுச்சு. உடனே அம்மா தன்னோட சம்பாத்யத்துல முன்னாடி வாங்கீருந்த... ரோட்டுக்குப் பக்கத்துல இருக்குற மூணு ஏக்கர் நெலத்தயும் மகள்ட்ட பட்ட கடனுக்கு எழுதிக் குடுத்துட்டாங்க.

இந்த விஷயமெல்லாம் பின்னாலதான் எங்களுக்கு தெரிய வந்துச்சு.

இல்லாதவங்களப் பார்த்து வசதியானவங்க என்ன நினைப்பாங்க.... 'அவங்க நம்மகிட்டத்தான வந்து வாங்கி சாப்பிட்டாகணும்'னு கெத்து கட்டுவாங்கள்ல. அந்த மாதிரி குணம் கொஞ்சம் அக்காவுக்கு வந்திருச்சு. அம்புட்டுத்தான்.

தன்னோட பையன்கள், தன்னோட பொண்ணுககிட்டக்கூட தல குனியக் கூடாதுனுதான் எங்கம்மா நெலத்த எழுதி வச்சிருக்காங்க.

(அந்த கமலமக்காவோட மக ஜீவகன்னிகையத்தான் இளையராஜாவுக்கு கல்யாணம் பண்ணிவச்சோம்.)

பாஸ்கர், ராஜா, நான்... உருப்படாம வெட்டியா திரிஞ்சோம். எங்களுக்கும் சரி... எங்க சின்னக்கா பத்மாவுக்கும் சரி... எந்த வேலயும் தெரியாது. இந்தக் காலத்துல இருக்க ஒருதாய் என்ன பண்ணுவா.... 'ஏண்டா தெண்டமா ஒக்காந்து திங்கிறீங்களே... ஏதாவது வேலைக்கிப் போய்த் தொலைங்களேண்டா'னு திட்டுவா.

ஆனா... இப்படியெல்லாம் திட்டாம எங்கம்மா எங்கள வளர்த்தாங்க.

மலைக்கிப் போயி, வெறகு ஒடிச்சிட்டு வந்து, அத கடவீதியில வித்து, அந்தக் காசுல அரிசி, பருப்பு வாங்கிட்டு வந்து எங்களுக்கு சாப்பாடு போடுவாங்க. நாங்களும் நல்லா ருசியா சாப்புட்டுப்புட்டு சந்தோஷமா இருப்போம்.

எவ்வளவு பொறுப்பில்லாத ராஸ்கல்ஸ் நாங்க.

‘அம்மா கஷ்டப்படுறாங்களே... வேல வெட்டி பார்ப்போம்’னு நெனக்கவேயில்ல.

ஆனா... சாயங்காலமாயிட்டா ஹார்மோனியத்த தூக்கிக்கிட்டு பாட்டப் போட்டா....

“யப்பா... என்ன பாட்டுய்யா... என்னமா பாடுறீங்க”னு எங்கம்மா குளுந்துபோயிருவாங்க.

பாவலரண்ணனோட மனசுல... ‘தங்கச்சி பத்மாவுக்கு சீக்கிரம் கல்யாணம் பண்ணிவைக்கணும்’கிற நெனப்பு இருந்துக்கிட்டே இருந்துச்சு. அதுலயும்... கம்யூனிஸ்ட் கட்சியில இருக்கிற பையனுக்குத் தான் தங்கச்சிய கட்டித் தரணும்கிற உறுதியோடவும் இருந்தாரு.

தியாகி ஐ.மாயாண்டி பாரதி மூலமா ஒரு தகவல் வந்துச்சு.

பம்பாய்ல ஆர்.கே.மில்லுல கம்யூனிஸ்ட் தொழிலாளர் யூனியன்ல செக்ரட்ரியா இருக்க கே.பி.ராஜன் நல்ல மாப்பிள்ளைங்கிறதுதான் அந்த தகவல்.

மாப்பிள்ளயப் பத்தி விசாரிச்சு... திருப்தியாகி... திருமணம் பேசி முடிச்சு...

பத்மாக்கா-கே.பி.ராஜன் கல்யாணம் எங்க ஊர்ல நடந்துச்சு. அக்காவோட தாலியில கம்யூனிஸ்ட் கட்சியோட ‘அரிவாள்-சுத்தியல்’ சின்னம் இருந்துச்சு.

புருஷன் வீட்டுக்கு... பம்பாய்க்கு அக்கா கெளம்ப... காலச்சுத்தி வந்த பாசக்கார தங்கச்சிய பிரிய மனசில்லாம... தேம்பித் தேம்பி அழுதாரு பாவலரண்ணன்.

‘இம்புட்டுப் பாசத்த உள்ள வச்சுக்கிட்டு... வெளிய அம்புட்டு அழுத்தமா இருந்திருக்காரே’னு எங்களுக்கு ஆச்சர்யமாப் போச்சு.

அண்ணனோட அழுகய நிறுத்துறதுக்குள்ள பெரும்பாடாப் போச்சு.

பத்மாக்கா பம்பாய்ல தாராவியில செட்டில் ஆனாங்க.

‘வரதராசன் பெரிய ஆளுதானப்பா... அவன் தங்கச்சிய பம்பாய்ல கட்டிக் குடுத்துருக்கானே’னு ஊர் பேசுனப்போ எங்களுக்கெல்லாம் ரொம்ப பெருமயா இருந்துச்சு.

....

தூக்கம் வராம... பழைய விஷயங்கள அசைபோட்ட என்னோட சிந்தனையெல்லாம் மறுபடி சின்னச்சாமியை நோக்கி பறந்துச்சு....

சின்னச்சாமி... நம்ம பாரதிராஜாண்ணன்தான்...

26
முத்துலட்சுமி காலனி - மீனாட்சி மெஸ்!

மலேரியா இன்ஸ்பெக்டராக சின்னச்சாமி வொய்ட் அண்ட் வொய்ட்டில் எங்க ஊரில் வந்து இறங்கியதையும்.... வீடு வீடாக மலேரியா செக்-அப்பின்போது அவர் சந்திச்ச சுவாரஸ்யங்களையும், எங்களோட அவர் கொண்ட அழுத்தமான, ஜாலியான நட்பையும் ஏற்கனவே விலாவாரியாகச் சொல்லியிருக்கேன்.

"இதுதான் வாழ்க்கயா? இதுக்கு மேல இருக்கு வாழ்க்க" னு அவர் சொல்லிவிட்டு சினிமாவில் நுழையுறதுக் காக மெட்ராஸ் கிளம்பினதையும், அவரை வழியனுப்பப் போன நாங்க....

'இதயம் போகுதே'னு செம ஃபீல் ஆனதையும் சொல்லியிருந்தேன்.

சின்னச்சாமியை வழியனுப்பிட்டு... திரும்பிப் பார்த்தா... ஊரே வெறிச் சோடிப் போன மாதிரி இருந்துச்சு எங்களுக்கு.

சென்னையிலருந்து சின்னச்சாமி கடிதம் போடுவார். நாங்களும் பதில்

கடிதம் போடுவோம்.

“டேய்... இங்க நான் நல்லா இருக்கண்டா. நல்ல வேல கிடைச்சிருக்கு. கூடிய சீக்கிரம் சினிமாவுல சேர்ந்திடுவேன். நான் இப்ப இருக்க எடத்துக்கு தினந்தினம் சினிமா ஆட்கள் வந்து என்னப் பார்த்திட்டுப் போறாங்கடா.

சிவாஜி வந்துட்டுப் போனாரு. புஷ்பலதா வந்தாங்க. சாவித்திரிகூட வந்து என்னப் பார்த்தாங்க”னு கடிதத்துல எழுதியிருந்தாரு.

“என்னையா இது? அவங்க ஒன் எடத்துக்கு வந்தாங்களா?” னு கேட்டு பாஸ்கரண்ணன் கடிதம் எழுதினாரு.

“ஆமா... அதயேன் கேக்குற? இங்க எல்லா நடிகர், நடிகைகளும் எனக்குப் பழக்கமாயிருச்சு. ‘நல்லாருக்கியாப்பா?’னு அவங்க என்கிட்ட விசாரிக்கிற அளவுக்கு நெருக்கமாயிருச்சு. நான் கூடிய சீக்கிரம் ஒரு நாடகம் போடப் போறேன். அது போடப்போறதுக்கு முந்தி சொல்லீடுறேன். அந்தச் சமயம்... நான் சொல்லும்போது... .பாஸ்கர்... நீ மட்டும் கிளம்பி மெட்ராஸுக்கு வா. அப்புறம் அவனுங்களப் பத்தி யோசிக்கலாம்”னு எழுதினாரு சின்னச்சாமி.

லெட்டரப் படிச்ச... பாஸ்கரண்ணனுக்கு பொறுக்கல.

மெட்ராஸுக்கு போயே ஆகணும்னு முடிவு பண்ணீட்டாரு.

சின்னச்சாமி மெட்ராஸ்ல ரொம்ப வசதியா இருக்காருனு நெனச்சுக்கிட்டு.... அவருக்கு இன்ஃபார்ம் பண்ணாமலே... ரெண்டு நாளக்கி முன்னாடியே பாஸ்கர் மெட்ராஸ் கிளம்பிட்டார்.

விஸ்வபாரதினு பேர மாத்திக்கிட்ட சின்னச்சாமி, வடபழநியில பேச்சிலர்ஸ்க்காக கட்டி வாடகைக்கி விடப்பட்டிருந்த முத்துலட்சுமி காலனியில குடியிருந்தாரு.

அந்தக்காலத்துல புகழ் பெற்ற நகைச்சுவை நடிகை முத்துலட்சுமி.... (அதாவது இப்போ நடிகரும், டைரக்டருமா இருக்க டி.பி.கஜேந்திரனோட அம்மா...) வாடகைக்கி விட்டிருந்த ரூம்ல குடியிருந்தாரு.

விஜயா ஹாஸ்பிடலுக்கு எதுக்க... (ஆர்.கே.வி.ஸ்டுடியோ முன்புறத்துல) ஒரு பெட்ரோல் பங்க்ல பெட்ரோல் போடுற வேலயில இருந்தாரு விஸ்வபாரதி.

விஸ்வபாரதிக்குத் தெரியாமலே... அவர் பங்க்ல வேல பார்க்கிறதப் பார்த்திட்டு... மனசு கனத்துப் போயிட்டார் பாஸ்கர்.

மலேரியா இன்ஸ்பெக்ட்டரா... அரசு அதிகாரியா இருந்த சின்னச்சாமி... அந்த வேலய விட்டுட்டு... சினிமாவுக்காக இப்படி கஷ்டப்பட்டுக்கிட்டு... பெட்ரோல் போடுற வேல பார்க்குறானே. பெட்ரோல் போட வர்ற காரையெல்லாம் துடைச்சு விடுறானே... காருக்குள்ள இருக்கிறவங்களுக்கு இப்படி கூழக் கும்பிடு போட்டுக்கிட்டு இருக்கானே. சினிமாக்காரங்க அதிகமா பெட்ரோல்

போட வர்ற பங்க்ல வேல பார்த்துக்கிட்டு... லெட்டர்ல 'எல்லா சினிமாக்காரங்களும் எனக்கு நெருக்கமாயிட்டாங்க'னு எழுதி சமாளிச்சிருக்கானே...

இப்படியான கவல பாஸ்கரண்ணனுக்கு. ஆனாலும் வைராக்யமா வேல செய்றத நெனச்சு... சந்தோஷமும் பட்டுக்கிட்டார்.

மீனாட்சி மெஸ்ல அக்கவுண்ட் வச்சு சாப்பிட்டுக்கிட்டு, சினிமாக் கம்பெனிகள்ல வாய்ப்புத் தேடி அலைஞ்சுக்கிட்டிருந்தார் விஸ்வபாரதி.

தன்னோட நண்பர் நந்தகுமார் உதவியோட மைலாப்பூர் ஃபைன் ஆர்ட்ஸ் சபாவுல After all a story-ங்கிற நாடகத்தப் போட்டார் விஸ்வபாரதி.

நாடகம் பார்த்த பாஸ்கரண்ணன்... "யப்பா... பாரதி... எங்களால இனியும் ஊர்ல இருக்க முடியாது. உன்ன மாதிரியே நாங்களும் இங்க

வந்துட்டம்னா... ஏதாவது ஒரு வேல தேடிக்கிட்டு ஒக்காந்துக்கலாம். அப்புறம் வேற முயற்சிகள பண்ணலாம். இதுதான் என் மண்டயில ஓடிக்கிட்டுருக்கு"னு சொல்ல...

"ஏய்... யார்ரா இவன்... கொஞ்சம் பொறு. நான் இன்னம் கொஞ்சம் கால நல்லா ஊணிக்கிறேன். அப்புறமா நான் சொல்லும்போது வந்து சேருங்க. அவசரப்பட்டு ஏதாவது முடிவு பண்ணீராதீங்க"னு விஸ்வபாரதி சொல்ல...

பாஸ்கரண்ணன் ஊருக்கு கிளம்பி வந்தார்.

"டேய்... ராசையா... விஸ்வபாரதி மெட்ராஸ்ல நல்லா இருக்காண்டா. நாமளும் மெட்ராஸ் போனாத்தான் பொழைக்க முடியும். அங்க போனாத்தான் நம்ம வாழ்க்கயிலயும் ஏதாவது நல்லது நடக்கும். இங்ஙனக்குள்ளயே இருந்தா சரிப்படாது. நாம இங்க இருந்தம்னா... கம்யூனிஸ்ட் கட்சிப் பாட்டத் தவிர... வேற எந்தப் பாட்டயும் பாட முடியாது. மெட்ராஸ் போனாத்தான் டெவலப் ஆக முடியும்"னு பாஸ்கர் சொன்னார்.

எங்க மனசுக்குள்ள மெட்ராஸ் போயே ஆகணும்கிற முடிவ ஒரு மனதா எடுத்திட்டோம்.

சின்னச்சாமி (பாரதிராஜாண்ணன்) சினிமாவுல சேர மெட்ராஸ் கிளம்பினதுக்கே... தூக்கம் வராம பலப்பல நினைவுகள்ல மூழ்கினேன்.

இப்போ... நாங்களும் மெட்ராஸ் போயி அவர்கூட இருக்கப்போறமே...

சந்தோஷத்துல தூக்கம் வரல.

இன்னக்கி பெரிய டைரக்டரா இருக்குற பாரதிராஜா, இசையின் உச்சத்துல இருக்கிற இளையராஜா, கலகலப்புல கலக்குற கங்கை அமரன், பாசத்துல உச்சம் தொட்ட பாஸ்கர்.... ஆகிய நாங்க... அன்னக்கி கோயில் கச்சேரிய கேட்க முன் வரிசைல தரையில எடம் புடுச்சு ஒக்காந்து கேட்ட அனுபவம் சுகமானது.

எங்க ஊருக்கு பக்கத்துல இருக்கு கோம்பை. நாய்களுக்கு பேர்போன எடம். கோவத்துலயும், கொரைக்கிறதுலயும் கொறையே வைக்காத நன்றியுள்ள நாய்கள்... அந்த ஊர் நாய்கள். அந்த ஊரு ரங்கநாதர் கோயில் தேர்த்திருழா அந்தப் பகுதியில ரொம்ப ஃபேமஸ்.

அந்த வருஷம் திருழாவ பெருசா கொண்டாடணும்னு முடிவு செஞ்சு.... சினிமா பாடகர்கள வச்சு கச்சேரி நடத்த முடிவு செஞ்சாங்க.

அப்போ... சினிமாவுல, குத்துப் பாட்டுக்கும், செக்ஸியான பாட்டுக்கும், மெலடி பாட்டுக்கும் பொருத்தமான குரலா இன்னக்கி வரைக்கும் கலக்குற எல்.ஆர்.ஈஸ்வரியும், ஏ.எல்.ராகவனும் பாடுற கச்சேரிக்கி ஏற்பாடாகியிருந்துச்சு.

எங்க ஊருக்கும், கோம்பைக்கும் நடுவுல இருக்க, ராவுத்தர் மஹால்ல கச்சேரி ஆட்கள் தங்குறாங்கனு தெரிஞ்சு... நான், பாஸ்கர்,

ராஜா... மூணுபேரும் போனோம்.

ஹார்மோனியம் சேனாதிபதி, கிடார் வசந்தகுமார், தபேலா அம்பி... எல்லாரும் இருந்தாங்க.

"நாங்க பக்கத்து ஊருதான். எங்க அண்ணனோட நாங்க கச்சேரி பண்றோம். மியூஸிக்தான் எங்க லைனும்"னு சொன்னதும்...

ரிகர்ஸல் பார்த்துக்கிட்டிருந்த அவங்க... "சந்தோஷம். நல்லா வாசிப்பீங்களா?"னு கேட்டு வாசிக்கச் சொன்னாங்க.

ராஜா ஹார்மோனியம் வாசிக்க, பாஸ்கர் தபேலா வாசிக்க... நான்... 'அம்மம்மா... காற்று வந்து ஆடைதொட்டுப் பாடும்'னு 'வெண்ணிற ஆடை' படத்துப் பாட்டப் பாட... அந்தப் பாட்டுல வர்ற... ஈஸியா யாராலயும் வாசிக்க முடியாத ஃபர்ஸ்ட் பி.ஜி.எம்.மை ராஜா அருமையா வாசிச்சு, புகுந்து வெளையாடிட்டார்.

மனசார பாராட்டின அவங்க... "இன்னக்கி கச்சேரிக்கு வர்றீங்களா?"னு கேட்க...

"அதுக்காகத்தான காத்திருக்கோம்"னு சொல்லீட்டு வந்தோம்.

இன்னக்கி ஒரு சின்ன கிராமத்துலகூட கங்கை அமரன் கச்சேரின்னா... மக்கள் எப்படி அடிச்சுப் புடுச்சு முன்னால எடம் புடிக்கிறாங்களோ... அதுபோல... நைட்டு ஒன்பது மணிக்கி ஆரம்பிக்கப்போற கச்சேரிக்கு, ஏழர மணிக்கே போய் எடம் புடிச்சு ஒக்காந்தோம்.

'புத்தி சிகாமணி பெற்ற பிள்ளை', 'எங்கிருந்தாலும் வாழ்க', 'பளிங்குனால் ஒரு மாளிகை', 'நான் மாந்தோப்பில் நின்றிருந்தேன்...' ...இப்படி சினிமா ஹிட் ஸாங்கா போட்டுத் தாக்கினாங்க.

ரெண்டு மூணு நாளா... நாங்க அந்த கச்சேரியப் பத்தித்தான் பேசிக்கிட்டிருந்தோம்.

எவ்ளோ ஒசரத்துல இருந்தாலும்... இந்த பழச நெனைக்கிறப்போ கிடைக்கிற சொகம்... வேற எதுலயும் கெடைக்கமாட்டேங்குதே.

கீழ்வெண்மணி சம்பவம்... மறக்க முடியாத கச்சேரி...

27
வேள்வித் தீயாய் ஒரு கச்சேரி!

மதுரயில எலெக்ஷன் நடக்கயில பாத்தீங்கன்னா...

ஒரு ஜட்கா வண்டி. அதுக்குள்ள பாஸ்கரண்ணன் தபேலாவோட ஒக்காந்திருப்பார். ராஜாண்ணன் ஹார்மோனியத்தோட இருப்பார். நானும், பாவலரண்ணனும் வெளியில காலத் தொங்கப் போட்டபடி... ஒவ்வொரு வீதியா கச்சேரி பண்ணப் போவோம்.

ஒரு தெருவுல கச்சேரிய முடிச்சிட்டு... அடுத்த தெருவுக்கு நாங்க ஜட்காவுல போகும்போது... ஏற்கனவே கச்சேரி கேட்ட... இந்தத் தெருக் காரங்களும், அடுத்த தெருவுல நாங்க பண்ணப்போற கச்சேரியைக் கேக்கு றதுக்காக... வண்டிக்கிப் பின்னாடியே ஓடி வருவாங்க.

சமயங்கள்ல... போலீஸ் அனுமதி பெறாமக்கூட கச்சேரி நடக்கும். அப்போ... கூட்டத்துக்குள்ள போலீஸ் புகுந்து கச்சேரியை நிறுத்துன

சம்பவமெல்லாம் நடந்திருக்கு.

நாங்கதான் போலீஸப் பார்த்ததும் உள்ளுக்குள்ள நடுங்கிக்கிட்டிருப்போம். ஆனா... பாவலர் பயப்படாம ஒக்காந்து பாடுவார்.

(இதப்பத்தி இளையராஜா அவரோட புஸ்தகத்துல எழுதி இருப்பார். அத ரிப்பீட் பண்ண வேணாம். அந்த புஸ்தகத்த வாங்கிப் படிச்சுப் பாருங்க)

எத்தனையோ கச்சேரிய நாங்க பண்ணீருந்தாலும் என் மனசவிட்டு இன்னமும் மறையாத கச்சேரி... கீழ்வெண்மணி கச்சேரி.

அப்போ... தஞ்சாவூர் ஜில்லா கீழ்வெண்மணி கிராமத்துல... கூலி உயர்வு கேட்ட விவசாயத் தொழிலாளிங்கள... உசுரோட கொளுத்தின நாள். விவசாயிகள வீட்டுக்குள்ள போட்டு பூட்டி, மண்ணெண்ணைய ஊத்தி கொளுத்துச்சு ஆதிக்க சக்தியான முதலாளித்துவம். கொல்லப்பட்டது 44 தியாக கண்மணிகள். அந்த துயரமான நாள்ல... நாங்க பக்கத்துல பட்டுக்கோட்டையில இருந்தோம்.

அந்த கொடுமய பார்த்திட்டு... கோவமான பாவலர்... 'கொடுக்குற கூலிய அஞ்சு ரூவா சேத்துக் குடுங்கடானு கேட்டா... இப்படித்தான் செய்றதா?'னு அந்த வலிய பாட்டுல கொண்டு வந்தப்பத்தான் எங்களுக்கு விஷயம் தெரியும்.

'பூ முடிப்பாள் இந்த பூங்குழலி'ங்கிற ரொம்ப ஃபேமஸான சினிமாப் பாட்டு மெட்ல அந்த வலிய எழுதிப்பாடினாரு..

தீயவர் தானென்று
தான் நினைத்தால்
தீயிடு வாரென்று
யார் நினைத்தார்?
லாரியிலே வந்து
சேரியிலே -சர்வ
நாசம் செய்வாரென்று
யார் நினைத்தார்?

'வேலைக்கேத்த கூலியக் கேட்டா... இப்படித்தான் பண்ணுவாங்களா?'னு நெனச்ச எங்களுக்கு அழுகையே வந்துருச்சு.

நாங்க ரொம்ப மேல்நிலையில வாழ்ந்திருந்தோம்னா... இப்படி நடந்த கொடுமையெல்லாம் எங்கள பாதிச்சிருக்காது... எங்களுக்கு தெரிஞ்சிருக்கவும் செய்யாது.

அதனாலதான்....

வாழ்க்கய தெரிஞ்சிக்கணும்... அடித்தட்டு மக்களோட உணர்வ புரிஞ்சிக்கணும்கிறதுக்காகவே... ஆண்டவன் இந்தப் பிறப்ப குடுத்திருக்கான்.

அதுக்காகவே அந்தக் கடவுளுக்கு நன்றிய தெரிவிச்சுக்கிறேன்.

ஏன்னா....

பெரிய பெரிய பணக்காரங்களுக்கெல்லாம் அடித்தட்டு மக்களோட வலி தெரியாது... வாழ்க்க தெரியாது.

'பசி'ன்னா என்ன?னு தெரிஞ்சவங்களுக்குத்தான் சாப்பாட்டோட ருசி தெரியும்.

ஏழைங்க... விவசாயிங்க... எழுத்தார்வம் உள்ளவங்க... கலையார்வம் உள்ளவங்க... எத்தனையோ பேர்... எங்கெங்கயோ இருக்குறாங்கங்கிறத... எங்க வாழ்க்கய நாங்க தேடும்போதுதான் தெரிஞ்சுக்கிட்டோம். அவங்கள்ல எம்புட்டோ பேர்... கீழதான் இருக்காங்க. அவங்களுக்குரிய வாழ்க்கய தேடிக்கிட்டுத்தான் இருக்காங்க.

எங்களுக்கு கெடச்ச விடியல் மாதிரியே அவங்களுக்கும் கெடைக்கணும்.

'சின்னத்தம்பி' படத்துல 'தூளியிலே ஆட வந்த வானத்து மின்விளக்கே' பாட்டு ஸீன் எங்க வாழ்க்கயில நடந்த சம்பவம்தான். அதத்தான் படத்துல வச்சோம்.

நாங்க தெனமும் சாயங்காலமாச்சுன்னா வீட்ல கச்சேரி வைப்போம்லயா... அப்போ தாய்மார்கள் தங்களோட குழந்தைகள தூக்கிக்கிட்டு எங்க வீட்டு வாசலுக்கு வந்துருவாங்க.

பாட்டுக்கேக்குற கூட்டமும் வரும்.

அந்தந்த சமயத்துல ரொம்ப ஃபேமஸா இருக்க சினிமா, பாட்டுக்கள பாடுவோம்.

ஜனங்க கேட்டு ரசிக்கும். இசையோட தாலாட்டுல குழந்தைங்களும் தூங்கிடும்.

எங்கமாவும் பாட்ட கேட்பாங்க.

"எம்மா எங்க பாட்டு எப்படிம்மா இருந்துச்சு?"

"நல்லாருந்துச்சுப்பா"

"என்னம்மா... இப்புடி சாதாரணமா சொல்றீங்களேம்மா?"

"என்னப்பா இது? அடிக்கடி கேட்ட பாட்டத்தான பாடுனீங்க? நல்லாத்தான் இருக்குப்பா"னு அம்மா சொல்வாங்க.

"என்னடா இது? 'கேட்ட பாட்டுத்தான'னு அம்மா சொல்றாங்க... புதுப்பாட்டு கேக்குறாங்க போல"னு நாங்க நினைச்சுக்கிட்டு....

கம்பம் கிளம்பினோம்.

கம்பத்துலதான் வெள்ளிக்கிழமையானா... மைக் செட் காரங்கள்லாம் ஒண்ணு கூடுவாங்க.

உத்தமபாளையம், தேவாரம், கோம்பை, மேட்டுப்பட்டி..... இப்படி எல்லா ஊர் மைக் செட் பார்ட்டிகளும் கம்பத்துக்கு வந்துருவாங்க.

'புதுப்படத்தோட ரெக்கார்டு வந்துருக்கு'னு மைக்ல சொல்லி.... காலைலருந்து, சாயங்காலம் வரைக்கும் எல்லாப் புதுப்படத்தோட பாட்டுக்களையும் போடுவாங்க. ஒரே படத்துப் பாட்ட பலமுறை போடுவாங்க. அதக் கேட்டு... மைக் செட் காரங்க தங்களுக்குப் புடிச்ச படங்களோட பாட்டு ரெக்கார்ட வெல கொடுத்து வாங்கிக்கிட்டுப் போவாங்க.

நாங்க ஒரு ஓரமா நின்னு... அந்தப் பாட்டுக்கள மனப்பாடம் பண்ணுவோம்.

ஒவ்வொரு பாட்டயும் பத்துத் தடவ கேக்கும்போது... அது அப்புடியே மனசுல பதிஞ்சுக்கிரும்.

'இன்னைக்கி இந்த புதுப்பாட்டப் பாடி அம்மாவ அசத்திப்புடணும்'னு வீட்டுக்கு வந்து கச்சேரி வச்சா....

முத்துக்களோ கண்கள்
தித்திப்பதோ கன்னம்
சந்தித்த வேளையில்

சிந்திக்கவே இல்லை

தந்துவிட்டேன் என்னை....

... இப்படி அச்சுப்பிசகாம பாடிட்டு “எப்படி இருந்துச்சும்மா?”னு கேட்போம்.

“நல்லாருந்துச்சுப்பா”னு மறுபடி அதே பழைய ரியாக்ஷனையே குடுப்பாங்க.

“என்னம்மா இது? இது புது பாட்டும்மா. இத வாசிச்சாலும்... அதையே சொல்றீங்களே?”

“யப்பா... இதத்தான் சிலோன் ரேடியோவுல தெனம் தெனம் போட்டுக்கிட்டு இருக்கானே”னு அம்மா சொல்ல...

நாங்க யோசிச்சோம்.

‘புதுசா நீங்களே பாட்டுப் போடுங்கடா’னு அம்மா சொல்ற வாக்கா... அம்மாவோட ரியாக்ஷனை உணர்ந்துக்கிட்டோம்.

அப்புறம்தான் நான் எழுதி வச்ச பாட்டுக்களையெல்லாம் ராஜாண்ணன்கிட்ட குடுத்து மியூஸிக் பண்ணச் சொன்னேன்.

(என்னோட பாட்டுக்களுக்கு ராஜா மியூஸிக் பண்ணினத நான் ஏற்கெனவே சொல்லீருக்கேன்)

எத்தனையோ சினிமாப் பாட்டுக்கள... அச்சுப் பிசகாம இசைச்ச ராசைய்யா... இளையராஜாவாகி ‘அன்னக்கிளி’யில ஆரம்பிச்சு சினிமாவுல பல்லாயிரக்கணக்கான பாட்டுக்கள உருவாக்கியிருக்கார். உருவாக்கிக்கிட்டிருக்கார்.

ஆனா... அவர் மொதமொதல்ல.... போட்ட ட்யூன்... பாட்டு... எது தெரியுமா?

28
ராசையா போட்ட முதல் மெட்டு!

நாங்கள் ஊரில் இருந்தபோது... புகழ்பெற்ற சினிமாப் பாட்டுக்களுக்கு அச்சு அசலா இசையமைச்சார் ராசையா. நான் எழுதின பாட்டுக்களுக்கும் மெட்டுப் போட்டிருக்கார்.

இளையராஜாவாக ஆன பிறகு... பல்லாயிரம் பாட்டுக்கள மெட்டுப் போட்டு உருவாக்கியிருக்கார். உருவாக்கிக்கிட்டு இருக்கார்.

அப்படிப்பட்ட ராஜாண்ணன் மொதமொதல்ல போட்ட மெட்டு எது தெரியுமா?

அந்தநாள் எது தெரியுமா?

பிரதமர் ஜவஹர்லால் நேரு இறந்த மறுநாள்தான்.

'சென்னை சீரணி அரங்கத்துல நேருவுக்கு இரங்கல் கூட்டம் நடந்ததுனு 'தினத்தந்தி'யில நியூஸ் வந்தது. அந்தக் கூட்டத்துல 'கவிஞர் கண்ணதாசன் எழுதின பாட்ட... சீர்காழி கோவிந்தராஜன் பாடினார்'னு குறிப்பிட்டு அந்த முழுப்பாட்டையும்

போட்டிருந்தாங்க.

சீரிய நெற்றி எங்கே?
சிவந்த நல் இதழ்கள் எங்கே?
கூரிய விழிகள் எங்கே?
குறுநகை போனதெங்கே?
நேரிய பார்வை எங்கே?
நிமிர்ந்த நன் நடைதான் எங்கே?
நிலமெலாம் வணங்கும் தோற்றம்...
நெருப்பினில் வீழ்ந்ததிங்கே?
அம்மம்மா என்ன சொல்வேன்?
அண்ணலை தீயிலிட்டார்
அன்னையை தீயிலிட்டார்
பிள்ளையை தீயிலிட்டார் -சாவே
உனக்கொருநாள் சாவு வந்து சேராதோ?
சஞ்சலமே நீயுமொரு சஞ்சலத்தை காணாயோ?
தீயே உனக்கொருநாள் தீமூட்டி பாரோமோ?

...இப்படி வேதனையைப் பாட்டா வடிச்சிருந்தார் கண்ணதாசன்.

ஆனா... இந்தப் பாட்டு என்ன ராகத்துல, மெட்டுல பாடப்பட்டதுனு தெரியாது.

இந்தப் பாட்ட எடுத்து புதுசா மெட்டுப் போட்டார் ராஜாண்ணன்.

இதுதான் ராஜா போட்ட மொத ட்யூன். அதுவும் கண்ணதாசன் பாட்டுக்கு மெட்டுப் போட்டார்.

(நான் எழுதின 'மூன்று தமிழ் காவியமும்... முருகனுக்கு தொட்டிலடி' பாட்டுக்கு ராஜா மெட்டுப் போட்டார். சினிமாவுக்கு வந்த பிறகு அந்த மெட்டயே 'கண்ணன் ஒரு கைக்குழந்தை... கண்கள் சொல்லும் பூங்கவிதை'னு 'பத்ரகாளி' படத்துக்குப் போட்டார். நான் எழுதின 'அந்தப்புரத்திலொரு மகராணி' பாட்டுக்கு மெட்டுப் போட்டார். அந்த மெட்டுலயும், அந்த தொடக்க வரிகளை பயன்படுத்தியும் சிவாஜியோட 'தீபம்' படத்துக்குப் போட்டார். இதப்பத்தி நான் ஏற்கனவே இந்தத் தொடர்ல சொல்லீருக்கேன்.)

வைகறையில் வைகை கரையில்
வந்தால் வருவேன் உன்னருகில்
உன் நினைவில் நெஞ்சம்
வான் வெளியில்
நாளும் நடத்தும்
ஊர்வலங்கள்....

இப்படி நான் எழுதுன பாட்டுக்கு ராஜா செமையா மெட்டுப் போட்டு அம்மாகிட்ட பாடிக் காட்டுனதுமே... அம்மாவுக்கு

சந்தோஷம் தாங்கல.

"யப்பா... நான் இதுவரைக்கும் கேட்காத பாட்டுப்பா. இது மாதிரித்தான் ஒங்ககிட்ட எதிர்பார்த்தேன்"னு சொன்னாங்க.

அம்மா எங்ககிட்ட இருந்து எதிர்பார்த்தது... சினிமா பாட்ட அப்படியே அச்சு அசலா பாடுறத இல்லை... 'ஒங்களுக்குள்ள சங்கீதம் இருக்கு. அத வெளிய கொண்டுவாங்கடா'னு சூசகமா சொன்னது எங்களுக்குப் புரிஞ்சது. அந்தக் கிராமத்து தேவதையாலதான் எங்களுக்கு புது இசை வந்துச்சு.

சின்னச்சாமி (பாரதிராஜா), பாஸ்கர், ராஜா... இவங்க மூணுபேரும் சேர்ந்து நாடக ரிகர்ஸலும், பாட்டு ரிகர்ஸலும் பண்ணுவாங்க.

அப்போ எங்க ஊர்ல குமரேசன்னு ஒருத்தர் இருந்தார்.

மியூஸிக்ல ரொம்ப ஆர்வமான கேரக்டர் அது. அதுலயும் பழைய பாட்டு பாடுறதுல ரொம்ப ஆர்வம் அவருக்கு.

ரிகர்ஸலப்போ குமரேசன் வந்து “யேய்... எனக்கு ஒரு பாட்டு குடுங்கப்பா”னு என்கிட்ட கேட்பார்.

‘சரி’னு பாடச்சொன்னா...

‘சிரிப்புத்தான் வருகுதய்யா... ராஜன் மகராஜன்...’னு இந்த டைப் பாட்டுக்களாத்தான் பாடுவார். அவரு முறையான பாடகருமில்ல. பயிற்சி பெற்றவரும் இல்ல. பாடுறேன்ங்கிற பேர்ல அறுப்பாரு மனுஷன். இவருக்குப் பயந்தே.... ராஜா, பாஸ்கர், சின்னச்சாமி... மூணுபேரும் ரிகர்ஸல கேன்ஸல் பண்ணீட்டு... வெளியில போயிருவாங்க.

“டேய்... அமரு... குமரேசன் வருவாரு... வந்து எங்கள கேப்பாரு. நாங்க மூணுபேரும் பெரிய பாலத்துல உட்கார்ந்திருப்போம்கிற விஷயத்த... அவர்கிட்ட சொல்லிடாதடா. அவரு கெஞ்சிக் கேட்டாலும் சொல்லீராத”னு சொல்லீட்டுப் போவாங்க.

‘‘சரி... நான் பார்த்துக்குறேன்’’ னு சொல்லீட்டு வீட்ல ஒக்கார்ந்திருப்பேன்.

சொல்லிவச்ச மாதிரியே... குமரேசன் வந்து “அவங்கள்லாம் எங்கப்பா?”னு கேட்பாரு.

“அவங்களா.... நம்ம ஊரு பெரிய பாலத்துலதான் இருக்காங்க”னு சொல்லிவிட்ருவேன்.

அவரும் ஓட்டமும் நடையுமா கிளம்பிப் போவார்.

வீட்டுக்கு வந்து ராஜாவும், பாஸ்கரும் ‘‘ஏண்டா டேய்... சொல்லவேணாம்னு சொல்லீட்டுத்தான போனோம். அப்புறம் ஏண்டா சொன்ன?”னு கேட்பாங்க.

“ஊருக்குள்ள பெரிய மனுஷன் அவரு. அவரு கேக்கும்போது சொல்லாம இருக்க முடியுமா?” னு சொல்லி சமாளிப்பேன்.

என்னயத் திட்டுவாங்க. இப்படி பலதடவ அவங்கள குமரேசன்கிட்ட சிக்க வச்சிருக்கேன்.

அதெல்லாம் ரொம்ப ஜாலியான காலம்... அனுபவம்.

(நான் இன்னைக்கி ஒரு பாடகரா... பாடலாசிரியரா... இசையமைப்பாளரா... இயக்குநரா... தயாரிப்பாளரா... நடிகரா... பின்னணிக் குரல் கொடுப்பவரா.... நிகழ்ச்சி தொகுப்பாளரா.... அரசியலுக்கும் வந்துட்டேன்... அதையும் சேர்த்துக்கிட்டா.... இப்படி பன்முகத் தன்மையோட அறியப்பட்டிருக்கேன். அதுக்கெல்லாம் அன்னைக்கி எங்க பாவலரண்ணன் சொன்ன வாய்ச் சொல்லோட வலிமைதான் காரணம்.)

ஒங்க எல்லாருக்கும் தெரிஞ்சிருக்கும்னு நெனைக்கிறேன்...

அப்பவெல்லாம் சினிமாவுல வர்ற பாட்டுக்கள.... கதைச்

சுருக்கத்தோட பாட்டுப் புத்தகமா போட்டு... விப்பாங்க. அதுல யார் மியூஸிக் பண்ணினாங்க... யார் பாடினாங்க... யார் பாட்டெழுதுனாங்க... யார் டைரக்ட் பண்ணினாங்க... னு அந்த பாட்டுப் புத்தகத்துல போட்டிருப்பாங்க.

எங்க பாவலரண்ணன் எழுதின பாட்டுக்கள்லாம் புத்தகமா வந்துச்சு.

அந்த புத்தகத்தோட வெல... ஓரணா... டெண்டணானு இருக்கும்.

அந்த புத்தகத்துல...

ஹார்மோனியம் -ராசையா... தபேலா -பாஸ்கர்... பாடல்கள் -பாவலர் வரதராஜன்... மற்றும்

ஆல் ரவுண்ட் -அமர்சிங்... இப்படிப் போட்டிருப்பாங்க.

(அப்பவே பாவலர் என்னய 'ஆல் ரவுண்டர்'னு குறிப்பிட்டது எம்புட்டு தூரம் பலிச்சிருக்கு பாருங்க.) அந்த அமர்சிங்... ஹாஹ்ஹாஹ்ஹா... நான்தான்.

நாடகத்துல திரை விலகுறதுக்கு முன்னாடி... ஸ்லைடுல எங்க பேரைப் போட்டாரு... பாட்டுப் புத்தகத்துல எங்க பேரைப் போட்டாரு.... இப்படி எங்கள சந்தோஷப்படுத்துனாரு பாவலர்.

(இன்னைக்கி நான் எல்லாத்துறையிலயும் சிறந்து விளங்க... எனக்கு எங்க பாவலரண்ணனோட ஆசிர்வாதம் அன்னைக்கே முழுமையா கெடச்சிருக்கு.)

சந்தோஷத்துல எனக்கு தூக்கம் வரல... ஆமா... மெட்ராஸுக்கு கௌம்பப் போறோம்ல.

மெட்ராஸ்ல விஸ்வபாரதியா பேர் மாறி நாடகம் போட்டு அசத்திய சின்னச்சாமிய (பாரதிராஜா) பார்த்திட்டு வந்த பாஸ்கரண்ணன்... "நாமளும் மெட்ராஸ் போனாத்தான் முன்னேற முடியும்"னு சொல்ல... ராஜாவும், நானும் ஆமோதிக்க....

மனசுல எந்தக் குழப்பமும் இல்லாம முடிவெடுத்தோம்.

அம்மாக்கிட்ட விஷயத்தச் சொன்னோம்.

அம்மா எங்களுக்கு விருந்துச் சாப்பாடு போட்டார்.

காரணம்...

29
என்னை அழைத்த சென்னை!

சின்னச்சாமி (பாரதிராஜா) மெட்ராஸ் வந்து பெட்ரோல் பங்கில் வேலை பார்த்துக்கிட்டே 'விஸ்வ பாரதி'னு பேரை மாத்திக்கிட்டு நாடகம் போட்டார். அவரோட அழைப்பின் பேரில் மெட்ராஸ் வந்து நாடகம் பார்த்திட்டு "நாங்களும் உடனே மெட்ராஸ் வந்திடுறோம்"னு பாஸ்கரண்ணன் சொல்ல… "அவசரப்படாத… நான் இன்னும் நல்லா கால ஊணிக்கிறேன், நான் சொல்லும்போது வாங்க"னு விஸ்வபாரதி சொல்லியனுப்பினார்.

ஆனா… ஊர் திரும்பின பாஸ்கரண்ணன் "நாம இங்ஙனக்குள்ளயே இருந்தா கம்யூனிஸ்ட் கட்சி பாட்டப் பாடுறத தவிர வேற எதையும் பண்ண முடியாது. மெட்ராஸ் போனாத்தான் டெவலப் ஆக முடியும்"னு சொல்ல…

எங்க மனசுக்குள்ள… 'மெட்ராஸ் கிளம்புறோம்'ங்கிற முடிவ உறுதியா எடுத்தோம்.

பாவலரண்ணன்கிட்ட விஷயத்தச் சொன்னா... அவரு எங்கள மெட்ராஸ் போக விடமாட்டாருனு அவருகிட்ட மறச்சோம். அம்மாகிட்ட சொன்னோம்.

"யம்மா... அண்ணன் இப்படியே இருக்காரு... கடசி வரைக்கும் அவர்கூட இருந்தோம்னா நாங்களும் இப்படித்தான் இருக்கணும். இங்க இருந்துபோன சின்னச்சாமி மெட்ராஸ்ல நல்லா வசதியாத்தான் இருக்காப்ல. சினிமா ஆட்களோட அவனுக்கு பழக்கம் ஜாஸ்தி. நாங்களும் அங்க போனம்னா.... எங்களுக்கு நல்ல வேல கெடைக்கும். அப்புறமா... நீங்களும் மெட்ராஸ் வந்துருங்க"னு சொன்னோம்.

எங்க பேச்சுக்கு எப்பவுமே மறு பேச்சு பேசினதில்ல... எங்கம்மா சம்மதிச்சாங்க.

சம்மதிச்சா போதுமா? மெட்ராஸ் போறதுக்கு காசு?

அப்ப எங்க வீட்ல Bye Radio இருந்துச்சு. அந்த ரேடியோ, கோயம்புத்தூர் கம்யூனிஸ்ட் தோழர் ஒருத்தர் மூலமா பாவலருக்கு பிரஸண்ட் பண்ணப்பட்டது.

(இளையராஜா இப்பவும் வச்சிருக்க ஹார்மோனியமும் கோயம்புத்தூர் கட்சி தோழர்களால் பாவலருக்கு பரிசா தரப்பட்டதுதான். இன்னைக்கும் இவ்வளவு இசைய அள்ளி அள்ளிக் குடுக்குது. அந்த ஹார்மோனியத்துக்கு நன்றி. அந்த ஹார்மோனியத்த செஞ்சு குடுத்த பொன்னையா ஆசாரிக்கு நமஸ்காரம்... நமஸ்காரம்... நமஸ்காரம்.)

அம்மா அந்த ரேடியோவ பார்த்தாங்க. புரிஞ்சுக்கிட்ட நான், ஒரு சாக்குப் பைய எடுத்திட்டு வந்தேன். அந்த ரேடியோவ சாக்குப்பைல போட்டு எடுத்துக்கிட்டு நானும், அம்மாவும் கம்பத்துக்கு பக்கத்துல... கூடலூர்ல கொண்டுபோய் 350 ரூபாய்க்கி வித்தோம்.

பணத்த வாங்கிக்கிட்டு ஊருக்கு வந்ததுமே... அம்மா கோழியடிச்சு, கொழம்பு வச்சு, வறுவல் பண்ணி எங்களுக்கு விருந்துச் சாப்பாடு போட்டாங்க.

(அம்மா போட்ட அந்த விருந்துக்கு காரணம்... இப்பத்தான் எங்களுக்கு தெரிஞ்சது. மெட்ராஸ்ல நாங்க பட்டினி கெடக்கப்போறத புரிஞ்சுக்கிட்டு... முன்னாடியே விருந்து போட்டிருக்காங்க. அம்மான்னா அம்மாதான்.)

"டேய்... அமரு... நாங்க மொதல்ல மெட்ராஸ் போறோம். ஒனக்கு லெட்டர் போட்டதும் நீ பொறப்பட்டு வந்துசேரு"னு பாஸ்கரும், ராஜாவும் சொல்லீட்டு மதுரைக்கி பஸ்ல கௌம்பினாங்க. அப்போ... எங்க பத்மாக்கா மதுரயில குடியிருந்துச்சு. அங்க போயி தங்கீட்டு.... மெட்ராஸ் போறது அவங்க பிளான்.

சாயங்காலத்துலருந்து ரெட்டஆளா இருக்குற பாவலரண்ணன்... விடிஞ்சு ஒத்த ஆளா எழுந்தாரு. தெளிவா இருந்தாரு.

அண்ணன் சங்கிலி முருகன் - சாமி நம்பியார் -நான்

கொஞ்சம் அதட்டலாவே அம்மாகிட்ட கேட்டாரு...

"யம்மா... எங்க இந்த ரேடியோவக் காணாம்? ஹார்மோனியத்தக் காணாம்? எங்க போனாங்க இந்த ரெண்டு பயலுகளும்?"

"வரதராசு... புள்ளைங்க வளந்துருச்சு. அதுங்களும் தனக்குத்தானா ஒரு வேலய தேடிக்கணுமில்லையா? நீ கச்சேரி முடிச்சிட்டு வந்தா... ஒன்னய எழுப்ப முடியாது. அப்புறம் எப்படி பொழப்ப நடத்துறது? அவனுங்களும் நாலு மனுஷ மக்கள தெரிஞ்சுக்க வேணாமா? தனியா சம்பாதிக்க கத்துக்க வேணாமா? மெட்ராஸ்ல இருக்க சின்னச்சாமி கூப்புட்டதுனால... இவனுங்களும் கௌம்பிப் போய்ட்டாய்ங்க. இனிமே... அவனுங்க பொழப்ப... அவனுங்க பார்த்துக்குவானுங்க. நீ இப்படி... கட்சி கட்சின்னே உசர விடுற. நீதாம்ப்பா கட்சிய பார்த்துக்கிட்டு இருக்க. கட்சி ஒன்னய கண்டுக்கிறதே இல்ல. அவனுங்கள அவனுங்க போக்குலயே விட்ரு. புள்ளைங்க தேறி வந்துரும். எனக்கு நம்பிக்க இருக்குதுய்யா..."

அம்மா இப்படி வெளக்கமா சொன்னதும்... பாவலரோட மனசுக்குள்ளயும் அந்த நியாயம் பட்டிருக்கும். பாவலர் எதிர்த்துப் பேசாததுலயே அது தெரிஞ்சது.

சென்னை சாலிக்கிராமத்துல முத்துலட்சுமி காலனில குடியிருந்த விஸ்வபாரதி இப்போ திநகர் உஸ்மான் ரோட்ல பேச்சிலர்ஸ் குவாட்டர்ஸுக்கு மாறியிருந்த புதுசு....

அந்தச் சின்ன ரூம்ல ஏற்கனவே ஆறுமுகம், நடேசன், காமாட்சிங்கிற காமு, விஸ்வபாரதி.... நாலு பேரும் இருக்க... ராஜாவும், பாஸ்கரும் திடீர்னு போய் நின்னதும் "ஏண்டா சொல்லாம கொள்ளாம வந்தீங்க?"னு கோவப்பட்டிருக்கார் விஸ்வபாரதி. கூடவே... 'கிளம்பி வந்துட்டாய்ங்களே'னு வியப்பும் மலைப்பும் அவருக்கு.

"ஊருக்குத் திரும்பிப் போனா... பெரிய ஆளாகித்தான் போறதுனு முடிவு பண்ணீட்டு வந்துட்டோம்"னு பாஸ்கர் சொல்ல...

"நான் லெட்டர் போட்டதும் வானு சொல்லித்தான அனுப்பினேன். அதுக்குள்ள அவசரப்பட்டுட்டீங்களேடா. நானே... மூணுபேரு இருக்க ரூம்ல கெஞ்சிக் கூத்தாடி வந்து தங்கீருக்கேன். இப்போ... ஒங்க ரெண்டு பேரயும் எப்படி...."னு பாரதி தவிக்க...

"நாங்க என்ன சும்மா தூங்கி எழுந்து கிடக்கவா வந்திருக்கோம். கொஞ்ச நாளைக்கி அட்ஜஸ்ட் பண்ணு"னு பாஸ்கர் சொல்ல...

'சரி... என்ன பண்றது?'னு சொல்லி... தனது ரூம்மேட்ஸ் மூணு பேருகிட்டயும் "கொஞ்சநாளைக்கி இவனுங்க இங்கதான் இருப்பாங்க"னு ரெக்வெஸ்ட் பண்ண... அவங்களும் சம்மதிச்சாங்க.

(இந்த ரூமில் அண்ணன்களுடன் நானும் சேர்ந்துகொண்டதையும், பாரதிராஜாண்ணன் ஒரு மாசத்துக்கு வாங்கி வச்சிருந்த சாப்பாட்டு டோக்கனையும் ஒரு வாரத்துல நாங்கள் காலி செய்ததையும், அவ்வளவு கஷ்டத்திலும் பாரதிராஜாண்ணன் எங்களுக்கு நம்பிக்கை யூட்டியதையும், பாரதிராஜாண்ணன் இல்லைன்னா நாங்க மெட்ராசுக்கு வந்திருக்க முடியாது என்பதையும் ஏற்கனவே நான் விரிவா சொல்லியிருக்கேன்)

வேலையும், வாய்ப்பும் தேடி.... விடாம முயற்சி பண்ணினதுல..... நாடகத்துக்கு மியூஸிக் பண்ண ஒரு வாய்ப்பு அமைஞ்சது.

சென்னைல நாகாத்தம்மன் கோயிலுக்கு எதுக்க... 146, அண்ணா சாலை, தேனாம்பேட்டை அட்ரஸ்ல லாட்ஜ் மாதிரி ஒரு கட்டிடம் இருக்கும். (அந்த எடத்துல இப்ப... கட்டி முடிக்கப்படாத ஒரு கட்டிடம் இருக்கு. அதுதான் அடையாளம்.) அங்கதான் நாடக நடிகர்கள் எல்லாருமே இருப்பாங்க. அங்கதான் அண்ணன் 'சங்கிலி'முருகனோட ரூம் இருந்துச்சு.

நம்ம கவுண்டமணி, கல்லாப்பெட்டி சிங்காரம், தேங்காய் சீனிவாசன், சுருளிராஜன்... எல்லாரும் அங்கதான் சுத்திக்

கிட்டிருப்பாங்க.

அப்போ... ஓ.ஏ.கே.தேவர் ஒரு நாடகம் நடத்துறார். அதுக்கான ஏற்பாடுகள 'சங்கிலி'முருகன் செய்றாரு.

அந்த நாடகத்துக்குப் பேரு 'மாசற்ற மனம்'. அந்த நாடகத்துக்கு சுப்பிரமணிங்கிறவர் மியூஸிக் பண்ணிக்கிட்டிருந்தார். சிவாஜிகணேசன் நாடகங்களுக்கும் அவர்தான் மியூஸிக். நாடக உலகத்துக்கு ஒரு எம்.எஸ்.வி., ஒரு ராஜா, ஒரு ஏ.ஆர்.ரஹ்மான் எல்லாம் கலந்த கலவை அண்ணன் சுப்பிரமணிதான். அவரோட கால்ஷீட் கிடைக்கிறது ரொம்பக் கஷ்டம்.

அவரோட டேட்ஸ் கெடைக்காததால... 'மாசற்ற மனம்' நாடகத்துக்கு மியூஸிக் பண்ண அண்ணன்களுக்கு ஒரு சான்ஸ் கெடைச்சது.

"எங்க ஊரு பண்ணைப்புரம். எங்க பெரிய அண்ணன் பாவலர் வரதராஜன். நாங்க மூணு பேரு. 'பாவலர் பிரதர்ஸ்'னு அவர்கூட மேடைக் கச்சேரி பண்ணீருக்கோம்."

"இன்னொருத்தன் எங்க?"

"அவன் ஊர்ல இருக்கான்"

"அவனையும் வரச் சொல்லுங்க... நாடக ரிகர்ஸல இப்பவே ஆரம்பிங்க"னு சொல்லீட்டாங்க.

ரிகர்ஸல் நடந்தது.

"டேய்... உடனே பொறப்பட்டு மெட்ராஸ் வா. நல்ல வேல கெடச்சிருக்கு"னு எனக்கு அண்ணன்கள் கடிதம் போட்டாங்க.

பூண்டி வாண்டையார் வீட்டு கல்யாணத்தில் என்னோட கிடார் வாசிப்பு...

30
மூட்டையோடு மூட்டையாக லாரிப் பயணம்!

ராஜாண்ணனும், பாஸ்கரண்ணனும் மெட்ராஸ் வந்து... விஸ்வ பாரதியோட (பாரதிராஜாண்ணன்) ரூம்ல நெருக்கடியா தங்கிக்கிட்டு வாய்ப்பு தேடி வந்ததுல...

ஓ.ஏ.கே.தேவரின் 'மாசற்ற மனம்' நாடகத்துக்கு மியூஸிக் பண்ண... அண்ணன் 'சங்கிலி' முருகன் மூலமா வாய்ப்பு கிடைச்சது.

ரிகர்ஸல் வேலய ஒடனே தொடங்கீட்டாங்க.

சினிமா ஃபீல்டுல பிரபலமான ஹெச்.எம்.வி. கமலா அப்படிங்கிற கமலாக்கா இந்த நாடகத்துல பாட்டுப் பாட வந்தாங்க.

எம்.எஸ்.வி., உட்பட எல்லா மியூஸிக் டைரக்டர்ஸ் மியூஸிக்லயும் கோரஸ் பாடினவங்க கமலாக்கா. இவங்களும், எல்.ஆர்.ஈஸ்வரியோட தங்கச்சி அஞ்சலி, கௌசல்யா... இவங்கள்லாம் சினிமா கோரஸ் க்ரூப்ல ரொம்ப ஃபேமஸ் ஆனவங்க. 'கருப்புப்

பணம்' படத்துல அக்கா எல்.ஆர்.ஈஸ்வரி பாடின 'அம்மம்மா... கேளடி தோழி...'ங்கிற பாட்டுல வசனநடை வரும். அதை கமலாக்காதான் பாடியிருந்தாங்க.

ரிகர்ஸல்ல ராஜாண்ணன் வாசிக்கிறது கமலாக்காவுக்கு ரொம்ப பிடிச்சுப் போச்சு.

"தம்பி... நீங்க முறைப்படி சங்கீதம் கத்துருக்கீங்களா?"

"இல்ல..."

''ஆனாலும் ரொம்ப அழகா வாசிக்கிறீங்க. முறைப்படி கத்துக்கிட்டீங்கன்னா வர்ற காலத்துக்கு ரொம்ப நல்லது"

"எனக்கு இங்க யாரையும் தெரியாதுங்க... நல்ல எடமாப் பார்த்து நீங்க சொன்னீங்கன்னா... நான் போய் கத்துக்குறேன்"

"இன்னைக்கி சினிமாவுல இருக்க சங்கீத வித்வான்கள் எல்லாம் பியானோ, கிடார், வயலின் கத்துக்கணும்னா... அதுக்கு தன்ராஜ் மாஸ்டர்னு ஒருத்தர் இருக்கார். அவர்கிட்ட உங்களச் சேர்க்கிறதுக்கு ஏற்பாடு பண்றேன்"னு சொன்ன கமலாக்கா... டி.எஸ்.பாலையாவின் மகன் சாய்பாபாவ கூப்பிட்டு, ராஜாவை தன்ராஜ் மாஸ்டர்கிட்ட சேர்க்க ஏற்பாடு பண்ணினாங்க.

மெட்ராஸ்லருந்து எனக்கு லெட்டர் வந்தது.

'டேய்... இங்க ஒரு வேலை கிடைச்சிருக்கு. உடனே பொறப்பட்டு மெட்ராஸ் வா' னு அந்த லெட்டர்ல அண்ணன்கள் சொல்லீருந்தாங்க.

கூடவே... 'நீ நேரா தேனிக்குப் போ. அங்க குருசாமியண்ணன் இருப்பாங்க. அவரப்போய் நீ பார்த்தா... அவர் ஒன்னய லாரியில சிதம்பரத்துக்கு அனுப்பிச்சிடுவார். சிதம்பரத்துல ஹெச்.எம்.வி.கமலா, எஸ்.சி.கிருஷ்ணன் கச்சேரி, சிதம்பரம் வாண்டையார் வீட்டு கல்யாணத்துல ஏற்பாடாகியிருக்கு. ('மாமா மாமா...', 'நல்வாக்கு நீ கூறடி' உட்பட நிறைய ஹிட் பாட்டுக்கள பாடினவர் கிருஷ்ணன்.) அங்க கச்சேரி முடிச்சிட்டு மெட்ராஸ் வந்துடு'னு விபரம் எழுதீருந்தாங்க.

கூடவே ஒரு குறிப்பு...

'அண்ணே... அமர்னு ஒரு பையன் வருவான். அவன லாரியில ஏத்தி சிதம்பரத்துக்கு அனுப்பிச்சிடுங்க'னு போட்டிருந்தது.

குருசாமி... யார்?

பாரதிராஜாவோட அண்ணன். அவர் ஒரு லாரி ஏஜெண்ட்.

குருசாமியண்ணனைப் போய்ப் பார்த்தேன்.

ஒரு கைல கிடாரையும், ஒரு கைல துணி மூட்டயவும் பிடிச்சுக்கிட்டு... 'ரவீந்திரன்'ங்கிற லாரியில... மூட்டைகளோட மூட்டையா படுத்துக்கிட்டு... வானத்து நட்சத்திரங்கள பார்த்துக்கிட்டே சிதம்பரத்துக்கு வந்து சேர்ந்தேன்.

சிதம்பரம் வாண்டையார் வீட்டு கல்யாணத்துல... (ஸ்ரீதர்

வாண்டையாரோட கல்யாணம்னு நெனைக்கிறேன்) நடந்த சினிமா பாட்டுக் கச்சேரிதான் மொதமொதல்ல நான் கிடார் வாசிச்ச சினிமா பாட்டுக் கச்சேரி.

கச்சேரி அமர்க்களமா நடந்தது.

கச்சேரி முடிஞ்சதும், மியூஸிக் பார்ட்டிகளோட வேன்ல மெட்ராஸுக்கு வந்து சேர்ந்தேன்.

அமர்சிங் என்கிற இந்த கங்கைஅமரன் தி.நகர் பஸ் ஸ்டாண்ட்டுல வந்து எறங்குறேன்.

என்னய வரவேற்க... பாரதிராஜாண்ணனும், எங்க பாஸ்கரண்ணனும் வந்தாங்க.

அவங்களோட... நான் போன எடம்... 62-ஏ, உஸ்மான் ரோடு, தி.நகர், நாதாஸ் கேஃப் எதிர்ல உள்ள பேச்சிலர்ஸ் குவாட்ரஸ் ரூம்.

ஏற்கனவே இருக்கிற ஆறு பேர்களோட ஏழாவது ஆளா நானும் அங்க போய்ச் சேர்ந்தேன்.

அண்ணன் மெட்டு - என்னோட பாட்டு

(இந்த அறை அனுபவங்கள... சிரமங்கள... அதைமீறி துளிர்விட்ட நம்பிக்கைய... நான் ஏற்கனவே விலாவாரியா சொல்லீட்டேன்.)

அந்த பேச்சிலர் குவாட்ரஸோட வாட்ச்மேன், ராத்திரியாச்சுன்னா ரூம் ரூமா வந்து... 'எத்தன பேர் ஒரு ரூம்ல தங்கீருக்காங்க'னு கணக்கெடுப்பார்.

நாலுபேர் இருக்க வேண்டிய ரூம்ல ஏழு பேர் இருக்கமே... வாட்ச்மேன் கணக்கெடுக்க வரும்போது நானும், பாஸ்கரண்ணனும் மொட்டமாடியில போய் படுத்துக்குவோம். யாராவது ஒருத்தரு பாத்ரூம்ல போய் ஒளிஞ்சுக்குவார்.

ஆக... 'நாலுபேர்தான்'னு கணக்கெடுத்துட்டுப் போவார் வாட்ச்மேன்.

நானும், பாஸ்கரண்ணனும் மொட்ட மாடியிலயே தூங்கிட்டு... காலைல வெள்ளன எழுந்து குளிச்சு, முடிச்சிட்டு... வாட்ச்மேனுக்குத் தெரியாம... குவாட்டரஸ விட்டு, வெளிய போய்ட்டு... மறுபடி வருவோம்.

'எங்க ஃப்ரெண்ட்ட பார்க்க வந்தோம்'னு சொல்லி.... என்னமோ... அப்பத்தான் அந்த குவார்ட்டர்ஸுக்கு வர்ற மாதிரி பாவ்லா பண்ணுவோம்.

ரெண்டு காபி ஆர்டர் பண்ணி அத நாலுபேரும் ஆளுக்கு கொஞ்சமா குடிப்போம். இப்போ தி.நகர்ல இருக்க வெங்கடா ஜலபதி கோயிலுக்கு பின்னால கணேச பவன்னு ஒரு ஓட்டல். அங்கதான் சாப்பாட்டுக்கான மாச டோக்கன் வாங்கி வச்சிருந்தார் பாரதிராஜா. ஒருமாச டோக்கன... ஒரு வாரத்துல தின்னு காலி பண்ணினோம்.

உண்மையைச் சொல்லணும்னா... இந்த பாரதிராஜா மட்டும், எங்களுக்கு முன்னால இந்த சென்னைக்கு வந்திருக்கலேன்னா... நாங்க சத்தியமா இங்க வந்திருக்க முடியாது. ஒருவேள வந்திருந்து...

அவரு எங்களுக்கு சாப்பாடு போடலேன்னா... தங்க எடம் தரலேன்னா... தெரு ஓரத்துல அனாதைகளா படுத்திருப்போம். அந்த அளவுக்கு கடவுள் எங்கள விடல.

நெசமா... பாரதிராஜாண்ணனுக்கு நன்றி... நன்றி... நன்றி... கோடான கோடி நமஸ்காரம்.

நாங்க மெட்ராஸ் வந்த பிறகு... மறக்காம அம்மாவுக்கு அடிக்கடி கடிதம் போடுவோம். எங்க ஊரு போஸ்ட்மேன் சபாபதி... கடிதத்த எங்கம்மாவுக்கு படிச்சுக் காட்டி.... அம்மா சொல்றத எழுதி பதில் கடிதம் போடுவார்.

'மாசற்ற மனம்' நாடகத்துல எந்தெந்த எடத்துல பாட்டு வைக்கணும்னு சொன்ன அண்ணன் 'சங்கிலி'முருகன் "யார வச்சு பாட்டு எழுதலாம்?"னு ராஜாண்ணன்கிட்ட கேட்க...

"தம்பி அமரு நல்லா எழுதுவான். நீங்க 'சரி'ன்னா... அவன எழுதச் சொல்லி பாடிக்காட்றோம்"னு ராஜாண்ணன் சொன்னார்.

அதன்படி... அந்த நாடகத்துக்கு ராஜாண்ணன் போட்ட ட்யூனுக்கு எல்லா பாட்டுக்களயும் நான்தான் எழுதினேன்.

வில்லன் தண்ணியடிச்சிட்டு ஒரு பொண்ணுகூட சேர்ந்து ஆடிப்பாடுற காட்சி.

மது...
மாது...
மயக்கம் தரும்போது -இது
போதும் இன்பம் தரும்
போதை...
தவிக்கும் நடை
பாடம் சொல்ல
சங்கீதம் ஏது?
தயக்கம் உன்
அருகில் வந்தால்
சந்தோஷம் ஏது?

....பாருங்க... சின்ன வயசுலயே நான் பொறுக்கித்தனமா எழுதின பாட்டு இது.

மதுவும் மாதுவும் இருந்தா போதுமாம்... அதுக்கு மேல என்ன வேணுமாம்....

நான் எழுதிய பாட்டக் கேட்டு... கடுப்பாகி அழுத பாடகி...

31
வாழ்க்கையே ஜாலிதான்!

அண்ணன் 'சங்கிலி' முருகன் ஏற்பாட்டில் ஓ.ஏ.கே.தேவரின் 'மாசற்ற மனம்' நாடகத்துக்கு ராஜாண்ணன் போட்ட மெட்டுக்கு... நாடகத்துல இடம் பெற்ற எல்லாப் பாட்டுக்களயும் நான் எழுதினேன். அதுல... பிச்சைக்காரி ரோட்ல பாடுற மாதிரி ஒரு சிச்சுவேஷன். எந்த சிந்தனைல அந்தப் பாட்ட நான் இப்படி எழுதினேன்னு எனக்கே தெரியல.

கருணை நெறைஞ்ச உலகம்
என்ன காப்பாத்தும்
கடவுள் போன்ற உள்ளம்
என்ன பாராட்டும்
கவலை இல்ல எனக்கு
காப்பது உங்கள் பொறுப்பு...
....
மனசு சுத்தம்
வார்த்த சுத்தம்
வாழ்க்கைதான அழுக்கு
மனம் நெறைஞ்ச
மனுஷர் கையில்

வாழ்க்க இருக்கு

....

மனசுபோல கை கொடுக்க -ஒரு

மனிதன் வருவார்

மழையைப்போல கொடை கொடுத்து -ஒரு

கடவுளாகி விடுவார்

...என்னோட 18-20 வயசுல அவ்வளவு அழுத்தமா நான் எழுதுன பாட்ட படிச்சுப் பார்த்திட்டு பாஸ்கரண்ணன் என்னப் பார்த்து ஒரு சிரிப்புச் சிரிச்சார். அந்தச் சிரிப்புல இருந்த அர்த்தத்தையும் 'என்னடா... இப்படி எழுதியிருக்க?'ங்கிற வியப்பையும் நான் புரிஞ்சுக்கிட்டேன்.

ராஜாண்ணன் ஹார்மோனியம், பாஸ்கரண்ணன் தபேலா, நான் கிடார்... கூடவே பாடல்கள் எழுதினேன். நாடகத்துக்கு 'பாவலர் பிரதர்ஸ்'ங்கிற பேர்லதான் மியூஸிக் பண்ணினோம்.

அதுவே பெரிய சினிமாப் படத்துக்கு இசையமைச்ச மாதிரி பிரமாண்டமா இருந்தது.

(சம்பளம் அவ்ளோ பெரிசா இல்ல)

பிச்சைக்காரி பாடுற சிச்சுவேஷனுக்கு நான் எழுதின அந்தப் பாட்ட ஹெச்.எம்.வி. கமலாக்காதான் பாடினாங்க.

ஹெச்.எம்.வி.கமலாக்கா ஒரு தடவ... 'மாசற்ற மனம்' நாடகத்துக்கு வந்து பாட முடியல. எம்.எஸ்.வி.யோட ரெக்கார்டிங்ல பிஸியா இருந்தாங்க. அதனால வேறொரு புது பாடகி பாட வந்தாங்க நாடகத்துக்கு.

அந்தப் பாடகி இப்போ பெரிய மியூஸிக் டைரக்டரா இருக்குற ஒருத்தரோட அம்மா. அப்போ... அவங்களுக்கு கல்யாணம் ஆகல. அவங்க ரொம்ப சுமாராத்தான் பாடுவாங்க. சுதி சேராது.

நாடகத்துல சுருளிராஜன் நடிக்க... ஒரு காமெடிப் பாட்டு உண்டு.

பட்டாட கட்டி ஒரு

சுட்டிப்பொண்ணு -நான்

பார்க்காதபோது வந்து

பக்கம் நின்னு

சிட்டாகத் துள்ளித் துள்ளி

ஆடிப்புட்டா

சுதி சேராம

ஒரு பாட்டுப் பாடிப்புட்டா

...இப்படி நான் எழுதுன பாட்டுக்கு மெட்டுப் போட்டு ரிகர்ஸல் பாடுறோம்.

'சுதி சேராம பாடிப்புட்டா'ங்கிற வார்த்தய கேட்டதும் அந்தப் பாடகிக்கி அழுகை வந்திருச்சு.

‘‘பாருங்கண்ணா... நான் சுதி சேராம பாடுறதா... எழுதியிருக்காங்க” னு நாடக ஹீரோ ஓ.ஏ.கே.தேவரிடம் சொல்லி அழ ஆரம்பிச்சிட்டாங்க.

“என்ன அமரு... இப்படி போட்டுட்ட... அந்தப் புள்ள எவ்வளவு வருத்தப்படுது பாரு... கொஞ்சம் நல்லபடியா எழுதிக் குடுப்பா”னு என்கிட்ட ஓ.ஏ.கே.தேவர் சொன்னாரு.

சிட்டாகத் துள்ளித் துள்ளி
ஆடிப்புட்டா...
ரொம்ப செரமப்பட்டு
சுதி சேர்த்து பாடிப்புட்டா...

இப்படி மாத்தி எழுதிக் குடுத்தேன்.

ஒருவழியா அந்தப் பாடகிய சமாதானப்படுத்தி பாட வச்சோம்.

இத ஏன் சொல்றேன்னா... அப்போ என்கிட்ட இருந்த கேலி கிண்டல்... இப்பவும் மாறல...

வாழ்க்கயே ஒரு ஜாலிதான.

அந்த நாடகத்துல சுருளிராஜன், கவுண்டமணி, தேங்காய் சீனிவாசன், கல்லாப்பெட்டி சிங்காரம்... இவங்கள்லாம் நடிச்சாங்க.

கவுண்டமணியண்ணன் அப்பவே ரொம்ப ஜாலியான ஆளு. ரொம்ப இயல்பா காமெடியில கலக்குவார். அந்த நாடக காலங்கள்ல அண்ணன் கவுண்டமணியோட இருந்தப்ப கிடைச்ச சந்தோஷத்த இப்ப நெனச்சாலும் குஷியா இருக்கு.

‘இதெல்லாம் சாதாரணமப்பா’னு அலட்சியப்படுத்த முடியாத குஷியான அனுபவம் அது.

நல்ல... திறம உள்ளவங்கள... கடவுள் ஒருபோதும் கைவிடமாட்டார். கவுண்டமணியண்ணன் இன்னைக்கி எவ்ளோ ஒசரத்துல இருக்கார்.

(திறம உள்ளவங்கள கடவுள் கைவிடமாட்டார்தான். அதுக்காக... எந்த முயற்சியும் பண்ணாம சும்மா இருந்துட்டு கவலைப்படக்கூடாதுல்ல. திறமய நிரூபிக்கணும்னா... சுய முயற்சியும், சுய உழைப்பும் வேணும்.)

சென்னையில எங்க பொருட்காட்சி நடந்தாலும்... எங்க நாடகம் நடந்தாலும்... எல்லா எடத்துலயும் எங்களோட இசை இருக்கும். நாடகங்களுக்கு இசையமைக்கிற வாய்ப்பை எங்களுக்கு ஏற்பாடு பண்ணித் தந்தது ‘சங்கிலி’முருகண்ணன்தான். அவரால எங்களுக்கு நாடக உலகத்துல நல்ல அறிமுகம் ஆச்சு.

சங்கிலி முருகண்ணனுக்கு அநேக நமஸ்காரங்கள்.

இந்த நாடகமெல்லாம் நாங்க தி.நகர், 62-ஏ, உஸ்மான் ரோடு, நாதஸ் கேஃப் எதிர்ல இருந்த பேச்சிலர்ஸ் குவாட்ரஸ் அறையில தங்கியிருந்தபடியே பண்ணினதுதான்.

திடீர்னு எடம் மாறவேண்டிய சூழ்நில வந்துருச்சு.

எத்தன நாளைக்கி ஒளிஞ்சு, ஒளிஞ்சு... சிக்கினா திட்டு வாங்கிக்கிட்டு... தங்குறது?னு நெனச்சு... எடம் மாறினோம்.

ஓ.ஏ.கே. தேவர்

ராயப்பேட்டைல... ரஞ்சன் பில்டிங், மியூஸிக் அகாடமிக்கு பின்னால... ஹெச்.எம்.வி. கமலாக்கா வுக்கு ஒரு வீடு இருந்துச்சு. நம்ம சூப்பர்ஸ்டார்... என் நண்பர் ரஜினி சார், மொதமொதல்ல ஒரு சின்ன எடத்துல குடியிருந்தாரே... அந்த வீட்டுக்குப் பின்னால... இருந்துச்சு கமலாக்கா வீடு.

அந்த வீட்ல... கமலாக்கா, அவங்க அம்மா, தம்பி ஆனந்த், இந்திரா, சுசீலா, சாரி, மாலா, லட்சுமியம்மா... எல்லாரும் இருந்தாங்க.

(இந்திரா யாருன்னா... கமலாக்காவோட ரிலேஷன். பிற்காலத்துல எங்க 'பாவலர் பிரதர்ஸ்' குழுவுல ஒரு முக்கியமான பின்னணிப் பாடகி)

இந்திராவுக்கு வடபழநி ராம் தியேட்டர் முன்னால (இப்போ அந்த தியேட்டர் கல்யாண மண்டபமாகிடுச்சு) கங்கையம் மன் கோவில் தெருவுல கடைசியில ஒரு வீடு இருந்துச்சு.

இப்போ அந்த தெருவுல இருக்குற நெருக்கடி அப்போ இல்ல. அந்த வீடு தனியா இருந்துச்சு. (இப்போ அந்த வீட்ட கண்டுபிடிக்க முடியல) அந்த வீட்ல போய் நாங்க தங்குனோம்.... வாடக இல்லாம... ஒரே ஒரு ரூம் மட்டும் எங்களுக்கு யூஸ் பண்ணிக்க குடுத்தாங்க.

அந்த வீட்டு அவுட்ஹவுஸ்ல புதுசா

கல்யாணமான வாட்ச்மேன் ஒருத்தரும், அவரோட மனைவியும் குடியிருந்தாங்க.

புதுசா குடிபோன அந்த வீட்லயும் நாங்க வழக்கம்போல பாட்டுப்பாடி பிராக்டிஸ் பண்ணிக்கிட்டு இருந்தோம்.

பாட்ட விரும்பாதவங்க யாராச்சும் இருப்பாங்களா? நாங்க பாடுற பாட்டுக்களுக்கு மொத ரசிகர்களாக இருந்து கேட்டு ரசிக்கிறவங்க... அந்த வாட்ச்மேன் தம்பதிதான்.

எங்க பசி தீர்த்த பொட்டலச் சாப்பாடு....

விஜய் அப்போ பொறக்கல.... எஸ்.ஏ.சந்திரசேகர் டைரக்ட் பண்ணின நாடகத்துக்கு இசையமைச்சோம்...

32
பசி நேர டெக்னிக்குகள்!

பின்னணிப் பாடகி ஹெச்.எம். வி.கமலாக்காவோட உறவினரும், பின்னாளில் எங்களோட இசைக்குழுவுல பாடகியா இருந்தவருமான இந்திராவுக்கு சொந்தமான வடபழநி ராம் தியேட்டர் எதிரில இருக்க கங்கையம்மன் கோயில் தெரு வீட்டுல வாடகை இல்லாம ஒரு அறைல தங்கினோம்.

அப்போ... விஸ்வபாரதி (பாரதி ராஜாண்ணன்) எல்.ஐ.சி. பில்டிங்ல இருக்கும் 'பயனீயர் ஆட்டோமொபைல் ஷாப்'ல சேல்ஸ்மேனா வொர்க் பண்ணீட்டு இருந்தாரு. காலைல எழுந்ததும் ரெடியாகி வேலைக்கி போயிடுவார்.

ராஜாவும் காலைல கிளம்பி மைலாப்பூர்ல சாய் லாட்ஜ்ல ரூம் நம்பர் 13-ல தங்கியிருந்த தன்ராஜ் மாஸ்டர் கிட்ட கிடாரும், பியானோவும் கத்துக்க போய்டுவார்.

விஸ்வபாரதி சாலிகிராமம் முத்து லட்சுமி காலனில குடியிருந்தப்போ....

பிடில் அப்பபடினு ஒருத்தர் பழக்கமானார். அவர் மாநகர பஸ் கண்டக்டர். வடபழநி டூ பட்டினப்பாக்கம் போற 12-பி பஸ்ல கண்டக்டரா வருவார். அவர் வந்தா எங்களுக்கெல்லாம் ஃபிரீ டிக்கெட்.

ஏதாவது ஒரு ஸ்டேஜ்ல திடீர்னு செக்கிங் இன்ஸ்பெக்டர் நின்னுட்டிருந்தா... முந்தின ஸ்டாப்லருந்து, அடுத்த ஸ்டாப் வரைக்குமான டிக்கெட்டை கிழிச்சு எங்க கைல கொடுத்திடுவாரு பிடில். செக்கிங் இன்ஸ்பெக்டர் சோதனை பண்ணும்போது... பந்தாவா அந்த டிக்கெட்ட எடுத்துக் காண்பிப்போம். அப்ப வெல்லாம் ஒரு ஸ்டேஜுக்கும், இன்னொரு ஸ்டேஜுக்கும் இடையே பத்துப் பைசாதான் டிக்கெட். இப்படி ஓசியிலேயே போய்வந்தோம்.

வேலை முடிஞ்சு திரும்பும் பாரதியண்ணன் ரெண்டு ரூபாயோ... ரெண்டு ரூபா அம்பது காசோ கொண்டுவருவார். அதுலதான் எங்க எல்லாருக்கும் சாப்பாடு. நாடக ரிகர்ஸலுக்குப் போனா... ரிக்ஷாவுக்கு காசும், பொட்டலச் சாப்பாடும் எங்களுக்கு கிடைச்சிடும்.

'காகித ஓடம்' எஸ்.சி.கிருஷ்ணன் நடத்துன... தஞ்சைவாணன் எழுதின 'ஹெவன் எர்த் அண்ட் ஹெல்' நாடக ரிகர்சல்ல... எங்களுக்கு பொட்டலச் சாப்பாடு கிடைச்சது.

அப்போ... வாஹினி ஸ்டுடியோவுல இருந்த பிரஸ்ல நீலகண்டன் வேல செஞ்சார். அவர் தன்னோட வொய்ஃப் பேர்ல 'லலிதாஞ்சலி'னு ஒரு ட்ராமா குரூப் ஆரம்பிச்சார்.

'பிஞ்சு மனம்'ங்கிற நாடகத்த எழுதி, டைரக்ட் பண்ணினவரு... எஸ்.ஏ.சந்திரசேகர்.

நீலகண்டன் சாரோட பிள்ளைங்க ஷோபா, ஷீலா, சுந்தர், கடைசியா எஸ்.என்.சுரேந்தர்.

(சுரேந்தர் இப்பவும் பெரிய பாடகரா இருக்காரு. அது ஒங்களுக்குத் தெரியும்)

அந்த நாடகத்துக்கு பீட்டர் என்பவர்தான் மியூஸிக் டைரக்டர். அவர் ஸ்கூல் வாத்தியார். ஓய்வு கிடைக்கும்போது நாடகங்களுக்கு மியூஸிக் பண்ணுவார். (அக்கா எல்.ஆர்.ஈஸ்வரியோட கச்சேரிக்கு பீட்டர் குரூப்தான் மியூஸிக்)

பீட்டர் பிஸியா இருந்ததால... நாங்களும் வந்துபோக தோதா வடபழநியில இருந்ததால... அந்த நாடகத்துக்கு நாங்க மியூஸிக் பண்றதுக்குப் போனோம். சாயங்காலம் ரிகர்ஸலுக்குப் போனம்னா... பொட்டலச் சாப்பாடு தருவாங்க. அது எங்க பசிய தீர்த்துரும்.

எப்பவாவது காசில்லாதப்ப... பாரதியண்ணனும் வேலய முடிச்சிட்டு, நேரா ரிகர்ஸல் நடக்குற இடத்துக்கு வந்திருவார்... பொட்டலச் சாப்பாட்டுக்காக.

அந்த நாடகத்துல நீலகண்டன் சாரோட குடும்பமே நடிக்கும். ஷோபா உட்பட நாலு பிள்ளைகளுமே ரொம்ப நல்லா பாடுவாங்க.

ஊர்ல இருக்கும் போது நான் எழுதி, ராஜாண்ணன் மெட்டுப் போட்ட பாட்ட நாடகத்துல நாலு பேரும் பாடுவாங்க.

மூன்று தமிழ் காவியமும்
முருகனுக்கு தொட்டிலடி
முத்தமிழின் சங்கமமும்
முருகனுக்கு கட்டிலடி
நன்று சொன்ன தலைவனுக்கு
நாடெல்லாம் கோயிலடி
நாளும் அந்தக் கோயிலிலே
நல்ல நாள் கோலமடி...

இப்படி நாலுபேரும் சேர்ந்து பாடும்போது கேட்க ரொம்ப சுகமா இருக்கும்.

(இந்தப் பாட்டோட மெட்டத்தான் 'பத்ரகாளி'க்கு 'கண்ணன் ஒரு கைக்குழந்தை' பாட்டுக்கு பின்னாடி ராஜா போட்டார்ங்கிறதை ஏற்கனவே சொல்லீருக்கேன்.)

உண்மையைச் சொல்லணும்னா... எஸ்.ஏ.சந்திரசேகர், நீலகண்டன்-லலிதாஞ்சலி தம்பதி, அந்தத் தம்பதியோட பிள்ளைங்க ஷோபா, ஷீலா, சுந்தர், சுரேந்தர்... எல்லாருமே ரொம்ப கலையார்வம் உள்ளவங்க. அப்பவே... சினிமாவுக்கு போஸ்டர் அடிக்கிற மாதிரி போஸ்டர் அடிச்சு, நாடகம் நடத்துனது நீலகண்டன் சார்தான்.

(இந்த நாடக காலகட்டத்துல ஆரம்பிச்சதுதான் எஸ்.ஏ.சந்திரசேகர்-ஷோபா காதல். இந்தக் காதலில் பிறந்தவர்தான் நடிகர் விஜய்)

'பிஞ்சு மனம்' நாடகத்துக்கு மியூஸிக் பண்ணிட்டுருந்தபோது எங்களுக்கு பரிட்சயமானவர் நந்தகுமார் சார். 'காதம்பரி ஃபைன் ஆட்ர்ஸ்'ங்கிற நாடகக் குழு வச்சிருந்தார்.

எனக்கு சுமாரா ஞாபகமிருக்கு.... நந்தகுமாருக்கு ரொம்ப வேண்டியவங்க காதம்பரினு நெனைக்கிறேன். காதம்பரிதான் 'பிஞ்சு மனம்' நாடகத்துல ஹீரோயின்.

நந்தகுமார் சாரோட எங்களுக்கு உண்டான பழக்கம் ரொம்பநாள் தொடர்ந்து வந்துச்சு.

நாடக ரிகர்ஸல்ல கிடைச்சது பொட்டலச் சாப்பாடு. ரிகர்ஸல் இல்லாதப்ப.... விஸ்வபாரதி கொண்டு வர்ற ரெண்டு ரூபா அம்பது காசுலதான் பசி தீர்த்தோம்.

அந்தக் காசுல ஒரு ரூபாய எடுத்துக்கிட்டு 'மாடர்ன் பிரட்' பாக்கெட் வாங்கப் போவோம். அந்த பிரட் அப்பத்தான் அறிமுகமாகியிருந்துச்சு. ஒரு பாக்கெட் பிரட் 90 பைசா. மீதி பத்து

பைசாவுல நாட்டுச் சர்க்கரை வாங்கிக்கிட்டு வீட்டுக்கு வருவோம்.

நான், பாரதியண்ணன், ராஜாண்ணன், பாஸ்கரண்ணன்... நாலுபேரும் ஒண்ணா ஒக்காந்து பிரட் பாக்கெட்ட ஓபன்பண்ணி... எத்தனை பிரட்துண்டு இருக்குனு எண்ணி, அதை சரிசமமா பகிர்ந்துக்குவோம். எக்ஸ்ட்ரா ஒண்ணு இருந்துச்சுன்னா... அந்த ஒண்ணயும் நாலா பிரிச்சு, பாகுபாடு இல்லாம பங்கு வச்சுக்குவோம்.

அவ்வளவு ஸ்ட்ரிக்ட்டா இருப்போம்.

பிரட்ட நாட்டுச் சர்க்கரைல தொட்டுச் சாப்பிட்டுட்டு, தண்ணிய குடிச்சிட்டு படுத்துருவோம்.

காலைல எழுந்து, குளிச்சு முடிச்சதும்... வடபழநி கோயிலுக்கு முன்னால இருக்குற கணேஷ் பவன் ஓட்டலுக்கு நாலுபேரும் போவோம்.

"சர்வர்... நாலு பிளேட் இட்லி சாம்பார்"னு ஆர்டர் கொடுத்துட்டு ஒக்காருவோம்.

இட்லிய கொண்டு வர்றதுக்கு முன்னாடி... நாலு டம்ளர்ல தண்ணி கொண்டுவருவார் சர்வர். நாலு டம்ளர் தண்ணிக்குள்ளயும், சர்வரோட நாலு விரலும் இருக்கும். அப்படி புடிச்சு எடுத்துட்டு வருவார்.

"சார்... வெரல உள்ளவிட்டு தண்ணி கொண்டுவந்து வைக்காதீங்க. வேற எடுத்திட்டு வாங்க... போங்க சார்..."னு சொல்லுவோம். சர்வர் எங்கள ஒருமாதிரியா பாத்துக்கிட்டே போவாரு.

உள்ள போயி என்னசெஞ்சு அந்த தண்ணிய எடுத்திட்டு வருவாரோ தெரியாது. ஆனா... நீட்டா... தட்டுல தண்ணி டம்ளர்கள வச்சு எடுத்திட்டு வந்து வைப்பார்.

"இப்படி மொதல்லயே செஞ்சிருக்கலாமே"னு சொல்வோம்.

சர்வர் சிரிப்பார். அந்தச் சிரிப்புக்கு எங்களுக்கு அர்த்தம் தெரியாது.

எங்களப் பொறுத்தவர... மரியாதயா சாப்பிடணும்... அம்புட்டுத்தான்.

ஒரு தட்டுல ரெண்டு இட்லி... இட்லி முங்குற அளவுக்கு சாம்பார் ஊத்தி வச்சிட்டுப் போவார். இப்படி நாலு பிளேட்.

நாங்க என்ன பண்ணுவம்னா... ஸ்பூனால சாம்பார எடுத்து, எடுத்து குடிச்சிடுவோம். இட்லி அப்படியே இருக்கும்.

"சர்வர் சார்... சாம்பார் குடுங்க..."

சர்வர் ஒருமாதிரியா பாத்துக்கிட்டே சாம்பார் வாளிய எடுத்திட்டு வந்து ஊத்துவார்.

மறுபடி சாம்பாரக் குடிச்சிட்டு, மறுபடி கேட்போம்.

இப்படி மூணு தடவ சாம்பார வாங்கிக் குடுச்சிட்டு, கடசியா இட்லிய சாப்பிட்டுட்டுப் போவோம்.

எஸ்.ஏ.சந்திரசேகர்-ஷோபா தம்பதி

அதேபோல மறுநாளும்... அதே கணேஷ் பவன் ஓட்டலுக்கு, சாம்பார் இட்லி சாப்பிடப் போவோம். ஆனா... நேத்து சர்வ் பண்ணின சர்வரோட டேபிள்ல ஒக்காராம... வேற சர்வர் கவனிக்குற டேபிள்ல போய் ஒக்காருவோம்.

சர்வர் மாறினாலும்... நாங்க மாற மாட்டோம்.

சாம்பார வாங்கிக் குடிச்சு வயிற நெறப்பு வோம்.

எங்களோட சாம்பார் சேட்டய பொறுக்க முடியாம ஓட்டல் நிர்வாகம் ஒரு பெரிய போர்டு மாட்டி... அதுல ஒரு அறிவிப்பு எழுதியிருந்தாங்க.....

33
போகாத ரூட்டில் பயணம்!

வடபழநி கோயிலுக்கு எதுக்க இருக்க கணேஷ் பவன் ஒட்டலுக்கு நான், ராஜாண்ணன், பாஸ்கரண்ணன், விஸ்வபாரதியண்ணன் (பாரதிராஜா)... நாலுபேரும் சாம்பார் இட்லி சாப்பிட ரெகுலரா போனதையும், சாம்பார ரெண்டு, மூணு தடவ வாங்கிக் குடிச்சு வயித்த நிரப்புனதயும் சொன்னே னில்லையா....

முதல் நாளு ஒரு சர்வரோட கண்ட்ரோல்ல இருக்க டேபிளுக்கு போனம்னா... மறுநாளு வேறொரு சர்வரோட கண்ட்ரோல்ல இருக்க டேபிள்ல போய் உட்கார்ந்து "நாலு பிளேட் சாம்பார் இட்லி"னு ஆர்டர் குடுப்போம்.

அப்பத்தான... தாராளமா சாம்பார் ஊத்துவாரு இந்த சர்வர்.

இப்படியே... மாறி மாறி எத்தனை முறை சாப்பிடமுடியும்.

நாலைஞ்சு சர்வர்தான இருப்பாங்க. அப்புறமென்ன.... எங்களோட

சாம்பார் சாயம் வெளுத்துப் போச்சு.

'என்னடா இவனுக தெனமும் இட்லி சாப்பிட வந்துட்டு, இப்படி சாம்பாரா குடிக்கிறாங்களே'னு ஓட்டல் நிர்வாகம் ஃபீல் பண்ணீருக்கும்போல.

அவங்களோட ஃபீலிங் தெரியாத நாங்க வழக்கம்போல அந்த ஓட்டலுக்கு காலைல சாப்பிடப் போனோம்.

வாசல்ல ஒரு போர்டு தொங்குச்சு. அதுல சாக்பீஸால ஏதோ எழுதீருக்கவும் படிச்சுப் பார்த்தோம்.

இட்லிக்கு ஒருமுறைக்கு மேல்... மறுமுறை சாம்பார் வழங்கப்பட மாட்டாது

வேறென்ன பண்ணமுடியும்?

முதல்தடவ ஊத்துன சாம்பாரோட இட்லிய சாப்டுட்டு கிளம்பினோம்.

அந்த சர்வர் இப்பவும் எங்களப் பார்த்து ஒரு சிரிப்புச் சிரிச்சார்.

அப்போ அவர் சிரிச்ச சிரிப்புக்கு புரியாத அர்த்தம் இப்ப புரிஞ்சிருச்சு.

அதுக்குப் பிறகு சென்னைல இருக்க பெரும்பாலான ஓட்டல்கள்ல இந்த மாதிரி போர்டு தொங்கவிடப்பட்டது.

இப்படி ஒரு போர்டு தொங்கவிடப்பட காரணமானவங்கள்ல... நாங்க ரொம்ப முக்கியமானவங்களா இருந்திருப்போம்னு நெனைக்கிறேன்.

அப்படியெல்லாம் கஷ்டத்தக்கூட சேட்டயாப் பண்ணி சமாளிச்ச காலம் அது.

கணேஷ் பவன் ஓட்டல்ல சாப்டுட்டு, மீனாட்சி காலேஜ், லிபர்டி பஸ் ஸ்டாப் வரைக்கும் நடந்தே வந்து... எங்கள ஓசியா ஏத்திட்டுப் போற... கண்டக்டர் பிடில் வர்ற 12பி பஸ்ஸுக்காக காத்திருப்போம்.

வந்ததும் ஏறிப் போவோம்.

ஒருசில நாள்ல பிடிலுக்கு வேற ரூட்ல ட்யூட்டி போட்டுருவாங்க.

கைல காசு இருந்தா... டிக்கெட் எடுத்திட்டுப் போவோம்.

காசில்லைன்னா.....

கவலையேபடமாட்டோம்.

அதுக்கு ஒரு டெக்னிக்க பயன்படுத்துனம்ல.

12-பி பஸ் பனகல் பார்க் வழியா மந்தவெளி வரைக்கும் போகும். அதுல ஏறி, லஸ் கார்னர்ல எறங்கி சாய் லாட்ஜ்ல தன்ராஜ் மாஸ்டர்கிட்ட கிடாரும், பியானோவும் கத்துக்க ராஜாண்ணன் போகணும்.

அந்தப் பக்கம் போகாத... பனகல் பார்க் வழியா வேற ரூட்ல போற பஸ்ல திட்டமிட்டே ஏறிக்கிட்டு "கண்டக்டர்... ஒரு டிரிப்ளிகேன் குடுங்க"னு ராஜாண்ணன் கேட்பார்.

நானும்
என் மனைவி
கலாவும்

“ஏய்... இந்த பஸ்ல ஏறிக்கிட்டு டிரிப்ளிகேன் கேட்குற? அங்கயெல்லாம் போகாது... எறங்கு... எறங்கு...”னு அடுத்த ஸ்டாப்ல எறக்கிவிட்டுருவார் கண்டக்டர்.

அடுத்த ஸ்டாப்ங்கிறது பனகல் பார்க்.

இதே டெக்னிக்கில் ஒவ்வொரு பஸ்ஸா ஏறி... போகாத ஏரியாவுக்கு டிக்கெட் கேட்டு, வழியில இறங்கி... அடுத்த பஸ் மாறி... இப்படியே டிக்கெட் எடுக்காம லஸ்ஸுக்கு போய்டுவார்.

இந்த ஃபார்முலாவ பாரதியண்ணனும் பயன்படுத்தி... அண்ணாசாலையில, தான் வேலை செஞ்ச எடத்துக்கு போயிருவார்.

சிலசமயம் பாரதியண்ணனும் ராஜாண்ணனும் சேர்ந்தே இந்த டெக்னிக்ல டிராவல் ஆவாங்க.

நானும், பாஸ்கரண்ணனும் எங்கயும் போகணும்னாலும் இதே டெக்னிக்தான்.

வேல முடிஞ்சு வரும்போதும் இந்த டெக்னிக்கே கை கொடுத்துச்சு.

ஒருசில நேரங்கள்ல நானும், பாஸ்கரண்ணனும் நடந்தே வீட்டுக்கு வந்து சேர்வோம்.

மதிய சாப்பாடு எங்களுக்கு இருக்காது.

நானும் பாஸ்கரண்ணனும் பசியோட பட்னியா ரூம்லயே

இருப்போம்.

(ராஜாண்ணனும், பாஸ்கரண்ணனும் மெட்ராஸுக்கு கிளம்புறதுக்கு முதல்நாளு எங்கம்மா கோழியடிச்சு கொழம்பு வச்சு, கறி வறுத்து விருந்துச் சோறு போட்டு அனுப்பினாங்கனு, நான் ஏற்கனவே சொன்னேன்லயா... 'இப்படியெல்லாம் பட்டினி கெடக்க வேண்டியிருக்கும் இந்தப் புள்ளைங்க'னு நெனச்சுத்தான் விருந்து போட்டு அனுப்பிச்சிருக்காங்க)

பாரதியண்ணன் மதியச் சாப்பாடு சாப்பிட்டாரா?

ராஜாண்ணன் மதியச் சாப்பாடு சாப்பிட்டாரா?

எங்களுக்குத் தெரியாது. இத அவங்ககிட்டத்தான் கேட்கணும்.

நாங்க பட்டினியாத்தான் இருந்தோம்.

வேல முடிஞ்சு பாரதியண்ணன் கொண்டு வர்ற காசுல... வழக்கம்போல 90 காசுக்கு மாடர்ன் பிரட் வாங்கி, பத்துக்காசுக்கு நாட்டுச் சர்க்கரை வாங்கி வந்து, பிரட்ட சமமா நாலு பங்கா பிரிச்சு சர்க்கரைல தொட்டுத் தின்னுட்டு, தண்ணிய குடுச்சிட்டு படுத்துருவோம்.

(இந்த சம்பவங்கள நான் என்னோட டைரியில எழுதி வச்சிருந்தேன்.

இப்போ என் மனைவியா இருக்க... அப்போ என்னோட காதலியான கலா, இதையெல்லாம் படிச்சுப் பார்த்திட்டு "இப்படியெல்லாம் கஷ்டப்பட்டிருக்கீங்களா? தெரிஞ்சிருந்தா.... நான் வந்து சமச்சுப் போட்டிருப்பனே..."னு சொன்னா அந்த மகராசி)

எங்க வாழ்க்கைல நடந்த இந்த கஷ்டங்களையெல்லாம்... எங்க வளர்ச்சிக்கி இறைவன் போட்டுவச்ச ஏணியா நெனச்சு சந்தோஷப்படுறோம்... இன்னைக்கி வரைக்கும்.

இப்பவெல்லாம் சொல்றாங்க... 'இதுவும் கடந்து போகும்'னு.

எல்லாம் கடந்து போச்சு.

எல்லாமே சந்தோஷங்கள்தான். கஷ்டங்களோட நாங்க கடந்து வந்ததும் சந்தோஷங்கள்தான்.

இனிமே நாங்க கடக்கப் போறதும் சந்தோஷங்கள்தான்.

இன்னைக்கி மட்டுமில்ல... என்னைக்குமே எங்க வாழ்க்க முழுவதும் சந்தோஷங்கள்தான் நெறஞ்சிருக்கும். சந்தோஷத்த தவிர வேற எதுவும் வர்றதுக்கு சந்தர்ப்பங்கள் இல்ல.

ஏன்னா....?

எங்கம்மாவோட ஆத்மாவும், அப்பாவோட ஆத்மாவும், அண்ணன்களோட ஆசிர்வாதமும், இறைவனோட அருளும் எங்களுக்கு எப்பவுமே இருக்கு... கூடவே இருக்கு.

அதனாலதான் இவ்வளவு உறுதியாச் சொல்றேன்....

சந்தோஷத்த தவிர வேற எதுவும் வர்றதுக்கு சந்தர்ப்பம் இல்ல.

பாரதியண்ணன் (பாரதிராஜா) ரொம்ப கோவப்படுற சுபாவம் உள்ளவர்.

இப்ப மட்டுமில்ல... அப்பவும் அதே சுபாவம்தான்.

இப்ப ஒரு குணம்... அப்ப ஒரு குணம்னு இல்லாம... எப்பவுமே ஒரே குணம் உள்ளவரு.

பாரதிராஜாவின் கருத்த முகம் செக்கச் சிவந்தது... கோபத்தால். விளைவு...

தி.நகர் போலீஸ் லாக்-அப்பில் பாரதிராஜாண்ணன்....

34
ஹீரோ ஸ்டைலில் ஃபைட்!

விஸ்வபாரதி (பாரதிராஜாண்ணன்) இப்ப மட்டுமில்ல... அப்பவும் ரொம்ப கோபப்படுற சுபாவம் கொண்டவர். எப்பவுமே குணம் மாறாதவர்.

எல்.ஐ.சி. பில்டிங்ல இருக்கும் 'பயனீயர் ஆட்டோமொபைல் ஷாப்'ல சேல்ஸ்மேனா வொர்க் பண்ணீட்டு இருந்தாரு.

ஒரு நா... வேல முடிஞ்சு, அண்ணா சாலைல இருந்து பாண்டிபஜாருக்கு பஸ் ஏறினார்.

பஸ்ல செம ரஷ்.

அப்படி வர்ற பஸ்கள்ல கண்டக்டர்கள் அந்த பஸ்ஸுக்கே தான்தான் சி.எம். என்கிற மாதிரி நடந்துக்குவாங்க. கண்டக்டர்களோட அழும்பு சில நேரங்கள்ல தாங்கமுடியாது.

ராஜகுமாரி தியேட்டர், தேவி தியேட்டர் பஸ் ஸ்டாப்கள்ல எறங்க வேண்டியவங்கள... "ராஜகுமாரியெல்லாம் எறங்குங்கம்மா..., தேவி எல்லாம்

வாங்கம்மா''னு ஸ்டைல் பண்ணு வாங்க.

(பெங்களூருவுல கண்டக்டரா இருந்த... சூப்பர் ஸ்டார் ரஜினி சார், அப்போ இப்படியெல்லாம் நடந்துக்கிட்டாரானு தெரியல. அத அவர்தான் சொல்லணும்.)

காலேஜ் முடிஞ்சு பொண்ணுங்க கூட்டமா பஸ்ல வர்ற நேரத்துல கண்டக்டர் ஹீரோவா ஆகிடுவார். அப்படி ஒரு அலப்பர கண்டக்டர் இருந்த பஸ்ல, செம கூட்டத்துல ஓடுற பஸ்ல பின்பக்க படிக்கட்டுல ஏறிட்டார் பாரதியண்ணன்.

(நாங்கள்லாம் கிராமத்துலருந்து வந்தவிய்ங்க. யாராவது கொஞ்சம் மரியாதக் கொறவா பேசுனா... எங்க உச்சி மண்டயில கிர்ர்ர்ர்ங்கும். பாரதியண்ணன் பார்க்குறதுக்கு ஒரு ஸ்டைலா இருப்பாரா....)

அப்பவே கண்டக்டர்ங்கிற ஹீரோ நம்ம பாரதியண்ணன... ஜூம் போட்டு, பதிவு

பாரதிராஜாண்ணன் - வைரமுத்து- நான்

பண்ணிக்கிட்டார்.

பொம்பளப் புள்ளைங்க பக்கத்துல நின்னு டிக்கெட்டு குடுத்துக்கிட்டிருந்தவரு அப்படியே திரும்பி... "ஏய்... அறிவிருக்கா? மேல ஏறி வாய்யா.... நீ வேற ஹீரோ மாதிரி ஸ்டைல் பண்ணிக் கிட்டிருக்க"னு சொல்லி வெறுப்பேத்த ஆரம்பிச்சார்.

பாரதியண்ணன் ஜிவ்வுனு ஆகுறார். கன்னிப்பெண்கள் கூட்டத்துல முண்டியடிச்சு... பஸ்ஸுக்குள்ள போறார். வேற வழி... அவ்வளவு கூட்டத்துல முட்டி மோதித்தான உள்ள போக முடியும்.

"பொம்பளைங்கள இடிக்கிறதுக்குன்னே அங்கயே நிப்பியே... வாய்யா முன்னால"

கண்டக்டர் இப்படிச் சொன்னதும்... ஏற்கனவே கோவத்துல ஜிவுஜிவுத்திருந்த பாரதியண்ணனுக்குள்ள... ஒரு எரிமல வெடிக்குது. கடல் தண்ணி அப்படியே மேல வந்து ஃபிரீஸ் ஆகுது. பறந்துக்கிட்டிருக்க பறவைகள்லாம் அப்படியே வானவெளியில அசைவில்லாம நிக்குது. கருப்பா இருக்க பாரதியண்ணன் மொகம் செவப்பா மாறுது...

"ஏன் சார்? கூட்டத்துக்குள்ளருந்து வரவேணாமா? டிக்கெட் எடுக்குறதுக்கு கூட்டத்த விலக்கிக்கிட்டுத்தான வரமுடியும்? எல்லார் முன்னாலயும் இப்படி பேசுறீங்களே?"னு ஆத்திரத்த அடக்கிக்கிட்டு கேட்குறார் பாரதி.

எதுத்துப் பேசினா கண்டக்டருக்கு பிடிக்குமா?

"டிக்கெட் எடுக்க காசு வச்சிருக்கியா?"னு நக்கல் விடுறார்.

"காசு இல்லாம பஸ்ல ஏற... நான் ஒண்ணும் வேலவெட்டி இல்லாதவன் கெடையாது. இந்தாங்க... பனகல் பார்க் குடுங்க"னு கோவத்த உள்ளுக்குள்ள அமுக்கிக்கிட்டே கேட்க...

டிக்கெட்ட கிழிச்சுக்கிட்டே... "ஆம்பளைங்க கூட்டமா இருக்க பஸ்ல ஏறமாட்டீங்களே? வேல முடிஞ்சு வீட்டுக்குப் போற நேரத்துல ஒரு கிளுகிளுப்பு... ம்ம்ம்..." என மேலும் வெறுப்பேத்த...

மானமுள்ள பாரதியண்ணனுக்கு இதுக்கு மேலயும் கோவத்த அடக்க முடியல.

"ஒழுங்கா டிக்கெட் குடுக்குற வேலயப் பார்ரா. நான் ஒண்ணும் வித்-அவுட்ல வரல. மரியாதயாப் பேசி... மரியாத வாங்கிக்க"

"பொம்பளய இடிக்கிறதுக்குன்னே வர்ற பசங்களுக்கு எதுக்கு மரியாத?"

('ஓ... ஒரு தென்றல் புயலாகி வருமே' பாட்ட பேக்-கிரவுண்ட் மியூஸிக்ல போட்டுக்கங்க)

"டேய்..."னு கத்திக்கிட்டு தன்னோட தினவெடுத்த கைகளால கண்டக்டரோட சட்டய புடிச்சார்.

டபுள் விசில் குடுத்த கண்டக்டர்... "கண்டக்டர் மேலயே கைய

வச்சிட்டான். பஸ்ஸ நேரா போலீஸ் ஸ்டேஷனுக்கு விடு"னு கத்த....

தி.நகர் போலீஸ் ஸ்டேஷன் முன்னால பஸ் வந்து நிக்கிது.

ஸ்டேஷனுக்குள்ள எஃப்.ஐ.ஆர் எழுதுற எடத்துல... பாரதியிடம் ரைட்டர் விசாரித்தார்...

"ஏம்பா நீ கண்டக்டர அடிக்க ட்ரை பண்ணினியா?"

"இல்ல சார். அவரு மரியாத இல்லாம பேசினாரு. கோவத்துல அவரோட சட்டயப் புடிச்சிட்டேன்"

"தோ பாரு... கண்டக்டர அடிக்க ட்ரை பண்ணினியா?னு கேட்டா 'ஆமா... இல்ல...'னு பதில் சொல்லு. வேற கதயெல்லாம் சொல்லாத. நீ கண்டக்டரு சட்டயப் புடிச்சிருக்கேன்னா... அவர அடிக்க ட்ரை பண்ணினதாத்தான அர்த்தம்? சொல்லுய்யா... ஆமாவா? இல்லையா? ம்... சொல்லுய்யா?"

கிராமத்து மனிதன் சின்னச்சாமி என்கிற விஸ்வபாரதி... மொதமொதல்ல ஸ்டேஷனுக்குள்ள நிக்குறார்.

மெட்ராஸில்... தெரிஞ்சவங்க இல்லாத ஊரில்... மரியாத இல்லாமப் பேசுன கண்டக்டர கண்டிச்சதுக்காக கொண்டுவந்து நிக்க வைக்கப்பட்டிருக்கார்.

'நிக்கிறவன் குத்தம் செஞ்சவனா? இல்லையா?'னு தெரியாம மெரட்டுற போலீஸ்காரர்.

உண்மயிலயே கொஞ்சம் ஆடித்தான் போயிட்டார் பாரதியண்ணன்.

"ஆமாம் சார்" என்றார்.

பாரதியையும், கண்டக்டரையும் கையெழுத்து போடச்சொல்லிட்டு வீட்டுக்கு அனுப்பிட்டாங்க.

வீட்டுக்குத் திரும்பின பாரதியண்ணன், ரொம்ப மனவருத்தமும், அவமானமுமா எங்ககிட்ட சொல்லி ஃபீல் பண்ணினார்.

மறுநா காலைல... வேலைக்கி கிளம்பின பாரதியண்ணன் "டேய் அமரு... நான் வேற எடத்துக்கு வேலக்கி எழுதிப் போட்டிருக்கேன். அது சம்பந்தமா ஒரு ரிஜிஸ்டர் லெட்டர் வரும். பத்திரமா வாங்கி வச்சிருடா"னு சொல்லீட்டுக் கிளம்பினார்.

நான் வீட்ல சும்மா இருக்கும்போது பாட்டு எழுதிக்கிட்டிருப்பேன். அன்னிக்கும் பாட்டு எழுதிக்கிட்டிருந்தேன்.

பாரதியண்ணன் சொன்ன மாதிரியே போஸ்ட்மேன் வந்து கவருமெண்ட்டு முத்திர போட்ட காக்கிக் கலர் லெட்டர குடுத்தார்.

நான் கையெழுத்துப் போட்டு வாங்கிக்கிட்டேன்.

'பாரதியண்ணனுக்கு ஒரு நல்ல வேல கெடைக்கப் போகுது... சந்தோஷம்'னு நெனச்சுக்கிட்டே.... அந்த லெட்டர பத்திரமா வச்சிட்டு, மறுபடி பாட்டெழுத ஒக்காந்திட்டேன்.

மத்தியானத்துக்குமேல மணி மூணுலருந்து நாலு இருக்கும்.
பாரதியண்ணனும், பாஸ்கரண்ணனும் வந்தாங்க.

"இந்தாங்க"னு அந்த பதிவுத் தபால நீட்டுனேன்.

அத கைல வாங்காமலே... அதப் பார்த்து பாரதியண்ணன் ஷாக் ஆயிட்டாரு.

"ஏலேய்... இத ஏண்டா வாங்குன?"

"நீங்கதான சொன்னீங்க, ரிஜிஸ்டர் லெட்டர் வரும். வாங்கி வைனு... அதான் வாங்கி வச்சேன்"

"அதுக்கு... இத வாங்கி வைக்கணுமா?"

"உங்க பேர்லதான் ரிஜிஸ்டர் வந்துச்சு. அதான் கையெழுத்துப் போட்டு வாங்கிட்டேன். இந்தாங்க புடிங்க"னு பாரதியண்ணனோட கைல திணிச்சேன்.

குழம்பிப்போன பாஸ்கரண்ணன் கேட்டார்.

"என்னாச்சு பாரதி?"

"டேய்... இவன்கிட்ட என்னோட வேல சம்பந்தமா வர்ற ரிஜிஸ்டர் லெட்டர வாங்கி வைனு சொன்னா... போலீஸ் ஸ்டேஷன்லருந்து வந்த ரிமாண்ட் லெட்டர வாங்கி வச்சிருக்காண்டா...!"

35
ஒருநாள் அனுபவம்!

"டேய் அமரு... எனக்கு ஒரு ரிஜிஸ்டர் லெட்டர் இன்னிக்கி வரும். எங்கயும் போயிராம இருந்து அத வாங்கி வை" னு சொல்லீட்டு வேலக்கி கிளம்பிப் போனார் விஸ்வபாரதி (பாரதிராஜாண்ணன்).

நான் ரூம்ல ஒக்காந்து பாட்டெழுதிக்கிட்டிருந்தேன்.

சொன்ன மாதிரியே... போஸ்ட்மேன் வந்து, கையெழுத்து வாங்கிக்கிட்டு, பாரதியண்ணன் பேருக்கு வந்திருந்த ரிஜிஸ்டர் லெட்டர குடுத்தார். வாங்கி வச்சிருந்தேன்.

அந்த லெட்டர வாங்குறதுக்காகவே வேலயிலருந்து சீக்கிரமே வந்துட்டார். வெளில போயிருந்த பாஸ்கரண்ணனும் அந்தச் சமயம் வந்தார். லெட்டர எடுத்துக் குடுத்தேன். அந்த கடிதத்த பார்த்துட்டு, கைல வாங்காமலே "ஏலேய்... என்னடா... இப்படிப் பண்ணீட்ட? இந்த லெட்டர ஏண்டா வாங்கிச் தொலச்ச?"னு

ரொம்ப ஷாக் ஆனார் பாரதியண்ணன்.

அவரோட பதட்டத்தப் பார்த்திட்டு "என்னாச்சு பாரதி?"னு பாஸ்கரண்ணன் விசாரிச்சார்.

"டேய்... நான் இவன்கிட்ட... எனக்கு வேலைக்காக வர்ற ரிஜிஸ்டர் போஸ்ட்ட வாங்கி வைக்கச் சொன்னா... போலீஸ் ஸ்டேஷன்லருந்து வந்திருக்க ரிமாண்ட் லெட்டர வாங்கி வச்சிருக்காண்டா" என்றார்.

(முதல்நாளு... பஸ்ல வரும்போது 'கூட்டத்துல பொம்பளங்கள இடிக்கணும்னே வர்றியா?'னு கண்டக்டர் பேசுன அலட்சியப் பேச்ச தாங்க முடியாம... கோவத்துல சட்டயப் புடுச்சாரே பாரதியண்ணன்.... அதுக்காக போலீஸ் ஸ்டேஷனுக்கு போயிட்டு வந்தாரே... அந்தக் கேஸ்தான்.)

எனக்கு அப்பவெல்லாம் சரியா இங்கிலீஷ் படிக்க வராது.

"எனக்கென்ன தெரியும்? 'ரிஜிஸ்டர் லெட்டர் வரும். வாங்கி வை'னு சொன்னீங்க. வந்துச்சு. லெட்டர்ல கவருமெண்ட் சீல் இருந்ததப் பார்த்தேன். அண்ணனுக்கு அரசாங்க உத்தியோகம் கிடைச்சிருச்சு போலனு சந்தோஷமா வாங்கி வச்சேன்... அவ்ளோதான்''னு சொன்னேன்.

"டேய்... பாஸ்கர்... இன்னைக்கி சாயங்காலத்துக்குள்ள போலீஸ் ஸ்டேஷன்ல போயி கையெழுத்துப் போடலேன்னா... அரெஸ்ட் பண்ணிடுவாங்க போல இருக்குடா"னு பாரதியண்ணன் சொல்ல...

"சரி...பொறப்படப்பா... என்னா?னு பார்த்திட்டு வந்துரலாம்"னு பாஸ்கரண்ணன் சொன்னார்.

மாம்பலம் போலீஸ் ஸ்டேஷன். அதே ஏட்டு... அதே இன்ஸ்பெக்டர்...

"என்னாப்பா...? கண்டக்டர அடிச்ச கேஸா?"

"அடிக்கல... சார். சட்டயப் புடிச்ச...."

"அதத்தான் சொல்லுது... இதுல ஒரு கையெழுத்துப் போடு"

பாரதியண்ணன் கையெழுத்துப் போட்டார்.

"யோவ்... மாயாண்டி..... இவனப் புடிச்சு லாக்-அப்ல வைய்யா"னு இன்ஸ்பெக்டர் சொல்ல...

ரெண்டு பேருக்கும் உள்ளூர ஒதறல்.

இருந்தாலும் ஒதறல காட்டிக்காம கொஞ்சம் உதாரா...

"சார்... நாங்க ஒண்ணும் சாதாரண பசங்க இல்ல சார். சினிமாவுல மியூஸிக் ஸைடுல இருக்கோம். நாடகத்துல இருக்கோம். எங்களுக்கும் நாலுபேரத் தெரியும்"னு பாஸ்கர் சொல்ல...

'டேய்...கொஞ்சம் சும்மா இருடா'னு பாஸ்கர சைகையாலயே அடக்குறார் பாரதி.

"ஓ... பெரிய எடத்து சிபாரிசெல்லாம் ஒங்களுக்கு இருக்குனு சொல்றியா?.. எவன் வந்து என்ன பண்றான்னு பார்க்குறேன்"னு சொன்ன

இன்ஸ்பெக்டர், "ஏய்... மாயாண்டி... அவன உள்ள தள்ளீட்டுப் போ"னு சொல்லீட்டு, பாஸ்கரிடம் "ஏய்... நீ வெளிய போ"னு விரட்ட....

என்ன பண்றதுனு தெரியாம பாஸ்கரண்ணன் வெளிய வந்தார். அப்போ விஜி வந்தார். (இந்த விஜி... பின்னால கதையில வரப்போறவரு, என்னோட ஃப்ரெண்டு, ஒரு வகையில சொந்தக்காரரா ஆகப் போறவரு)

ஸ்டேஷனுக்கு எதிர்புறம் இருக்க டீக்கடையில ரெண்டு பேரும் நின்னுக்கிட்டு டீயும், மசால் வடையும் வாங்கி... வடய ஒரு கடி கடிச்சபடியே ஸ்டேஷன் மாடிய பார்க்க...

அங்க... குத்தம்கொற இல்லாத ஒரு கொழந்த அப்புராணியா பார்க்குற மாதிரி... ஜன்னல் வழியா பாரதியண்ணன் இவங்களப் பார்க்க...

'ஏம்ப்பா... ஒனக்கு வேணுமா?'னு இவங்க ஜாடையில கேட்க...

ரொம்ப தயக்கத்தோட 'ஆமா'னு கொழந்த தலையாட்ட....

ரெண்டு மசால் வடையும், டீயும் வாங்கிக்கிட்டு ஸ்டேஷனுக்குள்ள நுழைஞ்சார் பாஸ்கரண்ணன்.

ஏற்கனவே கடுப்புல இருக்காரே ஏட்டு. விடுவாரா?

"ஏய்... என்னாது?"

"வடயும் டீயும்"

"அது தெரியுது. யாருக்கு எடுத்திட்டுப் போற?"

"என் ஃப்ரெண்டு மேல இருக்கான்... அவனுக்கு..."

"ம்ம்ம்ம்... ஓம் ஃப்ரெண்டு பெரிய அரசியல் கைதி. அவருக்கு சூடா வடயும், டீயும் கொண்டு போறீங்களோ? அத என் டேபிள்ல வச்சிட்டு வெளிய போ"

வச்சிட்டு வெளிய வந்தார் பாஸ்கர்.

மறுநாள் கோர்ட்ல அபராதம் கட்ற வரைக்கும் ஸ்டேஷன் வாசல்ல இந்தக் கததான்.

பார்த்தீங்களா? ஞாயத்துக்காகப் போராடி சிறைக்குச் செல்லவும் தயாரா இருக்குற... இளைஞர் படையோட வேகம் புரிஞ்சதா?

இதுமாதிரி இன்னும் எம்புட்டோ சம்பவங்கள் இருக்குல்ல.

நாங்க மெட்ராஸ்ல இருக்கோம்.

ஊர்ல என்ன நிலம?

காசு, பணத்த எதிர்பார்க்காம கம்யூனிஸ்ட் கட்சிக்காக பிரச்சார கச்சேரிகள் செஞ்சாரு எங்க அண்ணன் பாவலர் வரதராஜன். நான், ராஜாண்ணன், பாஸ்கரண்ணன்... எல்லாரும் கச்சேரியில பாவலருக்கு பக்கபலமா இருந்தோம். அதுல எங்களுக்கு நிறய அனுபவங்கள் கிடைச்சது. மக்களோட ரசனைய நேரடியா தெரிஞ்சிக்க முடிஞ்சது.

(இதப்பத்தியெல்லாம் ரொம்ப டீட்டெயிலா சொல்லீருக்கேன்.)

இதத்தாண்டி அடுத்த கட்டத்துக்கு போகணும்னுதான் நாங்க மெட்ராஸுக்கு வந்திட்டோம்.

பக்கவாத்தியங்கள் சரியா அமையாததால... ஊர்ல பாவலரண்ணனுக்கு கச்சேரிகள் அதிகமா இல்ல. அவருக்குள்ள இருக்குற 'தன்னை மறந்த நிலை...' (அதான் அந்தப் பழக்கம்) அதிகமானதால மார்க்கெட் கொஞ்சம் டல்.

இந்தச் சமயம்...

தி.மு.க. ஆட்சி நடந்துக்கிட்டிருக்கு.

அறிஞர் அண்ணா மறைவுக்குப் பின்னாடி... கலைஞர் முதலமைச்சரா இருக்கார்.

திருச்சி கலெக்டருக்கு மிரட்டல் கடிதம் எழுதினார் பாவலர் வரதராஜன்னு ஒரு பொய் வழக்கு போட்டு பாவலர அரெஸ்ட் பண்ணினாங்க.

வத்தலக்குண்டு போலீஸ் ஸ்டேஷன்ல... ஒரு சின்ன அறையில, மூத்திரப்பிறைகூட இல்லாம வச்சிருந்தாங்க பாவலர.

கம்யூனிஸ்ட் கட்சி கைவிட்டிருச்சு.

கம்யூனிஸ்ட் கட்சித் தலைவர்கள் பலர்கிட்டயும் உதவி கேட்டு பாவலர் பிரதர்ஸான நாங்க அலைஞ்சோம்.

யாரும் ஒதவலியே.

நான் பொய் சொல்லல.

தோழர் நல்லகண்ணு, தோழர் தா.பாண்டியன்...

இவங்க ரெண்டுபேரும் அதுக்கு வாழும் சாட்சிகளா இருக்காங்க...

அதப்பத்தி விரிவாவே சொல்றேன்...

36
உதவிக்கு வராத இயக்கம்!

'**பா**வலரண்ணன்கூட இருந்தா கம்யூனிஸ்ட் கட்சிப் பிரச்சாரத்துக்கு கச்சேரி செய்யலாமே தவிர... மியூஸிக்ல நாம வேற பாட்டெல்லாம் பாட முடியாது, போட முடியாது. அண்ண னோ, நம்மள கம்யூனிஸ்ட் கட்சி உண்டியல்ல தூக்கிப் போட்டுருவாரு'னு முடிவுபண்ணித்தான் நாங்க மெட் ராஸுக்கு வந்தோம்.

நாடகங்களுக்கு மியூஸிக் பண்ணுற வாய்ப்பு கெடைச்சி பொழப்ப ஓட்டிக் கிட்டிருந்தோம்.

ஊர்ல என்ன நெலம?

எங்க பாவலரண்ணனுக்கு கச்சேரிகள் அதிகமா அமையல. அவரோட தன்னிலை மறந்த பழக்கம் அதிகமானதால... மார்க்கெட்டு ரொம்ப டல்லாயிப்போச்சு.

இந்த சூழ்நிலையில பாவலருக்கு போலீஸ்லருந்து அரெஸ்ட் வாரண்ட் வருது.

(அப்போ... முதலமைச்சரா இருந்த

அண்ணா மறைவுக்குப் பின்னாடி, கலைஞர் முதலமைச்சரா இருக்காரு.)

'திருச்சி கலெக்டருக்கு மிரட்டல் கடிதம் எழுதினார்'னு சொல்லி பண்ணப்புரத்துக்கு வந்து பாவலர கூட்டிக்கிட்டு போகுது போலீஸ்.

ஊரே வேடிக்க பாக்குது.

அம்மாவுக்கு கையும் ஓடல... காலும் ஓடல.

போஸ்ட்மேன் சபாபதிய கூப்பிட்டு, விபரம் சொல்லி எங்களுக்கு லெட்டர் எழுதிப் போடுறாங்க.

லெட்டர் எங்களுக்கு கிடைச்சு... நாங்களும் பதறிப் போயிட்டோம்.

அப்போ எங்களுக்கு நெருக்கமா இருந்த கம்யூனிஸ்ட் பிரமுகர்கள் பாலதண்டாயுதம், வி.பி.சிந்தன், சி.ஏ.பாலன், கே.டி.கே.தங்கமணி... இவங்ககிட்ட 'பாவலர எப்படி வெளிய எடுக்குறது?'னு பேசினோம்.

"ஒங்க அண்ணனும் ரொம்பக் கோவப்படறாரு. கோவத்தக் கொஞ்சம் கொறைக்கணும்பா... பெரிய பெரிய விஷயங்கள்லயெல்லாம் தலையிட்டா... யார்தான் என்ன பண்ண முடியும்?"னு சொல்லீட்டு, மாம்பலத்துல இருந்த ஒரு வக்கீலப் போய் பாக்கச் சொன்னாங்க.

போனோம்.

பார்த்தோம்.

பேசினோம்.

பாவலர் மேல போடப்பட்ட கேஸ் நிலவரங்கள தெரிஞ்சுக்கிட்டோம்.

எங்க கைல இருந்த 100, 200 பணத்த ஊருக்கு அனுப்பி, அண்ணன ஜாமீன்ல வெளியில கொண்டு வந்தோம்.

இதப்பத்தி 'பாவலர் வரதராஜன் பாடல்கள்' (கவிதா வெளியீடு) அப்படிங்கிற புஸ்தகத்துல இளையராஜாண்ணன் என்ன எழுதீருக்காருன்னா...

"அப்படிப்பட்ட பாவலர் மீது, திருச்சி கலெக்டருக்கு மிரட்டல் கடிதம் எழுதியதாக ஒரு பொய்வழக்கு தொடரப்பட்டு... அவர் கைது செய்யப்பட்ட நேரத்தில்... கம்யூனிஸ்ட் கட்சியிலருந்து அவருக்கு ஜாமீன் கொடுக்க யாருமே முன்வரவில்லை. எல்லோரும் ஓடி ஒளிந்துகொண்டார்கள்.

மூன்றுவேளையும் பாவலருடன் சேர்ந்தே சாப்பிட்டவர்கள் கூட இதைக் கண்டுகொள்ளவில்லை.

எந்தக் கட்சிக்காக... மெம்பராகக்கூட ஆகாத நேரத்தில்... சின்னம் போட்டு... நாடகம் போட்டு... ஒரு குடும்பத்தின் சொத்து முழுவதையும் இழந்தாரோ... அந்தக் கட்சி... இந்த மாதிரியான நேரத்தில் அவரைக் கண்டுகொள்ளவில்லை. இது நடந்தது.... அண்ணனை விட்டுவிட்டு

நானும், பாஸ்கரும் சென்னை வந்து கஷ்டப்பட்டுக்கொண்டிருந்த நேரத்தில்.

(இந்த நேரத்தில் நானும்தான் சென்னையில ராஜாண்ணன், பாஸ்கரண்ணன்கூட இருந்தேன். இந்த புஸ்தகத்த எழுதும்போது என்மேல இருந்த கோவத்துல ராஜாண்ணன் என்னைக் குறிப்பிட்டு

தாளத்தோடும் தாளாத பாசத்தோடும்
நான்-ராஜாண்ணன்-பாஸ்கரண்ணன்

எழுதல. அதவிட்டுட்ருவோம். ராஜா எழுதுனத தொடர்ந்து பார்ப்போம்.)

பாவலர் மீது போடப்பட்ட பொய் வழக்கு 'கலைஞரின் கவனத்திற்கு வந்திருக்கும்' என நான் எண்ணவில்லை. 'கீழ்மட்டத் தொண்டர்களின் வேலைதான்' என்பதிலும் எனக்கு சந்தேகமில்லை.

அதுகிடக்கட்டும்... தொழிலாளர்களுக்காகவும், உழைப்பாளிகளுக்காகவும் வாய் கிழிய பேசிய கம்யூனிஸ்ட் கட்சியின் அடிப்படை உணர்வில் ஒன்றுமே இல்லையா?

'கம்யூனிஸ்ட் கட்சியின் ஒரு தொண்டன்மேல் ஒரு பொய்வழக்கு' என்ற, ரீதியில்கூட அவர்களை அணுகவிடாமல் எது தடுத்தது?

பாவலரின் விதியோ?

வத்தலக்குண்டு போலீஸ் ஸ்டேஷனில் இருந்த ஒரு சிறிய அறையில் பாவலர் அடைக்கப்பட்டார். அங்கே ஒரு மூத்திரப்பிறைகூட இல்லை. பாவலரின் தம்பிகள்தான் 100 ரூபாய் பணம் அனுப்பி அவரை ஜாமீனில் வெளியே கொண்டுவந்தோம்.

கொஞ்சநாள் கழிந்தது...

பாவலர் மீதான கேஸை நிரூபிக்க முடியாமல் அவரை விட்டுவிட்டனர்.

வழக்கிலிருந்து முழுவதுமாக வெளியே வந்தார் பாவலர்"

இப்படி ராஜாண்ணன் எழுதியிருக்கார்.

நடந்தது என்னனு இப்ப நான் சொல்றேன் கேளுங்க...

அந்த இக்கட்டான நேரத்துல எங்களுக்கு ஒருத்தருமே ஹெல்ப் பண்ணல.

இது உண்மை.

நாங்க எல்லா கம்யூனிஸ்ட் தலைவர்களையும், தோழர்களையும் போய்ப் பார்த்து உதவி கேட்டோம்.

எல்லாரையும்தான்....

இப்ப இருக்குற தோழர் நல்லகண்ணு அவர்கள்,

தா.பாண்டியன் அவர்கள்....

எல்லாரையும் போய்க் கேட்டோம்.

எல்லாருமே இப்பவும் இருக்காங்க.

நான் சொல்றது உண்மைங்கிறதுக்கு அவங்களே சாட்சி.

அவங்களோட மனசாட்சி பேசுமானால் தெரியும் அந்த உண்மை.

நாங்க அவங்ககிட்டப் போய் "ஏதாவது ஒரு வழிபண்ணி, அண்ணன வெளிய கொண்டுவாங்க"னு கேட்டோம்.

"அவரு மொரட்டுத்தனமா ஏதாவது பேசியிருப்பாரு. நாங்க என்ன பண்றது?"னு சொல்லி கைய விரிச்சிட்டாங்க.

யாருமே ஹெல்ப் பண்ணல.

கட்சிக்காக... காசு பணம் பார்க்காம, சொந்த நிலத்த வித்து நாடகம் போட்டு, கச்சேரி பண்ணி உழைச்ச பாவலர் வரதராஜனை கைவிட்டுட்டாங்க.

நாங்க பணம் அனுப்பி... பாவலர், ஜாமீன்ல வெளிய வந்தார்.

அதுக்கப்புறம் யோசிக்க ஆரம்பிச்சார்.

'இவ்வளவு தூரம் நாம ஒழச்ச கட்சி, நம்மள காப்பாத்தலயே'னு சொல்லி, கட்சிய விட்டு, கட்சி தொடர்புகள விட்டு வெலகி நின்னாரு பாவலரண்ணன்.

பாவலரோட பிரச்சார கச்சேரியோட பலம் என்ன?

இது கம்யூனிஸ்ட்டுகளுக்குத் தெரியும்.

கம்யூனிஸ்ட்டுகளவிட அதிகம் தி.மு.க.வுக்குத் தெரியும்.

அந்தச் சமயம்.... மதுரை திருப்பரங்குன்றத்துல தி.மு.க. மாநாட்டை கலைஞர் ஏற்பாடு செஞ்சிருந்தார்.

பாவலருக்கு கலைஞரய்யா அழைப்பு விடுத்தார்.

"திருப்பரங்குன்றம் மாநாட்டுல நீங்க பாடணும்"னு சொல்லி வரச்சொன்னாங்க.

தி.மு.க.வில் பாவலர்.

தி.மு.க. மாநாட்டு மேடையில் பாவலரண்ணன் பாடிய முதல் பாட்டு.

37

தி.மு.க. மேடையில் பாவலர்!

'திருச்சி கலெக்டருக்கு மிரட்டல் கடிதம் எழுதினார்'னு பொய் வழக்கு போடப்பட்டு போலீஸாரால் கைது செய்யப்பட்ட எங்க அண்ணன் பாவலர் வரதாரஜனுக்கு கம்யூனிஸ்டுகள் உதவாமல் கைவிரித்துவிட்டனர்.

எங்க முயற்சியால் பணம் புரட்டி பாவலர ஜாமீன்ல வெளிய கொண்டு வந்தோம்.

(குற்றச்சாட்டை போலீஸால் நிரூபிக்க முடியாததால பாவலர் இந்த வழக்கிலிருந்து விடுவிக்கப்பட்டார்)

கம்யூனிஸ்ட் பிரச்சாரக் கச்சேரிகள் செய்து கடுமையா உழைச்ச பாவலர், இந்த விஷயத்தில் அதிருப்தியாகி, கம்யூனிஸ்ட் தொடர்புகள்லருந்து விலகி நின்ன நேரம்...

அப்போதைய முதலமைச்சர் கலைஞரய்யாவின் அழைப்பையடுத்து... மதுரை திருப்பரங்குன்றம் தி.மு.க. மாநாட்டில் முதன்முதலாக மேடையேறி னார் பாவலர்.

அப்படி பாவலர் பாடின முதல் பாட்டு... அறிஞர் அண்ணாவைப் பற்றியதுதான்.

கம்யூனிஸ்ட் தலைவர் ஜீவா இறந்தபோது அவருக்காக பாவலர் பாடிய இரங்கற்பாவை மாற்றி அண்ணாவை நினைத்துப் பாடினார் பாவலர்.

இன்னும் கொஞ்சம்
வாழ்ந்திருக்கக் கூடாதா?
உன்னருமைப் பேச்சில்
மனம் ஆடாதா...
அண்ணா இன்னும் கொஞ்சம்
வாழ்ந்திருக்கக் கூடாதா...?

இப்படி உருக்கமாகப் பாடினார் பாவலர்.

கம்யூனிஸ்ட் கட்சிக்காகப் பாடும்போது பாவலருக்கு முப்பது ரூவா, நாற்பது ரூவா குடுப்பாங்க. அதையும்கூட சரியா குடுக்க மாட்டாங்க.

மேடையில பாவலருக்கு அன்பளிப்பு குடுத்தாலோ, துண்டு போட்டாலோ அதையும் எந்த ஊர்ல பாடுறாரோ அந்த ஊரு கம்யூனிஸ்ட் கட்சி கிளைக்கி குடுத்துடணும்னு சொல்லீருந்தாங்க.

சில நேரங்கள்ல பாடுறதுக்காக கட்சி தர்ற முப்பது, நாற்பதையும் கூட கட்சி நிதிக்காக பாவலரண்ணன் குடுத்துடுவார்.

பாடின கூலி கொடுக்கலேன்னாலும் அத பெரிசா நினைக்கமாட்டார் பாவலர்.

தி.மு.க.வுக்கு பாடினதுக்கு 200 ரூபா குடுத்தாங்க.

கைல இம்புட்டு பணம் வந்தா சும்மா இருப்பாரா? அவரால அந்த பானம் பழக்கத்த விட முடியல. காஸ்ட்லியா வாங்கி சாப்பிட ஆரம்பிச்சார்.

யார் சொன்னாலும் கேட்கமாட்டார். அதுதானே பாவலரோட குணம்.

பாவலர் தி.மு.க.வுக்காக பாடினபோதும், முன்பு அவரோட பாட்டுக்கு வந்த கூட்டம் இப்பவும் வந்துச்சு.

அதுதான் பாவலரோட பாட்டு வசீகரம்.

எங்களுக்கு இன்னவரைக்கும் இருக்க ஒரு வருத்தம் என்னன்னா?

எங்க பாவலரண்ணன், பட்டுக்கோட்டை கல்யாணசுந்தரத்துக்கு ஈடான கவிஞர். (பாவலர கம்யூனிஸ்ட் கட்சி வளர்க்கல. ஆனா பாவலரால கட்சி வளர்ந்துச்சு.)

பாவலர வளர்த்துவிட கம்யூனிஸ்ட் கட்சிக்கு ஒரு நல்ல சந்தர்ப்பம் அமைஞ்சும், அவங்க விட்டுட்டாங்க. அதாவது...

மல்லியம் ராஜகோபால், கே.விஜயன், டி.கே.பாலசந்திரன்,

பட்டுக்கோட்டை கல்யாணசுந்தரம், முகவை ராஜமாணிக்கம், கே.சி.எஸ்.அருணாசலம், ஜெயகாந்தன் எல்லாரும் பங்கெடுத்து கம்யூனிஸ்ட் சார்பில் ‘பாதை தெரியுது பார்’ னு ஒரு படம் எடுத்தாங்க. கம்யூனிஸ்ட் வளர்ச்சிக்காக ஊர் ஊரா பாடின பாவலர், அந்தப் படத்துல பங்களிக்க வாய்ப்பில்லாம ஏமாந்தார்.

இட்லியே ஏன் இளைத்துப் போனாய்
நீ எந்தப் பயல் மீது காதல் ஆனாய்...

இப்படி ஒரு பாட்டு அந்தப் படத்தில் உண்டு.

ஆனா இந்தப் பாட்டுக்கு முன்னாடியே **இட்லிக்கி காய்ச்ச வந்து இளைச்சுப் போனத பார்த்தியா?**னு விலைவாசி உயர்வ கிண்டல் பண்ணி பாவலர் ஊர் ஊரா பாடியிருக்கார். (இந்த முழுப்பாட்ட ஏற்கனவே தொடர்ல எழுதியிருக்கேன்.)

அப்படியிருக்கும்போது படத்துல வந்த இட்லி பாட்டை திருச்சி லோகநாதன் பாடினார்.

பாவலர பாட வச்சிருந்தா... அவரோட குரலுக்கு இன்னும் அந்தப் பாட்டு எடுப்பா இருந்திருக்கும்.

முழுப்பாட்டயும் பாட வாய்ப்புத் தர மனசில்லேன்னாலும் ஒரு சின்ன பல்லவியவாவது பாவலர பாட வச்சிருக்கலாம்.

ஆனா செய்யல.

இப்ப நெனச்சாலும் எங்களுக்கு வலிக்கும்.

பாவலர் மதுர சுண்ணாம்புக்காரத் தெருவுல குடியேறினார்.

தி.மு.க.வுக்காக தொடர்ந்து பாடினார்.

பாவலருக்கு ஒடம்பு முடியாமப் போச்சு. ஆனாலும் பானம் அருந்துற பழக்கத்த அவர் நிறுத்தல.

நாங்க மெட்ராஸ்ல சிரமப்பட்டுக்கிட்டு இருந்தோம்.

நந்தனம் ஒய்.எம்.சி.ஏ. காலேஜ்ல எங்க ஊர்க்காரங்க ராஜேந்திரன், மகேஷ்வரன்னு ரெண்டு பேர் ஹாஸ்டலில் தங்கிப் படிச்சாங்க. இவங்க ரெண்டுபேரும் ஊர்ல ஸ்கூல்ல ராஜாண்ணன்கூட ஒண்ணா படிச்சவங்க.

அந்த காலேஜ் ஹாஸ்டல்ல ஒரு பழக்கம் உண்டு.

வாராவாரம்... வெள்ளிக்கிழமைல ஹாஸ்டல் மாணவர்கள் ஒவ்வொருவரும் தங்களோட கெஸ்ட் ஒருத்தர கூட்டி வந்து ஹாஸ்டல் மெஸ்ல சாப்பிட வைக்கலாம்.

வெளியூர்லருந்து வந்து இங்க தங்கிப் படிக்கிற மாணவனப்

பார்க்க, அவனோட சொந்தக்காரரோ, நண்பரோ வரலாம் என்பதால் இந்த வழக்கம்.

எங்க ஊர்க்காரங்க ரெண்டுபேரு ஹாஸ்டல்ல இருக்க... நான், ராஜாண்ணன், பாஸ்கரண்ணன், விஸ்வபாரதியண்ணன் (பாரதிராஜா) நாங்க நாலு பேர். அதனால மாசத்துல முதல் வெள்ளிக்கிழம பாரதியண்ணன், ராஜாண்ணன். ரெண்டாவது வெள்ளிக்கிழம நான், பாஸ்கரண்ணன்.

இப்படி மாறி மாறிப் போகணும்னு முடிவு பண்ணீட்டோம்.

முதல் வெள்ளிக்கிழம... ராஜாவும், பாரதியும் சாப்பிடுற முறை. சாப்பிடக் கிளம்பிட்டாங்க.

'நல்லா அரிசிச் சாப்பாட்ட வெட்டு வெட்டுன்னு வெட்டிட்டு வருவாங்க. அடுத்த வாரம் நாம போயி ஃபுல்கட்டு கட்டீரணும்'னு நானும், பாஸ்கரண்ணனும் நினைச்சுக்கிட்டே....

'சாப்பாடு எப்படி?'ங்கிற ரிசல்ட்ட தெரிஞ்சுக்கிறதுக்காக காத்திருந்தோம்.

சாப்ட்டுட்டு, வேலை முடிஞ்சு வீட்டுக்கு வந்தவங்க... சாப்பாட்டப் பத்தி எதுவுமே பேசல. அமைதியா இருந்தாங்க.

பொறுமைக்கும் ஒரு எல்ல இருக்குல்ல....

பாஸ்கரண்ணன் கேட்டாரு... ''என்னடா? நல்லா வெட்டுனீங்களா? சூப்பரா இருந்துச்சா? வயிறு முட்ட தின்னுருப்பீங்களே? நல்லா கொட்டிக்கிட்டீங்களா? திருப்தியா?''

''என்னமோ போட்டாங்க. சாப்பிட்டு வந்துட்டமப்பா''னு பாரதியண்ணன் சொன்னார்.

ராஜாவும் தலையாட்டினார்.

அவங்க தூங்க ஆரம்பிச்சிட்டாங்க.

நானும், பாஸ்கரண்ணனும் பட்டினியாவே படுத்துட்டோம்.

அடுத்த வெள்ளிக்கிழம வரப்போகுது...

புதன்கிழமயன்னைக்கே பாரதியண்ணன் "ஏய்... வெள்ளிக்கிழம ரெண்டு பயலுக்கும் வேட்டதான். ஜாலிதான்... ம்...ம்..."னு சொல்ல...

"அப்ப சாப்பாடு ரொம்ப நல்லா இருந்துச்சுனு சொல்லுங்க"னு நான் சொல்ல...

''போயி சாப்பிட்டுப்பாரு''னு சொல்லிட்டு வேலக்கி கிளம்பிட்டார்.

''**நீ**ங்கள் ஆவலுடன் எதிர்பார்த்த வெள்ளிக்கிழமை வந்துவிட்டது''னு அறிவிச்சிட்டு பாரதி வேலைக்கி கிளம்பிட்டார். ராஜாவும் தன்ராஜ் மாஸ்டர்கிட்ட போயிட்டார்.

கங்கையம்மன் கோயில் தெருவுலருந்து நடந்தே லிபர்டி -மீனாட்சி காலேஜ் பஸ் ஸ்டாப் வந்தோம். எங்க பிடில் கண்டக்டர்

அந்த ரூட்ல வரல.

காத்திருந்து பார்த்திட்டு நடந்தே நானும், பாஸ்கரண்ணனும் ஒய்.எம்.சி.ஏ. ஹாஸ்டல் மெஸ்கிட்டப் போய் நின்னோம்.

அப்போ மணி மதியம் ஒண்ணு.

'ஒவ்வொரு அரிசியிலயும் பேர் எழுதியிருக்கும்'னு சொல்வாங்க.

பசியோட நிக்கிற எங்க ரெண்டுபேர் பேரும் அன்றைய சாப்பாட்டு அரிசியில...

எழுதியிருக்கல...

38
வெள்ளிக்கிழமை விருந்து!

நந்தனம் ஒய்.எம்.சி.ஏ. காலேஜ்ல எங்க ஊர்க்காரங்க ராஜேந்திரன், மகேஷ்வரன்னு ரெண்டு பேர் ஹாஸ்டல்ல தங்கிப் படிச்சாங்க. வாரா வாரம்... வெள்ளிக்கிழமைல ஹாஸ்டல் மாணவர்கள் ஒவ்வொருவரும் தங்களோட கெஸ்ட் ஒருத்தர கூட்டிவந்து ஹாஸ்டல் மெஸ்ல சாப்பிட வைக்கலாம்.

அதன்படி... மாசத்துல முதல் வெள்ளிக்கிழம விஸ்வபாரதியண்ணன் (பாரதிராஜா), ராஜாண்ணன். ரெண்டாவது வெள்ளிக்கிழம நான், பாஸ்கரண்ணன்... இப்படி மாறி மாறிப் போய் ஹாஸ்டல் மெஸ்ல சாப்பிடணும்னு முடிவு பண்ணினபடி... முதல் வெள்ளிக் கிழம... ராஜாண்ணனும் பாரதியண்ணனும் சாப்பிட்டு வந்தாங்க.

அடுத்த வெள்ளிக்கிழமய எதிர்பார்த்து நானும் பாஸ்கரண்ணனும் காத்திருந்தோம்.

அந்த நாளும் வந்துச்சு.

“நீங்கள் ஆவலுடன் எதிர்பார்த்த வெள்ளிக்கிழமை வந்து விட்டது”னு அறிவிச்சிட்டு பாரதி வேலைக்கி கிளம்பிட்டார். ராஜாவும் தன்ராஜ் மாஸ்டர்கிட்ட போயிட்டார்.

வடபழநி கங்கையம்மன்கோயில் தெரு வீட்லருந்து நானும், பாஸ்கரண்ணனும் நடந்தே ஒய்.எம்.சி.ஏ. ஹாஸ்டல் மெஸ்ஸுகிட்ட போய் ராஜேந்திரனையும், மகேஷ்வரனையும் எதிர்பார்த்து நின்னிட்டிருக்கும்போது...

ரெண்டு பேரும், கூட ரெண்டு பேரோட வந்தாங்க. அவங்க யார்னா ராஜேந்திரனோட சித்தப்பாவும், மாமாவும்.

அதாவது... நாலுபேரும் சாப்ட்டுட்டு வந்தாங்க.

எங்களப் பார்த்ததும்... “அட.... வரதராஜன் தம்பிகளா? நீங்க என்னப்பா இங்க?”னு கேட்டாங்க.

‘‘நாங்க இங்கதான் இருக்கோம். சும்மா... ராஜேந்திரன பார்த்திட்டுப் போலாம்னு வந்தோம்”

“ரொம்ப சந்தோஷம். என்ன பண்ணிக்கிட்டிருக்கீங்க?”

“நாடகத்துக்கு இசையமைக்கிற வேல செய்றோம். சிவக்குமார் நாடகம், சிவாஜி நாடகத்துக்கெல்லாம் வாசிக்கிறோங்க”

“அப்படியா? ரொம்ப சந்தோஷமப்பா.... ரொம்ப சந்தோஷம். நாங்க வர்றமப்பா”னு சொல்லிட்டுக் கிளம்பினாங்க.

ராஜேந்திரன் எங்ககிட்ட வந்து “ஸாரிப்பா... திடீர்னு மாமாவும், சித்தப்பாவும் வந்துட்டாங்க. அதனால... அடுத்த வெள்ளிக்கிழம நீங்க ரெண்டுபேரும் சாப்பிட வந்துடுங்க”னு சொல்லீட்டு பாஸ்கரண்ணன் கைல ஒரு ரூபாய குடுத்து “செலவுக்கு வச்சுக்கங்கப்பா”னு தந்துட்டுப் போனார்.

‘‘அதனால என்ன? நங்க அடுத்த வாரம் வந்துடுறோம்”னு சொல்லீட்டு நாங்களும் வெளிய வந்தோம்.

அந்த ஒரு ரூவாய்ல ஒரு பெட்டிக்கடயில ஒரு சிகரெட்டும், ரெண்டு கடல முட்டாயும் வாங்கினோம். (பாஸ்கரண்ணனுக்கு கொஞ்சம் ஸ்மோக் பழக்கம் இருந்துச்சு)

ஆளுக்கொரு முட்டாய மென்னுக்கிட்டு நடந்தே ரூமுக்கு வந்தோம்.

பசி மயக்கம்... நடந்துவந்த அசதி... அப்படியே ரெண்டுபேரும் வெறும் தரயிலயே படுத்துட்டோம்.

சாயங்காலமா பாரதியண்ணனும், ராஜாண்ணனும் வந்தாங்க.

“பாரு... ரெண்டும் நல்லா தின்ன முடியாம தின்னுட்டு, திம்முனு படுத்துக் கெடக்குதுக”னு சொன்னாங்க.

நாங்க அத காதுல வாங்கினாலும் பதில் பேசல.

பாரதி : என்னாப்பா... மோர் கொழம்பு நல்லாருந்துச்சா?

ராஜா : அவரக்கா பொரியலு டாப்பா?

பாரதி : பூசணிக்கா கூட்டு வச்சிருப்பாங்களே... அது சூப்பரா?

ராஜா : சாம்பார ரெண்டுதரம் வாங்கிக் குடிச்சிருப்பீங்களே? ஒங்க ரெண்டு பேருக்கும் சாம் பார்னா ரொம்பப் பிடிக் குமே?

பாரதி : மோர்ல சாதத்தப் போட்டு கரச்சு அடிச்சிருப்பீங்களே?

ராஜா : ரசத்த ஊத்தச் சொல்லி பின்னியெடுத் திருப்பீங்களே?

...இப்படி ஒவ்வொரு பதார்த்தமா சொல்லிச் சொல்லிக் கேட்டாங்க.

'மொத வெள்ளிக்கிழம சாப்புடப்போன ராஜாவும், பாரதியும் 'எதையோ போட் டாங்க. என்னமோ சாப்புட்டு வந்தோம்'னு சொன்னாங்க. இன்னைக்கி வேற மாதிரி இம்புட்டு வெரைட்டி சொல்றாங்களே?'னு நெனச்சுக்கிட்டு நானும், பாஸ்கரண்ணனும் எழுந்து ஒக்காந்தோம்.

சாப்பிடுறதுக்காக நடந்தே போய்... சாப்பிட முடியாம திரும்பி நடந்தே வந்தத 'இதுதான் நடந்தது'னு எடுத்துச் சொன்னோம்.

ஆனா பாரதியண்ணனும், ராஜாண்ணனும் நாங்க சொன்னத நம்பல.

ஏன் நம்பலன்னா...

அடுத்த வெள்ளிக்கிழம அவங்க ரெண்டுபேரும் சாப்பிடப் போகணும்.

இந்த வாரம் எங்களுக்கு சாப்பாடு கெடைக்கலேன்னு, அடுத்த வாரம் நாங்க போயிட்டா அவங்க ஏமாந்து போவாங்களே?

அதான்... நம்பல.

ராஜேந்திரன்கிட்ட பேசி... உண்மைனு தெரிஞ்ச பிறகு... அடுத்த வெள்ளிக்கிழம நானும், பாஸ்கரண்ணனும் போய்ச் சாப்பிட்டு வந்தோம்.

பாரதியண்ணன் சொன்ன மாதிரியே...

'பார்க்குல பாட்டு' நான் -ராஜாண்ணன் -பாஸ்கரண்ணன்

சூப்பரா... டாப்பா... பின்னிட்டு இருந்துச்சு ஒய்.எம்.சி.ஏ. காலேஜ் ஹாஸ்டல் சாப்பாடு.

(அங்க சாப்பிட்ட ஞாபகத்துல எழுதின பாட்டுதான்... 'பன்னீர் புஷ்பங்கள்' படத்துல வந்த

வெங்காய சாம்பாரும்
வேகாத சோறும்
கெடைக்கிற எடம்
எங்க மெஸ்ஸு...ங்கிற பாட்டு)

பாரதியண்ணன் அண்ணாசாலைல வேலைக்கிப் போறதுனால யும், ராஜாண்ணன் பியானோ, கிடாரை முறைப்படி கத்துக்க தன்ராஜ் மாஸ்டர் தங்கீருக்க லஸ் கார்னர் லாட்ஜுக்கு போறதுனாலயும், நாடகங்களுக்கு மியூஸிக்பண்ண அங்க, இங்க அலையிறதுனாலயும்... வடபழநியிலருந்து தினமும் போய்வர போக்குவரத்து செலவு அதிகமாச்சு. அதனால... ராயப்பேட்டையில முத்து முதலி தெருவுல டோர் நம்பர் 67-ல ஒரு வீட்டு மொட்ட மாடியில இருந்த ஒரு சின்ன ரூம்ல குடியேறினோம்.

மாச வாடக 30 ரூவா.

நான் பாவலர்கூட மொத மொத கச்சேரி செய்ய பாம்பே போனப்ப... இடையில மெட்ராஸ்ல தியாகி ஐமாயாண்டி பாரதியோட ராயப்பேட்ட சீனிவாசபெருமாள் கோயில் தெரு வீட்ல தங்கினத ஏற்கனவே சொல்லீருக்கேன். அந்தக் கோயிலுக்குப் பக்கத்து தெருதான் முத்து முதலி தெரு.

அந்த ரூம்ல எங்களோட பெட்டி, துணிமணி, தபேலா, கிடாரு... இதையெல்லாம் வச்சது போக முண்டியடிச்சுப் படுத்தாலும் மூணு பேர்தான் படுக்க முடியும்.

அதனால்... ஒருவாரம், ஒருத்தர் ரூமுக்கு வெளியில மொட்ட மாடியில படுத்துக்கணும். மழ வந்தா மட்டும் ரூமுக்குள்ள அட்ஜஸ்ட் பண்ணி படுத்துக்கலாம்.

இப்படி ஒரு ரூல்ஸ போட்டுக்கிட்டு வசிச்சோம்.

நாங்க கம்யூனிஸ்ட் கட்சிக்காக கச்சேரி பண்ணிக்கிட்டிருந்தப்ப, பாவலரண்ணனுக்கு ரொம்ப பழக்கமானவரு... எங்களுக்கும் தெரிஞ்சவரு... நாகப்பட்டினம் குணசீலன். அவரு திருவல்லிக்கேணியில போஸ்ட்மேனா இருந்தார். நாங்க இங்க இருக்கம்னு தெரிஞ்சதும் எங்கள பார்க்க வந்தார்.

நலமெல்லாம் விசாரிச்சிட்டு... ரொம்ப நேரம் பேசிக்கிட்டிருந்தவரு... "நேரம் கிடைக்கிறப்போ ஒருநாளு வீட்டுக்கு வாங்கப்பா... சாப்பிட"னு சொல்லிட்டுப் போனார்.

(தொடர படிச்சிட்டு வர்ற) ஒங்களுக்குத் தெரியுமே... எங்களுக்கு சோறுன்னா போதும்னு...

குணசீலன் வீட்டுக்குப் போனோம். நல்லா சாப்புட்டோம்.

திரும்பி வர்ற வழியில... எங்களுக்கு ஒரு ஐடியா தோணுச்சு.

ராயப்பேட்டயில பொன்னுச்சாமி ஓட்டல் இருக்கு. அந்த ஓட்டல்லருந்து எடுப்புச் சாப்பாடு வாங்கிச் சாப்பிட்டா... நல்லாருக்கும்னு தோணிச்சு.

எலயிலயோ, பிளாஸ்டிக் பேப்பர்லயோ... பார்சல் சாப்பாடு கட்டிக் குடுக்கிற பழக்கம் அந்த ஓட்டல்ல இல்ல. கேரியர்லதான் குடுப்பாங்க.

"சார்... நாங்க பொன்னுச்சாமி ஹோட்டல்ல எடுப்புச் சாப்பாடு வாங்கி சமாளிக்கலாம்னு நெனைக்கிறோம். எங்களுக்கு சாப்பாடு வாங்க கேரியர் கெடைக்குமா?" னு குணசீலன்கிட்ட கேட்டோம்.

வீட்ல இருந்த ஒரு பெரிய பீங்கான் கேரியர தூக்கிக் குடுத்தாரு.

அந்தக் கேரியர பெருமையா தூக்கிக்கிட்டு ஹோட்டலுக்குப் போனோம். அப்போ எடுப்புச் சாப்பாடு வெல ரெண்டு ரூவா.

நாலுபேரு நல்லா சாப்புடலாம்.

சாப்பாடு நெறையா கிடைக்கிறதுக்காக நான் செஞ்ச வேல...

பாரதிராஜா விட்ட கோப சாபம்.!

39
வயிறு நிறைத்த அட்சய பாத்திரம்!

ராயப்பேட்ட முத்துமுதலி தெருவுல ஒரு வீட்டு மொட்டமாடியில சின்ன ரூம்ல 30 ரூபா வாடகைல தங்கினோம்.

பாவலரண்ணனுக்கு நெருக்கமான நாகப்பட்டினம் குணசீலன் திருவல்லிக்கேணில போஸ்ட் மேனா இருந்தாரு. அவர் வந்து எங்களப் பார்த்துட்டு "ஒரு நாளக்கி வீட்டுக்கு வாங்க"னு சொல்லீட்டுப் போனதால அவரோட வீட்டுக்குப் போனோம். நல்லா சாப்புட்டோம்.

திரும்பி வர்ற வழியில... எங்களுக்கு ஒரு ஐடியா தோணுச்சு. ராயப்பேட்ட யில பொன்னுச்சாமி ஹோட்டல் இருக்கு. எடுப்புச் சாப்பாடு வாங்கிச் சாப்பிட்டா... நல்லாருக்கும்னு தோணிச்சு. கேரியர் கொண்டுபோனா குடுப்பாங்க. ரெண்டு ரூவாதான் வெல. நாலு பேரு ஓரளவு திருப்தியா சாப் பிடலாம்.

குணசீலன் சார்கிட்ட கேரியர்

கேட்டோம். வீட்ல இருந்த ஒரு பெரிய பீங்கான் கேரியர தூக்கிக் குடுத்தாரு.

அந்தக் கேரியர பெருமையா தூக்கிக்கிட்டு ஹோட்டலுக்குப் போனோம்.

எடுப்புச் சாப்பாடு கட்றதுக்குனு ஒருத்தர் இருப்பார்ல... அவருகிட்ட நான் பேச்சுக் குடுத்து அவர ஃப்ரெண்ட்டாக்க ட்ரை பண்ணினேன்.

"எங்க அண்ணங்க மூணுபேரு சினிமாவுல மியூஸிக் லைன்ல வேல செய்றாங்க. நான் டி.எம்.சௌந்தர்ராஜன் கச்சேரியில கிடார் வாசிக்கிறேன்"

"அப்டியா? ரொம்ப சந்தோஷம் சார். எனக்கு டி.எம்.எஸ். பாட்டுன்னா... ரொம்பப் பிடிக்கும் சார்"

"ரேடியாவுலதான கேட்டிருப்பீங்க. வர்ற சனிக்கிழம ராஜா அண்ணாமலை மன்றத்துல அவரோட கச்சேரி இருக்கு. நான் ஒங்களுக்கு பாஸ் வாங்கித் தர்றேன்"னு சொன்னேன்.

அவரு ரொம்ப சந்தோஷத்தோட ஃப்ரெண்ட்டாயிட்டாரு.

எதுக்கு ஃப்ரெண்டு புடிச்சேன் அவர?

எடுப்புச் சாப்பாட்டு கேரியர்ல சாம்பார அமுக்கி... அமுக்கி வைக்க முடியாது. காரக் கொழம்பையோ, ரசத்தயோ அமுக்கி... அமுக்கி வைக்க முடியாது. ஆனா... சாப்பாட்ட அமுக்கி அமுக்கி வைப்பாருல்ல.

அதுக்குத்தான்.

எடுப்புச் சாப்பாட்டு கேரியர ரூமுக்கு கொண்டுவந்து... ஏற்கனவே நான் சொன்ன மாதிரி... நாலு பங்கா பிரிச்சுக்குவோம். பிரட் பாக்கெட்ட எண்ணி பிரிச்சுருவோம். இது சாப்பாடாச்சே. கொஞ்சம் கூடக் கொறச்சு... கூட என்ன கூட.... கடசியா சாப்பிடுற ஆளுக்கு கொறச்சுத்தான் இருக்கும். அதுலயும் கடசிச் சோறுல நெறைய கல்லும் கெடக்கும்.

தன்ராஜ் மாஸ்டர் தங்கீருக்க லஸ் கார்னர்லருந்து ராஜாண்ணனுக்கு ரூம் பக்கம். அதனால நடந்தே வந்துருவாரு சாப்பாட்டுக்கு.

பெரும்பாலும் கடசியாத்தான் சாப்பிட வருவாரு விஸ்வபாரதியண்ணன் (பாரதிராஜா).

பசியோட வந்து மிச்சமிருக்க சாப்பாட்ட பாப்பாரு.

"ஏண்டா... கடசியா வந்து சாப்பிடுற ஆளுக்கு இவ்வளவுதான் பங்கு வைப்பீங்களாடா?.... அதிகமா சாப்பிட்டவனுக்கு பேதிதாண்டா போகும்"னு சத்தம் போட்டு சாபம் விட்டுட்டு...

விட்டுட்டு...?

இருக்குறத சாப்பிடுவார்.

வேணாம்னு வீராப்பு பண்ண முடியுமா?

பசிக்குதே வயிறு.

நாங்க தங்கீருந்த ரூம்லருந்து எம்.ஜி.ஆர்., சிவாஜி ஆபீஸ் இருக்க ஏரியா ரொம்பப் பக்கம். அந்த ஏரியாவுலதான் பிரபல சினிமா தயாரிப்பாளர் ஏ.எல்.எஸ்.ஸோட சினிமா கம்பெனி ஆபீஸூம் இருந்திச்சு.

ஏ.எல்.எஸ். பத்தி சொல்லவே வேணாம். இவர் கண்ணதாசனுக்கு அண்ணன்.

எம்.எஸ்.விஸ்வநாதனுடன்
கண்ணதாசன்

ஒருநா... நான் அந்தப் பக்கம் போகும்போது அவங்க ஆபீஸ் ரொம்ப பிஸியா இருந்துச்சு. வெளிய நெறைய கார் நின்னது.

அவங்க எடுக்கப் போற படத்துக்காக ஸாங் கம்போஸ் பண்ணிக்கிட்டிருந்தார் எம்.எஸ்.வி. பாட்டெழுதிக்கிட்டிருந்தார் கண்ணதாசன்.

மாடியிலருந்து பாட்டுச் சத்தம் கீழ கேட்குது.

அதுல மயங்கிப் போயி ரோட்லயே நின்னுட்டேன்.

எம்.எஸ்.வி. கம்போஸிங்ல கூட வாசிக்கிறவங்க ஏழெட்டுப் பேர்.

அந்த வாசிப்பும், பாட்டு வரியும் மயக்குச்சு.

நான் மொதமொதல்ல ஒரு பெரிய மியூஸிக் டைரக்டரோட... பெரிய கவிஞரோட... பாட்டு கம்போஸிங்க கண்ணால பார்க்காம, காத்தால கேட்டு மயங்கிப் போய் நின்னது என் வாழ்க்கைல ஒரு சுகமான அனுபவம்.

அந்தப் பாட்ட இப்பக் கேட்டாலும், எப்பக் கேட்டாலும் அந்த ஞாபகம் கண்ணு முன்னாடி விரியும்.

‘கொடிமலர்’ படத்துல இடம்பெற்ற அந்தப் பாட்டு...

மௌனமே பார்வையால்

ஒரு பாட்டுப் பாட வேண்டும்

நாணமே ஜாடையால்

ஒரு வார்த்தை பேச வேண்டும்....

பாடுறதுக்கு பாட்டு... வாசிக்கிறதுக்கு கிட்டாரு... வயித்துக்கு எடுப்புச் சாப்பாடு....

இப்படி நல்லா போய்க்கிட்டிருந்த நேரத்துல... சோதன வந்துச்சு.

நாங்க வயிறார சாப்பிடத் துணையா இருந்த அந்த பெரிய கேரியர்... எங்கள விட்டுப் போகும் நேரம் வந்துச்சு.

குணசீலன்கிட்ட இருந்து அந்தக் கேரியர நாங்க வாங்கி ஒரு வருஷமாச்சு. அது பர்மாவுலருந்து கொண்டுவரப்பட்ட பீங்கான் கேரியர்.

‘அந்தக் கேரியரப் போயி வாங்கிட்டு வாங்க’னு குணசீலன அவங்க வீட்ல சத்தம் போட்டிருப்பாங்க போல.

ரூமுக்கு வந்தார் குணசீலன். நலம் விசாரிச்சார்.

“யப்பா... வீட்ல விருந்தாளிங்கல்லாம் வந்திருக்காங்க. அந்தக் கேரியர் தேவப்படுது...” னு கேட்டார்.

எங்களுக்கு அதிர்ச்சி.

ஏன்னா... ஒருவருஷமா எங்களோட உணவாவும், உணர்வாவும் அந்தக் கேரியர் இருக்கே. அதனால அத திருப்பிக் குடுக்க எங்களுக்கு மனசில்ல.

ஆனாலும் குடுத்துத்தான ஆகணும்.

அந்த அட்சயப் பாத்திரத்த நல்லா குளூரக் குளூர தண்ணி ஊத்தி கழுவி... துண்டால தொடச்சு... ஒரு பைல போட்டு குடுக்கும்போது...

‘இதயம் போகுதே... எனையே பிரிந்தே’ பாட்டுல வர்ற ஆர்.ஆர்.மாதிரியும்... ‘தென்பாண்டிச் சீமையில தேரோடும் வீதியில’ பாட்டுல வர்ற ரீ-ரிகார்டிங் மாதிரியும் எங்க ஃபீலிங்ஸ் இருந்துச்சு.

ஹோட்டல்ல வயிறுமுட்ட சாப்பாட வாங்கிக்கிற அந்த கேரியர்... ரூம்ல வந்ததும் எங்க வயிற நிரப்புச்சு.

எடுப்புச் சாப்பாடு வாங்க ரெண்டு ரூவாகூட இல்லாம நாங்க

வெறும் வயிறா இருந்தப்போ... கேரியரும் வெறும்வயிறா இருந்துச்சே. நாங்க விருந்துன்னா அதுவும் விருந்து, நாங்க பட்டினின்னா... அதுவும் பட்டினி.

அதனாலதான் அந்த கேரியரை, அதன் உரிமையாளர்ட்ட குடுக்குறோம்ங்கிற நியாயத்தையும் மீறி... இப்படி ஒரு சோக ஃபீலிங்.

(என் மகன் வெங்கட்பிரபு இயக்கின 'சென்னை-28' படத்துல இந்த மாதிரி ஒரு ஃபீல் உண்டு. கிரிக்கெட் பேட் அவங்களவிட்டு பிரியும்போது அந்த சோக ஆர்.ஆர். வரும்.)

எங்கள மாதிரியே வீரய்யன், மருதுனு பேச்சிலர்ஸ் பசங்க ரெண்டுபேர் முத்துமுதலி தெருவுல குடியிருந்தாங்க. ரெண்டுபேரும் ஆர்டிஸ்ட். அதாவது படம் வரையுறவங்க.

'கலா ஆர்ட்ஸ்'னு சொல்லி பெரிய பெரிய பேனர்கள சினிமா விளம்பரத்துக்காக வரைஞ்சு கொடுப்பார் வீரய்யன். அப்போ மவுண்ட் ரோட்ல இருந்துச்சே 'சஃபையர் 70.எம்.எம்.' தியேட்டர்... அங்க போர்டு எழுதுவாரு மருது.

இவங்க ரெண்டுபேரும் எங்களுக்கு ரொம்ப நெருக்கமா ஆயிட்டாங்க. அவங்க வரையிறத பார்த்து நாங்க பாராட்டுவோம். நாங்க பாடுறதக் கேட்டு அவங்க பாராட்டுவாங்க.

எனக்கு மருதுவ ரொம்பப் பிடிக்கும். ஏன்னா... திருச்சி பக்கத்துல ஒரு அனாத ஆசிரமத்துல படிச்சு, வளர்ந்தவரு. ரொம்ப அமைதியா இருப்பார். பேச்சுல நிதானம் இருக்கும். (மருதுவோட இன்ஸ்பிரேஷன்லதான் 'கோழிக் கூவுது' படத்துல ஒரு கேரக்டர உருவாக்கி சுரேஷை நடிக்க வச்சேன்.)

கிளியோபாட்ராவ பார்க்கப் போயி... நடந்த கூத்து இருக்குதே....

40
மனசெல்லாம் மணக்குற பொங்கல்!

ராயப்பேட்ட முத்துமுதலி தெருவுல நாங்க குடியிருந்தப்போ... ஓவியர்களான வீரய்யனும், மருதுவும் எங்ககூட நட்பானாங்கனு சொல்லீருந் தேன்ல. அண்ணாசாலைல இருந்த சஃபையர் 70 எம்.எம். தியேட்டர்ல போர்டு எழுதுற வேலை செஞ்சுக் கிட்டிருந்தார் மருது.

அந்தச் சமயம் சஃபையர் தியேட்டரே... மனச அள்றமாதிரி இருக்கும். படம் போடப் போகைல... வெண்திரைய மூடியிருக்க ஒரு அலங்காரத் திரை மெல்ல மெல்ல திறக்கும்போது... ஒரு மியூஸிக் வரும் பாருங்க.... டாப்பு. தியேட்டர் முழுக்க திரை இருக்குற மாதிரி... ரொம்ப பெரிய திரையா... அதப் பார்க்கவே ரொம்பப் பிரமிப்பா இருக்கும். தியேட்டர் முழுக்க ஸ்பீக்கர் மாட்டிருப்பாங்க.

நாங்க அப்ப இருந்த நிலமைல... அந்த தியேட்டர்ல... அவ்ளோ பணம் குடுத்து படம் பார்க்க முடியுமா?

அப்ப தியேட்டர்ல 'கிளியோபாட்ரா' படம் ஓடிக்கிட்டிருந்துச்சு.

"நான் பாஸ் வாங்கித் தர்றேன்... படம் பார்க்குறீங்களா?"னு மருது கேட்டார்.

ஃபிரியா குடுத்தா பினாயிலவே குடிப்போம். ஓசியில படம் பார்க்க சான்ஸ் கெடைச்சா நாங்க விடுவமா?

(நாங்க மட்டுமில்ல... நாம எல்லாருமே ஃபிரீக்குத்தான் ஆசப்படுறோம். மிஸ்டு கால்... ஃபிரீ எஸ்.எம்.எஸ்... ஃபிரீ ஃபேஸ்புக்... வைப்பர், வாட்ஸ்அப்... வைஃபை.... இப்படித்தான் காசில்லாம யூஸ் பண்றோம். கவர்மெண்ட் தர்ற டி.வி., மிக்ஸி, கிரைண்டர், ஃபேன், புடவ, வேஷ்டி, 108 ஆம்புலன்ஸ், அரிசி உட்பட பல ரேஷன் பொருட்கள்.... இப்புடியெல்லாம் பழக்கப்பட்டுத்தான கெடக்கோம்...)

'கிளியோபாட்ரா'வப் பார்க்க நாலு ஓசி டிக்கெட் கிடைச்சது. மதியம் ஒரு மணிக்கு ஷோ.

நான், பாஸ்கரண்ணன், ராஜாண்ணன், விஸ்வபாரதியண்ணன் (பாரதிராஜா) நாலுபேரும் காலைல எழுந்து குளிச்சிட்டு ரெடியானோம்.

'இன்னைக்கி காலை டிபன் கட். பதினோறு மணிக்கா கிளம்பிப் போய், தியேட்டர் பக்கத்துல இருக்க ஆயிரம் விளக்கு கபே ஓட்டல்ல ஃபுல்லா சாப்ட்டுட்டு படத்துக்கு போவோம்'னு முடிவுபண்ணினோம்.

எங்க பொருளாளர் பாஸ்கரண்ணன்தான். நாங்க வேல பார்த்து கிடைக்கிற பணத்த அவருகிட்டத்தான் குடுப்போம். மைலாப்பூர் லஸ் கார்னர்ல இருக்க பாங்க் ஆஃப் பரோடாவுல தன் பேர்ல அக்கவுண்ட் தொடங்கி (நம்பர்: 4334) அதுல பணத்த போட்டு வைப்பார்.

ஓட்டலுக்கு வந்தோம்.

எங்களோட ஓட்டல் அனுபவங்களத்தான் ஏற்கனவே சொல்லீருக்கனே. சர்வர உண்டு இல்லனு பண்ணிடுவோம். இதெல்லாம் அப்ப ஒரு ஜாலி.

'அதக்கொண்டா... இதக்கொண்டா'னு சர்வர பிரிச்சுப் போட்டு, சாப்ட்டு முடிச்சோம்.

ஒரு தட்டுல சோம்பு, பல்லுக்குச்சி, அதோட பில்லும் கொண்டுவந்தார் சர்வர். தட்டுல பணத்த வச்சா... சர்வருக்கு டிப்ஸ் வைக்கணுமே. சர்வர் கைல இருந்த பில்ல மட்டும் 'வெடுக்'னு புடுங்கிக்கிட்டு கல்லா பக்கம் போனார் பாஸ்கர். நாங்களும் பின்னாலயே போனோம்.

ரெண்டு விரல்ல ஸ்டைலா பில்ல நீட்டிக்கிட்டே... பேண்ட் பாக்கெட்டுல கைய விட்டார் பாஸ்கர்.

அவரோட ஃபேஸ் ரியாக்‌ஷன் லைட்டா ஷாக்கா இருந்தது.

கல்லாவுல இருந்தவரு பில்ல வாங்கிக்கிட்டு பாஸ்கர பார்த்தார்.

பாஸ்கர் பேண்ட்டின் இன்னொரு பாக்கெட்டுல கைவிட்டார்.

இப்போ அவரோட ஃபேஸ் ரியாக்ஷன் ரொம்ப ஷாக்கா இருந்தது.

பக்கத்துல நின்னிருந்த பாரதியண்ணன், "என்னடா முழிக்கிற?"னு கேட்க...

"அட... கொஞ்சம் பொறுய்யா..."னு சொல்லிக்கிட்டே சட்டப் பாக்கெட்டுல தேடுறார்.

எங்களுக்கு சப்ளை பண்ணின சர்வர் தூரத்துல நின்னு எங்களையே பார்த்துச் சிரிக்கிறார்.

ஃபுல்ஹேண்ட் சட்டய சுருட்டிவிட்டிருந்த பாஸ்கர் அந்த மடிப்பை அவுத்துவிட்டுப் பார்க்குறார்.

ம்ஹூம்... காணவே காணோம்.

"அட... சொல்லித் தொலடா... என்னாச்சு?" னு பாரதியண்ணன் காட்டமாக...

"இல்லப்பா... பொறப்புடுற அவசரத்துல பணத்த வச்சிருந்த சட்டய விட்டுட்டு, வேற சட்டயப் போட்டுட்டு வந்துட்டேன்" னு முழிச்சார்.

"சார்"னு சொல்லிக்கிட்டே கல்லாவுல இருந்தவர்கிட்ட போன பாரதியண்ணன் "சார்... நாங்கள்லாம் படிச்சவங்க. டீஸண்ட்டான ஆளுங்க. சட்டய மாத்திப் போட்டுட்டு வந்துட்டான் இந்தப் பய. இதோ... அந்தத் தம்பி போய் ரூம்ல பணத்த எடுத்துட்டு வந்துடுவான்"னு சொல்லி என்னய கை காட்டின பாரதியண்ணன், "அதுவரைக்கும் இந்த வாட்ச் ஒங்ககிட்ட இருக்கட்டும். பணத்தக் குடுத்துட்டு வாட்ச்ச வாங்கிக்கிறோம்"னு சொல்லிக்கிட்டே தன் கைல கட்டியிருந்த வாட்சை கழட்டிக் குடுத்தார்.

வாட்ச்ச ஒரு கைலயும், பில்ல ஒரு கைலயும் வச்சுக்கிட்டு ரெண்டையும் மாறி மாறிப் பார்த்தார் கல்லாவுல இருந்தவர். வாட்ச்ச முன்னும் பின்னும் திருப்பிப் பார்த்திட்டு... "மிச்சப் பணத்துக்கு என்ன பண்ணுவீங்க? நீங்க சாப்பிட்டதுக்கு இது பத்தாது. ஓட்டலுக்குள்ளயே ஒரு ஓரமா நில்லுங்க. தம்பி பணத்த எடுத்திட்டு வந்து குடுத்ததும், நீங்க வெளியில போகலாம்"னு சொல்லீட்டு வியாபாரத்த கவனிக்க ஆரம்பிச்சிட்டார்.

நான் பஸ்ஸப் புடிச்சுப் போய் பணத்த எடுத்துக்கிட்டு வந்து செட்டில் பண்ணும்போது.... மணி 2.30.

'ஒரு மணிக்கு ஷோ ஆரம்பிச்சிருக்கும். இந்நேரம் பாதிப்படம் ஓடீருக்கும். 'கிளியோபாட்ரா'வ இன்னொரு நாளக்கி பார்த்துக்கலாம்'னு சமாதானப்படுத்திக்கிட்டு ரூமுக்கு திரும்பி வந்தோம்.

இப்படி... பல கூத்துகள் இருக்கு. அதையெல்லாம் அப்பப்ப சொல்றேன்.

அது பொங்கல் நாள்...

சும்மா நாள்லயே எங்களுக்கு எங்கம்மா ஞாபகம் வந்து வாட்டும். பொங்கல் நாள். கேட்கவா வேணும்... ரொம்பவே ஏங்கிப் போயிட்டோம்.

பொங்கல் நாள்ல... சாப்பிடுற சக்கரப் பொங்கல் மட்டுமில்ல... கரும்பு மட்டுமில்ல... ஊரே இனிச்சுக் கிடக்கிற மாதிரி... மனசுக்குள்ள ஒரு ஆனந்தம் வரும்.

மேள, தாளம், ஜல்லிக்கட்டு, உறவினர்கள்னு ஒரே குதூகலமா இருக்கும்.

அதிகாலைலயே அம்மா பொங்க வைக்கிறதுக்கான எல்லா

ஏற்பாடுகளயும் பண்ணீருவாங்க. வெட்ட வெளியில அடுப்புக் கூட்டி... மணக்க மணக்க பொங்கல் பண்ணுவாங்க.

'எப்படா படையல் போட்டு சாமி கும்புட்டு முடிப்பாங்க... எப்படா பொங்கல சாப்பிடலாம்'னு அந்த பொங்க வாசன அலபாய வைக்கும். சாமி கும்புட்டு முடிஞ்சதும்... வாழ எலயில சூடா வச்சு... அந்த பொங்கல ஆவி பறக்க திங்கிறபோது இருக்க சந்தோஷத்துக்கு ஈடு இணையே இல்ல.

சக்கரப் பொங்கல்னா இனிக்கத்தான் செய்யும். அத அம்மா கைப்பக்குவத்துல செஞ்சு சாப்பிடும்போது... கூடுதல் சுவையாயிடுதுல்ல.

ஊர்ல எளந்தாரிகள்லாம் காள மாடுகள வெரட்டுவாங்க. நான் சின்னப் பய. மத்த சின்னப்பயகளோட சேர்ந்து கன்னுக்குட்டிகள வெரட்டிக்கிட்டுத் திரிவோம்.

திருவிழா, பொங்கல்னு குதூகலமான நாட்கள்ல எங்க ஊர் பக்கம் இருக்க பல்லவராயன்பட்டி கொட்டுக்காரங்களும், கரகாட்டக்காரங் களும் ஆடுவாங்க. கரகாட்டத்த நேர்ல பார்த்த அனுபவத்தத்தான் நான் 'கரகாட்டக்காரன்' படத்துல வச்சேன்.

தன்ன தன்ன தன்னான்னனே... முந்தி முந்தி விநாயகரே முப்பத்து முக்கோடி தேவர்களே... வந்து வந்தெம்மை பாருமய்யா... வந்தனம் வந்தனம் தந்தோமையா பாட்டு பல்லவராயன்பட்டி கரகாட்டக் கும்பல் பாடுனதுதான். அதத்தான் படத்துல வச்சோம்.

ராஜா என்பார் மந்திரி என்பார்
ராஜ்ஜியம் இல்லை ஆள -ஒரு
ராணியும் இல்லை வாழ...

இந்த பாட்டோட ட்யூன் பல்லவராயன்பட்டி கொட்டுக்காரங்க வாசிச்ச ட்யூனுதான்.

அந்த மேளஅடியோட கேக்கும்போது ரொம்ப நல்லாருக்கும்.

இந்த ஜீவன்கள்... அந்த வாத்திய ஒலி.... எங்க அம்மா பாடுன கும்மிப் பாட்டு... எங்க அண்ணன் பாவலர் பாட்டு... இதெல்லாம்தான்... இவங்களோட ஆசிதான்... அந்த கொட்டுக்காரங்களோட வெளிப்பாடுதான்.... எங்கள இசையில ஜொலிக்க வச்சது.

கடவாப்பல்லு இடுக்குல கரும்புத் துணுக்கு மாட்டிக்கிட்டு இனிப்பா இம்சை பண்ற மாதிரி... ஊர்ல பொங்கல் கொண்டாடுன அந்த சந்தோஷம்... ஞாபக இடுக்குல மாட்டிக்கிட்டு இனிப்பான இம்சையத் தருது இப்பவும்.

அய்யோ....
தகதகப்பு...
மினுமினுப்பு...
ஜொலிஜொலிப்பு....
மக்கள் திலகம் எம்.ஜி.ஆரைப் பார்த்த அனுபவம்!

41

மறக்க முடியாத குருநாதர்கள்!

தன்ராஜ் மாஸ்டர்கிட்ட முறைப்படி பியானோவும், கிடாரும் வாசிக்க கத்துக்கிட்ட ராஜாண்ணன்... மாஸ்டரோட உதவியாளராவும் இருந்தார்.

நானும் முறைப்படி கிடார் கத்துக்கிறதுக்காக மாஸ்டரிடம் சேர்ந்தேன்.

நான் கிடார் வாசிக்க ஆரம்பிச்ச கதையே ரொம்ப அதிசயமானதுதான்.

பாவலரண்ணன்கூட கச்சேரி செய்ய சேலத்துக்கு போயிருந்தோம்.

அந்த ஊர்ல இருந்த ஒரு மியூஸிக் பார்ட்டி, ஸாரி... பேரு மறந்து போச்சு... அந்தக் குழுவுல இருந்தவரு... பேரு ஜார்ஜ்னு நெனைக்கிறேன். அவர் கிடார் வாசிக்கிறவர்.

சேலத்துல பழைய பஸ்ஸ்டாண்டு பக்கத்துல பிரதம லாட்ஜ்ல தங்கீருந்து கச்சேரி பண்ணிக்கிட்டிருந்தோம். அப்பதான்... 'ஒரு கிடார் வெலக்கி வருது வாங்கிக்கிறீங்களா?' னு கேட்டார் அந்த கிடாரிஸ்ட்.

அத எப்படி ட்யூன் பண்றதுனு தெரியாது. ஆனா இருநூறோ முன்னூறோ குடுத்து வாங்கிட்டோம்..

அந்த கிடார்ல ஏதோ ஒரு ட்யூன் பண்ணி 'இப்படி வாசி'னு சொல்லி என் மடியில வச்சுட்டார் ராஜாண்ணன்.

அவர்தான் எனக்கு கிடார் வாசிக்கக் கத்துக்குடுத்த குரு.

உண்மைலயே பெரிய ஆளுதான் ராஜா.

ராஜா ராஜாதான்.

அந்தக் கிடார தூக்கிக்கிட்டுத்தான் தன்ராஜ் மாஸ்டரிடம் முறைப்படி கத்துக்கப் போனேன்.

தன்ராஜ் மாஸ்டர் இன்னைக்கிவரைக்கும் இருக்குற எல்லா மியூஸிக் டைரக்டருக்கும் மாஸ்டர். ஆர்கன் வாசிக்கிறதுலயும், பியானோ வாசிக்கிறதுலயும் மாஸ்டர் ரொம்ப ரொம்ப கெட்டிக்காரர்.

'மல்லிகைப் பூ, ஜாதி, ரோஜா, முல்லைப்பூ வேணுமா' னு ஒரு பாட்டுல பேக்-ரவுண்ட் மியூஸிக்க பிரமாதமா ஸ்கோர் பண்ணீருப்பர் மாஸ்டர்.

அந்தக்கால பிரமாண்ட படமான 'சந்திரலேகா' உட்பட பல படங்களுக்கு வெஸ்டர்ன் ஆர்க்கெஸ்ட்ரா அரேஞ்மெண்ட் பண்ணி வாசிக்க வச்சவரும் மாஸ்டர்தான்.

மலையாளம், கன்னடம்னு பலமொழிப் படங்கள்லயும் மாஸ்டர் பிஸியா இருந்தார்.

'ஆர்கன் வேணுமா? பியானோ வேணுமா?'னு மாஸ்டர்கிட்ட கேட்டு அதை எடுத்து ட்யூனிங் பண்ணி, சரி பார்த்து தயாரா வைப்பார் ராஜாண்ணன்.

அப்போ ஒருநாள்....

ராஜாண்ணன் உயரத் தொடங்குவதற்கான முதல் படிக்கட்டு அங்கே அமைஞ்சது....

ஒருநா... இசையமைப்பாளர் ஜி.கே.வெங்கடேஷோட ரெக்கார்டிங்குக்குப் போன எடத்துல ஜி.கே.வி.கிட்ட "இவன் என்னோட அஸிஸ்டெண்ட் ராஜா"னு அறிமுகப்படுத்தி வச்சிட்டு... "இவனை ஒங்ககூடவே வச்சுக்கங்க"னு தன்ராஜ் மாஸ்டர் சொன்னார்.

அந்த நாள்தான் எங்களோட சினிமா வாழ்க்கைக்கு பெரிய ஆரம்பம்.

ஆமா... தன்ராஜ் மாஸ்டரால் கண்டுபிடிக்கப்பட்ட ராஜாண்ணன் இசை வாழ்க்கைல உயரத் தொடங்கிய முதல்படி.

மிகப்பெரிய இசையமைப்பாளரான 'மெல்லிசை மன்னர்' எம்.எஸ்.விஸ்வநாதன்கிட்ட அஸிஸ்டெண்ட்டா இருந்தவரு ஜி.கே.வி.

ஜி.கே.வி.கிட்ட அஸிஸ்டெண்ட்டா ஆனார் ராஜாண்ணன்.

சினிமா பயிற்சிக் களத்துல எங்களுக்கு குருநாதரா இருந்த

அற்புதமான மனிதப் புனிதர் ஜி.கே.வி.

சினிமாவுல கோரஸ் பாடுறவங்கள்ல முன்னணியில இருந்தவங்க... தன்ராஜ் மாஸ்டர்கிட்ட ராஜா பயிற்சி பெற ரெகமெண்ட் பண்ணினவருமான ஹெச்.எம்.வி. கமலாக்காவப் பத்தி ஏற்கனவே சொல்லீருந்தேன்லயா....

"அக்கா, நான் எம்.எஸ்.விஸ்வநாதனோட ரெக்கார்டிங்க பார்க்கணும். கூப்பிட்டுப் போங்கக்கா"னு கமலாக்காகிட்ட கேட்டேன்.

மறுநா... ஏவி.எம். ஸ்டுடியோவுல இருக்க ஆர்.ஆர். தியேட்டருக்கு என்னை கூட்டிட்டுப் போனாங்க.

இந்த தியேட்டர்லதான் 'அன்னக்கிளி' படம் மூலம் நாங்களும் அரங்கேறப் போறோம்னு அப்போ எனக்குத் தெரியாது.

எனக்கு ரொம்ப பிரமிப்பா இருந்தது.

ஆர்க்கெஸ்ட்ரா குழுவினர் தயாரா ஒக்காந்திருந்தாங்க.

காலைல... ஏழர மணி இருக்கும். எம்.எஸ்.வி. தியேட்டருக்குள்ள நுழையுறார்.

எல்லாரும் எழுந்து அவருக்கு வணக்கம் சொல்றாங்க.

பார்த்துக்கிட்டிருந்த எனக்கு ஒடம்பு சிலிர்க்குது. 'நாம காதாரக் கேட்டு ரசிச்ச இசைக்கு சொந்தக்காரரான ஒரு இசைஞானிய நேர்ல பார்க்குறோமே'னு ஒரு வியப்பு... பிரமிப்பு.

எம்.எஸ்.வி. உட்கார்ந்தார்.

தன் முன்னால இருந்த ஹார்மோனியத்துல கை வச்சார்.

உத்தரவுக்கு காத்திருக்கிறவர்கள் போல... வாத்தியக்காரங்க காத்திருந்தாங்க.

எம்.எஸ்.வி. பாட ஆரம்பிச்சார்.

அவர் கை நீட்டுகிற வாத்தியம் உடனே இசைக்கப்பட்டுச்சு.

அண்ணன் ஆலங்குடி சோமு எழுதின பாட்டு அது.

டி.எம்.எஸ்.ஸூம் சுசீலாவும் பாடின அந்தப் பாட்டை..... ரிகர்சல் பார்த்து, ரெக்கார்ட் பண்ணி முடிச்சாங்க.

புரட்சித்தலைவர் எம்.ஜி.ஆரும், புரட்சித்தலைவி ஜெயலலிதாவும் நடிச்ச 'கண்ணன் என் காதலன்' படத்துக்கான பாட்டு அது.

சிரித்தாள் தங்கப் பதுமை
அடடா அடடா என்ன புதுமை
கொடுத்தேன் எந்தன் மனதை
வளர்த்தேன் வளர்த்தேன் இன்ப உறவை...

ஆகா... ஆகா... இதுதான் நான் மொதமொதல்ல பார்த்த ஸாங் ரெக்கார்டிங்.

என்ன சுகமான பாட்டு.

நாட்டு மக்கள் கேட்கப்போற ஒரு பாட்ட... முன்கூட்டியே

கேட்டுட்ட ஒரு மிதப்புகூட எனக்குள்ள வந்துச்சு.

இப்போ இளையராஜாண்ணன் இசையமைக்கிறத நேரடியா பார்க்கணும்னு எத்தனபேரு தவியா தவிக்கிறாங்க. பார்த்த பின்னாடி... பிறவிப்பயன் அடைஞ்ச மாதிரி பீல் பண்றாங்களே... அதே மாதிரி... ஃபீல்பண்ண வச்சது எம்.எஸ்.வி.யோட இந்தப் பாட்டு ரெக்கார்டிங்.

'சிரித்தாள் தங்கப்பதுமை' பாட்டு பதிவானதும் அதைக் கேட்கிறதுக்கு மக்கள் திலகம் எம்.ஜி.ஆர். வந்தார்.

எனக்கு தல சுத்தி கிறங்கி கீழ விழாத குறை....

எங்க ஊர்ல மக்கள் திலகத்த பார்த்த... ஞாபகம் பளிச்சுனு வந்துச்சு.

'நாடோடி மன்னன்' படத்தோட வெற்றி விழாவுக்காக எம்.ஜி.ஆர். எங்க ஊருக்கு வந்தார்.

அவர நேர்ல பார்க்கிறதுக்கு எங்க பார்த்தாலும் ஜனக்கூட்டம் நிக்குது.

எங்க ஊர் ராஜ்கமால் டெண்ட்டு கொட்டகைல விழா. ஊர்ல

குரு ஜி.கே.வெங்கடேஷ் –சிஷ்யன் ராஜா

இருக்க பெரிய மனுஷங்க மட்டும்தான் அந்த கொட்டகைல இருக்க அனுமதி. மத்த யாரையும் உள்ள விடல.

பிரமாண்டமான ஒரு கார்ல வந்து கொட்டகை முன்னாடி எறங்கினார் மக்கள் திலகம்.

அய்யோ... ஒரே தகதகப்பு... மினிமினுப்பு...ஜொலிஜொலிப்பு...

நானும், ராஜாண்ணனும் தூரத்துல நின்னு.... ரெண்டு நிமிஷம் அவரப் பார்த்து பிரமிச்சோம். மக்களுக்கும் அதே பிரமிப்பு...

அவரோட ஈர்ப்பு அவ்வளவு தூரம் இருந்துச்சு..

பின்னால இதை அவர்கிட்ட சொல்லி சந்தோஷப்பட்டுக் கிட்டேன்.

எம்.ஜி.ஆரோட அண்ணன் எம்.ஜி.சக்ரபாணி அய்யா மறக்கவே முடியாத ஒரு மாமனிதர்.

எம்.ஜி.ஆர். கையெழுத்துப் போட்ட தனிப்பாடல் திரட்டு புஸ்தகத்த என்கிட்ட குடுத்தாரு.

எம்.ஜி.ஆர். பக்கத்துலயே ஒக்காந்து அயிரமீன் கொழம்பு சாப்பிட்ட நாட்களயும் மறக்கவே முடியாது.

அன்னைக்கி நான் தூரத்துல இருந்து பார்த்த இந்த நட்சத்திரத்த.. இன்னைக்கி என் பக்கத்துல இருக்காருங்கிற, சந்தோஷத்த வார்த்தையால சொல்ல முடியாது. ஏன்னா... அது அவ்ளோ பெரிய சந்தோஷம்.

இன்னக்கி ரஜினிகாந்த் பக்கத்துல இருக்காரு... கமல் இருக்காரு... இந்தப் பக்கம் அஜீத் வர்றாரு... விஜய், சிம்பு, விஷால்னு எல்லாப் புள்ளைகளும் வந்து... 'அய்யா எப்படியிருக்கீங்க?'னு விசாரிக்கிறாங்க.

இதெல்லாம் ஒரு சந்தோஷமான விஷயமா இருந்தாலும்... அன்னைக்கி நான் அண்ணாந்து பார்த்தவங்கள... அவங்களோட வீட்ல போய் சந்திக்கும்போது பெரிய புண்ணியமான விஷயமா இருந்தது.

மக்கள் திலகத்தோட உண்டான பரவச அனுபவத்தச் சொல்றேன்....

42
எம்.ஜி.ஆர். படத்துக்கு இளையராஜா பாட்டு!

நடிகை சந்திரகாந்தாவோட 'சொல்லத்தான் நினைக்கிறேன்' நாடகம் எல்லா சபாவுலயும் போடப்பட்டு பெரிய பேரு வாங்குனது. இந்த நாடகத்துக்கு 'பாவலர் பிரதர்ஸ்'ஸான நாங்கதான் மியூஸிக்.

நாடகம் வசூல் ரீதியாவும் நல்லா போனதால 75-வது நாள் விழா கொண்டாடப் போறதா சொன்னாங்க.

'இந்த வெற்றிவிழாவுல எம்.ஜி.ஆர். தலைமை தாங்கி பரிசு வழங்கப் போறாங்க'னும் சொன்னாங்க.

எங்களுக்கு சந்தோஷம் தாங்கல.

நாடகம் நடக்குது.

முன் வரிசைல உட்கார்ந்து நாடகத்த பார்க்குறார் எம்.ஜி.ஆர்.

நாங்க மியூஸிக் பீட்ல ஒக்காந்து வெளுத்து வாங்குறோம்.

'வழக்கத்தவிட நல்லா வாசிக்கணும்'னு வாசிச்சோம்.

எங்க ஊர்ல 'நாடோடி மன்னன்' படத்தோட வெற்றிவிழாவுக்காக வந்த

மக்கள் திலகத்த தூர இருந்து பார்த்த... தகதகனு ஜொலிக்கிற அந்த மொகத்த... கிட்டத்துல அதுவும் அவர் கையால எங்களுக்கு பரிசு குடுக்கும்போது பார்த்து பரவசப்பட்டோம்.

"நீங்க நல்லா வாசிக்கிறீங்க. சிறப்பா இருந்துச்சு. நான் ரொம்ப ரசிச்சேன்"னு சொல்லி பாராட்டி எங்களுக்கு பரிசு குடுத்தார்.

ஊர்ல அவர பார்த்ததையும், இப்போ பக்கத்துல நின்னு பார்க்குற பாக்கியத்தையும் அவர்கிட்ட சொன்னோம்.

"ஒரு நாள்... எல்லாரும் தோட்டத்துக்கு வாங்க"னு சொல்லீட்டுப் போனார்.

அதுக்குப் பிறகு... ராமாவரம் தோட்டத்துல போய் அவரப் பார்க்க ட்ரை பண்ணோம்.

பார்க்க முடியல.

அவரோட தி.நகர் ஆற்காடு சாலை ஆபீஸ்ல போய் அவர பார்க்குறதுக்காக பாஸ்கரண்ணன் போனார். கூடவே மலேசியா வாசுதேவனும் போனார்.

பார்த்துப் பேசினாங்க.

அப்போ... எம்.ஜி.ஆர்.கிட்ட 'ஞான் மலையாளியானு... நாயரானு' என சொல்லி தன்னை அறிமுகப்படுத்திக்கிட்டான் மலேசியா வாசுதேவன்.

எம்.ஜி.ஆர்., அதுக்கு ஒண்ணும் சொல்லல.

1978-ஆம் வருஷம்... ஒரே பரபரப்பு.

மறுபடியும் சினிமாவில் நடிக்கப் போறதா எம்.ஜி.ஆர். அறிவிச்சதுதான் அந்த பரபரப்புக்கு காரணம்.

'முதலமைச்சரா இருக்குற எம்.ஜி.ஆர்., சினிமாவுல நடிக்க முடியுமா? நடிக்கலாமா?'னு விவாதம் கிளம்புச்சு.

ஆனா எம்.ஜி.ஆர். பட வேலைகளை தொடங்கிட்டார்.

கவிஞர் வாலியண்ணா பத்தே நாள்ல கதைய ரெடி பண்ணிட்டார்.

சென்னையிலிருந்து மதுரைக்கி விமானத்துல கிளம்பினார் எம்.ஜி.ஆர்.

விமானப் பயணத்துலயே கதையைச் சொல்லி ஓ.கே. வாங்கீட்டார் வாலியண்ணா.

இளையராஜாவை இசையமைப்பாளரா முடிவு செஞ்சார் எம்.ஜி.ஆர்.

'முதலமைச்சரோட பணிக்கு இடைஞ்சல் இல்லாம எம்.ஜி.ஆர் நடிக்கிறதுல ஆட்சேபணை இல்லை'னு அப்போதைய பிரதமர் மொரார்ஜிதேசாயும் பத்திரிகைகளுக்கு குடுத்த பேட்டியில சொல்லீட்டார்.

எம்.ஜி.ஆர் நடிக்கப்போற படத்த தயாரிக்கவிருந்தவரோட பேரு நடராஜன்னு நெனைக்கிறேன்.

'உன்னை விட மாட்டேன்' பட விழாவில் மக்கள் திலகம் எம்.ஜி.ஆருடன் இளையராஜாண்ணன்

அவரோட ஆபீஸ்ல பாட்டுக்கான மெட்டு அமைக்கிற வேலையைச் செஞ்சோம்.

ட்யூன் புடிச்சு, வாலி எழுதின பாட்ட பாடி... ஸ்பூல் டேப்-ரெக்கார்டர்ல ரெக்கார்ட் பண்ணி எம்.ஜி.ஆருக்கு அனுப்பிச்சார் ராஜாண்ணன்.

எம்.ஜி.ஆர். அதக் கேட்டுட்டு 'நல்லாருக்கு'னு சொல்லி ஓ.கே. பண்ணீட்டார்.

பிரசாத் ஸ்டுடியோ ரெக்கார்டிங் தியேட்டர்ல இளையராஜா

இசையில எம்.ஜி.ஆர், படத்துக்கான பாட்டை டி.எம்.சௌந்தரராஜன் பாட... பதிவு செஞ்சாச்சு.

பிரசாத்ல பெரிய மேட போட்டு எம்.ஜி.ஆரின் 'உன்னை விடமாட்டேன்' படத்தோட துவக்கவிழா பிரமாண்டமா நடந்தது.

அந்த மேடைல 'ரொம்ப மகிழ்ச்சியாக' இருப்பதாக எம்.ஜி.ஆர். பேசினார்.

துவக்க விழா முடிஞ்சதும் பதிவு பண்ணப்பட்ட பாடலை கேட்கிறதுக்காக ரெக்கார்டிங் தியேட்டருக்கு வந்தார்.

பாடல் ஒலிபரப்பப்பட்டுச்சு.

முழுப்பாட்டையும் கேட்டு முடிச்சவர்... இளையராஜாவை பார்த்து...

"நல்லா இல்லையே... நீங்க பாடி அனுப்பிச்ச மாதிரி இதுல இல்லையே... மாத்தி ரெக்கார்ட் பண்ணுங்க"னு சொல்லீட்டுக் கிளம்பினார் எம்.ஜி.ஆர்.

அந்தப் பாட்ட மலேசியா வாசுதேவனைப் பாடவச்சு ரெக்கார்ட் பண்ணி அனுப்பினார் ராஜாண்ணன்.

பாடலைக் கேட்டு திருப்தி தெரிவித்தார் எம்.ஜி.ஆர்.

மலேசியா வாசுதேவனின் குரல் எம்.ஜி.ஆருக்கு ரொம்பவே பிடிச்சுப் போச்சு.

என்ன காரணமோ... 'உன்னை விடமாட்டேன்' படம் கைவிடப்பட்டது.

என் மாமனார் எஸ்.எஸ்.பி.லிங்கம். (நான் அவருக்கு மருமகனா ஆகிறதுக்கு முன்னாடி) தி.மு.க.வுல பிரபலமானவர். அண்ணாவுக்கு நெருக்கமானவர்... பக்க பலமா இருந்தவர். அண்ணா என் மாமனார் வீட்ல தங்குவார். அப்போ... அண்ணாவப் பார்க்க கலைஞர், எம்.ஜி.ஆரெல்லம் என் மாமனார் வீட்டுக்கு வருவாங்க. இதப்பத்தி நான் ஏற்கனவே சொல்லீருக்கேன்.

அண்ணாவுக்கும், எம்.ஜி.ஆருக்கும் இருந்த நெருக்கத்த என் மாமனார் என்கிட்ட பலதடவை சொல்லீருக்கார். எம்.ஜி.ஆரோட தனக்கு இருந்த நட்பையும் சொல்லீருக்கார்.

எம்.ஜி.ஆரைப் பத்தி பல அரிய தகவல்கள் என்கிட்ட சொல்லுவார். ஆனாலும் அவருக்கு எம்.ஜி.ஆரைப் பிடிக்கவே பிடிக்காது. கலைஞரைத்தான் ரொம்பப் பிடிக்கும். தான் சுத்தமான தி.மு.க.காரன்ங்கிற பிடிப்பு அவர்கிட்ட எப்பவும் உண்டு.

'அம்பாள் அண்ட் கம்பெனி'ங்கிற பெயிண்ட் கடை வச்சிருந்தார். தி.மு.க. கட்சி ஆபீஸான 'அன்பகம்' கட்டிடத்துக்குத் தேவையான பெயிண்ட் கொடுத்துருக்கார். தி.மு.க. மாநாடுகளுக்கு தேவையான பெயிண்ட்டும் என் மாமனார் தருவாராம்.

இந்தச் சூழ்நிலையில...

இளையராஜா பிஸியான... பெரிய... மியூஸிக் டைரக்டரா இருக்க... நானும் மியூஸிக் டைரக்டரா பிஸியாயிட்டேன்.

1981-ல.... பாக்யராஜோட 'மௌனகீதங்கள்' படத்துக்கு நான்தான் மியூஸிக்.

படமும், பாட்டும் சக்கைப் போடு போட்டுக்கிட்டிருக்கு....

எனக்கு எம்.ஜி.ஆரை சந்திக்கணும்னு ரொம்ப ஆசை. அதை என் மாமனார்கிட்ட சொன்னேன்.

என் மாமனார் என்னோட விருப்பத்த அப்போ அமைச்சரா இருந்த ப.உ.சண்முகத்துகிட்ட சொன்னார். உறவு முறையில் ப.உ.ச., எனக்கு சின்ன மாமனார்.

எம்.ஜி.ஆர்.கிட்ட விஷயம் போச்சு. காலைல பார்க்கிறதுக்கு வரச்சொல்லீட்டார்.

எம்.ஜி.ஆர். வீட்டில்... இட்லி, வடை, பூரி... அதோட எம்.ஜி.ஆரின் டென்ஷன்....

43
முதல்வருடன் ஒரு பயணம்!

நான் மியூஸிக் டைரக்டரான பின்னாடி என்னோட இசையில வந்த பாக்யராஜின் 'மௌன கீதங்கள்' படம் வெளியான நேரத்துல... 1981-ல எம்.ஜி.ஆரை சந்திக்கணும்கிற என்னோட ஆசய என் மாமனார்கிட்ட சொன்னேன்.

அறிஞர் அண்ணாவுக்கு நெருக்க மான தோழரா இருந்த என் மாமனார் எஸ்.எஸ்.பி.லிங்கம் சுத்த தி.மு.க.காரர். அவருக்கு எம்.ஜி.ஆரைப் பிடிக்காது. கலைஞரைத்தான் ரொம்பப் பிடிக்கும்.

இருந்தாலும் எனக்கு சின்ன மாமனார் உறவுமுறை வர்ற... அப்போ அமைச்சரா இருந்த ப.உ.சண்முகம் கிட்ட என்னோட ஆசய என் மாமனார் தெரிவிச்சார்.

காலைல பார்க்க வரச் சொல் லீட்டார் எம்.ஜி.ஆர். என் மாமனார் வீடு இருக்க ராஜா அண்ணாமலை புரத்துலதான் ப.உ.ச.வீடும்.

கார்ல நானும் என் மாமனாரும்

அவரோட வீட்டுக்குப் போனோம்.

"வாங்க... சாப்டுட்டு போலாம்"னு ப.உ.ச. தன்னோட வீட்ல எங்கள சாப்பிட வச்சுட்டார்.

இட்லி சாப்டுட்டு கார்ல ராமாவரம் தோட்டத்துக்குப் போனோம்.

'நாங்க வந்திருக்கோம்'னு எழுதிக் குடுத்த ஒடனே தலைவர் வரச்சொல்லீட்டார்.

உள்ள போனோம்.

"வாங்க, சாப்பிடப் போகலாம்"னு தலைவர் சொல்ல...

தலைவர் அப்படி சொல்றார்னா... அவரும் சாப்பிடாம வெய்ட் பண்றார்னு அர்த்தம்.

ப.உ.ச.வோ "நாங்க வரும்போதே சாப்பிட்டுட்டு வந்துட்டோம்"னு சொன்னார்.

"இங்க வர்றோம்னு தெரியும்ல. அப்புறம் ஏன் சாப்பிட்டுட்டு வந்தீங்க? ஒங்களுக்காக நானும் சாப்பிடாம காத்திட்டுருக்கேன்ல..." என எம்.ஜி.ஆர் கொஞ்சம் டென்ஷனாவே கேட்டார்.

"அய்யோ... சும்மா ஆளுக்கு ரெண்டு இட்லிதான் சாப்ட்டோம். வாங்க சாப்பிடப் போலாம்"னு நான் சொன்னேன்.

எல்லாரும் சாப்பிடப் போனோம்.

ரொம்ப அன்பா உபசரிச்சார் தலைவர்.

இட்லி, வடை, பூரினு விருந்துதான்.

சாப்பிட்டு முடிஞ்சதும் என்கிட்ட ''என்ன பண்றீங்க?"னு விசாரிச்சார்...

"நான் மியூஸிக் பண்ணீட்டு இருக்கேன். 'சுவரில்லா சித்திரங்கள்', 'மௌன கீதங்கள்' படத்துக்கு மியூஸிக் பண்ணீருக்கேன்''னு சொன்னேன்.

"அப்படியா?"னு சந்தோஷமா விசாரிச்சார்.

அவரப் பார்த்த சந்தோஷத்தோட கிளம்பி வந்தேன்.

'மௌளன கீதங்கள்' படம் சக்கப்போடு போட்டுக்கிட்டிருக்கு....

ஒருநா... என்னோட வீட்டுக்கு போன்.

74491 இதுதான் அப்ப எங்க வீட்டு போன் நம்பர்.

போனை எடுத்து 'ஹலோ'னு சொன்னேன்.

எதிர் முனையில் எம்.ஜி.ஆர்.

"சாயந்திரம் 'மௌன கீதங்கள்' படம் பார்க்க வர்றேன். எந்த தியேட்டர்ங்கிற, விபரம் சாயந்திரம் சொல்லுவாங்க"னு சொல்லீட்டு வச்சிட்டார்.

படம் எல்லா தியேட்டர்லயும் சூப்பரா ஓடிக்கிட்டிருக்கு. பிரிண்ட் எங்க எடுக்குறதுனு தெரியல.

நான் பாக்யராஜுக்கு போன் பண்ணினேன்.

அவர் 'டார்லிங் டார்லிங்' பட ஷூட்டிங்ல... கொடைக்கானல்ல

இருக்கார்.

புரொடியூஸருக்கு போன் பண்ணினேன்.

"பிரிண்ட் எதுவும் கைவசம் இல்லையே. வேண்ணா லேப்ல கேட்டுப் பாருங்க"னு சொல்லீட்டார்.

பிரசாத் லேப்புக்கு போன் பண்ணினேன்.

"கர்நாடகாவுக்கு அனுப்புறதுக்காக ஒரு பிரிண்ட் இருக்கு"னு சொன்னாங்க.

போய் பிரிண்ட்ட வாங்கினேன்.

தி.நகர்ல நடிகர் விஜயகுமாருக்கு சொந்தமான 'மூவி பாரடைஸ்' பிரிவியூ தியேட்டர்லதான் தலைவர் படம் பார்க்குறாருனு ஃபிக்ஸ் ஆச்சு.

தலைவருக்கும், தலைவரோட படம் பார்க்குற எல்லாருக்கும் ஐஸ் க்ரீம் ஆர்டர் பண்ணீருந்தாங்க... இண்டர்வெல்ல சாப்பிடுறதுக்கு.

அதுவும் எப்படி?

'எந்த வேறுபாடும் இல்லாம ஒரே சைஸ்ல இருக்கணும்'னு தலைவர் உத்தரவு.

கேக்ல செய்யப்பட்ட அந்த கஸட்டா ஐஸ்க்ரீம் வந்தது.

படத்த சிரிச்சு, மகிழ்ந்து, ரொம்பவே ரசிச்சுப் பார்த்தார் எம்.ஜி.ஆர்.

படம் முடிஞ்சு வெளிய வந்தார்.

அந்தச் சமயம் என் மாமனார் ரொம்ப அடர்த்தியா தாடி வச்சிருந்தார்.

அதைக் கவனிச்ச எம்.ஜி.ஆர். “இதென்ன தாடி? எடுத்துத் தொலைங்க...”னு சொல்லீட்டு கார்ல ஏறிப் போய்ட்டார்.

அப்புறமென்ன... மறுநாளே தாடிய எடுத்துட்டார் என் மாமனார்.

'நீ மனுஷன்யா'னு சொல்லி சிலாகிச்சுக்கிட்டே எம்.ஜி.ஆர். காட்டின அக்கறய நெனச்சு... எம்.ஜி.ஆரின் ரசிகனாவே ஆயிட்டார் என் மாமனார்.

அதுதான் எம்.ஜி.ஆரின் ஈர்ப்பு சக்தி.

அதுக்குப் பிறகு... பத்து நாளுக்கு ஒரு தடவ... தோட்டத்துல போய் தலைவர பார்த்திட்டு வருவேன். நாங்க மியூஸிக் பண்ணின படப் பாடல்களோட கேஸட்ட குடுத்துட்டு வருவேன்.

தலைவர்கூட ரொம்ப நெருக்கமான உறவு உண்டாச்சு.

எம்.ஜி.ஆர். காட்டிய இந்த அன்புக்கு பல சாட்சிகள் இப்பவும் இருக்காங்க.

ஒருநா...

எம்.ஜி.ஆர். கூட நான் கார்ல போறேன். தி.நகர் ஆற்காடு ரோட்ல இருந்து தோட்டத்துக்குப் போறோம்.

முன்ஸீட்ல நான் உட்கார்ந்திருக்கேன்.

பின்ஸீட்ல தலைவர். கூட டாக்டர் மகாலிங்கமோ... யாரோ... இருந்தாங்க.

கார் போய்க்கிட்டிருக்கு.... நான் பாடிக்கிட்டிருக்கேன்...

'ஆஹா நம் ஆசை நிறைவேறுமா? கடல் அலை போல மறைந்தோட நேருமா?'னு நான் பாட....

“ம்... ம்... பாடு”னு சொல்லி ரசிக்கிறாரு தலைவர்.

தி.நகர்லருந்து அண்ணா சாலை நந்தனம் தேவர் சிலைகிட்ட ரோடு ஜாய்ண்ட் ஆகுற இடத்துக்கிட்ட கார் போகுது.

(இதுதான் தலைவர் ரெகுலரா போற ரூட்

அந்த இடத்துல ஒரு தெருவிளக்கு மினுக்கு மினுக்குனு எரிஞ்சுக்கிட்டிருந்துச்சு. முதல்நாளே இத கவனிச்சி நடவடிக்கை எடுக்கச் சொல்லியிருப்பார்போல)

முன்ஸீட்ல என் பக்கத்துல உட்கார்ந்திருந்த செக்யூரிட்டி

ஆபீஸரோட முதுகில அடிக்கிற மாதிரி ஓங்கி தட்டினார் எம்.ஜி.ஆர்.

"என்னது?"

"அய்யா... நேத்தே சொல்லீட்டேங்கய்யா... சரி பண்றம்னு சொல்லீட்டாங்கய்யா..."னு சொன்னார் அந்த அதிகாரி.

எந்த ஆடம்பரமுமில்லாம ஒரு முதலமைச்சர் ஒரே ஒரு போலீஸ் ஜீப் முன்னால போக.... கார்ல போயிட்டிருக்கார்.....

கத்திப்பாரா ஜங்ஷன் வந்ததும்... சிக்னலுக்கு கார் நிக்குது.

சட்டம்-ஒழுங்கு போலீஸ்காரங்க... டிராஃபிக் போலீஸார் நாலைஞ்சு பேர் டிராஃபிக்க க்ளீயர் பண்ணிட்டு ஓரமா வரிசையா நின்னிருந்தாங்க...

கார் கண்ணாடிய இறக்கிவிட்ட எம்.ஜி.ஆர்., வெளியே தலைய நீட்டி ரொம்ப உற்சாகமா அவங்களுக்கு கை காட்டினார்.

அந்த இடத்த கடந்ததும் மறுபடி கார் கண்ணாடிய ஏத்திவிட்டார்.

பரங்கிமலைலருந்து... ரைட்ல கார் திரும்புது.

அந்த கார்னர்ல ஒரு டீக்கட.....

டீக்கடைக்காரர் வெளியில ஒரு தட்டோட நிக்கிறார்.

அவர் பக்கத்துல வந்து எம்.ஜி.ஆரோட கார் நிக்குது...

44
“சி.எம். இனிமேல் நடிக்கக்கூடாது!”

முதல்வர் எம்.ஜி.ஆருடன்… அவரோட தி.நகர் ஆபீஸ்லருந்து கத்திப்பாரா வழியா ராமாவரம் தோட்டத்துக்கு கார்ல போய்க்கிட்டிருந்த அனுபவத்த சொன்னேனில்லையா…

கார் பரங்கிமலையிலிருந்து ரைட்டுல திரும்புது.

அந்தக் கார்னர்ல ரைட் ஸைடுல ஒரு டீக்கட.

டீக்கடக்காரர் ஒரு தட்டோட கடவாசல்ல நிக்கிறார்.

அவரைப் பார்த்ததும் எம்.ஜி.ஆரோட கார் நிக்குது.

கார் நின்னதும் தயாரா இருந்த டீக்கடைக்காரர் அந்தத் தட்டுல ஒரு கற்பூரத்த வச்சு கார் முன்னால சுத்தி ஆராதனை காட்டுறார்.

எம்.ஜி.ஆர். அவர ஆசிர்வதிச்சார்.

மறுபடி கார் வேகமெடுக்குது.

இதப்பார்த்து நான் அசந்துபோயிட்டேன்.

எம்.ஜி.ஆர். மேல இந்த மக்களுக்கு

எம்புட்டு அன்பு....

கார் போற வழியில கூட்டமா ஜனங்க நின்னிருந்தா... கார் கண்ணாடிய எறக்கிவிட்டு 'என்ன? ஏது?'னு விசாரிச்சுட்டுத்தான் போவார் தலைவர்.

எம்.ஜி.ஆரின் வீட்டை நோக்கி கார் போய்க்கிட்டிருக்கு...

நான் அடிக்கடி தலைவர்கூட அவர் வீட்டுக்குப் போவேன்.

இன்னைக்கி நான் எதுக்கு அவர்கூட கார்ல போய்க் கிட்டிருக்கேன்....?

ஒருநா....

தலைவர பார்த்தப்போ... "என்கிட்ட ஒரு கத இருக்கு. அத நீங்க கேட்கணும்"னு சொன்னேன்.

"எதுக்காக, என்கிட்ட கத சொல்லணும்?"னு கேட்டார்.

"கதையைக் கேளுங்களேன்"னு சொன்னேன்.

"சரி... நேரம் கிடைக்கும்போது கேட்குறேன்"னு சொல்லீருந்தார்.

அதுக்காகத்தான் இப்போ அவர்கூட அவரோட வீட்டுக்குப் போய்க்கிட்டிருக்கேன்.

இப்போ அவர்கூட கார்ல போய்க்கிட்டிருக்கதுக்கு முதல்நாள் என்ன நடந்துச்சுன்னா....

நான் ஸ்டுடியோவுல வேலையா இருந்தேன்.

ஸ்டுடியோவுக்கு போன்... என்னைக் கேட்டு...

போய் அட்டன்ட் பண்ணினேன்.

'சி.எம். ஆபீஸ்லருந்து பேசுறோம். சாயங்காலம் சி.எம். உங்கள வரச்சொன்னார்'னு தகவல் சொன்னாங்க.

நான் தி.நகர் ஆற்காடு சாலை ஆபீஸுக்குப் போனேன்.

தலைவர் மேல இருக்கார்.

கீழ, தலைவர் பி.ஏ. சுந்தரமூர்த்தி, பிச்சாண்டி, ஸ்ரீபால் ஐ.ஜி. இவங்க உட்கார்ந்திருந்தாங்க.

கீழ ஏதாவது பேசுனாலே தலைவருக்கு கேட்கும்.

அந்த காம்பவுண்ட்டே நிசப்தமா இருக்கு.

நானும் போய் உட்கார்ந்தேன்.

தலைவருக்கு எப்பவுமே உதவியா இருப்பவரு மாணிக்கம்னு ஒரு பையன். அந்தப் பையன் காபி குடுத்தாத்தான் குடிப்பார் தலைவர். அந்தப் பையன் ஸ்நாக்ஸ் குடுத்தாத்தான் சாப்பிடுவார்.

(மாணிக்கம் இப்ப எங்க இருக்கார்னு தெரியல. நான் அவர பார்க்க ஆசப்படுறேன். இந்த தொடர படிக்கிறவங்க மூலமோ, அவரே இந்த தொடரப் படிச்சோ... என்னை தொடர்புகொண்டா ரொம்ப சந்தோஷப்படுவேன்)

நான் கீழ இருந்த சுந்தரமூர்த்தி சார், ஸ்ரீபால் சார்கிட்ட "ஐயா வரச்சொன்னாங்க"னு பேசிக்கிட்டிருக்கேன்.

எனக்கு தமிழக அரசின் 'கலைமாமணி' விருது கிடைத்தது. அந்த விழாவில் கவர்னர் குரானா, எம்.ஜி.ஆர்., நெடுஞ்செழியன், நான்

கொஞ்ச நேரம் ஆச்சு.

மாணிக்கம் என்கிட்ட வந்தார்.

"ஐயாவுக்கு கொஞ்சம் வயித்த வலி. ஒங்கள நாளைக்கி வரச் சொன்னாரு"னு சொன்னார்.

கீழ இருக்கவங்க என்ன பேசுனாலும் தலைவருக்கு கேட்கும். நான் அதை யோசிக்கல....

"வயிறு வலியோட அவருக்கு என்ன சார் ஆபீஸ்ல வேல? அதான் நீங்கள்லாம் இருக்கீங்கள்ல. அவரு வீட்டுல போய் ரெஸ்ட் எடுக்கலாம்ல"னு சத்தமா பேசீட்டேன்.

நான் சொல்லி முடிச்சதும்... அந்த காம்பவுண்ட்டே இன்னும் நிசப்தமா ஆச்சு.

"சரி நான் வர்றேன்"னு சொல்லீட்டு கிளம்பினேன்.

மறுநாள் அதே நேரத்துக்கு தலைவரோட ஆபீஸுக்கு போனேன்.

போனதுமே "கார்ல ஏறு"னு சொன்னார் தலைவர்.

கார் கிளம்புச்சு...

"நேத்து என்ன சொன்ன?"னு எம்.ஜி.ஆர் கேட்டார்.

“ஒண்ணும் சொல்லலியே”

“நேத்து நீ என்ன சொன்ன?”

“ஒங்களுக்கு வயிறு வலினு சொன்னாங்க. அதான் ‘எப்படி இருக்கு?’னு கேட்டேன்”

“நேத்து நீ சொன்னதச் சொல்லு”

“அது... வயிறு வலியோட தலைவர் வேல பார்க்கணுமா?னு....” என இழுத்தேன்.

எம்.ஜி.ஆர் மேல நானும் அக்கறையோட இருக்கேன்னு எம்.ஜி.ஆருக்கு தெரியாதா...

கார்ல முன்ஸீட்டில் இருந்த என்னை பின் சீட்ல இருந்த எம்.ஜி.ஆர் செல்லமா முதுகுல தட்டினார்.

இதோ... தலைவரோட வீடு வந்துருச்சு.

வாசல்ல கூட்டமா ஜனங்களும் கட்சிக்காரங்களும் நிக்குறாங்க.

கார் உள்ள நுழைய... அபிமானிகள் தலைவரோட கார் முன்னால விழுந்து கும்பிடுறாங்க...

தலைவர் கீழ இறங்கினார்.

சில கட்சிக்காரங்க அழுதபடி கோரிக்க மனுவ நீட்டுறாங்க.

தலைவருக்கு கோவம் வருது...

‘‘என்னாச்சு? ஏன் இப்படி அழுற?’’னு ஒரு கட்சிக்காரர விசாரிக்க...

“தலைவரே நான் தர்மபுரிலருந்து வர்றேன். வட்டச் செயலாளரா இருக்கேன்”

“இப்ப என்ன?”

அந்த ஆள் கட்சியில இதைவிட பெரிய பொறுப்ப கேட்க...

“இப்ப எதுக்கு? ஏற்கனவே அந்தப் பதவியில இருக்கிறவருக்கு என்ன குறை... பார்க்கலாம்... பார்க்கலாம்...”னு கோரிக்கையோட வந்தவங்களையும், தலைவர பார்த்தா போதும்னு வந்த அபிமானிகளையும் பார்த்து பேசி அனுப்பிச்சார்.

நேரா தன் அம்மாவோட சமாதி முன்னால நின்னு வணங்கினார்.

நானும் வணங்கினேன்.

(தினசரி... வீட்லருந்து கிளம்பும்போதும், வீட்டுக்கு திரும்பும்போதும் தன் தாயாரோட சமாதிய வணங்குறத வழக்கமா வச்சிருந்தார் தலைவர்)

‘‘வா... போலாம்’’னு சொல்லி என்னைக் கூட்டிக்கிட்டு லிஃப்ட்டுக்கு போனார்.

மேல வந்தோம்.

“கொஞ்சம் இரு”னு சொல்லீட்டு உள்ள போய் ட்ரெஸ் சேஞ்ச் பண்ணிக்கிட்டு வந்தார்.

நான் அவர்கிட்ட கதை ஃபைலை நீட்டினேன்.

வாங்கிப் பார்த்தார்....

ஃபைலை பிரிச்சதும்... எம்.ஜி.ஆரோட கைகள் பூ போடுற மாதிரி இருக்கும். அதில் டைட்டில் வரும்...

இப்படி பக்காவா ரெடி பண்ணீருந்தேன் ஃபைல.

"கதயச் சொல்லு" என்றார்.

சொல்லிக்கிட்டே வந்தேன்.

'தலைவர் தூங்குறாரா? எந்த ரியாக்ஷனையும் காணாமே?'னு யோசிச்சபடி கத சொல்றத நிறுத்தினேன்.

"ஏன் நிறுத்திட்ட?"

"அது... வந்து... 'ம்'னோ 'ஓகோ'ன்னோ 'அப்படியா?'ன்னோ எதுவுமே சொல்லமாட்டீங்கிறீங்க. அதனால கதய சொல்றதுக்கு வரமாட்டேங்குது"

"கேட்டுடுத்தான் இருக்கேன். சொல்லு"

கதையைச் சொன்னேன்...

"**க**ங்கைஅமரன்... அப்படி என்னப்பா நீ சி.எம்.கிட்ட கத சொன்ன? 'ரொம்ப நல்லாருக்கு'னு சொல்றார். அவரு சி.எம். அவரு இனிமே நடிக்கக் கூடாதுய்யா" என அமைச்சர் கராசாராம் என்னிடம் சொன்னார்.

தலைவருக்கு நான் சொன்ன அந்தக் கதை...

45
அவரை அசத்திய கதை!

எம்.ஜி.ஆருக்கு கத சொன்ன அனுபவத்த சொன்னேனில்லையா...

எம்.ஜி.ஆருக்கு பிடிச்சுப் போச்சு. அந்தக் கத...

பெரிய பணக்காரர்... காங்கிரஸ் பிரமுகர். அவரோட பொண்ணு. தினமும் அவளை காலேஜுக்கு கார்ல கொண்டுபோய் விடுற ஏழை இளைஞனான டிரைவர்.

இவங்களுக்குள்ள லவ் ஏற்படுது.

இந்தக் காதலுக்கு ஏழை-பணக்காரன்ங்கிற அந்தஸ்தும், கூடவே அரசியல் ஸ்டேட்டஸும் வில்லனாகுது.

அரசியல்வாதியின் அடக்குமுறையை மீறி காதல் வலுப்படுது.

பொண்ணோட அப்பா, தன்னோட செல்வாக்க பயன்படுத்தி... டிரைவர போலீஸ் ஸ்டேஷன்ல வைக்கிறார்.

காதலியும், அவ படிக்கிற கல்லூரி மாணவிகளும் திரண்டு வந்து போலீஸ் ஸ்டேஷன முற்றுகை பண்றாங்க.

இடைவேளை.

செகண்ட் ஆஃப்ல அதிரடியா என்ட்ரி குடுக்குறாரு தலைவரு.

ஆமா... தலைவர் சி.எம்.மா இருக்குறதால... சினிமாவுல நடிக்கிறதுல சட்ட சிக்கல் இருக்கலாம்.

ஆனா சி.எம்., சி.எம்.மாவே கெஸ்ட் ரோல்ல நடிச்சா...

அங்கதான இந்த கங்கைஅமரன் ட்விஸ்ட்டு வச்சான்.

ஸ்டேஷனுக்கு வர்றார் சி.எம்.

'நான் தமிழ்நாட்டோட சி.எம். இந்தப் பையன நான் என் மகனா தத்தெடுத்துக்கிறேன். சி.எம்.மோட தத்துப் பையனுக்கு ஒங்க பொண்ண கல்யாணம் பண்ணிக் குடுக்கலாமே'னு தலைவர் கேட்க...

அதற்கும் மறுப்புத் தெரிவிப்பார் அந்த அரசியல்வாதி.

அப்புறம்?

இந்தக் காதலை அவர் எப்படி சேர்த்து வைக்கிறார்ங்கிறதுதான் கதை.

வாத்தியார் படத்துல ஃபைட் இல்லாமலா?

தலைவருக்கு செமத்தியா ஒரு ஃபைட் ஸீனும் கிரியேட் பண்ணிச் சொன்னேன்.

"கதை நல்லாருக்கு. இதுல நான் நடிக்கிறதா இருந்தா, எத்தனை நாள் கால்ஷீட் ஒதுக்கணும்?"னு கேட்டார் எம்.ஜி.ஆர்.

"ஒங்களுக்கு ரொம்ப சிரமம் தரமாட்டேன். ஒரு 15 நாள் கொடுத்தீங்கன்னா... ஒங்க போர்ஷன எடுத்து முடிச்சிருவேன்"

"சரி... கிளம்பு" என்றார்.

கிளம்பி வந்தேன்.

'யப்பா... எப்பேர்ப்பட்ட எம்.ஜி.ஆருக்கே கத சொல்லி அசத்திப்புட்டியே'னு என்னை நானே மெச்சிக்கிட்டேன்.

மறுநா...

சட்டசபை கூட்டம் முடிஞ்சு மதிய சாப்பாட்டு நேரத்துல அமைச்சர் ஹெச்.வி.ஹண்டே உட்பட பலர் இருக்க... அவங்ககிட்ட எம்.ஜி.ஆர்., டிஸ்கஸ் பண்ணீருக்கார்.

"அமர் நேத்து வந்து ஒரு கத சொல்லுச்சு. ரொம்ப நல்லா இருந்துச்சு. வித்தியாசமா இருந்துச்சு. இந்தக் காலத்துக்கு ஏத்த மாதிரியும் இருந்துச்சு"னு சொல்லீருக்கார்.

(நான் உண்மையைத்தான் சொல்றேன். சாட்சிக்கு ஹண்டே இருக்கார்)

சாயங்காலம் சட்டசபை கூட்டம் முடிஞ்சதும் இதுபத்தியே பேச்சு ஓடீருக்கு.

அமைச்சர்கள் க.ராசாராம், ப.உ.சண்முகம் இவங்ககிட்ட நான் சிக்கீட்டேன்.

"ஏம்ப்பா அமர்... நீ அப்படியென்ன கதை சொன்ன? சி.எம்.,

அந்தக் அந்தக் கதயப்பத்தியே பேசிக்கிட்டிருக்காரு. அவரு சி.எம்.யா. அவரு மறுபடியும் நடிக்கிறதுல ஆயிரம் சிக்கல் இருக்கு. நீ கத சொல்லி அவரோட மனச மாத்தி வச்சிருக்கியே"னு ரெண்டுபேரும் என்கிட்ட சடவா பேசினாங்க.

அதுக்குப் பிறகும் இந்தக் கதய வச்சு ரெண்டு மூணு சிட்டிங் பேசீருக்கார் தலைவர்.

ஆனா... கைவிடப்பட்டுச்சு.

படம் எடுக்கலேன்னா என்ன. கத சொல்லி தலைவரை அசத்துன சந்தோஷம் என் நெஞ்சு முழுக்க இருக்கே.

அ.தி.மு.க. கட்சி நிதிக்காக இளையராஜா-கங்கை அமரன் இசை நிகழ்ச்சி ஏற்பாடு செய்யப்பட்டது.

இது நிதிக்காக, அ.தி.மு.க. நடத்திய முதல் இசை நிகழ்ச்சி.

சென்னை பல்கலைக்கழக மைய மண்டபத்துல நடக்குது.

கூட்டம் நிரம்பி வழியுது.

எம்.ஜி.ஆர். படப் பாட்டுக்கள தொடர்ந்து பாடிக்கிட்டிருக்கோம்.

எம்.ஜி.ஆர் வந்து கச்சேரிய ரசிச்சபடி பார்வையாளர் வரிசையில உட்கார்ந்திருக்கார்.

எங்களுக்கு ஒரு ஆச... தலைவர் முன்னாடி நாங்க மியூஸிக் பண்ணின பாட்டை பாடணும்னு.

"நாங்க மியூஸிக் பண்ணின பாட்டு ஒண்ண பாடலாமா?"னு மைக்ல ஆடியன்ஸ்கிட்ட கேட்கிறேன்.

"வேணாம்... வேணாம். தலைவர் பாட்டுப்பாடு"னு கத்துறாங்க.

"வாத்யார் பாட்டுத்தான் பாடணும்"னு கலாட்டா பண்றாங்க.

நான் மேடைலருந்து எறங்கி கீழ... தலைவர்கிட்ட வந்தேன்.

"எங்க இசையில வந்த ஒரு பாட்டக் கூட பாடவேணாம்னு கத்துறாங்களே"னு சொன்னேன்.

அப்படியே ஜம்ப் பண்ணி மேடயில ஏறி... மைக்கப் பிடிச்சார் தலைவர்.

"என்னோட பாட்டத்தான் சினிமாவுல பார்த்திருக்கீங்க. ரேடியோவுல கேட்குறீங்க... ரெக்கார்ட்லயும் திரும்பத் திரும்ப கேட்குறீங்க. இவங்க ரொம்ப திறமையான மியூஸிக் டைரக்டர்ஸ். இவங்களோட பாட்ட கேட்கத்தான் நான் வந்தேன். இதுல நீங்க தொல்ல பண்ணினா என்ன அர்த்தம்? அவங்க மியூஸிக் பண்ணின பாட்ட பாடுவாங்க. நீங்கள்லாம் கைதட்டி, அவங்கள உற்சாகப்படுத்தி ரசிக்க வேணாமா?"னு எம்.ஜி.ஆர் கேட்க...

கூட்டம் அமைதியாச்சு.

மறுபடி கீழபோய் அமர்ந்தார்.

'மச்சானப் பார்த்தீங்களா?'னு அதிரடியா ஆரம்பிச்சோம்.

இப்படி எங்க பாட்டுக்களப் போட்டு வாங்கு வாங்குனு வாங்குனோம்.

ரசிகர்களும் ரொம்ப உற்சாகமா கை தட்டி, ஆரவாரமா ரசிச்சாங்க.

இந்த கச்சேரியால எம்.ஜி.ஆர். எம்மேல வச்சிருந்த அன்பு இன்னும் அதிகமாச்சு.

சத்துணவு திட்டத்துக்கு நிதி திரட்றதுக்காக 'மாவட்டம்தோறும் கங்கைஅமரன் கச்சேரி'னு என்னை கச்சேரி நடத்தச் சொன்னார் எம்.ஜி.ஆர்.

ஒவ்வொரு மாவட்டத்துலயும் அந்தந்த மாவட்ட கலெக்டரே வந்து என்னை ரிஸீவ் பண்ணி கூட்டிட்டுப் போவாங்க.

கிட்டத்தட்ட எல்லா மாவட்டங்கள்லயும் இந்தக் கச்சேரி நடத்தினேன்.

நான் இதுக்காக என்ன சம்பளம் வேணும்னு கேட்கவே இல்ல.

அப்போ சினிமாவுல நான் கொஞ்சமாத்தான் சம்பளம் வாங்கிக்கிட்டிருந்தேன்.

ஆனா... நானே எதிர்பார்க்காதபடி எனக்கு நிறைய சம்பளம் கிடைக்க ஏற்பாடு செஞ்சார் தலைவர்.

தமிழக அரசின் 'கலைமாமணி விருது' எனக்கு கிடைச்ச போட்டோவ போன அத்தியாயத்துல பார்த்திருப்பீங்க.

விருது கொடுக்குற நிகழ்ச்சிக்கு முன்னாடி, என்னோட கச்சேரிக்கி ஏற்பாடு செய்யப்பட்டிருந்துச்சு.

பார்வையாளர் வரிசையில் உட்கார்ந்திருந்த தலைவரைப் பார்த்தபடியே மைக்கப் பிடிச்சு… "நீங்க தமிழ்நாட்டோட சி.எம்.மா இருக்கலாம். அதுக்கு நான் என்ன பண்ண முடியும்?"னு சொன்னேன்.

மொத்த அரங்கமும் என்னைப் பார்த்துச்சு.

"நீங்களும் என்னை ஒண்ணும் பண்ண முடியாது"னு மறுபடி நான் சொல்ல….

எல்லாருக்கும் திகைப்பு.

46
“மினிஸ்டர்கள் எனக்கு கட்டுப்படுவாங்களா?”

தமிழக அரசின் ‘கலைமாமணி’ விருது எனக்கும் கிடைச்சது.

கலைவாணர் அரங்கத்துல நடந்த இந்த விழாவுல.... என்னோட இன்னிசைக் கச்சேரிக்கு ஏற்பாடு செஞ்சிருந்தாங்க. விருதுகள் வழங்குறதுக்கு முன்னால கச்சேரி.

பார்வையாளர் வரிசையில் எம்.ஜி.ஆர். உட்கார்ந்திருந்தார்.

மைக்கப் பிடிச்சேன்.

“எல்லாருக்கும் வணக்கம். அன்புத் தலைவருக்கு வணக்கம்”னு சொல்லீட்டு தலைவரைப் பார்த்துக்கிட்டே “நீங்க தமிழ்நாட்டோட முதலமைச்சர். இருந்தாலும் என்ன பண்றது? அதுக்கு நான் என்ன பண்ணமுடியும்?”னு சொன்னேன்.

மொத்த அரங்கமும் என்னைப் பார்த்துச்சு.

“நீங்களும் ஒண்ணும் பண்ண முடியாது”னு மறுபடி நான் சொல்ல....

எல்லாருக்கும் திகைப்பு.

“நீங்கதான் என்னய கச்சேரி பண்ணச் சொல்லீருக்கீங்க. நான் பாடப் போறேன். வேற வழியே இல்ல. நீங்க தடை உத்தரவு போட முடியாது. நான் பாடுறத நீங்க கேட்டுத்தான் ஆகணும்''னு சொல்லீட்டு ‘ஜனனி... ஜனனி... ஜகம் நீ’ பாடல ஆரம்பிச்சு கச்சேரி

‘அண்ணா விருது’ விழாவின்போது மக்கள் திலகம்– –பாரதிராஜாண்ணன் –நான்

நடத்துனேன்.

இந்த விழாவ பார்க்க எங்க அம்மாவும் வந்திருந்தாங்க.

நிகழ்ச்சி முடிஞ்சு தலைவர் கிளம்பப்போற நேரம்.

மேடையோட கடைசிப் பகுதியிலருந்து நேரா கார்ல ஏறி வெளியில போற மாதிரி அந்த மேடை இருந்தது.

“அம்மா விழாவப் பார்க்க வந்துருக்காங்க. கூட்டி வரட்டுமாங்க தலைவரே?”னு கேட்டேன்.

‘வேணாம்’னு கையாட்டினவர், விறுவிறுனு மேடைலருந்து எறங்கி எங்க அம்மா உட்கார்ந்திருந்த எடத்துக்கே வந்துட்டார். கூடவே ஜானகியம்மாவும் வந்தாங்க.

எங்கம்மாவோட கால்ல விழுந்து வணங்குறதுக்காக தலைவர் குனிஞ்சபோது...

ஒரு முதலமைச்சர்... நாடறிஞ்ச மக்கள் திலகம்... தன்னோட கால்ல வணங்கி ஆசி வாங்குறது கிராமத்து தாயான எங்கம்மாவுக்கு கூச்சத்த உண்டாக்குச்சு...

“என்னப்பா... இப்படி பண்றீங்க...”னு கேட்டபடி ஆசிர்வாதம் செஞ்சாங்க.

தாய்க்குலத்தோட தலைமகனாச்சே எம்.ஜி.ஆர்.

எங்கம்மாவ அரவணச்சு நலம் விசாரிச்சு... பேசிட்டுக் கிளம்பினார் தலைவர்.

ஒருதடவ தலைவரப் பார்க்கப் போயிருந்தப்ப... “இப்ப என்ன வேலை போய்க்கிட்டிருக்கு?”னு கேட்டார்

‘‘சொந்தமா ‘அலைகள் ஓய்வதில்லை’ படம் தயாரிச்சுக் கிட்டிருக்கோம். பாரதிராஜா டைரக்‌ஷன் பண்ணீட்டு இருக்கார்”னு சொன்னேன்.

‘அலைகள் ஓய்வதில்லை’ ரிலீஸுக்குப் பின்னாடி....

“அமர் நான் படம் பார்க்க வர்றேன்”னு சொன்னார்.

நான் இதைச் சொன்னபோது பாரதிராஜாண்ணன் நம்பல.

ஆனா சொன்னபடி தலைவர் வந்தார். நடிகர் சங்க தியேட்டர்ல படம் பார்த்தார்.

‘‘படம் பிடிச்சுப் போச்சுன்னா சி.எம். ஏதாவது கிஃப்ட் தருவார். கிஃப்ட் எதுவும் இல்லேன்னா கைல கட்டீருக்க வாட்ச்ச கழட்டி கட்டிவிடுவார்”னு பாரதிராஜாண்ணன்கிட்ட அமைச்சர் ப.உ.சண்முகம் சொல்ல... பாரதிராஜாண்ணன் கைய ரெடியா வச்சிருக்கார்.

படம் முடிஞ்சது.

“ரொம்ப நல்லாருக்கு”னு பாராட்டிட்டு கிளம்பிப் போயிட்டார் தலைவர்.

பாரதிராஜாவுக்கு கிடைக்காத தலைவரோட வாட்ச் எனக்கு கிடைச்சது ஒரு சந்தர்ப்பத்துல.

‘அது என்னா?’னு அப்புறமா சொல்றேன்.

நான் வினயமில்லாம எவ்வளவு ஜாலியா பேசுவேன்ங் கிறதுக்கும், தலைவர் என்னய எப்படி கிண்டல் பண்ணுவார்ங் கிறதுக்கும் ஒரு சம்பவம்...

‘பாவலர் பிரதர்ஸ்’ பேனர்ல நாங்க தயாரிச்ச முதல்படம் ‘அலைகள் ஓய்வதில்லை.’ செம ஹிட்டா ஓடின படம். படத்தோட சில்வர் ஜூப்ளி விழாவ (175-வது நாள் விழா) கொண்டாட முடிவு செஞ்சோம்.

எம்.ஜி.ஆர். தலைமைல விழா நடக்கணும்னு விருப்பப் பட்டோம்.

“கண்டிப்பா வர்றேன்”னு சொல்லீட்டார்.

மைலாப்பூர் ஏவி.எம்.ராஜேஸ்வரி கல்யாண மண்டபத்துல விழா நடக்குது.

எந்த விழாவா இருந்தாலும் மைக் பிடிச்சு, தொகுத்து வழங்கி விழாவ கலகலப்பா ஆக்கிடுறது என்னோட பழக்கம்னு எல்லாருக்கும் தெரியுமே...

விழா அரங்கத்துக்குள்ள தலைவர் வர்றார்.

“வருக... வருக... மக்கள் தலைவரே... வாங்க... வாங்க... மக்கள் திலகமே...”னு வரவேற்பு செஞ்சிட்டு மேடைல அமரவச்சோம்.

‘‘இந்த நிகழ்ச்சியை... எங்கள் வாழ்வில் நடக்கக்கூடிய பெருமைக்குரிய இந்த மகத்தான நிகழ்ச்சியை, தலைமை ஏற்று நடத்தித் தருமாறு மக்கள் திலகம், புரட்சித்தலைவர் அவர்களை அன்புடன் அழைக்கிறேன்” எனச் சொன்னேன்.

நாற்காலியில இருந்து எழுந்து மைக் அருகே வந்த தலைவர் ‘இங்க வா’னு சைகைல என்னைக் கூப்பிட்டார்.

தன்னோட பக்கத்துல என்னை நிக்கவச்சுட்டு, ‘‘என் பொறுப்பினை கங்கை அமரன் ஏற்று நடத்துமாறு கேட்டுக்கொள்கிறேன்”னு மைக்ல அறிவிச்சுட்டு நாற்காலியில போய் உட்கார்ந்திட்டார்.

அரங்கமே அமைதியாயிருச்சு.

முதலமைச்சர் முன்னாடி ஒரு மேடைல அப்படியெல்லாம் பேசலாமா?னு எனக்குத் தெரியாது. நான் அவரோட அன்புக்கு பாத்திரமானவனாச்சே.

அந்த உரிமைல பேச ஆரம்பிச்சிட்டேன்...

“உங்களுடைய பொறுப்பை என்னால ஏத்துக்க முடியாது. அதென்ன சாதாரண பொறுப்பா?”னு நான் பேச... முதலமைச்சர் பதவியை மனசுல வச்சு நான் பேசுறேன்ங்கிறத தெரிஞ்சி சைகையாலயே ‘கொன்னுருவேன்’னு தலைவர் சொல்ல...

“கோட்டைல உட்கார்ந்து நான் என்ன பண்ண முடியும்? இவ்வளவு மினிஸ்டர்ஸ் இருக்காங்க. இந்த மினிஸ்டர்ஸெல்லாம் எனக்கு கட்டுப்படுவாங்களானு தெரியல...” னு தொடர்ந்து பேசுறேன்.

லேசா புன்சிரிப்பு காட்டியவர்... ‘மினிஸ்டர்ஸ் எனக்கு கட்டுப்படுவாங்களா?’னு நான் சொன்னப்போ... வாய்விட்டு குலுங்கிச் சிரிக்கிறார்.

“உங்க பொறுப்பை நான் ஏத்துக்கிட்டா மக்கள் எனக்கு கட்டுப்படுவாங்களா? உங்ககிட்ட இருக்க வசீகர சக்தியே வேற...”

இப்படி நான் பேச... ‘ம்... ம்...’னு தலையாட்டிக்கிட்டே ஒரு குழந்த மாதிரி என் பேச்ச ரசிச்சார்.

விழாக்கள்ல தொகுத்துப் பேசும்போது அடிக்கடி ‘விட்’ அடிச்சு ஆடியன்ஸ சிரிக்க வைப்பேன்.

கிளாமர் ரோல் பண்ணிட்டிருந்த சிலுக்கு ஸ்மிதா ‘அலைகள் ஓய்வதில்லை’ படத்துல குணச்சித்திர கேரக்டர்ல நடிச்சிருந்தார்.

நான் அடிக்கடி பேச்சுல ‘எங்கள் அன்புக்குரிய சகோதரி சில்க் ஸ்மிதா அவர்கள் இந்தப் படத்திற்காக கடுமையாக உழைத்தார்’னும் ‘எங்கள் அன்புச் சகோதரி சில்க் ஸ்மிதா’னும் குறிப்பிட்டுப்

பேசிக்கிட்டிருந்தேன்.

இதைக் கவனிச்ச எம்.ஜி.ஆர்., தன்னோட பேச்சில் இதைக் குறிப்பிட்டுப் பேச ஆரம்பிச்சார்.

“அடிக்கடி... அமர் பேச்சுல சில்க் ஸ்மிதாவ குறிப்பிட்டார். ஆனா சில்க் ஸ்மிதாவ மத்த படங்கள்ல பார்க்கிறதவிட இதுல அருமையா காட்டீருக்கீங்க. நல்லா நடிச்சிருக்காங்க’’ என குறிப்பிட்டவர், தொடர்ந்து ‘அலைகள் ஓய்வதில்லை’ படத்துல நான் எழுதிய ‘வாடீ என் கப்பங் கெழங்கே’ பாட்டைக் குறிப்பிட்டார்.

“இந்த அமர் ரொம்பக் குறும்புக்காரர். கப்பங் கெழங்க எங்கதான் கண்டுபிடிச்சாரோ...” என கேலி செஞ்சார் என்னை.

‘அலைகள் ஓய்வதில்லை’ விழாவுல நான் வெகுளியா பேசினதும், தலைவர் என்னை கேலி செஞ்சு பேசினதும் அந்த விழாவோட வீடியோவுல இருக்கு.

அதெல்லாம் என் வாழ்க்கையோட பொக்கிஷங்கள்.

‘அலைகள் ஓய்வதில்லை’ படம் மத ஒற்றுமையை வலியுறுத்தின படம்ங்கிறதால... இந்தப் படத்துக்கு ‘அண்ணா விருது’ கிடைச்சது. படத்துல பங்கேற்ற எல்லா கலைஞர்களுக்கும் கிஃப்ட் குடுத்தார் எம்.ஜி.ஆர்.

பிரபல ஹீரோவை வைத்து படம் எடுத்து நஷ்டப்பட்ட ஒரு பிரபல நடிகர், எம்.ஜி.ஆரிடம் கஷ்டத்தைச் சொல்லி அழுதார். எம்.ஜி.ஆர். அவரை துரத்திவிட்டார். ஆனால்...

47
ரெண்டு கேள்விகள்!

நான் ரொம்ப வெள்ளந்தியா பேசுறது எம்.ஜி.ஆருக்கு ரொம்பப் பிடிக்கும்.

இதனால என்மேல அவருக்கு அன்பு அதிகரிச்சுக்கிட்டே இருந்துச்சு.

'எம்.ஜி.ஆர். கூட... தமிழ்நாட்டோட சி.எம்.கூட இவ்வளவு பழக்கமானவனா... அவர் கிட்ட 'அட... அது இல்ல தலைவரே... போங்க தலைவரே...' னு இப்படியெல்லாம் சகஜமா பேசுறானே'னு பாரதிராஜாண்ணன், இளையராஜாண்ணன், பாஸ்கரண்ணன்... ஏன்... அப்ப இருந்த மந்திரிகளுக்கும்கூட வியப்பான விஷயமா இருந்துச்சு.

'பார்ரா இந்த அமர் பயல. எம்.ஜி.ஆருக்கே செல்லப்புள்ளயா இருக்கான்'னு பேசிக்கிட்டாங்க.

தலைவர்கூட எனக்கு இருந்த நெருக்கம், இளைய ராஜாண்ணனுக்கு இல்ல. தலைவர விழாக்கள்ல பார்த்துப் பேசறதோட சரி.

ஆனா நான் பத்து நாளைக்கி ஒருதடவ தலைவரைப் பார்த்திடுவேன்.

அவர பார்க்கிறதுக்கு எத்தனபேர் இருந்தாலும்... என்னை ஒடனே வரச்சொல்லி என் பேரை 'டிக்' போட்டு அனுப்பிச்சிடுவார்.

அந்தந்த சமயங்கள்ல... நாங்க மியூஸிக் பண்ணின படங்களோட பாட்டு கேஸட்ட கொடுத்துட்டு, பேசிட்டு வருவேன்.

நான் தலைவர பார்க்கப் போகுறப்பவெல்லாம் அவர் என்கிட்ட தவறாம கேட்கிற கேள்வி ரெண்டு.

"இன்னைக்கி சினிமாவுல என்ன வேல செஞ்சிட்டு வந்த?"ங்கிற கேள்வியவும்...

''உனக்கு என்ன வேணும்?''ங்கிற கேள்வியவும் தவறாம கேட்பார்.

அன்னைக்கி நானோ, ராஜாண்ணனோ என்ன வேல செஞ்சமோ... எந்தப் படத்துக்கு பாட்டெழுதுனமோ அதைச் சொல்லுவேன்.

ரெண்டாவது கேள்விக்கி தவறாம நான் சொல்ற பதில்... "நீங்க இருக்கும்போது எனக்கு வேறென்ன வேணும் தலவரே. ஒங்களோட அன்பவிட எது பெரிசு?"னு நான் சொல்லிடுவேன்.

ஒருநா... ராமாவரம் வீட்டுல தலைவர பார்த்துப் பேசிக்கிட்டிருக்கேன்.

அப்போ... அந்த பிரபலமான நடிகர் வந்தார்.

"தலைவா"னு சத்தமா சொல்லி, எடுத்த எடுப்புலயே குரல் ஒடஞ்சு பேச ஆரம்பிச்சிட்டார்.

"தலைவா... அவன் என்னய கவுத்துட்டான். ஷூட்டிங்குக்கு சரியா வரல. சொன்ன நேரத்துக்கு கால்ஷீட் தரல. படத்த எடுத்ததுல எனக்கு பெரிய நஷ்டம் தலைவரே"னு அழ ஆரம்பிச்சிட்டார்.

விஷயம் என்னன்னா...?

அந்த பிரபலமான சிரிப்பு -குணச்சித்திர நடிகர், ஒரு பிரபல... சகல கலைலயும் வல்லவர்னு சொல்லப்படுற நடிகரை ஹீரோவா வச்சு ஒரு படத்த தயாரிச்சார். அதுல அந்த நடிகருக்கு ரொம்ப நஷ்டம்.

அதத்தான் எம்.ஜி.ஆர்.கிட்ட முறையிட்டார்.

தன்னோட நஷ்டத்தச் சொல்லி அந்த நடிகர் வாய்விட்டே அழ...

"நீ போ... நீ போ..."னு விரட்டுறார் தலைவர்.

அவரோ "இல்ல தலைவா... வந்து..." னு இழுக்க...

"நீ போ... போ..."னு தலைவர் துரத்த...

இதப் பார்த்துக்கிட்டிருந்த எனக்கு ரொம்ப சங்கடமாப் போச்சு.

'அந்த மனுஷன் அழுகுறாரு... 'ஒனக்கு ஒதவி செய்ய முடியாது'னு கூட சொல்லிடலாம். அத விட்டுட்டு அவர இப்படி துரத்தி விடுறாரே தலைவர்'னு மனசுக்குள்ள நெனச்சேன்.

கைய ஆட்டி, நீட்டி "நீ போ" னு தலைவர் சொல்ல...

ஏற்கனவே வருத்தத்துல இருந்த அந்த நடிகர் வாட்டமான

மொகத்தோட வெளியேறினார்.

அவர் வெளியேறின அடுத்த செகண்டே தலைவர் பெல் அடிச்சார். பணியாளர் வந்தார்.

ஏதோ கைவிரல்ல ஜாடையா சொன்னார் தலைவர்.

அந்த நடிகர் சோகத்தோட தன்னோட கார்ல... அவரோட வீட்டுக்குப் போனார்.

காரைவிட்டு எறங்கினார்.

பின்னாலயே அவர் வீட்டுக்குள்ள ஒரு கார் வந்து நிக்குது.

ஹார்லிக்ஸ் அட்டப்பெட்டி நாலு பெட்டிகள எறக்குறாரு கார் டிரைவர்.

நடிகர் புரியாம குழப்பத்தோட பார்க்குறார்.

"ஐயா இத ஒங்க வீட்ல குடுக்கச் சொன்னார்"னு சொல்லீட்டு அந்தப் பெட்டிகள நடிகரோட வீட்டுக்குள்ள எறக்கி வச்சிட்டு கிளம்பிட்டார்.

நடிகர் அந்த அட்டப்பெட்டிகள திறந்து பார்க்குறார்.

எல்லா பெட்டியிலயும் தளும்பி நிக்கிது பணம்.

அந்த நடிகர் தனக்கு ஏற்பட்ட நஷ்டம்னு தலைவர்கிட்ட சொன்ன தொகை... 13 லட்ச ரூபா.

அதை அப்படியே தூக்கிக் குடுக்கிற மனசு இருக்கு பாருங்க.

'அலைகள் ஓய்வதில்லை' சில்வர் ஜூப்ளி விழாவில் மக்கள் திலகத்திற்கு மாலையணிவிக்கும் பாரதிராஜாண்ணன், எங்க அண்ணன் ஆர்.டி.பாஸ்கர்

இன்னைக்கி அந்தத் தொகையோட மதிப்பு போட்டா... கோடிகள்லதான் வரும்.

எம்.ஜி.ஆரிடம் உதவி வாங்கினவர்...

மறைந்த நடிகர் தேங்காய் சீனிவாசன்.

தலைவரோட இப்படியான குணங்கள, பழக்க வழக்கங்கள... நேர்ல பார்த்திருக்கேன்.

என்னய அவருக்கு ரொம்பப் புடிச்சதுனாலதான் இதையெல்லாம் பார்க்க முடிஞ்சது.

இளையராஜாண்ணன் இசையில கோவைத்தம்பி தயாரிச்ச சூப்பர் ஹிட் படம் 'பயணங்கள் முடிவதில்லை.'

இந்தப் படத்தப் பார்க்க நடிகர் சங்க தியேட்டருக்கு வந்தார் தலைவர். ரொம்ப ரசிச்சுப் பார்த்தார். படம் முடிஞ்சதும் கைதட்டி பாராட்டினார். படத்துல வர்ற 'வைகறையில் வைகைக் கரையில்' பாட்டு தலைவருக்கு ரொம்பப் பிடிச்சுப் போச்சு.

அந்தப் பாட்டக் குறிப்பிட்டு "இத யார் எழுதுனது?"னு பக்கத்திலிருந்த கோவைத்தம்பிகிட்ட கேட்டார்.

"அமர் எழுதுன பாட்டுதான்"னு அவர் சொல்ல...

"அமர் இங்க வா"னு தலைவர் கூப்பிட... கிட்டக்கப் போனேன்.

"ம்... 'ஆத்தா ஆத்தோரமா வாறீயா?' பாட்ட நீதான் எழுதினனு தெரியும். 'வைகறை' பாட்டும் நீ எழுதினதாமே..."னு கேட்டார்.

பக்கத்துல இளையராஜாண்ணனும் நின்னுக்கிட்டிருந்தார்.

"ஆமாங்க தலைவரே... அது என்னோட 13-14 வயசுல... ஊர்ல எழுதுன பாட்டு"னு சொன்னேன்.

"ஆ...ங்..."னு சொல்லி என்னைத் தட்டிக் குடுத்தார்.

ஒரு நா...

தலைவர்கூட கார்ல போய்க்கிட்டிருக்கேன்.

"இன்னைக்கி என்ன செஞ்ச?"னு கேட்டார்.

அன்னைக்கி நான் ராஜாண்ணன் மியூஸிக்ல விஜயகாந்த் நடிச்ச 'அம்மன்கோவில் கிழக்காலே' படத்துக்காக ஒரு பாட்டு எழுதியிருந்தேன். அந்த பாட்டு வரிகளச் சொல்லி... பாடியும் காண்பிச்சேன்...

"சோகத்துல **ஒரு மூணு முடிச்சால முட்டாளா போனேன் கேளு கேளு தம்பி**ங்கிற பாட்டு எழுதினேன் தலைவரே"

"நல்லா எழுதீருக்க"

"கதைப்படி ஹீரோ குடிச்சிட்டு சோகத்துல இருப்பான். அப்ப அவனோட நண்பர்கள்லாம் 'எதுக்கு வருத்தம்?'னு பாட்டுலயே கேட்பாங்க. அதுக்கு ஹீரோ பதில் சொல்ற மாதிரி எழுதினேன். ஆனா நான் எழுதுன ஓபனிங் வரிகள இளையராஜாண்ணன் எடுத்திட்டார்"

"என்ன எழுதின நீ? எதுக்கு அந்த வரிகள நீக்கினாங்க?"னு கேட்டார் தலைவர்.

48
ராத்திரியில் வந்த போலீஸ்!

எம்.ஜி.ஆருடன் கார்ல போய்க்கிட்டிருக்கப்போ...

'அம்மன் கோவில் கிழக்காலே' படத்துக்காக 'ஒரு மூணு முடிச்சால முட்டாளா போனேன் கேளு கேளு தம்பி'ங்கிற பாட்டச் சொல்லி 'இதுதான் நான் இன்னைக்கி எழுதின பாட்டு'னு ராகத்தோட பாடிக் காண்பிச்சேன்.

"நல்லாருக்கு" என்றார் தலைவர்.

"கதைப்படி ஹீரோ குடிச்சிட்டு சோகத்துல இருப்பான். அப்ப அவனோட நண்பர்கள்லாம் 'எதுக்கு வருத்தம்?'னு பாட்டுலயே கேட்பாங்க. அதுக்கு ஹீரோ பதில் சொல்ற மாதிரி எழுதினேன். ஆனா நான் எழுதுன ஓபனிங் வரிகள இளையராஜாண்ணன் எடுத்திட்டார்"னு சொன்னேன்.

"என்ன எழுதின நீ? எதுக்கு அந்த வரிகள நீக்கினாங்க?"னு கேட்டார் தலைவர்.

கதைப்படி ஹீரோ சோகத்துல குடிச்சிட்டு இருப்பான்.
அட ஏங்க அண்ணாச்சி
ஒனக்கு என்னாச்சி
எதுக்கு வருத்தப்பட்ட?
நான் தாரேன் அவுச்ச முட்ட

எம்.ஜி.ஆர். நடிப்பதாக இருந்த 'உன்னை விடமாட்டேன்' பட பூஜையில்... அந்தப் படத்திற்காக இளையராஜா இசையமைச்ச பாடலை எம்.ஜி.ஆர். கேட்க வந்தபோது... (தலைவருக்கும் ராஜாவுக்கும் நடுவில் பிரபல தயாரிப்பாளர் 'சித்ரமகால்' கிருஷ்ணமூர்த்தி)

நீ எதுக்கு கவலப்பட்ட?

இப்படி பாட்டாலயே அவன்கிட்ட கேட்பாங்க.

ஒரு மூணு முடிச்சால
முட்டாளா ஆனேன்
கேளு கேளு தம்பி
நான் இருந்தேன் தேருக்குள்ள -இப்ப
விழுந்தேன் சேறுக்குள்ள...

இப்படி ஹீரோ பதிலுக்கு பாடுவான்"னு சொன்னேன்.

"நல்லாருக்கே இது. கேள்வி கேட்டு பதில் சொல்ற மாதிரி" என தலைவர் சொன்னார்.

அந்தச் சமயம் ஒரு பாட்டு, அதிகபட்சமா நாலு நிமிஷம் 20 செகண்ட்ஸுக்குள்ள முடிஞ்சிடணும். 'ஏங்க அண்ணாச்சி' போர்ஷன சேர்த்தா பாட்டு ரொம்ப நீளமா வந்துச்சு. அதனால அதை நீக்கியாச்சு.

இந்த விபரத்தயும் நான் தலைவர்கிட்ட சொன்னேன்.

சவுத் இண்டியன் மியூஸிஸியன் அஸோஸியனுக்கு கச்சேரி நடத்தி நிதி சேர்க்க நான், இளையராஜாண்ணன், அண்ணன் மெல்லிசை மன்னர் எம்.எஸ்.வி., எல்லாரும் சேர்ந்து முடிவு செஞ்சோம்.

என்னோட இசைக்குழுவுல இளையராஜா, எம்.எஸ்.வி., கே.வி.மகாதேவன், சங்கர்-கணேஷ், டி.எம்.எஸ்., எஸ்.பி.பி... இப்படி எல்லா இசைக் கலைஞர்களும் பங்குபெற ஏற்பாடாச்சு.

அதுபடி கோயம்புத்தூர்லயும், மதுரையிலயும் கச்சேரி செஞ்சோம்.

சென்னையில் நடத்தப்போற கச்சேரிக்கி எம்.ஜி.ஆரை தலைமையேற்க வைக்க முடிவாச்சு.

இதுக்காக தலைவரப் பார்க்க காலைல பத்து மணிக்கு அவரோட வீட்டுக்குப் போனோம்.

தலைவரப் பார்த்ததும் "அண்ணா..."னு எம்.எஸ்.வி. நெகிழ... தலைவர் வாரி அணைச்சுக்கிட்டார் எம்.எஸ்.வி.யை.

"எல்லாரும் சாப்பிடுங்க"னு தலைவர் சொல்ல...

"சாப்பிட்டுட்டு வந்துட்டேன்"னு ஒவ்வொருத்தரும் சொன்னாங்க.

தன்னைப் பார்க்க வர்றவங்களச் சாப்பிட வச்சு அழகு பார்க்குறது தலைவருக்கு ரொம்ப பிடிச்சமான விஷயம்னு எனக்குத்தான் தெரியுமே...

"கொஞ்சமா சாப்பிடலாம்"னு நான் சொல்ல...

"ஆ...ங்..."னு சொல்லி மகிழ்ச்சியான தலைவர் எல்லாருக்கும் தயிர் வடையும், காபியும் கொடுக்கச் சொல்லி உபசரிச்சார்.

ரொம்ப நேரம் தலைவர்கூட பேசிட்டு இருந்துட்டு விஷயத்தச் சொன்னோம்.

"அந்தத் தேதியில நான் வர்றதுக்கு வாய்ப்பில்லையே"னு சொன்னார்.

'வந்தாலும் வருவார்'னு நெனச்சு நாங்க கிளம்பி வந்துட்டோம்.

ஆனா... தலைவரால அந்தத் தேதிய ஒதுக்க முடியல.

அதனால நாங்களும் சென்னையில அந்த கச்சேரிய நடத்தல.

ரொம்ப குறுகிய காலத்துலதான் பழக்கம். ஆனாலும் தலைவர் எங்கமேல எவ்வளவு அன்பு வச்சிருந்தாருங்கிறதுக்கு ஒரு உதாரணம்....

தி.நகர். முருகேசன் தெருவுல ராஜாண்ணன் வீடு கட்டினார்.

'சொந்தபந்தங்கள மட்டும் கூப்பிட்டு கிரஹப்பிரவேசம் பண்ணலாம்'னு ராஜாண்ணன் முடிவு செஞ்சார்.

கிரஹப்பிரவேசத்துக்கு முதல்நாள்...

"நான் தலைவர பத்து நாளக்கி ஒருதரம் போய் பார்த்துட்டு வர்றவன். வீடு கிரஹப்பிரவேசத்த அவர்கிட்ட சொல்லலேன்னா... இது தெரிஞ்சு என்கிட்ட வருத்தப்படுவாரு. அதனால தலைவர்கிட்ட மட்டும் சொல்லிடலாம்" னு சொன்னேன்.

"எப்டிடா? அவரக் கூப்பிட்டா எல்லாரையும் கூப்பிட ணும்ல"னு ராஜா சொன்னார்.

ஆனா நான் ஒரு தகவலாவாவது தலைவர்கிட்ட சொல்லிடலாம்னு வீட்டுக்குப் போய் அவரப் பார்த்தேன்.

"திடீர்னு கிரஹப்பிரவேசம் வச்சிட்டோம். நாளைக்கி காலைல அஞ்சு மணியிலருந்து அஞ்சர மணிக்குள்ள ஃபங்ஷன். ஒங்களுக்கு தெரியப்படுத்தணும்னு நான் பிரியப்பட்டேன். அதனாலதான் தலைவரே சொல்றேன்"னு சொன்னேன்.

அவர ஃபங்ஷனுக்கு வரச்சொல்லி சிரமப்படுத்த வேணாம்னு நெனைச்சேன்.

தலைவர் எதுவும் சொல்லல. 'சரி'ங்கிற மாதிரி தலையை மட்டும் ஆட்டினார்.

ராத்திரியில வீட்டு வாசல்ல வாழ மர தோரணம் கட்ற வேலைகளைப் பார்த்துக்கிட்டிருந்தேன்.

போலீஸ்காரங்க... அந்தத் தெருவுல வந்து பார்த்து ஏதோ டிஸ்கஸ் பண்ணினாங்க.

"என்ன சார்?"

"சி.எம். காலைல ஒங்க ஃபங்ஷனுக்கு வந்தாலும் வருவார்"னு சொன்னாங்க.

காலைல அஞ்சர மணிக்கு...

தலைவரும், ஜானகியம்மாவும் வந்தாங்க.

வெள்ளிக்குடம்... இன்னும் என்னென்னமோ கொண்டு வந்தாங்க.

எங்க குடும்பத்தாளுகளுக்கெல்லாம்... சொந்தக்காரங்களுக் கெல்லாம்... ரொம்ப ஆச்சரியம், சந்தோஷம்.

குறிப்பா... தன் வீட்டுக்கு எம்.ஜி.ஆர். வந்ததால இளைய ராஜாண்ணனுக்கு ஆச்சரியம் தாங்க முடியல.

நாம அவரோட வீட்டுக்குப் போய் பார்க்கிறதே பெருமை.

அவரு நம்ம வீட்டுக்கு வர்றது பெருமையோ பெருமையாச்சே.

எங்க அம்மாவோடயும், குடும்பத்தார்கள் கூடவும் ரொம்ப இயல்பா பேசினார்.

ராஜாண்ணன் ஃபேமிலி, பாஸ்கரண்ணன் ஃபேமிலி, சொந்தக்காரங்க ஃபேமிலி... இப்படி ஒவ்வொரு ஃபேமிலியும் தலைவர்கூட போட்டோ எடுத்துக்கிட்டிருந்தாங்க.

நானும் என் மனைவியும் ஒரு ஓரமா நின்னிருந்தோம்.

"நீ எதுக்கு அங்க நிக்கிற?"

"எல்லாரும் ஆர்வமா ஒங்ககூட போட்டோ எடுத்துக்கிட்டிருந்தாங்க அதான்..."னு நான் சொல்ல...

என்னையும், என் மனைவியையும் கூப்பிட்டு, தன்னோட நிறுத்தி போட்டோ எடுத்துக்கச் சொன்னார்.

முதல்நாள் சொல்லி, மறுநாள் எங்க வீட்டுக்கு சி.எம். வந்தார்னா... அவர் எங்க மேல வச்சிருக்க அன்பு ரொம்ப பெரிசுதானே.

எம்.ஜி.ஆர்., தன்னோட ஃபேவரிட் கைக்கடிகாரத்த எனக்கு பரிசளிச்ச அந்த நிகழ்வு...

49

மாண்புமிகு மாப்பிள்ளை!

எங்களோட மொதல் தயாரிப்பான 'அலைகள் ஓய்வதில்லை' படத்தப் பார்க்க எம்.ஜி.ஆர் வந்தப்போ...

"படம் பிடிச்சுப் போச்சுன்னா சி.எம். ஏதாவது கிஃப்ட் தருவார். கிஃப்ட் எதுவும் இல்லேன்னா கைல கட்டீருக்க வாட்ச்ச கழட்டி கட்டிவிடுவார்"னு பாரதிராஜாண்ணன்கிட்ட அமைச்சர் ப.உ.சண்முகம் சொல்ல...

பாரதிராஜாண்ணன் கைய ரெடியா வச்சுக்கிட்டு மணிக்கட்ட திருகிக்கிட்டு இருந்தாரு... ரொம்ப எதிர்பார்ப்போட.

பாரதிராஜாண்ணனுக்கு தலைவரோட வாட்ச் கிடைக்கல.

ஆனா... தலைவரோட வாட்ச் எனக்குக் கிடைச்சது.

அந்த நெகிழ்ச்சியான சம்பவத்தச் சொல்றேன்.

அரசு விருது விழா, கட்சி நிதி திரட்டும் விழா, சத்துணவு திட்டத்துக்கு நிதி திரட்டும் விழா... இப்படி பெரும்பாலான விழாக்களுக்கு 'கங்கை அமரன் கச்சேரி வச்சிக்கங்க'னு தலைவர் சொல்லிடுவார்.

அதன் மூலமா எனக்கு நல்ல தொகையும் கிடைக்கச் செய்துவந்தார் தலைவர்.

தொழிலதிபர் அப்துல் ரஹ்மான் சார்... 'உலகம் சுற்றும்

வாலிபன்' உட்பட பல படங்களுக்கு தலைவருக்கு ஃபைனான்ஸ் பண்ணியவர்.

அவரோட பையனுக்கு கல்யாணம். சென்னைல தாஜ் ஹோட்டலுக்கு எதிர்க்கதான் அவங்க வீடு. தெரு முழுக்க பந்தல் போட்டு பிரமாண்டமா கல்யாணம் நடந்துச்சு.

என்னோட கச்சேரிதான் அங்க.

கல்யாணத்துக்கு தலைவர் வந்தார். பரபரப்பா வந்துட்டு, ஒடனே கிளம்புற அவசரத்துல வந்தார்.

முன் வரிசைல வந்து உட்கார்ந்தார்.

நான் மேடைலருந்து கீழ இறங்கிப்போய் நமஸ்காரம் பண்ணிட்டு நலம் விசாரிச்சேன்.

அதிகாரிகள் பரபரப்பா இருந்ததுனால தலைவர் உடனே கிளம்புறார்னு எனக்குத் தெரிஞ்சது.

"அவசரமா கௌம்புறீங்க போலருக்கு"

"ஆமா"

"கச்சேரி கேட்டுட்டு போங்களேன்"னு சொன்னேன்.

"எவ்வளவு நேரம் கச்சேரி நடக்கும்?"னு கேட்டார்.

என் கைல வாட்ச் இல்ல. ஆனா... வாட்ச் இருக்க ஞாபகத்துல கை மணிக்கட்ட பார்த்துட்டு... "ஒரு மணி நேரமாவது கச்சேரி போகும் தலைவரே"னு சொன்னேன்.

என்னோட ரெண்டு கை மணிக்கட்டயும் தன்னோட கையால தூக்கிப் பார்த்தவர்... தன்னோட ரைட் கைல கட்டிருந்த வாட்ச்சைக் கழட்டி என் கைல கட்டிவிட்டார்.

தலைவரோட அன்பையே பெற்றவன் நான்.

இருந்தாலும் எனக்கு வாட்ச்ச கட்டிவிட்டதுல நெகிழ்ந்து போயிட்டேன்.

கல்யாண வீட்ல... எல்லாரும் இதை பார்த்துட்டு பிரமிச்சுப் போய் நிக்கிறாங்க.

'போய் வேலயப் பாரு'ங்கிற மாதிரி மேடைக்கி போகச் சொன்னார்.

கச்சேரிய ஆரம்பிச்சேன்.

நான் கேட்டுக்கிட்ட மாதிரியே இருந்து கச்சேரிய கேட்டுட்டு கிளம்பினார்.

எம்.ஜி.ஆரோட ஃபேவரைட் போட்டோ.... வாட்ச் கட்டின ரைட் கைய வாய்கிட்ட வச்சி ஒரு சிரிப்பு சிரிப்பதுதான். அந்த போட்டோவுல இருக்க வாட்ச் இப்ப என்கிட்ட இருக்குங்கிறது எம்புட்டு பெருமை எனக்கு.

(இந்தத் தொடர்ல வைக்கணும்ங்கிறதுக்காகவே லாக்கர்ல நான் பாதுகாப்பா வச்சிருந்த அந்த பொக்கிஷத்த எடுத்திட்டு வந்து கைல

தலைவர் கைல இருக்க
வாட்ச் என் கைல

கட்டி போட்டோ எடுத்தேன்.

அந்த வாட்ச கைல கட்டுனதும் எப்படி மெய்சிலிர்த்துப்போய் இருக்கேன்னு பாருங்க)

ஏவி.எம்.குமரனோட மகன் சண்முகத்தோட கல்யாணம் ஏவி.எம்.ராஜேஸ்வரி கல்யாண மண்டபத்துல நடந்தது.

திருமண விழா வரவேற்பு கமிட்டித் தலைவரா என்னைப் போட்டிருந்தாங்க.

பெரிய எடத்து கல்யாணம். பெரிய பெரிய வி.ஐ.பி.ங்கள்லாம் வந்தாங்க.

எம்.ஜி.ஆர்., சிவாஜி... இந்த இரண்டு திலகங்களயும் வரவேற்று, அவங்களோட ஜாலியா பேசிக்கிட்ட அனுபவமும் எனக்கு கிடைச்சது. செட்டிநாட்டு பாரம்பரியப்படி கலயாணம் நடந்துக்கிட்டிருக்கு.

தாலி கட்டி முடிஞ்சதுமே... ஏதேதோ சடங்குகள்லாம் பண்ணிக்கிட்டிருந்தாங்க.

நான் தலைவரையும், ஜானகியம்மாவையும் மேடைக்கி கூட்டிப்போய் மணமக்கள ஆசிர்வாதம் செய்யவச்சு அனுப்பி வச்சேன்.

சிலபேர் சொல்லிக்குவாங்க... 'எனக்கு தற்பெருமை பிடிக்காது'னு.

அது நல்ல விஷயம்தான்.

ஆனா... எனக்கு சிலசமயம் தற்பெருமை பேசுறது பிடிக்கும்.

பேசவேண்டிய தற்பெருமைகள தயங்காம பேசிடணும்.

ஏன்னா...

என்னய பெருமைப்படுத்துறவங்க யாருங்கிறது இருக்குல்ல.

பெருமைக்குரியவங்க என்னை பெருமைப்படுத்துறப்போ... அதை வெளியில் சொல்லி தற்பெருமை பேசிக்கிறது தப்பில்லை.

எம்.ஜி.ஆர்.ங்கிற பெருமைக்குரிய மாமனிதர் என்னை பெருமைப்படுத்துனதை தற்பெருமையா ஒங்ககிட்ட சொல்லிக்கிறத பெரிய பெருமையாவே நினைக்கிறேன்.

அப்படி ஒரு பெருமையான விஷயத்த உங்கக்கிட்ட சொல்றேன்...

அ.தி.மு.க. கட்சி நிதிக்காக நான் கச்சேரி பண்ணினப்போ... மேடைல பேசும்போது "கங்கை அமரன் என்னோட மாப்பிள்ளை"னு குறிப்பிட்டார்.

எல்லாருக்கும் திகைப்பு.

'அமர 'மாப்பிள்ளை'னு தலைவர் சொல்றாரே...'னு கட்சி பிரமுகர்களுக்கும், மந்திரிகளுக்கும் ஆச்சரியம்.

"சக்ரபாணி என்னோட சகோதரர். அதுபோலத்தான்...

அண்ணாவுக்கு நெருங்கிய தோழரா இருந்த எஸ்.எஸ்.பி.லிங்கமும் எனக்கு சகோதரர் மாதிரி.

அந்தச் சகோதரர் மகள் மணிமேகலயத்தான் கங்கை அமரன் திருமணம் செஞ்சிருக்கார். அந்த வகையில் கங்கை அமரன் எனக்கும் மாப்பிள்ளைதான்"னு தலைவர் சொன்னார்.

(என் மாமனார் எஸ்.எஸ்.பி.லிங்கத்தப் பத்தி நான் ஏற்கனவே விரிவா சொல்லீருக்கேன். அண்ணா என் மாமனார் வீட்லதான் அடிக்கடி தங்குவார். அவரைப் பார்க்க கலைஞர், எம்.ஜி.ஆர். என்னோட மாமனார் வீட்டுக்கு வருவாங்க. என் மனைவிய குழந்தையிலருந்தே அறிஞ்சவங்க.)

தலைவர் என்னை 'மாப்பிள்ளை'னு சொன்னதுக்குப் பிறகு மந்திரிகள் பலரும், கட்சிப் பிரமுகர்கள் பலரும் என்னை 'மாப்ள'னு கூப்பிட ஆரம்பிச்சாங்க.

இப்படி 'என் மாப்பிள்ளை'ங்கிற பெருமைய தலைவர் எனக்கு குடுத்தது எவ்வளவு பெரிய குடுப்பினை...

அது மட்டுமா?

ஒரு இக்கட்டான சூழல்ல...

எனக்குத் தெரியாமலயே நான் ஒரு சர்ச்சைல சிக்கிக்கிட்ட நேரத்துல...

தலைவர் கூப்பிட்டனுப்பியதால தி.நகர் ஆற்காடு சாலை ஆபீஸுக்கு போனேன்.

நிசப்தமா இருக்கு.

எல்லாரும் என்னயவே பார்க்குறாங்க.

என் மேல தலைவருக்கு கோபம் இருந்தப்பவும் "என்ன பண்றது? தெரிஞ்ச... சொந்தக்காரப் பயலா போயிட்ட" எனச் சொன்னார்.

அது என்ன சம்பவம்னா...

'**அ**ண்ணே அண்ணே சிப்பாய் அண்ணே'வும், அரசியல் பரபரப்பும்!

50
எம்.ஜி.ஆர். கோபம்!
கலைஞருக்கு போன்!

எங்களோட 'பாவலர் கிரியேஷன்ஸ்'ஸோட முதல் தயாரிப்பு 'அலைகள் ஓய்வதில்லை.'

அடுத்து 'கோழி கூவுது' படத்த தயாரிச்சோம்.

நான் முதன்முதல்ல டைரக்‌ஷன் பண்ணின படம் இது.

'நான் டைரக்‌ஷன் பண்ணப்போறேன் தலைவரே' னு எம்.ஜி.ஆர்.கிட்ட பேச்சுவாக்கில சொல்லியும் இருந்தேன்.

எங்க இசையமைப்புல வர்ற படத்தோட பாடல் கேஸட் ரிலீஸானதும் எம்.ஜி.ஆரைப் பார்த்து குடுத்திட்டு வர்ற பழக்கம் எனக்கு இருந்துச்சு.

அவரும் சில சமயம் பாட்டக் கேட்டுட்டுச் சொல்லுவார்.

இளையராஜாண்ணன் இசையில நான் எழுதிட்டு வந்த பாட்ட தலைவர்கிட்ட பாடியும் காண்பிச்சிருக்கேன்.

'கோழி கூவுது' பாடல் கேஸட்டயும் தலைவர்கிட்ட குடுத்திட்டு வந்தேன்.

ஆனா... தலைவர் பாட்ட கேட்கல போல.

படம் ரெடியாச்சு.

தலைவர் ரொம்ப பிஸி. நானும் வேலைல மறந்துட்டேன். அதனால 'படம் பார்க்க வாங்க தலைவரே'னு நானும் கூப்பிட

முடியாமப் போச்சு.

தலைவரும் படம் பார்க்க வர்றதாச் சொல்லல.

'அலைகள் ஓய்வதில்லை' படத்தோட சில்வர் ஜூப்ளி ஃபங்ஷன்ல எம்.ஜி.ஆர். கலந்துக்கிட்டதப் பத்தியும், அப்ப நடந்த சுவாரஸ்யமான விஷயங்களையும் ஏற்கனவே நான் சொல்லீருக் கேன்லயா. அந்த நிகழ்ச்சியில எடுக்கப்பட்ட வீடியோ தொகுப்ப 'கோழி கூவுது' படத்தோட ஓபனிங்ல சேர்த்து 'எங்களைப் பெருமைப்படுத்திய மக்கள் திலகம் தமிழக முதல்வர் எம்.ஜி.ஆர். அவர்களுக்கு நன்றி'னு சொல்லி கார்டு போட்டோம்.

'கோழி கூவுது' படமும் ஹிட். இளையராஜாண்ணன் இசையில பாட்டெல்லாம் ஹிட்.

இதுல நான் எழுதின ஒரு பாட்டு பட்டிதொட்டியெல்லாம் பரபரப்பாச்சு.

அண்ணே அண்ணே
சிப்பாய் அண்ணே
நம்ம ஊரு நல்ல ஊரு
இப்ப ரொம்ப கெட்டுப் போச்சுண்ணே...

இந்தப் பாட்டு பட்டி தொட்டி மட்டுமில்லாம பாலிடிக்ஸ்லயும் கலக்குச்சு.

1982 டிசம்பர்ல 'கோழி கூவுது' படம் ரிலீஸாச்சு.

1983 பிப்ரவரியில... திருச்செந்தூர்ல இடைத்தேர்தல் நடக்குது.

அ.தி.மு.க.வும், தி.மு.க.வும் தேர்தல்ல மோதுது.

அண்ணே அண்ணே சிப்பாய் அண்ணே
நம்ம ஊரு நல்ல ஊரு
இப்ப ரொம்ப கெட்டுப் போச்சுண்ணே...
- தி.மு.க.விற்கு வாக்களிப்பீர்

இப்படி ஒரு போஸ்டர தொகுதி முழுக்க ஒட்டீட்டாங்க தி.மு.க.காரங்க.

இது அரசியல் வட்டாரத்துல பெரிய பரபரப்ப கிளப்பீருச்சு.

தலைவர்கிட்டருந்து கோபத்தோட அழைப்பு வந்துச்சு.

ஆனா எனக்கு தி.மு.க.காரங்க இப்படி ஒரு போஸ்டர் போட்டிருக்க விஷயம் தெரியல.

'என்னமோ... ஏதோ...'னு ஒரு பதட்டத்தோட தி.நகர். ஆற்காடு ரோடு ஆபீஸுக்குப் போனேன்.

நிறைய பேர் இருக்காங்க. ஆனா நிசப்தமா இருக்கு.

எனக்கு பயம். 'என்னமாவது தப்பு பண்ணீட்டமா?'னு யோசிக்கிறேன்.

மாடிக்கிப் போனேன்.

மினிஸ்டர்ஸ்ஸெல்லாம் அமைதியா உட்காந்திருக்காங்க.

தலைவர் என்னைப் பார்த்தார்.

"ஏதோ படம் பண்ணினியே... என்ன படம்?"னு குரலை உசத்தி கேட்டார்.

எனக்கு அரசல் புரசலா விஷயம் விளங்கீருச்சு.

"அது என்ன படம்?"

"கோழி கூவுது"

"அது என்ன பாட்டு அது?"

''பொட்டப்புள்ள எல்லாருக்கும்...''னு ராகத்தோட பாடிக்காட்டினேன்.

"அது இல்ல இன்னொண்ணு..."

"அது... வந்து..."னு சொல்லி 'கோழி கூவுது' படத்துல வர்ற வேற, வேற பாட்டுக்கள பாடினேன். அவரும் விடல.

"அது இல்ல... வேற பாட்டு"

"அண்ணே அண்ணே சிப்பாய் அண்ணே நம்ம ஊரு நல்ல ஊரு இப்ப ரொம்ப கெட்டுப்போச்சுண்ணே"

"கெட்டுப்போச்சா?"

"இல்லீங்க... அது மிலிட்ரிக்காரர்கிட்ட அவரோட நண்பர்கள் 'நீங்க ஊர்ல இருந்தப்ப எங்களுக்கு கிடைச்ச ஓசியான சமாச்சாரங்களும், மரியாதையும் இப்ப கிடைக்கிறதில்ல'னு சொல்லி ஊர்ல நடக்குற சம்பவங்கள சொல்ற சிச்சுவேஷனுக்கு எழுதுன பாட்டு. வேறெதுவும் எனக்குத் தெரியாதுங்க"

"அது எப்படி யூஸாகுது பாரு" என்றார் தலைவர்.

நான் மௌனமா நின்னிருந்தேன்.

''ஏதோ... தெரிஞ்ச சொந்தக்காரப்பயலா போய்ட்ட... போ"ன்னார் தலைவர்.

நான் கிளம்பி வந்துட்டேன்.

என்னோட பாட்டால தலைவர் என்மேல கோபமா இருந்ததோ... வருத்தப்பட்டதோ என் மனசுல நிக்கல.

'இந்தக் கோபத்துலயும் நம்மள 'சொந்தக்காரப்பய'னு சொல்லீட்டாரே'ங்கிற சந்தோஷம் என் நெஞ்சுல நெறஞ்சது.

இந்த இடைத்தேர்தல்ல அ.தி.மு.க. சொற்ப ஓட்டுல ஜெயிச்சது.

ஏற்கனவே எம்.ஜி.ஆருக்கும், கலைஞருக்கும் நடுவுல ஒரு பாட்டால நான் சிக்கிக்கிட்டதும் உண்டு.

கலைஞரய்யாவோட படம் 'ஆடு பாம்பே.' கலைஞரோட சகோதரி மகன் அமிர்தம் டைரக்ஷன்ல ஜெய்சங்கர் நடிச்ச படம்.

எம்.எஸ்.வி.யண்ணா இசையில இந்தப் படத்துக்கு எல்லாப் பாடல்களையும் வாலியண்ணா எழுதிட்டார். அதுல ஒரு பாட்டு... மறைமுகமா (இதுல என்ன மறைமுகம்... நேரடியாத்தான்) முதலமைச்சர் எம்.ஜி.ஆருக்கு எதிரான பாட்டு சிச்சுவேஷன்.

வாலியண்ணா, எம்.ஜி.ஆர்.கூட நெருக்கமானவராச்சே. அவரு நைஸா என்னய கோர்த்துவிட்டுட்டார்.

''கங்கை அமரன் இப்ப நல்லா பாட்டெழுதிக்கிட்டு வந்துட்டிருக்காரு. அவர வச்சு இந்த பாட்ட எழுதிக்கிட்டா நல்லாருக்கும்"னு சொல்லீட்டார்.

அமிர்தம் எனக்கு போன் பண்ணினார்.

போனேன்.

சிச்சுவேஷன சொன்னாங்க. 'இது எம்.ஜி.ஆரை அட்டாக் பண்ற பாட்டு'னும் சொல்லீட்டாங்க.

'மறுநாள் காலைல ஸாங்க ரெக்கார்ட் பண்ணணும்'னாங்க.

அன்னைக்கி நான் திருப்பூர்ல ஒரு கச்சேரிக்குப் போகணும். அதனால 'எப்படி எழுதலாம்?'னு யோசிச்சுக்கிட்டே கிளம்பிட்டேன்.

கலைஞரய்யா கூட எனக்கு ஏற்கனவே நல்ல பரிட்சயம் உண்டு.

பாட்ட கலைஞர்தான் ஓ.கே. பண்ணணும்.
திருப்பூர்லருந்து கலைஞருக்கு போன் செஞ்சேன்.
"வணக்கம் தலைவரே"னுட்டு விஷயத்த சொன்னேன்.
படிச்சுக் காட்டச் சொன்னார்.
பாட்டு வரிகள படிச்சுக் காட்டினேன்..
"ஆ...ங்... நல்லாருக்கு"னு சொல்லீட்டார் கலைஞர்.
அமிர்தத்துக்கிட்டவும் பாட்ட ஓ.கே. பண்ணிட்டார்.
சொன்னபடி ஸாங் ரெக்கார்ட் பண்ணீட்டாங்க.
எம்.ஜி.ஆர். ஆபீஸ்லருந்து எனக்கு அழைப்பு வந்துச்சு.

51
காதலுக்கு கவர்மெண்ட் துணை!

கலைஞரோட 'ஆடு பாம்பே' படத்துக்கு எம்.எஸ்.வி. இசையில எல்லாப் பாட்டுக்களையும் எழுதின கவிஞர் வாலியண்ணா, முதலமைச்சர் எம்.ஜி.ஆருக்கு எதிரான சிச்சுவேஷன்ல அமைஞ்ச பாட்ட மட்டும் "கங்கை அமரன் எழுதட்டும்"னு கோர்த்துவிட்டுட்டார். டைரக்டர் அமிர்தம் சொன்ன சிச்சுவேஷனை கேட்டுக்கிட்டேன்.

அன்னைக்கி எனக்கு திருப்பூர்ல ஒரு கச்சேரி இருந்ததால அங்க போய்ட்டு, அங்க இருந்தபடியே பாட்ட எழுதி, கலைஞரய்யாவுக்கு போன் போட்டு பாட்டு வரிகள படிச்சுக் காட்டினேன்.

ஸாங் ரெக்கார்ட் பண்ணீட்டாங்க.

எம்.ஜி.ஆர். ஆபீஸ்லருந்து எனக்கு அழைப்பு வந்துச்சு போய்ப் பார்த்தேன்.

"ஆமா… 'ஆடு பாம்பே' படத்துல ஒரு பாட்டு நீயா எழுதுன?"

"ஆமாங்க தலைவரே…"

"என்ன பாட்டு அது?"

"ஊருக்கு நல்லது செய்ற ஒருத்தன்… பாம்ப வச்சு பாடுற மாதிரி ஒரு பாட்டு…"

"என்ன சொல்ற நீ?"

‘‘அவங்க சொன்ன சிச்சுவேஷனுக்கு எழுதுனேன்...’’னு இழுத்தேன்.

“சரி... அதவிடு...”னு சொல்லீட்டார் தலைவர்.

பாம்பே நீ ஆடு பாம்பே

ஆடும் வரை ஆடு பாம்பே

இந்த பாட்டுதான் அது.

அதுல எம்.ஜி.ஆரை ரொம்ப தாக்கி இருக்கும்.

ஆனா... எம்.ஜி.ஆர்., அத பெரிசா எடுத்துக்கல.

எம்.ஜி.ஆர்., கலைஞர்னு... ரெண்டு தலைவர்கள்ட்ட ஒரு பாட்டால நான் மாட்டிக்கிட்ட அனுபவம் இது.

எம்.ஜி.ஆரோட பேச்சுத் தன்மை குறைஞ்சுக்கிட்டிருந்த நேரம்...

அறிவாலயம் பக்கத்துல ‘ஆபட்ஸ்பரி’னு ஒரு கல்யாண மண்டபம். பெரிய பெரிய பணக்காரங்க வீட்டுக் கல்யாணம் நடக்குற இடம்.

அங்க அமைச்சர் க.ராசாராம் வீட்டுக் கல்யாணம்.

நான், ஸ்ரீதேவி, பாண்டியராஜன்... இப்படி சினிமா பிரபலங்கள்லாம் இருக்கோம்.

மேடைல தலைவர்கள்லாம் பேசிட்டிருக்க...

“இங்கவா”னு என்னயப் பார்த்து தலைவர் சைகை செய்ய... நான் தலைவரோட பின்பக்கமா போய் நின்னு, குனிஞ்சு “என்னங்க தலைவரே”னு கேட்டேன்.

கர்சீப்ப வாய்ல வச்சுக்கிட்டு மெதுவா பேசினார் தலைவர்.

நான் தலயத் தலய ஆட்டிக்கிட்டே இருந்தேன்.

ஒரு குழந்த பேசுற மாதிரி பேசினார் தலைவர்.

அஞ்சு நிமிஷத்துக்கு மேல தலைவர் என்கிட்ட பேசினார்.

கல்யாணம் முடிஞ்சதும்....

தலைவர் மேடைல இருந்து கீழ வந்தார். பாண்டியராஜனை நான் அறிமுகப்படுத்தி வச்சேன்.

‘‘ஆ...ங்...’’ னு ‘தெரியும்’ ங்கிற மாதிரி சொன்னவர், பாண்டியராஜனைப் பார்த்து “வீட்டுக்கு வா”னு சொன்னார். ஸ்ரீதேவியப் பார்த்து “நல்லாருக்கியா?”னு நலம் விசாரிச்சுட்டுக் கிளம்பினார்.

தலைவர் கிளம்பினதும்...

ராசாராம் என்கிட்ட வந்தார்.

“ஏய்... என்னடா... முக்கியமானவங்கள்லாம் பேசிக்கிட்டிருக்கும் போது, சி.எம். உன்கிட்ட அஞ்சு நிமிஷம் பேசிக்கிட்டிருந்தாரு. அவரு பேசினது ஒனக்கு என்ன புரிஞ்சது?”னு கேட்டார்.

‘‘ஏங்க... நான் அவர்கிட்டப் போயி... ‘என்ன தலைவரே

ராமராஜன்-நளினி திருமண வரவேற்பில்
மணமக்களை வாழ்த்திய மக்கள் திலகம்

பேசுறீங்க? புரியல'னு அவர்கிட்ட சொல்ல முடியுமா? அந்த நேரத்துல எதையோ அவாய்ட் பண்றதுக்கு என்னய கூப்பிட்டு பேசியிருக்கார்"னு நான் சொன்னேன்.

கொஞ்சநா கழிச்சு திரும்பவும் "சி.எம். உன்கிட்ட என்னடா சொன்னார்?"னு ராசாராம் கேட்டார்.

"அவரு என்ன பேசினார்னு எனக்கு சரியா தெரியல. அதுக்குப் பின்னாடி நான் அவர ஒண்ணு, ரெண்டு தடவ பார்த்து பேசினப்பக்கூட ஒங்க வீட்டுக் கல்யாணத்துல பேசினதப் பத்தி எதுவும் என்கிட்ட தலைவர் கேட்கலயே"னு நான் சொன்னேன்.

ஒரு முக்கியமான சம்பவத்தப் பத்தி சொல்லப்போறேன்.

ராமராஜனுக்கும், எனக்குமான ராசி எப்படிப்பட்டதுனு ஒங்களுக்கெல்லாம் தெரியும்.

நாங்க ரெண்டுபேரும் சேர்ந்து தந்த படங்கள்லாம் ஒங்க மனச கவர்ந்திருக்கு.

இராம.நாராயணன்கிட்ட ராமராஜன் அஸிஸ்டெண்ட் டைரக்டரா இருந்த காலத்துல இருந்து ராமராஜனோட எனக்கு நல்ல பழக்கம்.

ராமராஜனும், நளினியும் லவ் பண்ணினாங்க.

'சினிமாவுல ஒரு நல்ல நிலமைக்கி வந்தபிறகு திருமணம் பண்ணிக்கிரலாம்'னு பேசி வச்சுக்கிட்டாங்க.

அஸிஸ்டெண்ட் டைரக்டரா இருந்து நடிகராகி, டைரக்டராகி, ஹீரோவாவும் ஆகிட்டார் ராமராஜன்.

கல்யாணம் பண்ணிக்க முடிவு செஞ்சப்ப... எதிர்ப்பு கிளம்பிடுச்சு.

ஆனா அத பொருட்படுத்தாம நளினி வீட்ட விட்டு வந்தாச்சு.

'நேரா தலைவர்கிட்ட போய் சொல்லுவோம். நமக்கு எந்த பிரச்சினையும் இல்லாம கல்யாணம் நடக்கிறதுக்கு தலைவர் மட்டும்தான் உதவ முடியும்' னு ஒரு முடிவுக்கு வந்தாங்க.

அப்ப அமைச்சரா இருந்த திருநாவுக்கரசுகிட்டவும், இன்னொரு மினிஸ்டர்கிட்டயும் விஷயத்தச் சொன்னாங்க.

நளினி வீட்ட விட்டு வந்துட்டதால... சீக்கிரமே கல்யாணம் நடக்க வேண்டிய சூழ்நிலை.

அப்போ எம்.ஜி.ஆர். சேலத்துல இருந்தார்.

ரெண்டுபேரும், திருநாவுக்கரசு மூலமா அங்க போனாங்க.

ஆனா தலைவர் அங்கருந்து ஒசூர்ல கூட்டத்துக்கு போயிட்டார்.

சேலத்துலருந்து ஓசூர் போனாங்க.

இவங்க போறதுக்குள்ள தலைவர் மீட்டிங் முடிஞ்சு சென்னைக்கி கிளம்பிட்டார்.

ராமராஜனும், நளினியும் சென்னைக்கி வந்துட்டாங்க. நளினியோட வீட்டார் எதிர்ப்புக்குப் பயந்து கிட்டத்தட்ட தலைமறைவா இருந்தது காதல் ஜோடி.

இவங்க ரெண்டு பேரும் தன்னை பார்க்கிறதுக்காக முயற்சி பண்ணின விஷயம் தலைவருக்கு தெரிஞ்சது.

தலைவர் வரச்சொன்னதும், ராமாவரம் தோட்டத்துல போய்ப் பார்த்தாங்க.

முதல்ல ரெண்டு பேரையும் வயிறார சாப்பிடச் சொன்னார் தலைவர்.

சாப்பிட்டு முடிஞ்சதும் பிரச்சினையக் கேட்டார்.

"நாங்க ரெண்டு பேரும் கல்யாணம் பண்ணிக்கலாம்னு இருக்கோம். ஆனா எதிர்ப்பு இருக்கு"

"டெபனிட்டா நீங்க கல்யாணம் பண்ணிக்குங்க. நான் இருக்கேன்... பார்த்துக்குறேன்"

"கல்யாணம் முடிஞ்சதும் ரிஸப்ஷன் வைக்கணும். நீங்க குடுக்குற தேதியில வச்சுக்கிறோம்"

"நீங்க எந்த தேதியில வச்சாலும், கண்டிப்பா நான் வந்து கலந்துக்குவேன்"னு சொல்லியனுப்பிச்சார் தலைவர்.

சொன்னபடி உட்லண்ட்ஸ் ஓட்டல்ல நடந்த ராமராஜன்- நளினி கல்யாண ரிஸப்ஷனுக்கு வந்தார் தலைவர்.

என்னோட கச்சேரிதான்.

வழக்கம்போல நான் "ஒக்காருங்க தலைவரே... கொஞ்சநேரம் கச்சேரி கேட்டுட்டுப் போங்க"னு சொல்லி அவர ஒக்கார வச்சு பாட்டுப் பாடினேன்.

மணமக்களுக்கு கிஃப்ட்டா ஒரு வெள்ளிப் பெட்டி குடுத்தார் தலைவர்.

அந்த பெட்டியில என்ன இருந்துச்சு?

(இந்தத் தொடர்ல ராமராஜன்-நளினி காதல் கல்யாணம் நல்லபடியா முடிய எம்.ஜி.ஆர். செஞ்ச உதவிய எழுத முடிவு செஞ்சதும்... ராமராஜன்கிட்ட "அந்த வெள்ளிப் பெட்டியில என்ன இருந்துச்சு?" னு இப்ப கேட்டேன்.

"வீட்டுக்கு வந்து திறந்து பார்த்தோம். அதுல நகை இருந்துச்சு. எங்களுக்கு ரொம்ப ஸர்ப்ரைஸா இருந்ததுண்ணே"னு இப்ப சொன்னார் ராமராஜன்.)

அந்தக் காலம் அந்தக் காலம்தான்.

ஒரு தனிமனிதனோட காதலுக்கு ஒரு முதலமைச்சர் உதவியது எவ்வளவு பெரிய விஷயம்... அதுதான் மக்கள் திலகம்.

ராமராஜன்-நளினி திருமண ரிஸப்ஷனில் என்னைக் கூப்பிட்டு ரொம்ப செல்லமா ஓங்கி முதுகுல அடிச்சார் எம்.ஜி.ஆர்.

ஏன்னா...?

52
கலங்க வைத்த போன் குரல்!

பொங்கல் பண்டிகைக்கான புரோக்ராம்னு நினைக்கிறேன்.

தூர்தர்ஷனுக்காக நடிகை அம்பிகாவ, நான் பேட்டி எடுக்குற மாதிரி ஒரு நிகழ்ச்சி.

அம்பிகா ஒரு ஷூட்டிங்ல இருக்கிறதா சொல்லவும் அங்கயே போய்ட்டேன்.

நிகழ்ச்சிய சுவாரஸ்யமா பண்றதுக்காக நானே ஒரு செட்-அப் செஞ்சேன்.

அதுபடி அம்பிகா ஸ்பாட்டுக்கு வந்ததும் மேக்-அப் அஸிஸ்டெண்ட்டுகள் "வணக்கம்மா... நல்லா இருக்கீங்களா?"னு கேட்க...

"நல்லாருக்கேன்"னு அம்பிகா சொல்லிட்டுப் போக...

"யாரு இந்தம்மா...அம்பிகாவா? மேக்-அப் இல்லாமலேயே அழகா இருக்காங்களே"னு நான் சொல்ல...

நான் கலாய்க்கிறது அம்பிகாவுக்கு புரிஞ்சு... என் முதுகுல தட்டி "இப்படித்தான் எப்பவும் என்ன கேலியும், கிண்டலும் பண்ணிக்கிட்டிருப்பீங்க"னு சொல்ல...

இந்தக் கிண்டலும் சேர்ந்து அந்த நிகழ்ச்சியில இடம் பிடிச்சது.

தூர்தர்ஷன்ல அந்த பேட்டி வெளியானது.

இந்த நிகழ்ச்சிய எம்.ஜி.ஆர். பார்த்திருக்கார்.

அதனாலதான் ராமராஜன்-நளினி திருமண ரிஸப்ஷன்ல எம்.ஜி.ஆர்., என்னைக் கூப்பிட்டு "டி.வி... பார்த்தேன்... அம்பிகா... அம்பிகா... பேட்டி... நல்லாருந்தது"னு சொல்லி, 'உன் கேலியவும், கிண்டலயும் விடமாட்டியே'ங்கிற மாதிரி என் முதுகில் சிரித்தபடி அடித்தார் தலைவர்.

நினைவுகள்ல இருக்கிறத எழுத்துல பார்க்கும்போதுதான் அதோட பிரமாண்டமும், வலிமையும் எனக்கு இப்பத் தெரியுது.

முதல்ல 'எம்.ஜி.ஆர்.கூட என்னோட அனுபவம்னு என்னத்த எழுதப் போறேன்?'னு தோணுச்சு.

ஆனா வாசகர்கள் தர்ற வரவேற்பு சூப்பரா இருக்கு. என்னய உற்சாகப்படுத்துது.

எம்.ஜி.ஆரைப் பத்தி எழுதுறத நக்கீரன் வாசகர்கள் ரொம்பவே ரசிக்கிறாங்க... எனக்குப் போன்பண்ணி பாராட்டுறாங்க.

இப்படி வாசகர்கள் ரசிக்க காரணம்... என் அனுபவங்கள்ல இருக்க உண்மை. நான் எழுதுற எல்லாத்துக்கும் சம்பந்தப்பட்ட சாட்சிகள்ல சிலர் இன்னும் இருக்காங்க.

ரொம்ப சந்தோஷமா இருக்கு.

எம்.ஜி.ஆர். கூட எனக்கு வாய்ச்ச அனுவபவங்கள் எனக்கு கிடைச்ச பெரிய பாக்கியம்தான்.

மக்கள் திலகம் எம்.ஜி.ஆர். தன்னோட மரணத்துக்கு முன்னாடி கலந்துக்கிட்டது... குறிப்பிட்ட சில நிகழ்ச்சிகள்தான்.

அதுல ரெண்டு நிகழ்ச்சிகள்லயும் நான் இருந்தேன்.

ஒண்ணு... என் பெரிய பையன் வெங்கட்பிரபுவோட மிருதங்க அரங்கேற்ற நிகழ்ச்சி.

இன்னொண்ணு, 'ஜல்லிக்கட்டு' படத்தோட வெற்றி விழா.

அப்போ வெங்கட்பிரபுவுக்கு 14-15 வயசு இருக்கும்.

அவனை மிருதங்கம் கத்துக்கச் சொல்லி போட்டு பின்னியெடுத்துக்கிட்டிருக்கேன்.

கலைஞரய்யா குடும்பத்துக்கு ரொம்ப வேண்டியவரு... இப்பவும் கலைஞர் வீட்டுக்கு போய் வர்றவரு.. மிருதங்க வித்வான் தஞ்சை டி.ஆர்சீனிவாசன். இவர்தான் வெங்கட்பிரபுவுக்கு மிருதங்க மாஸ்டரா இருந்து கத்துக் குடுத்தவர்.

(எங்க வாழ்க்கைல மறக்க முடியாத முக்கிய நிகழ்வா அமைஞ்சது வெங்கட்பிரபுவோட மிருதங்க அரங்கேற்ற நிகழ்ச்சி. அதனால மிருதங்க மாஸ்டர் சீனிவாசனுக்கு இந்த நேரத்துல இந்தத் தொடர் மூலமாவும் என்னோட நன்றிய தெரிவிச்சுக்கிறேன்)

தினமும் அவனுக்கு பயிற்சி நடக்கும்.

எங்கம்மா பார்த்திட்டு "அட ஏம்ப்பா... இப்படி சின்னப்பயலப்

மிருதங்கம் வாசிக்கும் வெங்கட்பிரபு

போட்டு சிரமப்படுத்துறீங்க?"னு கேட்பாங்க.

இருந்தாலும் நாங்க அவனுக்கு மிருதங்க அரங்கேற்றம் பண்ணீரணும்னு ஸ்ட்ராங்கா இருந்தோம்.

அவனும் ஆர்வமா கத்துக்கிட்டான்.

நல்லபடியா அரங்கேற்றம் ஆகணும்னு சாமிகிட்ட வேண்டிக் கிட்ட எங்கம்மா தினமும் விரதம் இருந்தாங்க. ஒருபோது சாப்பாடுதான்.

பயிற்சி முடிஞ்சது.

அதுக்கு சில மாசங்கள் முன்னாடிதான் எம்.ஜி.ஆர்., செக்-அப்புக்காக அமெரிக்கா போயிட்டு வந்திருந்தார்.

தலைவரோட ஒடம்பு சொகமா இல்ல.

அந்தச் சமயத்துல வெளி நிகழ்ச்சிகளுக்கு தலைவர் தேதி தர்றதில்ல...னு சொல்லப்பட்டுச்சு.

'அரங்கேற்ற நிகழ்ச்சிக்கி தலைவர கூப்பிட்டு சிரமப்படுத்த வேணாமே'னு நானும் முடிவு செஞ்சேன்.

24-11-1987.

இந்த தேதியில மியூஸிக் அகாடமியில அரங்கேற்றம் செய்ய முடிவெடுத்தோம்.

சாமுண்டீஸ்வரி கோயில் கோபுரம் முன்னாடி வெங்கட்பிரபு மிருதங்கம் வாசிக்கிற மாதிரி போட்டோ செட் பண்ணி, அழைப்பிதழோட முகப்புல போட்டோம்.

சங்கீதத்துல பெரும் புகழ் பெற்ற டி.கே.பட்டம்மாள் தலைமையில் விழா. டி.வி.கோபாலகிருஷ்ணன் பாட்டு, வெங்கட்பிரபு மிருதங்கம்.... இப்படி நிகழ்ச்சி நிரல் போட்டு அழைப்பிதழ் அடிச்சாச்சு.

'தலைவர் நேர்ல வரத் தேவையில்ல. அவரோட சூழ்நில அப்படி. ஆனா... அவரோட மனப்பூர்வமான ஆசி என் பையனுக்கு கிடைக்கணும்'னு ஆசப்பட்டேன்.

அதுக்கு வழி... அழைப்பிதழ தலைவரோட பார்வைக்கு கொண்டு போறதுதான். அதத் தவிர வேற வழியில்ல.

ராமாவரம் வீட்டுக்கு போன் போட்டேன்.

ஊழியர் எடுத்தார்.

''வணக்கங்க... நான் கங்கை அமரன் பேசுறேன். ஐயாவ பார்க்கணும்''

"என்ன விஷயமா?"

"என் பையனோட மிருதங்க அரங்கேற்றம் வச்சிருக்கேன். மரியாதை நிமித்தமா ஐயாகிட்ட அழைப்பிதழ் குடுக்கணும்"னு நான் சொல்ல...

'போன்ல யாரு?'னு ஊழியர்கிட்ட தலைவர் கேட்டிருப்பார் போல. என் பேரச் சொன்னதும் 'நானே பேசுறேன்'னு சொல்லீருப்பார் போல...

"ஐயாவே பேசுறார்ங்க"னு சொல்ல...

அடுத்த செகண்ட்...

"ந்ந்... நா..." என்று கேட்டார் தலைவர்.

அவரோட ஜாலியாக பேசிப் பழகின எனக்கு மனசு கலங்கிப் போச்சு...

'என்ன?'ங்கிறதத்தான் அப்படி தலைவர் கேட்டார்.

"என் பையனோட மிருதங்க அரங்கேற்றம் வச்சிருக்கோம் தலைவரே"

"ப்போ?" என்றார் தலைவர்.

என்னால சடனா புரிஞ்சுக்க முடியல.

"எப்...போ?" னு மறுபடி கேட்டார்.

"வர்ற 24-ந் தேதிங்க தலைவரே"

"நான்... வர்றேன்"னு சொல்லீட்டு போனை வச்சிட்டார்.

மக்கள் திலகத்தோட மனப்பூர்வ ஆசிக்கு ஆசப்பட்ட எனக்கு, அவரோட நேரடி ஆசியே கிடைக்கப்போகுதுனு சந்தோஷம்.

ஆனாலும்... குழப்பம்.

பத்திரிகை அடிச்சாச்சு. புதுசா மாத்தியடிக்கவும் அவகாசம் இல்ல.

தலைவர் வர்றார். சி.எம்.மான அவர் கலந்துக்கப்போற நிகழ்ச்சியில... அந்த அழைப்பிதழ்ல அவரோட பேர் இல்லாம இருந்தா நல்லா இருக்காது.

இதுதான் என்னோட குழப்பத்துக்கு காரணம்.

ரொம்ப நேரம் யோசிச்சுக்கிட்டிருந்தேன்.

அழைப்பிதழ எடுத்து புரட்டினேன்.

தெய்வாதீனமா அந்த அழைப்பிதழ்ல ஒரு ஸ்பேஸ் இருந்துச்சு. குஷியாகிட்டேன் நான்.

மேடையில்... தாயுமானவராக மாறி நின்ற தலைவர் எம்.ஜி.ஆர்.

53
நெகிழ வைத்த அரங்கேற்றம்!

என் பையன் வெங்கட்பிரபுவோட மிருதங்க அரங்கேற்றத் துக்கு வர்றதா சொல்லீட்டார் எம்.ஜி.ஆர்.

'உடல்நலமில்லாத அவர் விழாவுக்கு வந்து சிரமப்பட வேணாமே'னு நினைச்ச நான் அவரோட ஆசிர்வாதத்துக்காக தகவலா சொன்னேன்.

அழைப்பிதழ்லாம் அடிச்சாச்சு.

தெய்வாதீனமா அழைப்பிதழ்ல ஒரு கேப் இருந்தது.

'புரட்சித்தலைவர் மக்கள் திலகம் முதலமைச்சர் எம்.ஜி.ஆர்.அவர்களின் முன்னிலையில்'னு அந்த கேப்ல பிரிண்ட் பண்ணியாச்சு.

அழைப்பிதழ் பார்த்த அமைச்சர்கள் ப.உ.ச., ஹண்டே, க.ராசாராம் மூணு பேரும் டென்ஷனாயிட்டாங்க.

"அட முட்டாப்பயலே... என்னாடா இது இன்விடேஷன். சி.எம்.மோட படம் போடல. ஏதோ அவர் பேர இன்செர்ட் பண்ணீருக்க. ஒரு முதலமைச்சருக்கு குடுக்கிற மரியாதையா இது?"னு சத்தம் போட்டாங்க.

"பத்திரிகை அடிச்சு முடிச்ச பின்னாடி தலைவருக்கு ஒரு தகவலாத்தான் சொன்னேன். அவர் விழாவுக்கு வர்றம்னுட்டார்.

எனக்கு வேற வழி தெரியல. நான் அவர் மேல உண்மையான அன்பு வச்சிருக்கேன். அந்த அன்புக்கு மரியாத குடுத்து அவர் விழாவுக்கு வந்தாலும் சந்தோஷம். வரலேன்னாலும் வருத்தமில்ல. நான் தலைவர்கிட்டருந்து வேற எதையும் எதிர்பார்க்கல''னு சொன்னேன்.

நான் என் மனைவி புள்ளைகளோட அழைப்பிதழை எடுத்துக்கிட்டு தலைவரைப் பார்க்க தோட்டத்துக்குப் போனேன்.

எங்கள சாப்பிட வச்சார்.

பத்திரிகைய வாங்கிப் பார்த்தார்.

அதிகமா பேச முடியல அவரால.

'நான் வந்துடுறேன்'கிற மாதிரி சைகை செஞ்சார்.

தலைவருக்கு இருந்த உடல்நிலையை பார்த்த நான் 'தலைவர் விழாவுக்கு வரமாட்டார்'னு நினைச்சேன்.

24.11.1987 மியூஸிக் அகாடமியில விழா ஏற்பாடுகள செஞ்சுக்கிட்டிருக்கோம்.

'தலைவர் இருக்க சூழ்நிலைல விழாவுக்கு வரமாட்டாரு. இவன் பைத்தியக்காரத்தனமா தலைவரோட முன்னிலைல விழா நடக்குது போட்டிருக்கான்'னு என் காதுபடவே பலரும் பேசினாங்க.

விழா அரங்கத்துக்கு ரஜினி, கமல், எஸ்.பி.பால சுப்பிரமணியம்...னு ஏகப்பட்ட பிரபலங்கள் வந்து குவிஞ்சிட்டாங்க.

திடீர்னு மோப்ப நாய்களக் கொண்டு வந்து அரங்கத்த சோதிச்சாங்க போலீஸார்.

அப்பத்தான் தலைவர் வர்றது உறுதியாச்சு.

தலைவர் சரியான நேரத்துக்கு வந்துட்டார்.

முன் வரிசையில் தலைவர் உட்கார்ந்தார். பக்கத்துல ராஜாண்ணனை உட்கார வச்சேன்.

பிரபலங்கள் வந்து தலைவருக்கு வணக்கம் வச்சிட்டுப் போனாங்க.

எஸ்.பி.பாலசுப்பிரமணியம் தலைவரோட 'அடிமைப்பெண்' படத்துலதான் அறிமுகமானார்.

இருந்தாலும் "டேய் அமரு... சி.எம்.கிட்ட என்னை அறிமுகப் படுத்திவைடா"னு சொல்ல... நான் அவனை கூட்டிக்கொண்டுபோய் தலைவரிடம் ''தலைவரே... எஸ்.பி.பாலசுப்பிரமணியம்''னு சொன்னேன்.

''ஆ...ங்... தெர்து... தெர்து'' என்றபடி பாலுவின் கையப் பிடிச்சார்.

"பாலு புதுசா ஒரு டயர் ஃபேக்டரி ஆரம்பிச்சிருக்காப்ல"னு நான் சொன்னேன்.

உடனே தலைவர் "ங்க...?"னு கேட்டார்

நான் எஸ்.பி.பி.யோட இடுப்பைச்சுத்தி சதை போட்டிருந்ததை பிடிச்சுக் காண்பிக்க... தலைவர் சிரிச்சபடி என் முதுகுல செல்லமா ஒரு அடி போட்டார்.

விழா ஆரம்பிச்சது.

'கடவுளே பையன் நல்லபடியா வாசிக்கணும்'னு மெடிடேஷன் பண்ண ஆரம்பிச்சேன் நான்.

வெங்கட்பிரபு பிரமாதமா வாசிச்சு... அசத்திப்புட்டான்.

அரங்கேற்ற நிகழ்ச்சி முடிஞ்சது.

தலைவருடன் வந்திருந்த டாக்டர் "சி.எம்.மை மேடைக்கி கூப்பிடாதீங்க. அவர் மேடை ஏறக்கூடாது''னு என்கிட்ட சொன்னார்.

நான்தான நிகழ்ச்சி தொகுப்பாளர். அதனாலதான் என்கிட்ட சொன்னார்.

மேடைல ஏறி மைக் பிடிச்ச நான்... "தலைவர் படிகள்ல ஏறக்கூடாதுனு டாக்டர் சொல்லீருக்கார். அதனால் தலைவரை மேடைக்கி அழைக்கல. தலைவர் அங்கிருந்தபடியே என் மகனை ஆசிர்வதிக்கணும்"னு அறிவிச்சேன்.

அவ்வளவுதான் 'படக்'னு ஸீட்லருந்து எழுந்த தலைவர் மேடய நோக்கி நடக்க ஆரம்பிச்சார்.

அவரை தாங்கிப் பிடிக்க பாதுகாப்பு அதிகாரிகள் ஓடி வந்தாங்க. ஆனா அவங்களுக்கு பிடிகொடுக்காம... அவராவே மேடையில் ஏறி உட்கார்ந்திட்டார். அரங்கமே வியர்ந்து போச்சு.

வெங்கட்பிரபுவுக்கு 15 வயசு.

அத மனசில வச்சு... அவனுக்கு 15 பவுன்ல ஒரு தங்கச் சங்கிலி போட்டுவிட்டார் தலைவர்.

அந்த சங்கிலியில் ஒரு பெரிய டாலர். அந்த டாலரைத் திறந்தா அதில் அம்மன் சிலை. அந்த அம்மனின் கழுத்தில் ஒரு சங்கிலி ஆடிக் கொண்டிருந்தது.

அடேயப்பா... என்ன ஒரு கலைநயத்தோட பரிசை தேர்வு செஞ்சிருக்கார்.

தலைவரால் அதிகம் பேச முடியல.

அந்த செயினை வெங்கட்பிரபு கழுத்துல மாட்டிவிட்டுட்டு அவனை கொஞ்சம் தள்ளி நிக்கச்சொல்லி... ஒரு தாயப்போல அழகு பார்த்தார் தலைவர்.

எனக்கு கண்ணெல்லாம் கலங்கிப்போச்சு சந்தோஷத்துல.

தலைவர் எங்கள ரொம்பத்தான் பெருமைப்படுத்தீட்டாரு.

விழாவில் பேசினவங்கள்லாம் வெங்கட்பிரபு அதிர்ஷ்டக் காரன்னு பேசினாங்க.

விழாவில் அமைச்சர் ஆர்.எம்.வீரப்பன் பேசும்போது ஒரு

மிருதங்க அரங்கேற்ற விழாவில் மக்கள் திலகம் மடியில்
என் மகன் வெங்கட்பிரபு

முக்கியமான விஷயத்தைச் சொன்னார்.

"இந்த நாளை மறக்க முடியாத அளவுக்கு தலைவர் இன்னைக்கி ஒரு சட்டம் போட்டுட்டுத்தான் வந்திருக்கார்.

இசைக் கல்லூரியில படிக்கிற மாணவர்களுக்கு பள்ளிக் கூடங்கள்ல இசை ஆசிரியரா வேலை தர சட்டம் போட்டிருக்கார்.

அதேபோல சென்னையிலுள்ள சில சாலைகளுக்கு பாபநாசம் சிவன் சாலை... இப்படி இசை ஜாம்பவான்களோட பெயரை வைக்க சட்டம் போட்டுட்டு வந்திருக்கார் தலைவர்.

வெங்கட்பிரபுவோட இசை அரங்கேற்றத்தை மறக்க முடியாதபடி இதைச் செய்திருக்கார் தலைவர்" என ஆர்.எம்.வீ. சொல்ல...

சிலிர்த்துப் போயிட்டேன் நான்.

எம்.ஜி.ஆர் இசை மீது ரொம்பவே ஈடுபாடு உள்ளவர். அவரோட பாடல்களோட வெற்றிக்கி அவரோட இசை ஈடுபாடு மிக முக்கியக் காரணம்தான்.

நான் தலைவர்கூட கார்ல போகும் போதெல்லாம் 'ஆஹா நம் ஆசை நிறைவேறுமா?' 'நாடகமெல்லாம் கண்டேன் உந்தன் ஆடும் விழியிலே'னு பாடப்பாட அந்தக் காலகட்டத்துக்கே போயிடுவார்.

இளையராஜாண்ணன் இசையில வர்ற பாட்டுக்கள... நான் எழுதின பாட்டுக்கள என்னை பாடச்சொல்லி கேட்டு ரசிப்பார். நான் கேஸட் குடுப்பேன். வீட்ல அதையும் கேட்டுட்டு கருத்து சொல்லுவார்.

நான் கைல புதுப்பட பாட்டு கேஸட் இல்லாமப் போனாலே தலைவரோட முகம் மாறிடும்,

"எங்க எங்க?"னு கேட்பார்.

"தலைவரே இந்தவாரம் புதுப்பட பாட்டு கேஸட் எதுவும் ரிலீஸாகல"னு சொல்லுவேன்.

"சரி நீ பாடு"னு சொல்லி பாட வச்சுக் கேட்பார்.

இளையராஜா இசையில வந்த 'சிந்து பைரவி' படத்தோட -பாடல்கள தலைவர் ரொம்ப சிலாகிச்சு சொல்லுவார்.

இசையப் பத்தின தலைவரோட நுணுக்கமான பார்வை ரொம்ப வியக்க வைக்கும்.

24.12.1987

மனசை நொறுக்கியது.. மக்கள் திலகத்தின் மரணச் செய்தி...

54
அந்த நாள்!

தலைவர் எம்.ஜி.ஆர்., தன்னோட மரணத்துக்கு சிலபல நாட்களுக்கு முன்பா கலந்துக்கிட்ட சினிமா விழா 'ஜல்லிக்கட்டு' படத்தோட 100-வது நாள் விழா.

எம்.ஜி.ஆர்.கிட்ட சினிமாக்காரங்க ஷீல்டு வாங்கின கடைசி ஃபங்ஷன் அது.

நடிகர் திலகம் சிவாஜியப்பா, சத்யராஜ் நடிச்ச படம். இளையராஜாண்ணன் மியூஸிக்ல எல்லாப் பாட்டுமே ஹிட்.

படத்துல எல்லா பாட்டுக்களயும் நான்தான் எழுதியிருந்தேன்.

எம்.ஜி.ஆர்., சிவாஜி... இந்த இரு திலகங்களும் பக்கத்துல பக்கத்துல உட்கார்ந்து அந்த விழாவுக்கு அழகு சேர்த்தாங்க.

"உலகம் முழுக்க தேடிப் பார்த்தாலும் என் தம்பி சிவாஜி கணேசனுக்கு இணையான ஒரு நடிகன் இல்லை'' என சிவாஜியப்பாவை பாராட்டி ஷீல்டு குடுத்து, சிவாஜியப்பா கன்னத்தில் ஒரு முத்தமும் பதித்தார் தலைவர்.

இந்த விழாவுல நானும் தலைவர் கையால விருது வாங்கினேன்.

மக்கள் திலகத்தோட மரணச் செய்தி மனச நொறுக்கிப் போட்டிருச்சு.

டிசம்பர் 23-ந் தேதி ராத்திரியே அரசல் புரசலா தகவல் வருது.

மக்கள் திலகத்தின் இறுதி ஊர்வலம்

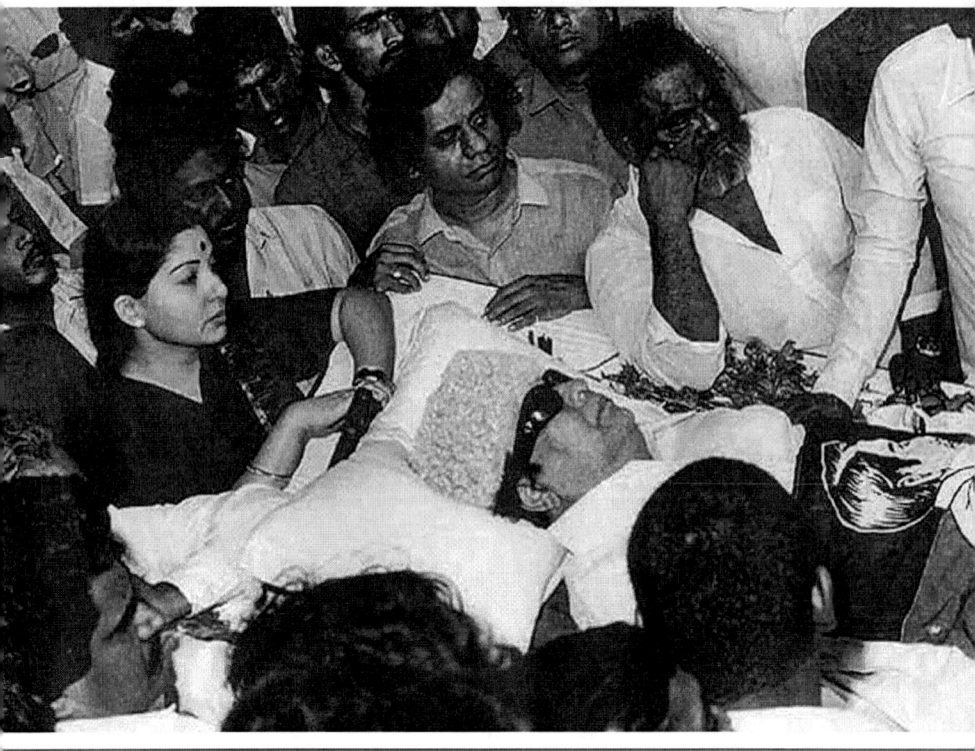

என்னால இருப்புக்கொள்ள முடியல.

ராமாவரம் தோட்டத்துக்கு போகணும்னு துடிக்கிறேன்.

ஆனா... யாரையுமே அங்க அனுமதிக்கலேனு சொன்னாங்க.

தலைவர் என்னை பாட்டுப் பாடச் சொல்லி கேட்டதும், 'குறும்புக்காரன்'னு சொல்லி என் முதுகில தலைவர் அடிச்சதும், ஒரு தாயப் போல மாறி என் பையனுக்கு சங்கிலி போட்டு அழகு பார்த்ததும், என் மேல அவர் காட்டின அன்பும் கண் முன்னால நிழலாடுது.

என்னால சோகத்த தாங்கிக்க முடியல.

வீட்ல ஒக்காந்து வாய்விட்டு கதறி அழுறேன்.

என் மனைவி அழுறா. என் மாமனார்... எம்.ஜி.ஆரப்பத்தி சொல்லிச் சொல்லி புலம்புறாரு.

எங்க வீடே துக்க வீடா ஆகிப்போச்சு.

நள்ளிரவுக்கு பின்னாடி... அதிகாலையில... எம்.ஜி.ஆரோட மறைவ தெரிவிச்சாங்க.

அப்பவும் ராமாவரம் தோட்டத்துக்கு யாரையும் அனுமதிக்கல போலீஸார்.

மக்கள் அஞ்சலி செலுத்துறதுக்காக மக்கள் திலகத்தோட உடல் ராஜாஜி ஹாலுக்கு கொண்டு வரப்பட்டுச்சு.

'என்ன அநியாயமா இருக்கு... எம்.ஜி.ஆருக்கே மரணம் வருமா?'னு மனசு கிடந்து அடிச்சுக்குது.

என்னதான் என்னய நான் சமாதானப்படுத்திக்கிட்டாலும் மனசு ஆறல.

அந்த தாங்கமுடியாத துக்கத்தோட கார எடுத்துக்கிட்டு கிளம்பினேன்.

எங்க பார்த்தாலும் ஜனம்.

எல்லார் மனசுலயும் துக்கம்.

தலைவன பறிகொடுத்த துக்கம். மூத்த பிள்ளைய பறிகொடுத்த துக்கம், அண்ணனை பறிகொடுத்த துக்கம், தமிழ் நாட்டோட குடும்பத்தலைவன பறி கொடுத்த துக்கம்...

இப்படி நாடே துக்கவீடா மாறிப்போச்சு.

எந்த ரோட்ல போனாலும் போலீஸார் கார்கள திருப்பி விடுறாங்க.

'தலைவனோட முகத்த கடசியா ஒருதடவ பார்த்திடணுமே..'ங் கிற பரிதவிப்போட முன்னேறிப்போய்க்கிட்டிருக்கேன்.

'தலைவருக்கு ரொம்ப நெருக்கமானவன்'ங்கிறதையும், தலைவர் கூட என்னய அடிக்கடி பார்த்திருந்ததாலயும் போலீஸார் என்னோட கார் போறதுக்கு அனுமதிச்சாங்க.

ராஜாஜி ஹால் வந்தாச்சு.

அமைச்சர் க.ராசாராம் எப்பவுமே எனக்கு ரொம்ப ஹெல்ப் பண்ணுவார். அந்தக் கூட்டத்துல என்னைப் பார்த்திட்டு... மேல... தலைவரோட உடல் வைக்கப்பட்டிருந்த இடத்துக்கு என்னய கூட்டிட்டுப் போனார்.

எவ்வளவு பெரிய சகாப்தம்.... எந்த சலனமுமில்லாம தூங்கிற பாவனையில் இருந்தது.

'தலைவா... தெய்வமே...'னு மனசு உள்ளூர கதறுது. கண்ணீர் வழிஞ்சு ஊத்துது.

இதயப் பூர்வமா அவருக்கு அஞ்சலி செலுத்தினேன்.

எம்.ஜி.ஆரோட உடம்பு வைக்கப்பட்டிருந்த எடத்துல ஒரு பக்கம் ஜானகியம்மா உட்கார்ந்து அழுதுக்கிட்டிருந்தாங்க.

இன்னொரு பக்கம் ஜெயலலிதாம்மா உட்கார்ந்து அழுதிட்டிருந்தாங்க.

என்னோட அம்புட்டு துக்கத்துக்கு மத்தியிலயும் வியப்பும் உண்டாச்சு.

ஏழைகளும், தாய்மார்களும் கதறி அழறதப் பார்த்தபோது...

'எம்.ஜி.ஆர்.ங்கிற ஒரு சக்திகூட பேசிப் பழகின என்னோட

துக்கம் பெரிசா? அந்த ஜனங்களோட துக்கம் பெரிசா?'னு விடை தெரியாத கேள்வியும், வியப்பும் வந்துச்சு எனக்கு.

எம்.ஜி.ஆர். இறந்த அன்னைக்கி... விபரம் தெரிஞ்ச வயசுல இருந்த எல்லா தமிழ் மக்களும் தங்களோட இந்த ஜென்மத்துல பெரிய இழப்பாத்தான் எம்.ஜி.ஆரோட மரணத்த உணர்ந்தாங்க... இப்பவும் உணர்றாங்க.

ஒரு தலைவரோட மரணத்த இப்படி ஒவ்வொருத்தரும் தங்களோட இழப்பா ஃபீல் பண்ணியது உலகத்துல அதுவரைக்கும் நடந்திருக்காதுனுதான் சொல்லுவேன்.

பிரபலங்கள்கிட்ட எம்.ஜி.ஆர். பற்றி தூர்தர்ஷன் டிவி.க்காரங்க கேட்டுக்கிட்டிருந்தாங்க. என்கிட்டவும் கேட்டாங்க.

"எம்.ஜி.ஆர். என்னோட சொந்தக்காரர். அவரோட மருமகன் நான். எனக்கு என் மாமனாரை இழந்த துக்கம். எம்.ஜி.ஆர். என்னை 'மாப்பிள்ளை'னுதான் அன்போட கூப்பிடுவார்"னு நான் என் வேதனையச் சொன்னேன்.

(எம்.ஜி.ஆர்., என்னை 'மாப்பிள்ளை'னு கூப்பிடுவதைப் பத்தி ஏற்கனவே நான் தொடர்ல எழுதியிருக்கேன். இருந்தாலும் சுருக்கமா சொல்றேன்.

அண்ணா, கலைஞர், எம்.ஜி.ஆர்... உட்பட திராவிட தலைவர்களுக்கு நெருக்கமானவர் எஸ்.எஸ்.பி.லிங்கம். அவரோட மகள் மணிமேகலைதான் என்னோட மனைவி. அ.தி.மு.க. கட்சி நிதிக்காக என்னோட கச்சேரி நடந்தபோது "என்னோட அண்ணன் எம்.ஜி.சக்ரபாணி. அதுபோல இன்னொரு உடன்பிறவா சகோதரன் லிங்கம். அவரோட மாப்பிள்ளை எனக்கு மாப்பிள்ளை"னு எம்.ஜி.ஆர். அந்த மேடையில் பேசினார். தொடர்ந்து என்னை 'மாப்பிள்ளை'னு அழைத்தார் தலைவர். அதைப் பார்த்திட்டு மினிஸ்டர்களும் என்னை 'மாப்பிள்ளை'னு கூப்பிட்டாங்க.)

சென்னைல எங்க பார்த்தாலும் சோகத்தோட ஜனங்க கூட்டம் கூட்டமா இருந்தாங்க.

ஆனாலும்...

சென்னை ரொம்ப வெறுமையா இருந்திச்சி.

எம்.ஜி.ஆரோட பெருமைய பேசிப் பேசித் தீரல.

ராஜாஜி ஹால்ல ஒரு ஓரமா நின்னு... பச்சத்தண்ணி பல்லுல படாம தலைவர் நினைப்ப பகிர்ந்துக்கிட்டிருந்தோம்.

எம்.ஜி.ஆர். உடல் அடக்கம் செய்றதுக்காக வாகனத்தில் ஏத்தும்போது ஜெயலலிதா அம்மாவும், அந்த வாகனத்தில் ஏறினாங்க. அவரை இறக்கிவிட்டாங்க. இப்படி ஒரு அரசியல் சர்ச்சையும் அங்க நடந்தது.

ஊர்வலம் கிளம்ப, எல்லோரும் நடந்தோம்.

அப்ப இருந்து இப்ப வரைக்கும் உலகத் தமிழர்கள் மத்தியில எம்.ஜி.ஆர். மீது ரொம்ப அபிமானம் இருக்கு.

இதுக்கு முக்கிய காரணம்... இலங்கைத் தமிழர்கள் மேல தலைவர் வச்சிருந்த அக்கறை.

'உலகம் சுற்றும் வாலிபன்' எம்.ஜி.ஆர்., ஈழத் தமிழர் நலன் சார்ந்த ஒரு விஷயத்துக்காக.... என்னை.... இந்த பண்ணைப்புரத்தானை முதன்முதலா ஃபாரீனுக்கு அனுப்பினார்... என்னையும் உலகம் சுற்றும் வாலிபனாக்கினார்.

அந்த நினைவு என் நெஞ்சில வந்து மோதினது.

55
புலிகளுக்காகப் பாடிய குயில்கள்!

மக்கள் திலகம் எம்.ஜி.ஆரின் இறுதி ஊர்வலம்.

தாங்கமாட்டாத துயரத்தோட எல்லாரும் போய்க் கொண்டிருக்க... அந்தக் கூட்டத்துல நானும் நடந்தேன்.

'உலகம் சுற்றும் வாலிபன்' எம்.ஜி.ஆர்., இந்த பண்ணைப்புரத்தானை உலகம் சுற்றும் வாலிபனாக்கிய நினைவுகள் என் நெஞ்சில் அலை மோதின.

1984 வாக்கில்...

இலங்கைத் தமிழர்கள் நலனில் அக்கறை காட்டினார் முதலமைச்சர் எம்.ஜி.ஆர். அதன் தொடர்ச்சியா தமிழீழ விடுதலைப் புலிகள் அமைப்பினர் புலவர் புலமைப்பித்தன் ஏற்பாட்டில் எம்.ஜி.ஆரை சந்தித்தார்கள். அந்த அமைப்பின் தலைவர் பிரபாகரனும் எம்.ஜி.ஆரை சந்தித்தார்.

அந்த அமைப்புக்காக எம்.ஜி.ஆர். நிதியுதவி செய்ததெல்லாம் ஒங்களுக்குத் தெரிஞ்சிருக்கும்.

தொடர்ந்து அவங்களுக்கு உதவ முடிவு செஞ்சார் எம்.ஜி.ஆர்.

ஒருநா...

என்னை வரச்சொல்லியிருந்தார் தலைவர்.

போய்ப் பார்த்தேன்.

“ஈழத்தமிழர் நல நிதிக்காக வெளிநாட்டுல அவங்க கச்சேரி நடத்த விரும்புறாங்க. நீ புரோக்ராம் பண்ணிக்குடு” என்றார்.

அதன்படி நான், எஸ்.பி.பாலசுப்பிரமணியம், மலேசியா வாசுதேவன், சித்ரா லட்சுமணன்... ஆகியோர் போனோம்.

இளையராஜாண்ணன் சினிமாவுல ரொம்ப பிஸியா இருந்ததால பொதுவாவே கச்சேரிகள் ஒப்புக்கிறதில்ல. அதனால அவர் வரல.

இங்கிலாந்து, நார்வே, ஸ்வீடன், ஜெர்மனி, பிரான்ஸ்... இந்த நாடுகள்ல கச்சேரி.

இந்த நிகழ்ச்சிய ரொம்ப க்ளவரா நடத்துனாங்க.

நாங்க லண்டன் போய் இறங்கினதும் எங்களை ஒரு டீம் ரிஸீவ் பண்ணி கூட்டிப் போனாங்க.

நிகழ்ச்சி முடிஞ்சதும் எங்கள அடுத்த இடத்துக்கோ, அடுத்த நாட்டுக்கோ அனுப்பி வைக்க ஒவ்வொரு டீம் வந்தது.

ஒரு தடவ நாங்க சந்திச்ச டீம் ஆட்கள நாங்க மறுமுறை பார்க்க முடியல.

அமைப்போட பாதுகாப்புக்காக இந்த மாதிரி பண்ணினாங்க.

இந்த நிதி கச்சேரிக்காக நாங்க பணம் எதுவும் வாங்கிக்கல.

மியூஸிக் இன்ஸ்ட்ரூமெண்ட்ஸ பரிசுப் பொருளா குடுத்தாங்க.

லண்டன்ல கச்சேரி முடிஞ்சதும் ஒரு விருந்துக்கு ஏற்பாடு செஞ்சிருந்தாங்க.

கச்சேரி நடந்த எடத்துலருந்து ஒரு கார்ல எங்கள கூட்டிட்டுப் போனாங்க. ஆபீஸ் மாதிரி ஒரு பில்டிங் இருந்துச்சு. அதுல அண்டர் கிரவுண்ட் ஃப்ளோர்ல விருந்து.

அந்த விருந்துல நல்லா சாப்பிட்டோம்.

அப்போ ஒருத்தர் எங்ககிட்ட ரொம்ப அன்பா, மதிப்பா பேசினார். நிகழ்ச்சி நடத்திக் குடுத்ததுக்காக நன்றியும் சொன்னார்.

அங்கருந்து கிளம்பி வெளியே வந்ததும் எங்களை ரிஸீவ்பண்ண வந்தவங்க... ‘இவர் தான் கிட்டு. இயக்கத்துல ரொம்ப முக்கியமானவர்’னு சொன்னாங்க.

வெளிநாடுகள்ல கச்சேரி முடிச்சிட்டு சென்னை திரும்பினோம்.

அந்த நிகழ்ச்சியோட தொடர்ச்சியா சென்னை நேரு ஸ்டேடியத்துல ஒரு நிகழ்ச்சி நடந்தது.

தலைவர் சொல்லி, புலவர் புலமைப்பித்தன் ஏற்பாட்டுல நடந்தது.

‘சால்ட்...’ அதாவது... ‘ஸ்டூடண்ட்ஸ் ஆர்கனைசேஷன் ஆஃப் லிபரேஸன் டைகர்ஸ்’ங்கிற விடுதலைப்புலிகள் அமைப்போட துணை அமைப்புக்காக நான் கச்சேரி செஞ்சேன். இதுல

இளையராஜாண்ணனும் கலந்துக்கிட்டார்.

வெளிநாட்டில் பணம் வாங்காமல் கச்சேரி செஞ்சு குடுத்ததுக்காக எனக்கும், எஸ்.பி.பி.க்கும், சித்ரா லட்சுமணனுக்கும், மலேசியா வாசுதேவனுக்கும் தலைவர் மோதிரம் பரிசளித்தார்.

பட்டிக்காட்டுக்காரனான என்னை... ஃபாரீனுக்கு முதன்முதலா போன அனுபவத்தை உண்டாக்கிய 'உலகம் சுற்றும் வாலிபனா'க்கிய தலைவரின் உடல்...

இலங்கைத் தமிழர் நலனுக்காக நிதி திரட்ட உதவச் சொல்லி இந்த தொண்டனைப் பணித்த தலைவனின் உடல்....

மக்களின் இதயமெல்லாம் நிறைந்த மக்கள் திலகத்தின் உடல்.... இதோ... சமாதியாகிவிட்டது.

கண்ணீரால் கரைந்து கரைந்து அழுத கூட்டமும் மெல்ல மெல்ல கரைந்துகொண்டிருக்க... நானும் அந்தக் கூட்டத்திலிருந்து கரைந்து... வீட்டுக்கு வந்தேன்.

காலப்போக்கில்... மக்கள் திலகத்தின் மறைவை மக்கள் தாங்கிக்கொண்டு வழக்கமான நிலைக்கு திரும்பினாலும்... அவர்களைப் போல நானும் அந்த மனநிலைக்கு திரும்பினாலும்... தலைவரைப் பத்தி நினைக்கிற போதெல்லாம் ஒரு விசும்பல் எழத்தான் செய்கிறது.

தலைவரோட மரணத்துக்குப் பின்னாடி.....

புலனாய்வுத்துறை அதிகாரிகள் சென்னை ஆபீஸுக்கு வரச்சொல்லி என்னையும், எஸ்.பி.பி.யையும், சித்ரா லட்சுமணனையும், மலேசியா வாசுதேவனையும் விசாரிச்சாங்க.

எங்க நாலுபேரோட பாஸ்போர்ட்டயும் வாங்கி வச்சுக்கிட்டு ரொம்ப ஸ்ட்ரிக்ட்டா விசாரிச்சாங்க.

'இலங்கைத் தமிழர்களுக்கு உதவி பண்ண கச்சேரி பண்ணினீங்களா?'

'ஆமாங்க. தலைவர் போகச்சொன்னார். போய் செஞ்சுக் குடுத்தோம்'

'அங்க யாரையெல்லாம் சந்திச்சீங்க?'

'எங்கள ஒரு டீம் ஒரு இடத்துக்கு கூட்டிட்டுப் போனாங்கன்னா... மறுபடி அந்த டீமை நாங்க பார்த்ததில்ல' என்கிற உண்மையை விரிவா விளக்கிச் சொன்னோம்.

அதை ஏத்துக்கிட்டாங்க.

சினிமாவுல கோரஸ் பாடுறவங்கள்ல முன்னணியில இருந்த... ஹெச்.எம்.வி. கமலாக்காகிட்ட "அக்கா, நான் எம்.எஸ். விஸ்வ நாதனோட ரெக்கார்டிங்க பார்க்கணும். கூப்பிட்டுப் போங்கக்கா"னு சொல்ல...

மறுநா... ஏவி.எம். ஸ்டுடியோவுல இருக்க ஆர்.ஆர்.

தியேட்டருக்கு என்னை கூட்டிட்டுப் போனாங்க. (இந்த தியேட்டர்லதான் 'அன்னக்கிளி' படம் மூலம் நாங்களும் அரங்கேறப் போறோம்னு அப்போ எனக்குத் தெரியாது.)

அங்கதான்.... மெல்லிசை மன்னர் எம்.எஸ்.வி. இசையில.... அண்ணன் ஆலங்குடி சோமு எழுதி, புரட்சித்தலைவர் எம்.ஜி.ஆரும், புரட்சித்தலைவி ஜெயலலிதாவும் நடிச்ச 'கண்ணன் என் காதலன்' படத்துக்காக டி.எம்.எஸ்ஸும், பி.சுசீலாவும் பாடின...

சிரித்தாள் தங்கப் பதுமை
அடடா அடடா என்ன புதுமை

ஸாங் ரெக்கார்டிங் ஆனதைப் பார்த்து (இதுதான் நான் மொதமொதல்ல பார்த்த ஸாங் ரெக்கார்டிங்.) 'என்ன சுகமான பாட்டு. நாட்டு மக்கள் கேட்கப்போற ஒரு பாட்ட... முன்கூட்டியே கேட்டுட்டமே'ங்கிற ஒரு மிதப்புகூட எனக்குள்ள வந்ததையும்,

'சிரித்தாள் தங்கப்பதுமை' பாட்டு பதிவானதும் அதைக் கேட்கிறதுக்கு மக்கள் திலகம் எம்.ஜி.ஆர். வந்ததையும், அவரைப் பார்த்த மயக்கத்துல... எனக்கு தல சுத்தி கிறங்கி கீழ விழாத குறை.... என்பதையும் அத்தியாயம் 41-ல சொல்லீருந்தேன்.

'நாடோடி மன்னன்' படத்தோட வெற்றி விழாவுக்காக எம்.ஜி.ஆர். எங்க ஊருக்கு வந்ததுல தொடங்கி, அந்த நாடாண்ட மன்னனோட இறுதி யாத்திரை வரைக்கும்... கடந்த 15 அத்தியாயங்களா... தலைவரோட பயணிச்ச என் ஞாபகங்கள பகிர்ந்துக்கிட்டேன்.

தலைவரைப் பத்திப் பேசப்பேச இன்னும் ஆசை தீரமாட்டேங்குது.

எம்.ஜி.ஆருடனான என் அனுபவங்கள் வாசகர்கள் மத்தியில எனக்கு ரொம்ப பெருமைய தேடித் தந்திருக்கு.

தலைவருடனான எனது அனுபவங்கள் ஏதாச்சும் விடுபட்டிருந்தா... அது ஞாபகம் வரும்போது சரியான எடத்துல அதை நினைவுபடுத்தி எழுதுறேன்.

'சிரித்தாள் தங்கப்பதுமை' பாட்டு ரெக்கார்டிங் ஆனதப் பார்த்திட்டு....

மனசு தாங்க முடியாத மகிழ்ச்சியோட அறைக்குத் திரும்பினேன்.

அண்ணா டி.எம்.சௌந்திரராஜன் குழுவுல எனக்குக் கிடைச்ச வாய்ப்பு!

56
மனதில் தாளமிடும் கிடார் காலங்கள்!

ஹெச்.எம்.வி. கம்பெனில அம்பினு ஒருத்தர். ஹெச்.எம்.வி. ரெக்கார்டிங் கம்பெனியில பக்திப் பாடல்களுக்கான செக்ஷன்ல எல்லா ஆட்களையும் ஏற்பாடு செஞ்சு, ரெக்கார்டிங் பண்ணித் தர்றவர் இந்த அம்பிதான். அவர் எனக்கு பக்திப் பாடல்களுக்கு கிடார் வாசிக்கிற வாய்ப்புகளைத் தந்தவர்.

மண்ணானாலும் திருச்செந்தூரில்
மண்ணாவேன்
ஒரு மரமானாலும் பழமுதிர்ச்சோலையில்
மரமாவேன்
....
முருகா என்றழைக்கவா?
முத்துக்குமரா என்றழைக்கவா?
கந்தா என்றழைக்கவா?
கதிர்வேலா என்றழைக்கவா?
எப்படி அழைப்பேன் -உன்னை
எங்கே காண்பேன்

...இந்தப் பக்திப் பாட்டுலயெல்லாம் என்னோட கிடார் ஒலிய நீங்க கேட்டிருப்பீங்க.

அங்க இன்ஜினியர் ரகுநாதன் சார் ரெக்கார்ட் பண்ண, பி.சுசீலாம்மா பாடின

தவமிருந்தாலும் கிடைக்காதது நிம்மதி
அதைத் தருவதுதான் முருகா உன் சன்னிதி
சுகம் தருமோ உன் சன்னிதி

...இந்தப் பாட்டுக்கும் கிடார் வாசிச்சேன்.

எங்கயோ தூரத்துல வச்சுப் பார்த்து நாங்க பிரமிச்ச பெரிய ஆளுங்கள... இப்ப பக்கத்துல வச்சுப் பார்த்து பிரமிச்சது மட்டுமில்லாம, அவங்க பாடுற பாட்டுக்கு வாசிக்கக்கூடிய ஒரு வாய்ப்பு கிடைச்சதே.... அது பெரிய புண்ணியம். அதுமட்டுமில்லாம ராஜாண்ணன், ஜி.கே.வெங்கடேஷ்கிட்ட உதவியாளரா இருந்த சமயம், எனக்குப் பயிற்சிக் களமா இருந்தது ஹெச்.எம்.வி. அம்பி நடத்திய பாட்டுப் பதிவுகள்தான்.

பலதரப்பான இடங்கள்ல வேல பார்க்கிறது, வளர்ச்சிக்கு உதவுச்சே.

இந்தப் பக்திப் பாட்டுக்கு வாசிச்சு முடிச்சா எனக்கு ஒரு பாட்டுக்கு அஞ்சு ரூபா சம்பளம். சிலசமயம் ஒரேநாள்ல ரெண்டு பாட்டு பதிவு செஞ்சாங்கன்னா... பத்து ரூவா கிடைக்கும்.

அந்தக் காலகட்டத்துல அது ரொம்ப பெரிய பணம்.

ரெண்டு மூணுநாள் கழிச்சு கைல முப்பது, நாப்பது ரூபா வரைக்கும் இருக்கும். கைல அத வாங்கி வச்சுக்கிட்டு... ரெண்டு மூணு தடவ திரும்பத் திரும்ப எண்ணிப் பார்த்து ‘அடேயப்பா.... நாப்பது ரூபா... எம்புட்டுப்பணம்...’னு தோணும்.

ரெண்டு நாளக்கி வேல பார்த்து சம்பாதிச்சாலும், எடுப்புச் சாப்பாடு வாங்கி சாப்பிடறதால அது ஒரு மாசத்துக்குக் கூட போதுமான சம்பாத்தியமா இருந்துச்சு.

அப்டி வாழ்ந்த எங்கள இசை இம்புட்டு ஓசரத்துக்கு கொண்டுபோய்விடும்னு நாங்க நினைக்கல.

எல்லாம் இறைவன் அருள்... இறைவன் அருள்... இறைவன் அருள்.

சின்ன வயசுல நாங்க கேட்டுக் கேட்டு ரசிச்ச, கச்சேரியில பார்த்துப் பார்த்து ரசிச்ச டி.எம்.எஸ். குழுவுல எனக்கு கிடார் வாசிக்க வாய்ப்புக் கிடைச்சது.

சிபாரிசு பண்ணி, டி.எம்.எஸ். குழுவுல என்னய சேர்த்துவிட்டது ஹெச்.எம்.வி. அம்பிதான்.

கச்சேரிகள்ல....

என்னடி ராக்கம்மா பல்லாக்கு நெளிப்பு
என்னெஞ்சு குலுங்குதடி....

பாட்ட டி.எம்.எஸ். பாடுறப்போ.... நான் பின்னாலருந்து

நானும் எஸ்.பி.பி.யும் சேர்ந்து டி.எம்.எஸ்.ஸை உயர்த்திப் பிடித்தபோது... அருகே மெல்லிசை மன்னர்கள் விஸ்வநாதன்-ராமூர்த்தி, ஏவி.எம்.சரவணன்

கிடார்ல 'செக்கட... செக்கட...செக்கட...செக்கட...'னு வாசிச்சுக் கிட்டே, உருமியில வர்ற சவுண்டக்கூட கிடார்ல வாசிப்பேன்.

டி.எம்.எஸ். குஷியாயிடுவார்.

எப்பேர்ப்பட்ட டி.எம்.எஸ்.ஸே குஷியாகும்போது, என்னோட மனநில எப்படி இருந்திருக்கும்னு பார்த்துக்கங்க. காத்துல அவரோட குரலக் கேட்டு வளர்ந்த நாங்க, அவரு நேரடியா பாடுறதுக்கு வாசிக்கிறபோது எம்புட்டு சந்தோஷம். அது சொல்லித் தீர்ற விஷயமா?

டி.எம்.எஸ். குழுவுல இருக்கும்போது எனக்கு இன்னொரு அருமையான இசைச் ஜாம்பவான் குழுவுல இடம் பெறுகிற பாக்கியமும் கிடைச்சது.

மயக்கும் மாலைப்பொழுதே நீ போ போ
இனிக்கும் இன்ப இரவே நீ வா...வா..

....

துள்ளாத மனமும் துள்ளும்
சொல்லாத கதைகள் சொல்லும்
இல்லாத ஆசையை கிள்ளும் -இசை

இன்ப தேனையும் அள்ளும்

....

பாட்டுப் பாடவா... பார்த்துப்பேசவா...

பாடம் சொல்லவா... பறந்து செல்லவா...

... இப்படி பல பாடல்களைச் சொல்லிக்கிட்டே போலாம்.

பாட்டால மனங்களை வசீகரிச்ச ஜோடிக்குயில் ஏ.எம்.ராஜா-ஜிக்கி ஒரு ஆர்க்கெஸ்ட்ரா வச்சிருந்தாங்க.

அந்தக் குழுவுல ஹார்மோனிஸ்ட்டா இருந்தவரு தேனாம்பேட்டை விஸ்வநாதன். ரொம்பத் திறமையான மியூசிஸியன்.

“டி.எம்.எஸ்.ஸோட பார்ட்டியில நல்லா, திறமையா கிடார் வாசிக்கிற ஒருத்தன் இருக்கான். அவன நம்ம பார்ட்டியில போடலாம்”னு என்னப் பத்தி சொல்லி, ராஜா-ஜிக்கி குழுவுல சேர்த்துவிட்டார்.

‘என் உசுருல, ஜீவன்ல கலந்த பாடல்கள உருவாக்குன வங்களோட நானும் சேர்ந்திருக்கேன்’னு நினைக்கிறபோதே .... நான் என்ன புண்ணியம் செய்தேனோ...!

இப்படி பிரபலங்களோட ஆர்க்கெஸ்ட்ராவுல கிடார் வாசிச்சிட்டிருந்த எனக்கு, சினிமாவுல கிடார் வாசிக்கிற வாய்ப்பு சதா மூலமா அமைஞ்சது. இளையராஜாண்ணன் கூட இப்பவும் இருக்கக்கூடிய திறமையான கிடாரிஸ்ட் சதானந்தம் என்கிறா சதா.

நடிகர் திலகம் சிவாஜியை சினிமாவுக்குத் தந்த படம் ‘பராசக்தி.’ கதையை, வசனத்தை புரட்சிகரமா எழுதி, திரையுலகத்துலயே மாறுதலை ‘பராசக்தி’ படம் மூலம் ஏற்படுத்தினார் தலைவர் கலைஞர். அப்படியான பெருமைக்குரிய ‘பராசக்தி’ படத்தோட இசையமைப்பாளர் ஆர்.சுதர்சனம்.

அன்னைக்கி சினிமா உலகத்துல ‘மாஸ்டர்’ என மரியாதையா அழைக்கப்படுற ஒரே மியூஸிக் டைரக்டர் ஆர்.சுதர்சனம் மட்டுமே.

(இப்ப சின்னக்குழந்தைங்க பாடுற டி.வி. இசை நிகழ்ச்சியில என்னை ‘மாஸ்டர்’னு கூப்பிடுறாங்க. பிரேம்ஜி அமரன் ஸ்டைல்ல சொல்லணும்னா... என்ன கொடும சார் இது...

என்னோட ஸ்டைல்ல சொல்லணும்னா... என்ன ஒரு பாக்கியம் சார் இது...)

மாஸ்டர் ஆர்.சுதர்சனமும், அவரோட தம்பி ஆர்.கோவர்தனமும் சேர்ந்து திரை இசையில அரசாட்சி பண்ணிக்கிட்டிருந்த காலமது. கலைஞரய்யாவோட பெரும்பாலான படங்களுக்கு இவங்கதான் மியூஸிக். சுதர்சனம் மாஸ்டரோட பையன்தான் சதானந்தம் என்கிற சதா.

தன்ராஜ் மாஸ்டர்கிட்ட இசை படிச்சவர் சதா. நிறைய

மலையாளப் பட மியூஸிக் டைரக்டர்கள்ட்ட கிடார் வாசிச்சவர். சதா எனக்கு நெருங்கிய நண்பரானார்.

மைலாப்பூர் கற்பகாம்பாள் நகர்ல சதாவும், 'அபஸ்வரம்'ராம்ஜியும், பின்னாள்ல 'நம்மவர்' படத்துக்கு இசையமைச்சவரான மகேஷூம் சேர்ந்து பிராக்டீஸ் பண்றத பார்த்திருக்கேன்.

சதா கூட பழக்கமானதுல எனக்குக் கிடைச்சது... சினிமாவில் வாசிக்கிற வாய்ப்பு.

ஒரே நேரத்துல பல மியூஸிக் டைரக்டர்கள் கூப்பிடும்போது... கால்ஷீட் கிளாஷ் ஆகுறப்போ... 'அமர் நீங்க போறீங்களா?'னு கேட்பார்.

நானும் கிளம்பிடுவேன்.

நான் கிடார்ல கரை கண்டவன் கிடையாது. கரைக்கி கொஞ்ச தூரத்துல இருக்குறவன். இப்ப இருக்கிற மாதிரி... 'கம்ப்யூட்டர்ல லூப்-ப ஏத்தி அப்படிப் போட்டுக்கலாம், இப்படிப் போட்டுக்கலாம்'னு சொல்ல முடியாது.

ஸ்கிரீன்ல ஓடுற படத்தைப் பார்த்து லைவ்வா வாசிக்கணும். அதுவும் ஒரு வாத்தியக்காரர் சொதப்பினாலும், எல்லா வாத்தியக்காரர்களும் திரும்ப வாசிக்கணும். அவ்வளவு கஷ்டம் அதுல உண்டு.

ஒரு மியூஸிக் டைரக்டரிடம் நான் சிக்கிய அனுபவம்.

57
வளப்படுத்திய இசைப் பயிற்சிகள்!

'**ப**ராசக்தி' உட்பட பல படங்களுக்கு இசையமைச்ச ஆர்.சுதர்சனம் மாஸ்டரோட பையனும், இப்பவும் இளைய ராஜாண்ணன்கிட்ட கிடாரிஸ்ட்டா இருக்குறவருமான சதானந்தம் என்கிற சதா எனக்கு நெருங்கிய நண்பரானார். இதனால சினிமாப் படங்களுக்கு கிடார் வாசிக்கும் வாய்ப்பு எனக்கு கிடைச்சது.

தேவராஜ் மாஸ்டர், தட்சணாமூர்த்தி மாஸ்டர், பாபுராவ் மாஸ்டர், அர்ஜுன் மாஸ்டர், தட்சணாமூர்த்தி சுவாமிகள்.... இவங்களுக்கெல்லாம் தொடர்ந்து கிடார் வாசிக்கிற ஸ்திரமான வாய்ப்பை ஏற்படுத்திக் கொடுத்தவர் இந்த சதா.

நான் இப்படி கிடாரிஸ்ட்டா பல மியூஸிக் டைரக்டர்ஸுக்கு வாசிக்க... ராஜாண்ணனும் ஜி.கே.வெங்கடேஷ் மாஸ்டர்கிட்ட கிடாரிஸ்ட்டா இருந்தார்.

என்னப் பொறுத்தவரைக்கும் கிடைக்கிற வேலைய செஞ்சுக்கிட்டே இருப்பேன். ஏதாச்சும் ஒண்ண மட்டுமே குறியா வச்சுக்கிட்டு அதநோக்கி மட்டுமே போகணும்ங்கிற நாட்டமோ, பொறுப்போ இல்லாம இருந்தேன்.

பாட்டு எழுத வான்னா போயிடுவேன்.

மியூஸிக் பண்ணணும்னா போயிடுவேன்.

பாட்டுப் பாடணுமா? கிளம்பிடுவேன்.

டப்பிங் பேசணுமா? ஓ.கேதான்.

எங்க அண்ணன் பாவலர் வரதராஜன் முதன்முதல்ல பாட்டுப் புத்தகத்துல என்னை 'ஆல் ரவுண்டர்-அமர்சிங்'னு குறிப்பிட்ட மாதிரியே... ஆல்ரவுண்டரா வளைய வந்தேன்.

ஆனாலும் கிடார் மேல ஒரு கவனம் இருந்துக்கிட்டுத்தான் இருந்துச்சு.

இதுக்கு என்ன காரணம்னா....

மத்த வேலைகள் செஞ்சா உடனே காசு கிடைக்காது.

மியூஸிஸியனா... கிடார் வாசிக்கப் போனா... கைல காசு வாயில தோச மாதிரி... உடனே பேமண்ட்.

ஒருசில படங்களுக்கு பின்னணி இசையும் வாசிச்சிருக்கேன்.

அதுல ஒரு அனுபவத்தச் சொல்றேன்.

ஒரு படத்துக்கு 14 ரீல் இருக்கும். ஒரு ரீல்ங்கிறது 11 நிமிஷம் ஓடும். ஒவ்வொரு ரீலா ஓட்டித்தான் நாங்க ரீ-ரிக்கார்டிங் அமைக்கணும். இப்படி 14 ரீலுக்கும் ரெண்டு, மூணு நாளைக்குள்ள ரீ-ரிக்கார்டிங் வேலையை செஞ்சு முடிக்கணும். அதுக்கு எக்ஸ்ட்ரா திங்க் பண்ணக்கூடிய பிளேயர்ஸ் இருக்கணும். அதாவது... ஒரு சின்ன ஐடியாவ சொல்லிடுவார் மியூஸிக் டைரக்டர். அந்த ஐடியாவ வச்சு, சொந்தமா கிரியேட்பண்ணி வாசிக்கணும். அந்த கிரியேட்டிவிட்டி இல்லேன்னா... மாட்டிக்குவோம்.

ஜி.தேவராஜ் மாஸ்டர் ரொம்ப கண்டிப்பானவர். அதிகமா பேசமாட்டார். சிரிக்கக்கூட மாட்டார். அவரப் பார்த்தாலே பயமா இருக்கும்.

இப்போ இளையராஜாவப் பார்த்து எப்படி பயப்படுறாங்களோ... அப்ப தேவராஜ் மாஸ்டரப் பார்த்து பயப்படுவாங்க.

"என்னடா... அமர், இத கேட்டுக்கோ..."னு ஒரு மியூஸிக் நோட்ஸ வாசிச்சுக் காட்டி... "இத டெவலப் பண்ணி வாசிக்கணும்"னு சொல்லுவார்.

"சரிங்க மாஸ்டர்"னு சொல்லி முடிச்சிருக்கக்கூட மாட்டேன்...

"எங்க எப்படி டெவலப் பண்ணீருக்க? வாசிச்சுக் காட்டு"ம்பார்.

நான் சரியா வாசிக்கலேன்னா...

"என்ன வாசிக்கிற நீ? நோட்ஸ பார்த்து வாசிக்க மாட்டியா?"னு கோபமா கேட்டுட்டு அடுத்து தபேலா, டிரம்ஸ் வாசிக்கிறவங்ககிட்ட போவார். அவங்கெல்லாம் 'மாஸ்டர் எப்படி திட்டுவாரோ?'னு அரண்டு போய் நிப்பாங்க.

வாஹினி ஸ்டுடியோவுல ஒரு மலையாளப் படத்துக்கு தேவராஜ் மாஸ்டர்கிட்ட ஆர்.ஆர். வாசிக்கப் போனேன்.

பத்து வயலினிஸ்ட், செல்லோ, ஃபுளூட்ஸ், வீணை...

இதெல்லாம் வாசிக்க கலைஞர்கள் இருந்தாங்க. நான் கிடார் வாசிக்க ரெடியா இருக்கேன்.

சொந்த கிரியேடிவிடியில வாசிக்கச் சொல்லீட்டார். அப்படி வாசிக்கிறதுக்குப் பேரு ஃபில்-அப் மியூஸிக்.

முதல் ரீல் ஓடுது.

கதைப்படி.... காலிங்பெல் சத்தம் கேட்டு மாடியில இருக்குற ஹீரோயின் படியில இறங்கி வந்து, லெட்டர வாங்குறா.

மாடிப்படியில எறங்க ஆரம்பிச்சதுலருந்து, லெட்டர வாங்குற வரைக்கும் ஒரு கேப் இருக்கு. இது அந்த ஸீனோட ஒன்பதாவது போர்ஷன். இதுக்குத்தான் நான் கிடார் வாசிக்கணும்.

"பார்த்துக்கிட்டியாடா அமர். நீயே சோலோவா (சொந்த கிரியேட்டிவிடி) பண்ணிக்க"னு சொன்னாரு மாஸ்டர்.

இதே ஸீன்ல மத்த மியூஸிஸியன்களும் அவங்கவங்க போர்ஷன் வரும்போது சோலோவா வாசிக்கணும்.

எல்லாம் தயாரா இருந்தாங்க.

டேக் போகுது.

"ரிகர்ஸல்ல சொதப்பின மாதிரி சொதப்பீடாதடா அமர்" னு மாஸ்டர் சொல்றார்.

ஏன் இத திரும்பத் திரும்பச் சொல்றார்னா... ஒரு ஆள் மிஸ்டேக் பண்ணினாலும், சரியா வாசிச்ச எல்லாரும் திரும்ப வாசிக்கணும். ரீல மறுபடி ரீ-வைண்ட் பண்ணி ஓட்டணும். இப்ப

மாதிரி தனித் தனியா வாத்தியங்கள வாசிக்க வச்சு சேர்க்கிற வசதி அப்ப ஏது?

என்னோட போர்ஷன் வரப்போகுது.

எனக்கு கையெல்லாம் வேர்க்குது.

'வாசி'னு மாஸ்டர் எனக்கு கை காட்ட.....

அப்படியே... பக்காவா.... வேறென்ன... சொதப்பிட்டேன்.

'கட்' னு சொல்லீட்டு மாஸ்டர் என்னய கத்து... கத்துனு கத்துறார்.

''ஸாரி... ஸாரீ... மாஸ்டர்... ஸாரி...''னு சொல்லிக்கிட்டே பயத்துல முழிக்கிறேன்.

ரீல ரீ-வைண்ட் பண்ணி டேக்குக்கு போக கொஞ்சம் நேரம் ஆச்சு. அந்த கேப்ல "அமர்... ப்ளீஸ் ப்ளே பிராப்பர்லி"னு டிரம்பெட் வாசிக்கிறவர் சொல்றார்.

எனக்கு அசிங்கம் பிடுங்கித் திங்கிது.

''அமர்... சரியா வாசிய்யா. சரியா வாசிச்சுத் தொலையா. நாங்கள்லாம் வீட்டுக்குப் போக வேணாமா?" மத்த மியூஸிஸியன்கள் கெஞ்சலாவும், கோபமாவும் சொல்ல...

அடுத்த டேக்ல சரியா வாசிச்சேன்.

இந்த மாதிரி இளையராஜாண்ணனும் திட்டு வாங்கியிருக்கார்.

'என்னடா... ராஜா... என்ன வாசிச்ச? வேற வேல எதுவும் இல்லையா ஒங்களுக்கு?... எதுக்கு இங்க வந்து உசுர எடுக்குறீங்க?... யார்ரா அவன கூப்பிட்டு வந்தது?'

....இப்படியெல்லாம் திட்டு வாங்கியிருக்கார்.

இந்த திட்டுக்கள ஞாபகம் வச்சுத்தான் இப்ப ராஜாவும் திட்றாரோ?

தேவராஜ் மாஸ்டர்னாலே எனக்கு இந்த திட்டுதான் ஞாபகத்துக்கு வரும். ஆனா இது எங்க சினிமா வாழ்க்கைக்கி படிக்கட்டு.

அப்பவெல்லாம் தமிழ், தெலுங்கு, மலையாளம், கன்னடம்னு எல்லா மொழிகளுக்கும் சென்னையிலதான் ரெக்கார்டிங் நடக்கும்.

(ஒண்ணா இருந்த குடும்பங்கள்லாம் இப்போ பிரிஞ்சு தனித்தனியா ஃபிளாட்ல தனிக்குடித்தனம் பண்றமாதிரி...

இசையமைப்பாளர்கள், பாடகர்கள், இசைக் கலைஞர்கள்.... எல்லாரும் ஒரு மாதிரி ஆயிட்டோம். கவலயாத்தான் இருக்கு.)

இப்படி ரொம்ப பிஸியா... ராஜாண்ணன் ஜி.கே.வி.கிட்டேயும், நான் கன்னடத்துல ராஜன் நாகேந்திரா, ரங்காராவ், அப்பப்போ ஜி.கே.வி., மலையாளத்துல தேவராஜ், தமிழ்ல வி.குமார், குன்னக்குடி வைத்தியநாதன், கே.வி.மகாதேவன், சங்கர்-கணேஷ்... இப்படி எல்லார்கிட்டவும் கிடார் வாசிச்சிருக்கேன்.

அப்போ தூரத்துல பழகினதுதான் எஸ்.பி.பாலசுப்பிர மணியத்தோட ஆரம்ப கட்ட பழக்கம்.

ராயப்பேட்ட முத்துமுதலி தெருவுலருந்து, மைலாப்பூர் கச்சேரி ரோட்டுல போலீஸ் ஸ்டேஷனுக்கு எதுக்க கச்சேரி சந்துல 7-ஆம் நம்பர் வீட்ல வந்து குடியேறுனோம்.

அந்த வீட்டுக்கு மாத வாடக 40 ரூபா. இம்புட்டு வாடக குடுக்குற அளவுக்கு வசதி வந்துருச்சு.

அந்த வீட்டு மொட்டமாடியில போய் நின்னம்னா கபாலீஸ்வரர் கோயிலும், கோபுரமும் ரொம்ப நல்லாத் தெரியும். கோயிலோட மணியோசையும், பாடுற தேவாரமும், திருவாசகமும்... ஆகா... காலைல சூப்பர் அட்மாஸ்பியரா இருக்கும்.

அந்த ரூமுக்கு நாங்க குடிவந்த பின்னாடி ஏதோ... விடிவுக்கு வந்த மாதிரியே இருந்துச்சு.

"டேய்... அது சாதாரண பூனை இல்லடா. இசை ஞானம் உள்ள பூனை!"

58
சொந்த சமையல்! சோக இசை!

பசியும், பட்டினியுமா இருந்து... ஓட்டல்ல போய் சாப்பிட்டுக்கிட்டிருந்து.... ஓட்டல்ல எடுப்புச் சாப்பாடு வாங்கிட்டு வந்து சாப்பிட ஆரம்பிச்சு.... அடுத்த கட்டமா ரூம்ல சமைக்க ஆரம்பிச்சாச்சு.

மைலாப்பூர் போலீஸ் ஸ்டேஷன் எதுக்க, நம்பர் 7, கச்சேரி சந்துல குடிவந்ததும் ஸ்டவ், பாத்திரமெல்லாம் வாங்கியாச்சு.

அந்த ஸ்டவ் எப்படி இருக்கும்னா... கீழ மண்ணெண்ணெய் டேங்க் இருக்கும். அதுக்கு மேல ஒரு மூடி மாதிரி இருக்கும். அதுல பத்து ஓட்ட இருக்கும். அதுல ஸ்டவ் திரிய அடியிலருந்து குடுத்து மேல கொஞ்சம் தெரியிற மாதிரி செட் பண்ணிக்கிட்டு லாக் பண்ணிட்டம்னா... டேங்க்ல இருக்க மண்ணெண்ணெய உறிஞ்சிக்கும் திரி. திரிய பத்தவச்சுட்டம்னா... எரிய ஆரம்பிச்சிடும்.

எங்கள்ல யாருக்கும் முன்னப்பின்ன சமச்ச அனுபவம் கிடையாது.

ஏதோ தோணுனத செஞ்சு சாப்பிட்டோம்.

பொதுவாவே... பேச்சிலர்ஸ் சமையல் பாத்திரம், ஸ்டவ் இதெல்லாம் ரொம்ப ஆர்வமா வாங்கி... ஆரம்ப ஜோர்ல ஆர்வமா சமையல் பண்ணுவாங்க.

அப்புறம்... சொணங்கிப் போயிடுவாங்க.

இப்பத்தான் யார் வேணாலும் ஈஸியா சமைக்கிற மாதிரி... பேக்கிங்ல எல்லாப் பொடியும் கிடைக்குதே. அப்ப அப்படி இல்ல.

மல்லி, மிளகா, சீரகம், கொத்தமல்லித் தழ, கருவேப்பில... இதயெல்லாம் ஒண்ணா அம்மியில வச்சு அரச்சுக் குழம்பு வைப்பாங்க எங்கம்மாவும், அக்காவும்! நாங்க குடி வந்த வீட்லயும் ஒவ்வொரு வீட்டுக்கும் வெளிய ஒரு அம்மிக்கல்லு போட்டிருந்தாங்க.

தக்காளி, வெங்காயம்... இதயெல்லாம் ஒண்ணா அம்மியில வச்சு அரச்சு, கொதிக்கிற தண்ணியில போட்டு, ‘குழம்பு’னு பேர் வச்சு சாப்பிடுவோம்.

“ரெண்டு தக்காளி வாங்கிக்க, நாலஞ்சு வெண்டக்கா வாங்கிக்க... ஒரு முருங்கக்கா வாங்கிக்க... இப்படி எல்லாக் காயிலயும் கொஞ்சம், கொஞ்சம் வாங்கிக்க. அப்படியே கருவேப்பில, கொத்தமல்லி ஓசியில கேட்டு வாங்கிக்க”னு பாஸ்கரண்ணன் சொல்லிவிடுவாரு.

கபாலீஸ்வரர் கோயில் பக்கத்துல ஒரு கடையில எல்லா காய்கறிகளும் ஃப்ரெஷ்ஷா இருக்கும். அங்க போய்த்தான் வாங்குவேன். அஞ்சு ரூபாய்க்கு காய்கறி வாங்கிடுவேன்.

இப்பவெல்லாம் வெலவாசி இப்படி அதிகமாயிப் போச்சே...னு வருத்தமா இருக்கு.

ஆனாலும்... வேலைக்கான சம்பளமும் ஜாஸ்தியாத்தான கிடைக்குது.

எப்பவுமே அட்ஜஸ்ட்பண்ணி... வெரலுக்கேத்த வீக்கமா வாழப் பழகிட்டோம் எல்லாருமே.

ஆரம்பத்துல பாஸ்கரண்ணன்தான் சமையல் வேலைய பார்த்துக்கிட்டார். அப்புறம்... நைஸா என்னய சமையலுக்குள்ள தள்ளிவிட்டுட்டார்.

“எனக்குத்தான் சமைக்கத் தெரியாதே?”

“நான் சொல்லித் தர்றண்டா... ரெண்டு தக்காளியப் போட்டுக்க. ரெண்டு கத்திரிகா நறுக்கிப் போட்டுக்க. முருங்கக்கா ரெண்ட துண்டு துண்டா நறுக்கிப் போட்டுக்க. தண்ணிய ஊத்தி, உப்பப் போட்டு கொதிக்க வச்சுரு...”

“பருப்பு?”

“ம்ம்ம்... இன்னைக்கி பருப்பு வேணாண்டா. பருப்பு இல்லாம பண்ணிடு. கொஞ்சம் புளியக் கரச்சு விட்ரு. அவ்வளவுதாண்டா.... மத்தத நான் பார்த்துக்குறேன்”

“மத்ததுனா... சாப்பிடுற வேலயவா?” னு நான் கிண்டல் பண்ணுவேன்.

இப்படியே ஜாலியா ஓடிக்கிட்டுருந்துச்சு சமையல்.

எல்லாரும் வேலைக்கி கிளம்பினதும்... என்னோட வேல என்னன்னா....

சமையல் முடிஞ்சதும், எல்லாருக்கும் தேவையானத எடுத்து வச்சிட்டு, ஒரு டிபன்பாக்ஸ்ல சாப்பாடு, குழம்பு கட்டி, ஒரு பைல வச்சு எடுத்துக்கிட்டு தன்ராஜ் மாஸ்டர் தங்கீருந்த லாட்ஜுக்குப் போவேன்.

போற வழியில... லாட்ஜுக்கு எதுத்தாப்ல ஆபாத் ஓட்டல்ல ஒரு மீன் துண்டு வாங்கிட்டுப் போவேன்.

மாஸ்டர்தான் மீன்துண்டு வாங்கிட்டு வரச்சொல்லுவார்.

நான் கொண்டு போற சாப்பாடு... மாஸ்டருக்கு.

மாஸ்டர் வாங்கிட்டு வரச்சொன்ன மீன் யாருக்கு?

மாஸ்டர் வளக்குற பூனைக்கி.

மாஸ்டர் ஏன் பூனை வளக்குறார்?

அந்தப் பூனை ரூம்ல அங்கிட்டும், இங்கிட்டும் ஓடும். சேட்ட பண்ணும்.

ஆனா மாஸ்டர் அத அதட்டமாட்டாரு.

பூனையோட அம்புட்டு சேட்டையையும் எதுக்கு சகிச்சுக்கிறார்னா... அங்க இங்க ஓடின பூனை... திடீர்னு பியானோ மேல ஏறி... மெதுவா நடக்கும்.

அப்ப... வர்ற இசை... ரொம்ப ட்யூனிங்கோட இருக்கும்..

ராங் நோட் ஒண்ணுகூட வராது. அவ்வளவு பெர்ஃபெக்ஷன்.

“டேய் அமர்... அது இசை ஞானம் உள்ள பூனைடா. அதனாலதான் அத வளர்க்குறேன்”னு மாஸ்டர் சொல்லுவார்.

நான் காலைலருந்து சாயங்காலம் வரைக்கும் அங்கதான் இருப்பேன்.

கிடார் கத்துக்க வர்ற ஸ்டூடண்ட்ஸ்ஸுக்கு சிலநேரம் நான் சொல்லிக் குடுப்பேன்.

எங்க மாஸ்டருக்கு கொஞ்சம் தண்ணியடிக்கிற பழக்கம் உண்டு. எப்பப் பார்த்தாலும் தியான நிலையிலயே இருப்பாரு.

சாயங்காலம் ஆச்சுன்னா... மைலாப்பூர் போஸ்ட்ஆபீஸுக்கு பின்னால ஸ்லம் ஏரியாவுல சாராயம் விக்கிற இடத்துக்குப் போய்... வாங்கிச் சாப்பிடுவாரு.

ஒருநா... மாஸ்டர் அங்க சாராயம் சாப்பிட்டுட்டு... அங்கயே ஒரு குடிசைல படுத்துக்கிட்டார்.

அவர... நான் ரூமுக்கு கொண்டுவர பட்டபாடு இருக்கே... அய்யோயப்பா...

அவரப் புடிச்சா... அவரோட வேட்டி நழுவுது... வேட்டியப் புடிச்சா... அவரு நழுவுறாரு...

ஒரு கட்டத்துல குருகுல வாசம் மாதிரி... மாஸ்டரோட ரூம்லயே ராத்திரியிலயும் தங்கிடுவேன்.

மாஸ்டரோட ரூம்ல ரொம்ப கொசு கடிக்கும். அதனால... அவர் ஒடம்புல ஆயில தடவி விட்டுட்டு, கை, காலெல்லாம் அமுக்கி விட்டுட்டு, ஒரு பெட்ஷீட்ட எடுத்து போர்த்தி விட்டுட்டு... ரூம்ல ஒரு ஓரமா இருக்க பெஞ்ச்ல நான் படுத்துக்குவேன்.

காலைல எழுந்ததும்... லாட்ஜ் ரூம்லயே குளிச்சிட்டு, எங்க ரூமுக்கு வருவேன்.

சமையல் வேலய முடிச்சிட்டு... “இதயெல்லாம் தொவச்சுப் போடுடா’’ னு எங்க அண்ணனுங்க கழட்டிப் போட்ட துணிகளயெல்லாம் தொவைச்சு, மொட்டமாடியில போட்டுட்டு... சாப்பாடெல்லாம் எடுத்து வச்சிட்டு, மாஸ்டருக்கும் சாப்பாடு

கட்டிக்குவேன்.

அதுக்குள்ள துணியெல்லாம் காஞ்சிடும். அத எடுத்து மடிச்சு வச்சிட்டு, சாப்பாட எடுத்துக்கிட்டு நடப்பேன். மீன்துண்டு வாங்கிக்கிட்டு... மாஸ்டர் ரூமுக்குப் போயிடுவேன்.

இதுதான் என்னோட ரொட்டீன் ஒர்க்கா இருந்துச்சு.

எங்களப் பார்க்க... அடிக்கடி ஆர்.செல்வராஜண்ணன் வருவார்.

('அன்னக்கிளி' கதாசிரியர் ஆர்.செல்வராஜ்தான். மதுரையிலயே இளையராஜாண்ணனுக்கு ஃப்ரெண்ட் ஆனவர். அண்ணன் பஞ்சுஅருணாச்சலம்கிட்ட எங்களப் பத்தி எடுத்துச் சொல்லி... 'அன்னக்கிளி' பட மியூஸிக் வாய்ப்பு கிடைக்க ஒரு முக்கிய காரணமாக இருந்தவர். இதையெல்லாம் ஏற்கெனவே சொல்லீருக்கேன்.)

ஒரு கட்டத்துல எங்க ரூம்மேட்டாவே ஆகிட்டார்.

சினிமாவுல பெரிய எழுத்தாளரா, கதாசிரியரா ஆகணும்கிறதுதான் செல்வராஜண்ணனோட லட்சியம்.

எப்பப் பார்த்தாலும் ரூம்ல தனியா ஒக்காந்து சிந்திச்சுக்கிட்டு, பேப்பர்ல கதைகள் எழுதிக்கிட்டே இருப்பாரு.

ஒருநா....

சமைக்கிறதுக்கு சுத்தமா பொருள் இல்ல. வாங்குறதுக்கு காசில்ல.

நாடகமோ... கச்சேரியோ... இல்லாததால கை வறண்டு போச்சு.

செல்வராஜண்ணன் புதுசா ஒரு கதை எழுதிக்கிட்டிருந்தாரு.

"அண்ணே"ன்னேன்.

"என்னடா?"ன்னாரு.

நான் அவரிடம் சோத்துக்காக சொன்ன யோசனையைக் கேட்டுட்டு அவர் கண்ணு கசிஞ்சி போனார்.

59

கதையை ‘விற்று’ சோறு தின்றோம்!

சினிமாவுல பெரிய எழுத்தாளரா, கதாசிரியரா ஆகணும்கிறதுதான் ஆர்.செல்வராஜண்ணனோட லட்சியம்.

மைலாப்பூர் கச்சேரி சந்து ரூம்ல அவரும் எங்க ரூம்மேட்டா வந்து சேர்ந்தார்.

எப்பப் பார்த்தாலும் ரூம்ல தனியா ஒக்காந்து சிந்திச்சுக்கிட்டு, பேப்பர்ல கதைகள் எழுதிக்கிட்டே இருப்பாரு.

ஒருநா....

சமைக்கிறதுக்கு சுத்தமா பொருள் இல்ல. வாங்குறதுக்கு காசில்ல.

கைல பைசா இல்லேங்கிறது பசிக்கு தெரியுமா?

செல்வராஜண்ணன் புதுசா கதை எழுதிக்கிட்டிருந்தாரு.

“அண்ணே”ன்னேன்.

“என்னடா?”ன்னாரு.

‘‘அண்ணே... இவ்வளவு பேப்பர்ல கதை எழுதி வச்சிருக்கீங்களே... இதயெல்லாம் எடைக்கிப் போட்டு அரிசி வாங்கி சமைக்கலாமா?’’

‘‘ஏண்டா.... ஏங் கத... ஒனக்கு அம்புட்டு எளக்காரமாப் போச்சா?’’னு கத்தினவரு... கதைப் பேப்பர்கள எடைக்குப் போட

சம்மதிக்கல.

கேட்ட ஒடனே சம்மதிக்கிற விஷயத்தயா நான் கேட்டிருக்கேன்... ஆனாலும் என்னோட முயற்சி தொடர்ந்தது.

''ஆமாண்ணே... நீங்க எழுதுற கதையெல்லாம் மண்டக்குள்ளயே அப்படியே இருக்குமே?''

“ஆமாண்டா”

“அப்பறம் எதுக்குண்ணே பேப்பர்ல வேற இருக்கணுமா? மனசுக்குள்ள நெலச்சு நிக்கிறதுதாண்ணே கத”

“.....”

“இந்தக் கதப்பேப்பரயெல்லாம் வேஸ்ட் பேப்பர் கடைல போட்டு, வர்ற காசுக்கு, சமையல் சாமான்கள் வாங்கி சமைக்கலாம்ணே”னு நான் சொல்ல...

அமைதியா இருந்தார்.

“விருப்பமில்லன்னா நீங்க வேணா பட்டினி கெடங்க”னு நான் சொன்னதும்...

யோசிச்சார்.

மௌனம் மட்டுமா?.... யோசிக்கிறதும் கூட சம்மதத்துக்கு அறிகுறிதான...

அவர் எழுதி வச்சிருந்த கதை பேப்பர்களப் பூராம் மொத்தமா எடுத்து வச்சேன்.

அவருக்கும் வயிறுனு ஒண்ணு இருக்குல்ல.

‘ஓ.கே.’ங்கிற மாதிரி தலையாட்டினார்.

கதப் பேப்பர்கள கடைக்கு கொண்டு போறதுக்கு முன்னாடி.....

ஒவ்வொரு கதயவும் எடுத்து கொஞ்ச நேரம் படிச்சார்.

செல்வராஜண்ணன் கண்ணோரத்துல நீர் கசிஞ்சது.

கதயோட ஃபீலிங்ஸ்ல அழுதாரா?...

கதப் பேப்பர்கள எடைக்கிப் போடுறதுக்காக அழுதாரா?

அத அவர்தான் சொல்லணும்.

மொத்த பேப்பர்களவும் கட்டி மேலயும், கீழயும் தூக்கிப் பார்த்துட்டு “அண்ணே ஒங்க கதயில வெய்ட்டே இல்லண்ணே”னு சொன்னேன்.

“டேய்... ஒன்னய கொன்னேபுடுவண்டா” னு திட்டினார்.

கச்சேரி சந்து பக்கத்துல செங்கழுநீர்ப் பிள்ளையார் கோயில் கார்னர் கடயில பேப்பரப் போடப் போனோம்... நானும், பாஸ்கரண்ணனும், செல்வராஜண்ணனும்.

பாஸ்கரண்ணன் கைல ஒரு துணிப்பை இருந்துச்சு.

பேப்பர் வாங்குற கடைக்கு முன்னால் அரிசி மூட்டைகள அடுக்கி வச்சிருந்தாங்க. அதுல ஒரு குச்சிய விட்டு ஓட்ட போட்டு.... பைல அரிசிய புடுச்சுக்கிட்டு, ஒரு பேப்பர வச்சு ஓட்டய

அடச்சிட்டார்.

கத பேப்பரு போதுமான வெய்ட் இல்ல.

"அண்ணே... நான்தான் அப்பவே சொன்னல்ல... ஒங்க கதயில வெய்ட் இல்லனு. இப்ப நீங்களே நேர்ல பார்த்துக்கிட்டீங்கள்ல"னு மெல்லமா நான் சொல்ல... செல்வராஜண்ணன் சிரிச்சார்.

பேப்பர தராசுல தூக்கி வச்சுக்கிட்டிருக்கும்போதே... கடக்காரர் அங்கிட்டுத் திரும்ப... ஒரு எடக்கல்ல தூக்கி பேப்பருக்கு நடுவுல வச்சேன். வெயிட்டு ஏறுச்சு.

காச எடுக்க அவர் திரும்பினப்ப... எடக்கல்ல வெளிய எடுத்துட்டேன்.

அந்தக் காச வாங்கிட்டு வந்து, மொளகா, காய்கறியெல்லாம் வாங்கினோம்.

நாங்க இந்த கஷ்டங்களயெல்லாம், ஒரு காமெடியா எடுத்துக்கிட்டு இருந்ததுனாலதான் சந்தோஷமா இருந்தோம்.

கஷ்டங்கள சீரியஸா எடுத்திருந்தா... அப்பவே நாங்க மொத்தமா காணாமப் போயிருப்போம்.

சமையல் வேலய நைஸா என் பக்கம் தள்ளிவிட்ட பாஸ்கரண்ணன்.... திடீர்னு ஒரு நா... "டேய் இன்னைக்கி ஒரு ஹேப்பி நியூஸ். நான் சமைக்கப் போறேன். வெந்தயக் கொழம்பு வைக்கப் போறேன்"னு சொன்னார்.

''அம்மா வைப்பாங்களே... அந்த வெந்தயக் கொழம் பாண்ணே"னு கேட்டேன்.

"ஆமாண்டா.... அந்த கொழம்புதாண்டா"னு சொன்னாரு.

எங்கம்மா வெந்தயக் கொழம்பு வச்சாங்கன்னா... அப்படியே தேன் மாதிரி இருக்கும்.

நினைக்கிறப்பவே நாக்குல நீர் கோர்த்துக்கிச்சு. நாக்கு சுழலுது.

பழைய கஞ்சி கிடந்தது. யாரும் சாப்புடல.

'ஒரேதா மத்தியானச் சாப்பாடா சாப்பிட்டுக்கலாம். வெந்தயக் கொழம்ப ஊத்தி சுடு சோற வெளுத்துற வேண்டியதுதான்...'னு நினைச்சுக்கிட்டோம்.

"சோத்த மட்டும் நீ வடிச்சிடுடா"னு பாஸ்கரண்ணன் சொல்ல.... வெந்தயக் கொழம்புங்கிறதால... நெறையாவே அரிசி போட்டு சாதம் வடிச்சிட்டேன்.

பாஸ்கரண்ணன் கொழம்ப வச்சு முடிச்சிட்டார்.

வாசனைத் தூக்குது.

வட்டமா ஒக்காந்து சுடு சோற அள்ளிப் போட்டு, கொதிக்கக் கொதிக்க கொழம்ப ஊத்தி... அரையும் குறையுமா பிசைஞ்சு, உருட்டி உள்ள தள்ளினா.....

வாய விட்டு கீழ எறங்கல சாப்பாடு.

'பிஸி'க்கு மத்தியில் 'பசி'யாறும் ராஜாண்ணன்

ஒருத்தர் மூஞ்சிய ஒருத்தர் பாக்குறோம்.

"எப்புடிடா... வெந்தயக் கொழம்பு?"னு கேட்டுக்கிட்டே.... ஒரு உருண்ட உருட்டி உள்ள தள்ளின பாஸ்கரண்ணனும்... திருதிருனு முழிக்கிறாரு.

தாங்க முடியாத கசப்பு.

ஒலகத்துலயே கால்கிலோ வெந்தயத்தப் போட்டு, வெந்தயக் கொழம்பு வச்ச ஒரே ஆளு.... எங்க பாஸ்கரண்ணனாத்தான்

இருக்கும்.

"ஏலேய்... அமரு... நீயே ரெகுலரா சமச்சிரு"னு எல்லாரும் சொல்லீட்டாங்க.

இப்ப நான் சமையல்ல நல்லாவே தேர்ச்சியாகிட்டேன்.

என்னோட ஸ்பெஷல் அயிட்டமா நான் வைக்கிற ரசம் ஃபேமஸ் ஆயிருச்சு.

ஒருநா... நான் வச்ச ரசத்த குடிச்சுப் பார்த்த எஸ்.பி.பாலசுப்பிரமணியம்... ரசம் குடிக்கிறதுக்காகவே அடிக்கடி எங்க ரூமுக்கு வர ஆரம்பிச்சான்.

பாரதிராஜாண்ணன் மவுண்ட் ரோடு பயனீர் மெட்ராஸ் கம்பெனில வேல பார்த்துக்கிட்டிருந்தத ஏற்கனவே சொல்லீருக்கேன்.

அவரு ஆபீஸுக்குப் போகணும்னா.... எங்க ரூம் இருக்க கச்சேரி சந்துலருந்து, லஸ் கார்னருக்கு நடந்து வந்து, மைசூர் சில்க் பேலஸுக்கு எதுத்த மாதிரி இருக்க பஸ் ஸ்டாப்ல நின்னுதான் பஸ் ஏறணும்.

(பாரதிராஜாண்ணன், இளையராஜாண்ணன், பாஸ்கரண்ணன்... மூணு பேருமே ஊர்லயே ஒரு மாதிரியான ஆளுங்கனு ஏற்கனவே சொல்லீருக்கேன். வாலிப வயசு அப்படி)

பாரதிராஜாண்ணன் பஸ் ஏறப் போறப்ப... ரெகுலரா ஒரு பொண்ண பார்த்திருக்கார்.

ஒரு கட்டத்துல அந்தப் பொண்ணும் இவர பார்த்திருக்கு.

ஒருநா... என்னாச்சுன்னா....?

60
நாடக மேடை 'கூத்து'கள்!

லஸ் கார்னர் பஸ் ஸ்டாப்ல பஸ் பிடிச்சுத்தான் தினமும் மவுண்ட் ரோடு ஆபீஸுக்கு வேலைக்குப் போய் வந்த பாரதிராஜாண்ணன் பஸ் ஏறப்போறப்ப... ரெகுலரா ஒரு பொண்ண பார்த்திருக்கார்.

ஒரு கட்டத்துல அந்தப் பொண்ணும் இவர பார்த்திருக்கு.

ஒருநா... என்னாச்சுன்னா....?

அந்தப் பொண்ண ஃபாலோ பண்ணி கூடவே போயிருக்காரு. அந்தப் பொண்ணு பக்கத்துலயே நின்னிருக்காரு.

'தோ... பார்... இந்த மாதிரி ஃபாலோ பண்ற வேலயெல்லாம் வச்சுக்காத' னு (இப்போ 'எங்கேயும் எப்போதும்' படத்துல ஜெய்கிட்ட அஞ்சலி சொல்ற மாதிரி) சொன்னதோட... 'மனசுல இன்னா நெனச்சுட்டிருக்க?'னு எல்லார் முன்னாடியும் திட்டிவிட்டிருக்கு.

இவருக்கு அசிங்கமாப் போச்சு.

அந்த வருத்தத்தோட... பஸ்ல ஏறி ஆபீஸுக்குப் போயிட்டார்.

வேல முடிஞ்சுத் திரும்பின பாரதிராஜாண்ணன்... ரொம்ப நொந்துபோயி... சிகரெட்ட ஊதி ஊதித் தள்றார்.

"ஏய்.... என்னப்பா ஆச்சு? ஏன் ஒரு மாதிரி இருக்கவன்?"

“ஒரு பொண்ணு... என்னய ரொம்ப அசிங்கமா திட்டீட்டாடா”

“அட... அத விடுய்யா... அதயா நெனச்சுக்கிட்டு இருக்க?”னு பாஸ்கரண்ணன் சமாதானப்படுத்தினார்.

ஆனா... அவர் சமாதானமாகல. தொடர்ந்து அப்செட்டாவே இருந்தார்.

‘அடிடா அவள... வெட்றா அவள’னு இப்ப வந்த பாட்டு அப்பவே.... பாரதியண்ணன் கனவுல வந்திருக்கலாம்... ஒரு வேள.

காலையும் ரொம்ப டல் மூடோட ஆபீஸுக்கு கிளம்பினார்.

இத கவனிச்ச பாஸ்கரண்ணன்... அழுக்குச் சட்டயும், அழுக்கு லுங்கியும் கட்டிக்கிட்டு பீடி, தீப்பெட்டிய எடுத்துக்கிட்டு “பாரதி... நானும் லஸ் வரைக்கும் வர்றேன். ஒரு வேல இருக்கு”னு கூட கிளம்பினார்.

பஸ் ஸ்டாப்ல நல்ல கூட்டம்.

அந்தப் பொண்ணும் நிக்குது. ஆனா... பாஸ்கருக்கு யார்?னு தெரியல.

ஒரு பீடிய எடுத்து பத்தவச்சு... அத கை விரல்ல எடுக்காமலே... நாக்க வச்சே பீடிய இந்தக் கடவாய்க்கும், அந்தக் கடவாய்க்கும் நகர்த்திக்கிட்டே.... “எவடா அவ? ஒன்ன திட்னவ?”னு கேட்க...

பாரதியண்ணன் மெரண்டு போனார்.

“டேய்... சும்மா இர்றா”

“ஏய்... சொல்றா?”

“டேய்... பேசாம இருக்கமாட்டியா?”

“ராத்திரியெல்லாம் நீ பட்ட அவஸ்த எனக்கில்ல தெரியும். சொல்றா... யார்ரா அவ?”னு பாஸ்கர் எகிற....

இந்த கலாட்டாவப் பார்த்து பயந்துபோன அந்தப் பொண்ணு... தான் வழக்கமா போற பஸ் வர்றதுக்கு முன்னாடியே... வந்த பஸ்ல ஏறிப் போயிருச்சு.

“என்னடா நீ... இப்படிப் பண்ணீட்ட?”னு பாரதியண்ணன் தலயில அடிச்சுக்கிட்டார்.

அதே மாதிரி ராஜாண்ணனுக்கும் ரெண்டு சமாச்சாரம் நடந்திருக்கு.

பாஸ்கரண்ணனப் பத்தி சொல்லலாம்... ஜாலியான ஆளு.

பாரதிராஜாண்ணனப் பத்தி சொல்லலாம்... ரொம்ப... ரொம்ப ஜாலியான ஆளு.

ஆனா... இளையராஜாவுக்கு நாம ஒரு உருவம் கொண்டு வந்திருக்கோம்.

அதனால... அதப்பத்தி பேச வேணாம்.

ராஜாவோட மனசுக்குள்ள இருந்த சந்தோஷங்கள்... உற்சாகங்கள்... இதயெல்லாம் தள்ளி நின்னு வேடிக்கை பார்த்திருக்கோம்.

இதெல்லாம் அவர்கிட்ட இல்லேன்னா... பாட்டு எப்படிங்க வந்திருக்கும்?

பாரதியண்ணனோட நடிப்புக்கு தீனி போடுற வேல ஒரு பக்கம் நடந்துக்கிட்டேதான் இருந்துச்சு.

நாடகத்துக்குப் பேரு 'ஓ நெஞ்சமே!'

பாரதியண்ணன்... ஹீரோ. மலேசியா வாசுதேவன் போலீஸ் இன்ஸ்பெக்டர். அப்போ டிராமாவுல ரொம்ப ஃபேமஸா இருந்த அபிராமபுரம் சுசீலா... இவங்கள்லாம் நடிச்சாங்க.

பாஸ்கரண்ணன் பிச்சக்காரனா இருந்து, ஹீரோ வீட்டு வேலைக்காரனாக மாறுவார்.

அப்போ... பாரதியண்ணன் நாடகம் போட்டா... பாஸ்கருக்கு வேஷம் குடுத்தே ஆகணும். குடுக்கலேன்னா சும்மா விடமாட்டார். (இப்போ வெங்கட்பிரபு படம் எடுத்தா பிரேம்ஜிக்கு வேஷம் கொடுத்தே ஆகணும்.)

'அய்யா சாமி... இந்த ரெண்டுநாளா எனக்கு கண்ணு தெரியல... ஏதாவது இருந்தா போடுங்க'னு பஸ் ஸ்டாண்ட்டுல பாஸ்கர் பிச்சையெடுக்க...

'அதென்னய்யா... ரெண்டு நாளா கண்ணு தெரியலேனு சொல்ற? என்னய்யா ரீல் விடுற?'னு பாரதி கேட்பார்.

'அதெல்லாம் இல்லீங்க. சாப்புட்டு பத்து நாளாச்சு. அதனால ரெண்டு நாளா கண்ணு தெரியல'

'பரவால்லயே நீ ரொம்ப புத்திசாலிதான்'னு சொல்லி... தன் கூட அழைச்சிட்டு வந்து வீட்டு வேலக்காரனாக்கிக்குவார் பாரதி.

பாஸ்கருக்கு பெரிசா டயலாக்கோ, ஸீனோ இருக்காது.

தனக்கு தரப்பட்ட ஸீன் முடிஞ்சதும்... ஸ்டேஜுக்குப் பின்னாடி இருந்து எலி வெரட்ற மாதிரியோ... இல்ல வேற ஏதாவது சேட்ட பண்ணியோ... ஆர்ட்டிஸ்ட்டுகளோட கவனத்த சிதறடிச்சு விட்ருவார். அம்புட்டு ஜாலியான ஆளு அவரு.

இந்த நாடகத்துல மலேசியா வாசுதேவனால நடந்த கூத்து இருக்கே...

ஸ்டேஜ்ல வந்து காக்கிச்சட்ட முறுக்கோட பேசிக் கிட்டிருக்காப்ல வாசு.

ஸ்டேஜுக்கு கீழ பீட்ல நாங்க மியூஸிக் பண்ணிக்கிட்டி ருக்கோம்.

ராஜா இசையில் பாடும் மலேசியா வாசுதேவன்

வாசு பேண்ட் ஜிப்ப போடல. ஜிப் போடலங்கிறது தெளிவா தெரியுது.

ஸீன் போய்க்கிட்டிருக்கு. எப்படிச் சொல்றது?

மியூஸிக்லயே 'பாம்... பாம்... பாம்...'னு ஒரு சிக்னல குடுத்தோம். அது வாசுவுக்குப் புரியல.

கையால ஜாடை காட்டிச் சொன்னோம்.

'நம்ம கைல வச்சிருக்க லத்திய தூக்கிக் காட்டி... ஆட்டியபடி நடிக்கச் சொல்றாய்ங்க போலருக்கு'னு புரிஞ்சுக்கிட்ட வாசு... லத்திய

தூக்கிக் காட்டி நடிக்க....

சுத்தம்.

முன்னாடியவிட... இப்ப சுத்தமா தெரியுது... ஜிப்பு போடாதது.

ஒரு வழியா புரிய வச்ச பின்னாடி... நைஸா திரும்பி ஜிப்பு போட்டுக்கிட்டு நடிச்சாப்ல.

'அன்னக்கிளி' படத்து **மச்சான பாத்தீங்களா... மல வாழ தோப்புக்குள்ள** ட்யூன மொதல்ல இந்த நாடகத்துக்காக போட்டு யூஸ் பண்ணினோம்.

பாராம தீரலியே...

நாம கூடாம சேரலியே...

இப்படிப் போகும் அந்தப் பாட்டு.

நாடகம் அரங்கேறுறதுக்கு முன்னாடி.... ரிகர்ஸல் நடந்துக்கிட்டிருக்கும்போது பாரதியண்ணன் ஒரு வேல செய்வாரு.

மைலாப்பூர் சாய் லாட்ஜூக்கு கீழ ஒரு நான்-வெஜ் ஓட்டல் இருக்கும்.

நாடக ரிகர்ஸல் முடிஞ்சதும் எல்லாரும் அங்கதான் போய் சாப்பிடுவோம்.

பாரதிராஜா மட்டும் ரெண்டு ஆஃப்-பாயில் வாங்கிச் சாப்பிடுவார்.

"இல்லடா.... என் கன்னம் டொக்கு விழுந்த மாதிரி இருக்கு. நாடகத்துல முகத்துக்கு நேரா லைட் விழும்போது டொக்கு இருந்தா அசிங்கமா இருக்கும். ஆஃப்-பாயில் சாப்பிட்டா கன்னமெல்லாம் ஷைனிங்கா... உப்பித் தெரியும். அதனாலதான்"னு சொல்வார்.

அதனால அவரு ஆஃப்-பாயில் சாப்பிடுறதப் பாத்து பொறாமப்படுறதுல்ல.

(எண்ணே... நடிகனாகணும்கிறதுக்காக பெர்ஸனாலிடிய அப்பவே எப்படியெல்லாம் மெயிண்ட்டன் பண்ணீருக்கீக!)

ஹீரோ பாரதிராஜா... ஆனா அவரு போட்டிருக்க ஜிப்பா எஸ்.பி.பாலசுப்பிரமணியத்தோடது....

61
ரத்த பூமியில் ‘தெறி’ ஓட்டம்!

நாடகம் அரங்கேறுறதுக்கு முன்னாடி.... ரிகர்ஸல் நடந்துக்கிட்டிருக்கும்போது பாரதியண்ணன் ஒரு வேல செய்வாரு.

மைலாப்பூர் சாய் லாட்ஜுக்கு கீழ ஒரு நான்-வெஜ் ஓட்டல் இருக்கும்.

நாடக ரிகர்ஸல் முடிஞ்சதும் எல்லாரும் அங்கதான் போய் சாப்பிடுவோம்.

பாரதிராஜா மட்டும் ரெண்டு ஆஃப்-பாயில் வாங்கிச் சாப்பிடுவார்.

“இல்லடா.... என் கன்னம் டொக்கு விழுந்த மாதிரி இருக்கு. நாடகத்துல முகத்துக்கு நேரா லைட் விழும்போது டொக்கு இருந்தா அசிங்கமா இருக்கும். ஆஃப்-பாயில் சாப்பிட்டா கன்னமெல்லாம் ஷைனிங்கா... உப்பித் தெரியும். அதனாலதான்”னு சொல்வார்.

அதனால அவரு ஆஃப்-பாயில் சாப்பிடுறதப் பாத்து பொறாமப்படுறதுல்ல.

(எண்ணே... நடிகனாகணும்கிறதுக்காக பெர்ஸனாலிடிய அப்பவே எப்படியெல்லாம் மெயிண்ட்டன் பண்ணீருக்கீக!)

பாரதிராஜாண்ணனுக்கும், எஸ்.பி.பாலசுப்பிரமணியத்துக்கும் ஜாலியான, கலாட்டாவான க்ளோஸ் நட்பு உண்டுங்கிறத நான்

ஏற்கனவே சொல்லியிருக்கேன்.

'சினிமாவுல நடிக்க, ட்ரை பண்றதவிட வேற லைனுக்கு ட்ரை பண்ணுடா பாரதி'னு பாஸ்கரண்ணன் சொன்னார். பாரதியும் சம்மதிச்சார். இசையமைப்பாளர் ஜி.கே.வெங்கடேஷ்கிட்ட அஸிஸ்டெண்ட்டா இருந்த ராஜாண்ணனும், பாஸ்கரண்ணனும், 'பாரதிய அஸிஸ்டெண்ட் டைரக்டரா சேர்த்துவிடுங்க'னு ஜி.கே.வி.கிட்ட சொல்ல... அவர் பிரபல கன்னட டைரக்டர் புட்டண்ணா கனகல் கிட்ட சொல்ல... 'இருளும் ஒளியும்'னு அர்த்தம் வர்ற புட்டண்ணாவோட கன்னடப் படத்துல பாரதிராஜாண்ணன் அஸிஸ்டெண்ட் டைரக்டர் ஆனார். இது பற்றி நான் விரிவா ஏற்கனவே சொல்லீருக்கேன். இந்தப் படத்தில் எஸ்.பி.பி. பாடப் போனபோதுதான், எஸ்.பி.பிக்கும், பாரதிக்கும் நட்பு ஏற்பட்டது. இதையும் சொல்லீருக்கேன்.

அந்த நட்பு மூலம் எஸ்.பி.பி.யோட கச்சேரிகள்ல 'பாவலர் பிரதர்ஸ்'ங்கிற பேர்ல நாங்க இசையமைச்ச அனுபவங்களையும்... அதன் மூலம்... பாரதிராஜா, இளையராஜா, பாஸ்கர்... பால சுப்பிரமணியம், நான்... ஆகியோர் 'நட்பில் ஐவரானோம்'ங்கிறதையும் ஏற்கனவே சொல்லியிருக்கேன்.

இந்தச் சமயம்....

தமிழ், கன்னடம், தெலுங்கு, ஹிந்தினு எஸ்.பி.பி., பெரிய பாடகனா, பிஸியா ஆகிட்டான்.

ஆனா... எந்த பந்தாவுமில்லாம எங்க மியூஸிக் குரூப்ல வந்து கலந்துக்குவான்.

இப்பவெல்லாம் ரெண்டு பாட்டு பாடினாலே பெரிய ஆளுனு நினைச்சுக்கிறாங்க. பாலு அப்படி இல்ல. அதனாலதான் இவ்ளோ ஒசரத்துக்கு அவன் வளர்ந்து நிக்குறான்.

தி.நகர். வாணி மஹால்ல பாரதியண்ணன் ஹீரோவா நடிக்கிற நாடகம் ஏற்பாடாகியிருக்கு.

நாடகத்துக்கு மொதஆளா வந்து உட்கார்ந்திட்டான் பாலு.

'என்னடா...பாலு இம்புட்டு அக்கறயா வந்து ஒக்காந்து நாடகம் பாக்குறான்?' னு விசாரிச்சா... விபரம் தெரிய வருது.

நாடகத்துல ஹீரோ பாரதி போட்டு நடிக்கிற ட்ரெஸ்ல ஒரு சர்ட்டும், ஜிப்பாவும் பாலுவோடது. நாடகம் முடிஞ்சதும் அதை வாங்கிட்டுப் போறதுக்காக வந்து உட்கார்ந்திருக்கான்னு தெரிஞ்சது.

நாடகத்தோட க்ளைமாக்ஸ் நடந்துக்கிட்டிருக்கு.

மேடையில பாலுவோட ஜிப்பாவ போட்டுக்கிட்டு பாரதியண்ணன் உணர்ச்சிகரமா பேசிக்கிட்டிருக்கார்.

ஜிப்பாவ வாங்கிட்டுப் போக பாலு கீழ உட்கார்ந்திருக்க....

அங்கதான் ட்விஸ்ட்டு.

காட்சிப்படி... உணர்ச்சிகரமா பேசிக்கிட்டு... ரொம்ப எமோஷனலாகி... போட்டிருக்க ஜிப்பாவ பாரதி கிழிக்கணும்.

பாவம் பாலுவுக்கு இது தெரியாதுல்ல.

பாரதி... ஆவேசமா தான் போட்டிருக்க ஜிப்பாவ கிழிக்க....

அதப் பார்த்து தலமேல ரெண்டு கையையும் வச்ச பாலு... 'அய்யோ... நேத்துத்தான புதுசா வாங்கினேன் இந்த ஜிப்பாவ. ரொம்ப காஸ்ட்லி.... 200 ரூபாய்க்கு வாங்கித் தொலைச்சேனே... அத கிழிச்சுட்டானே பாவி....'னு பாலு கத்துனான்.

இப்படியெல்லாம் நட்புக்காக பல இழப்புகள தாங்கீருக்கான் பாலு. சும்மா சொல்லக் கூடாது. ரொம்ப பாசக்காரப்பயதான்.

(ஏய்... பாலு... 'இதயெல்லாம் சொல்லாத'னு சொன்ன. சொல்லீட்டேம்ப்பா.... ஓ.கே.வா?)

தன்னோட குழுவுல ஹார்மோனியம் வாசிக்கிற அனிருத்ராவ் வரமுடியாத சமயங்கள்ல... ராஜாண்ணனை கூப்பிட்டுக்குவார் எஸ்.பி.பி.

அனிருத்ராவ் ஹார்மோனியம் வாசிக்கிறதைவிட, ராஜா ஹார்மோனியம் வாசிக்கிறது எஸ்.பி.பி.க்கு மாறுதலா இருந்தது. அதனால் ஒரு கட்டத்துல ராஜாவையே தன் கச்சேரிகளுக்கு வாசிக்க வச்சார்.

ராஜா ஹார்மோனியம், நான் கிடார், பாஸ்கரண்ணன் தபேலா -ஹாங்கோ டிரம்ஸ், ராதாகிருஷ்ணன் புளூட், பல்லவராவ் கிளாரிநெட், ஜோஸப் மேண்டலின், மது தபேலா... இப்படி எல்லாரும் சேர்ந்து 'பாவலர் பிரதர்ஸ்'ங்கிற பேர்ல தனியாவும், எஸ்.பி.பி.யோட ட்ரூப்லயும் சேர்ந்து கச்சேரியில கலக்கிட்டிருந்தோம்.

அப்பவெல்லாம் ராஜாண்ணனுக்கு நோட்ஸ் எழுதத் தெரியாது.

அப்போதைக்கு எது ஹிட் பாட்டோ... அத அப்படியே கேட்டு, அச்சுப் பிசகாம தருவோம்.

சிலசமயம் கச்சேரிகள்ல புது இந்திப் பாடல்களா பாடச் சொல்லியும் கேட்பாங்க.

ரெக்கார்ட் வாங்கி போட்டுக் கேட்டு ஃப்ராக்டீஸ் பண்ண முடியாது.

அதனால... காலைல ராஜாவும், பாலுவும் மவுண்ட் ரோடு புகாரி ஹோட்டலுக்கு போவாங்க. அங்க 'ஜூக் பாக்ஸ்' அப்படி ஒண்ணு இருக்கும்.

அதுல வரிசையா புதுப் படங்களோட ரெக்கார்ட் இருக்கும். விருப்பப்படுறவங்க... தங்களுக்குப் பிடிச்சமான பாட்ட காசு போட்டு, அங்கயே கேட்டு மகிழலாம்.

காலைல அங்க போற ராஜாவும், பாலுவும் அந்தப் பாடல்கள

எஸ்.பி.பி., நான், நடுவில் (சங்கர்) கணேஷ்

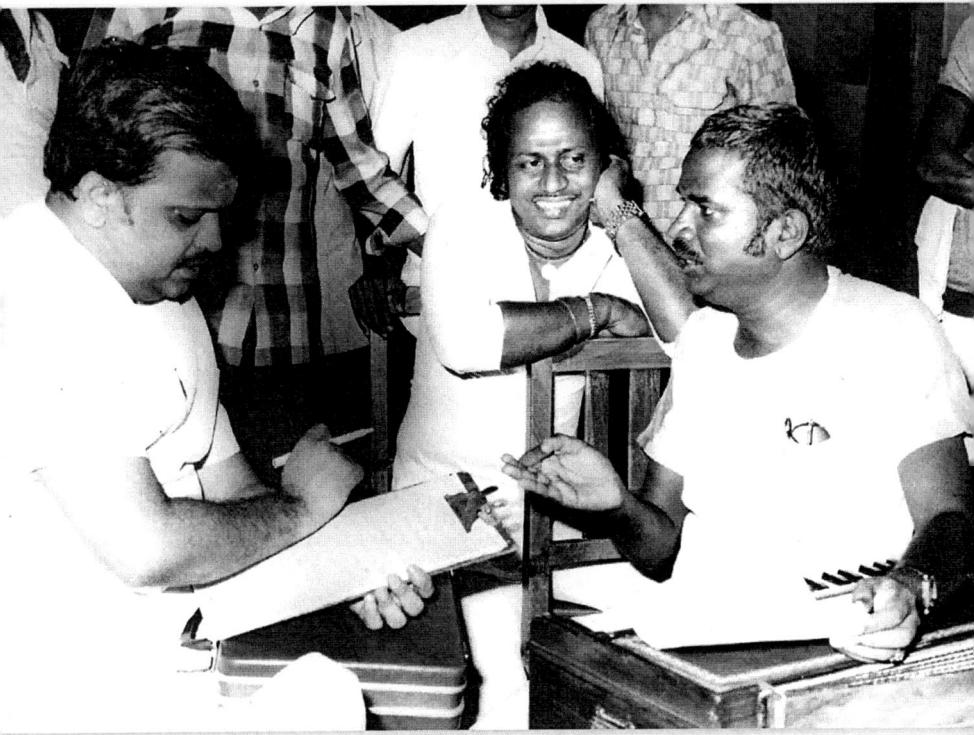

மனப்பாடம் பண்ணிட்டு வந்துடுவாங்க. அதவச்சு பிராக்டீஸ் பண்ணி மேடைல அப்படியே அந்தப் பாட்டத் தருவோம்.

ஒரு கார்டு மாறாது. ஒரு பிட் மாறாது.

அன்னைக்கி நோட்ஸ் எழுதத் தெரியாத ராஜா... இன்னைக்கி கதை எழுதுற மாதிரி... நெனைக்கிற மியூஸிக்கையெல்லாம் எழுதிடுறார்.

ராஜா நோட்ஸ் எழுதுறதுக்கு உதவியா இருந்தவரு... ஜி.கே.வெங்கடேஷோட அண்ணன் பையன் வித்யா.

ரெண்டுபேரும் சேர்ந்துதான் பாட்ல வர்ற பி.ஜி.எம். மியூஸிக்க திரும்பத் திரும்ப போட்டுக் கேட்டு ஸ்வரப்படுத்தி எழுதுவாங்க.

அப்புறம் தன்ராஜ் மாஸ்டர்கிட்ட கத்துக்கிட்டார்.

'ட்ரினிட்டி காலேஜ் ஆஃப் மியூஸிக் லிஸ்டன்'ல பிராக்டிகல் அண்ட் தியரி, வெஸ்டர்ன் நோட்ஸ் எழுதி, கிரேடு 4 டு 6-ல கோல்ட் மெடல் வாங்குனார் ராஜாண்ணன்.

பாலுவோட சேர்ந்து நாங்க கச்சேரி பண்ணிக்கிட்டிருந்த சமயத்துல நடந்த ஒரு சம்பவம்.... அத எங்களால இப்பவும் மறக்க

முடியாது.

ஆந்திராவுல ஒரு சின்ன கிராமம்.

கலவர பூமிம்பாங்களே... அப்படியான கிராமம் அது.

அந்த ஊர்ல ரெண்டு குரூப். அதுல ஒரு குரூப், பாலுவோட கச்சேரிய புக் பண்ணீருச்சு.

நாங்களும் அந்த கிராமத்துக்குப் போயிட்டோம்.

கச்சேரி மேடைலயும் ஏறீட்டோம்.

கூட்டம் நெரம்பி வழியுது.

திடீர்னு ரெண்டு கோஷ்டியும் அடிச்சுக்கிறாங்க.

கொல விழுந்து போச்சு.

ஜனங்க பிச்சுக்கிட்டு ஓடுறாங்க. ஓடுறவங்கள... தொரத்தித் தொரத்தி வெட்றாங்க.

பதட்டத்துல என்ன பண்றதுன்னே புரிபடல.

பாலு எப்படியோ... தெலுங்குல பேசி... ஒரு வீட்டுக்குள்ள புகுந்துட்டாப்ல.

ராஜாண்ணனும், பாஸ்கரண்ணனும் ஓட... அவங்க கையப் புடிச்சுக்கிட்டு நானும் ஓட... வாத்தியங்கள தூக்கிக்கிட்டு ஓடுறோம்.

பின்னாடியே ஒரு கும்பல் தொரத்திக்கிட்டு வருது....

62
கற்புள்ள வாலிப பசங்க...!

எஸ்.பி.பாலசுப்பிரமணியத்தோட சேர்ந்து நாங்க கச்சேரி பண்ணிக்கிட்டிருந்த சமயத்துல நடந்த ஒரு சம்பவம்...

ஆந்திராவுல ஒரு சின்ன கிராமம். கலவர பூமிம்பாங்களே... அப்படியான கிராமமாம் அது. அந்த ஊர்ல ரெண்டு குரூப். அதுல ஒரு குரூப், பாலுவோட கச்சேரிய புக் பண்ணீருச்சு.

நாங்களும் அந்தக் கிராமத்துக்குப் போயிட்டோம்.

கச்சேரி ஆரம்பிக்கப்போற நேரத்துல...

திடீர்னு ரெண்டு கோஷ்டியும் அடிச்சுக்கிறாங்க. கொல விழுந்துபோச்சு. ஜனங்க பிச்சுக்கிட்டு ஓடுறாங்க. ஓடுறவங்கள... தொரத்தித் தொரத்தி வெட்றாங்க. பதட்டத்துல என்ன பண்றதுன்னே புரிபடல.

பாலு எப்படியோ... தெலுங்குல பேசி... ஒரு வீட்டுக்குள்ள புகுந்துட்டாப்ல.

ராஜாண்ணனும், பாஸ்கரண்ணனும் ஓட... அவங்க கையப் புடிச்சுக்கிட்டு வாத்தியங்கள தூக்கிக்கிட்டு ஓடுறோம். புளூட் வாசிக்கிற ராதாகிருஷ்ணனும் எங்ககூட ஓடி வர்றார்.

பின்னாடியே ஒரு கும்பல் தொரத்திக்கிட்டு வருது....

உசுரக் காப்பாத்த ஓடிக்கிட்டிருக்கும்போது ஒரு கோயில்

தெரிஞ்சது.

'கோயிலுக்குள்ள போயிட்டா பிரச்சினை வராது'னு உள்ள போயிட்டோம்.

கோயிலுக்குள்ள நாதஸ்வர கோஷ்டி வாசிச்சுக்கிட்டிருந்தாங்க. நாங்களும் அவங்ககூட ஒக்காந்து... வாசிக்கிற மாதிரியே ரியாக்ட் பண்ணினோம்.

ஒருவழியா கலவரத்தோட தீவிரம் குறைய ஆரம்பிச்சதும்... அடுச்சுப்பிடிச்சு.... பதட்டத்தோட..... ஆனா பத்திரமா சென்னை வந்து சேர்ந்தோம்.

கிடார் வாசிக்கிறதோட, பாலுவோட கச்சேரிக்கு இன்சார்ஜாவும் வேல பார்த்துக்கிட்டிருந்தேன்.

குழுவுல இருக்க ஒவ்வொரு மியூஸிஸியனோட வீட்டுக்கும் போய்... 'இன்ன தேதியில... இன்ன ஊர்ல, இன்ன இடத்துல கச்சேரி... இத்தன மணிக்கு வந்துடணும்'னு தகவல் சொல்றதுதான் இன்ஜார்ஜோட வேல.

ஆந்திரா, கர்நாடகானு பல இடங்களுக்கு கச்சேரி பண்ண ரயில்லதான் போவோம். டிக்கெட் முன்கூட்டியே ரிஸர்வ்பண்ணி போகமாட்டோம். அன்ரிசர்வ்டு கோச்லதான் போவோம். எம்புட்டு சிரமம்னு பார்த்துக்கங்க.

இந்த மாதிரி ரயில்ல போகும்போது... ஒவ்வொருத்தருக்கும் சாப்பாட்டு காசுனு 25 ரூபா குடுப்பாப்ல பாலு. சம்பளம்... 75 ரூபாயிலருந்து 100 ரூபா வரைக்கும் கிடைக்கும்.

நான், ராஜாண்ணன், பாஸ்கரண்ணன்... மூணுபேரும் எங்களுக்கு தரப்படுற சாப்பாட்டுக் காச... சாப்பாட்டுக்கு செலவழிக்காம பத்திரமா வச்சுக்குவோம்.

கச்சேரிக்கு ஏற்பாடு செஞ்சவங்க நல்லா விருந்து சாப்பாடு குடுப்பாங்களே. அதனால பட்டினியாவே போவோம்.

'சாப்பாட்டுக்கு குடுத்த பணத்த செலவழிக்காமலேயே வர்றீங்களேடா... கஞ்சப்பிசுநாரிப் பசங்களா...'னு பாலு கிண்டல் பண்ணுவான்.

ஒரு தடவ பெங்களூருல கச்சேரி முடிஞ்சது.

பாலுவோட கார்ல நானும், ஃப்ளூட் ராதாகிருஷ்ணனும் ஏறி சென்னைக்கி வந்துக்கிட்டிருக்கோம்.

ராணிப்பேட்டை வந்தப்போ... கார் ரிப்பேர் ஆகிப்போச்சு.

பாலு அப்ப பெரிய பாடகர். ஆனாலும் இப்ப மாதிரி டி.வி. மீடியா இல்ல. அதனால பாலுவோட முகம் மக்களுக்குத் தெரியல.

கைல இருந்த கொஞ்ச காச போட்டு, கடன் சொல்லி கார் ரிப்பேரை சரிபண்ணிக்கிட்டு... பட்டினியாவே சென்னை வந்து சேர்ந்தோம்.

பாலு சினிமாவுல பெரிய பாடகனா இருந்தும்கூட கைல காசில்லாம கஷ்டப்பட்டத சொல்றதுக்காகத்தான் இந்த சம்பவத்தச் சொல்றேன்.

எங்க கஷ்டம் தெரிஞ்ச நண்பன் பாலு. 'பாவலர் பிரதர்ஸ்'ங்கிற பேர்ல பாலுகூட சேர்ந்து கச்சேரி பண்ணினோம்கிற அடையாளத்த குடுத்த பாலுவுக்கு நன்றி சொல்லியே ஆகணும். நன்றிய சொல்லிக்கிட்டே இருப்பேன்.

எங்களோட நாடக வாழ்க்க, கச்சேரி வாழ்க்க, சினிமா வாழ்க்க... இப்படி எல்லாத்துலயும் உதவிய மனுஷன் பாலு.

பாலுவோட கச்சேரி திருவல்லிக்கேணி பார்த்தசாரதி சபாவுல ஏற்பாடாகியிருந்துச்சு.

பாலுவுக்கு அன்னைக்கி தொண்டக்கட்டு.

"என்னாடா... நைட்டெல்லாம் ஒரே கூத்தா?"னு நாங்க கேட்க.....

''இதெல்லாம் சொல்லணுமாடா? புரிஞ்சுக்குவீங்கனு நினைக்கிறேன்"னு சொல்லீட்டு, சோடாவ குடிச்சு சமாளிக்கிறான்.

அப்பவே பாலுவுக்கு ஏகப்பட்ட ரசிகர், ரசிகைகள்.

சிவாஜியப்பாவுக்காக பாலு பாடின முதல் பாட்டு... 'சுமதி என் சுந்தரி' படத்துல வர்ற...

பொட்டுவைத்த முகமோ

பாட்டுதான்.

இந்தப் பாடல் பதிவான அன்னைக்கி ஒரு விஷயம் நடந்துச்சு.

ஆன்மிக சொற்பொழிவாளர் சுகி.சிவத்தோட அண்ணன் எம்.எஸ்.பெருமாள் எங்களுக்கு ரொம்ப வேண்டியவர்.

இந்தப் பாட்டோட ரெக்கார்டிங்குக்கு வந்தவர், அதைப் பதிவுபண்ணி... அன்னைக்கி சாயந்திரமே... யாரோட அனுமதியுமில்லாம.... 'நடிகர் திலகம் சிவாஜிக்காக எஸ்.பி.பாலசுப்பிரமணியம் பாடிய பாட்டு'னு விவித்பாரதியில ஒலிபரப்ப வச்சிட்டார்.

பெரிய ஹிட்டான அந்தப் பாட்ட... இதோ... கச்சேரில பாட முடியாம... திணர்றாப்ல பாலு.

அதுல ஒரு சரணத்துல...

மலைத்தோட்டப் பூவில்
மணமில்லையென்று
கலைக்கோட்ட ராணி
கைவீசி வந்தாள்
பொன்னூஞ்சல் ஆடி
என்னுடன் கலந்தாள்...

இப்படி வரும்.

'மலைத்தோட்டப் பூவில்'ங்கிற எடத்துல ராகத்துல கொஞ்சம் மேல போகும்.

பாலுவுக்கு தொண்டை சரியில்லாததால மேல போற எடத்துல பிசிறு அடிச்சு... திணற.... அந்தப் பாட்ட முழுசாப் பாடாமலேயே முடிச்சோம்.

உடனே இண்டர்வெல்லும் விட்டோம்.

மேக்-அப் ரூம்ல தனியா நின்னுக்கிட்டு 'நம்மால பாடமுடியாமப் போச்சே'னு பாலு கண்ணீர்விட்டு அழ...

"எதுக்கு இப்ப அழற? செகண்ட் ஆஃப்ல... அந்தப்பாட்ட சுதிய குறைச்சு பாடிக்கலாம்"னு சொல்லி ஆறுதல்படுத்தி கூட்டிவந்து பாட வச்சார் ராஜாண்ணன்.

தன்னால முடியலையேனு பாலு ஃபீல்பண்ணி அழுதது... பாலுவோட சின்ஸியாரிட்டிய மேன்மைப்படுத்துச்சு.

ஒருதடவ நாங்க வேற வீடு மாறவேண்டிய சூழ்நில வந்துச்சு.

புரோக்கர வச்சு வீடு பார்த்தா... அவர் காட்ற ஒவ்வொரு வீட்டுக்கும் பத்து ரூபா அவருக்கு கமிஷன் குடுக்கணும். ஏதாவது ஒருவீடு புடிச்சுக்குச்சின்னா... அந்த வீட்டோட ஒரு மாச வாடகைல பாதியவும் புரோக்கருக்கு குடுக்கணும்.

இதனால... நான், பாஸ்கரண்ணன், ராஜாண்ணன், பாரதிராஜாண்ணன்... நாலு பேரும் வீடு தேடி... ஆழ்வார்பேட்டைல ராயல் ஃபர்னிச்சர்ஸ்ஸுக்கு எதுத்த மாதிரி ஸ்ரீராம் நகர் ரோட்ல உள்ள தெருவுல வீடு பார்க்குறோம்.

எப்படி?

முன்னப் பின்ன வீடு பார்த்த அனுபவம் இல்ல. அதனால... எங்க பாஸ்கரண்ணன் என்ன பண்ணுனார்னா....

"அய்யா.... கிராமத்துலருந்து வந்த, படிச்ச, கற்புள்ள நாலு வாலிபப் பசங்களுக்கு 40-50 ரூபாய்ல வீடு இருக்காய்யா வீடு..."னு கத்த...

இதக்கேட்டு ராஜாண்ணன் வெட்கப்பட்டு ஓட...

ரோட்ல போனவங்கள்லாம்... 'ஏதோ விக்கிறாய்ங்க போல'னு வேடிக்க பார்த்திட்டுப் போனாங்க.

பாஸ்கரோட சேர்ந்து பாரதிராஜாவும் இதேபோல கத்தி... வீடு கேட்க...

(எப்படியெல்லாம் ஜாலியா வாழ்ந்திருக்கோம் பாருங்க)

ஏரியா முழுக்க கத்தி.. சுத்தி வந்தும் வீடு கிடைக்கல.

'வீடு கிடைக்கிற வரைக்கும் நாம தனித்தனியா பிரிஞ்சு, கிடைக்கிற இடத்துல தங்கிக்க வேண்டியதுதான். வாரா வாரம் சனிக்கிழமைல... குறிப்பிட்ட இடத்துல சந்திச்சுக்குவோம்'னு பேசி ஒரு முடிவெடுத்தோம்.

63
கார் வீடு! -அம்மா சோறு!

வீடு கிடைக்காததுனால நான், ராஜாண்ணன், பாஸ்கரண்ணன், பாரதிராஜாண்ணன்... எல்லாருமா கலந்து பேசி தனித்தனியா பிரிஞ்சிடுறதுனும், வாரா வாரம் சனிக்கிழமை எங்கயாவது சந்திச்சுக்கிறதுனும் முடிவெடுத்தோம்.

தன்ராஜ் மாஸ்டர்கிட்ட பாடம் கத்துக்கப் போகணும்கிறதால ராஜாண்ணன் மட்டும் எங்ககூட வயலின் வாசிக்கிற ராஜுவோட வீட்ல தங்கிக்கிட்டார்.

ராஜாண்ணன் கூட ஊர்ல... ஸ்கூல்ல படிச்ச அண்ணன் சுப்பிரமணியம் அம்பத்தூர்ல இன்ஜினியரிங் காலேஜ்ல புரஃபஸரா வேல செஞ்சுக்கிட்டு ஹாஸ்டல்ல தங்கியிருந்தார். அவர்கூட என்னை தங்கிக்க ஏற்பாடு பண்ணீட்டாங்க. நான் சின்னப்பையன்னோ என்னவோ கொஞ்சம் வசதியான இடமா பார்த்து அனுப்பிவச்சாங்க.

(இந்த சுப்பிரமணியம்தான் பின்னாடி எக்கோ ரெக்கார்டிங் கம்பெனி முதலாளி. அந்தக் கம்பெனி மூலமாவே ராஜாண்ணனுக்குத் தெரியாம பல கோடி ரூபாய சுருட்டி ஏலமலயில எஸ்டேட்டும், சென்னையில வீடும் வாங்கினார்)

அம்பத்தூர்ல தங்க ஆரம்பிச்ச பிறகுதான் நான் நெறைய பாடல்கள் எழுதி வைக்க ஆரம்பிச்சேன்.

(என்னோட திரைப் பாடல்கள் தொகுப்பு புத்தகம் ரெடியாகிக்கிட்டிருக்கு. அதுல... நான் பாட்டெழுதுன சூழ்நிலைகளையும், சுவாரஸ்யங்களையும் தெரிஞ்சுக்கலாம்)

பாரதியண்ணனுக்கும், பாஸ்கரண்ணனுக்கும் தங்குறதுக்கு எடம் கெடைக்கல.

ஹெச்.எம்.வி. கமலாக்காவ பத்தி ஏற்கனவே சொல்லீருக் கேன்லயா. கமலாக்காவோட ரிலேஷன் இந்திரா பத்தியும் சொல்லீருக்கேன். இந்திராவோட அப்பா நாராயணச்சாரி. அவரு தேனாம்பேட்ட எல்டாம்ஸ் ரோட்ல ஆட்டோமொபைல்ஸ் வச்சிருந்தார். கார்கள சர்வீஸ் பண்ற எடம் அது. காரோட டயர கழட்டிப் போட்டுட்டு பாடியா நெறைய வண்டிகள் அங்க நிக்கும்.

பாரதியண்ணனும், பாஸ்கரண்ணனும் பெட்டி படுக்கையோட அங்க போய் செட்டிலாயிட்டாங்க. சர்வீஸுக்கு விடப்படுற கார்ல முன் ஸீட்ல ஒருத்தரும், பின்ஸீட்ல ஒருத்தரும் படுத்துத் தூங்கி நாள கழிச்சாங்க.

காலைல எழுந்ததும் கார் வாட்டர் வாஷ் பண்ற தண்ணியப் பிடிச்சு, குளிச்சிட்டு வேலைக்கிப் போவாங்க.

நாங்க பிரியும்போது பேசினபடி... முதல் சனிக்கிழமை லாயிட்ஸ் ரோடு முன்னால ரஞ்சன் பில்டிங்ல ஒண்ணுகூடினோம். அங்கயே டீ, டிபன் சாப்பிட்டு மறுபடி அவங்கவங்க கூடுகள நோக்கிப் பறந்தோம்.

அப்பவெல்லாம் போன் வசதியும் இல்ல. முதல்வாரம் சந்திக்கிறப்போ... அடுத்த வாரம் சந்திக்கப்போற எடத்த பேசி முடிவுபண்ணிடுவோம். அதுபடி ரெண்டாவது சனிக்கிழம...

“அமர், எனக்கு வேல இருக்கு... நீ மட்டும் போயிட்டு வந்துரு”ன்னு சுப்பிரமணியம் சொல்லீட்டார்.

அம்பத்தூர்லயிருந்து ரயில் ஏறி சென்ட்ரல் வந்து அங்கயிருந்து மாம்பலம் வந்தாச்சு. தி.நகர் பஸ் ஸ்டாண்ட்டுல சந்திக்கிறதா பேச்சு.

நான் போயி நிக்கிறேன். யாரையுமே காணோம்.

பொழுதடஞ்சு ராத்திரியும் ஆகிருச்சு. கைல காசு ரொம்ப கம்மி. ட்ரெயின்ல போனாத்தான் கட்டுப்படியாகும்.

அவங்களுக்காக காத்திருந்ததுல... எலெக்ட்ரிக் ட்ரெயின் சர்வீஸ் டைம் முடிஞ்சு போச்சு.

மாம்பலம் ரயில்வே ஸ்டேஷன்லயே உட்கார்ந்திருந்தேன். அசதி... அப்படியே ஒரு பெஞ்ச்ல சரிஞ்சு படுத்திட்டேன்.

நல்ல தூக்கம்.

“ஏய்... யார் நீ? எதுக்கு இங்க படுத்திருக்க?”னு அதட்டலான சத்தம் கேட்டு முழிச்சேன்.

ரயில்வே போலீஸ்காரர்.

“நான் பாரீஸ் கார்னர் போகணும். வண்டி இல்ல. இங்ஙன படுத்திருந்திட்டு காலைல மொத வண்டில போயிடுவேன்.”

‘‘இங்கயெல்லாம் படுக்கக்கூடாது. வெளில போ’’னு போலீஸ்காரர் சொல்லவும்...

வெளிய வந்து... நடந்து பனகல் பார்க் வந்து... பார்க்ல படுத்துத் தூங்கிட்டேன்.

விடிஞ்சதும்... கௌம்பி அம்பத்தூர் போய்ச் சேர்ந்தேன்.

(எம்.ஜி.ஆர்., சிவாஜி... இவங்கள்லாம் சினிமாவுல வாய்ப்புத் தேடி அலைஞ்ச காலத்துல... தங்க எடங்கெடைக்காம இந்த பனகல் பார்க்லதான் வந்து படுத்துக்குவாங்கனு பின்னாள்ல எனக்குச் சொன்னாங்க)

நாங்க மைலாப்பூர் கச்சேரி சந்துல இருந்தப்ப... ஒருநா பாரதிராஜாண்ணனோட அம்மா கருத்தம்மா எங்கள பார்க்க வந்தாங்க.

பாரதியண்ணன், பாஸ்கரண்ணன், ராஜாண்ணன்... மூணு பேருக்கும் நான் சமையல் செஞ்சு, துணிமணி துவைச்சுப் போட்டு, பாத்திரம் கழுவி... எல்லா வேலயும் செஞ்சத பார்த்த அம்மா அவங்களுக்கு மனசு தாங்கல. ஆனா அவங்க அதப்பத்தி என்கிட்ட பேசவுமில்ல. வெளிக்காட்டிக்கவும் இல்ல.

ஊர்ல போய் எறங்குனதும் அல்லி நகரத்துலருந்து பண்ணப்புரத்துக்குப் போன அந்தத் தாயி எங்கம்மாவப் பார்த்து... “ஏம்மா ஒன் சின்னப்புள்ள அமரு பயல... அந்த மூணு பேருக்கும் ஆக்கிப் பொங்கிப் போடவும், அழுக்குத் துணி தொவச்சுப் போடவுமா அனுப்புன? அந்தப்பய அம்புட்டு வேல பாக்குறதப் பாத்து எனக்கு மனசு தாங்கல போ. அதுக மெட்ராஸ்லய பொழைக்கணும்னு முடிவு பண்ணீருச்சுக. ஏதோ கொஞ்சம் சம்பாதிக்கவும் செய்றாங்க. எனக்கு மட்டும் இங்ஙன யாரும் இல்லாம இருந்தா அதுக கூட அங்ஙனயே இருந்துக்குவேன். மனசுக்கு கஷ்டமா இருக்கும்மா”னு அந்தத் தாயி சொல்லீருக்காங்க.

அடுத்த ரெண்டு நாள்ல எங்கம்மாகிட்டருந்து... அம்மா சொல்லச் சொல்ல... போஸ்ட்மேன் சபாபதி எழுதிக் கொடுத்த லெட்டர் வந்துச்சு.

‘யப்பா... ஒங்களயெல்லாம் பாக்கணும் போல இருக்கு. நான் ஒங்கள அங்க விட்டுட்டு இங்ஙன ஒண்டிக்கட்டயா ஒக்கார முடியல... ரெண்டு நாள்ல நான் வந்துசேர்றேன். நீங்க படறத நானும் படறேன்’

லெட்டர படிச்சதும் எங்களால ஒண்ணும் சொல்ல முடியல. எல்லாரும் ஒண்ணா கலந்து பேசி... ‘அம்மாவ வரவைக்கிறது’னு முடிவு பண்ணினோம்.

தேனாம்பேட்ட காமராஜர் சாலையில ஒரு சந்துல ஒரு வீடு கிடச்சது வாடகைக்கி. குடி வந்துட்டோம். அம்மாவும் வந்துட்டாங்க. சமைச்சுப் போட்டாங்க. செத்துக் கெடந்த எங்க நாக்குகள்லாம் மறுபடி உயிர்த்தெழுந்துச்சு.

ஆஹா... ஆஹா... கருவாடு, மொச்சக்கொட்ட கொழம்பு, மணக்க மணக்க ரசம், மல்லியப்பூ இல்லி, கெட்டிச் சட்னி, மொளகா தொவையல்... ஆஹா... அம்மாவோட கைப்பக்குவம்.

ஒலகத்துலயே கால்கிலோ வெந்தயத்தப் போட்டு... எங்க பாஸ்கரண்ணன் வெந்தயக் கொழம்பு வச்ச கதய எங்கம்மாகிட்ட சொல்லி... சிரிடானு சிரிச்சோம்.

அம்மா வெந்தயக்கொழம்பு வச்சுக் குடுத்தாங்க.

அய்யோ... தேன் மாதிரி இருந்துச்சுல்ல.

ஒருநா... பணியாரம் சுட்டு வச்சிருந்தாங்க. அதைப் பார்த்ததும் எனக்கு ஊர் ஞாபகம் வந்துருச்சு.

மதுரைலருந்து வந்து எங்க ஊர்ல பெட்டிக்கட நடத்தினாங்க ஒரு அம்மா. அதனால எல்லாரும் அவங்கள 'மதுரக்காரம்மா'னுதான் கூப்பிடுவாங்க.

பெட்டிக்கடைல பணியாரம் சுட்டும் விப்பாங்க. தினமும் காலைல எழுந்ததும் ஓரணா, ரெண்டணா காச எடுத்திட்டுப் போயி எங்க வீட்ல இருக்க எல்லாருக்கும் ஆளுக்கு ரெண்டு பணியாரம் வர்ற மாதிரி வாங்கிட்டு வருவேன்.

'இந்தப் புள்ளைகளுக்குப் பணியாரம்னா ரொம்பப் பிடிக்குதே'னு நினைச்ச எங்கம்மா... புள்ளைங்களும் பசியாறும், வியாபாரம் பாத்த மாதிரி இருக்கும்னு எங்க வீட்டு வாசல்லயே பணியாரம் சுட்டு விக்கிறதுக்கு ஏற்பாடு செஞ்சாங்க.

ஒரு தட்டுல பேப்பர விரிச்சு அதுல பணியாரத்த போட்டுத் தருவாங்க.

"அமரு... இத வித்துட்டு வா. விக்கிறப்போ ஒனக்கு பணியாரம் திங்கணும்னு ஆச வந்தா எடுத்து தின்னுக்க"னு சொல்லியனுப்புவாங்க.

கரியணம்பட்டி, மல்லிங்கபுரம்னு அக்கம்பக்க கிராமத்துலயும் போயி பணியாரம் வித்துட்டு வந்து அம்மாகிட்ட காச குடுப்பேன்.

அப்படியெல்லாம் பணியாரம் சுட்டு வித்து கஷ்டப்பட்டு எங்கள வளர்த்த எங்கம்மா தெய்வம்தான்.

எங்கம்மாவ மறுபடி மறுபடி தெய்வம்கிறேன். இத நான் அடிக்கடி சொல்றப்போ... எங்கம்மாவோட ஆத்மா இத கேட்டுக்கிட்டிருக்கும்கிற சந்தோஷத்த என்னால உணர முடியுது.

தன் தாயாரோட மரணச் செய்திய கேட்ட பிறகும் கலங்காமல் கச்சேரியில் பாடிய மலேசியா வாசுதேவன்.

64
மனசுல உள்ளதைக் கொட்டிடவா?

நாங்க தேனாம்பேட்டை காமராஜர் சந்துல குடியிருக்கும்போது மலேசியா வாசுதேவனோட எங்களுக்கு நெருக்கமான நட்பு உண்டாச்சு. பக்கத்துல திருவள்ளுவர் தெருவுல... நடிகர் ஜனகராஜுக்கு சொந்தமான வீட்லதான் வாசு குடியிருந்தாப்ல. அதனால அடிக்கடி எங்க வீட்டுக்கு வந்து பேசிட்டுப் போவாப்ல.

எங்கம்மாவோட சமையல அதிகம் சாப்பிட்டு வளர்ந்த பிள்ளை அவர். என்கூட வாசுவுக்கு ஒட்டுதல் ஜாஸ்தி.

மலேசியாவுல வாசுவோட குடும்பம் பெரிய இசைக்குடும்பம்.

வாசுவோட பெரிய அண்ணன் கிளாரிநெட் இசைக் கலைஞர். அடுத்த அண்ணன் நல்ல பாடகர்.

எங்களைப்போலவே வாசு குடும்பமும் இசைக்குடும்பமா இருந்துச்சு.

வாசுவோட குரல்... சிதம்பரம் ஜெயராமன் குரல் மாதிரியே இருக்கும். அதனால மலேசியாவுல கச்சேரிகள்ல சிதம்பரம் ஜெயராமன் பாடின பாடல்களைத்தான் வாசு பாடி வந்தார்.

மலேசிய கலைஞர்கள்லாம் சேர்ந்து ஒரு தமிழ்ப் படம் எடுக்கணும்னு சென்னைக்கி வந்தாங்க.

அந்தப்படத்துக்கு எங்க குரு ஜி.கே.வெங்கடேஷ்தான் மியூஸிக்.

படத்துக்குப் பேர் 'ரத்தப் பேய்'. அந்தப் படத்துல மலேசியா வாசுதேவன் ஒரு பாட்டுப் பாடியிருந்தார். அப்போ ஜி.கே.வெங்கடேஷ்கிட்ட உதவியாளரா ராஜாண்ணன் இருந்தார். ராஜா மூலமாத்தான் வாசு எங்களுக்கு பழக்கமானார்.

சினிமாவுல பாடுறதுக்கு வாய்ப்புக் கேட்டு கம்பெனிகளுக்கு போகும்போது என்னையும் கூப்பிட்டுக்கிட்டு போவார். தயாரிப்பாளர் பொள்ளாச்சி ரத்னம் ஆபீஸுக்கு வாய்ப்புக் கேட்டு போகும்போது அவரும் நானும் தேனாம்பேட்டைலருந்து நடந்தே போவோம்.

இசையமைப்பாளர் வி.குமார் வீட்டுக்குப் பக்கத்துலதான் ரத்னம் வீடும் இருந்தது.

வாசுவோட முயற்சிக்குப் பலனா தன்னோட படத்துல வி.குமார் இசையில வாசுவுக்கு ஒரு பாடல் பாடுற வாய்ப்பைக் குடுத்தார் பொள்ளாச்சி ரத்னம்.

பாலு விக்கிற பத்துமா -ஓம்
பாலு ரொம்ப சுத்தமா?

...இதுதான் வாசு பாடின பாட்டு.

அதுக்கப்புறம் 'பாரதவிலாஸ்' படத்துல ஒரு பாட்டு பாடினார்.

மொத்தமே மூணு பாட்டுத்தான் பாடியிருந்தார் அப்போதைக்கி. அவரோட வாழ்க்கை செலவுக்கான சம்பாத்யம் எதுவுமே இல்லாம இருந்தார்.

பிளாக்மணி மாதிரி பிளாக்மனுஷனா... தன்னோட பாஸ்போட்ட தொலைச்சிட்டு... சினிமாவே கதினு இங்கயே இருந்திட்டார்.

அடிக்கடி என்னப் பார்க்க எங்க வீட்டுக்கு வந்துடுவார்.

"ஏண்டா.... அவன் (வாசு) சும்மாவே அங்கயும், இங்கயும் சுத்திக்கிட்டிருக்கான். என்னதாண்டா பண்றான்?"னு ராஜாண்ணன் ரொம்ப அக்கறையா என்கிட்ட விசாரிச்சார்.

"வாசுவுக்கு சினிமாவுல பாடுறதுல ஆர்வம் அதிகம். அதனால கம்பெனி கம்பெனியா வாய்ப்புத் தேடி அலைஞ்சிட்டிருக்கான். கம்பெனிகளுக்கு அலைஞ்ச நேரம்போக இங்க வந்திடுவான்"னு நான் சொன்னேன்.

ராஜாண்ணன் இத மனசுல வச்சிக்கிட்டார்.

அப்போவெல்லாம் எஸ்.பி.பாலசுப்பிரமணியத்துக்கு நெறைய கச்சேரிகள் இருக்கும். கல்யாண கச்சேரி, சபா கச்சேரி, திருவிழா கச்சேரி... இப்படி நெறைய நடக்கும். இசை... எங்க பாவலர் பிரதர்ஸ். இந்த குழுவுல டி.எம்.எஸ். வாய்ஸ்ல பாடக் கூடியவர் லூர்க்காஸ் வாசு. சில சமயம் லூர்க்காஸ் வாசு... வேற வேலை காரணமா கச்சேரிக்கு வரமுடியாமப் போகும்.

நட்புடன்... நானும் மலேசியா வாசுதேவனும்

அப்படி ஒரு சந்தர்ப்பம் வந்தது.

'லூக்காஸ் வாசுவுக்குப் பதிலா மலேசியா வாசுவ உள்ள கொண்டு வந்துரணும்'கிற ராஜாண்ணனோட.... என்னோட.... பலநாள் ஆசை.... அந்த ஆசய நிறைவேத்திக்கிற சந்தர்ப்பம் அமைஞ்சது.

மைலாப்பூர் ஏ.வி.எம்.ராஜேஸ்வரி கல்யாண மண்டபத்துல கச்சேரி.

லூகாஸ் வாசு வராததால மலேசியா வாசுவை பாட வைக்க விரும்பி, எஸ்.பி.பி.கிட்டவும் சொல்லி கூட்டீட்டுப் போய்ட்டோம்.

'எங்க மாமா' படத்துல நடிகர் திலகம் சிவாஜிக்காக டி.எம்.எஸ்.அண்ணா பாடின அருமையான பாடல்...

செல்லக்கிளிகளாம் பள்ளியிலே

செவ்வந்திப் பூக்களாம் தொட்டிலிலே

என் கண்மணிகள் ஏன் தூங்கவில்லை...

இந்தப் பாட்டை மலேசியா வாசு பாட ஆரம்பிச்சார்.

ஆடியன்ஸ் விநோதமா பார்க்குறாங்க.

நாங்களும் அதிர்ச்சியான ரியாக்ஷனோட மியூஸிக் பண்றோம்.

எஸ்.பி.பி. 'என்னடா இது?'ங்கிற மாதிரி முழிக்கிறாப்ல.

'பொறு பாலு... சரி பண்ணிடலாம்'னு ராஜாண்ணன் ஜாடை காட்டினார்.

என்னாச்சுன்னா...

'செல்லக்கிளிகளாம்' பாட்டு டி.எம்.எஸ்.ஸோட செம ஹிட் பாட்டு. மக்கள் கேட்டுக் கேட்டு பழகின பாட்டு. பழகின குரல். ஆனா அந்தப் பாட்ட சிதம்பரம் ஜெயராமன் குரல்ல மலேசியா வாசு பாடுனதால ரசிகர்கள்ட்டயும், எங்ககிட்டயும் இப்படி ஒரு ரியாக்ஷன்.

நிகழ்ச்சி முடிஞ்சதும்.... வாசு அழுதுட்டு நிக்க....

'என்ன?'னு விசாரிச்சோம்.

வாசு மேடைல பாடப் போறதுக்கு கொஞ்சம் முன்னாடி.... வாசு தங்கீருக்க... ஜனகராஜ் வீட்லருந்து ஒரு ஆள் வந்திருக்கார்.

'மலேசியாவுலருந்து போன் வந்துச்சு. ஒங்க அம்மா இறந்திட்டாங்களாம்'னு சொல்லீட்டுப் போயிருக்கார்.

அந்த துக்கமான சேதி கேட்ட பிறகும்.... மனச கட்டுப்படுத்திக்கிட்டு மேடைல பாடியிருக்காப்ல வாசு.

விஷயம் தெரிஞ்சு... நாங்க பதறிப் போனோம்.

வாசுவை பணம் செலவு பண்ணி மலேசியாவுக்கு அனுப்பி வைக்க எஸ்.பி.பி,. தயாரானாலும்... பாஸ்போட்ட வாசு தொலைச்சிட்டதால அனுப்பி வைக்க முடியாம போச்சு.

இப்படியெல்லாம் துக்கத்துலயும் தொண்டாற்றினவங்க நாங்க.

என் நண்பன் வாசு இப்ப நம்மளோட இல்ல.

ஆனா... அவனப் பத்தி சொல்றதுக்கு ஆயிரம் விஷயங்கள் இருக்கு.

அந்தந்த சந்தர்ப்பத்துல அதச் சொல்றேன்.

அம்மா... எங்களுடன் வந்து தங்கினதுக்கப்புறம் எங்களுக்கு கொஞ்சம் செழிப்பு வந்துருச்சி. 'ஏதோ சம்பாதிக்கிறோம்', அப்படிங்கிறது போயி 'பரவால்லாம சம்பாதிக்கிறோம்' என்கிற நிலையில இருந்தோம்.

நாங்க குடியிருந்த தேனாம்பேட்டை காமராஜர் சந்துக்கு பின்னாடிதான் எஸ்.ஐ.ஈ.டி. காலேஜ். வெறும் பொம்பள பிள்ளைங்கதான் படிக்கும்.

(என் மனசில இருக்கிற ஒரு மறைக்கப்பட்ட விஷயத்த கொட்டணும் போல தோணுது. கொட்டிடவா...?)

காலைல எட்டு மணியிலேருந்து ஒன்பது மணிக்குள்ள அந்த காலேஜுக்கு போற பொண்ணுங்க பஸ்ல வந்து இறங்குற இடம் எல்டாம்ஸ் ரோடு பஸ் ஸ்டாப்பிங்.

ஒரு வருங்கால... ஃபிலிம் டைரக்டர்
ஒரு வருங்கால... பெரிய மியூசிக் டைரக்டர்
ஒரு வருங்கால... பெரிய புரொடியூஸர்
இந்த மூணுபேரும்...

65
தாராவி சொந்தங்கள்...!

தேனாம்பேட்டை எல்டாம்ஸ் ரோடு, காமராஜர் சாலை சந்துல நாங்க குடியிருந்தோம்.

நாங்க இருந்த வீட்டுக்குப் பின்னாலதான் எஸ்.ஐ.ஈ.டி. லேடீஸ் காலேஜ்.

காலைல எட்டு மணியிலருந்து ஒன்பதுமணி வரைக்கும்... காலேஜுக்கு பஸ்ல வர்ற பொண்ணுங்க வந்து எறங்குற எடம்... எல்டாம்ஸ் ரோடு பஸ் ஸ்டாப்.

வருங்கால ஃபிலிம் டைரக்டர் (பாரதிராஜா).... வருங்கால மியூஸிக் டைரக்டர் (இளையராஜா)... வருங்கால தயாரிப்பாளர் (ஆர்.டி.பாஸ்கர்).... இவங்க மூணுபேரும் தவறாம அங்க ஆஜராயிடுவாங்க.

(நான் ஏற்கனவே சொல்லீருக்கேன்... ஞாபகமிருக்கா... ஊர்லயே இந்த மூணுபேரும் சாயங்காலமாச்சுன்னா... சீவி சிங்காரிச்சுக்கிட்டு... ஊர் எல்லைல இருக்க ஃபோகஸ் கல்லுல ரொம்ப பிஸியா ஒக்காந்திருப்பாங்க...)

பேண்ட்டுக்குள்ள சட்டய இன் பண்ணிக்கிட்டு... ஸ்டைலா எல்டாம்ஸ் ரோடு பஸ் ஸ்டாப்ல வந்து நிப்பாங்க.

மூணுபேரும் தங்களுக்குள்ளயே ஜாடமாடயா பேசி,

சிரிச்சுக்கிட்டு.... பஸ்லருந்து எறங்குற பொண்ணுங்களை... காலேஜ் வாசல்வரைக்கும் கொண்டுபோய் பாதுகாப்பா விடுற மாதிரி... அலைஞ்சுக்கிட்டு இருப்பாங்க.

மூணுபேரும் ஃபாலோபண்ணின புள்ளைங்க பேர் எனக்குத் தெரியும். இருந்தாலும் அத சொல்லக்கூடாது.

அப்போ... எஸ்.பி.பாலசுப்பிரமணியத்துக்கு கல்யாணம் ஆயிடுச்சு. ஆனாலும் எம்.எஸ்.க்யூ.3730 எண் கொண்ட தன்னோட ஓட்ட ஸ்கூட்டர எடுத்துக்கிட்டு சாயங்காலம் வந்துருவாப்ல.

காலேஜ் முடிஞ்சு வீட்டுக்கு போற புள்ளைங்கள... பாதுகாப்பா பஸ் ஏத்தி விடுற மாதிரி... நாலுபேரும் பின்னாலயே வருவாங்க.

அந்தச் சமயத்துல அவங்களுக்கு இது ரொம்ப ஜாலியான நேரம்.

எங்க பாஸ்கரண்ணனும், பாரதிராஜாண்ணனும் ஒரு மாதிரி.

தப்பா எதுவும் நினைக்காதீங்க.

சைட் அடிக்கிறது... லவ் பண்ணி உருகுறது... இதெல்லாம் ஒன் ஸைடுதான்.

பொண்ணுங்க ஸைடுல நோ சிக்னல்.

சொல்லப்போனா.... இவங்க ஸைடுல மட்டும்தான் பல்பு எரிஞ்சது.

பொண்ணுங்க ஸைடுல கரெண்ட் ஆஃப். வெயிட்டிங்குக்கு அடையாளமா ஒரு மஞ்ச லைட்டு எரியும்னு பார்த்தா... அதுவும் இல்ல.

அப்போ... இவங்க சைட் அடிச்ச பொண்ணுங்கள்ல ஒண்ணு பிற்காலத்துல டி.வி.யில பெரிய தொகுப்பாளரா வந்துச்சு.

(இத படிச்சிட்டு...அந்த தொகுப்பாளினி யாரா இருக்கும்?னு ரொம்ப கன்ப்யூஸ் பண்ணிக்காதீங்க. படிச்சிட்டு விட்ருங்க)

‘அந்தப் பொண்ணு யார்?’னு எஸ்.வி.சேகருக்கும், அபஸ்வரம் ராம்ஜிக்கும் தெரியும்.

(அய்யோ... போதும்... போதும் ஔறி வச்சிடப்போறேன். டேய் அமரா... கண்ட்ரோலா இருடா....)

இந்த ரோட்ஸைட் ரோமியோ வேலைய பண்ணாத பிரபலம் யாரு?

அந்த வயசு அப்படி. அந்த வயசுல சகஜமானதுதான்.

அந்தச் சமயத்துல நாங்க கச்சேரி, நாடகம், சினிமா... இப்படி வாசிக்க ஆரம்பிச்சு... கைல துட்டு பொழங்க ஆரம்பிச்சது.

தேனாம்பேட்டைலருந்து... நம்பர் 100 காரணீஸ்வரர் கோயில் தெரு, மைலாப்பூருக்கு குடி போனோம்.

இந்த வீட்டுக்கு குடி வந்தப்புறம்...ஒருநா.... பம்பாயிலருந்து எங்க பத்மாக்காவும், அவங்க பசங்க ரவி, கண்மணியும் வந்தாங்க.

(எங்க பத்மாக்காவுக்கு நாலு பையன்க. ஒரு பொண்ணு. 'இத்தன புள்ளைகள வச்சுக்கிட்டு நீ ஏன் கஷ்டப் படுற?'னு சொல்லி கண் மணியவும், ரவியவும் எங்க கூடவே வச்சுக்கிட்டோம்.)

எல்லாரும் ஒக்காந்து பேசிக்கிட்டிருந்தோம்.

"யப்பா... நானே எத்தன நாளைக்கி சமைச்சுப் போடுறது? பாஸ்கருக்கு கல்யாண வயசு வந்திருச்சு. அவனுக்கு கல்யாணம் பண்ணி வச்சிரலாம்''னு எங்கம்மா சொன்னாங்க.

''பம்பாய்ல தம்பி பாஸ்கருக்கு நான் ஒரு பொண்ணு பார்த்து வச்சி ருக்கேன். நல்ல குடும்பம். எனக்கு நல்லாத் தெரிஞ்ச வங்க. நல்ல அமைதியான குணமுள்ள பொண்ணு. அழகா... லட்சணமா இருப்பா. டேய்... அமர்... ஒங்க அத்தான் கே.பி.ஆர்.க்கும் தெரிஞ்ச குடும்பம்தான் அது"னு பத்மாக்கா சொன்னாங்க.

பாஸ்கரண்ணன்-சுசீலா அண்ணி

திட்டமிட்டபடி... ஒருநா... பாம்பே, தாராவி போயாச்சு.

சாதாரண தொழிலாளிங்க குடியிருப்பு அது. வரிசையா வீடு இருக்கும். எல்லா குடும்பத்துக்கும் பொதுவா ஒரு பாத்ரூம் இருக்கும்.

ஒரு ஹால்... ஒரு சமையற்கட்டு. ஓடு போட்டு சின்னதா இருந்துச்சு பொண்ணு வீடு.

நாங்க வாசல்ல பெஞ்ச் போட்டு ஒக்காந்திருக்கோம்.

துவைச்ச துணிகள தோள்ல போட்டுக்கிட்டு, கைல ஒரு பக்கெட்ட புடுச்சுக்கிட்டு ஒரு பொண்ணு போச்சு.

"இதுதாண்டா பொண்ணு"னு எங்கக்கா சொல்ல... நாங்க திரும்பிப் பார்க்குறதுக்குள்ள மின்னலா மறைஞ்சிருச்சு பொண்ணு.

கொஞ்சநேரம் கழிச்சு பொண்ண அலங்கரிச்சிட்டு வந்து காட்டினாங்க.

பொண்ணுக்கு ரொம்ப சின்னவயசு. ரொம்ப ஷார்ட்டா...

ஒல்லியா இருந்தாங்க.

கல்யாண பேச்சு வார்த்தை நடக்குது.

உண்மையச் சொல்லணும்னா... எனக்கும், ராஜாண்ணனுக்கும், இந்தப் பொண்ண பாஸ்கருக்கு கல்யாணம் பண்ணி வைக்கிறதுல இஷ்டமே இல்ல.

பாஸ்கர்கிட்ட இதச் சொன்னோம்.

ஆனா... அவருக்கு பொண்ண புடிச்சுப் போச்சு. அதுக்கு என்ன காரணம்னா...

''யப்பா... ஒரு பொண்ணப் பார்த்திட்டு.... அப்புறமா அந்தப் பொண் ணப் புடிக்கலேனு சொன்னா, அந்தப் பொண்ணு மனசு என்ன பாடுபடும்? மெட் ராஸ்லருந்து வந்திட்டு அந்தப் புள்ள மனச கஷ் டப்படுத்த வேணாம்ப்பா"னு எங்க மூணுபேர்கிட்டயும் அம்மா சொல்லி கண் கலங்கினாங்க. அதனால பாஸ்கரண்ணன் சம்மதம் தெரிவிச்சார்.

இதுல இன்னொரு ட்விஸ்ட்டும் இருந்தது.

(நான் தொடர எழுதப்போறேன்னு எங்க பத்மாக்காகிட்ட சொன்னதும்... அப்போ, தான் வச்ச ட்விஸ்ட்ட இப்போ என்கிட்ட சொன்னாங்க பத்மாக்கா)

எங்கக்கா தாராவியில சீட்டு பிடிச்சிருக்கு. அதுல இந்தப் பொண்ணோட குடும்பமும் சேர்ந்திருக்கு. அவங்களுக்கு சீட்டு விழுந்திருச்சு. எங்கக்காவால அவங்களுக்கு பணம் குடுக்க முடியல.

"எங்க தம்பிங்கள்லாம் மெட்ராஸ்ல சினிமாவுல மியூஸிக் பண்றாங்க. உங்க பொண்ண எனக்கு ரொம்ப பிடிச்சிருக்கு. என்னோட பெரிய தம்பிக்கி ஒங்க பொண்ண கல்யாணம் பண்ணி வைக்கலாம்"னு எங்கக்கா சொல்ல... அவங்களுக்கும் சந்தோஷம்.

எங்கம்மாகிட்ட பத்மாக்கா இந்த உண்மய சொல்லீருச்சு. எங்கம்மாவுக்கு ரொம்ப பிடிச்ச மகள் பத்மாக்கா. அதனால

எங்கம்மாவும் சப்போர்ட்.

1972 ஜனவரி 26-ந் தேதி... தாராவியில பாஸ்கருக்கும், சுசீலாவுக்கும் கல்யாணம் நடந்தது.

விருந்தெல்லாம் தடபுடலா வச்சாங்க.

மூணு நாள் அங்கயே இருந்தோம்.

தாராவியில இருக்கவங்களையெல்லாம்... எங்க தோழர்கள், சொந்தக்காரங்கனும் சொல்லணும்.

(என்ன... தாராவி பிரதர்ஸ்... சௌக்கியமா?

இன்னைக்கி நான் அங்க போனாக்கூட... எனக்காக சின்னவங்க முதல் பெரியவங்க வரை வந்து நிப்பாங்க. சமீபத்துல பம்பாய் போயிருந்தேன். தாராவியில இருக்கவங்ககூட போட்டோ எடுத்துக்கிட்டு வந்தேன். மனசுக்கு ரொம்ப சந்தோஷமா இருந்துச்சு.)

பொண்ணு மாப்ளயோட ட்ரெய்ன்ல சென்னை வந்து சேர்ந்தோம்.

100 காரணீஸ்வரர் கோயில் தெரு, மைலாப்பூர்... இங்கதான் பாஸ்கரண்ணன், சுசீலா அண்ணியோட வாழ்க்க தொடங்குச்சு.

எங்க சுசீலா அண்ணி ரொம்ப ராசியானவங்க.

அவங்க எங்கவீட்ல காலடி வச்ச பிறகு... நாங்க இன்னும் பெரிசா வளர்ந்தோம்.

இனி... இந்த கங்கைஅமரனோட காதல்.

'இந்தப் புள்ள இம்புட்டு அழகா இருக்கே.... ஏதாவது நடந்திடுமோ'னு என் மனசுக்குள்ள பயம்...

66
காதல் கணக்கு + கெமிஸ்ட்ரி + ஹிஸ்டரி

பாரதிராஜா, இளையராஜா, பாஸ்கர்.... இந்த பெரியஅண்ணன்களைத் தாண்டி... சின்னவனான எனக்குனு ஒரு நட்பு வட்டம், மாவட்டம்லாம் தனியா இருந்தது.

மைலாப்பூர் லஸ்ல இருக்க 'சாவன் ஓட்டல்'லதான் எங்க நட்பு டீம் டேரா அடிக்கும்.

இப்போ டைரக்டரா, நடிகரா இருக்கிற சந்தானபாரதி, அப்போதைய எழுத்தாளர் பார்த்திபன், நண்பர் விஜய், இப்பவும் எனக்கு நண்பரா இருக்க ராஜன்... எல்லாரும் கூடுவோம்.

இந்த நட்பு கும்பல்ல நான் மட்டும்தான் ரொம்ப சாது.

எங்கள்ல யாருக்குமே அப்ப... பெரிசா வேலை வெட்டி கிடையாது.

பத்து மணிக்கு ஓட்டலுக்குள்ள நுழைஞ்சம்னா... மதியம் ஒருமணி வரைக்கும் அங்கதான். ரெண்டு காபிய வாங்கி... ஆளுக்கொரு 'சிப்' பண்ணி குடிப்போம்.

ஓட்டலுக்கு வர்றவங்க போறவங்கள்லாம் ஏதோ... ரௌடி கும்பல பார்க்கிற மாதிரி... எங்கள பார்த்திட்டுப் போவாங்க.

இந்த சமயத்துலதான் நான் காதலிக்க ஆரம்பிச்சேன்.

நடிகை சந்திரகாந்தாவப் பத்தி ஏற்கனவே நான்

சொல்லீருக்கேன்.

மதுரை சித்திர திருழாவுக்கு பாலாஜி, நாகேஷ், சந்திரகாந்தா... இவங்கள்லாம் நாடகம் போட வந்திருந்தாங்க. நாங்க தங்கீருந்த விடுதியிலதான் சந்திரகாந்தா தங்கீருந்தாங்க.

நாங்க சாயங்காலம் ரூம்ல வச்ச கச்சேரியில... பெண் குரல்ல நான் பாடினேன்... 'மாலைப் பொழுதின் மயக்கத்திலே' பாடலைக் கேட்டு ரசிச்சு... எனக்கு கைநிறைய சாக்லெட் குடுத்தாங்கனு ஏற்கனவே சொல்லீருக்கேன்.

சந்திரகாந்தாவோட அண்ணன் தம்பிங்கதான் நடிகரும், டப்பிங் ஆர்ட்டிஸ்ட்டுமான சண்முகசுந்தரம், டி.கே.மணியன், பாலு, விஜயகுமார்.

இவங்களோட அப்பா பெரிய பக்திமான். மீனாட்சி சுந்தரம்பிள்ளைங்கிறது அவரோட பேரு. பெரிய கவிஞர். சன்னியாசிபோல வாழ்ந்து... நிறைய பக்தி ஞானப் பாடல்களை எழுதினவர்.

சந்திரகாந்தா குடும்பத்தினர் 'சிவகாமி கலை மன்றம்' நடத்தினாங்க. அதன் மூலம் நிறைய நாடகம் போட்டாங்க. அவங்க நாடகங்கள்ல வாசிக்க ஆரம்பிச்ச பிறகுதான், எங்க 'பாவலர் பிரதர்ஸ்' இசைக்குழு வளர ஆரம்பிச்சது.

எங்களோட இசை வாசிப்பு சந்திரகாந்தாவுக்கு ரொம்ப பிடிச்சுப் போச்சு.

''அமர்... நீயும் முறைப்படி பாட்டு கத்துக்க''னு எனக்கு அட்வைஸெல்லாம் பண்ணுவாங்க.

பொதுவா... நாடகம் முடிஞ்சதும் அதுல வேலை செஞ்சவங்களுக்கு சம்பளம் குடுத்துடுவாங்க. சந்திரகாந்தாவோட அப்பா ரொம்ப ஸ்ட்ரிக்ட்டானவர். அவங்களோட நாடகத்துக்கு வேலை செஞ்சா... மறுநாள்... அவங்க வீட்ல போய்த்தான் சம்பளம் வாங்கணும்.

பாஸ்கரண்ணன் காலைல வெளில கிளம்பிடுவார்.

ராஜாண்ணன் ரெக்கார்டிங்குக்கு போயிடுவார்.

அதனால் நான்தான் அவங்க வீட்டுக்குப் போய் சம்பளம் வாங்குவேன். அந்த வகையில அடிக்கடி அந்த வீட்டுக்கு தாராளமா போய் வந்தேன்.

சந்திரகாந்தாவோட பெரியக்கா வத்சலா வீட்டுக்காரர்தான் எஸ்.எஸ்.பி.லிங்கம்.

அண்ணா, கலைஞர், எம்.ஜி.ஆர், மதியழகன், நெடுஞ்செழியன், அன்பழகன், நடிகர் கே.ஆர்.ராமசாமி... இப்படி திராவிட தலைவர்களும், நடிகர் திலகம் சிவாஜியும், லிங்கம் வீட்டுக்கு வருவாங்க. அவ்வளவு செல்வாக்கானவர்.

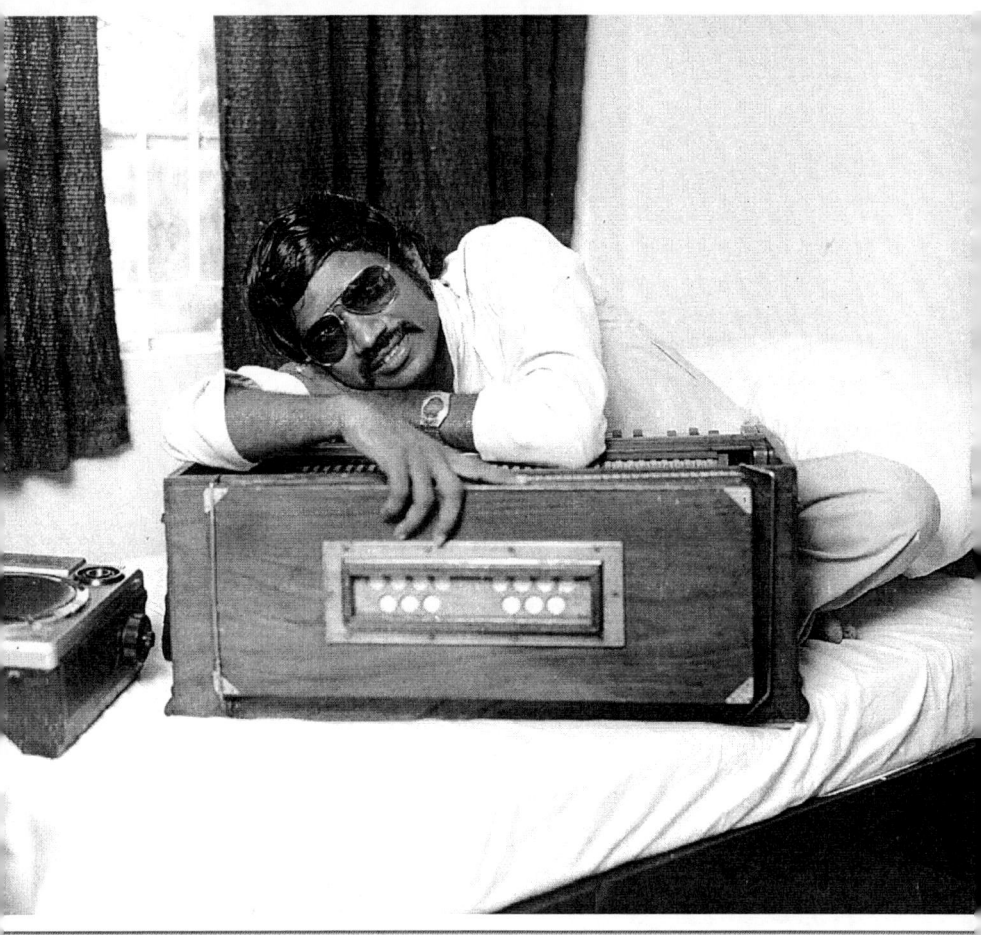

(எவ்வளவு செல்வாக்கானவர்னு நான் ஏற்கனவே 'என் மாமனார் லிங்கம்'னு பல முறை இந்த தொடர்ல குறிப்பிட்டிருக்கேன்)

லிங்கம் தம்பதிக்கு அஞ்சு பெண் குழந்தைகள்.

'அஞ்சாறு பெண் பிறந்தால்...

அரசனும் ஆண்டியடா...'னு சொல்வாங்க.

ஆனா... அவர்கிட்ட பணம் இருந்ததால அரசனாவே இருந்திட்டார்.

லிங்கத்தோட அப்பா கணேஷ் முதலியார் ஆற்காடு சர்க்கரை மல்லூர் இனாம்தாரர். ஜமீன்தார் மாதிரி. நெறைய நெலபுலன் வசதி உள்ளவர். அப்பேர்ப்பட்ட கணேஷ் முதலியாரோட ஒரே மகன்தான் 'வேன்கார்ட்' லிங்கம்.

(என் மாமனார் லிங்கத்த 'வேன்கார்ட்' லிங்கம் என்று சொல்லித்தான் சிவாஜிகணேசன் அழைப்பார்)

எதுக்கு இத இவ்வளவு விவரமா சொல்றேன்னா... என்னோட வாழ்க்க இவங்களோட டச் ஆகுதுல்ல.

'**இ**தயம் பேசுகிறது' மணியன் எழுதுன நாடகம் 'சொல்லத்தான் நினைக்கிறேன்.'

இந்த நாடகத்த சந்திரகாந்தா குடும்பத்தினர் போட்டாங்க. நாங்கதான் மியூஸிக்.

(பின்னாடி... கே.பாலசந்தர் இந்த நாடகக் கதையைத்தான் 'சொல்லத்தான் நினைக்கிறேன்' படமாக எடுத்தார்)

நாடகம் நடக்கும்போது ஸீன் சேஞ்ச் ஓவர் ஆகுற அந்த இடைவெளியில பொதுவா... பிரபலமா இருக்குற சினிமாப் பாடல்கள பிட்டு பிட்டா வாசிப்பாங்க. ஆனா ராஜாண்ணன் தனக்குத் தோணின மாதிரி... இசை வாசிப்பார். ஒரு ஸீன் முடிஞ்சு, அடுத்த ஸீன் ஓப்பனாகிற வரைக்கும் வாசிப்பார். சினிமாப் பாடல் பிட்டுகள வாசிக்கமாட்டார்.

நாடகம் நடந்துக்கிட்டிருக்கும்போது ஸைடு ஸ்கிரீனை விலக்கிவிட்டு அப்பப்போ... ஒரு அழகான முகம் எட்டிப் பார்த்துக்கிட்டே இருக்கும்.

அது யார்னா.... சந்திரகாந்தாவோட அக்கா வத்சலாவோட பொண்ணு.

அந்தப் பொண்ணு என்கிட்ட பேசினாங்க... பழகுனாங்க.

'என்னடா இது? பணக்கார வீட்டுப் பொண்ணு.... நம்மகிட்ட வந்து பேசுது... பழகுது. அழகா வேற இருக்கு. ஏதாவது நடந்திடுமோ?'னு எனக்கு மனசுக்குள்ள பயம்.

'நாமளே... நாப்பது ரூவாய்க்கும், முப்பது ரூவாய்க்கும் பாட்டுப் பாடுற குரூப்பு. நமக்கு இது தேவையா?' அப்படீங்கிற பயம்தான் அது.

ஆனா... அந்தப் பொண்ணப் பாக்கும்போது மனசுக்குள்ள ஏதோ ஒரு பூரிப்பு.

அது என்ன பூரிப்பு?

மேத்தமேட்டிக்ஸ்ல சொல்லணும்னா... அது ஒரு கணக்கு.

கெமிஸ்ட்ரில சொல்லணும்னா... அது ஒரு வேதியியல் மாற்றம்.

ஹிஸ்ட்ரில சொல்லணும்னா... அது ஒரு முன்ஜென்ம தொடர்பு.

ஒருநா... 'சொல்லத்தான் நினைக்கிறேன்' நாடகம் தொடங்கப்போகுது.

அந்தப் பொண்ணு நேரா என்கிட்ட வந்தாங்க.

"ஏன் நீங்க 'ஆராதனா' பாட்டெல்லாம் வாசிக்கமாட்டீங்களா? எங்க செட்டுக்கு (தோழிகளுக்கு) ராஜேஷ்கன்னா பாடல்கள்னா ரொம்ப ரொம்பப் புடிக்கும் தெரியுமா?...

மேரே சப்புனக்கே

ராணி கப்பு ஆயே கீத்து

ஹாயி ருத்து மஸ்சு
தானே கபு ஆயே கீத்து

"இந்தப் பாட்டு ரொம்பப் புடிக்கும். அதெல்லாம் வாசிக்கமாட்டீங்களா?"னு கேட்டாங்க.

எனக்கு சந்தோஷம் தாங்கல. இது ஸ்பெஷல் நேயர் விருப்பமாச்சே!

ராஜாண்ணனோ ஸீன் சேஞ்ச் ஓவர்ல சினிமா பாட்டு வாசிக்கமாட்டாரு.

முந்துன ஸீனுக்கு தகுந்த மாதிரி லிங்க் குடுத்து அடுத்த ஸீனுக்கு ஏத்த மாதிரி ஆரம்பிச்சு அந்த ஸீனோட மூடுக்கு ஆடியன்ஸ கொண்டுபோகணும். அதுதான் ராஜாண்ணனோட கட்டுப்பாடு. அதுலயிருந்து அவர் மாறவேமாட்டார்.

(ராஜாண்ணன் அப்பவே மியூஸிக் விஷயத்துல டாப்புதான்)

அப்படியிருக்கும்போது நான் சொல்லி இந்தப் பாட்ட ராஜாண்ணனை வாசிக்க வைக்க முடியாது.

என்ன பண்ணலாம்னு யோசிச்சேன்...

பிரம்மாதமா ஒரு ப்ளான் போட்டு ராஜாண்ணன்ட்ட பொய் சொன்னேன்.

67

நட்புக்கும் லவ்வுக்கும் நடுவுல...

நடிகை சந்திரகாந்தா குடும்பத்தினர் நடத்திய 'சொல்லத்தான் நினைக்கிறேன்' நாடகம்.

சந்திரகாந்தாவோட அக்கா பொண்ணு, அந்த பெரியவீட்டுப் பெண்... கலா... (அதாவது அவங்க பேர் மணிமேகலை. ஆனா..... 'கலா'னுதான் அவங்க வீட்ல கூப்பிடுவாங்க.) என்கிட்ட வந்து, "ராஜேஷ்கன்னா படப்பாடல்கள்லாம் எங்க செட்டுக்கு பிடிக்கும். அதெல்லாம் வாசிக்க மாட்டீங்களா? 'ஆராதனா' படத்துல வர்ற 'மேரே சப்புனக்கே ராணி கப்பு ஆயே கீத்து' பாட்ட வாசிக்கமாட்டீங்களா?" னு கேட்டுட்டுப் போக...

ராஜாண்ணனைப் பொறுத்தவரைக்கும்... நாடக ஸீன் சேஞ்ச் ஓவர்ல... ஒரு ஸீன் முடிஞ்சு, அடுத்த ஸீன் தொடங்குற கேப்ல... அந்த ஸீன்களுக்கு தொடர்பிருக்கிற மாதிரியான மியூஸிக் பிட்டத்தான் வாசிப்பார். சம்பந்தமில்லாம சினிமாப்பாட்ட வாசிக்கமாட்டார். நான் வாசிக்கச் சொன்னாலும் கேட்கவா போறார்?

ஆனா மனசுக்கு நெருக்கமானவங்க கோரிக்கை வைக்கிறப்போ... அதை அம்புட்டு ஈஸியா விட்ற முடியுமா?

நாடகம் பார்க்க ஜட்ஜஸ், போலீஸ் ஐ.ஜி., அரசியல்

தலைவர்கள் வர்றது வழக்கம்.

எனக்கு ஒரு ஐடியா தோணுச்சு.

மேடைலருந்து கீழ முன்வரிசைல உட்கார்ந்திருந்த வி.ஐ.பி.களுக்கு வலியப்போய் வணக்கம் வச்சிட்டு, அங்கிருந்தே... ராஜாண்ணன கைநீட்டி காட்டிப் பேசிட்டு... ராஜாண்ணன்கிட்ட வந்தேன்.

''அந்தா ஒக்காந்திருக்காரே... அவரு நீதிபதி. அவரு... 'ஆராதனா' பாட்ட வாசிக்க முடியுமா?னு கேக்குறாரு''னு அடிச்சுவிட்டேன்.

ராஜாண்ணன் ரியாக்ட் பண்ணல.

அண்ணன்கிட்ட நின்னபடியே... வி.ஐ.பி.களப் பார்த்து... 'இதோ... வாசிப்பாரு'ங்கிற மாதிரி... ஜாடை காட்டினேன்.

வேற வழி... அடுத்து வர்ற ஸீன் கேப்ல... அண்ணன் அந்தப் பாட்ட வாசிச்சாரு.

பாட்ட வாசிக்க ஆரம்பிச்சதும்... ஸ்டேஜ் சைடு ஸ்கிரீன் விலகுது.

இருட்டுல ஒரு நிலா முகம் என்னப் பார்த்திட்டு சிரிச்சிட்டுப் போகுது.

இப்படி ஒவ்வொருதடவயும்... வி.ஐ.பி.கள காரணம் காட்டி.... அந்தப் பொண்ணு விரும்புற பாடல்கள வாசிக்க வச்சேன்.

ஒரு கட்டத்துல என்னாகிப் போச்சுன்னா.... நானும், அந்தப் பொண்ணும் ரொம்ப பழக்கமாகி, மனசால நெருக்கமாயிட்டோம்.

இத காதல்னு சொல்ல முடியல. இத நட்புனு சொல்ல முடியல. லவ்வுக்கும், ஃப்ரெண்ட்ஷிப்புக்கும் நடுவுல ஒரு கோடு வருமே... அந்தக்கோட்ல நின்னுதான் பழக ஆரம்பிச்சோம். இந்தப் பழக்கம் அதிகரிச்சதுக்கு... எஸ்.பி.பாலசுப்பிரமணியமும் ஒரு வகைல முக்கியமான லிங்க்தான்.

பாலுவுக்கு ரசிகர்கள்ட்டருந்து நிறைய லெட்டர் வரும். தமிழ் ரசிகர்கள் எழுதுற லெட்டர்களுக்கு பதில் எழுதுறது நான்தான்.

பாலுவோட வீட்டுக்குப் போயி.... அவனுக்கு வந்திருக்க லெட்டரையெல்லாம் வாங்கிட்டு வந்து.... சந்திரகாந்தா வீட்ல வச்சுத்தான் பதில் எழுதுவேன்.

'உங்கள் கடிதம் கிடைத்தது. உங்கள் பாராட்டுக்கு நன்றி. இதயம் கனிந்த வாழ்த்துக்கள். வாழ்க அன்புடன்'

-இப்படியெல்லாம் எழுதி... பாலு கையெழுத்துப் போடுறதுக்கு ஒரு கேப் விட்டு, கடிதத்தோட, பாலு போட்டோவையும் பின்பண்ணி ரெடிபண்ணுவேன்.

ஒருநா... இப்படி நான் எழுதிக்கிட்டிருக்கிறப்ப... அந்தப் பொண்ணு வந்தாங்க.

"என்ன இது? எஸ்.பி.பி.யோட போட்டோவெல்லாம் வச்சு... ஏதோ எழுதிக்கிட்டிருக்கீங்க?"

"அவர ஓங்களுக்கு பிடிக்குமா?"

"ம்..."

"அப்படின்னா... நாளக்கி எஸ்.ஐ.ஈ.டி. காலேஜ்ல பாலுவோட கச்சேரி இருக்கு. வர்றீங்களா?"

"அய்யோ... அவரு கச்சேரியா? கண்டிப்பா வர்றேன். டிக்கெட் வாங்கிக் குடுங்களேன்"

"வாங்கித் தர்றேன்"னு சொல்லீட்டு....

நேரா பாலுவோட வீட்டுக்கு வந்தேன்.

"ஏய்... எப்படியாச்சும் எனக்கு ரெண்டு மூணு பாஸ் வாங்கிக் குடுப்பா"னு சொன்னேன்.

"இப்ப வந்து கேட்டா எப்படி?"ன்னான்.

அவன்கிட்ட போராடி... மூணு டிக்கெட் வாங்கிட்டுப் போய் கலாகிட்ட குடுத்தேன்.

கச்சேரி அன்னிக்கி... இந்த நாலும் என்ன பண்ணுச்சுங்கன்னா...

'எந்த நாலும்?'

பாலு, பாரதிராஜாண்ணன், பாஸ்கரண்ணன், ராஜாண்ணன் நாலு பேரும்... எஸ்.ஐ.ஈ.டி. காலேஜ்ல கச்சேரின்னதும் பார்த்துப் பார்த்து... ரொம்ப சூப்பரா ட்ரெஸ் பண்ணிக்கிட்டு வந்தாங்க.

நிஜமாவே... பாலுவுக்கு ரசிகைகள் அதிகம்.

பொண்ணுங்கள்லாம் பாலுவுக்கு கை குடுத்து 'ஹைய்யோ... ஹைய்யோ'னு கத்துனாங்க.

இவங்க மூணுபேரும் அப்பிராணியா நின்னு வேடிக்க பார்த்திட்டு இருந்தாங்க.

கச்சேரி ஆரம்பிக்கப்போகுது... ஹால் முழுக்க பெண்கள் கூட்டம். 'ஓ'னு கத்துறாங்க உற்சாகத்துல.

கலாவும், அவங்க ஃப்ரெண்ட்ஸூம் வந்துட்டாங்க.

பாலு ஒவ்வொரு கச்சேரியிலயும் ஆரம்பப் பாட்டா... பக்தி இசையைப் பத்தின தெலுங்குப் பாட்டுதான் பாடுவாப்ல.

அன்னிக்கி நான் என்ன பண்ணினேன்னா... அந்த தெலுங்குப் பாட்ட.... தமிழ்ல எழுதிக் குடுத்து பாடச் சொல்லிட்டேன்.

ராகமும் அதன் தாளமும்
நாயகன் உன் புகழ் பாட

சிந்தும் இசைவெள்ளம்
ஒரு கங்கை போல
சேரும் லயம் இரும்
கடலினைபோல

சிறப்புடன் பாடும் இசை உனக்காக
சேர்ந்திடும் புகழ் உன்தன் திருவடிக்காக

கோயில் மணியோசை
அதில் ஒரு தாளம்
வேண்டும் மனம்தன்னில்
பலவித ராகம்
ஓம் எனும் நாதம்
உருப்பெறும்போது
உண்மையின் நெஞ்சினில்
ஒளிபெறும் ஞானம்

இதுதான் நான் மொழிபெயர்த்து எழுதிக் குடுத்த பாட்டு.

(அவங்க பேரு மணிமேகலங்கிறதால 'மணி'ய அங்க வச்சுட்டேன்.

ஒரு கங்கை போலன்னு என் பேர சேர்த்துட்டேன்.)

ஸ்டேஜ்ல இந்தப்பாட்ட பாடி முடிச்சதும், ''நான் தெலுங்குலதான் இந்தப் பாட்ட பாடிட்டிருந்தேன். இன்னிக்குத்தான் தமிழ்ல பாடுறேன். இதை எழுதிக் குடுத்தவர் இதோ கிடார் வாசிக்கிறாரே... அமர்... அவர்தான்"னு பாலு சொல்ல, கைத்தட்டல் அதிர்ந்தது. எனக்கு அப்படியே பூரிச்சுப் போச்சு.

மனசுக்குப் பிடிச்ச பொண்ணு முன்னால ஒரு மகுடம் சூட்டிவிட்ட மாதிரி ஆகிப்போச்சு.

திருடன்கிட்டயே சாவிய குடுத்த மாதிரி ஒரு சந்தர்ப்பத்த ஏற்படுத்துனாங்க சந்திரகாந்தா.

68

தம்தன தம்தன தாளம் வந்தது!

எஸ்.ஐ.ஈ.டி. பெண்கள் காலேஜ்ல எஸ்.பி.பி.யோட கச்சேரி.

“நான் வழக்கமா ஒவ்வொரு கச்சேரியிலயும் முதல் பாட்டா தெலுங்குப் பாடல் பாடுவேன். அந்தத் தெலுங்குப் பாட்டத்தான் இப்ப தமிழ்ல பாடினேன். மொழிபெயர்த்து எழுதித் தந்தது... இதோ... கிடார் வாசிக்கிற அமர்தான்” என எஸ்.பி.பி. சொல்ல...

அரங்கத்தில் கைதட்டல்.

என் மனசுக்குப் பிடிச்ச கலா அந்த அரங்கத்துல இருந்ததால்... எஸ்.பி.பி.யின் இந்தப் பாராட்டு, எனக்கு மகுடம் சூட்டின மாதிரி ஆகிப்போச்சு.

‘பொட்டுவைத்த முகமோ’

‘இயற்கை எனும் இளைய கன்னி’

‘பௌர்ணமி நிலவில்’

‘ஆயிரம் நிலவே வா’

‘திருமகள் தேடி வந்தாள்’

...இந்தப் பாடல்களயெல்லாம் எஸ்.பி.பி. பாட... மாணவிகள் ரொம்ப உற்சாகமா ரசிச்சாங்க.

(இந்த நிலையிலதான்... ஒரு படத்துக்கு எங்க ‘பாவலர் பிரதர்ஸ்’ மியூஸிக் பண்ண வாய்ப்பு ஏற்பட்டு... அது கிடைக்காமப்

போச்சு.

இப்போ... காதல் மேட்டர பேசுறதால... அத அப்புறமா சொல்றேன்)

தொடர்ந்து நாடகத்துக்கு மியூஸிக் பண்ணீட்டு வந்தோம்.

'எந்த நாடக குரூப்புக்கு மியூஸிக்பண்ண முடியாமப் போனாலும் சரி... சந்திரகாந்தா நாடக குரூப்ப மட்டும் விட்டுடக்கூடாது'னு என் மனசுல முடிவு செஞ்சேன்.

காரணம்.... கலா.

நான் ஆசப்பட்டு பழக நெனச்ச கலாவ அடிக்கடி பாக்குறதுக்கு சந்தர்ப்பத்த தேடிக்கிட்டே இருந்தேன்.

சந்திரகலா இருக்காங்களே... அவங்க ஒரு வெகுளி.

திருடன்கிட்டவே சாவிய குடுக்கிற மாதிரி ஒரு சந்தர்ப்பத்த ஏற்படுத்துனாங்க.

அது என்னன்னா....

ஒரு நாளு சாயங்காலமா... மைலாப்பூர் லஸ் கார்னர்ல இருக்க... நாகேஷ்வரராவ் பார்க் பக்கத்துல இருக்குற சந்திரகாந்தா வீட்டுக்கு சும்மா போனேன்.

அப்போ... அவங்க வெளியில கிளம்பிக்கிட்டிருந்தாங்க.

என்னப் பார்த்ததும் யோசிச்சு நின்னாங்க.

"பரவால்ல... நீங்க பொறப்படுங்க. நான் நாளைக்கி வர்றேன்"னு சொன்னேன்.

"இல்லல்ல... நான் எங்க பெரியக்கா வீட்டுக்கு.... அதான் நம்ம கலா வீட்டுக்குப் போறேன். நீங்களும் வர்றீங்களா?"னு கேட்டாங்க.

'அய்யோ... கரும்பு தின்ன கூலியா? லட்டு தின்ன லக்கா... எல்லாம் இறைவன் செயல்'னு மனசுக்குள்ள நினைச்சுக்கிட்டு... மனசுக்குள்ளயே கடவுளுக்கு நன்றி சொல்லீட்டு அவங்ககூட கார்ல ஏறினேன்.

கலா வீடு, ராஜா அண்ணாமலைபுரம் 6-வது மெயின் ரோட்ல இருந்தது.

தனி வீடு. அமைதியான எடம்.

கார்லருந்து எறங்கி... மேல போறோம்.

கலா வந்து வரவேற்றாங்க.

சந்தோஷமான ஒரு சங்கடத்தோட.... வலதுகால எடுத்துவச்சு வீட்டுக்குள்ள போனேன்.

கலாவோட அப்பா எஸ்.எஸ்.பி.லிங்கம் ரொம்ப மரியாதையா என்னய வரவேற்கிறாங்க.

"வாங்கப்பா"னு கூட்டிட்டுப் போய் உட்கார வச்சார்.

"நீங்க நாடகங்களுக்கு மியூஸிக் வாசிக்கிறதயெல்லாம் கேட்குறேன். நல்லா இருக்கு. எனக்கு சினிமாவுல முன்பு நல்ல

என் திருமணத்தின்போது வாழ்த்திய 'குருஜி' பி.பி.ஸ்ரீநிவாஸ்

தொடர்பு இருந்துச்சு. அண்ணா, கலைஞர், எம்.ஜி.ஆர்., கே.ஆர்.ராமசாமி, சிவாஜி... எல்லாருமே எனக்கு அரசியல் ரீதியாவும், சினிமா ரீதியாவும் ரொம்ப நெருக்கமானவங்க"னு கலாவோட அப்பா சொல்லிக்கிட்டிருக்கும்போது....

"ஏங்க அமர்.... கலாவுக்கு பாடுறதுல ரொம்ப ஆச. ஆனா... வாய்விட்டு பாடமாட்டேங்குறா. அவளுக்கு... பாட்டுல கொஞ்சம் தெளிவு வர்றதுக்கு நீங்க அப்பப்போ இங்க வந்து சொல்லித்தர முடியுமா?"னு சந்திரகாந்தா கேட்டாங்க.

என்னோட கற்பன றெக்க கட்டி பறக்க ஆரம்பிச்சிருச்சு.

தம்தன தம்தன தாளம் வரும்
புது ராகம் வரும்
பல பாவம் வரும்
அதில் சந்தன மல்லிகை வாசம் வரும்...
மணமாலை வரும்

சுபவேளை வரும்

மணநாள் திருநாள் புதுநாள்

உனை அழைத்தது...

இப்படியான பாட்டு ஒண்ணு எனக்குப் பின்னால ஓடுது.

நல்ல வாய்ப்புதான். அதுக்காக சட்டுனு சரி சொல்லிட முடியுமா?

நான் விட்டுக்குடுக்கல.

''இப்போ கொஞ்சம் பிஸியா ரெக்கார்டிங் போயிட்டு இருக்கேன். நான் எப்போ ஃபிரீயா இருக்கேனோ... அப்பப்ப வர்றேன். அவங்கள போன் நம்பர் குடுக்கச் சொல்லுங்க"னு நம்பர கேட்டு வாங்கிக்கிட்டேன்.

75532

(இந்த போன் நம்பர்தான் எங்க காதலை வளர்த்த நம்பர்)

அதுக்கப்புறம்... கனவுலயே மிதக்க ஆரம்பிச்சிட்டேன்.

அதே சமயம்... அவங்க முன்னாடி நம்ம மதிப்ப எப்படி ஒசத்திக்கிறது... னு யோசிச்சேன்.

பல சூப்பர்ஹிட் பாடல்களைப் பாடின... இன்னைக்கும் மவுசா இருக்குற பாடல்களைப் பாடுன பாடகர் பி.பி.ஸ்ரீநிவாஸ் எனக்கு ரொம்ப ரொம்பப் பழக்கம். அவர, நான் 'குருஜி'னுதான் கூப்பிடுவேன்.

அவரோட வீட்டுக்குப் போனேன்.

''குருஜி... எனக்குத் தெரிஞ்சவங்க ஒருத்தங்களுக்கு பாட்டுப் பாடுறதுல ரொம்ப ஆச. உங்க பாட்டுன்னா... அவங்களுக்கு ரொம்பப் பிடிக்கும். உங்கள ஒரு நாளைக்கி அவங்க வீட்டுக்கு கூட்டிட்டு வர்றதா சொல்லீருக்கேன். வர்றீங்களா?... அப்படியே... சும்மா போயிட்டு வருவோம்"னு சொன்னேன்.

"ம்... அதுக்கென்ன... பேஷா போயிட்டு வரலாமே..."னு சொல்லி காரை எடுத்தார். நானும் ஏறிக்கிட்டேன்.

கலாவோட வீடு.

நான் பி.பி.ஸ்ரீநிவாசை கலாவோட அப்பாகிட்ட அறிமுகப்படுத்தினேன்.

"அய்யோ... சந்தோஷம்... நீங்க எங்க வீட்டுக்கு வந்தது ரொம்ப சந்தோஷம்..."னு சொல்லி கலாவோட அப்பாவும், அம்மாவும் ஆனந்தப்பட்டாங்க.

கலாவும் வந்தாங்க.

கலாவையும் அறிமுகப்படுத்தி வச்சேன்.

"இவங்கதான் என்கிட்ட பாட்டு கத்துக்கிறாங்க"னு சொன்ன உடனே...

''அப்படியா... ஒரு பாட்டுப் பாடும்மா கேக்கலாம்''னு

சொன்னாரு குருஜி.

**கைவிட மாட்டான் கனகசபேசன்
காத்திருப்பான் கண்ணால்
பார்த்திருப்பான் -நெஞ்சே
கைவிடமாட்டான் கனகசபேசன்**

இந்தப் பாட்ட பாடிக்காட்டுனாங்க.

"ரொம்ப நல்லா பாடுறம்மா"னு சொன்னாரு குருஜி.

கலாவோட புத்திசாலித்தனமோ, தெய்வச்செயலோ தெரியல... அந்தப் பாடகர்கிட்ட, பெரியமனுஷங்கிட்ட என்னைய மனசுல நெனச்சுக்கிட்டு 'கைவிடமாட்டான் கனகசபேசன்'னு பாடுற மாதிரி இருந்தது.

இந்த எடத்துலயிருந்துதான் நானும் கலாவும் ரொம்ப நெருக்கமா பேசிப் பழக ஆரம்பிச்சோம்.

எங்களுக்கு லவ் ஸ்ட்ராங்கா ஆகிப்போச்சு.

'**சி**ன்னப்பயலா இருந்துக்கிட்டு இம்புட்டு வேல பண்றியா?'னு என் காதலை கண்டுபுடிச்சிட்டார் பாரதிராஜா.

69
பாரதிராஜாவிடம் சிக்கிய காதல் 'கதை!'

நான் 'குருஜி'னு அழைக்கிற பின்னணிப் பாடகர் பி.பி.ஸ்ரீநிவாஸை கலாவோட வீட்டுக்கு கூட்டிப்போனது, அவர் முன்னாடி 'கைவிடமாட்டான் கனகசபேசன்'னு கலா பாடினது... அதுலருந்துதான் கலாவும் நானும் நெருக்கமா பேசிப் பழக ஆரம்பிச்சோம்.

'பெரிய பெரிய பாடகர்கள்கூட கச்சேரிக்கு போறாரு... வாறாரு... அப்படி இப்படி'னு என்மேல கலாவுக்கு மதிப்பு ஜாஸ்தியாச்சு, எங்க லவ்வும் ஸ்ட்ராங்காச்சு.

நாங்க லவ்பண்றது... கலாவோட தாய்மாமா பாலுவுக்கு அரசல் புரசலா தெரிஞ்சிருக்கு.

பாலு பார்க்கிறதுக்கு மொரட்டு ஆளு. அடிதடிக்கெல்லாம் அஞ்சமாட்டார். அவருக்கு எங்க லவ்வு பிடிக்கல.

கலாவோட இன்னொரு தாய்மாமன் விஜி கண்டுபிடிச்சிட்டான்.

அந்த விஜி யார்னா... இப்போ டப்பிங் ஆர்டிஸ்ட்டுல ரொம்ப பிரபலமானவர். ரொம்ப திறமைசாலி. ராமாயணம், மகாபாரதம் மாதிரியான சீரியல்கள்ல பேசக்கூடியவர்.

அப்போ... விஜி வெட்டி ஆபீஸர். எனக்கு ரொம்ப

நெருக்கமான நண்பேன்டா.

காலைலருந்து மத்தியானம் வரைக்கும் சாவன் ஓட்டல்லயே இருப்பான். சாயங்காலத்துலருந்து ராத்திரி வரைக்கும் விஹார் ஓட்டல். இங்க அரட்டைக் கச்சேரிதான்.

"டேய்... அமர். என்னடா இது? என்ன விஷயம்?... என்ன இதெல்லாம்? கலாகிட்ட அதிகமா பேசிக்கிட்டிருக்க போலருக்கே...? என்ன இது?"

"அதெல்லாம் ஒண்ணுமில்ல விஜி. நாங்க ப்ரெண்ட்ஸாத்தாம்ப்பா பேசிக்கிட்டிருக்கோம்"

"இல்லடா... ஒளிக்காம உண்மயச் சொல்றா. ஏதாவது பிரச்சினை, கிரச்சினை வந்துரப் போகுது"

"அதெல்லாம் ஒண்ணுமில்லடா"னு சொல்லீட்டு வந்திட்டேன்.

'இவங்களுக்கெல்லாம் விஷயம் தெரிஞ்சு போச்சே...'ங்கிறத மனசுல ஏத்திக்காம, நான் கலா கூட தொடர்ந்து பேசிக்கிட்டிருந்தேன்.

நேர்ல பேச முடியாதப்ப... போன்ல பேச ஆரம்பிச்சேன்.

இப்ப இருக்கிற காதலர்கள் எப்படி போன்ல பேசிக்குவாங்களோ... அப்படித்தான் நாங்களும் அப்ப... பேசிக்குவோம்.

"ஹலோ"

"ஹலோ"

"எப்பிடி இருக்கீங்க?"

"நல்லாருக்கேன். நீங்க?"

"ம்ம்ம்... ஏதோ..."

"ஏன்? என்னாச்சு?"

"ஒண்ணுமில்ல... சும்மாதான்..."

" ம்ம்ம்... அப்புறம்?"

"ம்... ம்... ம்... அப்புறமென்ன....? அப்புறம்... ஒண்ணுமில்ல..."

"ம்"

"அது என்னமோ தெரியல. ஒங்ககிட்ட நான் பேசலேன்னா... அந்தநாளே எனக்கு ஓடுறமாதிரியே தெரியல. நாளக்கி எப்போ வரும்? அதுல எப்போ மத்தியானம் ஒரு மணி வரும்?னு காத்துக்கிட்டே இருப்பேன் தெரியுமா..."

"ஐயோ... நீங்களும் அப்படித்தானா? நான்கூட அப்படித்தான். ஒங்ககிட்டருந்து எப்ப போன் வரும்னு காத்துக்கிட்டே இருப்பேன் தெரியுமா? சரியா... ஒரு மணிக்கு போன்பெல் அடிச்ச ஒடனே... படபடப்பா ஓடிவந்து போன எடுத்துருவேன். வேற யாரும் எடுத்துரக்கூடாதில்லையா... அதான்..."

மறுநாளும்... மதியம் ஒரு மணிக்கு போன் பண்ணுவேன்.

"எங்கம்மா... நான் ரொம்ப நேரம் போன் பேசுறதப் பார்த்திட்டு,

மாப்பிள்ளை அழைப்பு:-
மாப்பிள்ளை நான், அண்ணி ஜீவா, ராஜாண்ணன், கார்த்திக்ராஜா, பத்மாக்கா, கமலம் அக்கா, பாஸ்கரண்ணன், டி.கே.மணியன், ராணி, பொன்னி, பூரணி, பார்த்தி பாஸ்கர் மற்றும் ரவி

'என்னடி? யாருகிட்ட இவ்வளவு நேரம் பேச்சு? இவ்வளவு நேரம் பேசவேண்டிய அவசியம் என்ன?'னு கேட்டு திட்றாங்க. வீட்டு வேலையெல்லாம் கூட நான் செய்றேன். இட்லிக்கு மாவாட்ட ஊற வச்ச அரிசிய எடுத்துக்கிட்டு கீழவந்தேன். அவசர அவசரமா வேலைய முடிச்சிட்டு... ஒங்க போனுக்காகத்தான் வெய்ட் பண்ணீட்டிருந்தேன் தெரியுமா?... சரி... ஒங்ககிட்ட ஒரு விஷயம் சொல்லணும்"

"என்ன?"

"நாளைக்கி எங்கவீட்ல எல்லாரும் பீச்சுக்கு போறோம். காந்திசிலை பக்கத்துல... வர்றீங்களா?"

"வர்றீங்களாவா? வர்றேன்... வர்றேன்... வருவேன்... எனக்கு இதவிட வேற வேல..."

படுத்தேன். தூக்கமே வரல.

எப்படா விடியும்?னு தூங்காம தூங்கினேன்.

விடிஞ்சதும்... ஒடனே... சாயங்காலம் ஆகக்கூடாதா? னு மனசு ஏங்குச்சு.

சாயங்காலம் ஆச்சு.

காதலிய பார்க்கப்போற ஆசயில... சீவி, சிங்காரிச்சுக்கிட்டு அவசர அவசரமா கிளம்புனேன்.

பக்கத்துலருந்த பாரதிராஜாண்ணன் என்னய ஏற எறங்கப் பார்த்திட்டு... "எங்கடா போற?"னு கேட்டார்.

"சும்மா... பீச்சுக்கு..."

"என்ன திடீர்னு?"

"என்னான்ணே.... வீட்டுக்குப் பின்னாடி இருக்க பீச்சுக்கு போறதுக்கு... முன்கூட்டியே ரிசர்வ் பண்ணிக்கிட்டோ... டைம் வாங்கிக்கிட்டோவா போகணும்? யாரு வேணாலும், எப்ப வேணாலும் பீச்சுக்குப் போலாமே. சும்மாதான் இருக்கோம்... பீச்சுக்கு போலாம்னு கிளம்புறேன்"

"அப்படியா... கொஞ்சம் இரு. நானும் சும்மாதான் இருக்கேன். நானும் வர்றேன்"

எனக்கு திடுக்குனு ஆகிப்போச்சு. ஆனாலும் அத காட்டிக்கல.

"அய்யய்ய... இல்லண்ணே... நான் அப்படி... இப்படி.... காலாற நடந்துபோயி ஒரு பாட்டெழுதலாம்னு தோணுது. நான் தனியா போனா... பெட்டர்னு தோணுது. நீங்க வந்தா... நான் ஒண்ணும் பண்ண முடியாது"

"எல்லாரும்... 'சேர்ந்து பீச்சுக்குப் போகலாமா?'னுதான் சொல்லுவாங்க. ஒலகத்துலயே நீ ஒருத்தன்தாண்டா... 'பீச்சுக்கு வரவேணாம், நான் தனியா போயிக்கிறேன்'னு சொல்ற ஆளு. நில்றா... நானும் வர்றேன்"னு பாரதிராஜாண்ணனும் கிளம்பிட்டார்.

என்னால அதுக்குமேல ஒண்ணும் சொல்ல முடியல.

"சரி... வாங்கண்ணே"னு அந்த பாசக்கார பூனய மடியில கட்டிக்கிட்டுப் போறேன்.

கூட இவரு வர்றதால எனக்கு சங்கடமா இருக்கு.

பீச். காந்தி சிலை.

பீச்ல உட்கார்ந்திருக்க... உலாத்துற எலலாரும் என் கண்ணுக்கு அவுட் ஆஃப் போகஸ்ல தெரியுறாங்க.

கலா ஃபேமிலி மட்டும்தான் என் கண்ணுக்குத் தெளிவா தெரியுது.

நாங்க இந்தப் பக்கம்... கடல வாங்கித் தின்னுக்கிட்டு... இல்ல... இல்ல... பாரதிராஜாண்ணன் கடல தின்னுக்கிட்டு... நான் கடல போட்டுக்கிட்டு... ஒக்கார்ந்துருக்கோம்.

கலா என்னயப் பார்க்குது. நான் அவங்களப் பார்க்குறேன்.

இப்புடியே மாறி மாறி பார்த்துக்கிட்டிருக்கோம்.

எங்க ரெண்டுபேரையும் பாரதிராஜாண்ணன் பார்த்திட்டாரு. விஷயத்த கண்டுபிடிச்சிட்டாரு.

அவர்தான் வருங்கால டைரக்டர் ஆச்சே.

‘‘திருட்டு ராஸ்கல்... இதுக்குத்தான் என்னய பீச்சுக்கு வரவேணாம்னு சொன்னியா?”

நான் அவர் சொன்னத காதுல வாங்கினாலும், என் மனசு கலாவ பார்த்துக்கிட்டிருந்துச்சு.

‘‘ஏண்டா... அப்புராணியா இருந்துக்கிட்டு, இந்த மாதிரி வேலையெல்லாம் பண்றியா நீ?”னு கேட்டார்.

கலா தைரியமா எங்க பக்கத்துல வந்து ஏதோ அப்போதுதான் பார்க்கிற மாதிரி “ஹய்யோ... என்ன இந்தப் பக்கம்?”னு கேட்டாங்க.

“சும்மாதான் பீச்சுக்கு”னு நான் சொல்லிட்டு, “இவரு எங்க அண்ணன் பாரதிராஜா. ஃபிலிம் டைரக்‌ஷன்ல இருக்காரு’’னு கலாவுக்கு அறிமுகப்படுத்திட்டு... ‘‘அண்ணே... இவங்கதான் சந்திரகாந்தா இருக்காங்கள்ல அவங்களோட அக்கா பொண்ணு கலா. நல்லா பாடுவாங்க”னு அறிமுகப்படுத்தி வச்சேன்.

பாரதிராஜா அப்படியே பாத்தாரு ஒரு பார்வ. அவருக்கா தெரியாது... எத்தன கத எழுதுறாரு...

என் காதலுக்கு தூதுபோன ‘அனுமாரு’ எஸ்.பி.பால சுப்பிரமணியம். ‘அணில்’ மலேசியா வாசுதேவன்.

70
காதல் தூது போன எஸ்.பி.பி.!

பீச்சில் நானும் கலாவும் திட்டமிட்டு பேசி வச்சிக்கிட்டு, ஆனா... தற்செயலா சந்திக்கிற மாதிரி சந்திச்சுக்கிட்டோமில்லையா...

என் கூடவந்த பாரதிராஜாண்ணன் கண்டுபிடிச்சிட்டார்.

அவருக்கா தெரியாது... எத்தன கத எழுதுறாரு....

நானும், கலாவும் பிரியாவிடை பெற்றோம்.

நானும், பாரதிராஜாண்ணனும் வீட்டுக்கு திரும்பி நடந்து வர்றோம்.

“ஏண்டா... இதுக்குத்தான் என்னய பீச்சுக்கு வரவேணாம்னு சொன்னியா? திடுட்டுப் பயலே... இத்துணூண்டு சின்னப்பயனு நினைச்சா... இப்புடி இருக்கியா?”

“இல்லண்ணே... சும்மா ஒரு ஃப்ரெண்ட்டாத்தான்...”

“ம்... ப்ரெண்ட்டுதானா... இல்ல அதுக்கும் மேல ஏதாவது இருக்கா?... அதான... என்னடா இந்தப் பய லவ் ஸாங்கெல்லாம் பிரமாதமா எழுதி வச்சிருக்கானே... என்ன விஷயம்?ங்கிறது இப்பத்தான தெரியுது”

“அட... நீங்க... சும்மா இருங்கண்ணே... ஊர்ல ஒண்ணுமில்லாம கெடந்தபோதே... நான் எழுதுன காதல் பாட்டெல்லாம் ஒங்களுக்குத் தெரிஞ்சதுதானே... அப்போ என்ன லவ்வா பண்ணிக்

கிட்டிருந்தேன்?... இதெல்லாம் ஒரு பூர்வஜென்ம பந்தம்ணே"

"என்னது...?"

"இல்ல... லவ் ஸாங் எழுதுறது... ஒரு பூர்வஜென்ம பந்தம்னு சொல்றேன்"

...இப்படி கேலியும், கிண்டலுமா பேசிக்கிட்டு வீட்டுக்கு வந்து சேர்ந்தோம்.

நிச்சயமா... பாஸ்கரண்ணன்கிட்டவும், ராஜாண்ணன்கிட்டவும் பாரதிராஜாண்ணன் இதப்பத்தி சொல்லீருப்பாரு. அதுவும்... அவரோட படத்துல வர்ற மாதிரி சொல்லீருப்பாரு...

'ஒரு கடற்கரை காதலை கண்டுபிடித்தேன்.

அமர்-கலா என்கிற காதலர்களைத்தான் ஸ்வரம் பிரித்தேன்.

அதைத்தான் உங்கள் பார்வைக்கு படம் பிடித்தேன்'

இப்படி... பின்னாடி தன் படங்கள்ல காதலைச் சொல்ல திட்டமிட்டிருப்பது மாதிரியே... சொல்லீருப்பார்னு நினைக்கிறேன்.

ஆனா... அண்ணனுங்ககிட்ட பாரதிராஜாண்ணன் சொன்னாரா?னு எனக்கு உறுதியா தெரியாது.

நானும், கலாவும் லவ் பண்ணும்போது அடிக்கடி மீட் பண்ணிக்கிற சந்தர்ப்பம் எப்படி கிடைச்சதுன்னா....

'ஆடல் அரசி அனார்கலி', 'சிவகாமியின் சபதம்'... இந்த ரெண்டு நாட்டிய நாடகங்கள நடத்துனாங்க.

அது வரலாற்று நாடகம். ஒன்லி கிளாஸிகல் மியூஸிக்தான். கிடாருக்கு வேல இல்ல.

நானோ கிடாரிஸ்ட்.

கலாவ பார்க்க சந்தர்ப்பம் வேணும்னு "இந்த 'ஆடல் அரசி அனார்கலி' நாடகத்துக்கு கிடார் இருந்தா நல்லாருக்கும்"னு சொல்லி, சந்திரகாந்தாகிட்ட வற்புறுத்தினேன். அவங்களும் சம்மதிச்சாங்க.

இதனால் லவ்வ டெவலப் பண்ணிக்க வாய்ப்பு அமைஞ்சது.

அந்த நாடகத்த நடத்துறதுக்காக ஹைதராபாத் போனோம். அங்க இருக்க... பிரசித்திபெற்ற எடங்களயெல்லாம் சுத்திப் பார்த்தோம்.

ஹைதராபாத்துல... என் கலாவுக்கு ஒரு பரிசு குடுக்கணும்னு தோணிச்சு.

கலாவுக்கு பெரிய சர்ப்ரைஸ் இருக்கும்னு நினைச்சு... மார்க்கெட்டுக்குப் போய்... கடை கடையா சுத்தி ஒரு பரிசுப் பொருள வாங்கினேன்.

அதை கலா கைல குடுத்தேன்.

அதை வாங்கிப் பார்த்த கலா... "என்னாதிது?"னு கேட்க...

நான் சொன்னேன்.

"இதயெல்லாம் இந்தக் காலத்துல யாராவது கட்டுவாங்களா?"னு

என்னோட அனுபவம்... ஒரு டைரக்டரா எனக்கு சினிமாவுல எப்படியெல்லாம் கை கொடுக்குது.... 'கரகாட்டக்காரன்' படப்பிடிப்பில் கனகாவுக்கு காட்சியை விளக்குகிறேன்

கேட்ட கலா... ஆனாலும் நான் மொதமொதல்ல குடுத்த அந்த அன்புப்பரிச வாங்கிக்கிட்டாங்க.

அது என்ன பரிசு?

பொம்பளப்புள்ளைங்க ஜடைல வச்சு பின்னுவாங்களே... ஜடை குஞ்சரம்... அதுதான்.

(கிராமத்து புத்தி)

அதேமாதிரி ஒருதரம் பாம்பேக்கு போனோம்.

டான்ஸர் லல்லி பப்பி, தாம்பரம் லலிதா, வி.ஆர்.திலகம்... இவங்கெல்லாம் ஆக்ட் பண்ணின ஒரு டான்ஸ் ட்ராமா. அது ரொம்ப நல்லாருக்கும்.

மியூஸிக் டைரக்டர் கே.வி.மகாதேவன் மாமோவோட ஆஸ்தான உதவியாளர் டி.புகழேந்தி இந்த நாடகத்துக்கு மியூஸிக் பண்ணினார்.

பாம்பேக்கு ட்ரெயின்ல போகும்போதும், வரும்போதும் நானும், கலாவும் கண்ணால பேசிக்கிட்டது... ஜாடமாடயா சிரிச்சுக்கிட்டது... ஆஹா....

(இதெல்லாம் இப்ப கொஞ்சம் ஞாபகத்துக்கு வருது. இப்ப நினைச்சுப் பார்த்தாலும் நல்லாத்தான் இருக்கு)

ஆரம்பத்துலயே கலாவோட தாய்மாமன் விஜி என்கிட்ட "கலாகூட அதிகமா பேசிக்கிட்டிருக்கியே... என்னா விஷயம்?"னு கேட்டப்போ... "சும்மா... ப்ரெண்டாத்தான் பழகுறோம்"னு நான் சொன்னேனில்லையா....

இப்போ... ரயில் பயணத்துல... எங்களோட காதலை கன்ஃபார்ம் பண்ணிக்கிட்டான் விஜி.

"டேய்... உண்மையச் சொல்றா... இது கொஞ்சம் சீரியஸான விஷயம். வெளையாட்டா இருக்காத அமர்"

"நாங்க ரெண்டு பேரும் ஒருத்தருக்கொருத்தர் விரும்புறோம் விஜி. நாங்க லவ் பண்றது உண்மதான். நாங்க சின்ஸியரா லவ் பண்றோம்கிறது எங்க மனசுக்கே தெரியுது. கலாவ எனக்கு ரொம்பப் பிடிச்சிருக்கு. நான் கலாவ கல்யாணம் பண்ணிக்கலாம்னு ஆசப்படுறேன்"

"அதெல்லாம் எப்படிடா முடியும்?"னு கேட்ட விஜி... "என்னடா இப்படிச் சொல்ற?"னு சொல்லிச் சொல்லி புலம்பிக்கிட்டிருந்தான்.

நேர்ல பார்த்துக்க முடியாதப்ப... போன். போன்ல பேசிக்க முடியாதப்ப... லெட்டர்.

நான் குடுக்கிற லெட்டர வாங்கிட்டுப் போய் கலாகிட்ட குடுத்திட்டு, கலா தர்ற பதில் லெட்டர வாங்கிட்டு வந்து என்கிட்ட குடுப்பான்... விஜி.

நண்பேன்டா.

எஸ்.பி.பாலசுப்பிரமணியமும் என்னோட காதலுக்கு தூது போயிருக்கான்.

எப்படின்னா....

கலாவோட வீட்டுக்குப் பின்னாடி ஒரு அவுட்ஹவுஸ் உண்டு.

அங்க அருணா மாமினு ஒரு தெலுங்குக்காரங்க குடியிருந்தாங்க.

அருணா மாமி யாருன்னா... எஸ்.பி.பி.யோட ரிலேஷன்.

நானும், கலாவும் சந்திச்சு பேசிக்கிறதுக்கு அருணா மாமி ரொம்ப ஹெல்ப் பண்ணினாங்க.

(இதேபோல பூரணி மாமியும் ஹெல்ப் பண்ணினாங்க. இவங்க யாருன்னா... சந்திரகலாவோட பெரியண்ணன் சம்சாரம். அதாவது... கலாவோட பெரிய தாய்மாமாவோட சம்சாரம். பூரணி மாமிதான் கலாவ பீச்சுக்கு கூட்டி வருவாங்க.)

எஸ்.பி.பி. கஸின் பிரதர்... அங்க போயிருந்தப்போ... எஸ்.பி.பி. பத்தி பேச்சு வந்திருக்கு. அப்ப அருணா மாமி... "எஸ்.பி.பி. குரூப்ல கிடாரிஸ்ட்டா இருக்க அமர் எங்களுக்கு நல்லாத் தெரியும்"னு சொல்லீருக்காங்க.

எஸ்.பி.பி. ரசிகையான கலாவுக்கு, அவனை நேர்ல பார்த்துப் பேச ஆசை.

இந்த விபரமெல்லாம் எனக்கு எட்டுச்சு.

நான் எஸ்.பி.பி.கிட்ட... "டேய்... பாலு, நீ ராஜா அண்ணாமலைபுரத்துல ஒரு வீட்டுக்குப் போகணும். அங்கதான் உங்க கஸின்சிஸ்டர் அருணா மாமி குடியிருக்காங்க. நீ அவசியம் அங்க போகணும்"னு சொன்னேன்.

"நான் அவங்களப் பார்த்து நாளாச்சுடா. அவங்க வீட்டுக்கு நான் போகல"னு சொன்னான்.

"இல்ல பாலு... நீ எனக்காகப் போ. அங்க ஒருத்தவங்க உன்ன சந்திப்பாங்க. அவங்ககிட்ட இந்தக் கவர குடு"ன்னு சொன்னேன்.

பாலு பய எங்க காதல கெஸ் பண்ணீட்டான்.

"என்னடா... நீ இந்தவேல பண்ணீட்டு இருக்கியா?"னு கேட்டான்.

"காதலிக்கிறது தப்பா? நீயே லவ் மேரேஜ் பண்ணினவன்தான"னு சொன்னேன்.

என்னோட ஃபீலிங்ஸை புரிஞ்சுக்கிட்டு, பாலு அங்க போனான்.

லெட்டர இந்த ராஸ்கல் படிச்சிடக்கூடாதுனு கவர்ல போட்டு நல்லா ஒட்டிக் குடுத்துவிட்டேன்.

71
அரிய வாய்ப்பு தந்த அனிருத் தாத்தா!

“டேய்... பாலு நீ ராஜா அண்ணாமலைபுரத்துல ஒரு வீட்டுக்குப் போகணும். அங்க இருக்க அவுட் ஹவுஸ்லதான் உங்க கஸின் சிஸ்டர் அருணா மாமி குடியிருக்காங்க. நீ அவசியம் அங்க போகணும்”னு கலாவோட வீட்டு அட்ரஸ சொன்னேன்.

கலாவுக்கு நான் லவ் லெட்டர் குடுத்துவிடுறதுக்காக, எஸ்.பி.பாலசுப்பிரமணியத்த அங்க போகச் சொன்னேன்.

பாலுவும் அங்க போனான்.

பாலு அங்க வரப்போறத தெரிஞ்சு கலாவும், அருணா மாமி வீட்ல இருந்தா. ஆனா நான் லவ் லெட்டர் குடுத்துவிடுற விஷயத்த கலாகிட்ட சொல்லல.

பாலு அங்கே போனதும்... அருணா மாமி மூலமா கலாவ தெரிஞ்சுக்கிட்டு... “இந்தாம்மா... ஒனக்கு ஒரு கிஃப்ட்டுமா”னு சொல்லி லெட்டர குடுக்க... விஷயம் எஸ்.பி.பி.வரை போனதால “அய்யய்யோ”னு சொல்லி வெக்கத்துல... லெட்டர வாங்கிக்கிட்டு கலா தன்னோட வீட்டுக்கு ஓடிட்டா.

லெட்டர படிச்சு முடிச்சிட்டு... பாலு கிளம்புறதுக்குள்ள எனக்கு பதில் லெட்டரும் எழுதி பாலு கைலயே குடுத்துவிட்டா.

இப்படி என்னோட காதலுக்கு தூது போனான் பாலு.

(இப்பக்கூட நாங்க மேடைக்கச்சேரி பண்ணும்போது... ரசிகர்கள்ட்ட.... பாலுவ கைகாட்டி "இந்த ராமரோட (என்னோட) காதலுக்கு தூதுபோன..."னு நான் சொல்லி முடிக்கிறதுக்குள்ள... ''ஆமாடா... ஆஞ்சநேயர் நான்தான்''னு சொல்லிக்கிட்டே... ஆஞ்சநேயர் மாதிரி சேஷ்டை பண்ணிக் காட்டுவான்.

என்னோட காதலுக்கு மலேசியா வாசுதேவனும் நெறைய்ய ஹெல்ப் பண்ணீருக்காப்ல.

வாசுவ அடிக்கடி கலாவோட வீட்டுக்கு கூட்டிப் போவேன்.

கலாவோட அப்பாகிட்ட "இவர் எங்க இசைக்குழுவுல பாடுற பாடகர். பழைய பாடல்கள அருமையா பாடுவார்''னு அறிமுகப்படுத்தி வச்சேன்.

கலாவோட அப்பாவுக்கு திராவிட இயக்க நடிகரான 'நடிப்பிசைப் புலவர்' கே.ஆர்.ராமசாமி நல்ல நண்பர்ங்கிறதால... கே.ஆர்.ராமசாமி பாடிய பாடல்கள் ரொம்பப் பிடிக்கும். அவரோட பாடல்கள வாசுவ பாடச் சொல்லிக் கேட்டார்.

செந்தமிழ் நாட்டுச் சோலையிலே
சிந்து பாடித்திரியும் பூங்குயிலே
தென்றலடிக்குது என்னை மயக்குது
தேன்மொழியே இந்த வேளையிலே....

...இந்தப் பாட்ட வாசு பாடினதும், கலாவோட அப்பா உச்சி குளுந்துபோனார்.

என்னோட காதலுக்கு தூதுவனா இருக்கணும்னுதான் வாசுவ அடிக்கடி அங்க கூட்டிப் போனேன்.

அதுபடியே, நான் குடுத்துவிடுற லெட்டர... கலாகிட்ட குடுத்திட்டு, கலா குடுக்கிற லெட்டர என்கிட்ட கொண்டு வந்து குடுப்பாப்ல வாசு.

இந்த ராமர் காதலுக்கு எஸ்.பி.பாலசுப்பிரமணியம் ஆஞ்சநேயர்னா... மலேசியா வாசுதேவன் அணில்.

இப்படி... பல பெரிய ஆளுங்க தூதுபோன.. அவங்க ஆதரவுல... வளர்ந்த பெரிய காதல்கத எங்களோட காதல் கத.

இந்த காதலுக்கு மத்தியில.... எங்க சினிமா தேடலும் ஒருபுறம் நடந்துக்கிட்டேயிருந்துச்சு.

ஊமைப் படமா இருந்த தமிழ் சினிமா பேச ஆரம்பிச்ச தொடக்க காலகட்டத்துல... டைரக்டரா ஜொலித்தவர் கே.சுப்ரமணியம். இவங்களோட மகன்கள் கிருஷ்ணன், எஸ்.வி.ரமணன். இவங்களோட நிறுவனம் கிருஷ்ணசாமி அஸோஸியேட்ஸ் & ஜெயஸ்ரீ பிக்சர்ஸ். இவங்க நிறைய விளம்பரங்கள் தயாரிச்சு தந்துக்கிட்டிருந்தாங்க. இந்த விளம்பரப்

பாடல்கள் ரேடியோவுல அடிக்கடி ஒளிபரப்பாகும். இதுல பல பாடல்கள் மலேசியா வாசுதேவன் பாடுனது.

கவலையை மறந்துவிடு
காரியத்தில் இறங்கிவிடு
அனல் பறக்கும் வெயிலென்ன?
அடைமழைதான் பெய்தால் என்ன?
கரோனா காலணிகள்
நாடெங்கும் கிடைக்கும்போது
கவலையை மறந்துவிடு...

இந்த விளம்பரப் பாட்டும் மலேசியா வாசுதேவன் பாடினதுதான்.

வாசு மூலமா எஸ்.வி.ரமணன் சார்கூட எனக்கு பழக்கமாச்சு. (இப்ப பெரிய மியூஸிக் டைரக்டரா இருக்காரே... அனிருத். அவரோட தாத்தாதான் எஸ்.வி.ரமணன்.)

ரமணன் சார் ரொம்ப நல்ல மனசுக்காரர். வாசு ரெகமெண்ட்ல என்னை விளம்பரப் பாடல்களுக்கு கிடார் வாசிக்க சேர்த்துக்கிட்டார்.

இந்திய திரையுலகம் மறக்கவே முடியாத ஒரு மியூஸிக் டைரக்டர் சலீல் சௌத்ரி. பலப்பல இந்திப் பாடல்களைத் தந்தவர். இன்னைக்கும் பிரபலமா இருக்க 'செம்மீன்' படத்தோட **'மானச மயிலே வரு...'** பாடலும், **'கடலின் அக்கர போனோரே...'** பாட்டும் அவரோட இசை வண்ணம்தான்.

அப்பேற்ப்பட்ட இசை மேதை... இந்த கம்பெனி விளம்பரப் படங்களுக்கு மியூஸிக் பண்ணினார். சலீல் சௌத்ரிகூட வேல பார்க்கக்கூடிய ஒரு பெருமய ரமணன் சாரும், கிருஷ்ணசாமி சாரும் எனக்குக் குடுத்தாங்க.

தொடர்ந்து வேலசெய்ற வாய்ப்பையும் குடுத்தாங்க.

அப்போ... ரமணன் சார் சகோதரி பத்மா சுப்ரமணியம் அக்காவும், சியாமளா மன்னியும் சேர்ந்து 'தமிழ்நாடு கிராமிய பாடல்கள்'ங்குற ஒரு ரெக்கார்ட் வெளியிட்டாங்க. அது இன்னைக்கி வரைக்கும் ரொம்ப ஃபேமஸ்.

அந்த ரெக்கார்டுல பின்பக்கம் இசை உதவி-'ராஜா'னு போட்டிருக்கும்.

அந்த ரெக்கார்டுல எங்க பக்கத்து கிராமிய பாட்டையெல்லாம் நாங்க சேர்த்திருப்போம்.

'அன்னக்கிளி ஒன்னத்தேடுதே' பாட்டையும் அதுல கேட்கலாம்.

ஏ... குரிய ஏலவாலி... தண்டேல வாளம்...
தையற... தையா... தையற தையா...

சித்திர செவ்வானம்
சிரிக்க கண்டேன்...
தையற தையா...
முத்தான முத்தம்மா...
என் கண்ணான கண்ணம்மா
தையற தையா...

...இது ஞாபகம் இருக்கா?

இந்த பாட்டு அந்த கிராமியப் பாட்டுலேர்ந்து வந்ததுதான்.

நாங்க சினிமாவுக்காக எழுதி, டியூன் பண்ணி வச்சிருந்த பாட்டையெல்லாம் சும்மா இருக்க நேரத்துல எங்கள வாசிக்கச் சொல்லி ரெக்கார்ட் பண்ணி பதிய வச்சார் எஸ்.வி.ரமணன் சார். ரமணன் சார், பாமா ரமணன் அவங்க பிள்ளைங்க லட்சுமி, சரஸ்வதி இவங்களையெல்லாம் மறக்கவே முடியாது.

'நண்பேன்டா' -மலேசியா வாசுதேவன்- எஸ்.பி.பி.- நான்

வேல இல்லாத நேரத்துல கூட, அங்க போய் ஒக்காந்து கம்பெனிக்கு வர்ற உட்லண்ட்ஸ் ஓட்டல் டிபன ஓசியா சாப்பிட்டு வர்றது ஒரு பெரிய சந்தோசம்.

பக்கத்துலதான் 'அபஸ்வரம்' ராம்ஜி வீடு.

அப்ப அரட்டைக்கு கேட்கணுமா...?

பதியப்பட்ட எங்க பாட்டுக்கள பல புதுப்பட தயாரிப்பாளர்களுக்கு போட்டுக்காட்டி சான்ஸ் கேட்போம். இப்படித்தான் ஒரு புதுப்பட வாய்ப்பு அமைஞ்சது.

மாடர்ன் தியேட்டர்ஸ் டி.ஆர்.சுந்தரம் டைரக்ஷன்ல, எஸ்.வி. ராமையா கதை, வசனத்துல, நடராஜன்-ரங்கராஜன் தயாரிப்புல ஜெமினி கணேசன்-பத்மினி நடிக்க, 'தீபம்' அப்படின்னு ஒரு படம் தொடங்குனாங்க. பாடகரும், நடிகருமான ராகவேந்தர் ('வைதேகி காத்திருந்தாள்' படத்துல 'அழகு மயில் ஆட' பாட்டுக்கு வருவாரே... அவர்தான்) ரெகமண்ட் பண்ணினார். அப்ப அவரு பேரு திருவையாறு மணி. சினிமாவுக்காக ராகவேந்தர்.

' '**பா**வலர் பிரதர்ஸ்'ஸா... அவங்க ராசியில்லாத மியூஸிக் டைரக்டராச்சே...' அப்படின்னு இண்டஸ்ட்ரியில் பேச்சு.

72
காதலிக்காக சான்ஸ் கேட்டேன்!

நடிகர் ராகவேந்தரின் சொந்தப்பெயர் திருவையாறு ரமணி. 'வைதேகி காத்திருந்தாள்' படத்துல ரேவதிக்கு அப்பாவா நடிச்சவர், நல்ல பாடகர்.

'மாதவிப் பொன்மயிலாள் தோகை விரித்தாள்', 'பாட்டும் நானே பாவமும் நானே ...' இந்த மாதிரியான டி.எம்.எஸ். பாட்டுக்கள, தான் நடத்துற கச்சேரிகள்ல பாடி தூள் பண்ணுவார்.

நாங்கள்லாம் ரோட்ல நடந்து போகுறப்ப... ராகவேந்தர் மட்டும் சத்தமா குரலெடுத்து பாடுவார். போறவங்க வர்றவங்கள்லாம் எங்களையே பார்ப்பாங்க. அதப்பத்தியெல்லாம் கவலப்படமாட்டார்.

ராகவேந்தரோட சிபாரிசுலதான் மாடர்ன் தியேட்டர்ஸ் டி.ஆர்.சுந்தரம் டைரக்‌ஷன்ல, 'காதல் மன்னன்' ஜெமினிகணேசனும், நாட்டியப் பேரொளி பத்மினியும் நடிக்க... 'தீபம்' படத்துக்கும் 'பாவலர் பிரதர்ஸ்'ஸான நாங்க மியூஸிக்பண்ண ஒப்பந்தமானோம்.

வடபழநி வாசு ஸ்டுடியோவுல டி.எம்.எஸ். குரல்ல... எங்க இசையில... பாடல் பதிவாச்சு.

இந்தப் பாட்ட எழுதியது நான்தான். என்னோட 22-23 வயசுல எஸ்.ஐ.ஈ.டி. காலேஜ் ரோட்ல ராஜாண்ணன் ட்யூனைச் சொல்லச் சொல்ல நான் எழுதின பாட்டு...

'சித்தங்கள் தெளிவடைய
சிவனருளை நாடு...
நேருவதும் சேருஇவதும்
சிவனவனின் வீடு...'

இப்படி ஞானப் பக்குவத்தோட நான் எழுதினேன்.

கதைப்படி இந்தப் பாட்டு ஒரு கோயில் பாடகரான ஜெமினி பாடுற பாட்டு.

(இந்த முழுப்பாட்டையும், 'தீபம்' படத்தோட கதை என்னங்கிறதையும்... ஜெமினி மாமா வீட்ல நாங்க ட்யூன் போட்டு காண்பிச்சதையும் நான் ஏற்கனவே விரிவா சொல்லீருக்கேன்.)

மொத்த தமிழ்மக்களையும் தன்னோட இசையால கட்டிப்போட்டிருக்க என் அண்ணன் இளையராஜாவோட வாழ்க்கைல... முதன்முதலா சினிமாவுக்காக ரெக்கார்ட் பண்ணப்பட்ட பாட்டு இதுதான்.

அதுக்கப்புறம்தான் மத்த பாட்டுக்கள்லாம்.

ஆனா... கொஞ்சநாள் ஷூட்டிங் எடுத்ததோட.... ஃபைனான்ஸ் இல்லாம 'தீபம்' படம் நின்னு போச்சு.

ஆனா... இந்தப் படத்துக்காகப் போட்ட பாட்டக் கேட்ட ஒரு தயாரிப்பாளர் தங்களோட படத்துக்கு எங்கள மியூஸிக் டைரக்டரா புக் பண்ணினாங்க.

எழுத்தாளர் வ.மு.சேதுராமனோட நண்பர்கள் சேர்ந்துதான் இந்தப் படத்த தயாரிப்பதா இருந்தது.

சினிமாவுக்காக முதலும், கடைசியுமா வ.மு.சேதுராமன் எங்க இசையில ஒரு பாட்டு எழுதினார்.

ஸாங் ரெக்கார்டிங் முடிஞ்சது.

அப்புறமென்ன... படம் எடுக்குற திட்டமும் குளோஸ்.

ரெக்கார்டிங் பண்ணினதுக்கு ஆன செலவுக்கும், ரெக்கார்டிங் ஸ்டுடியோ வாடகைக்கும் தர பணமில்ல தயாரிப்பாளர்கள்ட்ட.

ஸ்டுடியோக்காரங்க எங்கள தொரத்தி விட்டுட்டாங்க.

' 'பாவலர் பிரதர்ஸ்' இசையில உருவான முதல் படம்... கொஞ்சநாள் ஷூட்டிங்கோட நின்னு போச்சு. அவங்க இசையில உருவான ரெண்டாவது படம்... ரெக்கார்டிங்கோட நின்னு போச்சு'னு பேச்சு வந்து... எங்கள ராசியில்லாத மியூஸிக் டைரக்டர்ஸ் லிஸ்ட்டுல சேர்த்திட்டாங்க.

'தீபம்' படம் நின்னுபோனதால் எங்களுக்காக ரெகமண்ட் பண்ணின நடிகர் ராகவேந்தர் மறுபடி எங்களுக்கு ஒரு வாய்ப்பு அமைய ஏற்பாடு பண்ணினார்.

பிரபல நிறுவனம் 'உயிர்' என்கிற படம் எடுக்கிறதாகவும், அதற்கு டெமோ ஸாங் கேட்டதாகவும் ராகவேந்தர் சொன்னார்.

ஜெமினி ரெக்கார்டிங் தியேட்டர எங்களுக்கு ஏற்பாடு பண்ணி தந்தார்.

எஸ்.பி.பி., வசந்தா... இவங்கள வச்சு ஸாங் ரெக்கார்டிங் பண்ணினோம். இதுல எனக்கு ஒரு சுயநலம் இருந்தது. என்னோட காதலி கலாவ ஒரு பாட்டு பாட வச்சிரணும்னு முயற்சி பண்ணினேன்.

"கலான்னு ஒரு பொண்ணு, என் நண்பர் வீட்டு பொண்ணு நல்லா பாடுவாங்க. ஒரு பாட்ட பாட வச்சி அவங்கள அறிமுகப்படுத்துவோம்"னு ராஜாண்ணன்கிட்ட கேட்டேன்.

ஆனா, அவர் ஒத்துக்கவே இல்லை.

'உயிர்' படத்துக்காக எல்லா பாட்டுக்களையும் நான்தான்

எழுதினேன். ஸாங்கையெல்லாம் ரெக்கார்ட் பண்ணினோம். வாத்திய கலைஞர்கள்லாம் காசு வாங்காம சும்மாவே வந்து, நாங்க முன்னுக்கு வரணும்ங்கிற அக்கறையோட வாசிச்சுக் குடுத்தாங்க. (அன்னைக்கி எங்களுக்கு சும்மா வாசிச்சுக் குடுத்த அந்த கலைஞர்கள்ல பெரும்பாலான பேர்கள்தான் இப்பவும் ராஜாண்ணன்கிட்ட வாசிக்கிறாங்க).

ஸாங் ரெக்கார்ட் பண்ணி ராகவேந்தர்ட்ட ஒப்படைச்சோம். அவர்தான் புரொடியூஸருக்கு போட்டுக் காட்ற பொறுப்பை ஏத்துக்கிட்டார்.

கொஞ்ச நாளாச்சு... எந்தப் பதிலையும் காணோம். ரிசல்ட்டுக்காக நாங்க ஆர்வத்தோட காத்திருந்தோம்.

ராகவேந்தரையும் எங்களால தொடர்புகொள்ள முடியல.

என்ன நடந்துச்சுன்னு தெரியல...

அடுத்த கொஞ்சநாள்ல, 'உயிர்' பட விளம்பரம் வந்தது. மியூசிக் டைரக்டரா ராகவேந்தர். (ராகவேந்தர்ங்கிற பேர்லயோ, அவரோட சொந்த பேரான திருவையாறு ரமணிங்கிற பேர்லயோ அறிவிப்பு வந்தது. சரியா ஞாபகம் இல்ல).

அதுக்குப் பின்னாடி ஓரிரு படங்களுக்கு மியூஸிக் பண்ணினார் ராகவேந்தர். நாங்க நல்ல நிலமைக்கு வந்ததும், ராஜாண்ணனை வந்து பார்த்தார். 'ஒண்ணும் வேல இல்ல'ன்னு சொன்னார். ஒடனே ராஜா நோட்ஸ் எழுத ஏற்கனவே இருந்த சுந்தர்ராஜனோட சேர்த்து ராகவேந்தரையும் நோட்ஸ் எழுத வச்சார்.

ராகவேந்தர் கேள்வி ஞானம் மூலமா கிளாசிக் பாடல்களையும் நல்லா பாடுவார். ஆனாலும் முறைப்படி கிளாசிக்கல் மியூஸிக் கத்துக்கல. அதன்பிறகு கத்துக்கிட்டு தன்னை டெவலப் பண்ணிக்கிட்டார். அருமையா கிளாசிக் நோட்ஸ் எழுதினார்.

எங்க மியூஸிக்ல இருந்த கோரஸ் பாடகிய லவ் பண்ணி மேரேஜ் பண்ணிக்கிட்டார். அவரோட குழந்தை கல்பனா' ராஜாண்ணன் மியூஸிக்ல பாடுச்சு. 'அஞ்சலி... அஞ்சலி... அஞ்சலி...' பாட்லயும் பாடியிருக்கு. கல்பனா பெரிய பொண்ணானதும் 'போடா போடா புண்ணாக்கு, போடாத தப்புக்கணக்கு' பாட்ட ராஜாண்ணன் பாட வச்சார். இன்னக்கி தெலுங்குல கல்பனா பெரிய பாடகி).

நாங்க ரொம்ப எதிர்பார்த்த 'உயிர்' பட வாய்ப்பும், 'இல்லை'னு ஆகிப்போச்சு.

'இன்னொரு வாய்ப்பு நமக்கு நிச்சயம் வரும்'னு நம்பிக்கையோட.... எஸ்.பி.பி.கூட சேர்ந்து கச்சேரிகள் பண்ணினோம்.

எஸ்.பி.பி. கச்சேரிக்கு மொத்த பேமண்ட் 750 ரூவாதான். அதுல எல்லாச் செலவும் போக... தலா 5 ரூவாதான் கிடைக்கும். எங்க

மூணுபேருக்கும் சேர்த்து 15 ரூவா.

இப்படியெல்லாம் கஷ்டப்பட்டோம். ஆனா... நம்பிக்கைய மட்டும் விட்டுடவே இல்ல.

எங்க அளவுக்கு கஷ்டப்பட்டவங்க இருக்காங்களா? தெரியல.

(இத படிக்கிறவங்க, எங்கள மாதிரி வாய்ப்புத் தேடி கஷ்டப்படுறவங்க, தங்களோட திறமைகள வெளிய கொண்டு வர்றதுக்கு உந்துதலா இருக்கும்கிறதாலதான் இதச் சொல்றேன்.

'மணி'மைண்ட்டோட வாய்ப்பு தேடாம... திறமைகள நம்பி இறங்கினா... வெற்றிதான். அதுக்கு உதாரணம்... நாங்கதான்)

'அன்னக்கிளி ஒன்னத் தேடுதே...'

'மச்சானப் பாத்தீங்களா?'

'சொந்தமில்லை பந்தமில்லை'

... இந்த மாதிரி நாங்க ட்யூன் போட்டு எழுதின பல பாடல்கள எஸ்.வி.ரமணன் ரெக்கார்ட் பண்ணிக் குடுத்தாரில்லியா?

இத டைரக்டர்களுக்கு போட்டுக் காட்டித்தான் சான்ஸ் தேடினோம்.

தி.நகர்ல பனகல் பார்க் பக்கத்துல வெங்கடேஸ்வரா கல்யாண மண்டபத்துல கச்சேரி மாதிரி வச்சு, பாடல்களை பாடியும் காட்டுவோம் டைரக்டர்களுக்கு.

சான்ஸ் கேட்டு நாங்க நடத்தின கச்சேரியில எஸ்.பி.பி., பாடகி வசந்தா... இவங்கள்லாம் வந்து பாடியிருக்காங்க.

இளையராஜா -பி.சுசீலாம்மா இடையே... என்ன பிரச்சினை?

இளையராஜா இசையில் எஸ்.ஜானகி அதிகப் பாடல்களை பாடியது ஏன்?

73
ராஜாவின் தன்மானம்

இளையராஜாண்ணன் சீரியஸான டைப்.

நான் எதையும் ஜாலியா எடுத்துக்கிட்டுப் போயிடுவேன். ஆனா... அவர் அப்படி இல்ல.

1970-71னு நினைக்கிறேன்.

எஸ்.பி.பாலசுப்பிரமணியத்துக்கு முதன்முதலா சிங்கப்பூர்ல கச்சேரி புக் ஆச்சு.

மியூஸிக்... எங்க பாவலர் பிரதர்ஸ்.

கச்சேரியில கலந்துக்குற எல்லாருக்கும் பாஸ்போர்ட், விசா எடுத்தாச்சு.

சிங்கப்பூர் கிளம்ப 10-15 நாள் இருக்கிறப்ப....

ஆந்திராவுல ஒரு கச்சேரிக்கிப் போனோம்.

போன எடத்துல தபேலா வாசிக்கிற மதுங்கிறவர் தண்ணியடிச்சிட்டார்.

ராஜாண்ணன் தண்ணியடிக்க மாட்டார்.

தவிர்க்க முடியாம லேசுபாசா அடிச்சிட்டா... ஹார்மோனியத்த தொடமாட்டார்.

(எல்லா மனுஷனுக்கும் நடக்கவேண்டிய அனுபவம், கிடைக்க வேண்டிய அனுபவம் கிடைச்சுத்தான ஆகும். லைஃப்ல அதுவும் ஒரு

பார்ட்டுதான)

கச்சேரி ஆரம்பிக்கப் போகுது.

'ரெடி... ஸ்டார்ட்... மியூஸிக்... ஒன்...டூ... த்ரீ...' சொல்லி, பேக்-ரவுண்ட் வாசிக்க வேண்டியவர் ராஜாண்ணன்.

ஆனா மதுகுடிச்ச மது... போதைல... ''ரெடி...ஸ்டார்ட்... மியூஸிக்..."னு சொல்லிவிட... எல்லாரும் வாசிக்க ஆரம்பிச்சிட்டாங்க.

ராஜாண்ணன் அப்செட்.

ஏன்னா... இது சுயமரியாத சம்பந்தப்பட்ட விஷயம்.

'இது என்னோட தொழில். என்னோட வேல. அதுல வேற யாரும் தலையிட அனுமதிக்க மாட்டேன்'ங்கிறதுல ராஜாண்ணன் எப்பவுமே... இப்பவுமே... உறுதியா, பிடிச்ச பிடியா இருப்பார்.

கலையை தீவிரமா நேசிக்கிற ராஜாண்ணன் இத எப்படி பொறுத்துக்குவார்?

அடுத்த பாட்டுக்கு 'ரெடி... ஸ்டார்ட்...' சொல்லணும் ராஜாண்ணன்.

நாங்க அவரையே பார்க்குறோம்.

''அவனையே (மது) சொல்லச் சொல்லுங்கப்பா''னு சொல்லீட்டார்.

ராஜாண்ணனோட மனக்குறையோடவே அந்த கச்சேரிய முடிச்சிட்டு சென்னை வந்தோம்.

சிங்கப்பூர் கச்சேரிக்கு போகவேண்டிய ஏற்பாடுகளப் பத்தி பேசிக்கிட்டிருந்தோம்.

"நான் வரலப்பா" -சொன்னார் ராஜா.

"ஏய்... ஏன்... என்னாச்சு?"னு பதறிப்போய்க் கேட்டான் பாலு.

''இல்லப்பா... ஜி.கே.வெங்கடேஷ் வரச்சொல்லியிருக்காரு. எனக்கு நெறைய வேலை இருக்கு..."

"உன்கிட்ட தெளிவா பேசி, தேதி கேட்டுட்டுத்தானடா முடிவு பண்ணினேன்"

"நான் வரலப்பா..."

"டேய்... மொதமொதல்ல சிங்கப்பூர்ல கச்சேரி பண்ண வாய்ப்பு கிடைச்சிருக்கு. ஜாலியா போயிட்டு வரலாம்டா. ஏன்டா இப்படிப் பண்ற?"னு கேட்டு பாலு கத்துறான்... கதர்றான்...

''ஏண்ணே... வாண்ணே... போய்ட்டு வரலாம்... நல்ல வாய்ப்புண்ணே''னு நானும் சொன்னேன். பாஸ்கரண்ணனும் கெஞ்சினார்.

ஆனா 'நான் வரல'ங்கிற புடிச்ச புடியில ஸ்டெபனா நின்னுட்டார் ராஜாண்ணன்.

அதனால எம்.எஸ்.விஸ்வநாதன் மியூஸிக்ல வாசிச்ச பென்சுரேந்தர ரெடிபண்ணினான் பாலு. பென்சுரேந்தர் 'அக்கார்டின்'

ஒரு பாடல் பதிவில் பி.சுசீலாம்மா, ராஜாண்ணன்

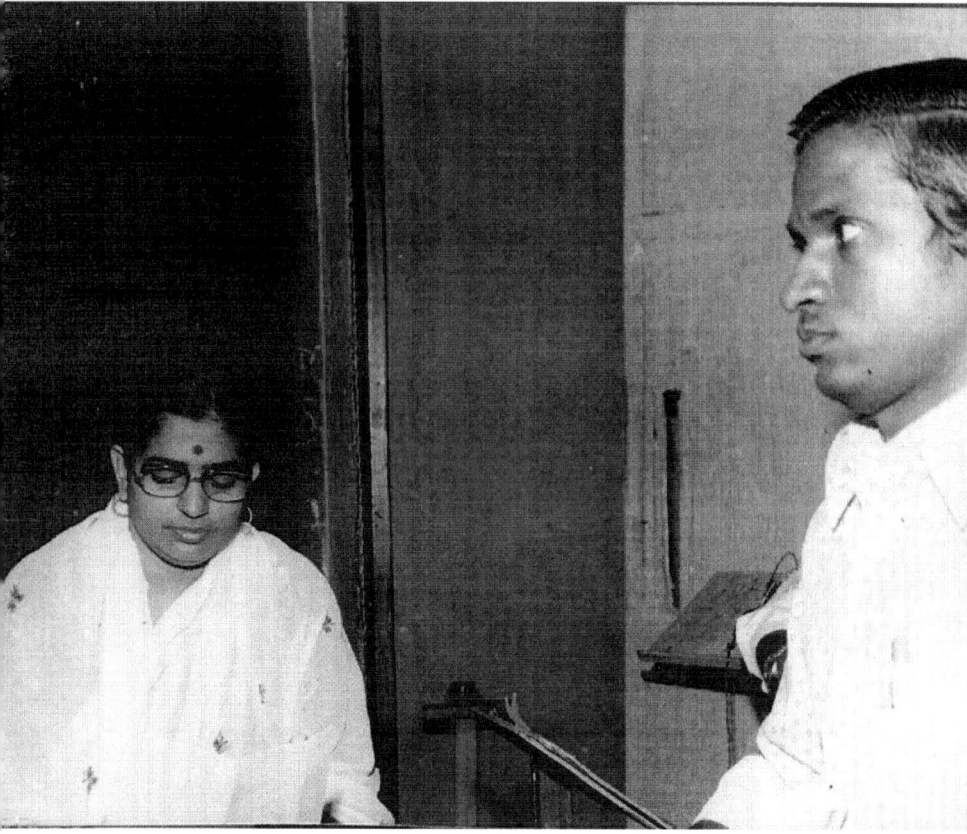

இசைக்கருவி வாசிக்கிற கலைஞர். (உதாரணத்துக்குச் சொல்லணும்னா... 'அத்தான் என் அத்தான்' பாட்டுல பேக்ரவுண்ட் வாசிச்சவர்.)

ஒருவழியா சிங்கப்பூர் கச்சேரிக்கு டீம் ரெடியாச்சு.

காதலிகிட்ட கெத்து காட்டணும்ல...

"சிங்கப்பூர் போறேன். அங்க ஒனக்கு என்ன வாங்கிட்டு வர?"னு கேட்டேன்.

"ம்... ம்... அதெல்லாம் எனக்கு எதுவும் வேண்டாம்"னு கலா சொல்லிடுச்சு.

சிங்கப்பூர் போனோம்.

கச்சேரிய சிறப்பா முடிச்சோம்.

அந்தச் சமயத்துல சிங்கப்பூர் சேல ரொம்ப ஃபேமஸ்.

நான் வீட்டுல இருக்கிறவங்களுக்கு சேல வாங்கிட்டு, கலாவுக்கு

ரெண்டு சேல தனியா வாங்கிக்கிட்டேன். அப்போ... கைல வச்சு கேட்கிற பேட்டரி டிரான்சிஸ்டர் ரேடியோ வந்த புதுசு. அந்த ரேடியோ ஒண்ணு வாங்கினேன்.

சென்னை திரும்பினதும்... வீட்டுக்கு வாங்கினத குடுத்துட்டு கலாவுக்கு வாங்கின சேலய ஒளிச்சு வைக்க படாதபாடுபட்டேன். ஆனா கலாவுக்கு குடுக்க எடுத்துட்டுப் போனப்ப எங்கம்மா கண்டுபிடிச்சிட்டாங்க.

"என்னா அமர்? இந்த ரெண்டு சேல யாருக்கு?"

"அதும்மா... தெரிஞ்ச டைரக்டர் ஒருத்தருக்கு. இந்த மாதிரி புரொடியூஸர்களுக்கும், டைரக்டர்களுக்கும் கிஃப்ட்டு வாங்கிக் குடுத்து பழக்கம் புடிச்சுக்கிட்டாதாம்மா அவங்க எடுக்குற படத்துல சான்ஸ் தருவாங்க"னு சொல்லிச் சமாளிச்சேன்.

கலாவுக்கு ஜடகுஞ்சரம் வாங்கிக் குடுத்தது, சேல வாங்கிக் குடுத்தது...

இப்ப நினைச்சா... இதெல்லாம் ரொம்ப குழந்தத்தனமா இருக்கு. காதல்ங்கிறதே குழந்தத்தனம்தானே?

இளையராஜா எவ்வளவு தன்மானம் உள்ளவர்ங்கிறதுக்கு இன்னொரு சம்பவம்.

பிரபல மியூஸிக் டைரக்டர் வி.குமார்கிட்ட நான், குன்னக்குடி வைத்தியநாதன்... மியூஸிஸியன்களா வேலை செஞ்சிட்டிருந்த நேரம்.

அது என்ன பாட்டுனு ஞாபகம் வரல. வி.குமார் மியூஸிக்ல பி.சுசீலாம்மா பாட வர்றாங்க. ராஜாண்ணன் கிடார் வாசிக்கப் போயிருக்கார்.

டேக் போகுது.

பல்லவிய பாடிட்டாங்க பி.சுசீலாம்மா.

சரணம் பாடும்போது விட்டுட்டாங்க.

"சுசீலாம்மா... ஏன்... என்னாச்சு...?"னு வி.குமார் கேட்க...

"எனக்கு அவர் கிடார் வாசிக்கல. கிடார் ஃபாலோ எனக்கு வரல. கார்டு குடுக்கல"னு சுசீலாம்மா ராஜாண்ணனை குறை சொல்ல...

"என்ன ராஜா?"னு குமார் கேட்க...

"நான் கார்டு குடுத்தேன். வேணும்னா ரீ-வைண்ட் பண்ணி பாருங்க"னு ராஜாண்ணன் சொல்ல...

"ஏய்... என்ன பேசுற? நீ கார்டு குடுக்கல"னு குமார் சொல்ல...

"குடுக்கல இல்ல... குடுத்தேன். ரெக்கார்டு ஆகியிருக்குல்ல.... அத திரும்பப் போட்டுப் பாருங்க. நான் என்ன சும்மாவா உக்காந்திருக்கேன். வாசிக்கத்தான வந்தேன். வாசிச்சிருக்கேன். ரீ-வைண்ட் பண்ணி கேட்டுப் பாருங்க. வாசிக்காம விட்டிருந்தா 'ஸாரி' கேட்டிருப்பேன். நீங்க குடுத்த நோட்ஸ்படி வாசிச்சிட்டேன்.

போட்டுப் பார்த்திட்டுச் சொல்லுங்க"னு ஸ்டெபனா சொல்லீட்டார் ராஜாண்ணன்.

"குடுத்திருந்தா நான் பாடீருக்கமாட்டனா?"னு சுசீலாம்மா அங்கயிருந்து கத்துறாங்க.

"நான் குடுத்திட்டேம்மா, வாசிச்சிட்டேம்மா. தட்ஸ் ஆல்"னு சொல்லீட்டார் ராஜாண்ணன்.

அடுத்தடுத்த டேக்ல அந்தப் பாட்டு ரெக்கார்டு பண்ணி முடிக்கப்பட்டது.

தான் தப்பு செய்யாதப்ப... எவ்வளவு பெரிய ஆளா இருந்தாலும் இறங்கிப் போகமாட்டார் ராஜாண்ணன்.

இப்ப மட்டுமில்ல... அப்பவுமே கெத்துவிடாமத்தான் இருப்பார் இளையராஜா. அதனால்தான் அவர் இளையராஜா.

இந்த சம்பவத்தால் ராஜா மீது பி.சுசீலாம்மாவுக்கு வருத்தம் இருந்திருக்கலாம்.

ராஜா இசையில் அதிக பாடல்களை எஸ்.ஜானகி பாடியது ஏன்?

74
மேளம் கொட்டு... தாலி கட்டு...!

வீ.குமார் இசையில பி.சுசீலாம்மா பாடிய பாடல் பதிவின்போது கிடார் வாசிச்ச ராஜாண்ணன் பாட்டின் சரணத்தில் நோட்ஸ் பிரகாரம் கார்டு எடுத்துக் குடுக்கல என பி.சுசீலாம்மா சொல்ல... தான் கொடுத்ததாக ராஜா சொல்ல, இதனால் ஏற்பட்ட சங்கடங்களை சொல்லியிருந்தேன் அல்லவா...

அந்தச் சம்பவத்தால் ராஜாண்ணன் மேல பி.சுசீலாம்மாவுக்கு கோபம் இருந்திருக்கலாம்.

பி.சுசீலாம்மா மீது ராஜாண்ணனுக்கு கோபம் இருந்திருக்க லாம்.

ராஜாண்ணன் இசையில் பி.சுசீலாம்மாவைவிட எஸ்.ஜானகி அதிகப் பாட்டு பாடியிருக்காங்க.

ஆனா... இதுக்கு அந்த வருத்தம் காரணமில்ல.

நாங்க மியூஸீஸியனா வேல செஞ்சது ஜி.கே.வெங்கடேஷ் கிட்டதான்.

அவர் எங்க குரு.

ஜி.கே.வி. இசைல கன்னடம், தெலுங்குப் படத்துல அதிகமா பாடல்களப் பாடினது ஜானகியம்மாதான்.

அவங்களோட எங்களுக்கு நல்ல பரிட்சயம் இருந்தது.

முதல்ல எங்களுக்கு ஜானகியம்மா வாய்ஸ் பிடிக்கல.

‘கீச்சுக் கீச்சு’னு பாடுறதா ஃபீல் பண்ணினோம்.

‘சுசீலாம்மா வாய்ஸ்தான் இனிமையா இருக்கும்ங்கிறது’ எங்க அபிப்ராயம்.

தொடர்ந்து ஜானகியம்மா பாடல்களக் கேட்கக் கேட்க... அவங்களோட பழகப்... பழக... ஜானகியம்மா வாய்ஸ் ரொம்ப டிபரெண்ட்டா இருக்குறத உணர்ந்தோம்.

அதுனாலதான் எங்க முதல் படமான ‘அன்னக்கிளி’யில இருந்து ஜானகியம்மா அதிகப் பாடல்கள ராஜாண்ணன் இசையில பாடினாங்க.

ஆக... எங்க இசையில் ஜானகியம்மா அதிக பாடல்களைப் பாடினதுக்கு காரணம் ஜி.கே.வெங்கடேஷ்தான்.

எனக்கும், கலாவுக்குமான காதல் இப்போ ரொம்ப ரொம்ப ஸ்ட்ராங்கா ஆயிடுச்சு.

என் கண்ணு முழுக்க கல்யாணக் கனவு மெதக்குது.

ராஜாண்ணனுக்கு கல்யாணம் ஆன பிறகுதானே... என்னோட கல்யாணத்தப் பத்தி யோசிக்க முடியும்.

இதனால் ஒரு சுயநலத்தோட ராஜா கல்யாணம் பத்தி எங்கம்மாகிட்ட ப்ரஷர் குடுத்தேன்.

எங்க பாஸ்கரண்ணனுக்கு கல்யாணம் ஆன சிலவருஷம் கழிச்சு...

“எம்மா... பாவம் சுசீலா அண்ணி. (பாஸ்கரண்ணன் மனைவி) அவங்களே எல்லா வேலயும் பார்க்குறாங்க. ரொம்ப கஷ்டப்படுறாங்க. வீட்டு வேலைய பகிர்ந்துக்க வேணாமா? ராஜாண்ணனும் இப்ப நல்லா சம்பாதிக்கிறாரு... அவருக்கும் ஒரு கல்யாணத்தப் பண்ணி வச்சிரணும்” என்றேன்.

“இப்ப என்னடா அவசரம்?” அப்படின்னு அம்மா கேட்டாங்க.

நான் விடாம வற்புறுத்தினேன்.

அதனால் ராஜாண்ணனோட கல்யாணப் பேச்ச ஆரம்பிச் சாங்க அம்மா.

எங்கப்பா இறக்கிறதுக்கு முன்ன... எங்க கமலம் அக்கா மக ஜீவாவோட ஜாதகத்தப் பார்த்து, ராஜாவுக்கு ஜீவானு முடிவுபண்ணிச் சொன்னதை நான் ஏற்கனவே சொல்லீருக்கேன்.

கல்யாணத்துக்கு ராஜாண்ணனை சம்மதிக்க வச்சாச்சு.

பொண்ணு... ஏற்கனவே பார்த்த பொண்ணுதான. அதனால பொண்ணு பார்க்கவெல்லாம் போகல.

சென்னையில வச்சே கல்யாண தேதிய முடிவு பண்ணிக்கிட்டு பண்ணைப்புரத்துக்கு கிளம்பினோம். அம்பாஸிடர் கார் வாடகைக்கு பிடிச்சு நான், அம்மா, பாஸ்கரண்ணன், சுசீலா அண்ணி, ராஜாண்ணன்... எல்லாம் போறோம்.

ஒரு பாடல் பதிவில் எஸ்.ஜானகி - இளையராஜா

கார்ல போகும்போதே எனக்கு பழைய ஞாபகங்கள் வந்துச்சு.

அக்கா மகளா இருந்தாலும்கூட ஜீவாகிட்ட ராஜாண்ணன் பேசுனதுமில்ல... பேசவும் மாட்டார்.

ஆனா நான் பேசுவேன். எனக்கும், ஜீவாவுக்கும் ஒரே வயசு. நான் 'போடி... வாடி...'னு சகஜமா பேசுவேன்.

பொதுவா கிராமத்துல பொம்பளப் புள்ளைங்க யாரும் சைக்கிள் ஓட்டமாட்டாங்க. ஜீவா மட்டும் புரட்சிகரமா, தைரியமா வாடக சைக்கிள் எடுத்து ஓட்டும்.

ஜீவா சைக்கிள் பழகும்போது... சைக்கிள புடுச்சுக்கிட்டுக் கத்துக் கொடுத்தவன் நான்தான்.

அந்தச் சமயம் சினிமாவுல சைக்கிள் ஓட்டக் கத்துக் குடுக்கிற 'பார்த்தீரா ஐயா பார்த்தீரா... பதினெட்டு வயசு இளவட்ட மாது'னு பாட்டு ஒண்ணு ஃபேமஸ்.

அத பாடிக்கிட்டே தேவாரம் -கோம்பை ரோட்ல சைக்கிள் ஓட்டிப் பழகுனோம்.

எல்லாத்துலயும் வித்தியாசமா இருக்கணும்னு நினைக்கிற ஜீவா... கடைசி வரைக்கும் அப்படித்தான் இருந்தாங்க.

ஜீவாவும், நடிகர் தனுஷோட அம்மாவும் ஒண்ணா படிச்சவங்க.

கார்ல பெரியகுளம் வந்தாச்சு.

இப்பவெல்லாம் தாலிக்கான தங்கத்த உருக்குறதுக்கு ஒரு நல்லநாள், தாலி செய்றதுக்கு ஒரு நல்லநாள், அந்த தாலிய நகை செய்றவங்கக்கிட்ட இருந்து வாங்கிட்டு வர்றதுக்கு ஒரு நல்லநாள்... இப்படி இருக்கு.

அப்போ நாங்க, தாலிய பெரியகுளத்துல ஒரு நகைக்கடையில வாங்கிக்கிட்டு கல்யாணத்துக்கு பண்ணைப்புரத்துக்குப் போனோம்.

வீட்டுக்கு முன்னால பந்தல் போட்டிருக்கு.

ஊர் ஜனங்க, சொந்தபந்தம், தெரிஞ்சவங்க... இப்படி எல்லாத்தையும் கூப்பிட்டு கல்யாணத்த நடத்துறோம்.

எங்க பாவலரண்ணன புடிக்க முடியல. ஃபுல் டைட்டு. அப்படியே ஜிவ்வுனு இருந்தாரு.

ஊர் பழக்கம் என்னான்னா... ஊர்ல பெரியதனக்காரங்க, வயசுல மூத்தவங்க இவங்கதான் தாலிய தொட்டுக் குடுத்து மாப்ள கையில குடுப்பாங்க. மாப்ள பொண்ணு கழுத்துல தாலி கட்டணும்.

எங்க வீட்டு முன்னால ஒரு மேட போட்டு, அதுல மாப்ள ராஜாண்ணனும் பொண்ணு ஜீவாவும் நிக்கிறாங்க.

ஊரு ஜனங்கள்ல யாரையாவது வச்சு தாலிய எடுத்துக் குடுக்கலாம்னு பாஸ்கரண்ணன் ஒரு பார்வ பார்த்தாரு.

‘ம்ஹூம்... ஒண்ணும் சரியில்ல... இதுக தாலிய தொட்டு எடுத்துக் குடுத்து என்னத்த...’ அப்படின்னு நெனைச்ச பாஸ்கரண்ணன்...

அவரே தட்ட எடுத்து மாங்கல்யத்த தொட்டுக் குடுத்து ‘கட்றா தாலிய’ன்னாரு. கெட்டி மேளத்துக்கும் டைரக்ட் பண்ணினார்.

கெட்டி மேளம் முழங்க ராஜாண்ணன்-ஜீவா கல்யாணம் சிறப்பா நடந்து முடிஞ்சது.

23-05-1972 இதுதான் ராஜாண்ணனோட கல்யாண தேதி.

அதன்பிறகு எல்லாரும் பொண்ணு மாப்ளய ஆசிர்வாதம் பண்ணுனாங்க.

கல்யாணம் முடிஞ்சு தம்பதிகளும் நாங்களும் சென்னைக்குத் திரும்பினோம்.

மயிலாப்பூர் காரணீஸ்வரர் கோயில் தெரு, நெ.100.

இந்த வீட்லதான் ராஜாண்ணனோட இல்லறமும் தொடங்கிச்சு.

நான் சின்னவயசிலிருந்தே ஜீவா... ஜீவா...ன்னு கூப்பிட்டுப் பழகுன தால திடீர்னு அவங்கள அண்ணினு கூப்பிடுறதுக்கு டக்குனு வரல.

எப்டியோ ‘போங்க, வாங்க’ன்னே கூப்பிட்டு சமாளிச்சேன்.

பாரதிராஜாவின் ‘மயிலு’ உருவான கதை!

75
பதினாறு வயதினிலே கதை ரகசியம்!

மைலாப்பூர் காரணீஸ்வரர் கோயில் தெரு 100-ஆம் நம்பர் வீட்டில் நாங்க எல்லாரும் ஒரே ஃபேமிலியா வசிச்சோம்.

பாரதிராஜாண்ணன் தன்னோட அம்மாவ வரவழைச்சு... அதே தெருவுல வீடு புடிச்சி... வசிச்சார். அப்போ... புட்டண்ணா, ஏ.ஜெகநாதன், ரா.சங்கரன்... ஆகிய டைரக்டர்கள்ட்ட அஸோஸியேட் டைரக்டரா ஒர்க்பண்ணிட்டிருந்தார்.

'சீக்கிரமே... நாமளும் ஒரு ஃபிலிம் டைரக்டரா ஆயிடணும்'னு பாரதியண்ணனுக்கு நெனப்பு அதிகமாச்சு. அப்போ... 'மயிலு'னு ஒரு கத எழுதினார்.

என்.எஃப்.டி.சி... அதாவது... தேசிய திரைப்பட வளர்ச்சிக் கழகம். இது மத்திய அரசோட ஒரு பிரிவு. கதைக்கி முக்கியத்துவமிருக்க... வியாபார ரீதியான கமர்ஷியல் அம்சங்கள் இல்லாத, யதார்த்தமான கதைகள படமா தயாரிக்க... மத்தியஅரசே பணம் தரும்.

என்.எஃப்.டி.சி. மூலமா 'மயிலு' கதய படமாக்க பாரதியண்ணன் முயற்சி செஞ்சார். அவரும், எஸ்.பி.பாலசுப்பிரமணியமும் சேர்ந்து ஒரு கம்பெனி ஆரம்பிச்சு, இந்தப் படத்த எடுக்க... அப்ளை

பண்ணினாங்க. முட்டி மோதிப் பார்த்தும்... என்.எஃப்.டி.சி.யில வாய்ப்புக் கெடைக்கல.

ஒவ்வொரு புது டைரக்டருக்கும்... மொதல்ல அவங்க மனசுல தோன்றின கத, அவங்க மனசுல ஊறிப்போன அந்தக் கதயோட கதாபாத்திரம்... அந்த டைரக்டர் வாழ்ந்த சூழ்நில அனுபவம்... இதவச்சு எடுக்குற படங்கள்தான் வெற்றி பெறும்ங்கிறது சினிமாவின் சரித்திரம்.

இதுக்கு பாரதிராஜாண்ணன் விதிவிலக்கில்ல.

'மயிலு' கதைக்கான சாராம்சம்... பண்ணைப்புரத்துல நாங்க பார்த்த, பழகுன கதாபாத்திரங்கள்தான்.

எங்க ஊருக்குள்ள ஒருத்தர்.... சரியா பேச வராது. கிழிசலான சட்ட போட்டிருப்பார். யார் என்ன வேல சொன்னாலும் செய்வார். யார் சாப்பாடு குடுத்தாலும் வாங்கிச் சாப்பிட்டுக்கிட்டு ஊரச் சுத்தி வருவார். தன்னைத்தானே அறியாத அப்பாவிம்பாங்களே... அப்படி ஒரு அப்பாவி அவர். சந்தோஷம், துக்கம்... ரெண்டுமே அவருக்கு ஒண்ணுதான். சரியா பேச்சு வராததுனால அவர எல்லாரும் 'ஊமையன்'னுதான் கூப்பிடுவாங்க. அவரோட சொந்தப் பேரு மாரியப்பன்.

(நான் அவரோட உடற்குறைய சுட்டிக்காட்டல. ஊமையன்கிறது அவரோட பேராவே ஆகிப்போச்சு. அதனால இங்க நான் அவர ஊமையன்னு குறிப்பிடுறேன்)

இந்த ஊமையன் கேரக்டரத்தான் மயிலுவோட ஹீரோவா மாத்தினார் பாரதிராஜாண்ணன்.

'மயிலு' கதைன்னாலே புரிஞ்சிருக்கும்... 'பதினாறு வயதினிலே'தான். அதுல கமல்ஹாஸன் நடிச்ச 'சப்பாணி' கேரக்டரின் நிஜம்தான் இந்த ஊமையன்.

எடுப்பார் கைப்பிள்ளைம்பாங்களே... அதுபோல எல்லாருக்கும் வேல செய்ற மனுஷன் அவர்.

பாவலரண்ணன்கூட நாங்க வெளியூருக்கு கச்சேரிக்கிப் போயிட்டு திரும்பி வந்து பெட்டியோட பஸ்ஸவிட்டு எறங்கினதும்... அவரப் பார்த்திட்டம்னா... "மாரியப்பா.. இங்க வா"ன்னு சொன்னா போதும்...

அவரே வந்து பெட்டிய தூக்கி தன்னோட தலயில தூக்கிக்கிட்டு, எங்க வீடுவரைக்கும் கொண்டுவந்து எறக்கி வச்சிட்டுப் போவார்.

ஊமையனப் பார்த்தா... எங்கம்மா கூப்பிட்டு சாப்பாடு போடுவாங்க. நாங்க சாப்பிடறப்பவும் அவரக் கூப்பிட்டு சாப்பிட வைப்போம்.

பாஸ்கரண்ணன், ராஜாண்ணன், பாரதிராஜாண்ணன்...

மூணுபேருமே அவருக்கு போட்டுக்கிறதுக்கு சட்ட குடுப்பாங்க.

'இது டாக்டர் குடுத்த சட்ட'னு '16 வயதினிலே'வுல சப்பாணி கமல் சொல்வாரே...

அப்படித்தான்... "இது யாரு குடுத்த சட்ட தெரியுமா? பாஸ்கர் குடுத்தது. இது... இன்ஸ்பெக்டர் குடுத்த சட்ட"னு ஊரவே ஒரு சுத்து... சுத்தி வந்து சொல்லுவார்.

உள்ளூர்ல மட்டுமில்ல... எங்க பக்கத்து ஊரான கரியணம்பட்டி, மல்லிங்கபுரம்னு... போய் சொல்லீட்டு வருவாப்ல.

('இன்ஸ்பெக்டர்'னு ஊமையன் குறிப்பிட்டது... பாரதிராஜாண்ணனத்தான். அப்போ மலேரியா இன்ஸ்பெக்டர் சின்னச்சாமியா எங்க ஊர்ல தங்கி வேல பாத்துக்கிட்டிருந்தார்ல. இந்த அனுபவங்களையெல்லாம் ஏற்கனவே சொல்லீருக்கேன்)

ஊமையன் எப்பவாச்சும் கோவமாவோ... இல்ல மூட்அவுட்டாகி 'உம்'முனு இருந்தாலோ.... எங்களுக்கு கஷ்டமா இருக்கும்.

"ஏய்... மாரியப்பா... நாங்க இப்ப ஊருக்கு போயிட்டு வந்தோம். அங்க பூவாயிய பார்த்தோம்"னு நாங்க சொன்னதுமே...

"ஆ... அப்புடியா?"னு தலயாட்டுவார். அவரோட மனசுக்குள்ள ஒரு சந்தோஷம்..., பூரிப்பு பொங்கி வரும். மூஞ்சியில வெக்கம் படர நிப்பாப்ல.

"பூவாயி ஒன்னய பாக்கணுமுன்னு சொல்லிச்சு. நாங்கதான் 'மாரியப்பன் ஊர்ல கொஞ்சம் வேலையா இருக்காப்ல'னு சொன்னோம்"னு நாங்க சொல்லுவோம்.

ஒடனே "வேற என்ன சொல்லுச்சி?"னு கேப்பாப்ல.

"அதுவா... 'அப்பா, அம்மா ஒத்துக்கிட்டாத்தான் இங்க வர முடியும்'னு சொல்லிச்சி. கொஞ்சம் பொறு மாரியப்பா... சீக்கிரமே பூவாயி ஒன்னயத் தேடி வரும்"னு நாங்க சொன்னதுமே... உற்சாகமா ஊர ரவுண்ட்டடிக்க கௌம்பீருவாப்ல.

'பூவாயி'ங்கிற கேரக்டர் உண்மையா? பொய்யா? ஊமையனோட கற்பனையா?

எதுவும் எங்களுக்குத் தெரியாது.

ஆனா... 'பூவாயி'ங்கிற அந்தப் பேரச் சொன்னாலே அந்தப் பேருக்கு ஊமையன் அடங்கினது... நாங்க கண்கூடா பார்த்த உண்ம.

மாரியப்பன் மயங்கின 'பூவாயி'தான் 'மயிலு'வானாள்.

(ஊமையன சப்பாணியா கதைல மாத்தின பாரதிராஜாண்ணன்... பூவாயிய 'மயிலு'னு ஏன் மாத்தினார்?

இந்த 'மயிலு'ங்கிற பேருக்கும், எங்க குடும்பத்துக்கும் ஒரு சம்பந்தம் உண்டு.

எங்க பாவலரண்ணனோட மனைவி சீனியம்மா மதினியப் பத்தி

'16 வயதினிலே' சப்பாணி (கமல்)
-மயிலு (ஸ்ரீதேவி)

ஏற்கனவே சொல்லீருக்கேன்லயா. மதினியோட தங்கச்சி பேரு மயில்தாய். பேருக்கேத்த மாதிரியே அழகா இருக்கும்.

(ஒருவேள மயிலுவ பாரதிராஜாண்ணன் சைட் அடிச்சிருப்பாரோ... என்னவோ... தெரியல.)

ஊமையனுக்கு கோபம் வந்தா... அப்படி ஒரு கோபம் வரும். சாந்தப்படுத்துறது ரொம்ப கஷ்டம். கைல கல்லப் பொறுக்கிக்கிட்டு ஓணான அடிப்பாப்ல.

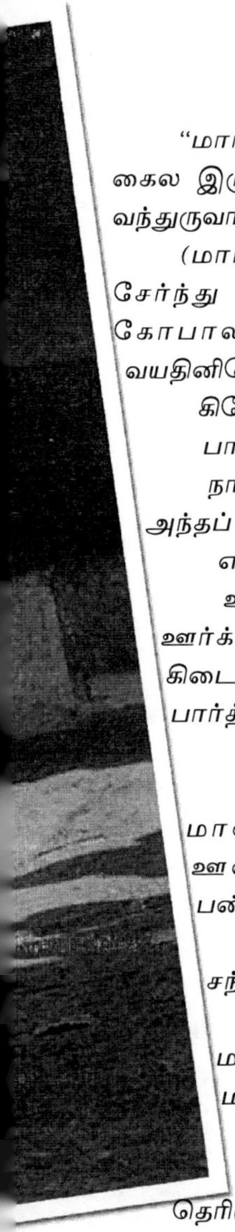

"மாரியப்பா... பூவாயி வருது..."னு நாங்க சத்தமா சொன்னா... கைல இருக்க கல்லயெல்லாம் கீழ போட்டுட்டு... எங்ககூட ஓடி வந்துருவாப்ல.

(மாரியப்பன் என்கிற ஊமையனும், பூவாயியும் நிஜத்தில் சேர்ந்து வாழ்ந்திருந்தா எப்படி இருந்திருக்குமோ.... அதை... கோபாலகிருஷ்ணன் என்கிற சப்பாணி-மயிலு மூலம் '16 வயதினிலே' படத்துல காட்டினார் பாரதிராஜாண்ணன்.

கிரேட் பாரதிராஜா.

பாரதிராஜா தி கிரேட்!

நாங்க பார்த்த, வாழ்ந்த இயல்பான கதயா இருந்ததாலதான் அந்தப் படம் ரொம்ப சிறப்பா இருந்துச்சு.)

எனக்கு ரொம்ப பெரிய வருத்தம் என்னன்னா...

ஊமையன் இறந்தப்போ... சென்னையிலருந்த எங்களுக்கு ஊர்க்காரங்க தகவல் தெரிவிக்காம விட்டுட்டாங்க. தகவல் கிடைச்சிருந்தா... நாங்களும் ஓடிப்போய் அவர் முகத்த கடசியா பார்த்திருப்போம்.

ரொம்ப லேட்டாத்தான் விஷயம் தெரிஞ்சது.

ஊர் ஜனங்கள்லாம் சேர்ந்து... ஏதோ... திருவிழா மாதிரி... மாலை மரியாதையோட, சந்தனத்த அள்ளி அள்ளி ஊமையனுக்குப் பூசி... மரியாதையோட அடக்கம் பண்ணினதாச் சொன்னாங்க.

அதக் கேள்விப்பட்டப்போ... மனசுக்கு ரொம்ப சந்தோஷமா இருந்துச்சு.

ஒரு சித்தரைப்போல எங்க ஊர்ல வாழ்ந்த... எங்க மனசுக்குள்ள வாழ்ந்துக்கிட்டிருக்க ஊமையன் என்கிற மாரியப்பன... என்னால மறக்கவே முடியாது.

மாரியப்பன்... ரொம்ப அருமையான ஆத்மா.

எனக்கும், கலாவுக்குமான காதல்... அவங்க வீட்டுக்கு தெரிஞ்சது.

என்னய அடிச்சுப் போடுற அளவுக்கான சூழ்நிலை உருவாச்சு.

76
காதல் பட்ட பாடு!

'16 வயதினிலே' சப்பாணி-மயிலு உருவானதுக்கு பாரதிராஜாண்ணனுக்கு இன்ஸ்பிரேஷனாக இருந்த பண்ணைப்புரம் ஊமையன்-பூவாயி கதயிலிருந்து இப்போ அமர்-கலா காதல் விஷயத்துக்கு வருவோம்.

கலாவோட தாய்மாமன்கள்ல ஒருத்தரான என் ஃப்ரெண்ட் விஜி... எங்க காதலுக்கு லவ் லெட்டர் குடுக்குற தூதுவனா இருந்தாப்ல. இன்னொரு தாய்மாமா பாலு எங்க காதல் விஷயத்த அரசல் புரசலா தெரிஞ்சு கோபத்துல இருந்தாரு. கலாவோட அப்பா-அம்மாவுக்கு காதல் சங்கதிய தெரியப்படுத்திடணும்னு... அதுக்கான ஒரு சந்தர்ப்பத்த எதிர்பார்த்து காத்துக்கிட்டிருந்தேன்.

அந்த சந்தர்ப்பம் அமைஞ்சது.

கலாவோட பெரிய தாய்மாமாவான பாடகர் டி.கே.மணியன் கிட்ட விஷயத்த சொல்லிடலாம்னு முடிவு செஞ்சேன். ஏன்னா... கலாவோட அப்பாகிட்ட சகஜமா பேசக்கூடியவர் அவர்தான். மணியன்கிட்ட பேச, விஜியும், மலேசியா வாசுதேவனும் உதவினாங்க.

ராயப்பேட்டைல நாங்க முன்ன குடியிருந்த சீனிவாசப் பெருமாள் கோயில் தெருவுக்கு முன்னால... ராயப்பேட்ட ஜி.ஹெச்.சுக்கு எதிர்ல ஒரு நான்வெஜ் ஓட்டல் இருந்துச்சு.

அந்த ஓட்டல்ல 'சாப்ட்டு' சாப்பிடலாம்.

அங்க... மணியனுக்கு தாகசாந்தி பண்ணி... என்னோட காதல... கலாவ கல்யாணம் பண்ணிக்க எனக்கு விருப்பம்கிறத சொன்னேன்.

(எனக்கு அப்ப இருந்து அந்தப் பழக்கம் இல்ல; சோடா, சர்பத்தோட சரி...)

'மச்சான்கிட்ட பேசுறேன்'னு சொல்லிட்டு கிளம்பினார்.

சொன்னபடியே கலாவோட அப்பாகிட்ட... 'ஒரு நல்ல சம்பந்தம் ஒண்ணு கூடிவருது'னு சொல்லி எங்க காதல் விஷயத்த சொல்லீட்டார் மணியன்.

கலாவோட அப்பாவுக்கு காதல்ல உடன்பாடோ... இல்லையோ... ஆனா மகளோட விருப்பத்த மதிக்கணும்ங்கிற எண்ணம்.

கலாவோட அம்மாவோ கடுமையான எதிர்ப்ப காட்டியிருக்காங்க.

'டிராமாவுக்கு மியூஸிக் பண்றவனுக்கு நம்ம பொண்ண எப்படித் தர்றது?'னு கேட்டு குறுக்க நின்னாங்க.

ஒரு தாய்... தன்னோட பிள்ளைங்க நல்லாருக்கணும், தன் பிள்ளைங்களுக்கு குறைந்தபட்சம் வாழ்க்கை உத்தரவாதமாவது இருக்கணும்னுதான் நினைப்பாங்க. கலாவோட அம்மாவும் அந்த அக்கறையோடதான் எதிர்ப்பு தெரிவிச்சாங்க.

ஆனா... காதலுக்கு எதிர்ப்பு தெரிவிக்கிறவங்களப் பார்த்தா காதலிக்கிறவங்க கண்ணுக்கு வில்லனாத்தான் தெரிவாங்க.

எனக்கு கலாவோட அம்மா வில்லியா தெரிஞ்சாங்க. ஆனா... எதிர்ப்பு வரவர... எங்க காதல் மேலும் மேலும் ஸ்ட்ராங்காச்சு.

போன் பேசுறதுக்கு கலாவுக்கு தட போட்டுட்டாங்க. முன்னாடி மாதிரி சந்திச்சுக்கவோ, பேசிக்கவோ முடியல.

இதனால கலாவ அடிக்கடி சந்திச்சுக்கிறதுக்காக நான் ஒரு திட்டம் போட்டேன்.

கலாவுக்கு பாடுறதுல ரொம்ப இன்ட்ரஸ்ட்னு ஏற்கனவே சொல்லீருக்கேன். அதன்படி....

மணியனோட மனைவி பூரணி மாமி உதவியோட நான், மலேசியா வாசுதேவன், கலா... எல்லாரும் சேர்ந்து கல்யாண கச்சேரி பண்ண முடிவாச்சு. அதுபடி நெறைய கச்சேரிகள் செஞ்சோம்.

கலா ரொம்ப அருமையா பாடும்.

கையோடு கைசேரும்
காலங்களே
கல்யாண சங்கீதம்
பாடுங்களேன்...
... .
நாளாம் நாளாம் திருநாளாம்

நம்பிக்கும் நங்கைக்கும்

மணநாளாம்...

இந்தப் பாட்டெல்லாம் கலா பாடும்போது பேக்ரவுண்ட்ல என்னோட கற்பனைக் காட்சியெல்லாம் ஓடிட்டிருக்கும்.

ம்ம்ம்... அது ஒரு நிலா காலம்

ஒரு முறைதான் வரும்.

காதல்வயப்படுறது முக்கியமில்ல. வயப்பட்ட காதல வாழ்க்கையில வசப்படுத்தணும். அதாவது... ஜெயிக்கணும். அது ரொம்ப முக்கியம்.

காதல்ல ஜெயிக்கிறதுக்கு நம்மளோட அந்தஸ்த உயர்த்திக்கணும். அது ரொம்ப ரொம்ப முக்கியம்.

நான் என்னோட அந்தஸ்த ஒருபடி உயர்த்திக்கிட்டேன். தேடிப்பிடிச்சு ஆல்இந்திய ரேடியோ நிலையத்துல நிலைய வித்வானா... கிடாரிஸ்ட்டா வேலைக்குச் சேர்ந்துட்டேன். டி.ஆர்.பாப்பா அங்க மியூஸிக் டைரக்டரா இருந்தார்.

“மாப்ள என்ன பண்றாரு?”னு யாராவது கேட்டா... “சென்ட்ரல் கவர்மென்ட் உத்யோகம். ஆல் இந்திய ரேடியோவுல வொர்க் பண்றாரு”னு பொண்ணு வீட்டுக்காரங்க கெத்தா சொல்லிக்கணும்னு ஆசப்பட்டுத்தான் இந்த வேலையில சேர்ந்தேன். சினிமாக்காரன்... டிராமாக்காரன்னா... பொண்ணு தரமாட்டாங்க.

ரேடியோ ஸ்டேஷன்ல வேல செஞ்சுக்கிட்டிருந்த நேரத்துல ‘விவிதபாரதி’யில வர்ற பல நாடகங்களுக்கு நான், ராஜாண்ணன், பாஸ்கரண்ணன்... மூணு பேரும் சேர்ந்து ‘பாவலர் பிரதர்ஸ்’ங்கிற பேர்ல மியூசிக் பண்ணினோம். அப்போ ஸ்டேஷன்ல வேல செஞ்சிக்கிட்டிருந்த பி.பாலசுப்ரமண்யம் எனக்கு ஃப்ரெண்ட் ஆனார். அவர்... புகழ்பெற்ற கந்தகோட்டம் கோயில் தக்காராகவும் இருந்திருக்கார். ‘கந்தன் ஆர்ட்ஸ் அகாடமி’னு ஒரு சபா நடத்தி பிராட்வே ராஜா அண்ணாமலை மன்றத்துல பல நாடக -கச்சேரி குழுவுக்கு சான்ஸ் குடுத்திருக்கார்.

‘இளங்கோ கலை மன்றம்’ இளங்கோ, திருவல்லிக்கேணி முத்து சபா, பார்த்தசாரதி சுவாமி சபா, மைலாப்பூர் ஃபைன் ஆர்ட்ஸ், கார்த்திக் ஃபைன் ஆர்ட்ஸ், ரசிக ரஞ்சனி சபா, வாணி மஹால், பிரம்ம கான சபா...

இப்படி எல்லா சபாக்காரங்களையும் ஃப்ரெண்டு புடிச்சு ‘சார்... சார்... எஸ்.பி.பி.யும் நாங்களும் சேர்ந்து கச்சேரி பண்றோம் சார்’னு நச்சரிச்சு தொல்லபண்ணி சான்ஸ் வாங்கிடுறது என்னோட பழக்கம்.

“எங்க சபாவோட ஆண்டு விழா வரப்போகுது. புது ஐடியா கொண்டு வாங்க. பெரிய லெவல்ல ஒரு கச்சேரி பண்ணிடலாம்”னு என்கிட்ட ‘கந்தன் ஆர்ட்ஸ் அகாடமி’ பாலசுப்ரமண்யம் சொன்னார்.

கமல்ஹாசன், காஞ்சனா, ஸ்ரீவித்யா, ஸ்ரீப்ரியா, என்னோட ஃப்ரெண்ட்டான நடிகை பாரதி, டி.எம்.எஸ்., பி.பி.ஸ்ரீநிவாஸ், எஸ்.பி.பி., என் அன்புக்கும் மதிப்பிற்கும் உரியவரும் கலாவோட சித்தியுமான சந்திரகாந்தா, இசையமைப்பாளர்கள் ஜி.கே. வெங்கடேஷ், ஆர். சுதர்ஸனம், ஆர்.கோவர்த்தனம், டி.ஆர்.பாப்பா... இப்படி ஒரு லிஸ்ட் போட்ட நான் ''இவங்களையெல்லாம் பாடவச்சு... ஒரு கச்சேரி பண்ணிடலாம்''னு சொன்னேன்.

"ஜமாய்ங்க"னு சொல்லிட்டார் பாலசுப்ரமண்யம்.

மேலே நான் லிஸ்ட்ல சொன்ன, பாடகர் அல்லாத ஒவ்வொருத்தரோட வீட்டுக்கும் நான் கிடார் மட்டும் எடுத்துக்கிட்டுப் போய்... அவங்களுக்குப் பாட்டுக் கத்துக் குடுத்து பிராக்டிஸ் பண்ண வச்சேன்.

கச்சேரிக்கு தயார் ஆனோம்.

கமலுடன் எனக்குப் பழக்கம் ஏற்பட்டது எப்படி?

காதல்... பிரச்சினையாகி தலைமறைவானேன் நான்.

77
கமல்-வித்யா காம்பினேஷன்!

"டேய்... கங்கைஅமரா... நீ கலக்கிட்ட"னு என்னய நானே மெச்சிக்கத்தான் வேணும்.

மியூஸிக் சம்பந்தப்பட்ட சரித்திரத்துலயே... நடிகர்-நடிகைகள், பின்னணிப் பாடகர்கள், மியூஸிக் டைரக்டர்கள்... இவங்கள ஒருங்கிணைச்சு கச்சேரி பண்ணணும்கிற என்னோட கான்செப்ட் இந்தியாவுலயே அதுதான் முதல் தடவ.

நான் மியூஸிக் டைரக்டராவோ... வேற துறையிலும் பிரபலமாவோ இல்லாத அந்த சமயத்துல... நான் இவ்வளவு பிரபலங்கள இணைச்சு... கச்சேரி நடத்துறது சாதாரண காரியமில்ல.

ஆல் இந்திய ரேடியோவுல வேல செஞ்சிக்கிட்டிருந்த பி.பாலசுப்ரமண்யம் சாரோட.... 'கந்தன் ஆர்ட்ஸ் அகாடமி'யின் ஆண்டுவிழாவையொட்டி ராஜா அண்ணாமலை மன்றத்துல நடந்த இந்த கச்சேரிய... இப்படிப்பட்ட புது கான்செப்ட் கச்சேரிய நடத்தினேன்.

இப்படியான வித்தியாசமான ஐடியாவெல்லாம் எனக்குத்தான் வரும்.

(என்னய நானே தட்டிக் குடுத்துக்க வேண்டியதுதான்)

திருவாரூர் தங்கராஜ் பொண்ணு மலர்க்கொடியும், வானொலி

அறிவிப்பாளர் ஜெயங்கொண்டானும் தொகுத்து வழங்கினாங்க.

'சரவணப் பொய்கையில் நீராடி' பாட்ட சந்திரகாந்தா பாடினாங்க. 'ஞாயிறு ஒளி மழையில்' பாட்ட கமல்ஹாசன் பாடினார். ஸ்ரீவித்யாவும், மலேசியா வாசுதேவனும் சேர்ந்து 'மஞ்சள் வெயில் மாலையில்' பாட்டையும், 'உலவும் தென்றல் காற்றினிலே' பாட்டையும் பாடினாங்க. மியூஸிக் டைரக்டர்கள் ஆர்.சுதர்ஸனம் 'பொன்னாள் இது போலே' பாட்டையும், ஜி.கே.வெங்கடேஷ் 'வந்த நாள் முதல்' பாட்டையும் பாடினாங்க.

''குருஜி... உங்க பாட்ட நீங்களே பாடி நிறையதடவ கேட்டிருக்கோம். அதனால நீங்க பாடாத... ஒரு பாட்ட பாடுங்க"னு பி.பி.ஸ்ரீநிவாஸ்கிட்ட சொல்லீருந்தேன்.

அதனால அவர் 'அல்லா அல்லா' பாட்டைப் பாடினார்.

"எனக்கு பிடிச்ச பாட்டை நான் பாடுறேன்'னு சொல்லி, டி.எம்.எஸ். பாடின 'பாவாடை தாவணியில் பார்த்த உருவமா' பாடலைப் பாடினான் எஸ்.பி.பி.

சிவாஜிக்காக டி.எம்.எஸ். பாடின 'சக்கப்போடு போடுராஜா... உன் காட்டுல மழை பெய்யுது' பாட்டுல ஊட ஊட வசனமும் வரும். இதையும் டி.எம்.எஸ்.ஸே பேசியிருப்பார்.

பலகுரல் மன்னனான மலேசியா வாசுதேவன் 'சக்கப்போடு' பாட்ட சி.எஸ்.ஜெயராமன் குரல்ல பாடினதோட, அதுல வர்ற வசனங்கள... டி.எஸ்.பாலையா குரல்ல பேசினார்.

இத ரசிகர்கள் ரொம்பவே ரசிச்சாங்க.

டி.எம்.எஸ்., தான் பாடின ஒரு பக்திப் பாடலைப் பாடினார்.

அந்தக் கச்சேரி எல்லாருக்குமே ரொம்ப புதுமையான அனுபவமா இருந்துச்சு.

என்னோட கஷ்டமான கான்செப்ட்டுக்கு, உழைப்புக்கு கிரீடம் வச்ச மாதிரி... அந்தக் கச்சேரி பெரும் வரவேற்பையும், பாராட்டையும் வாங்கினது.

கமல் கூட சந்தானபாரதி மூலமா எனக்கு நட்பு ஏற்பட்டுச்சு. புரசைவாக்கம் நெப்டியூன் ஸ்டுடியோவுல 'அவள் ஒரு தொடர்கதை' ஷூட்டிங் நடந்துக்கிட்டிருந்தது. கமல் கூட அங்க போயிருந்தேன். அங்கதான் ஸ்ரீப்ரியாவும், சுஜாதாவும் எனக்கு நல்ல அறிமுகமானாங்க.

மலேசியா வாசுதேவன் மூலமா ஸ்ரீவித்யா நல்ல தோழியானாங்க.

இப்படியான நட்பாலதான் நட்சத்திரங்கள பாட வச்ச இந்த கச்சேரி ஐடியா வொர்க்-அவுட் ஆச்சு.

கமல் கூட எனக்கு நெருக்கமான நட்பு ஏற்பட்டது எப்படி?

நாங்க தேனாம்பேட்டை காமராஜர் சாலைல குடி

யிருந்தப்போ... கமல் கூட எனக்கு பழக்கம் ஏற்பட்டிச்சு. கமல்கிட்ட என்னய அறிமுகப்படுத்தினவன் இப்போ டைரக்டராவும், நடிகராவுமிருக்க சந்தானபாரதி.

சந்தானபாரதி, பாரம்பரியமான சினிமா குடும்பத்தச் சேர்ந்தவன்தான். பழைய நடிகர், சிவாஜிகூட நாடகங்கள்ல நடிச்சவர் எம்.ஆர்.சந்தானம். சிவாஜி நடிச்ச 'அன்னை இல்லம்' படத்த தயாரிச்சவர். 'பாசமலர்' படத்துல கோ-புரொடியூஸர். அப்படிப்பட்ட எம்.ஆர்.சந்தானத்தோட மகன்தான் சந்தானபாரதி.

கமல் பத்தி சொல்லவே தேவையில்ல.

பாப்பா வயசுலருந்தே கமல் ஊரறிஞ்ச பாப்பா.

சின்ன வயசுலருந்தே நடிச்சிட்டு வர்றதுனால... பார்க்கிறவங்களுக்கெல்லாம் உலகறிஞ்சவர் கமல்.

'அபூர்வ ராகங்கள்' கமல்-ஸ்ரீவித்யா

இதனால கமலும், சந்தானபாரதியும் நெருங்கிய நண்பர்களா இருந்தாங்க. அதுபோக ரெண்டுபேரும் காலேஜ்மேட்ஸ்.

எந்த காலேஜ்ல ரெண்டு பேரும் ஒண்ணா படிச்சாங்க?

டுடோரியல் காலேஜ்.

(மனீஷ் டுடோரியல் காலேஜ்னு நினைக்கிறேன்)

அந்தச் சமயம் எங்க நட்பு வட்டத்துல ரெண்டு குரூப்கள் இருந்துச்சு.

என் நண்பனும், கலாவோட தாய்மாமன்கள்ல ஒருத்தருமான விஜி தலைமைல ஒரு குரூப். இந்த குரூப்ல நானும் உண்டு. மைலாப்பூர் லஸ் கார்னர்ல சாவன் ஹோட்டல், சாந்தி விஹார் ஓட்டல்... இதுலதான் விஜி குரூப் டேரா அடிச்சிருக்கும். சாப்பிட ஹோட்டலுக்கு வர்றவங்கள்லாம் விஜி குரூப்ப பார்த்து மிரளுவாங்க.

ஆழ்வார்பேட்டைல சாம்கோ ஓட்டல்லதான் கமல் குரூப் டேரா போட்டிருக்கும்.

இந்த ரெண்டு குரூப்லயும் இருக்குற ஆளு... சந்தானபாரதி.

விஜி குரூப்ல மூணு, நாலு பேர் “வாங்கடா... சாம்கோ ஓட்டலுக்கு போவோம்”பாங்க.

“வேணாண்டா...”னு அதுல ரெண்டுபேர் தடுப்பாங்க.

“அவனுங்க என்னதான் பண்றாங்கனு பாப்பம்டா”னு இந்த குரூப் அங்க போகும்.

அதேபோல கமல் குரூப்ல ரெண்டுபேர்... “வாங்கடா... இன்னைக்கி சாவன் ஓட்டல் போவோம்”னு கிளம்பி வருவாங்க.

ரெண்டு கோஷ்டிக்கும் முட்டிக்காம சமாதான தூதுவர்களா சந்தானபாரதியும், ராஜ்குமாரும் இருப்பாங்க.

தன்னோட ஏரியாவுல இருந்து இந்த ஏரியாவுக்கு கமல் எப்பவாவதுதான் வருவார்.

எல்லார்கிட்டயும் நட்புரீதியா நல்லா பேசுவார்.

சந்தான பாரதி மூலமா எனக்கும், கமலுக்கும் இடையே உண்டான நட்பு நல்ல, ஆழமான நட்பா உருவெடுக்க முக்கிய காரணம்...

கமலுக்கு இசைமேல... குறிப்பா... பாடுறதுல இருந்த ஆர்வம்தான்.

“**அ**மர்... நாம சேர்ந்து ஒரு இசைக்குழு தொடங்கலாம்”னு கமல் அடிக்கடி கேட்டார்.

ஒருநாள்... நாங்க ரெண்டு பேரும் ஒக்கார்ந்து பேசி மேடைக் கச்சேரி இசைக்குழு தொடங்க முடிவு செஞ்சோம்.

‘பாவலர் பிரதர்ஸ் கச்சேரி’னு பேரும் வச்சோம்.

மியூஸிக் அகாடமியில நடந்த இசைக்குழுவோட தொடக்கவிழாவுக்கு ராஜாண்ணன் வந்து வாசிச்சாரே தவிர....

அதுக்குப் பின்னாடி அவர் வரல.

ஏன்னா... ஏனோ ராஜாண்ணனுக்கு பிடிக்கல.

அப்பவெல்லாம் கமலுக்கு இளையராஜாவைத் தெரியாது.

"அமர்... இப்படி வச்சுக்கலாமா?, அப்படி பண்ணிக்கலாமா?"னு என்கிட்டதான் ஆலோசிப்பார் கமல்.

'பாவலர் கச்சேரி'யில பிரதான பாடகர் கமல்.

பிரதான பாடகி ஸ்ரீவித்யா.

அந்தச் சமயம் கமல் சினிமாவுல பிஸியா நடிச்சிட்டிருந்தார்.

ஸ்ரீவித்யா ஒரு படம்... ரெண்டு படம்னு நடிச்சிட்டிருந்தார்.

கச்சேரிக்கான ரிகர்ஸல் கமல் வீட்ல நடக்க முடிவாச்சு.

கமல் காலைல எட்டு மணிக்கெல்லாம் ஷூட்டிங் கிளம்பணும்கிறதால... காலைல ஆறு மணிக்கே ரிகர்ஸல் பண்ண முடிவாச்சு.

இந்த கச்சேரியில் ஸ்ரீவித்யா பாட ஒப்புக்கொண்டது... ஸ்ரீவித்யாவின் அம்மாவும், பிரபல பாடகியுமான எம்.எல். வசந்தகுமாரிக்கு பிடிக்கல.

''ஏற்கனவே அந்தப் பையனோட (கமல்) ஒன்ன சம்பந்தப்படுத்தி ஏதேதோ பேசிக்கிட்டிருக்காங்க. அதனால நீ கச்சேரிக்கு பாடப் போகவேணாம்"னு ஸ்ரீவித்யாவிடம் சொன்னார் வசந்தகுமாரி.

78
‘நீ இளையராஜாவா இல்லையா?’ சாருஹாசன் போட்ட போடு!

பாட்டுப் பாடுவதில் கமலுக்கு ரொம்பவே ஆர்வம். இதனால் ‘நாம் ஒரு மேடைக் கச்சேரி இசைக்குழு ஆரம்பிக்கணும்’னு சொன்னார்.

அதுபடி நானும், அவரும் கலந்து பேசி ‘பாவலர் கச்சேரி’ய தொடங்கினோம்.

கமலும், ஸ்ரீவித்யாவும்தான் இந்தக் கச்சேரியில் பிரதான பாடகர் -பாடகி.

கமல் அப்போது சினிமாவில் பிஸியாக நடிச்சுக்கிட்டிருந்ததால்... அவர் ஷூட்டிங் போறதுக்குள்ள... காலை ஆறுமணிக்கெல்லாம் கமல் வீட்டில் வைத்து ரிகர்ஸல் நடத்துவோம்.

இந்த ரிகர்ஸலுக்கு ஸ்ரீவித்யாவை நான்தான் அழைச்சிட்டு வருவேன்.

கமல்கூட, ஸ்ரீவித்யா கச்சேரி பண்றது ஸ்ரீவித்யாவோட அம்மா எம்.எல்.வசந்தகுமாரிக்கு பிடிக்கல.

‘நீ எதுக்கு கச்சேரில பாடணும்? அதெல்லாம் வேணாம். காலைல அஞ்சு மணிக்கெல்லாம் கிளம்பிப் போய் ரிகர்ஸல் பண்றதுக்கெல்லாம் நான் அனுமதிக்கமாட்டேன். ஏற்கனவே ஒன்னயும் அந்தப் பையனையும் (கமல்) வச்சு பேசுறாங்க. அந்தப்

கமலுடன் ஸ்ரீவித்யா

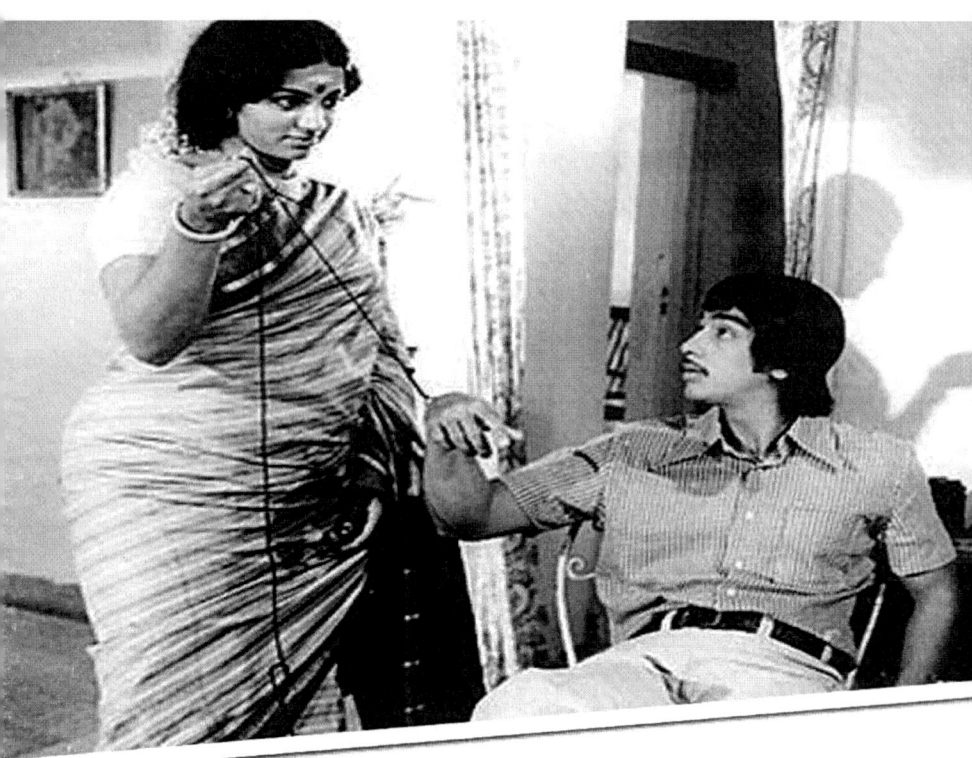

பையன்கூட கச்சேரி பண்ண வேணாம்'னு சொல்லீட்டார்.

எனக்கு மலேசியா வாசுதேவன் மூலம் ஸ்ரீவித்யா ரொம்ப நல்ல பழக்கம். ஒரு நல்ல தோழியாவும் இருந்தாங்க. இது மூலமா வித்யாவோட அம்மாவும் எனக்கு நல்ல பரிச்சயம்.

நான் போய் வசந்தகுமாரியம்மாகிட்ட பேசினேன்.

"சரி... அமர்கூடத்தான் நீ ரிகர்ஸல் போகணும். ரிகர்ஸல் முடிஞ்சு அமர்கூடவே வந்திரணும்" என சமம்திச்சவர்... "அமர்... ஒனக்காக அனுப்புறேன்" எனச் சொன்னார்.

அப்போ ஸ்ரீவித்யா வீடு பெசன்ட் நகர்ல இருந்துச்சு.

நான் ரொம்ப அதிகாலைலயே எழுந்து... டாக்ஸி புடிச்சிக்கிட்டுப் போய், அஞ்சு மணிக்கெல்லாம் ஸ்ரீவித்யாவ கூப்பிட்டுக்கிட்டு... அஞ்சர மணிக்கெல்லாம் கமல் வீட்டுக்கு வந்து.... கதவத் தட்டி, கமல எழுப்பிட்டு, ரிகர்ஸலுக்கு தேவையானதை தயார் செய்வேன்.

கமலும், ஸ்ரீவித்யாவும் நெருங்கிய நண்பர்கள்ங்கிறதால

ரெண்டுபேரும் மனம்விட்டு பேசிக்கிட்டிருப்பாங்க.

நேரம் ஆகிக்கிட்டிருக்கும்.

'என்னய்யா?'னு நான் கேட்டதும், 'இதோ... ஆரம்பிச்சிடலாம்'னு கமல் சொல்லுவார்.

'மலரே... குறிஞ்சி மலரே' உட்பட சில தமிழ் சினிமாப் பாட்டுக்களையும், 'கிளியே பொற்கிளியே' உட்பட சில, மலையாளப் பாடல்களையும் ரிகர்ஸல் செய்வோம்.

ரிகர்ஸல் முடிஞ்சதும், கமல் ஷூட்டிங் கிளம்பத் தயாராவார். நான் ஸ்ரீவித்யாவ அவங்க வீட்ல கொண்டுபோய் விட்டுட்டு... எங்க வீட்டுக்குப் போய்... நான் ரெக்கார்டிங்கிற்கு தயாராவேன்.

ரிகர்ஸல் நடந்த பத்து நாளும், கமலும், ஸ்ரீவித்யாவும் ரொம்ப உற்சாகமா இருந்தாங்க.

சென்னை, பொள்ளாச்சி... இப்படி பல ஊர்கள்ல கமல், ஸ்ரீவித்யா பாடின கச்சேரிய நடத்தினோம்.

ராஜாண்ணனுக்கு இந்த கச்சேரியில பெரிசா இண்ட்ரஸ்ட் வரல. கச்சேரிக் குழுவ ஆரம்பிச்சப்ப... தொடக்க விழாவுக்கு வந்ததோட சரி. அதுவுமில்லாம... கமலுக்கும், ராஜாண்ணனுக்கும் அப்போ குறிப்பிட்டுச் சொல்ற மாதிரி நட்பும் இல்ல.

ஆனா... எனக்கும், கமலுக்குமான நட்பு... சிறந்த நட்பா... நாளுக்கு நாள் வளர்ந்துச்சு.

கமல் தனி ஹீரோவா நடிச்ச முதல் படம் பட்டாம் பூச்சி .

இதுக்கு இசையமைச்சது ஆர்.கோவர்த்தனம், ராஜாண்ணன் சேர்ந்துதான். அந்தப் படத்துல ராஜா மெட்டுப் போட்ட பாட்டு ஒண்ணு இடம்பிடிச்சது.

படத்தோட டைட்டில் கார்டுல ரெண்டு பேர் பேரையும் சேர்த்து போடுறதாத்தான் இருந்தது. ஆனா... கோவர்த்தனத்தோட அதிக பாடல்கள் அந் தப் படத்துல இடம்பிடிச்சதால் ராஜாண்ணன உதவி இசைனு குறிப்பிட்டாங்க.

'பட்டாம் பூச்சி' படத்தோட ரீ-ரெக்கார்டிங்க வாஹினி ஸ்டுடியோ தியேட்டர்லதான் பண்ணினோம்.

கமல் தினமும் ரெக்கார்டிங் நடக்குற எடத்துக்கு வந்திடுவார்.

ஒவ்வொரு ரீல் முடிஞ்சதும் என்கிட்ட... 'நான் எப்படி பண்ணீருக்கேன்? நல்லா நடிச்சிருக்கேனா?'னு ஆர்வமா கேட்டுத் தெரிஞ்சுக்குவார்.

கமலோட அடுத்தடுத்த படங்களுக்கு அஸிஸ்டெண்ட் மியூஸிக் டைரக்டரா வொர்க் பண்ணினோம்.

கமலுக்கும், எனக்குமான நட்பு ரொம்ப ரொம்ப ஸ்ட்ராங் ஆச்சு.

தினசரி சாயந்திரம் நான் கமல் வீட்டுக்கு போயிடுவேன்.

கமல், சந்தானபாரதி, சுஹாஸினி, வாணி கணபதி, சாருஹாஸன் அண்ணா, மன்னி (சாருஹாஸன் அண்ணாவோட மனைவி), நான்.... எல்லாரும் ஒக்கார்ந்து அரட்டை அடிப்போம்.

விதம்விதமா மாலை சிற்றுண்டி செய்வாங்க சாப்பிட்டுக்கிட்டே எல்லாரும் பேசிட்டு இருப்போம்.

ஈகோ இல்லாம வாழ்ந்த காலம் அது.

இப்படி குடும்பத்தோட பழகிய காலம் ரொம்ப சந்தோஷமான காலம்.

கமலோட அம்மாவும் என்கிட்ட பிரியமா இருப்பாங்க.

நான் அம்மா பக்கத்துல ஒக்கார்ந்து, அவங்களுக்கு பிடிச்ச பாட்டுக்கள பாடுவேன்.

அந்தச் சமயம் கமலுக்கும் எனக்கும் இடையே இருந்தது... புனிதமான, சுயநலமில்லாத ஆழமான நட்பு.

'அன்னக்கிளி' படத்துக்கு மியூஸிக் டைரக்டரா இளையராஜா ஒப்பந்தம் செய்யப்பட்டார்.

நாங்க சினிமாவுல இசையமைப்பாளரா அரங்கேறப்போற... அந்த நாள்ல... கமல் குடும்பத்து பெரியவங்களோட ஆசியும் வேணும்தானே.

'அன்னக்கிளி' பட பூஜை அழைப்பிதழ எடுத்திட்டுப் போய்... சாருஹாஸன் அண்ணாகிட்ட குடுத்தேன்.

ஏவி.எம். ஸ்டுடியோவுல பட பூஜை.

பல பிரமுகர்களும் வந்து வாழ்த்தினாங்க.

சாருஹாஸன் அண்ணா... பெரிய பொக்கேவோட வந்தார்.

நான் வரவேற்றேன்.

வாழ்த்துச் சொல்லி பூங்கொத்த என் கைல குடுக்க வந்தார்.

'அண்ணா... என்கிட்ட ஏன் குடுக்குறீங்க. அண்ணன் உள்ள இருக்காரு... வாங்க'னு நான் சொல்லி கூட்டிட்டுப் போய் ராஜாண்ணனை அறிமுகப்படுத்தி வச்சேன்.

பூங்கொத்த ராஜாண்ணன்கிட்ட குடுத்து, வாழ்த்துச் சொல்லிட்டு வெளிய வந்த சாரு அண்ணா....

"யோவ் நீ இளையராஜா இல்லியா?! என்னப்பா இது... இவ்வளவு நாளா நீதான் ராஜா... நீதான் மியூஸிக் டைரக்டரா முயற்சி பண்ணிக்கிட்டிருக்கனு நெனைச்சேன்" என்றார்.

கமல் படங்களுக்கு நாங்க இசை உதவியாளர்களா வேல செஞ்சிருந்தாலும்... முதன்முதல்ல நாங்க இசையமைச்ச கமல் படம் 'பதினாறு வயதினிலே.'

79
கமல் நண்பன்! ரஜினி...?

கமலுக்கும், எனக்குமான சுயநலமில்லாத நட்பு... நாளுக்கு நாள் வளர்ந்தது.

கமல் நடித்த படங்களுக்கு நாங்க மியூஸிக் அஸிஸ்டெண்ட்களா ஒர்க் பண்ணீருந்தாலும்... நாங்க இசையமைச்ச... கமலின் முதல்படம் 'பதினாறு வயதினிலே.'

பாரதிராஜாண்ணன் எழுதின 'மயிலு' கததான் 'பதினாறு வயதினிலே' என்கிறதையும், பண்ணைப்புரத்துல வாழ்ந்த 'ஊமையன்' என்கிற மாரியப்பனின் பாதிப்பிலதான் 'சப்பாணி' கேரக்டரை பாரதிராஜா உருவாக்கினார் என்பதையும் ஏற்கனவே சொல்லீருக்கேன்.

மத்திய அரசோட தேசிய திரைப்பட வளர்ச்சிக் கழகத்தின் மூலமா 'மயிலு' படத்தை தயாரிக்க முயற்சி பண்ணினார் பாரதிராஜாண்ணன். இதுக்காக எஸ்.பி.பி.யும், பாரதிராஜாவும் சேர்ந்து ஒரு கம்பெனியும் ஆரம்பிச்சாங்க.

ஆனா... அந்த முயற்சி பலிக்கல.

டைரக்டராகணும்கிற தீவிர முயற்சியில் பத்துக்கும் மேற்பட்ட கம்பெனிகள்ல 'மயிலு' கதையைச் சொன்னார் பாரதிராஜா.

ஆனா... யாரும் வாய்ப்புத் தரல.

சோர்ந்து போயிருந்தார் பாரதிராஜாண்ணன்.

பாரதிராஜாவோட டைரக்ஷன் திறமைமேல ரொம்ப நம்பிக்கை வச்சிருந்த பிரபல தயாரிப்பாளர் கே.ஆர்.ஜி. மூலம் பொள்ளாச்சிக்காரரான எஸ்.ஏ.ராஜ்கண்ணு, பாரதிராஜாவோட படத்த தயாரிக்க முன்வந்தார். (ராஜ்கண்ணு ரொம்ப தங்கமான மனுஷர்.)

கண்ணதாசன் அய்யா எழுதின

'செவ்வந்தி பூ முடிச்ச சின்னக்கா...
சேதி என்னக்கா
நீ சிட்டாட்டம் ஏன் சிரிச்ச
சொல்லக்கா...'

பாட்டுதான் 'பதினாறு வயதினிலே'வுக்கு முதல்ல பதிவு செஞ்ச பாட்டு.

(கோயில் அம்மனுக்கு சூடம் காட்டு, அத நேரில் காட்டு) என கதைக்கு ஏத்த மாதிரியும், பட பூஜையை குறிக்கிற மாதிரியும் அமர்க்களமா எழுதியிருந்தார் கண்ணதாசன் அய்யா.

நான் ரொம்ப நாளைக்கு முன்னாடி எழுதின ஒரு பாட்டு...

அதாவது... மயிலு மாதிரி... ஒரு கிராமத்து பொண்ணு. அவளோட எதிர்பார்ப்பா ஒரு பாட்டு...

'மன்னன் வருவான்... மாலையிடுவான்...
இந்த மனதில் இன்பம் தருவான்...'

இப்படி ஒரு பல்லவியோட எழுதினேன்.

என்னோட பாட்டுக்கு ராஜாண்ணன் ட்யூன் போட்டார்.

இந்த ட்யூனும், பாட்டும் பாரதிராஜா மனசுல ரொம்பநாளா நின்னு போச்சு.

அந்த ஃபீல்ல ஒரு பாட்டு வேணும்னு பாரதிராஜாண்ணன் முடிவு செஞ்சிருப்பார் போல.

'பதினாறு வயதினிலே' படத்துக்காக ராஜா போட்ட ட்யூன்ல ஒண்ண செலக்ட் பண்ணி.... "டேய் அமர்... இந்த ட்யூனுக்கு டம்மியா வார்த்தைகள் எழுதிக்குடு"னு பாரதிராஜாண்ணன் சொல்ல... நான் எழுதிக் குடுக்க... 'டம்மிப் பாட்டே நல்லாருக்கு'னு சொல்லி... ரெண்டாவதா பதிவு செஞ்சது நான் எழுதின...

'செந்தூரப்பூவே... செந்தூரப்பூவே
ஜில்லென்ற காற்றே....
என் மன்னன் எங்கே
என் மன்னன் எங்கே
நீ கொஞ்சம் சொல்லாயோ...' பாட்டத்தான்.

(நான் ஏற்கனவே எழுதின 'மன்னன் வருவான்' பாட்டுக்கு ராஜா போட்ட ட்யூன் பின்னாடி 'பொண்ணு ஊருக்கு புதுசு' படத்துல

'16 வயதினிலே' படப்பிடிப்பில்
பாரதிராஜா -எஸ்.ஏ.ராஜ்கண்ணு -ஸ்ரீதேவி மற்றும் பலர்

இடம் பிடிச்சது. அந்த ட்யூனுக்கான பாட்ட எம்.ஜி.வல்லபன் எழுதினார்.

'சோலைக் குயிலே.... காலைக்கதிரே...
அள்ளும் அழகே... துள்ளும் ராகமே...'
என்கிற பாட்டுதான் அது)

'மயிலு'வ 'பதினாறு வயதினிலே'னு டைட்டில் மாத்தி பட பூஜை.

ஹீரோவா என்னோட நண்பன் கமல். ஹீரோயினா ஸ்ரீதேவி.

(இந்தப் படத்துக்கு முன்னாடியே ஸ்ரீதேவிகூட எனக்கு நல்ல நட்பு உண்டு. அதப் பத்தி... 'என் மயிலு' ஸ்ரீதேவியப் பத்தி அப்புறமா சொல்றேன்)

'16 வயதினிலே' கமல் -காந்திமதி

வில்லனா ரஜினி.

(எனக்கு அந்தச் சமயத்துல ரஜினிகூட பழக்கமில்ல. ஆனா எங்க பாஸ்கரண்ணனுக்கும், ரஜினிக்கும் நல்ல நட்பு உண்டு. இது சாயங்கால பார்ட்டிகள்ல ரெண்டு பேருக்கும் இடையே உண்டான பழக்கம். 'காயத்ரி' படத்திலருந்துதான் எனக்கு ரஜினிகூட பழக்கம் உண்டாச்சு.)

'பதினாறு வயதினிலே'வுல நண்பன் கமல் நடிக்கிறதுல எனக்கு ரொம்ப ரொம்ப பெருமையா... சந்தோஷமா இருந்தது.

பாரதிராஜாண்ணன் எல்லா கேரக்டரையும் அப்படியே நடிச்சுக் காட்டுவார்.

பாரதிராஜா செஞ்சு காட்டினத அப்படியே உள்வாங்கி பண்ணினாப்ல கமல்.

'சப்பாணி' கமல பார்க்கும்போதெல்லாம் எனக்கு பாரதிராஜாண்ணன்தான் தெரிவார். கமலுக்கு அவர் நடிப்புச் சொல்லிக் குடுத்த காட்சிகள் இன்னமும் கண்ணுக்குள்ளயே நிக்குது.

கமலோட நடிப்புல ரொம்ப சேஞ்ச் ஏற்பட்ட படம் இது.

அடுத்து....

டி.என்.பாலு டைரக்‌ஷன்ல கமல் நடிச்ச 'சட்டம் என் கையில்' படத்துக்கு ராஜாண்ணன் மியூசிக் பண்ணினார்.

கமல், ஸ்ரீதேவிய வச்சு டி.என்.பாலு இயக்கி தயாரிச்ச 'சங்கர்லால்' படத்துக்கு ஏனோ ராஜாண்ணன் மியூஸிக் பண்ணமாட்டேனு சொல்லீட்டார்.

இந்தச் சமயம் நான் தனியா மியூஸிக் டைரக்டரா ஆயிட்டேன்.

(என்னோட இசையில 'ஒரு விடுகதை ஒரு தொடர்கதை' உட்பட சில படங்கள் வந்திருச்சு)

அதனால 'சங்கர்லால்' படத்துக்கு என்னை மியூஸிக் பண்ணச் சொன்னாங்க.

தயக்கத்தோட ஒப்புக்கிட்டேன்.

ஸாங் கம்போஸிங் நடந்தபோது தவறாம வந்திடுவார் கமல்.

மியூஸிக்ல ரொம்ப ஆர்வமுள்ளவர் கமல்ங்கிறத ஏற்கனவே சொல்லீருக்கேன். அதனால கம்போஸிங்ல ஒக்காந்து 'இப்படி வரலாம்... அப்படி இருக்கலாம்'னு ஆலோசனை சொல்லி, பாடியும் காட்டுவார்.

கமலோட இசைஞானம் எங்களுக்குள்ள இன்னும் நட்ப வளர வச்சது.

'சங்கர்லால்' படத்துல 'இசை -இளையராஜா-கங்கைஅமரன்'னு இருக்கும்.

ஏன்னா... அப்ப ராஜாண்ணனோட மார்க்கெட் வேல்யூ அப்படி. அவர் பேர் இருந்தாத்தான் படம் வியாபாரம் பெரிசா இருக்கும்.

அதுக்காக ராஜாண்ணனோட பேரை மட்டும் போட்டுக்காம... அவர் போட்ட மெட்டு ஒண்ணயும் பாட்டாக்கி படத்துல சேர்த்தோம்.

கமல் ரொம்ப ஜாலியான ஆள்.

நான் மட்டும் என்னவாம்...

நாங்க சேர்ந்து கூத்தடிக்க ஆரம்பிச்சா... எல்லாரும் தெறிச்சு ஓடுவாங்க.

அந்த அளவுக்கு இருக்கும்...

எங்க பீப் ஸாங்!

80
வெடலை பருவத்து 'பீப்' பாடல்கள்!

கமல் ரொம்ப ரொம்ப ஜாலியான ஆள்.

நானும் ஜாலியான ஆள்தான்.

ரெண்டுபேரும் சேர்ந்தா... ரகளைக்கி கேட்கவா வேணும்....

கமலோட இசை ஆர்வம்பத்தி ஏற்கனவே சொல்லீருக்கேன்.

ஸாங் கம்போஸிங் நடக்கிறப்போ, நாங்க ரொம்பத்தான் கூத்தடிப்போம். அநியாயத்துக்கு கிண்டலடிப்போம். வெடலப் பசங்க சேந்தா கேலியும், கிண்டலுமா கிளுகிளுப்பா பேசிக்குவாங்கள்ல... அந்த மாதிரி இருக்கும் எங்க கூத்து.

இந்தக் காலத்துப் பசங்க என்ன பண்றாங்களோ... அதத்தான் நாங்களும் அன்னிக்கி செஞ்சோம்.

பிரபலமா இருக்க சினிமா பாட்டுக்கள... வயசுப் பசங்க தங்களுக்கு பிடிச்ச மாதிரி... மாத்திப் பாடுவாங்களே... அந்த மாதிரி... அன்னக்கி பிரபலமா இருந்த சினிமாப் பாட்டுக்கள நாங்க மாத்திப் பாடுவோம்.

உதாரணத்துக்குச் சொல்லணும்னா...

'சுத்தச் சம்பா பச்ச நெல்லு குத்தத்தான் வேணும்'கிற பாட்ட... அப்படியே கெட்ட வார்த்த பாட்டா மாத்திப் பாடுவோம்.

'யாத்தே... இவிங்க காது கூசுற மாதிரி பேசுவாய்ங்களே... பச்ச

பச்சயா பாடுவாய்ங்களே'னு எங்களப் பார்த்தாலே... மத்தவங்கள்லாம் ஓடுவாங்க.

'இவிங்ககிட்ட சிக்கக்கூடாது'னு தெறிச்சு ஓடுவாங்க.

அதயெல்லாம் வெவரமா வெளியில சொல்ல முடியாது.

சொன்னா... 'பீப் ஸாங்'கா ஆயிடும்.

ஆமா... அந்தக் காலத்துலயே 'பீப் ஸாங்' போட்டவங்க நாங்க.

எனக்கும், கமலுக்கும் இடையே இருந்த சுயநலமில்லாத நட்பு... கமல் குடும்பத்துக்கும், என் குடும்பத்துக்குமான நட்பா மாறுச்சு.

அப்போ... என் மகன்கள் வெங்கட்பிரபுவும், பிரேம்ஜியும் சின்னப் பசங்க.

நான் கமலோட வீட்டுக்கு அவனுங்கள கூட்டிட்டுப் போனேன்.

அந்தச் சமயம் கமல் கேரவன் வேன் வாங்கியிருந்தாப்ல.

எனக்குத் தெரிஞ்சு, கேரவன் வேன் வாங்கின முதல் சினிமாக்காரர் கமல்னு நினைக்கிறேன்.

வீட்டுக்குள்ள வெங்கட்பிரபுகூட கமல் குழந்த மாதிரி விளையாடுவார்.

பிரேம்ஜி மட்டும் கமல்கூட ஒட்டமாட்டான்.

(கமலுக்கும், பிரேம்ஜிக்கும் ஒரு ஒற்றுமை என்னன்னா... ரெண்டுபேருமே நவம்பர் 7-ந் தேதியில பிறந்தவங்க.)

பிரேம்ஜி ரஜினி ரசிகன். அதனாலதான் கமல் கூட ஒட்டல அவன்.

"ஏய்... என்னப் பிடிக்கும்னு சொல்லு"

"ஒங்கள பிடிக்காது"

"என்னப் பிடிக்கும்னு சொல்லுங்கிறேன்..."

"ஒங்கள பிடிக்காதுங்கிறேன்..."

"என்னப் பிடிக்கும்னு சொன்னாத்தான் உன்ன கேரவனுக்குள்ள கூட்டிட்டுப் போய் காட்டுவேன்"

"எனக்கு கேரவன காட்ட வேணாம்... ஒங்கள பிடிக்காது"

இப்படி கமல்கிட்ட ரொம்ப ஸ்டெபனா சொன்னான் பிரேம்ஜி.

"நீதான் நம்மாளு"னு சொல்லி வெங்கட்ட கமல் கட்டிப்பிடிச்சு கொஞ்ச...

"என்னய கொஞ்ச வேணாம்... எனக்கு ஒங்கள பிடிக்காது"னு பிரேம்ஜி சொன்னான்.

"சும்மா ஒரு பேச்சுக்காவது மாமாகிட்ட, 'ஒங்கள எனக்கு பிடிக்கும்'னு சொல்லுடா"னு நான் சொன்னேன்.

"எனக்கு ரஜினியத்தாம்பா பிடிக்கும்"னு கத்தினான்.

இன்னைக்கி வரைக்கும் ரஜினி ரசிகனாத்தான் இருக்கான்

பிரேம்ஜி. இப்படி... குடும்ப ரீதியான நட்பு எங்க ரெண்டு பேருக்கும் இடையில் இருந்துச்சு.

சாருஹாஸன் அண்ணாவும் என்மேல அக்கறையா இருப்பார்.

சுஹாஸினி... அடிக்கடி எங்க வீட்டுக்கு வந்திடும். நான் ரெக்கார்டிங் போகும்போது என்கூடவே வரும்.

ஒருநா...

கமலையும், வாணி கணபதியவும் எங்க வீட்டுக்கு விருந்துக்கு அழைச்சிருந்தேன்.

கமலுக்குப் பிடிச்ச கருவாட்டுக் கொழம்பிலருந்து... பலவகை உணவு செஞ்சு சாப்பிட வச்சோம்.

அப்புறம் ஒருநா...

நானும், என் மனைவி, குழந்தைகளும் கமல் வீட்டுக்கு விருந்துக்குப் போனோம்.

நல்ல சாப்பாடு.

சாப்பிட்டு முடிஞ்சதும்... வெங்கட் பிரபுகூட விளையாட ஆரம்பிச்ச கமல்... பிரேம்ஜிகிட்ட வம்பிழுக்க ஆரம்பிச்சிட்டார்.

'அவர்கள்' படத்துல சுஜாதா முன்னாடி கமல் ஒரு பொம்மய வச்சுக்கிட்டு பாட்டுப் பாடுவார்.

'ஜூனியர்... ஜூனியர்... ஜூனியர்...
திருமணம் கொண்டு...
இருமன வாழ்வில்
இடையினில் நீ ஏன்
மயங்குகிறாய்...

இந்தப் பாட்டுல பொம்ம பேசுற மாதிரியும், பாடுற மாதிரியும் காட்டியிருப்பாங்க.

அந்த மாதிரி... ஒரு பொம்மய கைல வச்சுக்கிட்டு... அந்த பொம்ம பேசுற மாதிரியே கமல் பேசினார்.

"யேய்... பிரேம்... ஏன் ஒனக்கு என்னய பிடிக்கல. என்கிட்ட பேசமாட்டியா? என்னய பிடிக்கும்னு சொல்லு"

"எனக்கு ரஜினியத்தான் பிடிக்கும்... ஒங்கள பிடிக்கல"னு கமல் பேசுன மாதிரியே பொம்ம போலவே பிரேம்ஜியும் பதில் சொன்னான்.

குடும்பரீதியா எங்க நட்பு ஆழமா வளந்துக்கிட்டே இருந்துச்சு.

கமலோட 'ராஜ பார்வை' படமும், 'வாழ்வே மாயம்' படமும் கிட்டத்தட்ட ஒரே காலகட்டத்துல உருவான படம்.

'ராஜ பார்வை' படத்துக்கு ராஜாண்ணன் மியூஸிக்.

(அழகே அழகே தேவதை பாட்டெழுத கண்ணதாசன் அய்யா கமல் வீட்டுக்கு வந்தார். அப்போ நடந்த சுவாரஸ்யமான விஷயத்த அப்புறமா சொல்றேன்.)

'வாழ்வே மாயம்' படத்தில் கமல்-ஸ்ரீதேவி

கமல் பட ஸாங் கம்போஸிங், ரெக்கார்டிங்ல நான் தவறாம இருப்பேன். 'ராஜ பார்வை'க்காக 'அந்தி மழை பொழிகிறது' பாட்ட வைரமுத்து ரொம்ப அருமையா எழுதும்போது நான் பக்கத்துலதான் இருந்தேன்.

'நாமளே ஒரு பாடலாசிரியர். நமக்கு வாய்ப்புத் தராம மத்தவங்களுக்கு தர்றாங்களே'னு நான் அப்பவும் சரி... இப்பவும் சரி நினைச்சதில்ல; போறமைப்பட்டதில்ல.

இப்ப நினைச்சுப் பார்க்கிறேன்...

மத்தவங்க வளர்ச்சியப் பாத்து பொறாமப்படாத, நல்ல குணமுள்ள பிள்ளையாத்தான் எங்கம்மா என்னய வளர்த்திருக்காங்க.

'வாழ்வே மாயம்' படத்துக்கு இசையமைக்க எனக்கு வந்த வாய்ப்பு.

'வாழ்வே மாயம்' பாடல்கள் திருப்தி இல்லாதது மாதிரி ஃபீல் பண்ணிய கமல்...

81
இணைந்து நடந்த இசைப்பயணம்!

எனக்கும், கமலுக்கும் தனிப்பட்ட முறையிலயும், குடும்ப ரீதியாகவும் சுயநலமில்லாத நல்ல நட்பு வளர்ந்துக்கிட்டே இருந்துச்சு.

அந்தச் சமயத்துல...

கமலோட படத்துக்கு முழுக்க முழுக்க நானே மியூஸிக் பண்ற ஒரு வாய்ப்பு அமைஞ்சது

நடிகராகவும், பல வெற்றிப் படங்கள தயாரிச்ச பிரபல தயாரிப்பாளராவும் புகழ் பெற்ற... கே.பாலாஜி சார் கிட்டருந்து எனக்கு அழைப்பு வந்துச்சு.

அவரோட அலுவலகத்துல போய்ப் பார்த்தேன்.

"கங்கை... என்னோட அடுத்த படத்துக்கு நீங்கதான் மியூஸிக் பண்ணித்தரணும்"

"ஐயோ... நீங்க வேற... ராஜாண்ணன் பீக்ல இருக்கார். அவர் உங்க கம்பெனி படங்களுக்கு தொடர்ந்து மியூஸிக் பண்ணீருக்கார். அவர விட்டுட்டு... என்ன பண்ணச் சொல்றீங்களே?"

"அவரு ரொம்ப பெரிய ஆளாயிட்டாரு கங்கை"

"பெரிய ஆளாயிட்டார்னா என்ன சார்..."

"ஒண்ணார் ரூவா வாங்குறார்"

'ராஜபார்வை'
கமல்-மாதவி

"அதனால...?"

"எங்க கம்பெனியப் பத்தி ஒங்களுக்குத்தான் தெரியுமே... நான் பட்ஜெட்ல படம் எடுக்குறவன். அதுவுமில்லாம, ராஜா பிஸியா நெறைய படக்களுக்கு ஒர்க்பண்ணிக்கிட்டு இருக்கிறதுனால...

அவர்கிட்ட டேட்ஸ் வாங்குறது ரொம்ப கஷ்டம்''னு சொன்னார் பாலாஜி.

(ஒண்ணார் ரூவாங்குற ஒண்ணரை லட்சம் அன்னிக்கி பெரிய தொகையா இருந்திருக்கு)

நடிகர் திலகம் சிவாஜியப்பா நடிச்ச 'தீபம்' படம்தான், சிவாஜியப்பாவுக்கு நாங்க (இளையராஜா) மியூஸிக் பண்ணின முதல் படம். இந்த படத்த தயாரிச்சது பாலாஜி.

தொடர்ந்து பாலாஜி தயாரிச்ச 'தியாகம்', 'நல்லதொரு குடும்பம்' படங்களுக்கும் ராஜா மியூஸிக் பண்ணினார்.

அதனால நான் ரொம்பத் தயங்கினேன்.

ஆனா... ''நீங்கதான் எங்க அடுத்த தயாரிப்புக்கு மியூஸிக் பண்ணணும்''னு பாலாஜி கேட்டுக்கிட்டார்.

ரொம்ப தயக்கத்துக்குப் பிறகுதான் சம்மதிச்சேன்.

ஒப்பந்தம் போட்டாச்சு.

மத்த மொழிகள்ல வெற்றியடையிற படங்கள தமிழ்ல எடுக்க ரீ-மேக் உரிமை வாங்கி படம் தயரிப்பது பாலாஜியோட ஸ்டைல். இந்த பாணியில தொடர்ந்து வெற்றியவும் பெற்றார்.

"படம் பத்தின விவரங்கள சொல்லுங்க சார்"னு கேட்டேன்.

"கமல், ஸ்ரீதேவி, ஸ்ரீப்ரியா நடிக்கிறாங்க. படத்துக்கு 'வாழ்வே மாயம்'னு டைட்டில் வச்சிருக்கோம்" என்றார் பாலாஜி.

"அட ஏங்க... 'வாழ்வே மாயம்'... 'உலகே மாயம்'னு அபசகுனமா டைட்டில் வச்சிருக்கீங்க?''

"கதைக்குப் பொருத்தமா இருக்கு இந்த டைட்டில்''

''ராங் சென்ட்டிமெண்ட்டா... விரக்தியா இருக்கு''னு நான் சொன்னேன்.

"இந்தக் கதையே ரொம்ப விரக்தியான கதைதான். தெலுங்குல நாகேஸ்வரராவ், ஸ்ரீதேவி நடிச்ச படம். 'பிரேமாபிஷேகம்'. இதத்தான் 'வாழ்வே மாயம்'னு எடுக்குறோம். அந்தப் படத்துல பாட்டெல்லாம் ரொம்ப பாப்புலர். அதனால 'பிரேமாபிஷேகம்' படம் போட ஏற்பாடாகியிருக்கு. நீங்க படம் பார்த்திடுங்க''னு சொன்னார் பாலாஜி.

அந்தப் படத்துல இருக்க மாதிரியே பாடல்கள் அதே டைப்ல இருக்கணும்கிறதுக்காகத்தான் படத்த பார்க்கச் சொன்னார்.

நானும் படம் பார்த்தேன்.

ஆனா... படத்துக்கான பாடல் மெட்டுக்கள... என் பாணியிலதான் போட்டேன்.

இளையராஜா இசையில கமலோட 'ராஜபார்வை' படமும், என்னோட இசையில கமல் நடிச்ச 'வாழ்வே மாயம்' படமும் கிட்டத்தட்ட ஒரே காலகட்டத்துலதான் தயாராகிக்கிட்டிருந்துச்சு.

என்னோட நண்பன் கமல் நடிச்ச 'சங்கர்லால்' படம்தான் கமலுக்காக நான் மியூஸிக் பண்ணின முதல் படம்னாலும்கூட... அதுல இளையராஜாவோட பாட்டு ட்யூன் ஒண்ண பயன்படுத்தி... 'இசை : இளையராஜா-கங்கைஅமரன்'னு போட்டோம்.

'வாழ்வே மாயம்' படத்துல என்னோட இசை மட்டும்தான்.

அந்த வகையில பாத்தா... கமலுக்கு நான் இசையமைச்ச முதல் படம்... 'வாழ்வே மாயம்'தான்.

ராஜபார்வை படப் பாட்டுக்கள்லாம் ரெக்கார்ட் ஆயிருச்சு.

'வாழ்வே மாயம்' படப் பாட்டுக்கள ரெக்கார்ட் பண்றோம்.

இந்த ரெண்டு படப் பாட்டுக்களயும் கேட்ட கமலுக்கு, 'ராஜ பார்வை' பாட்டெல்லாம் பிடிச்சுப் போச்சு.

'வாழ்வே மாயம்' பாட்டெல்லாம் கொஞ்சம் திருப்தி இல்லாமத்தான் இருந்திச்சு.

என் நண்பன் கமலோட அந்த ஃபீலிங் வாஸ்தவமானதுதான்... அது நியாயமான எண்ணம்தான்.

இளையராஜாங்கிறது பெரிய சக்தியில்லயா...

நான் 'வாழ்வே மாயம்' படத்துக்கு சுமாராத்தான் மியூஸிக் பண்ணியிருந்தேன். ஏதோ ரெண்டு பாட்டு நல்லா போட்டிருப்பேன். பின்னணி இசை நல்லா இருந்திருக்கும். அவ்வளவுதான்.

ராஜாண்ணன் அளவுக்கு நான் போக முடியாதில்ல.

ரொம்ப ஃபேமஸாச்சே... 'வாழ்வே மாயம்' படப் பாட்டுக்கள்னு சொல்வாங்க.

ஆனா... ராஜாண்ணன் ஒசரத்த, இசை வெளிப்பாட... நான் எட்ட முடியாது.

அது... நடக்கவே நடக்காத காரியம்.

வாங்க... கமலுக்கும், எனக்குமான நட்பின் அடுத்த சுவாரஸ்யத்துக்குப் போலாம்...

82
மெட்டு ரகசியங்கள்!

கமல் நடிச்சு, தயாரிச்ச 'ராஜபார்வை'க்கு ராஜாண்ணனும்... கமல் நடிச்சு, கே.பாலாஜி தயாரிச்ச 'வாழ்வே மாயம்' படத்துக்கு நானும் மியூஸிக் பண்ணீருந்தோம்.

ஆனா... 'ராஜபார்வை' பாட்டளவுக்கு 'வாழ்வே மாயம்' பாட்டு இல்லனு கமல் ஃபீல் பண்ணினத ஏற்கனவே சொல்லீருந் தேனில்லயா...

'ராஜபார்வை' படத்துல

அந்தி மழை பொழிகிறது
ஒவ்வொரு துளியிலும்
உன்முகம் தெரிகிறது

பாட்டுலருந்து எடுத்து நான் போட்டதுதான் 'வாழ்வே மாயம்' படத்துல வந்த

வந்தனம்... என் வந்தனம்
நீ மன்மதன் ஓதிடும் மந்திரம் பாட்டு.

மேலோட்டமா பாத்தா ரெண்டும் வேற வேற... நுணுக்கமா பாத்தாத்தான் புரியும்.

எப்படீங்கிறீங்களா?

'அந்தி மழை'னு தொடங்கும்போது கீழருந்து எடுத்து

சரணத்துல மேல போவார் ராஜா.

அதாவது... அந்தப் பாட்டுல... சரணத்துல...

தேனில் வண்டு மூழ்கும்போது... ஆ...ஆ...ஆ... னு ஆரம்பிக்கும்.

நான் அந்த சரணத்துலருந்து என் பாட்டுக்கு பல்லவியா 'வந்தனம் என் வந்தனம்'னு எடுத்திருப்பேன்.

இப்படி மெட்ட சுட்ட மேட்டர கமல்ட்ட நான் சொன்னப்போ... வியப்பா சிரிச்சார் கமல்.

கமலும், நானும் நெருங்கிய நண்பர்கள்ங்கிறதால... கமலோட படத்துல எனக்கு தொடர்ந்து பாட்டெழுதும் வாய்ப்பு கிடைச்சுக்கிட்டே இருந்தது.

வைரமுத்து வந்தபிறகுதான் கமல் படத்துல எனக்கு பாட்டு எழுதுற வாய்ப்புகள் குறைஞ்சது.

வைரமுத்துவோட எழுத்து மேல கமலுக்கு ஆச உண்டு. வைரமுத்துவ யாருக்குத்தான் பிடிக்காது.

எனக்கும் அவர பிடிச்சதுனாலதான் என்னோட இசையிலயும் அவர எழுத வச்சேன்.

கமல், வைரமுத்து... இவங்களோட நட்புங்கிறது இண்டலக்சுவல்ம்பாங்களே... அப்படியான நட்பு.

கமல் படங்களுக்கு அப்பப்ப மியூஸிக் பண்றது... அப்பப்ப பாட்டெழுதுறதுனு இருந்தாலும் எங்க நட்புக்கு அடிப்படையா அமைஞ்ச எங்களோட மேடைக் கச்சேரி தொடர்ந்து நடந்துக்கிட்டிருந்தது.

பொதுவா கமலுக்கு என்னோட மெலடியான இசைப் பாட்டுகள் ரொம்பப் பிடிக்கும்.

'ஒங்க மெலடீஸ் எனக்கு ரொம்பப் பிடிக்கும் அமர்'னு கமல் மனசுவிட்டு என்ன பாராட்டியிருக்கார்.

நான் இந்திப் பாடல்கள் ஸ்டைல்லதான் மியூஸிக் பண்ணுவேன். அதோட ராஜாண்ணன் ஸ்டைலை கொஞ்சம் கலந்துக்குவேன்.

நான் மியூஸிக் பண்ணி கமல் நடிச்ச 'சட்டம்' படத்துல

ஒரு நண்பனின் கதை இது
நண்பனா பகைவனா....
பாடினால் புரியலாம்
நான் பாடவோ?

...இப்படி ஒரு பாட்டு உண்டு.

பொதுவா தமிழ்ல இந்த மாதிரி ட்யூன்ல பாட்டு வராது. ஒரு இந்திப் பாடல் சாயல்ல நான் அந்த பாட்டப் போட்டேன். ஆனா... அது இந்திப் பாடல் சாயல்ங்கிறது தெரியாம பண்ணினேன்.

'ராஜபார்வை' படம் எடுக்கவிருந்த சமயத்துல... நடந்த ஒரு விஷயத்தச் சொல்றேன்....

கமலோட நண்பர்கள் கோஷ்டியில சந்தானபாரதி இருந்தான். மயிலாப்பூர் லஸ் ஏரியாவுல கலக்கிக்கிட்டிருந்த விஜி கோஷ்டியில நான் இருந்தேன். அப்பப்ப விஜி கோஷ்டியிலயும் சந்தானபாரதி மிங்கிள் ஆவான். சந்தானபாரதி மூலமா கமலும் நானும் அறிமுகமாகி நண்பர்களானதையும் ஏற்கனவே சொல்லீருக்கேன்.

நடிப்பு, பாட்டுப் பாடுறது, டான்ஸ்... இதத்தாண்டி 'ராஜபார்வை' படத்துக்கு கமல் வசனம் எழுதினார்.

எனக்குத் தெரிஞ்சு முதன்முதலா கமல் வசனம் எழுதினது இந்தப் படத்துக்குத்தான்னு நினைக்கிறேன்.

கமல் வசனம் எழுதினபோது சந்தானபாரதி கூட இருந்து ஒத்துழைச்சான்.

ராயப்பேட்டைல பி.வாசு பெரிய நட்பு வட்டத்தோட பிஸ்தாவா இருந்தான்.

சந்தானபாரதியும், வாசுவும் டைரக்டர் ஸ்ரீதர் சார்கிட்ட அஸிஸ்டெண்ட்டுகளாக ஒர்க் பண்ணீட்டு இருந்தாங்க.

ரெண்டு பேருக்குமே கதை எழுதுறதுல ரொம்ப இண்ட்ரஸ்ட் உண்டு.

நான் மியூஸிக் பண்ற படங்களுக்கு ஸாங் கம்போஸிங் பண்ணப் போற இடங்களுக்கு இவங்க ரெண்டு பேரையும் கூப்பிட்டுப் போவேன்.

ஒருநா....

கம்போஸிங்குக்காக கதாசிரியர் சோமசுந்தரேஸ்வரர பார்க்குறதுக்காக ஸ்வாஹத் ஓட்டலுக்கு போனேன். கூட இவங்க ரெண்டு பேரையும் கூட்டிட்டுப் போனேன்.

நாங்க நாலுபேரும் லிஃப்ட் மூலமா நாலாவது மாடிக்குப் போனோம்.

லிஃப்ட்ல ஏறி, இறங்குறதுக்குள்ள... 'என்கிட்ட ஒரு நல்ல கதை இருக்கு'னு ஒரு கதயோட நாட் சொன்னார் சோமசுந்தரேஸ்வரர்.

"ஹை-ஸ்கூல்ல நல்லா படிக்கிற ஒரு மாணவன், மாணவிய 'நீங்க ரெண்டுபேரும் லவ் பண்றீங்க'னு சுத்தி இருக்கவங்க சொல்லிச் சொல்லி... நிஜமாவே அவங்களுக்குள்ள காதல் வந்து, ஓடிப்போறதுக்கு முடிவு பண்றாங்க. அப்ப ஒரு டீச்சர்... 'வாழ்க்கைன்னா என்னா... இப்படி ஓடிப்போக முடிவு செய்றதுக்கு முன்னாடி அதனால வர்ற பிரச்சினைகள யோசிச்சுப் பார்த்தியா?'னு புத்திசாலித்தனமா, நல்லவிதமா அட்வைஸ் பண்றார். இதுதான் கதை"னு சொன்னார்.

"டேய்... இந்தக் கதய டெவலப் பண்ணி எழுதுங்கடா. ஒரு படம் எடுப்போம்"னு சந்தானபாரதிகிட்டவும், வாசுகிட்டவும் சொல்லீட்டு, நான் கம்போஸிங் போயிட்டேன்.

சாருஹாசனுடன் நான்

ரொம்ப சீக்கிரமே கதய நல்லா டெவலப் பண்ணீட்டாங்க ரெண்டு பேரும்.

யாரை நடிக்க வைக்கிறது... எப்படி எடுக்குறதுனு நான், சந்தானபாரதி, வாசு... மூணு பேரும் சேர்ந்து டிஸ்கஷன் பண்ணினோம்.

“இதுல வர்ற கெஸ்ட்ரோல்ல கமல் நடிச்சா நல்லாருக்கும். கமல்தான் இப்ப நிறைய படங்கள்ல நடிச்சு ரொம்ப பிரபலமா பெரிய நடிகரா இருக்காப்ல. கமல் நடிச்சா படத்துக்கு வியாபாரம் நல்லா இருக்கும். நம்ம நண்பன் கமல் இதுக்கு சம்மதிப்பாப்ல”னு பேசி முடிவு செஞ்சோம்.

கமல்கிட்டப் போய் விஷயத்தச் சொன்னோம்.

‘‘அதுக்கென்ன... தாராளமா பண்ணிக்கலாம்’’னு கமல்

சொன்னார்.

சந்தோஷமா பட வேலய ஆரம்பிச்சோம்.

'ஹீரோ, ஹீரோயினா யாரை நடிக்க வைக்கிறது? இந்த சப்ஜெக்ட்டுக்கு புதுமுகங்களா இருந்தாத்தான் சரியா இருக்கும்'னு முடிவு செஞ்சோம்.

கமல், சாருஹாஸன் அண்ணா, அவங்க குடும்பத்தோட எனக்கு நல்ல பழக்கம்கிறதையும், சுஹாஸினி அடிக்கடி எங்க வீட்டுக்கு வந்து பேசிட்டிருக்கும். நான் ரெக்கார்டிங்குக்குப் போறப்ப சுஹாஸினிய கூட்டிட்டுப் போவேன்லயா... அதனால

கதாநாயகியா சுஹாஸினிய அறிமுகப்படுத்தலாம்னு முடிவு செஞ்சோம்.

ஆனா....

83
'ராஜ' பரிசு!

லிஃப்ட்டில் ஏறி நாலாவது மாடி இறங்குறதுக்குள்ள கதாசிரியர் சோமசுந்தரேஸ்வரர் சொன்ன கதையை சந்தானபாரதியும் பி.வாசுவும் டெவலப் பண்ணிவிட்டனர்.

கதையில் வர்ற கெஸ்ட் ரோலில் கமலை நடிக்க வைக்க முடிவுபண்ணி கமல்கிட்டவும் சம்மதம் வாங்கினோம்.

அண்ணன் பஞ்சு அருணாசலம் ஒரு புதுமுக நடிகரின் ஆல்பத்த குடுத்தார். அந்தப் போட்டோவுல இருந்த பையனை ஹீரோவா செலக்ட் பண்ணிட்டோம்.

ஹீரோயினா... சுஹாஸினிய அறிமுகப்படுத்த ஐடியா பண்ணினோம்.

நாங்க படமெடுக்கப் போறதை தெரிஞ்சுக்கிட்ட வாணிகணபதி, "பாம்பேல எனக்குத் தெரிஞ்ச ஃபேமிலில ஒரு பொண்ணு இருக்கா, அவள வரச்சொல்றேன்" எனச் சொன்னார்.

அதன்படி... அந்தப் பெண்ணையே கதாநாயகியா தேர்வு செஞ்சோம்.

ஷூட்டிங்கிற்கான ஏற்பாடுகள் தீவிரமா இருந்த நேரத்துல... கெஸ்ட் ரோல்ல நடிக்க ஒப்புக்கொண்டிருந்த கமல், "இப்போ ரொம்ப பிஸியா இருக்கேன், அதனால உங்க படத்துல கெஸ்ட்

ராஜாண்ணனுடன் நான்

ரோல்ல நடிக்க இயலல"னு சொல்லிட்டார்.

சந்தானபாரதியும், பி.வாசுவும் டைரக்டர் ஸ்ரீதர்கிட்ட உதவி டைரக்டர்களா இருந்த இந்த ரெண்டுபேரும்... 'பாரதிவாசு'ங்கிற பேர்ல இணைஞ்சு டைரக்ஷன் பண்ணிய அந்தப் படம் 'பன்னீர் புஷ்பங்கள்'.

அண்ணன் பஞ்சு அருணாசலம் அடையாளம் காட்டிய சுரேஷ் ஹீரோவாவும், வாணி கணபதி சொன்ன சாந்திகிருஷ்ணா ஹீரோயினாவும் இந்தப் படத்தில் அறிமுகப்படுத்தப்பட்டாங்க.

கமல் நடிக்கமுடியாமப் போன கெஸ்ட் ரோல்ல... பிரதாப்போத்தன் நடிச்சார். ராஜாண்ணன் இசை.

இதுல...

ஆனந்த ராகம்

கேட்கும் காலம்

...இந்தப் பாட்ட நான் எழுதினேன்.

இப்படித்தான் சந்தானபாரதியும், பி.வாசுவும் டைரக்டர்களா ஆனாங்க.

இந்தப் படத்தை தயாரிக்க வந்தவங்க விஜயகுமார், சுகுமார்,

ஆனா ஃபைனான்ஸ் சிக்கல் அவங்களுக்கு.

இருந்தாலும் கமல் கெஸ்ட் ரோல்ல நடிக்கிறதால பிசினஸ் பண்ணிடலாம்...னு துணிஞ்சு எறங்குனோம்.

ஆனா... கமலால நடிக்க முடியல.

'கமல வச்சு ஒரு படம் எடுக்கணும்'ங்கிற என்னோட விருப்பம் தடை பட்டுச்சு. 'கமல் நடிக்க முடியாமப் போயிடுச்சே'ங்கிற ஏக்கம் இருந்துச்சே தவிர... கமல் மேல எனக்கு வருத்தம் கிடையாது.

கமலுக்கும் எனக்குமான நட்பு மேலும் மேலும் அழுத்தமா போய்க்கிட்டிருந்தது.

ராஜாண்ணன் இசையில் கமல் நடிச்ச 'ராஜபார்வை' படமும் என்னோட இசையில் கமல் நடிச்ச 'வாழ்வே மாயம்' படமும் கிட்டத்தட்ட ஒரே காலகட்டத்துல வந்தது.

'ராஜபார்வை' ஏ கிளாஸ்னா... 'வாழ்வே மாயம்' ஆல் கிளாஸ். ரெண்டு படத்து பாட்டுக்களுமே ரொம்ப பாப்புலராச்சு.

இந்தச் சமயத்துல...

ஒருநா...

என்னோட வேலையெல்லாம் முடிச்சிட்டு, கேஷுவலா ராஜாண்ணனோட ரெக்கார்டிங் நடந்துக்கிட்டிருந்த ஸ்டுடியோ வுக்குப் போனேன்.

70 மியூஸீஸியன்கள வச்சு வொர்க்பண்ணிக்கிட்டிருந்தார் ராஜாண்ணன். என்னைய பார்த்ததும் மியூஸிக் வேலையை நிறுத்திட்டு "இங்க வாடா"னு சொன்னார்.

ராஜாண்ணன பார்த்தா மத்தவங்களுக்குத்தான் பயம். எனக்கென்ன பயம் அண்ணன்கிட்ட.

நான் அப்ப அவர்கிட்ட எப்படி உரிமை எடுத்துக்குவேனோ... அப்படித்தான் எப்பவும்.

"என்னாது?"னு கேட்டுக்கிட்டே அவர்கிட்டப் போனேன்.

ராஜாண்ணன் மத்தவங்க இசையில வர்ற பாடல்கள கேட்கமாட்டார். இது அவரோட பழக்கம். அதனால அவர், நான் இசையமைச்ச 'வாழ்வே மாயம்' பாடல்கள கேட்டிருக்கமாட்டார்.

ஆனாலும்...

"நீ 'வாழ்வே மாயம்' படத்துக்கு ரொம்ப நல்லா மியூஸிக் பண்ணீருக்கதா சொன்னாங்க"னு சொல்லிக்கிட்டே..... தன் பக்கத்திலி ருந்த ஒரு பைல இருந்து ஒரு தங்கச் சங்கிலிய எடுத்து என் கழுத்துல போட்டுவிட்டார்.

அது... அஞ்சு பவுன் சங்கிலி.

என் அண்ணன் ராஜாங்கிறத தாண்டி... நான் குருவா மதிக்கிற இளையராஜா... அத்தனை மியூஸிக் கலைஞர்கள் மத்தியில என்னைய கௌரவிச்சது எனக்கு ரொம்ப சந்தோஷத்த தந்தது.

அது மிகப்பெரிய அங்கீகாரம்.

என்னோட வாழ்க்கைல மறக்க முடியாத தருணம்... அது.

இப்போ... அஜீத், விஜய் படங்களுக்கு மியூஸிக் பண்றவங்க பெரிய மியூஸிக் டைரக்டர்ங்கிற மாதிரி அப்போ கமல், ரஜினி படங்களுக்கு மியூஸிக் பண்றவங்க பெரிய மியூஸிக் டைரக்டர்.

நான் ரஜினி படத்துக்கு மியூஸிக் பண்ணல. ஆனாலும் கமல் படத்துக்கு மியூஸிக் பண்ணினதால பெரிய மியூஸிக் டைரக்டராயிட்டேன். அப்போ ராஜாண்ணன் மியூஸிக் பண்ணின கமல் படங்களும், நான் மியூஸிக் பண்ணின கமல் படங்களும் வெளியாச்சு.

'நாம ராஜாண்ணன் ஸ்டைல வச்சுத்தான மியூஸிக் பண்றோம். ஆனா 'வாழ்வே மாயம்' இசையைப் பாராட்டி ராஜாண்ணன் இவ்வளவு பெரிய அங்கீகாரம் குடுத்திட்டாரே'னு ரொம்ப ஆச்சர்யமாவும் இருந்துச்சு எனக்கு.

இது ஒருபுறமிருக்க... நானும், கமலும் ஸ்டார் நைட் மாதிரியான மேடைக் கச்சேரிகளை விடல.

தமிழ், மலையாளப் பாடல்கள கமல் கச்சேரியில பாடி வந்தார். சும்மா சொல்லக்கூடாது. கமல் ரொம்ப... ரொம்ப சூப்பரா பாடினார். இசை மேல இருந்த ஆர்வத்தோட முறைப்படி சங்கீதமும் கத்துக்கிட்டாரே.

'வாழ்வே மாயம்' படம் மூலம் எனக்குச் கிடைச்ச மிகப்பெரிய வெற்றியால் நான் ரொம்ப மனம் மகிழ்ந்து இருந்த நேரத்துல...

ஒரு தீபாவளி நாள்ல... ராஜாண்ணன்கிட்டருந்து எனக்கு அழைப்பு.

அண்ணன் பஞ்சுஅருணாசலம் அப்போ தி.நகர்ல ஒரு வீட்டுல குடியிருந்தார். ராஜாண்ணன் அங்க இருந்துக்கிட்டு எனக்கு போன் பண்ணினார்.

"டேய் அமர்... நீ ஒடனே கிளம்பி பஞ்சண்ணன் வீட்டுக்கு வா"னு போன் பண்ணினார்.

நான் கிளம்பி அங்க போனேன்.

"என்னடா... இப்படியெல்லாம் பண்றியாமே?"னு ராஜாண்ணன் கேட்க...

எனக்கு ஒண்ணும் புரியல...

"என்ன பண்ணினேன்?"னு திருப்பிக் கேட்டேன்.

"கண்ணதாசன் அய்யாவ திட்டியெல்லாம் எழுதுறியாமே?"

"நானா?"னு கேட்டு ஷாக் ஆனேன்.

கண்ணதாசன் அய்யா பாட்டெழுதுற படங்கள்ல நானும் பாட்டெழுதுற வாய்ப்ப பெற்றவன். ஆனாலும் 'எவ்வளவு பெரிய

கவிஞரய்யா எழுதுற எடத்துல நாமளும் எழுதுறமே'னு நான் சங்கடப்பட்டதுண்டு. அதை நினைச்சுப் பார்த்து "நான் எதுவும் எழுதலியே"னு சொன்னேன்.

ராஜாண்ணனும், பஞ்சண்ணனும் சிரிச்சாங்க.

அதாவது... சும்மா... ஜாலிக்கு என்னைய கலாட்டா பண்ணினாங்க.

"நாங்க 'கோழி கூவுது'னு ஒரு படம் எடுக்கப் போறோம். அந்தப் படத்த நீதான் டைரக்ட் பண்ற"னு சொல்லி ராஜாண்ணனும், பஞ்சண்ணனும் சேர்ந்து என் கைல அட்வான்ஸ் பணம் குடுத்தாங்க.

எனக்குப் பெரிய பெரிய கம்பெனி படங்கள்லருந்து மியூஸிக் பண்ண வாய்ப்புகள் தேடி வந்துக்கிட்டிருக்க நேரத்துல... இந்த டைரக்‌ஷன் வாய்ப்பு.

நான் சந்தோஷமா ஏத்துக்கிட்டேன்.

ஏன்னா...

84
நாட்டுப்புற கருவிகளால் ஒரு ஃபைட் மியூசிக்!

ஒரு தீபாவளியன்னைக்கி....

அமர்.... 'கோழிகூவுது' படத்த நீதான் டைரக்ட் பண்ணணும்னு சொல்லி ராஜாண்ணனும், பஞ்சண்ணனும் எனக்கு அட்வான்ஸ் குடுத்தாங்க.

நான் இசையமைச்ச 'வாழ்வே மாயம்' படத்தோட பாட்டெல்லாம் ரொம்ப பாப்புலரானதால... இசையில மிகப்பெரிய வெற்றிய அடைஞ்ச மன மகிழ்ச்சியில நான் இருந்த நேரம்... அதுவும் பெரிய நடிகரான கமலோட படத்துக்கு இசையமைச்சதால... பெரிய கம்பெனி படங்களுக்கு மியூஸிக் பண்ண... என்னத் தேடி வாய்ப்புகள் வந்துக்கிட்டிருந்த நேரத்துல...

என்னய டைரக்ஷன் பண்ணச்சொல்லி அட்வான்ஸ் குடுத்தாங்க.

நானும் சந்தோஷமா வாங்கிக்கிட்டேன். ஏன்னா....

நான் ரொம்ப விளையாட்டுப் பிள்ள. வாழ்க்கைய ஜாலியா எதிர்கொள்வேன். எந்த வேல குடுத்தாலும் செய்வேன். என்னப் பொறுத்த வரைக்கும் சினிமாவுல ஏதாவது வேல செஞ்சுட்டே இருக்கணும். அதனால நான் டைரக்ஷன் பண்ண ஒத்துக்கிட்டேன்.

என்கிட்ட கிரியேட்டிவிட்டிக்கி குறைவே இல்லன்னாலும்,

முழுசா கத சொல்லத் தெரியாது. ஷூட்டிங்கூட முழுசா பார்த்ததில்ல.... ஆனாலும்... ராஜாண்ணனால டைரக்ஷன் வாய்ப்பு என்னய தேடி வந்தது எனக்கு வியப்பா இருந்தது.

உண்மையச் சொல்லணும்னா... சினிமாவுக்கு வந்த கொஞ்ச நாள்ல... எனக்கு டைரக்ஷன் பண்ணணும்னுதான் ஆசையும், ஆர்வமும் இருந்துச்சு.

பாரதிராஜாண்ணன் 'பதினாறு வயதினிலே' படத்த தொடங்கினதும்... அவர்கிட்ட அஸிஸ்டெண்ட் டைரக்டரா சேரணும்னு ஆசப்பட்டேன்.

அந்தச் சமயம் எனக்கு கல்யாணமாயிடுச்சு.

மாமனார் வீட்ல எனக்கு உதவுவாங்கன்னாலும், நான் மாமனார் வீட்லயே குடியிருக்க வேண்டிய சூழல் வந்தப்பவும் வாடகை குடுத்து குடியிருந்தவனாச்சே.

குடும்பத்துக்காக சம்பாதிக்கணும்ல.

அஸிஸ்டெண்ட் டைரக்டரானா தினசரி சம்பளமெல்லாம் கிடைக்காது.

ஆனா... மியூஸீஸியனா இருந்தா... தினசரி ரெக்கார்டிங் போனாலே சம்பளம் கிடைக்கும். அதனாலதான் நான் ரொம்ப ஆசப்பட்ட டைரக்ஷன் டிபார்ட்மெண்ட்டுல ஈடுபடாம விலகி வந்து... மியூஸிக் லைன்லயே இருந்தேன்.

ஆசையிருந்தும் நான் அப்போ விலகிப் போன டைரக்டர் வேல மறுபடி என்னயத் தேடி வந்ததுதான் என்னோட வியப்புக்கு காரணம்.

ராஜாண்ணன் சொன்னதால நான் டைரக்ஷன் பொறுப்பை ஏத்துக்கிட்டதுக்கு இன்னொரு முக்கிய காரணம், ராஜாண்ணன் மேல நான் அப்பவும் இப்பவும் எப்பவும் வச்சிருக்க பாசம்... மரியாத.... அதோட அவர்தான எனக்கு குரு.

அதனாலதான் நான் முழுமனசோட, சந்தோஷத்தோட ஒத்துக்கிட்டேன்.

இசைஞானி இளையராஜாங்கிற எங்க ராஜாண்ணன் மேல நான் எம்புட்டு மதிப்பும், மரியாதையும், பிரியமும் வச்சிருக்கேன்கிறது பலருக்கும் தெரியும். என்னோட மனசுல அவருக்கு எப்பவுமே ஒசத்தியான எடம் குடுத்து வச்சிருக்கேன்.

இருந்தாலும் சமீபத்துல நான் சொன்ன ஒரு கருத்தால... நான் ராஜாண்ணன் மனச சங்கடப்படுத்திட்டதா... ஒரு புகைச்சல் இருக்கு.

'பழைய விஷயங்கள ஏன் கிளர்றீங்க? மனக் கசப்பு வர்ற மாதிரி ஏன் கருத்து சொல்றீங்க? பேட்டி குடுக்குறீங்க?'னு சினிமா பிரபலங்கள் என்கிட்ட கேட்டாங்க. இந்த தொடர படிக்கிற வாசகர்களுக்கு நான் சில விளக்கங்களச் சொல்ல வேண்டியது என்னோட கடமை.

அதனால சொல்றேன்....

சமீபத்துல மத்திய அரசோட தேசிய திரைப்பட விருது கமிட்டியில எனக்கும் இடம் கிடைச்சது.

இது எனக்கு சந்தோஷமாவும், புது அனுபவமாவும் இருந்துச்சு.

மராட்டிய மொழிப் படங்கள தேர்வு செய்ற குழுவுல நான் ஒரு சேர் பெர்ஸனா நியமிக்கப்பட்டிருந்தேன்.

அதாவது... மராட்டிய மொழிப்படங்கள ஒரு குழு பார்த்து... விருதுகளுக்கு பரிந்துரை செய்யும். அதுல செலக்ட்டான படங்கள சேர்மனோட கவனத்துக்கு நான் கொண்டு போவேன்.

ஒவ்வொரு மொழிப் படத்துக்கும் ஒரு குழுவும் ஒரு சேர் பெர்ஸனும் இருந்தாங்க.

போட்டியில கலந்துக்கிட்ட தமிழ்ப் படங்கள்ல ராஜாண்ணன் மியூஸிக் பண்ணின 'தாரை தப்பட்டை' படமும் இருந்துச்சு.

'இது ராஜாண்ணனோட ஆயிரமாவது படமாச்சே... இந்தப் படத்துக்காக ராஜாண்ணனுக்கு விருது கிடைச்சா நல்லாருக்குமே'னு நான் நினைச்சேன்.

விருதுக் குழுவோட முக்கிய விதிகள்ல ஒண்ணு என்னன்னா... விருதுக்கான போட்டியில இருக்கவங்கள... விருதுக்குழுவுல இருக்க அவங்களோட ரத்த சம்பந்தமான உறவுகள் ரெக்கமெண்ட் பண்ணக்கூடாது. ஆனா ஃபைனல்ல ரத்த உறவா இருந்தாலும் அவருக்கு ஆதரவா ஓட்டுப் போடலாம்.

அண்ணனுக்கு நான் ரெக்கமெண்ட் பண்ண முடியல.

ஃபைனல் ஸ்டேஜ்ல... இசை விருதுக்காக மூணு படங்கள் தேர்வாச்சு. அதுல ஒண்ணு 'தாரை தப்பட்டை.' அதோட மியூஸிக்கை செலக்‌ஷன் கமிட்டில இருந்த எல்லாருமே நோட் பண்ணினாங்க.

விருதுக்குழுவுல இருந்த ஒரு இந்தி பிரமுகர் தாரை தப்பட்டை மியூஸிக் சிறப்பா இருப்பதா ரெக்கமெண்ட் பண்ணி... விருதுக்கு சிபாரிசு செஞ்சார்.

உடனே நான் விருது கமிட்டியில இருந்த எல்லாருக்கும் 'தாரை தப்பட்டை.' படத்தோட க்ளைமாக்ஸ் காட்சிய அஞ்சு நிமிஷம்... போட்டுக்காட்ட ஏற்பாடு செஞ்சேன்.

எல்லாரும் மெய்சிலிர்த்துப் போனாங்க.

அதோட... அந்த இசையமைப்பைப் பத்தி விளக்கிச் சொன்னேன்.

இது கம்ப்யூட்டர்ல பீட் பண்ணி வச்சு பயன்படுத்தின இசை கிடையாது. அந்த சப்ஜெக்ட் நாதஸ்வரம், தவில் சம்பந்தப் பட்டதுனால... அதே இன்ஸ்ட்ருமெண்ட்ஸ வச்சு க்ளைமாக்ஸ் ஃபைட் ஸீனுக்கு மியூஸிக் பண்ணீருக்காங்க. நாட்டுப்புற கருவிகள

வச்சு லைவ் மியூஸிக்கா... இவ்வளவு கிராண்டியரா... ஃபைட்டுக்கு மியூஸிக் பண்ணின படம் இந்தியாவில் இல்ல. 'ஒரு இசையமைப்பாளரோட தனித் திறமைக்கு, தனித்தன்மைக்கு மரியாதை செய்றதுக்கு... தகுந்த படம் இது.' னு நான் ஆங்கிலத்துல... இந்த இசையமைப்போட வலிமைய எடுத்துச் சொன்னேன்.

எல்லாரும் ஒரு மனதா சிறந்த பின்னணி இசையமைப்பாளர் விருதுக்கு இளையராஜாவ தேர்ந்தெடுத்தாங்க.

சிறந்த நடிகை விருதுக்கு ஒரு இந்திப்பட நடிகையை தேர்வு

செய்ய முடிவாச்சு. (அந்த நடிகையோட பேரச் சொல்ல விரும்பல) ஆனா... விருதுக் கமிட்டியில இருந்த முக்கியமான பலரும் அந்த நடிகையை ஏற்கனவே ரெண்டுமுறை விருதுக்கு தேர்வு செஞ்சும்... அவங்க விருத வாங்க வரல. அலட்சியப்படுத்திட்டாங்க. இந்தமுறை விருது குடுத்தாலும் வரமாட்டாங்க. இப்படி ஒரு நல்ல வாய்ப்பு வீணா போறதவிட... லிஸ்ட்டுல அடுத்த லெவல்ல இருக்க ஒரு நடிகையை தேர்வு செய்யலாம்னு கருத்து தெரிவிக்க... அதன்படியே தேர்வு செஞ்சோம்.

எனக்கு பரிதவிப்பாயிப் போச்சு.

ஏன்னா... ஏற்கனவே 'பழசிராஜா'ங்கிற மலையாளப் படத்துக்கு ராஜாண்ணனுக்கு விருது கிடைச்சது. ஆனா... அவர் அந்த விருதை வாங்கல. இப்பவும் அதேபோல வாங்க வராம இருந்துட்டார்னா.... அவருக்கான அடுத்தடுத்த அங்கீகாரம் கிடைக்கிறதுல சிக்கல் வருமோ?னு பதட்டமாகி...

ராஜாண்ணனோட பி.ஏ.வுக்கு போன் பண்ணினேன்...

85

தீவிர ரசிகன் + கூடப்பிறந்த ரத்தம் = உரிமை!

மத்திய அரசோட 63-வது தேசிய திரைப்பட விருது குழுவுல சேர்பெர்ஸனா இருந்த நான்... இளையராஜாவோட இசையில் வந்த ஆயிரமாவது படமான 'தாரை தப்பட்டை' இசையின் தனித்தன்மைய தேர்வுக் குழுவினருக்கு எடுத்துச் சொன்னேன்.

எல்லாரும் ஒரு மனதா சிறந்த பின்னணி இசையமைப் பாளர் விருதுக்கு இளையராஜாவ தேர்ந்தெடுத்தாங்க.

சிறந்த நடிகை விருதுக்கு ஒரு இந்திப் பட நடிகையை தேர்வு செய்ய முடிவானாலும்கூட ஏற்கனவே ரெண்டு முறை அந்த நடிகையை விருதுக்கு தேர்வு செஞ்சும்... அவங்க விருத வாங்க வரல. அலட்சியப்படுத்திட்டாங்க. இந்த முறையும் வராம அலட்சியப்படுத்திட்டாங்கன்னா... 'இப்படி ஒரு நல்ல வாய்ப்பு வீணா போறதவிட... லிஸ்ட்டுல அடுத்த லெவல்ல இருக்க நடிகையை தேர்வு செய்ங்க'னு கமிட்டியோட மேல்மட்டத்துல இருந்தவங்க கருத்து தெரிவிக்க... அதன்படியே தேர்வு செஞ்சோம்.

எனக்கு இது மனசுல குத்துச்சு. ஏன்னா....

ஏற்கனவே 'பழஷிராஜா'ங்கிற மலையாளப் படத்துக்கு கிடைச்ச விருத ராஜாண்ணன் வாங்க வரல. விருது கிடைச்சது. இந்தத் தடவையும் வாங்க வராம இருந்துட்டார்னா... 'அவருக்கான

அடுத்தடுத்த அங்கீகாரம் கிடைக்கிறதுல சிக்கல் வருமோ?'ங்கிற கவலதான்.

ராஜாண்ணனோட பி.ஏ.வுக்கு போன் பண்ணினேன்...

'விருது உறுதியாயிட்டாலும்கூட அத முன்கூட்டியே தெரிவிக்கக்கூடாதில்லையா... அதனால... அண்ணனுக்கு விருது கிடைக்கிற சாத்தியம் முழுக்க இருக்கு. போன தடவ மாதிரி வராம இருந்திரப் போறார். விருது கிடைச்சா கண்டிப்பா அண்ணன் வந்து வாங்கணும். அடுத்தடுத்து அண்ணனுக்கு 'தாதா சாஹேப்...', 'பாரத ரத்னா' விருதுகள் கூட கிடைக்கணும். (அதுக்கான முழு தகுதிகளும் ராஜாண்ணனுக்கு உண்டு) அதனால மத்திய அரசு தர்ற விருத அண்ணன் வந்து வாங்கிக்கிறணும்'னு... ராஜாண்ணன் காதுல விழுற மாதிரித்தான் சொன்னேன்... தேசிய விருதுகள ராஜாண்ணன் இதுக்கு முன்னாடியும் வாங்கியிருக்கார்.

(1984-ல் 'சாஹர சங்கமம்' தெலுங்குப் படத்திற்காகவும், 1986-ல் 'சிந்து பைரவி' படத்திற்காகவும், 1989-ல் 'ருத்ரவீணா' தெலுங்குப் படத்துக்காகவும், வாங்கினார்.)

இந்தத் தடவ... விருதுக்கான செலக்ஷன் கமிட்டியில ஒரு சேர்பெர்ஸனா நான் இருக்கைல அண்ணனுக்கு கிடைக்கிற விருதை அண்ணன் வந்து வாங்குறத நேர்ல பார்க்கணும்னு ஒரு தம்பியா நான் சந்தோஷமா எதிர்பார்த்தேன்.

அண்ணன் விருது வாங்கிறது மாதிரியான காட்சிகள் இந்த தம்பியோட மனக்கண்ணுல ஓடுச்சு.

ஆனா... ராஜாண்ணன் விருதை வாங்கிக்க வரல.

முதல்லயே விருது வேணாம்கிற மாதிரி சொல்லீருந்தா... நாங்க இன்னொரு மியூஸிக் டைரக்டர தேர்வு செஞ்சிருப்போம்.

ஒரு தமிழரோ... இல்ல வேற மொழிக்காரரோ அந்த விருதை வாங்கீருப்பார்.

இந்திய அரசோட விருதை வாங்காம புறக்கணிச்சதும், இன்னொருவருக்கு அந்த விருது வாய்ப்பு கிடைக்காம போனதும் எனக்குள்ள பெரிய ஆதங்கத்த ஏற்படுத்துச்சு.

அதனால மீடியாவுல சில கருத்துகளச் சொன்னேன்.

அதுக்கு ராஜாண்ணனும் ஒரு விளக்கத்த பதிலா சொன்னார்....

இசையமைப்பாளருக்கான விருதை பிரிச்சுக் கொடுக்குறதில் எனக்கு உடன்பாடில்லை. 'பாடலுக்குத் தனியாவும், பின்னணி இசைக்குத் தனியாவும் விருதை பிரிக்கக்கூடாதுன்னு மத்திய அமைச்சகத்துக்கு கடிதம் எழுதியிருக்கேன்'னு அந்த விளக்கத்துல ராஜாண்ணன் சொன்னார்.

(2009-ஆம் ஆண்டுக்கான தேசிய திரைப்பட விருதுகளில் சிறந்த இசையமைப்பாளர் -பின்னணி இசைக்காக 'பழஷிராஜா'

மலையாளப் படத்திற்காக இளையராஜாவும்...

சிறந்த இசையமைப்பாளர் -பாடல் -இசைக்காக 'தேவ்-டி' இந்திப் படத்திற்காக அமித் த்ரிவேதியும் தேர்வு செய்யப்பட்டனர்.

2015-ஆம் ஆண்டிற்கான தேசிய திரைப்பட விருதுகளில் சிறந்த இசையமைப்பாளர்- பின்னணி இசை விருதுக்காக 'தாரை தப்பட்டை' படத்துக்காக இளையராஜாவும்...

சிறந்த இசையமைப்பாளர் -பாடல் இசை விருதுக்காக 'என்னு நிண்டே மொய்தீன்' மலையாளப் படத்திற்காக எம்.ஜெயச்சந்திரனும் தேர்வு செய்யப்பட்டிருந்தனர்.

இந்த இரண்டு முறையும்தான் விருதுகளை வாங்காமல் இளையராஜா புறக்கணித்தார்)

ராஜாண்ணனின் விளக்கத்துக்கும் நான் ஒரு பதில் சொன்னேன்.

‘ஆஸ்கர் விருதுகள்’ல பார்த்தீங்கன்னா... ஒவ்வொரு வருஷமும் ரெண்டு மியூஸிக் டைரக்டர்ஸ் விருதுகள் வாங்குவாங்க. பாடலிசைக்கு ஒண்ணு, பின்னணி இசைக்கு ஒண்ணு. இதுதான் ஆஸ்கர் ரூல்ஸ்.

அந்த கான்செஃப்ட்டுலதான் இங்கயும் அறிவிக்கப்பட்டது.

ராஜாண்ணன் அதிருப்தி தெரிவிச்சதால... தேர்வு குழுவுக்கு சங்கடமாகிப் போச்சு.

‘இசைத்துறைக்கு ஒரு வருஷத்துல ரெண்டு பேர்களுக்கு விருது கிடைக்கிறது நல்ல விஷயம்தானே’னு மத்த மியூஸிக் டைரக்டர்ஸ் சொன்னாங்க.

இதத்தான் நான் ராஜாண்ணனோட விளக்கத்துக்குப் பதிலா சொன்னேன்.

முதல்ல... நான் ஒரு தீவிரமான இளையராஜா ரசிகன்.

அவர் விருது வாங்கிறத பார்க்க பெருமைப்பட... இளையராஜாவோட ரசிகர்கள்ல ஒருத்தனா ஆர்வப்பட்டேன்.

அதுல எனக்கு ஏமாற்றம்.

இளையராஜா கூடப்பொறந்த ரத்தம்... இப்ப நான் மட்டும்தான் இருக்கேன். அவர் மேல அக்கறைப்பட என்னய மிஞ்ச ஆள் இல்ல.

தம்பியா நான் ஆசைப்பட்டேன்.

அதுலயும் எனக்கு ஏமாற்றம்.

இந்த ரெண்டு ஏமாற்றமும் ஆதங்கமுமாத்தான் நான் சில கருத்துகளச் சொன்னேன்.

இத ராஜாண்ணன் எப்படி எடுத்துக்கிட்டாருனு தெரியல.

ராஜாண்ணனோட ரசிகர்களும் எப்படி எடுத்துக்கிட்டாங்கனு தெரியல.

நான்... மேலும் மேலும் ராஜாண்ணன் உயரணும்கிற உள்ளத்தோடதான் இதச் சொல்றேன்.

‘பண்ணைப்புரம் எக்ஸ்பிரஸ்’ தொடர படிச்சிட்டு வர்ற வாசகர்கள், சினிமா பிரபலங்கள், ராஜாவின் ரசிகர்கள்...

இவங்கள்லாம் நான் சொன்ன கருத்தால... அது பெரிய புகைச்சல உண்டுபண்ணினதால... அந்தப் பிரச்சினைக்கு சமாதானமாவும், சுமுகமாவும்தான் இந்த விளக்கத்த சொல்லீருக்கேன்.... இளையராஜாவோட தம்பிங்கிற அன்போட.... கர்வத்தோட.....

வாங்க, தொடர... விட்ட எடத்துல இருந்து தொடரலாம்.

86
கலக்கி எடுத்த கரகாட்டக்காரன்!

நான் மியூஸிக் பண்ணி, கமல் நடிச்ச 'வாழ்வே மாயம்' படம் எனக்கு மிகப்பெரிய இசை வெற்றியை தந்துச்சு.

தொடர்ந்து பெரிய பெரிய படங்களுக்கு மியூஸிக் பண்ண எனக்கு வாய்ப்புகள் வந்த நேரத்துல...

ராஜாண்ணனும், அண்ணன் பஞ்சு அருணாசலமும் என் கைல அட்வான்ஸ் குடுத்து 'நாங்க எடுக்கப் போற 'கோழி கூவுது' படத்த நீ டைரக்ட் பண்ணனும்'னு சொன்னாங்க.

எனக்கு டைரக்‌ஷன் பத்தி பெரிசா எதுவும் பிராக்டிகலா தெரியாதுன்னாலும்... ரொம்ப வருஷமா எனக்குள்ள... பாரதிராஜாண்ணன் 'பதினாறு வயதினிலே' படத்த டைரக்ட் பண்ண ஆரம்பிச்ச நேரத்துலருந்தே, டைரக்டர் ஆகணும்கிற ஆச இருந்ததுனால... தேடி வந்த இந்த வாய்ப்பை ஏத்துக்கிட்டேன்.

'கோழி கூவுது' படம் மூலம் முதன்முதலா டைரக்டராவும் ஆனேன்.

(கோழி கூவுது பட 'சிப்பாயண்ணே' பாட்டு திருச்செந்தூர் இடைத் தேர்தல்ல பரபரப்பை ஏற்படுத்தியதையும், மக்கள் திலகம் எம்.ஜி.ஆர். என்னயக் கூப்பிட்டு விசாரிச்சதையும்... ஏற்கனவே எம்.ஜி.ஆருடனான என்னோட அனுபவங்கள்ல சொல்லீருக்கேன்.

இப்ப நாம கமலுக்கும், எனக்குமான நட்பப் பத்தி பேசிக்கிட்டிருப்பதால... கமல் படத்த இயக்க வாய்ப்பு வந்ததப் பத்தி பேசப் போறதால.... 'கோழி கூவுது' படம் சார்ந்த சுவாரஸ்யங்கள அப்புறமா சொல்றேன்)

'கோழி கூவுது' படம் வெற்றி.

அடுத்தடுத்து படங்கள் டைரக்‌ஷன்பண்ணி... பிஸியா இருந்தேன்.

'கரகாட்டக்காரன்' படத்த இயக்க ஆரம்பிச்சேன்.

ஒரு முக்கியமான விஷயத்தச் சொல்றேன்....

ராஜாண்ணன்... அவரோட இசை வாழ்க்கைல கதையே கேட்காம இசையமைக்க ஒப்புக் கொண்ட ஒரே படம்... 'கரகாட்டக்காரன்' மட்டும்தான்.

ராஜாண்ணன் பிஸியா மியூஸிக் பண்ணிட்டிருந்தார் அப்போ.

ராஜாண்ணனுக்கு அப்போ நான்தான் டேட்ஸ் பார்த்துக்கிட்டிருந்தேன்.

'என்ன தேதியில, எந்தப் படம்? ஸாங் ரெக்கார்டிங்கா? ஸாங் கம்போஸிங்கா? ரீ-ரெக்கார்டிங்கா?'னு எல்லா விபரமும் நான்தான் பார்த்துக்குவேன்.

ஏற்கனவே திட்டமிட்டிருந்த ரெக்கார்டிங் திடீர்னு கேன்ஸலாச்சுன்னா... 'டேய் அமர்... இன்னைக்கி பண்ணவேண்டிய ரெக்கார்டிங் கேன்ஸலாயிருச்சு. என்ன பண்ணலாம்?'னு ராஜாண்ணன் என்கிட்ட கேட்பார்.

"அப்ப என்னோட படத்துக்கு இன்னைக்கி ஒரு பாட்டு போட்டுக் குடுத்துருண்ணே"னு சொல்லுவேன்.

'என்ன மாதிரி பாட்டு வேணும்?'னு ராஜாண்ணன் கேட்க...

"ஒரு கரகாட்டக்காரன் இன்னொரு ஊர்ல போயி கரகாட்டம் ஆடுறான். அந்த ஊர்ல இருக்க கரகாட்டக்காரிக்கு ஜாடமாடையா காதலச் சொல்றான். கரகாட்ட மியூஸிக்லயே ஒரு பாட்டு வேணும்ணே"னு நான் சொல்ல...

'மாங்குயிலே பூங்குயிலே சேதி ஒண்ணு கேளு...' பாடல் இப்படித்தான் அமைஞ்சது.

"ரெண்டு பேரும் தீ மிதிக்கிற மாதிரி ஒரு சூழ்நில. அதுக்கு ஒரு பாட்டு வேணும்"னு சொல்ல...

'மாரியம்மா... மாரியம்மா... திரிசூலியம்மா நீலியம்மா...'ங்கிற பாட்டு இப்படித்தான் அமைஞ்சது.

"அண்ணே... ஒரு மெலடி ஸாங் வேணும். ஆனா... இது சோக பாட்டா இல்லாம டூயட் ஸாங்கா இருக்கணும்"னு நான் சொல்ல...

'இந்த மான் எந்தன் சொந்தமான்' பாட்டத் தந்தாரு.

இப்படித்தான் ஒவ்வொரு பாட்டும் கிடைக்கிற கேப்ல

'கரகாட்டக்காரன்' ஷூட்டிங் ஸ்பாட்

உருவாச்சு.

அந்த பாட்டெல்லாம் எப்படிப்பட்ட ஹிட்டுனு ஒங்களுக்குத் தெரியும்.

'கரகாட்டக்காரன்' படம் என்னா ஓட்டம் ஓடுச்சுங்கிறதும் ஒங்களுக்குத் தெரியும்.

'கோழி கூவுது' மூலம் என்னய டைரக்டராக்கி எனக்கு நல்லதுதான் பண்ணினார் ராஜாண்ணன்.

என்னய டைரக்டராக்கணும்னு ராஜாண்ணன் விருப்பப்பட்ட

டைரக்ஷன் துறையில என்னய உச்சத்துல கொண்டுபோய் வச்ச படம் 'கரகாட்டக்காரன்.'

கரகாட்டக்காரன் ரிலீஸ் ஆன நேரம்... கமலோட 'அபூர்வ சகோதரர்கள்' படமும் வெளியாச்சு.

'அபூர்வ சகோதரர்கள்' படமும் வெற்றிப் படம்னாலும்... 'கரகாட்டக்காரன்' அளவுக்கு இல்ல.

ஒரு படம், ஒரு வருஷம் ஓடியதெல்லாம் ஏற்கனவே இருக்குன்னாலும்... அது ஒண்ணு ரெண்டு தியேட்டர்ல ஒரு காட்சியா ஓடியிருக்கும். ஆனா... 'கரகாட்டக்காரன்' மட்டும் பல நகரங்கள்ல தினசரி மூணு காட்சிகளாவே ஓடுன படம். ஒரு வருஷத்த தாண்டி... ரெண்டாவது வருஷத்தையும் தொடங்குச்சு.

அதனாலதான் கரகாட்டக்காரன் வெற்றி விழாவ... இரண்டாம் ஆண்டு தொடக்க வெற்றி விழா னு குறிப்பிட்டு விழா எடுத்தாங்க.

(கரகாட்டக்காரன் படம் சார்ந்த அனுபவங்களையும் அப்புறமா சொல்றேன்)

கரகாட்டக்காரன் படம் மாபெரும் வெற்றியடைஞ்சதை யடுத்து....

கமல்ட்ட இருந்து எனக்கு அழைப்பு.

கமலோட ஆபீஸுக்கு போனேன்.

''எங்க சொந்தப் பேனர்ல (ராஜ்கமல்) படம் எடுக்கப் போறோம். நான் நடிக்கிறேன். வில்லேஜ் பேக்ரவுண்ட்ல சப்ஜெக்ட்டா இருந்தா நல்லா இருக்கும்னு நினைக்கிறேன்.. நீங்க டைரக்ஷன் பண்ணணும்''னு சொன்னார் கமல்.

''எனக்கு ரொம்ப சந்தோஷம்... நீங்க இந்த வாய்ப்ப எனக்குத் தர்றதுல. எனக்கு ரெண்டு நாள் டைம் குடுங்க... நான் ஒரு கதை அவுட் லைனோட வர்றேன்''னு சொல்லிட்டு வந்தேன்.

எனக்கு சந்தோஷம் தாங்கல.

அந்தக் காலத்துல எம்.ஜி.ஆரை வச்சு படம் டைரக்ட் பண்ற டைரக்டர்களும், சிவாஜிய வச்சு படம் டைரக்ட் பண்ற டைரக்டர்களும் பெரிய ஆட்களா மதிக்கப்படுவாங்க. எம்.ஜி.ஆர்., சிவாஜி ரசிகர்ள்ட்டயும் அந்த டைரக்டர்களுக்கு மதிப்பு உயரும்.

அப்படி பெருமிதமும், பெருமையுமா இருப்பாங்க அவங்களை இயக்குற டைரக்டர்கள்.

எங்க காலத்துல... எம்.ஜி.ஆர். அரசியல்ல இருந்ததால நடிக்கல.

சிவாஜியோட படங்களுக்கு மியூஸிக் பண்ணியிருக்கோம்.

கமல்-ரஜினிய வச்சு படம் பண்ற டைரக்டர்கள் பெரிய டைரக்டர்களா பார்க்கப்பட்டாங்க. அவங்களை டைரக்ட் பண்ற டைரக்டர்களும் அதை பெருமையா நினைச்சாங்க. பேரும், புகழும்

கிடைச்சது.

இப்படி ஒரு பெரிய வாய்ப்பு... பெருமைக்குரிய வாய்ப்பு என்னயத் தேடி வந்ததுல ரொம்ப மகிழ்ச்சி.

'கமல்ங்கிற பெரிய நடிகர வச்சு படம் டைரக்ட் பண்ணப் போறோம்'ங்கிற பிரமிப்போட... 'என் நண்பன் கமலை இயக்கப் போறோம்'ங்கிற ஆர்வமுமா... இரட்டிப்பு சந்தோஷமா இருந்துச்சு எனக்கு.

ஆனா...

87
வில்லேஜ் வீரம்!

‘கரகாட்டக்காரன்’ மாபெரும் வெற்றிப்படம். ஒரு வருஷம் தாண்டி ஓடின படம்.

இந்த வெற்றியால், கமல் தன்னோட சொந்த தயாரிப்பில் நடிக்க... ஒரு வில்லேஜ் சப்ஜெக்ட் படத்தை டைரக்‌ஷன் பண்ணித்தரச் சொல்லி என்னய கூப்பிட்டுப் பேசினார்.

என் நண்பன் கமல வச்சு டைரக்ட் பண்ண வாய்ப்பு வந்ததாலும், பெரிய நடிகரான கமலை டைரக்ட் பண்ணப்போறோம்கிறதாலயும் இரட்டிப்பு மகிழ்ச்சி எனக்கு.

‘ரெண்டு நாள் கழிச்சு வந்து உங்கள பார்க்குறேன்’னு கமல்ட்ட சொல்லீட்டு வந்தேன்.

‘கரகாட்டக்காரன்’ வெற்றிக்கும், கமல் படத்த ஆரம்பிக்கிறதுக்கும் இடையில பிரபுவ வச்சு ‘சின்னவர்’ படத்த இயக்கிக்கிட்டிருந்தேன்.

“சின்னவர்’ படம் சம்பந்தமா நான் ராஜாண்ணன பார்த்தப்ப... ‘கமல் தன்னவச்சு டைரக்‌ஷன் பண்ணச் சொல்லீருக்காப்ல”னு சொல்ல... ‘அப்படியா?’னு கேட்டார்.

சொன்னபடி ரெண்டுநாள் கழிச்சு கமல சந்திச்சு... கதையோட அவுட் லைன சொன்னேன்.

வெள்ளையம்மா மாடு வளத்தா... வெள்ளையத்தேவன் அடக்கினான்... வெள்ளையம்மாளை கல்யாணம் பண்ணிக்கிட்டான்....

இது 'வீரபாண்டிய கட்டபொம்மன்' படத்தில் வரும் சம்பவம்.

இதத்தான் கமல்கிட்ட சொன்னேன்...

''வெள்ளையம்மா மாடு வளத்தா. 'அந்த மாட்ட அடக்குனவனுக்குத்தான் வெள்ளையம்மாவ கட்டித்தருவேன்'னு அவளோட அப்பன் சொல்றான். அந்த மாட்ட ஹீரோ எந்த சூழ்நிலையில அடக்குறான், எப்படி ஹீரோயின கல்யாணம் பண்றாங்கிறதுதான் கதையோட பேஸ். இத வச்சு ஸ்கிரீன்ப்ளேவ ரெடி பண்றேன்"னு சொல்லிட்டு வந்தேன்.

அதுபடியே... கதைய ரெடி பண்ணினேன்.

கமல்கிட்ட நான் சொன்ன கதையக் கேளுங்க...

கோடாங்கிப்பட்டி...

அழகான கிராமம்.

டாப் ஆங்கிள்ல ஊரக் காட்டுறோம்.

ஊர்ல நடக்குற கோயில் திருவிழாவோட மேளச்சத்தம் தூரத்துல கேட்குது.

ஊர்மக்கள் ஆங்காங்கே பேசிக்கொள்வது டயலாக்காக கேட்கிறது.

(ஸ்ட்ரெய்ட்டா ஸீன ஓபன் பண்ணாம... இந்த மாதிரி... நாவல்டியா எதிர்பார்ப்பார் கமல். அதுக்கு தகுந்த மாதிரி... இப்படி ஓபனிங் வச்சேன்)

வளைஞ்சு நெளிஞ்சு போற அழகான ரோடு. ரெண்டு பக்கமும்... பக்கத்துக்கு பதினைந்து கடைகள் கொண்ட கடைவீதி.

ஜனங்க போய்க்கிட்டும், வந்துக்கிட்டும், கடையில் பொருட்கள் வாங்கிக்கிட்டும் இருக்காங்க.

திடீர்னு மக்கள்லாம் அங்கிட்டும் இங்கிட்டும் பதறி ஓடுறாங்க.

ஒரு முரட்டு கன்றுக்குட்டி..... மூர்க்கமா ஓடிவருது.

பெண்களும், ஆண்களும் பதட்டத்தில் குறுக்கும் நெடுக்குமா ஓட...

கன்றுக்குட்டி பாய்ந்து வந்துக்கிட்டிருக்க...

ஒரு பெண்குழந்தை தன்னோட தம்பிப் பாப்பாவை தூக்க முடியாமல் தூக்கிக்கிட்டு வந்துக்கிட்டிருக்கு.

கன்று அந்த குழந்தையை முட்டுவதற்காக பாய்ந்து வந்துக்கிட்டிருக்க...

ஒரு பத்து வயதான டவுசர் போட்ட சிறுவனின் கால்கள், கன்று வரும் திசைக்கு எதிர் திசையில் நிற்கிறது.

கன்று ஓடிவர...

குழந்தை, பாப்பாவுடன் கன்றுக்கு முன்புறமாக வர...

மக்கள் பீதியுடன் பார்க்க...

கன்றை நோக்கி சிறுவனின் கால்கள் ஓட....

குழந்தையை கன்று முட்டப்போகையில் அதன் கழுத்தை, சிறுவன் தன் கைகளால் வளைத்துப் பிடித்து நிறுத்த...

மக்கள் சந்தோஷத்தில் ஆரவாரம் செய்ய...

சிறுவனின் முகத்தை காட்டுகிறோம்.

ஹீரோவின் (சிறுவயது) அறிமுகக் காட்சி.

தம்பிப் பாப்பாவை சுமந்து வந்த பெண்குழந்தை வியப்புடன் அந்த சிறுவனைப் பார்க்கிறாள்.

(ஹீரோயின் (சிறுவயது) அறிமுகக் காட்சினு நினைச்சிருப்பீங்களே... அதுதான் இல்ல.)

கன்றை அடக்கிய பெருமிதம் சிறுவனின் கண்களில்.

அவனைப் பாராட்டும்விதமாக மக்கள் கைதட்டுறாங்க.

அதில்... ஒருஆளின் கைகள் ஒன்றை ஒன்று தட்டுவதை க்ளோஸ்-அப்பில் காட்டுறோம்.

ஸீன் சேஞ்ச்.

க்ளோஸ்-அப்பில் ஒரு பெண்ணின் கை, கன்றை அடக்கிய சிறுவனின் கன்னத்தில் 'பளார்' என அறைகிறது.

"ஒன்னய யாருடா கன்னுக்குட்டிய புடிக்கச் சொன்னது? கடவீதியில அம்புட்டுப் பேரு இருக்கயில... அவங்களுக்கு இல்லாத அக்கற ஒனக்கெதுக்குடா?" என அவன் கன்னத்தில் அறைந்த அவனுடைய அம்மா கோபமாக கேட்க....

"யம்மா... ஒரு கொழந்தய முட்ட வந்துச்சும்மா..."

"அதுக்கு?"

"எப்படிம்மா பார்த்திட்டு சும்மா இருக்க முடியும்? அத தடுத்தது தப்பாம்மா?" என அவன் அடிபட்ட கன்னத்தை தடவிக்கொண்டே கேட்க...

"மத்தவங்கள்லாம் சும்மாதான் வேடிக்க பாத்துக்கிட்டு இருந்தாங்க. இவரு பெரிய சூரப்புலி... கன்னுக்குட்டிய அடக்கப் போயிட்டாரு" என்றபடி ஆத்திரம் தாளாமல் மறுபடியும் அவனை அடிக்க.. கை ஓங்குகிறாள் அவனின் தாய்.

அந்தச் சமயம்... "என்னம்மா புள்ளயப்போட்டு அடிச்சுக்கிட்டிருக்க?"னு கேட்டபடியே அவளின் அண்ணன் வருகிறான்...

அப்போது, அவள் கண்கலங்கியபடி... "எண்ணே... என் பொழப்பே அந்தலசிந்தலயானது இதனாலதாண்ணே... ஒனக்குத் தெரியாதா?"னு சொல்ல...

சிறுவனைப் பார்த்த அவன் "மருமகனே... நீ போய்

வெளையாடுய்யா.... அம்மாதான அடிச்சிச்சு மனசுல வச்சுக்காத"னு சொல்ல...

சிறுவன் அங்கிருந்து போகிறான்.

இருவரும் வீட்டுக்கு வெளியே உட்கார்ந்து பேசுகிறார்கள்.

(கதையோட அடித்தளத்தை இங்க வைக்கிறோம்)

"யாராலயும் அடக்க முடியாத காளய அடக்குனாரு எம் புருஷன். அது ஊர் பெரிய மனுஷனுக்கு கௌரவக் கொறைச்சலா போனதாலதான... மாட்டுக் கொம்புல வெசத்த தடவி... எம் புருஷன குத்தி கொடல சரிச்சு கொன்னு போட்டாய்ங்க. அப்படிப்பட்ட ஊர்ல... இவனும் மாட்ட அடக்குற ருசி கண்டுட்டான்னா... ஆத்தே.... இதுனாலதாண்ணே என் தாலி அறுந்துச்சு. இப்ப என் தொப்புள்கொடி ஒறவும் அறுந்து போகணுமா? அப்படியே விட்டா

சரிப்படாதுண்ணே. அவனுக்கு நீதாண்ணே நல்ல புத்தி சொல்லணும்'' எனச் சொல்லியபடி... அழுத அவள், வழியும் கண்ணீரை சேலை முந்தானையால் துடைக்க....

“விடும்மா தங்கச்சி... நடந்ததவே நெனச்சுக்கிட்டிருக்காத” என ஆறுதல் சொன்ன அண்ணன், பலத்த யோசனைக்குப் பின் “யம்மாடி... அந்தப் பயலச் சொல்லி குத்தமில்ல. இந்த வயசு அப்படி. வளர்ற புள்ள... துறுதுறுனு இருக்கும். காலு ஓடும். நாம என்ன பண்ணணும்... ஓடுற கால ஆடுற காலா மாத்தணும். வீரமும் ஒரு கலைதான். இருந்தாலும் வீரத்த கட்டுப்படுத்த... வேற கலையில கவனத்த திசை திருப்பணும். அவன் கால்ல சலங்கய கட்டிற வேண்டியதுதான்” எனச் சொல்ல...

“என்னண்ணே சொல்ற?” என அவள் வியப்பாகக் கேட்க...

பின்னணியில் சலங்கச் சத்தமும், தாளச் சத்தமும் கேட்குது.

பக்கத்து ஊர் திருவிழாவில கமல் சலங்கை கட்டி பொய்க்கால் குதிர ஆட்டம் ஆட... பின்னணியில் ஒரு பாட்டு பாட...

அட டைட்டில் ஸாங்.

இந்தக் கத தொடரும்...

88
வேட்டி-சட்டை!
முறுக்கு மீசை!

என்னோட டைரக்ஷன்ல கமல் நடிக்க... கமல் கேட்டுக்கிட்டபடியே ஒரு கிராமத்து கதய அவர்கிட்ட சொன்னேனில்லையா...

ஹீரோவோட அப்பா... மாடுபிடி வீரரா இருந்து.... அந்தப் பிரச்சினைல அவரு கொல்லப்பட்டதால... ஹீரோ தன்னோட பத்து வயசுல ஒரு கன்னுக்குட்டிய அடக்கி... ஒரு சிறுமிய காப்பாத்தினதுக்காக... ஹீரோவோட அம்மா அவனை அடிச்சா...

இந்த வயசு துறுதுறுனு இருக்கும். அது ஓடுற காலுல. ஓடுற கால ஆடுற கால மாத்தணும்னு ஹீரோவோட தாய் மாமா சொன்ன யோசனப்படி... ஹீரோவ... பொய்க்கால் குதிர ஆட்டக் கலைஞனா மாத்தினாங்க.

இதுவரைக்குமான கதய போன அத்தியாத்துலல சொல்லீருந்தேன். மிச்சக் கதய பார்ப்போம்.

ஒரு ஊரில் திருவிழா.....

ஹீரோ (கமல்) காலில் சலங்கை கட்டிக் கொண்டு... தன்னோட குழுவினருடன் பொய்க்கால் குதிரை ஆட்டம் ஆடுகிறார்.

பின்னணியில் பாட்டு ஒலிக்கிறது.

(இந்த இடத்தில் டைட்டில் போடுகிறோம்)

டைட்டில் ஸாங் முடிந்ததும்....

மைக்கில் ஒரு அறிவிப்பு.

'ஜல்லிக்கட்டுப் போட்டி நடக்கப்போகுது. வீரமுள்ள... தைரியமுள்ள ஆம்பளைங்க இருந்தா வாங்கடா... வந்து எங்க காளய அடக்கிப் பாருங்கடா' என ஒருவன் முரட்டுக் குரலில் அறிவிக்கிறான்.

ஹீரோ (கமல்), ஹீரோவின் கலைக்குழுவைச் சேர்ந்த கோவை சரளா உள்ளிட்டவர்கள்... தங்களின் ஊரான கோடாங்கிபட்டி செல்வதற்காக பஸ்ஸில் ஏறி உட்கார்ந்திருக்கிறார்கள்.

ஜல்லிக்கட்டு அறிவிப்பு இங்கே கேட்கிறது.

'எங்க அய்யாவோட..... காளை அடங்காத காள... திமிரெடுத்த திமில தொட்டுப் பார்க்குற ஆம்பள யாருடா? அடக்குறவனுக்கு காள கழுத்துல கெடக்குற தங்கச் சங்கிலி பரிசு. அடக்கிப் பாருங்கடா மாப்ளைகளா... கோடாங்கிபட்டிக்காரன் குத்துப்பட்டு செத்த கத தெரியும்ல.... தைரியசாலியா இருந்தா வந்து அடக்கிப்பாருங்கடா...' னு ஏளனமும், எக்காளமுமாக மைக்கில் வந்த அறிவிப்பு... ஹீரோவை உசுப்பேற்றுகிறது.

ஹீரோவுக்கு தன் அப்பா பெரிய மாடுபிடி வீரர் என்பதும், ஊர் பெரியமனுஷனின் மாட்டை அடக்கியதால்... கௌரவப் பிரச்சினையாகி, தன் அப்பாவை விஷம் தடவிய மாட்டுக் கொம்பால் குத்திக் கொலை செய்ததும் தெரியாது. எந்தச் சூழ்நிலையிலும் அதை அவனுக்கு தெரியப்படுத்தாமலே வளர்த்தாள் ஹீரோவின் அம்மா.

இந்த விஷயம் எதுவும் தெரியாத ஹீரோ.... 'எதுக்காக நம்ம ஊரச் சொல்லி... அறிவிக்கிறாய்ங்க?' என யோசனை செய்து... ரெண்டுல ஒண்ணு பார்த்திடுவோம் என பஸ்ஸிலிருந்து கீழே குதிக்கிறான்.

அவனுடைய குழுவினரும் பஸ்ஸிலிருந்து பதட்டமாக இறங்குகிறார்கள்.

திருவிழாவுக்கு வந்த மக்கள் சுற்றி வட்டமாக நின்றிருக்க...

'ஆம்பளயா இருந்தா அடக்கிப்பாரு' என அடியாட்கள் சலம்பிக்கொண்டிருக்க...

ஹீரோ... அந்த கூட்டத்தை விலக்கிக்கொண்டு முன்னே போகிறான். அவனை அடியாட்கள் ஏற இறங்கப் பார்த்து நமட்டுச் சிரிப்பு சிரிக்கிறார்கள்.

'என்னா பொய்க்கால் குதிர.... இதென்ன கோழி பிடிக்கிற ஆட்டம்னு நெனச்சியா? மாடு பிடிக்கிற ஆட்டம். அதுவும் அய்யா வோட காளை.... அத அடக்க வந்திருக்கியோ?' என ஒருவன் கேட்க...

"நான் மாடு பிடிக்க வரல..."

"அப்பறம்?"

"எதுக்குய்யா 'கோடாங்கிபட்டிக்காரன்'னு குறிப்பிட்டுச் சொல்றீக?"

"சொன்னா என்னா?"

"எம்புட்டோ ஊர் இருக்கு. அந்த ஊர மட்டும் ஏன் குறிப்பிட்டு சொல்றீக?"

"அப்படித்தான் சொல்லுவோம்" என அடியாட்கள் சொல்ல...

ஹீரோ காரணம் கேட்க... இதனால் வாக்குவாதம் ஏற்படுகிறது.

கோபமான ஹீரோ... "நான் கோடாங்கிபட்டிக்காரந்தான். ஒம் மாட்ட அவுத்துவிடு. அடக்கிக் காட்டுறேன்" என்கிறான்.

அடியாட்கள்... தங்களுக்குள் ஏற இறங்க பார்க்க... அடியாட்களில் ஒருவன் ஓடி வந்து... மற்றவனிடம்... ஹீரோ இன்னாரின் மகன் என்பதைச் சொல்ல...

'இவன் அடக்கினாலும் அடக்கிடுவான்... மாட்ட அவுத்து விடாத'

என ஜாடை காட்டிவிட்டு... ஹீரோவுடன் வம்புச் சண்டை வளர்த்த படி... தாக்க வர... ஹீரோ அவர்களை அடித்து துவம்சம் செய்கிறான். இந்தச் சண்டையால் மாடு அடக்கும் நிகழ்ச்சி நடக்கவில்லை.

'என்னைக்கா இருந்தாலும் அந்த மாட்ட அடக்கப் போறவன் நான்தான்'னு சொல்லிட்டு ஹீரோ வெளியேற....

வீடு.

"நீ ஏண்டா மாடு பிடிக்கிற எடத்துக்கெல்லாம் போற?"னு ஹீரோவின் அம்மா திட்டுகிறாள்.

"கன்னுக்குட்டிய பிடிச்சதுக்கே... கன்னம் பழுத்துச்சு... இதுல மாடு பிடிக்கிறது வேறயா. அவய்ங்க... நம்ம ஊரச் சொல்லி எளக்காரமா பேசினாய்ங்க. அதத்தான் தட்டிக் கேட்டேன்" என ஹீரோ சொல்ல...

"உன்கூட வந்த பத்துபேரும் இந்த ஊருக்காரங்கதான். அவங்கள்லாம் சும்மா இருக்கயில ஒனக்கென்ன?"னு ஹீரோவின் அம்மா கேட்க... "அவங்களுக்கெல்லாம் ரோஷம் வரல. எனக்கு பத்திக்கிட்டு வருதே"னு ஹீரோ சொல்கிறான்.

இப்படிப் போகும் அந்தக் கத.

இதுல ஹீரோவுக்கும், ஹீரோயினுக்கும் எப்படி நட்பு உண்டாச்சு... காதல் வந்துச்சு... அப்புறம் என்னாச்சு.....?

இதையெல்லாம்தான் 'விருமாண்டி' பாணியில பார்த்திருப்பீங்க.

கமலுக்கு கதை பிடிச்சுப் போச்சு. அவரோட ஆழ்வார்பேட்ட ஆபீஸ்ல வச்சு சிம்பிளா படத்துக்கான தொடக்க வேலை நடந்துச்சு. எனக்கு அட்வான்ஸ் குடுத்தாங்க. அப்ப... சரிகாவும் கமல்கூட இருந்தார்.

நடிகை லட்சுமியோட மகள் ஐஸ்வர்யாவ ஹீரோயினா ஆலோசன பண்ணிவச்சாச்சு. கேமராமேன்... பி.சி.ஸ்ரீராம்.

நானும், ஸ்ரீராமும் கதைக்கு தகுந்தமாதிரி ஒரு லொகேஷனைத் தேடி அலைஞ்சு... கொடைக்கானல் பகுதியில ஒரு இண்டீரியர் வில்லேஜ தேர்வு பண்ணிக்கிட்டு வந்தோம்.

கேரக்டரோட தன்மைய ஸ்கிரீன்ல கொண்டு வர்றதுக்கு கமல் பண்ற அர்ப்பணிப்பு ரொம்ப அலாதியானது.

என்னோட கிராமத்து கதைக்காக... விதம்விதமா தன்ன மாத்திக்கிட்டு "அமர்... இத வச்சுக்கலாமா? அமர்... இது நல்லாருக்குமா?... இது சரியா இருக்குமா?"னு ரொம்ப தன்மையா கேட்பார்.

இப்படி பத்துவிதமா தன்னோட தோற்றத்துல மாற்றம் செஞ்சு புகைப்படங்கள எடுத்து காட்டினார் கமல்.

அதுல... வேட்டி-சட்டயில முறுக்கு மீசையோட இருந்த கமல் கெட்-அப்ப வச்சுக்கலாம்னு முடிவு செஞ்சோம்.

ஆர்மோனியத்தின் மேல் சத்தியம் செய்த இளையராஜா

89
ராஜாண்ணன் சொன்னால் பலிக்கும்!

என்னோட டைரக்ஷன்ல கமல் நடிக்கிறதுக்கான கதயவும் ரெடி பண்ணிட்டேன். கொடைக்கானல் பக்கத்துல ஒரு கிராமத்த சூட்டிங் ஸ்பாட்டாவும் செலக்ட் பண்ணீட்டோம். கமல் ஆபீஸ்ல வச்சு ஸிம்பிளா படத் துவக்கவிழா நடத்தி கமல்ட்டருந்து அட்வான்ஸூம் வாங்கிட்டேன்.

நான் எழுதின முழுக்கதய ஸீன் டெவலப் பண்ணி முழுமையான ஸ்கிரிப்ட்டா மாத்தணும். அதுக்கான ஸ்டோரி டிஸ்கஷன் வேலையும் தொடங்குச்சு.

பொதுவா என்னோட ஸ்டோரி டிஸ்கஷனுக்கு அண்ணன் கலைஞானம், கனகசண்முகம், கலைமணி, வீரப்பன்... இவங்க மூணு, நாலுபேர தவறாம கூப்பிடுவேன்.

கலைமணி ரொம்ப கிரேட் பெர்ஸன்.

கலைமணி அண்ணா கத எழுதுற படங்களுக்கு யார் பாட்டு எழுதீருந்தாலும், யார் டைரக்டரா இருந்தாலும்... 'அமர் ஒரு பாட்டெழுதணும்'னு சொல்லுவார்.

நான் பாட்டெழுதலேன்னா கலைமணிக்கு மனநிறைவு இருக்காது.

ஸ்டோரி டிஸ்கஷன்ல... கதயில குத்தம் குற இருந்தா

தயக்கமில்லாம பட் டுனு மனசில பட்டத எடுத்துச் சொல்லிடுவாங்க கலைஞானமும், கலைமணியும்.

டிஸ்கஷன்ல.... ஓடாம நிக்கிற ஒரு கோயில் தேர் காட்சி வந்துச்சு. அதாவது இரு தரப்புக்கான கௌரவப் பிரச்சினையில கோயில்தேர் ரொம்ப வருஷமா நிலை நிறுத்தப்பட்டிருக்கு. ‘கதயில இந்த தேர் நகரணும்னா... காட்சிய எப்படி நகத்துறது?’னு எங்களுக்குள்ள ஒரு குழப்பம் வந்துச்சு.

அப்ப... அண்ணன் கலைஞானம் ஒரு யோசன சொன்னார்.

“அண்ணன் -தம்பியா இருக்க ரெண்டு குடும்பத்துக்குள்ள பகை வருது. கோயில் முதல் மரியாதை யாருக்குங்கிற பிரச்சினையில... மோதல் ஏற்பட்டு.... கோயில ரெண்டு தரப்பும் பூட்டீர்றாங்க. இதனால தேரோட்டம் நடக்கல. இத ஃபிளாஷ்பேக்ல சொல்லி... இப்போ அந்த மரியாத ஹீரோவுக்குத்தான் பாத்தியம்... ஹீரோவால தேரோட்டம் நடக்குது. இத முழுக்க மையமா வச்சு நான் எங்க ஊரு ஏட்டையா னு ஒரு ஸ்கிரிப்ட் எழுதியிருக்கேன். அதுல இருக்க காட்சிகள இந்த கதயில வச்சு பின்னலாம்”னு சொன்னார்.

எங்க ஊர் பக்கம் சிலம்ப விளையாட்ல எதிர ஆடுறவனோட நெத்தியில சிலம்பக் குச்சியோட முனையால குங்குமப் பொட்ட தொட்டு வச்சா... எதிராளியோட தோல்வி ரொம்ப அவமானகரமான தோல்வினு பேசப்படும்.

அந்த விஷயத்தையும் கதயில கொண்டுவந்து வச்சோம்.

ஜல்லிக்கட்டு மாடு அணையுறது, சிலம்பாட்டம், இந்த விஷயங்களோட.... அண்ணன் கலைமணி சொன்ன சில கேரக்டர்கள், அண்ணன் கலைஞானம் சொன்ன கதயில இருந்த பல காட்சிகள்... இப்படி எல்லாத்தையும் சேர்த்து... கமலுக்காக ‘அதிவீர பாண்டியன்’ என்கிற டைட்டில் வச்சு ஃபுல் ஸ்கிரிப்ட்டையும் ரெடி பண்ணினோம்.

கமல், லட்சுமியோட பொண்ணு ஐஸ்வர்யா, கோவை சரளா, நாசர், காக்கா ராதாகிருஷ்ணன்... இப்படி கேரக்டர்களுக்கான நடிகர்-நடிகைகளையும் ஐடியா பண்ணி வச்சிட்டோம்.

ஸ்கிரிப்ட் ரொம்ப நல்லா வந்ததுல... எங்களுக்கெல்லாம் ரொம்ப சந்தோஷம்.

‘நண்பன் கமல வச்சு நாம டைரக்ட் பண்ணப்போற படம் பெரிய வெற்றியப் பெறும்’னு ரொம்ப உற்சாகத்துல... ‘பெரிய நடிகர் கமல வச்சு டைரக்ஷன் பண்ணப்போறமே’ங்கிற பெருமையில நான் வாழ்ந்துக்கிட்டிருந்தேன்.

‘கரகாட்டக்காரன்’ படத்துக்குப் பிறகு விநியோகஸ்தர்கள் மத்தியில... சினிமா மார்க்கெட்டுல என்னோட வேல்யூ அதிகமா இருந்துச்சு.

என் படங்கள வாங்கி வெளியிடுறதுக்குன்னே... ஒரு விநியோகஸ்தர்கள் வட்டம் எனக்கு இருந்துச்சு. அவங்களை கமல் ஆபீஸுக்கு கூட்டிட்டுப்போய், கமல் கம்பெனியான ராஜ்கமல் நிறுவனத்துல முக்கியஸ்தரா இருந்த டி.என்.எஸ்.கிட்ட அறிமுகப்படுத்தி வச்சு... நியாயமான வியாபாரத்துக்கும் ஏற்பாடு செஞ்சேன்.

நான் டைரக்ஷன் பண்ணிய ‘கரகாட்டக்காரன்’ படத்தோட மாபெரும் வெற்றிக்கும், கமல வச்சு நான் டைரக்ஷன் பண்ண திட்டமிட்ட ‘அதிவீரபாண்டியன்’ படத்துக்கும் இடையில, பிரபுவ வச்சு ‘சின்னவர்’ படத்த இயக்கிக்கிட்டிருந்தேன்ங்கிறத ஏற்கனவே சொல்லீருக்கேன்லயா....

எங்க வாழ்க்கைல நடந்த மிக முக்கியமான விஷயத்த இப்ப நான் சொல்லப்போறேன்.

சம்பந்தப்பட்ட எங்களுக்கு மட்டுமே தெரிஞ்ச... மத்தவங்களுக்கு ஓரளவுக்கு தெரிஞ்சிருந்தாலும் ஏன்?ங்கிற தெரியாத காரணத்த நீங்களும் தெரிஞ்சுக்கங்க.

‘சின்னவர்’ படத்த கோழிக்கோட்ல எடுத்து முடிச்சிட்டு வந்தேன்.

அப்பவெல்லாம்... 14 ரீல் படங்கள் எடுப்பாங்க. படம் ரிலீஸாகும்போது படத்தோட ஃபிலிம் அளவு... 13500 அடியோ அதிகபட்சமா 14000 அடியோதான் இருக்கும்.

சில டைரக்டர்ஸ் ரொம்ப சிக்கனமா 15000 அடியோ, 16000 அடியோ எடுத்து எடிட்டிங்ல 14000 அடியா ட்ரிம் பண்ணிடுவாங்க.

ஆனா... சில டைரக்டர்ஸ் 20000 அடிவரை ஃபிலிம்ல ஷூட் பண்ணி... 14000 அடியா எடிட்டர் மூலமா ட்ரிம் பண்ணிக்குவாங்க. இவ்வளவு அதிகமா ஃபிலிம்ல ஷூட் பண்றதுக்கு பல காரணங்கள் இருக்கு.

முக்கியமான காரணங்கள்னு பார்த்தீங்கன்னா...

ரொம்ப கேப் விட்டு கேப் விட்டு ஷூட்டிங் பண்றதால... கதயில மாறுதல் ஏற்பட்டு... அதுக்குத் தகுந்த மாதிரி... எடுப்பாங்க. இதனால ஃபிலிம் அதிகமா செலவாகும்.

மேக்கிங் ஸ்டைல், டேக்கிங் ஸ்டைல் காரணமா... உதாரணத்துக்கு ஒரு ஸீனவே பல ஆங்கிள்ல எடுத்து ஃபிலிம அதிகமா செலவு பண்ணுவாங்க.

ஸ்கிரிப்ட்ட முழுமையா முடிவு செய்யாம... ஷூட்டிங் ஸ்பாட்ல போய் ஸ்கிரிப்ட்ட டெவலப் பண்ணி எடுக்குறதுனால... ஃபிலிம் அதிகமா செலவாகும்.

நான்... ஆடியன்ஸ் புரிஞ்சிக்கிறதுக்காகவும், அழகுணர்ச்சிக் காகவும் கொஞ்சம் கூடுதலா ஃபிலிம்மை செலவு பண்ணுவேன்.

அதாவது... 14000 அடி படத்துக்கு 18500 அடி ஃபிலிம்ல ஷூட் பண்ணீருந்தேன்.

அடுத்து... படத்த எடிட்டர வச்சு ட்ரிம் பண்ணி... பின்னணி இசை வேலைக்கு அனுப்பணும்.

அந்தச் சமயம்... ராஜாண்ணன் பின்னணி இசை சேர்ப்பு வேலய... நாள் பிரிச்சு திட்டமிட்டபடி செய்வார். இப்படி... ராஜாண்ணனோட தேதிய ஒதுக்கி... படக் கம்பெனிகளுக்கு தர்றதே... ராஜாண்ணனுக்கு மேனேஜரா இருந்த நான்தான்.

ரீ-ரெக்கார்டிங் பண்ணவேண்டிய படத்த ஞாயித்துக்கிழம பார்ப்பார் ராஜாண்ணன். திங்கள், செவ்வாய், புதன்... இந்த மூணு நாள்ல ரீ-ரெக்கார்டிங்க முடிச்சுக் குடுத்திடுவார்.

ஏற்கனவே திட்டமிட்டிருந்த ஒரு படத்தோட தயாரிப்பாளரால... ரீ-ரெக்கார்டிங்க்கு ஆகுற செலவுக்கான பணத்த ரெடி பண்றதுல சிக்கல்.

'இன்னொருநாள் பண்ணிக்கலாம்'னு அந்த தயாரிப்பாளர் சொல்லீட்டார்.

''ஏண்டா... அமர்... ஒன் படம் ரெடியா இருந்தா பண்ணலாமே"னு சொன்னார் ராஜாண்ணன்.

இன்னும் எடிட்டிங் வேல முழுமையா முடியல. நிறைய ட்ரிம் பண்ணணும். படம் பார்க்கிறதுன்னா பார்த்திட்டு ஆர்.ஆர்.பண்ணு... அப்புறமா ட்ரிம் பண்ணிக்கிறேன்"னு நான் சொன்னேன்.

"சரி" ன்னார்

எடிட்டர் லெனினை வச்சு... அவசர அவசரமா... 'இது இப்ப தேவையில்ல... தேவைன்னா பின்னாடி சேர்த்துக்கலாம்'னு தோணுன ஸீன்கள வெட்டிட்டு... ஓரளவு ரெடி பண்ணினோம்.

ஞாயித்துக்கிழம... 'சின்னவர்' படம் பார்த்தார் ராஜாண்ணன்.

13500-14000 அடி பார்க்க வேண்டிய படத்த கூடுதலா 3000 அடி சேர்த்து பார்த்தார்.

இதனால விறுவிறுப்பு குறைஞ்சு... லேக் ஆகி..... படத்தப் பத்தின அவரோட ஒப்பீனியன் மாறிப்போச்சு.

"இந்தப் படம் ஓடீருச்சுன்னா... நான் ஆர்மோனியத்து மேல கை வைக்கிறதவே விட்டுடுறேன்"னு சொல்லீட்டு கிளம்பினார் ராஜாண்ணன்.

எனக்கு அதிர்ச்சி.

காரணம்... ராஜாண்ணன் ஏதாவது சொன்னா... பலிக்கும்.

ஏற்கனவே ரஜினி படத்துக்கு ஒரு கருத்துச் சொல்லி... அது பலிச்சதே!

அது என்னன்னா...

90

திரைக்கு வராத அதிவீரபாண்டியன்!

ஏற்கனவே திட்டமிட்டிருந்த படத்துக்கு ரீ-ரெக்கார்டிங் பண்றது... கேன்ஸலானதுனால... அந்த கால்ஷீட்ல... நான் டைரக்ஷன் பண்ணின 'சின்னவர்' படத்துக்கு ரீ-ரெக்கார்டிங் பண்ணித் தர்றதா சொன்னார் ராஜாண்ணன்.

எடிட்டிங் வேல முடியல. இருந்தாலும் ஓரளவு ட்ரிம் பண்ணி... ராஜாண்ணனுக்கு படத்த போட்டுக் காட்டினேன்.

13500-14000 அடியில பார்க்க வேண்டிய படத்த கூடுதலா 3000 அடி சேர்த்து பார்த்தார் இதனால படம் விறுவிறுப்பா இல்ல.

"என்னடா படம் இது? குப்பையா இருக்கு. ரொம்பக் கேவலமா இருக்கு"னு சொன்னார் ராஜாண்ணன்.

நான் அதிர்ச்சியாயிட்டேன்.

என்னோட அதிர்ச்சிக்கி காரணம்.... 'இது ட்ரிம் பண்ணாத படம். ட்ரிம் பண்ணீட்டா சரியா வரும்'கிறத ராஜாண்ணன் புரிஞ்சிருக்கணும்.

ஆனா... அத புரிஞ்சுக்காம 'குப்பை'னு அதிரடியா சொல்லீட்டார்.

இருந்தாலும்... அவருக்கு நினைவூட்ற மாதிரி... "ட்ரிம் பண்ணினா சரியா வரும்ணே"னு சொன்னேன்.

எல்லா குடும்பத்திலும் சில மனக்கசப்பு இருக்கத்தான செய்யும். எங்களுக்குள்ளயும் இருந்துச்சு.

இருந்தாலும் நான் ராஜாண்ணனுக்கான மதிப்ப எங்கயும் விட்டுத் தந்ததில்ல.

ஆனா... அவருக்கு அந்தக் கோவமோ... என்னவோ...

"இந்தப் படம் ஓடீருச்சுன்னா... நான் ஆர்மோனியத்து மேல கை வைக்கிறதவே விட்டுடுறேன்"னு சொல்லீட்டு கிளம்பினார் ராஜாண்ணன்.

நான் பயந்துட்டேன்.

இந்த பயத்துக்கு என்ன காரணம்னா....

ராஜாண்ணன் எது சொன்னாலும் பலிக்கும். ஏற்கனவே ரஜினி படத்துக்கு கருத்துச் சொல்லி இப்படித்தான் ஆர்மோனியம் மேல சத்தியம் பண்ணினார்.

அவர் சொன்ன கருத்துப்படியேதான் நடந்துச்சு.

அது என்னன்னா...

ரஜினி நடிச்சு, ஆர்.சுந்தர்ராஜன் டைரக்‌ஷன்ல, ராஜாண்ணன் இசையில, எங்க பாஸ்கரண்ணன் பேர்ல எங்க பாவலர் கிரியேஷன்ஸ் தயாரிச்ச படம் 'ராஜாதி ராஜா.'

1989-ல வெளிவந்துச்சு.

படம் கம்ப்ளீட்டா முடிஞ்சு தயாரான நிலையில... இந்தப் படம் ஓடும்கிற நம்பிக்க... எனக்கோ, ஆர்.சுந்தர்ராஜனுக்கோ... படத்தோட ஹீரோ ரஜினிக்கோ... துளியும் நம்பிக்க இல்ல.

'இந்தப் படம் பெரிய சக்ஸஸ் பண்ணும். இந்தப் படம் ஓடாமப் போச்சுன்னா... இனிமே நான் ஆர்மோனியத்துல கை வைக்கமாட்டேன்'னு சொல்லீட்டு... ஆர்மோனியப் பெட்டி மேல தன்னோட கைய வச்சு... சத்தியம் பண்ணினார் ராஜாண்ணன்.

'ராஜாதி ராஜா' பெரிய வெற்றிப் படமா ஓடுச்சு. அது ஒங்களுக்கே தெரியும்.

'அந்தப் படம் ஓடும்'னு ராஜாண்ணன் சொன்ன மாதிரியே... ஓடுச்சு. 'இந்தப் படம் ஓடாது'னு சொல்றாரே.... பலிச்சிடுமா...ங்கிற பதட்டந்தான் என்னோட பயத்துக்கு காரணம்.

ராஜாண்ணன் இப்படிச் சொன்னது எனக்கு வருத்தத்த ஏற்படுத்துச்சு. ஆனாலும்... நான் வழக்கம்போல அவரோட கால்ஷீட் வேலய... எந்த தேதியில, எந்தப் படத்தோட வேலங்கிறத... அவருக்கு ஷெட்யூல் போட்டுக் குடுக்குற வேலயச் செஞ்சுக்கிட்டிருந்தேன்.

('கமல் கூப்பிட்டு என்னய டைரக்‌ஷன் பண்ணச் சொல்லீருக்காரு'னு நான் ராஜாண்ணன்கிட்ட ஏற்கனவே சொல்லீருந்தேன்ல...

'அதிவீரபாண்டியன்' ஃபுல் ஸ்கிரிப்ட்டும் ரெடியான பிறகும்

ராஜாண்ணன்கிட்ட ஸ்கிரிப்ட்ட சொல்லீருந்தேன்.)

ஏவி.எம். ஆர்.ஆர். தியேட்டர்ல அன்னைக்கி ராஜாண்ணனோட ரெக்கார்டிங்குக்கு ஷெட்யூல் போட்டிருந்தேன்.

"என்ன அமர்... கமல் என்கிட்ட ஒரு கத சொன்னாப்ல. பரதன் டைரக்‌ஷன் பண்றாராம். கமல் சொன்ன கத... நீ என்கிட்ட சொன்ன கத மாதிரியே இருந்துச்சு. திரைக்கதை ஒன்னோடதுனு டைட்டில்ல வருமா?"னு கேட்டார்.

எனக்கு ஒண்ணும் பிடிபடல... இருந்தாலும் நான் "கமல் சொன்ன கத, நான் சொன்ன கத மாதிரி இருந்தா... நீயே கமல்ட்ட 'திரைக்கதை -அமர்'னு டைட்டில்ல போடுற ஐடியா இருக்கா?னு கேட்டிருக்கலாமே"னு சொன்னேன்.

"நான் எப்படி கேட்க முடியும்? கதயச் சொன்னாப்ல. நல்லா இருந்துச்சு. மியூஸிக் பண்ண கேட்டாப்ல... அவ்வளவுதான்"னு ராஜாண்ணன் சொன்னார்.

(ஆனா... 'தேவர் மகன்' படம் வந்த பிறகு... கலைஞர் அப்படி கேட்டார். இதுபத்தி அப்புறமா சொல்றேன்)

ஏற்கனவே 'சின்னவர்' படத்த ராஜாண்ணன் குறை சொன்னதும், இப்போ 'அதிவீரபாண்டியன்' டைப்ல கமல் ராஜாண்ணன்கிட்ட கத சொல்லீருக்கதும்... என்னய ஃபீல் பண்ண வச்சது.

இதுக்கு மத்தியில 'சின்னவர்' பட எடிட்டிங் வேலைகள் நடந்துக்கிட்டிருந்தப்போ... தற்செயலா கமல சந்திக்கவேண்டி வந்தது.

"ஸாரி... அமர். நான் வேறொரு கமிட்மெண்ட்ல இருக்கேன். அத முடிச்சிட்டு வந்திடுறேன். அப்புறமா நாம் சேர்ந்து படம்

'தேவர்மகன்' கமல்-கவுதமி

பண்ணுவோம்"னு சொன்னார் கமல்.

"பரவால்ல"னு நான் சொன்னேன்.

'என் படத்துக்கு ராஜாவோட டேட்ஸ் வேணும். ஸாங் கம்போஸிங் பண்ணணும்' னு சொன்னார் கமல்.

நான் ராஜாண்ணனோட டேட்ஸை கமல்ட்ட குறிச்சுக் குடுத்தேன்.

'நாம சேர்ந்து படம் பண்ண வாய்ப்பில்ல'னு சொன்னதோட கமல் நிறுத்தியிருக்கலாம்.

ஆனா....

'சின்னவர்' படத்த 'குப்பை'னு ராஜாண்ணன் சொல்லீட்டுப் போன பின்னாடி.....

ராஜாண்ணனும், கமலும் சந்திச்சிருக்காங்க.

'அமர் பண்ணீருக்க சின்னவர் படம் பார்த்தேன். ஒண்ணும் சொல்றமாதிரி இல்ல. என் தம்பிங்கிறதுக்காக அவனுக்கு டைரக்ஷன் வாய்ப்பக் குடுத்து ரிஸ்க் எடுக்கணுமா?'னு கமல்ட்ட ராஜாண்ணன் சொல்லீருக்கார்.

ராஜாண்ணன் அப்படி சொன்னத கமல் என்கிட்ட சொன்னது மூலமா தெரிஞ்சுக்கிட்டேன்.

"நீங்க பண்ணீருக்க சின்னவர் படத்தப் பத்தி ராஜா என்கிட்ட சொன்னதால... நாம சேர்ந்து பண்ணவிருந்த 'அதிவீர பாண்டியன்' படத்த நிறுத்துற முடிவ எடுத்ததா நினைக்காதீங்க"னு கமல் சொன்னார்.

'என் நண்பன் கமலை வைத்து படம் இயக்க வாய்ப்பு அமையாமப் போச்சே'னு ஒரு சின்ன ஏக்கம் இருந்துச்சே தவிர... பெரிய வருத்தமெல்லாம் இல்ல. ஆனா... 'சின்னவர்' படம் பத்தியும், 'இது ஓடினா ஆர்மோனியத்த இனி தொடமாட்டேன்' னு ராஜாண்ணன் சொன்னதும் வருத்தப்பட வச்சது.

அந்த விரக்தியில நான் லண்டன் போய்ட்டேன்.

'சின்னவர்' படத்த பக்காவா ட்ரிம் பண்ணி 13500 அடியா மாத்திட்டு... "நீங்களே ஃபாலோ பண்ணிக்கங்க"னு எடிட்டர் பி.லெனின்கிட்ட சொல்லிட்டு... நான் லண்டன் போய்ட்டேன்.

பிரசாத் ஸ்டுடியோவுல... 'சின்னவர்' ரீ-ரெக்கார்டிங் நான் இல்லாமத்தான் நடந்துச்சு.

ராஜாண்ணனிடம் நான் சொன்ன வார்த்தை... அதனால்... என் மீது ராஜாண்ணனுக்கு கோபத்தை அதிகமாக்கியது.

91
வாழ்க்கையில இதெல்லாம் சகஜமப்பா!

கமல்கிட்ட 'அமர் எடுத்திருக்க 'சின்னவர்' படம் சரியில்ல. என் தம்பிங்கிறதுக்காக அவனை வச்சு ரிஸ்க் எடுக்காதீங்க'னு ராஜாண்ணன் சொன்னதால... எனக்கு பெரிசா வருத்தமில்ல.

"ஸாரி அமர்... நாம சேர்ந்து பண்றதா இருந்த 'அதிவீர பாண்டியன்' படத்த பண்ண வாய்ப்பில்ல. ராஜா, 'சின்னவர்' படத்தப் பத்தி மோசமா சொன்னதாலதான் நாம சேர்ந்து பண்ணவிருந்த படத்தை நான் கைவிடறேன்னு நினைக்காதீங்க"னு கமல் சொன்னதாலயும் எனக்கு பெரிசா வருத்தம் இல்ல.

ஆனா... 'இந்தப் படம் ஓடூருச்சுன்னா ஆர்மோனியத்த இனிமே தொடமாட்டேன்'னு ராஜாண்ணன் சொன்னது என்னய வருத்தப்பட வச்சது.

'சின்னவர்' படத்த பக்காவா ட்ரிம்பண்ணி 13,500 அடியா மாத்திட்டு... "நீங்களே ரீ-ரெக்கார்டிங் விஷயங்கள ஃபாலோ பண்ணிக்கங்க"னு எடிட்டர் பி.லெனின்கிட்ட சொல்லிட்டு... நான் லண்டன் போயிட்டேன்.

அந்தச் சமயம் என் புள்ளைங்க வெங்கட்பிரபுவும், பிரேம்ஜியும் லண்டன்ல படிச்சுக்கிட்டிருந்தாங்க. என் மனைவிக்கு உடம்பு சவுகரியம் இல்ல. ஓய்வெடுத்த மாதிரியும், புள்ளைங்களுக்கு

துணையாவும் இருக்கட்டும்னு லண்டன்ல ஒரு வீடு புடிச்சு... அவளயும் அனுப்பி வச்சேன்.

வருமானம் பெரிசா இல்ல. புள்ளைங்கள லண்டன்ல படிக்க வைக்கிறது சிரமமாத்தான் இருந்துச்சு. ஆனாலும் படிக்க வச்சேன்.

'சின்னவர்' படத்தப் பத்தி ராஜாண்ணன் சொன்ன கருத்து லண்டன்லயும் என்னய ரொம்ப மனக்கஷ்டப்பட வச்சுச்சு. ஆனாலும் நான் என் மனைவிகிட்டக் கூட அத சொல்லல.

என்னோட மனக்கஷ்டத்த குடும்பத்துல சொல்லி... அவங்களையும் கஷ்டப்படுத்த வேணாமே... அதனாலதான் சொல்லல.

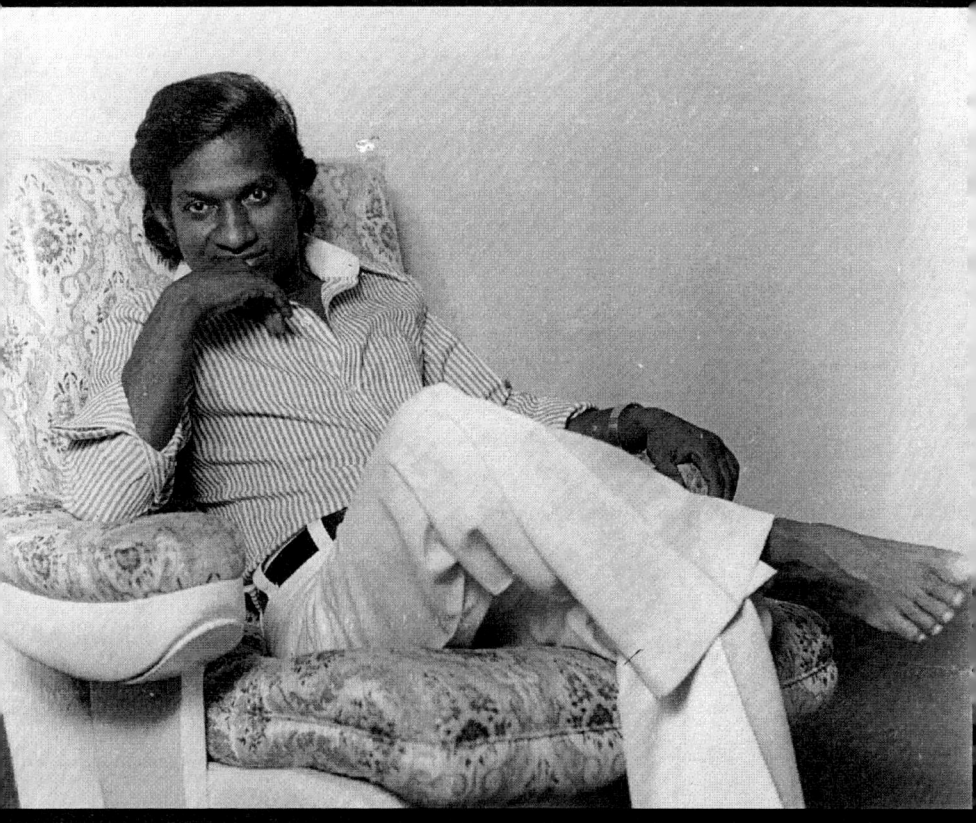

'சின்னவர்' படத்துக்கு ஏற்கனவே அருமையான பாடல்கள போட்டுத் தந்திருந்த ராஜாண்ணன்... அருமையா ரீ-ரெக்கார்டிங் பண்ணியிருந்தார்.

'சின்னவர்' படம் ரிலீஸ்!

நான் லண்டன்லதான் இருந்தேன்.

'சின்னவர்' படம் ஹிட்!

நான் லண்டன்லதான் இருந்தேன்.

('சின்னவர்' படம் நிறைய ரிலீஸ் சென்டர்கள்ல 80-வது நாள் வெற்றிவிழா கொண்டாடிச்சு.)

சென்னை திரும்பினேன்.

70-வது நாள கடந்து படம் ஓடிக்கிட்டிருந்த சமயம்...

ராஜாண்ணன்கிட்ட போனேன்.

மியூஸிஸியன்கள வச்சு பிஸியா வேல பார்த்துக்கிட்டிருந்தார்.

"ம்... ம்... 'சின்னவர்' படம் நல்லா ஓடுது. அதனால என்ன... நீ நல்லா ஆர்மோனியம் வாசிச்சுக்கோ... வாசி... நீ வாசி... படம் நல்லா ஓடுது... நீ சந்தோஷமா வாசிச்சுக்க..."னு ஏதோ பைத்தியக்காரன் மாதிரி திரும்பத் திரும்ப சொல்லீட்டு வந்தேன்.

நான் இப்படிச் சொன்னா ராஜாண்ணனுக்கு வெறுப்பு வருமா வராதா...

என் மேல அவருக்கு கோபம்.

எனக்கு மனசுல இருக்கறத ஒளிக்கத் தெரியாது.

அப்ப மட்டுமில்ல... இப்பவும், எப்பவும்... இதுதான் என் சுபாவம்.

நான் உள்ளத்துல ஒளிச்சு வைக்காம பேசிடுறதுதான்... ராஜாண்ணனுக்கு என்மேல கோபம் வரக் காரணமா இருக்குமோ...?

நான் ஒரு விஷயத்த மட்டும் பொதுவா பதிவுபண்ண விரும்புறேன்.

ஒன்றாய் வளர்ந்தவர்களில் ஒருவர் மேலே வந்தால் மற்றவர்களையும் தாங்கிப் பிடித்து அவர்களை மேலே ஏற்றிச்செல்லும் பண்பு வேண்டும்.

அவர்களுக்குத் தெரிந்த வேலையை அவர்களுக்குக் கொடுத்து, அதற்குரிய சம்பளத்தையும் கொடுத்தால் அவர்களும் வாழ்ந்துகொள்வார்கள்....

கமல் படம் கைவிட்டுப் போனதுல எனக்கு வருத்தம் கிடையவே கிடையாது.

' 'சாந்துப் பொட்டு சந்தனப் பொட்டு' ('தேவர் மகன்' படம்) ஸாங் சிச்சுவேஷன் அமர் சொன்னதுதான்'னு கமலே சொல்லீருக்கார்.

என்னால் உருவான கதைங்கிறத மட்டும் கமல் ஏத்துக்கல.

அதனால எனக்கு துக்கமில்ல; வருத்தமில்ல.

நான் எதையும் இழந்துடல.

'அதிவீரபாண்டியன்'ங்கிற டைட்டில்ல... நான் கமலை வச்சு இயக்கவிருந்த படம் கைவிட்டுப் போச்சு.

அம்புட்டுதான்... அம்புட்டேதான்.

நான் இந்தத் தொடர்ல எழுதிட்டு வர்றதயெல்லாம் திரும்பவும் படிச்சிக்கிட்டு வர்றேன். 'என்னோட துக்கமெல்லாம் ஒங்களயும் வருத்தப்பட வைக்குதோ'னு தோணுது.

நான் எப்பவுமே என் சோகத்தச் சொல்லி மத்தவங்கள வருத்தப்பட வைக்கமாட்டேன்.

நான் ஏமாற்றப்பட்டிருக்கேன்.

ஆமா... நான் ஏமாற்றத்த சந்திச்சிருக்கேன்.

'ஒரு வரலாற எழுதுறபோது வாய்க்கு வந்ததயெல்லாம் ஒளர்றேனோ?'னு நானே நெனச்சிக்கிட்டாலும்.... எழுதினத திரும்பப் படிக்கிறபோது எனக்கு பதட்டமாத்தான் இருக்கு.

'பெரிய பெரிய ஆட்களப் பத்தியெல்லாம் சொல்றமே... உலகநாயகனா இருக்க கமல், உலகத்துல சிறந்த இசையமைப்பாளரா இருக்கிற 'இசைஞானி' இளையராஜா இவங்களப் பத்தியெல்லாம் நிறைய நிறையையும், குறையையும் சொல்றமே... சரியா?'னு நெனச்சுப் பாக்குறேன்.

என் மனசுக்கு ஒப்பல.

ஆனாலும் நான் நிறைய இழந்திருக்கேன்.

நான் இழந்தது இழந்ததுதான்.

சரி, இதெல்லாம்...

விட்ருவோம்... விட்ருவோம்... விட்ருவோம்...

'அரசியல்ல இதெல்லாம் சாதாரணமப்பா'ங்கிற மாதிரி...

'வாழ்க்கைல இதெல்லாம் சகஜமப்பா'னு கவுண்டமணியண்ணன் பாணில ஒதறிட்டுப் போக வேண்டியதுதான்.

வாங்க... வேற விஷயத்துக்குப் போவோம்.

'என்னோட லவ் மேட்டர்ல... நான் தலைமறைவா இருக்குற அளவுக்கு நிலைமை போச்சு'னு சொல்லீருந்தேனே...

அதப்பத்திச் சொல்றேன்

92
காதலிக்கு கல்யாண ஏற்பாடு!

பேரறிஞர் அண்ணா, கலைஞர், மக்கள் திலகம் எம்.ஜி.ஆர்., நடிப்பிசைப் புலவர் கே.ஆர்.ராமசாமி... உட்பட பல பிரபலங்களோடவும், திராவிடத் தலைவர்களோடவும் நெருக்கமா, நட்பா இருந்த எஸ்.எஸ்.பி.லிங்கம் அவர்களின் மகளான மணிமேகலை என்கிற கலாவை... அந்தப் பெரியவீட்டுப் பெண்ணை நான் காதலித்ததையும், அந்த காதலை முதலில் கண்டுபிடித்து பாரதிராஜாண்ணன் என்னை கலாய்த்ததையும், எங்கள் காதலுக்கு எஸ்.பி.பாலசுப்பிரமணியம், மலேசியா வாசுதேவன் ஆகியோர், நான் கலாவுக்கு எழுதிக் குடுக்கிற லவ் லெட்டர கலாகிட்ட குடுக்கிறதும், கலா எனக்கு குடுக்கிற லவ் லெட்டர வாங்கிட்டு வந்து என்கிட்ட குடுக்குறதுமா தூது போனதையும்...

ராமருக்கு அனுமாரும், அணிலும் உதவின மாதிரி... 'என் காதலுக்கு உதவின அனுமார்... எஸ்.பி.பி.', 'என் காதலுக்கு உதவின அணில்... மலேசியா வாசுதேவன்' என்பதையும் ஏற்கனவே சொல்லீருக்கேன்.

மீண்டும் எங்க காதல் கதய தொடர்கிறேன்.

கலாவோட அப்பாவுக்கு பழைய சினிமாப் பாடல்கள்... குறிப்பா... கே.ஆர்.ராமசாமியோட பாடல்கள் பிடிக்கும். கலாவோட

சித்தியும், நடிகையுமான சந்திரகாந்தா சொன்னதன் பேரில் கலாவுக்கு பாட்டு கத்துக்குடுக்க, கிடாரை எடுத்துக்கிட்டு அவங்க வீட்டுக்குப் போகும்போது... பழைய பாடல்கள வாசிக்கச் சொல்லி கேட்டு ரசிப்பார் கலாவோட அப்பா.

கலாவோட அப்பா குழந்தை மனசு கொண்டவர்.

'அமர்... நம்ம மகளுக்கு பாட்டுக் கத்துக்குடுக்க வந்துபோறாப்ல'னு அவர் நினைச்சிட்டிருந்தார்.

கலாவுக்கும், எனக்கும் இடையில லவ் ஓடுவது அவருக்குத் தெரியாது.

ஒருநா... கலா எங்க வீட்டுக்கு வந்துச்சு.

நம்பர் 100, காரணீஸ்வரர் கோயில் தெரு, மயிலாப்பூர் வீட்ல நாங்க இருந்தபோது...

கலாவ கூட்டிட்டு வந்து... எங்கம்மா, எங்க பாஸ்கரண்ணன், சுசீலா அண்ணி... இவங்ககிட்டவெல்லாம் அறிமுகப்படுத்தி வச்சேன்.

"இவங்க பேரு கலா. நடிகை சந்திரகாந்தாவோட அக்கா பொண்ணு. பீச்சுக்கு வந்தவங்க... அப்படியே நம்மள பார்த்துட்டுப் போகலாம்னு வந்திருக்காங்க"னு சொல்லி அறிமுகப்படுத்தினேன்.

'வாம்மா... இப்படி வந்து ஒக்காரு'னு கலாவ அன்பா கூப்பிட்டு பக்கத்துல ஒக்காரவச்சு நலம் விசாரிச்ச எங்கம்மா... கலாவுக்கு டீ போட்டு குடுத்து உபசரிச்சாங்க.

கொஞ்சநேரம் பேசிட்டு இருந்துட்டு, கலா அவங்க வீட்டுக்கு கிளம்பினா.

கமுக்கமா வளந்துக்கிட்டிருந்த எங்க காதல... கலாவோட அம்மா கண்டுபிடிச்சிட்டாங்க. என்கிட்ட முன்ன மாதிரி பேசாம... முறைப்பு காட்டினாங்க.

நிரந்தரமா ஒரு வேலயில இல்லாதவனை மகள் காதலிப்பதை எந்த தாயாலதான் ஏத்துக்க முடியும்?

கலாவோட அம்மாவின் கோவம் நியாயமானதுதான்.

'இதெல்லாம் வேண்டாம். சரியா வராது. வசதியா வாழ்ந்துக்கிட்டிருக்க நம்ம புள்ள... அங்க போயி கஷ்டப்படணுமா? இதுக்கு நான் சம்மதிக்கமாட்டேன்'னு சொன்னதோட.... "என்னடி இது? இந்த வயசுல இதெல்லாம் ஒனக்கு கேக்குதா? ஒண்ணுந்தெரியாத புள்ளனு நெனச்சா... இம்புட்டுப் பெரிய காரியத்துல எறங்கியிருக்க?"னு கலாவ திட்டி.... சண்ட போட்டாங்க.

கலாவோட தாய்மாமன்கள்ல விஜி என்கிற விஜயகுமார் (டப்பிங் ஆர்ட்டிஸ்ட்) என்னோட நண்பன்.

முதல்ல... நானும், கலாவும் லவ் பண்றத யூகிச்சு... 'இதெல்லாம் வேணாம்'னு சொன்ன விஜி... 'நான் கலாவ கல்யாணம் பண்ணிக்க ஆசப்படுறேன்'னு உறுதியா சொன்னதப் பார்த்திட்டு... எங்க

காதலுக்கு உதவ ஆரம்பிச்சாப்ல.

கலாவுக்கு நான் குடுக்குற லவ் லெட்டர… சிலசமயம் விஜி கொண்டுபோய் கலாகிட்ட குடுப்பாப்ல.

கலாவோட தாய்மாமன்கள்ல… பாலு முரட்டுத்தனமானவர்.

விஷயத்த தெரிஞ்சுக்கிட்ட பாலு என்னப் பார்த்து 'இதெல்லாம் வேணாம்… நல்லதில்ல. பெரிய எடத்துல தப்புப்பண்ண நினைக்கிற… ஜாக்கிரத. அடக்க ஒடுக்கமா இருந்துக்க' னு கடுமையா எச்சரிச்சிட்டுப் போனார்.

ஆனாலும்… போன் மூலமும், நண்பர்கள் மூலம் கடிதம் வாயிலாவும் எங்க காதல் வளர்ந்துக்கிட்டிருந்துச்சு.

மத்தியானவாக்கில் ஒரு குறிப்பிட்ட நேரத்துல… நான் கலா வீட்டுக்கு போன் அடிப்பேன்.

மாடியிலயிருந்து கலா எறங்கிவந்து போனை அட்டென்ட் பண்ணுவா.

இத தெரிஞ்சுக்கிட்ட கலாவோட அம்மா… 'இனிமே நீ மாடியிலருந்து கீழ வரக்கூடாது'னு கண்டிஷன் போட்டுட்டாங்க.

இதனால கடிதம் மூலம் மட்டுமே காதல பரிமாறிக்கிட்டோம்.

அதையும் பாலு கண்டுபிடிச்சிட்டார்.

என் நண்பர்கள் யாராவது கலாவோட வீட்டுக்குப் போனா… அவங்க கலாவ பார்த்து பேசவோ… கடிதம் குடுக்கவோ முடியாதபடி… பாலு கவனிச்சுக்கிட்டார்.

அதோட…. கலாவுக்கு மாப்பிள்ள பார்த்து கல்யாணம் பண்றதுக்கான ஏற்பாடுகள முடுக்கிவிட்டார்.

பாலுவோட நண்பர்கள் நாலைஞ்சு பேர் கலாவோட வீட்டு ஏரியாவுல ரவுண்டு கட்டி நின்னாங்க.

'அவன எங்க பார்த்தாலும் ஒதைங்க'ன்னும் நண்பர்களுக்கு சொல்லீட்டார் பாலு.

நான் வழக்கமா வந்து போற எடத்துக்கெல்லாம் என்னை பாலு தேடி அலைய…

பாலுவோட தம்பியும், என் நண்பனுமான விஜி, என்கிட்ட வந்து 'பாலு ஒன்னய தேடிக்கிட்டிருக்காப்ல. கண்ல சிக்கீராத'னு சொல்லீட்டுப் போக….

கிட்டத்தட்ட நான் தலைமறைவானேன்.

'கலாவுக்கு கல்யாண ஏற்பாடுகள் நடக்குது'னு வந்த தகவலையடுத்து நான் ரொம்ப சோகமாயிட்டேன்.

எனக்கு அப்ப இருவத்தியஞ்சு வயசு இருக்கும். முதன்முதலா நான் தாடி வளர்க்க ஆரம்பிச்சேன்.

கருகருனு வளர்ந்த தாடியோட…. சோகமயமா சுத்திக்கிட்டிருந்தேன்..

SRI DEVI BAH
Date:14.2
27

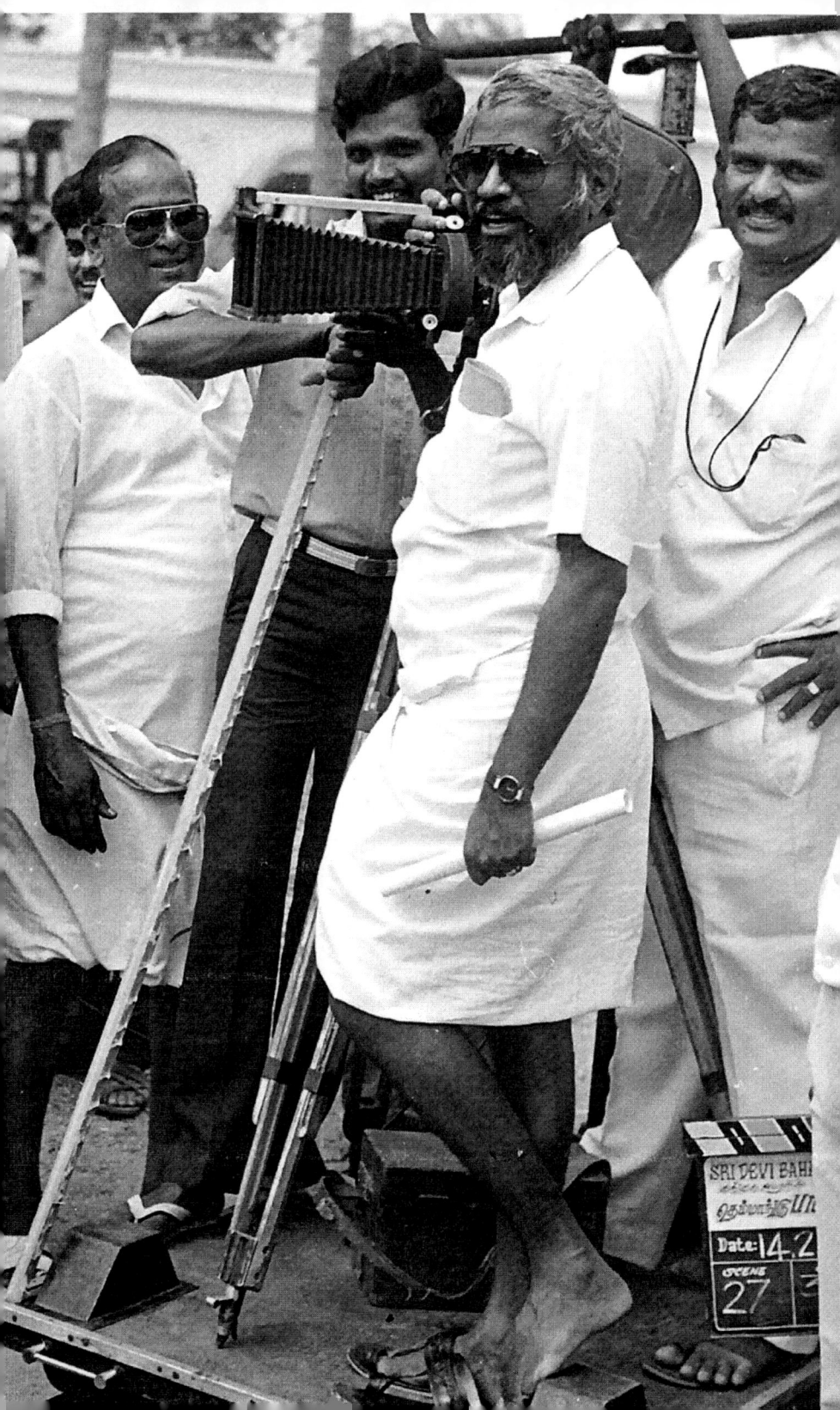

“ஏண்டா தாடி வச்சுக்கிட்டு திரியுற?”னு அண்ணன்கள்லாம் என்னய திட்டினாங்க.

“சும்மாதான்”னு சொல்லி சமாளிச்சேன்.

ஆனா... உள்ளுக்குள்ள தாங்கமுடியாத சோகத்தோட இருந்தேன்.

கலாவுக்கும், எனக்கும் இடையே காதல் சந்திப்புகள்ல... நடந்த சுவாரஸ்யங்கள நெனச்சு நெனச்சு ஏங்கினேன்... உள்ளூர அழுதேன்.

(அந்த சம்பவங்கள்ல சில சுவாரஸ்யங்கள... கிளுகிளுப்புகள... நான் டைரக்ட் பண்ணின படத்துல வச்சேன். அத அப்புறமா சொல்றேன்)

கலாவோட தாய்மாமன் விஜிதான் ‘கலா வீட்ல என்ன நடக்குது?’னு அப்பப்ப நிலவரத்த பார்த்திட்டு வந்து சொல்வான்.

கலாவுக்கு மாப்பிள்ள பார்த்து கல்யாணம் பண்ணி வைக்கிறதுக்கான ஏற்பாடுகள் ரொம்ப தீவிரமா நடந்துச்சு.

கலா என்கூட பேச முடியாதபடி... அவங்க வீட்ல கண்டிஷன் அதிகமாச்சு.

கலாவும் ரொம்ப சோகமா இருந்தா.

கலாவ அவங்க அம்மா அப்பப்ப திட்டினதோட... அடிக்கவும் செஞ்சாங்க.

ஆனா இது எதுவுமே கலாவோட அப்பாவுக்குத் தெரியாத மாதிரி... கலா வீட்டார் பார்த்துக்கிட்டாங்க.

கட்டுப்பாடு அதிகரிக்க அதிகரிக்க... காதல் வேகமெடுக்குமே...

முன்னவிட இப்ப எங்க ரெண்டுபேரு மனசுலயும் காதல் ரொம்ப ஸ்ட்ராங் ஆச்சு.

அனுமார் கோயில்ல ஒக்காந்து, திருப்பதி ஏழுமலையானுக்கு நான் எழுதி அனுப்பின கடிதம்...

93
காதல் போராளிகள்!

பெரியவீட்டுப் பெண்ணான கலாவும், நானும் லவ் பண்ற விஷயம் கலாவோட வீட்டுக்குத் தெரிஞ்சு... போன்லகூட என்கிட்ட கலா பேச முடியாதபடி தடை போட்டாங்க.

மாப்பிள்ள பார்த்து கலாவுக்கு திருமணம் செஞ்சு வைக்கிற ஏற்பாடுகள்ல தீவிரமா இருந்தாங்க.

கலாவோட தாய்மாமா பாலு தன்னோட நண்பர்கள் மூலமா என்னய தேடிக்கிட்டிருந்ததால... நான் தலைமறைவா இருந்தேன்.

'காதலிலே தோல்வியுற்றான் காளை ஒருவன்' மாதிரி... காதல் சோகத்துல கருகருனு தாடி வளர்த்திட்டு திரிஞ்சேன்.

எங்க காதல் மேட்டர் கலாவோட அப்பாவுக்குத் தெரியாது.

அவருக்குத் தெரிஞ்சா... காதலை அங்கீகரிப்பாரோ...னு எனக்குள்ள ஒரு நெனப்பு.

கலாவோட இன்னொரு தாய்மாமாவான விஜி எனக்கு ஃப்ரெண்டாச்சா... விஜிதான் என்கிட்ட வந்து... கலா வீட்டுல என்ன நடந்துக்கிட்டிருக்குனு வீட்டு நடப்ப சொல்லுவான்.

கலாவுக்கு கெடுபிடி அதிகமாயிருச்சு. 'வசதியா வாழ்ந்து பழகுன பொண்ண... நிரந்தர வருமானம் இல்லாதவனுக்கு கட்டித்தர மாட்டேன்னு எங்கக்கா ஸ்ட்ராங்கா இருக்காங்க. சீக்கிரமே... ஒரு

மாப்பிள்ளய பேசிமுடிக்க ஏற்பாடு நடந்துக்கிட்டிருக்கு'னு சொன்னான்.

நான் தவியா தவிச்சேன்.

எனக்கு கடவுள் பக்தி ஜாஸ்தி. என்னயவிட கலாவுக்கு கடவுள் பக்தி ரொம்ப ஜாஸ்தி.

நாங்க ரெண்டு பேருமே திருப்பதி வெங்கடாஜலபதி தெய்வத்தத்தான் வேண்டிக்குவோம்.

ஒரு தடவ...

நானும், கலாவும் பேசிக்கிட்டிருந்தப்ப... எங்க ரெண்டு பேர் வீட்லயுமே எங்க காதல ஏத்துக்குவாங்களா அப்படிங்கிறதப் பத்தி பேசிக்கிட்டிருந்தோம்.

எங்க காதலை சேர்த்து வைக்கவேண்டிய பொறுப்ப... வெங்கடாஜலபதிகிட்டயே விட்டோம்.

'கடவுளே... வெங்கடாஜலபதிப்பெருமாளே... நாங்க காலமெல்லாம் சேர்ந்து வாழ நீதான் மனசு வைக்கணும். அப்படி எங்க காதல... கல்யாணத்துல கைகூட வச்சிட்டேனா... நாங்க கல்யாணமானதும்... திருப்பதிக்கு வந்து உன்ன தரிசனம் பண்ணீட்டு... உனக்கு நன்றிய சொல்லீட்டுத்தான்... நாங்க திருமண உறவுல ஈடுபடுவோம்'னு ரெண்டுபேருமே வேண்டிக்கிட்டோம்.

எங்க காதலுக்கு சிக்கல் வந்த சமயத்துல எனக்கு நாங்க வேண்டிக்கிட்ட விஷயம் நெனைப்புல ஓடிச்சு.

கலா வேற வீட்டாரோட நெருக்கடியில இருக்கதால... விபரீதமா எதுவும் நடந்துடக் கூடாதுனு பதட்டத்தோட... ஒரு போஸ்ட்கார்டு வாங்கிக்கிட்டு... கோயிலுக்குப் போனேன்.

மயிலாப்பூர்லருந்து லஸ் கார்னர தாண்டி வந்தம்னா... திருவள்ளுவர் சிலை இருக்கும். அதுக்குப் பின்னாடி... தண்ணீர்த் துறை மார்க்கெட் இருக்கும். அந்தப் பகுதியில ஒரு ஆஞ்சநேயர் கோயில் இருக்கு.... அங்க போய் ஆஞ்சநேயர தரிசிச்சேன்.

மனமுருக... திருப்பதி வெங்கடாஜலபதியவும் வேண்டிக் கிட்டேன்.

எந்த விபரீதமும் நடந்துடக்கூடாதுங்குறத முதல்ல வேண்டிக்கிட்டு...

போஸ்ட் கார்ட எடுத்து முதல்ல டூ அட்ரஸ் எழுதினேன்...

திருப்பதி வெங்கடாஜலபதி

மேல் திருப்பதி

...அட்ரஸ எழுதிட்டு... லெட்டர எழுதினேன்.

"சாமி... என்னை உங்களுக்கு நல்லாவே தெரியும். நான் என்ன மனநிலைல இருக்கேன்னும் உங்களுக்குத் தெரியும். நான் என்ன வேண்டிக்கிறேன்னும் தெரியும். அதை வச்சு... தயவு செய்து நீங்க எனக்கு நல்ல முடிவ ஏற்படுத்திக் கொடுக்கணும். அப்படி ஒரு நல்ல முடிவு கிடைச்சதுன்னா... எங்களுக்கு உண்டாகிற முதல் வாரிசுக்கு உங்க பேரைத்தான் வைப்போம்னு உறுதிப்படுத்திக்கிறேன்.....

நீங்கதான் எங்கள காப்பாத்தணும்...

ஒங்க பேரத்தான் எங்க முதல் வாரிசுக்கு வைப்போம்.

சாமீய்... நீங்கதான் எங்கள காப்பாத்தணும்.....

...இப்படி போஸ்ட் கார்டுல லெட்டர் எழுதி... போஸ்ட் ஆபீஸ் போய் போஸ்ட் பாக்ஸ்ல போட்டுட்டு வந்தேன்.

எவ்வளவு அறியாமைல இருந்திருக்கேன் பார்த்துக்கங்க.

பக்திக்கு முன்னாலயும், காதலுக்கு முன்னாலயும் அறியாமையோட இருப்பதும் சந்தோஷமாத்தான் இருக்கு.

விஜி வந்தான்.

'டேய்... அமர்... திருநெல்வேலில ஒரு மாப்பிள்ளை பார்த்திருக்காங்க. நாளைக்கோ... நாளன்னைக்கோ... கலாவ பொண்ணு பார்க்க வர்றாங்க'னு சொல்லீட்டுப் போனான்.

மனசுக்கு கஷ்டமா இருந்துச்சு.

கடவுள்கிட்ட முறையிடுறதத் தவிர... எனக்கு வேற எதுவும் தெரியல.

மாப்பிள்ளை வீட்டுக்காரங்க வந்துட்டாங்க. புதுப் புடவைய கட்டிக்கிட்டு... அலங்காரம் பண்ணிக்கிட்டு வா னு கலாவோட அம்மா சொல்ல....

'முடியாது'னு கலா சொல்ல...

ரொம்ப நேரம் ரெண்டு பேருக்கும் இடையில சண்ட.

கலா மசிஞ்சு குடுக்கல.

'பொண்ணுக்கு உடம்பு சுகமில்ல. அதனால... இன்னைக்கி அவள பார்க்க முடியாது. நீங்க தப்பா எடுத்துக்காதீங்க'னு மாப்பிள்ளை வீட்டுக்காரங்க்கிட்ட கலாவோட அம்மா சொல்லி சமாளிச்சிருக்காங்க.

'அய்யோ.... பொண்ணுக்கு ஒடம்பு முடியலையா...'னு வருத்தப்பட்டவங்க... 'பொண்ணு எங்கருக்கா?'னு கேட்டுக்கிட்டே.... கலாவோட ரூமுக்கு வந்த மாப்பிள்ளை வீட்டுப் பொம்பளையாளுங்க... கலாவ பார்த்தாங்க.

'பொண்ணு புதுப்புடவ கட்டிக்கல. அலங்காரம் பண்ணிக்கல. நகை நட்டு போட்டுக்கல. அப்படியிருந்தும் இம்புட்டு அழகா இருக்கே... இந்தப் பொண்ணு. இதுக்கு மேல நாங்க பொண்ண அலங்காரம் பண்ணி வேற பார்க்கணுமா?'னு கேட்டிருக்காங்க.

ஹாலுக்கு வந்து... 'பொண்ணு லட்சணமா, அழகா இருக்கு. எங்களுக்கு ரொம்பப் பிடிச்சுப் போச்சு. புள்ளைக்கி உடம்பு சுகமில்லாம இருக்கேனு நீங்க மனசுல போட்டு குழப்பிக்க வேணாம். ஒரு நல்ல நாளா பார்த்துச் சொல்லுங்க.... அந்தத் தேதியில வந்து... உங்க பொண்ண எங்க பையனுக்கு பரிசம் போட்டுக்கிறோம்'னு சொல்லீட்டு கிளம்பிட்டாங்க.....

சொல்லமுடியாத சோகத்தோட நான் தவிச்சுக்கிட்டிருந்தேன்.

விஜி வந்தான்.

என்ன நடந்துச்சுங்கிறதயும் என்கிட்ட சொன்னான்.

கலாவோட காதல் போராட்டம் அவ மேல நான் வச்சிருந்த அன்பையும், மதிப்பையும் உணர்த்துச்சு.

மறுபடியும்... மறுபடியும்... நான் வெங்கடாஜலபதிய வேண்டிக்கிட்டேன்.

பொண்ணுப் பார்த்திட்டு போன பிறகு....

ரொம்ப நேரம் கழிச்சு....

'இப்படி தூங்குறாளேனு நெனச்சு... கலாவ எழுப்பியிருக்காங்க அவளோட அம்மா.

கலா எழுந்திரிக்கல.

வம்படியா உசுப்பி தூக்கியிருக்காங்க.

கலாவோட தலையும், கை-காலும் தொங்கி துவண்டிருக்கு.

கலாவோட அப்பா... 'எம் புள்ளைக்கி என்னாச்சு?'னு வாய்விட்டு அழ...

ஆஸ்பத்திரிக்கி தூக்கிட்டுப் போனாங்க கலாவ.

சூஸைட் பண்ணிக்கிறதுக்காக அதிகமா... தூக்க மாத்திரையை சாப்பிட்டுட்டா கலா...

94
ரயில் பயணக் குறும்புகள்!

நானும், கலாவும் காதலிக்கிறது எங்க வீட்டுக்கு தெரியாது.

கலாவோட வீட்ல கடும் எதிர்ப்பு.

கலாவோட அப்பாவுக்கு எங்க காதல் விஷயம் தெரியாது.

கலாவ பொண்ணுப்பார்க்க திருநெல்வேலிலருந்து மாப்பிள்ளை வீட்டுக்காரங்க வந்தாங்க.

கலா அலங்காரம் பண்ணிக்கமாட்டேன்னு அடம் பிடிச்சதால... பொண்ணுக்கு உடம்பு சரியில்லனு கலாவோட அம்மா சொல்லி சமாளிச்சாங்க.

கலாவோட ரூமுக்குள்ள வந்து பார்த்த மாப்பிள்ளை வீட்டுக்காரங்க... 'அலங்காரமில்லாமலே பொண்ணு அழகா இருக்கு. ஒரு நல்ல நாளா சொல்லிவிடுங்க. வந்து பரிசம் போட்டுக்கிறோம்'னு சொல்லிட்டுப் போனாங்க.

பொண்ணுப் பார்த்திட்டு போன பிறகு...

ரொம்ப நேரம் கழிச்சு...

'இப்படித் தூங்குறாளே'னு நெனச்சு... கலாவ எழுப்பியிருக்காங்க அவளோட அம்மா.

கலா எழுந்திரிக்கல.

வம்படியா உசுப்பி தூக்கியிருக்காங்க.

கலாவோட தலையும், கை-காலும் தொங்கித் துவண்டிருக்கு.

கலாவோட அப்பா... 'எம்புள்ளைக்கி என்னாச்சு?'னு வாய்விட்டு அழ...

ஆஸ்பத்திரிக்கி தூக்கிட்டுப் போனாங்க கலாவ.

கலாவ வாமிட் பண்ண வச்சு... மருந்தோட வீரியத்த குறைச்சு... கலா கண் முழிச்ச பின்னாடி... ட்ரீட்மெண்ட் முடிஞ்சு... வீட்டுக்கு கூட்டி வந்தாங்க.

கலாவோட தாய்மாமனும், என்னோட ஃப்ரெண்டுமான விஜி வந்து எங்கிட்ட விஷயத்த சொன்னப்ப... துடிச்சுப் போயிட்டேன்.

கலாவுக்கு எதுவும் ஆகாதது நிம்மதிய தந்தாலும்... காதலுக்காக கலா நடத்துற போராட்டம் எனக்கு பெருமையா இருந்தாலும்... சூஸைட் முயற்சி வரை நிலமை போனதால் மனசுக்கு வருத்தமா இருந்தது.

எனக்கு உடனே... கலாவ போய் பார்க்கணும்கிற துடிப்பு.

ஆனா... இம்புட்டுக்கும் காரணமான என்மேல கலா குடும்பத்தார் கோபமா இருக்காங்களே... ஏற்கனவே கலாவோட தாய்மாமன்கள்ல ஒருத்தர் பாலு... என் மேல ரொம்ப கடுப்புல இருக்காரே...

அதனால என்னால போய் பார்க்க முடியல.

என் கண்ணுல... நானும், கலாவும் காதலோட பேசிக்கிட்ட... பார்த்துக்கிட்ட... சம்பவங்கள்லாம் காட்சியா விரியுது....

கலாவோட சித்தி சந்திரகாந்தாவோட நாடகக் குழுவுல 'ஆடலரசி அனார்கலி'ங்கிற நாட்டிய நாடகம் போடுவாங்க. அது ரொம்ப பிரபலம். அவங்க நாடகக் குழுவுல நான் கிடார் வாசிச்சிட்டிருந்தேன்.

கலாவ பார்க்க... பேச... தோதா இருக்கும்கிறதுக்காகவே... 'வெஸ்டர்ன் இன்ஸ்ட்ரூமெண்ட்டான கிடார் இசை... இந்த நாடகத்துக்கு நல்லா இருக்கும்'னு சொல்லி வாய்ப்ப வாங்கினேன்.

இதப்பத்தி ஏற்கனவே நான் சொல்லீருக்கேன்.

ஒரு தடவ... 'ஆடலரசி அனார்கலி' நாடகத்த பாம்பேவுல நடத்துறதுக்காக எல்லாருமா... ரயில்ல போனோம்.

ஜெனரல் கம்பார்ட்மெண்ட்.

கொஞ்ச பேருக்குத்தான் ரிஸர்வேஷன் பண்ணீருந்தோம். பெரியவங்களயெல்லாம் பெர்த்ல படுக்கச் சொல்லீட்டு, நாங்கள்லாம்... கலா... கலாவோட ஃப்ரெண்ட்ஸ்... எல்லாரும்... ஸீட்டுக்கு கீழ... நடைபாதைல... படுத்துக்கிட்டோம்.

நான் இந்தப் பக்கம் தலை வச்சு, கால்நீட்டி படுத்துக்கிட்டேன்.

என் தலைக்கி எதிர்ப்பக்கம்... என் தலைய ஒட்டி... கலா தலைவச்சு படுத்துக்கிட்டா. கூட அவளோட ஃப்ரெண்ட்ஸுகளும்

என் குடும்பம்

படுத்துக்கிட்டாங்க.

என்னோட தலையும், கலாவோட தலையும் ஒரசுற மாதிரி படுத்திருந்தோம்.

அந்த குறும்பான நெனப்பு கண்ணுல காட்சியா விரிஞ்சது.

(அப்ப இருந்த மனநில... பரவசம்... அத இப்ப சொல்ல முடியாது... இந்த வயசுல சொல்லக் கூடாது.

நான் டைரக்ட் பண்ணின 'செண்பகமே செண்பகமே' படத்துல இந்த ட்ரெயின் அனுபவ பாதிப்புல ஒரு சீன் வச்சிருந்தேன்.

அது என்னன்னா...

கதைப்படி... புருஷன் பெண்டாட்டியான ராமராஜனும், ரேகாவும் சேரக்கூடாது. நேரம் சரியில்லனு சொல்லிடுவாங்க.

அதனால... தலைவாசல்ல தலையை வச்சு... வீட்டுக்குள்ள கால்

நீட்டி படுத்திருக்கும் ரேகா.

தலைவாசல்ல தலையை வச்சு... வாசல்ல கால் நீட்டி படுத்திருப்பார் ராமராஜன்.

முடி ஒரசுறது... கைய மெதுவா கொண்டு போறது...ரெண்டு பேரோட கையும் ஒரசுறது... மெதுவா கையப் பிடிக்கிறது.... இப்படி போகும் அந்த ஸீன்.

(அந்தப் படத்தப் பார்த்து ஸீன தெரிஞ்சுக்கங்க...

இதுக்குமேல வெவரமா நான் என் காதல் அனுபவத்த... இந்த வயசுல சொல்ல கூச்சமா இருக்கு. ஆனா... எங்க காதல் ரொம்ப சுத்தமான காதல்.

'எங்க காதல் பிரச்சினை இல்லாம கல்யாணத்துல முடிஞ்சா... முதல்ல திருப்பதி வெங்கடாஜலபதிய தரிசனம் பண்ணீட்டுத்தான் தாம்பத்ய வாழ்க்கைய தொடங்குவோம்'னு வேண்டிக்கிட்ட... சுத்தமான காதலர்களாச்சே நாங்க.)

அதேபோல...

கலாவ பொண்ணுப் பார்க்க வந்தப்ப... கலா அலங்காரம் பண்ணிக்க மாட்டேன்னு சொன்னதையும், 'அலங்காரமில்லாம லேயே பொண்ணு அழகா இருக்கே. பொண்ணு எங்களுக்கு பிடிச்சுப்போச்சு. நல்ல நாள்ல பரிசம் போட்டுக்கலாம்'னு மாப்பிள்ள வீட்டுக்காரங்க சொன்னதையும் 'செண்பகமே செண்பகமே' படத்துல ஸீனா வச்சேன்.

கலாகிட்ட அவங்க அப்பா ரொம்பப் பரிவா விசாரிச்ச விஷயத்தையும் அந்தப் படத்துல வச்சிருப்பேன்.

இப்படி.... எனக்கும், கலாவுக்குமான காதல் அனுபவங்கள... குறும்புகள... சோகங்கள... நான் எடுத்த படங்கள்ல வச்சிருக்கேன்.

கலாவோட அப்பா ரொம்பவே பாசக்காரர். குழந்தை மாதிரி மனசு. எல்லார்கிட்டயும் அன்பா பேசுவார். கலா மேல அவருக்கு பிரியம் ஜாஸ்தி. கலா மேல உசுரயே வச்சிருந்தார்.

(கலாவோட அம்மாவும் கலா மேல பாசமானவங்கதான். இருந்தாலும் தன் மக நல்லாருக்கணும்கிற அக்கறைல அவங்க கலாகிட்ட ரொம்ப கண்டிப்பு காட்டுனாங்க)

கலா தூக்க மாத்திர சாப்பிட்டு... காப்பாத்தப்பட்டு... வீட்ல ரெஸ்ட் எடுக்குறா.

ரெண்டு நாள் கழிச்சு... புள்ள தெளிவானதும்... கலாகிட்ட அவங்க அப்பா விசாரிச்சார்...

"என்னம்மா?"

...

"எப்படிம்மா இருக்க?"

...

"என்னாச்சும்மா?"

...

"ஏம்மா இப்படிப் பண்ணீட்ட?"

...

"இப்படி தவிக்க விட்டுட்டியேம்மா!"

"பொண்ணுக்கு காலாகாலத்துல கல்யாணம் பண்ணிவைக்க வேண்டியது பெத்தவங்களோட கடமையில்லயா... அதுக்குத்தானம்மா ஏற்பாடு செஞ்சோம்... ஏதாவது பேசும்மா..."

...

"பொண்ணுப் பாக்க மாப்பிள்ள வீட்டுக்காரங்க வந்தாங்க... அவ்வளவுதானம்மா. ஒனக்கு இந்த மாப்பிள்ளய பிடிக்கலேன்னா... அப்பாகிட்ட சொல்லீருக்கலாமேம்மா..."

...

"அதுக்காக இப்படியெல்லாமா பண்ணுவாங்க?... போம்மா..."னு சொல்லி அவர் கண் கலங்கிப்போக....

அப்பா அழுகுறதப் பார்த்து கலாவால தாங்க முடியல.

அவளுக்கும் அழுக வந்திருச்சு.

"அப்பா..."

"என்னம்மா?"

"அப்பா... வந்து... எனக்கு... அமர ரொம்பப் பிடிச்சிருக்குப்பா.... நான் கல்யாணம் பண்ணிக்கிறதா இருந்தா அமரத்தான் கட்டிக்குவேன். இல்லேன்னா... நான்... இப்படித்தான்... ஏதாவது பண்ணிக்குவேன்..." னு அழுதுக்கிட்டே கலா சொல்ல...

கலாவோட அப்பாவுக்கு ஷாக்!

...

எங்க ஃபேமிலிக்கும் ஒரு ஷாக் நியூஸ் வந்து சேர்ந்துச்சு...

95
தந்தியடித்த இதயத் துடிப்பு!

எங்க காதலுக்கு வந்த இக்கட்டான கட்டம்தான்... திருநெல்வேலிலருந்து மாப்பிள்ளை வீட்டுக்காரங்க வந்துட்டுப் போன அன்னைக்கி கலா அளவுக்கு அதிகமா தூக்க மாத்திரை சாப்பிட்ட தருணம்.

நல்ல வேளயா... கலா காப்பாத்தப்பட்டு... வீட்ல ரெஸ்ட் எடுத்துக்கிட்டிருந்தப்ப...

ரெண்டுநாள் கழிச்சு... புள்ள தெளிவானதும்... கலாகிட்ட அவங்க அப்பா விசாரிச்சார்...

பொண்ணுப் பாக்க மாப்பிள்ள வீட்டுக்காரங்க வந்தாங்க. அவ்வளவுதானம்மா. ஒனக்கு இந்த மாப்பிள்ளய பிடிக்கலேன்னா... அப்பாகிட்ட சொல்லீருக்கலாமேம்மா... அதுக்காக இப்படியெல்லாமா பண்ணுவாங்க?... போம்மா... னு சொல்லி அவர் கண் கலங்கிப்போக....

அப்பா அழுகுறதப் பார்த்து கலாவால தாங்க முடியல.

"அப்பா..."

"என்னம்மா?"

"அப்பா... வந்து... எனக்கு... அமர ரொம்பப் பிடிச்சிருக்குப்பா. நான் கல்யாணம் பண்ணிக்கிறதா இருந்தா அமரத்தான் கட்டிக்குவேன். இல்லேன்னா... நான்... இப்படித்தான்... ஏதாவது...

பண்ணிக்குவேன்...”னு அழுதுக்கிட்டே கலா சொல்ல...

கலாவோட அப்பாவுக்கு ஷாக்!

கலாவோட சித்தியான நடிகை சந்திரகாந்தா கேட்டுக்கிட்டதால... நான் கலாவுக்கு அவங்க வீட்ல போய் பாட்டு கத்துக் குடுக்கப் போனேன்.

அந்த அனுபவங்கள ஏற்கனவே சொல்லீருக்கேன்.

நான் கலாவோட வீட்டுக்கு போகுறப்பவெல்லாம்... கலாவோட அப்பா என்னய பழைய பாட்டு பாடச் சொல்லி கேட்டு ரசிப்பார்.

அப்ப கலா எனக்காக சப்பாத்தியோ... தோசையோ சுட்டுக் கொண்டுவந்து குடுத்து சாப்பிடச் சொல்லும்.

நானும் தயக்கமில்லாம சாப்பிடுவேன்.

நான் பாடுறத மட்டுமில்ல... பசியாறுறதயும், பார்த்து ரசிப்பார் கலாவோட அப்பா.

என் மேல அவருக்கு நல்ல ஒப்பீனியன்.....

‘**அ**ந்தப் பையன் ரொம்ப நல்ல டைப்தான். ஆனா நிரந்தர சம்பாத்தியம் பெரிசா சொல்லும்படி இல்லையேம்மா... நீ இங்க நல்லா வசதியா வளர்ந்த பொண்ணு. அங்க போயி கஷ்டப்படுறத நாங்க எப்படிம்மா பார்த்துக்கிட்டு இருக்க முடியும்? நீ கஷ்டம் தெரியாம வளர்ந்தவளாச்சே... அதாம்மா யோசனையா இருக்கு’னு கலாகிட்ட அவங்க அப்பா சொல்ல...

‘நான் அமரத்தான் கல்யாணம் பண்ணிக்குவேன். அவர் என்ன சம்பாதிச்சு கொண்டு வந்து குடுத்தாலும் அதுக்குள்ள குடும்பம் நடத்தப் பழகிக்குவேன். என்ன கஷ்டம் வந்தாலும் தாங்கிக்குவேன். அவரு நல்ல நெலமைக்கி வருவாருப்பா. எனக்கு அந்த நம்பிக்க இருக்கு. அவரோடதான் என் வாழ்க்க. இல்லேன்னா... எனக்கு கல்யாணமே வேண்டாம்ப்பா’னு கலா சொல்ல...

‘நீ ரெஸ்ட் எடும்மா’னு சொல்லிட்டு வந்தவர்... ரெண்டு மூணு நாளா மனசுல பலவித யோசனையோட இருந்தாரு.

காதல்ல கலாவுக்கு இருந்த உறுதி... எனக்கு கலா மேல ரொம்ப அன்ப ஏற்படுத்திச்சு. ஆனாலும் ‘இப்படி மாத்திர போட்டுக்கிற அளவுக்கு போயிருக்க வேணாமே’னு மனசு பதறியபடியே இருந்துச்சு.

கலாவோட தாய்மாமன் விஜி என்கிட்ட அங்க என்ன நிலவரம்னு சொல்லிடுவான்...

‘நீயும் கலாவும் லவ் பண்றத... கலா அவங்க அப்பாகிட்ட சொல்லீடுச்சு. அமரத்தான் கட்டிக்குவேன்னும் ஸ்ட்ராங்கா சொல்லீடுச்சு’னு சொன்னான்.

அவருக்கு எங்க லவ் மேட்டர் தெரிஞ்சதுல எனக்கு சந்தோஷம்னாலும்... அந்த பெரிய மனுஷர்... நம்ம மேல ரொம்ப

மதிப்பு வச்சிருந்தவர்... நம்மளப் பத்தி என்ன நெனப்பாரோங்கிற சங்கடமும் வந்துச்சு எனக்கு.

தூக்கமாத்திர போட்டுக்கிற அளவுக்கு கலா போனதுக்கு இன்னொரு அழுத்தமான காரணம் என்னன்னும் எனக்கு தெரிய வந்துச்சு.

அது என்னன்னா....

நானும், கலாவும் காதல்ல தீவிரமாகி... அது கலாவோட அப்பாவத் தவிர... மத்தவங்களுக்கு ஓரளவு தெரிஞ்சிருந்த நேரம்...

நான் கலாவோட வீட்டுக்குப் போயிருந்தேன்.

'கலாவுக்கு மாப்பிள்ள பார்க்கலாம்னு இருக்கோம். ஜாதகம் குடுத்துவிடணும்'னு என்கிட்ட சொன்ன கலாவோட அப்பா... கலாவோட ஜாதகம் எழுதி வச்சிருந்த நோட்ட என்கிட்ட குடுத்தார்.

'கலா ஜாதகத்த தனியா இந்த பேப்பர்ல எழுதிக் குடுங்க'னு சொன்னார்.

எனக்கு எவ்வளவு அதிர்ச்சியா இருந்திருக்கும்?

ஆனாலும்... நான் அத காட்டிக்கல.

'அந்தப் பஞ்சாங்கத்த எடுங்க. நல்ல நேரம் பார்த்து எழுதுங்க'னும் சொல்றார்.

‘எங்க காதல் பெரிசு. அது ஜெயிக்கும்’னு மனசுக்குள்ள நெனச்சுக்கிட்டு கலாவோட ஜாதகத்த பிரதியெடுத்து எழுத ஆரம்பிச்சேன்.

இத கலா பார்த்திட்டா.

எங்க காதல் கலாவோட வீட்டாருக்கு தெரிஞ்ச மாதிரி... கலாவோட அப்பாவுக்கும் தெரிஞ்சிருக்கும்னு கலா நினைச்சிருக்கா.

அதனால...

‘நானும் அவரும் லவ் பண்றோம்னு தெரிஞ்சும் அவர வச்சு என் ஜாதகத்த எழுதச் சொல்றாங்களே...’னு கலாவுக்கு ஆதங்கம்.

என்னய வச்சு ஜாதகம் எழுதச் சொன்னது... காதலை முறியடிக்க... மாப்பிள்ளை வீட்டுக்காரங்கள வரச் சொன்னது.... இதெல்லாம் சேர்ந்துதான்... கலா மாத்திர போட்டுக்கிறதுக்கு காரணமா அமைஞ்சது.

கலாவோட அப்பா... ரெண்டு மூணு நாள் யோசனைக்குப் பின்னாடி ஒரு முடிவுக்கு வந்தார்.

‘நான் அமர பார்க்கணும். நீ அதுக்கு ஏற்பாடு பண்ணு’ னு தன்னோட மச்சினன்கிட்ட... அதாவது கலாவோட பெரிய தாய்மாமா டி.கே.மணியன்கிட்ட சொல்லீருக்கார் கலாவோட அப்பா.

டி.கே.மணியன் அண்ணாவுக்கு நானும், கலாவும் காதலிக்கிறது... அதாவது நான் கலாவ கல்யாணம் பண்ணிக்க விருப்பமா இருக்கிறது ஏற்கனவே தெரியும்.

ஒருநா...

மணியன் அண்ணாவுக்கு நல்ல பரிட்சயமான... மலேசியா வாசுதேவனும், மணியனோட தம்பியான என் ஃப்ரெண்ட் விஜியும் சேர்ந்து... என்னயவும் கூட்டிக்கிட்டுப் போய்... மணியன் அண்ணாவ ஒரு ஓட்டலுக்கு வரச்சொல்லி... அவர மாலை நேர கூலிங் பண்ணி... விஷயத்தச் சொன்னோம்.

இதப்பத்தி நான் ஏற்கனவே விரிவா சொல்லீருக்கேன்.

அந்த மணியன் அண்ணாகிட்டத்தான் என்னய சந்திக்க ஏற்பாடு பண்ணச் சொன்னார் கலாவோட அப்பா.

ராஜ்குமார் வந்து என்னப் பார்த்தார்.

ராஜ்குமார் யார்ன்னா... கலாவோட தங்கச்சி திலகாவ கட்டிக்கப் போறவர்.

விஷயத்தச் சொன்னார்.

பீச்!

நான், கலாவோட அப்பா, டி.கே.மணியன் அண்ணா, ராஜ்குமார்... நாலு பேரும் பீச்ல சந்திச்சோம்.

ஒரு எடத்துல ஒக்காந்தோம்.

நான் என் காதல்ல உறுதியாவும், நேர்மையாவும் இருக்கேன். ஆனாலும்… காதலியோட அப்பா மனச்சங்கடத்துல இருப்பாரேனு அவர முகங் குடுத்துப் பார்க்க கொஞ்சம் சிரமமாத்தான் இருந்துச்சு எனக்கு.

ஜிவுஜிவுனு அடிக்கிற பீச் காத்து… துள்ளிக்குதிக்கிற குழந்தைகளோட சத்தம், சுத்தியும் உட்கார்ந்து இருக்க மக்களோட பேச்சு… பட்டாணி, சுண்டல் விக்கிறவங்களோட சத்தம்…

இது எதுவுமே என் காதுல விழல.

என்னோட இதயத் துடிப்பே எனக்கு கேட்குது.

அவ்வளவு மௌனம்.

கனத்த மௌனத்த லேசா கலைக்கிற மாதிரி… கலாவோட அப்பா பேச ஆரம்பிச்சார்….

96
காதலியின் அப்பா கேட்ட கேள்வி!

தூக்க மாத்திர போட்டு காப்பாத்தப்பட்ட கலாகிட்ட அவளோட அப்பா விசாரிச்சப்ப...

'நான் அமரத்தான் கல்யாணம் பண்ணிக்குவேன். இல்லேன்னா... எனக்கு கல்யாணமே வேணாம்'னு உறுதியா சொல்லீட்டா.

'அந்தப் பையனுக்கு நிரந்தர வருமானம் இல்லியேம்மா'னு அவர் சொன்னதுக்கும் 'நான் எந்தக் கஷ்டம் வந்தாலும் பழகிக்கிறேன்'னும் சொல்லீட்டா.

ரெண்டு மூணு நாள் யோசனைக்குப் பின்னாடி ஒரு முடிவுக்கு வந்த கலாவோட அப்பா... என்னய சந்திக்க விரும்பினார்.

அதன்படி.....

பீச்ல... நான், கலாவோட அப்பா, டி.கே.மணியன் அண்ணா, ராஜ்குமார் (கலாவோட தங்கச்சி திலகாவோட வீட்டுக்காரர்)... நாலுபேரும் பீச்ல சந்திச்சோம்.

ஒரு எடத்துல ஒக்காந்தோம்.

பீச் காத்து... துள்ளிக் குதிக்கிற குழந்தைகளோட சத்தம், சுத்தியும் உட்காந்திருக்க மக்களோட பேச்சு... பட்டாணி, சுண்டல் விக்கிறவங்களோட சத்தம்... இது எதுவுமே என் காதுல விழல. என்னோட இதயத் துடிப்பே எனக்கு கேட்குது.

அண்ணா, கலைஞர், எம்.ஜி.ஆர்., இப்படி பெரிய தலைவர்களோட நண்பர்... அரசியல் செல்வாக்கும், செல்வ

செல்வாக்கும் உள்ள அந்தஸ்தான மனிதரான... கலாவோட அப்பாவான... எஸ்.எஸ்.பி.லிங்கம் என்னப் பார்த்து நியாயமா என்ன கேட்டிருக்கணும்?

"ஏம்ப்பா... இது ஒனக்கே நல்லா இருக்கா? ஒனக்கே சரின்னு படுதா?... எங்க அந்தஸ்து என்ன? ஒன்னோட அந்தஸ்து என்ன? ஒன்னோட தகுதிக்கு இது தேவையா? ஒரு பெரிய எடத்துல நீ இப்படி பண்ணலாமா?... என்னதான் எங்க பொண்ணு ஒம்மேல ஆசப்பட்டாலும்கூட... 'இதெல்லாம் தப்பு. நீ பெரிய எடத்துப் பொண்ணு. அதனால இது சரியா வராது. நீ ஒங்க அப்பாம்மா பாக்குற மாப்பிள்ளய கட்டிக்கிட்டு சந்தோஷமா இரு'னு நீதானப்பா அந்தப் புள்ளக்கி எடுத்துச் சொல்லீருக்கணும்?"

-இப்படித்தானே அந்த பெரிய மனுஷன் நியாயமா என்கிட்ட கேட்டிருக்கணும். ஆவேசப்பட்டிருக்கணும்.

ஆனா... அப்படி கேட்கல அவர். ஆவேசமும் படல.

கனத்த மௌனத்த லேசா கலைக்கிற மாதிரி... கலாவோட அப்பா பேச ஆரம்பிச்சார்...

"கேள்விப்பட்டீங்களா?.... கலா தூக்க மாத்திர சாப்டுட்டா..."

"ஆமாங்க... கேள்விப்பட்டேன்..."

"எனக்கு ரொம்ப கஷ்டமா இருக்கு... நான் ரொம்ப செல்லமா வளர்த்த பொண்ணு..."

"தெரியுங்க..."

"எனக்கு ஒங்கள ரொம்பப் பிடிக்கும். ஒங்க குணம்... பேச்சு... பழக்க வழக்கம்... இதெல்லாம் பிடிக்கும்"

....

"ஆனா..."

....

"என் பொண்ண ரொம்ப செல்வாக்கியமா வளர்த்துட்டேன். அவளுக்கு கஷ்டம்னா என்னான்னு தெரியாது..."

....

"என் பொண்ணு என்கிட்ட என்ன சொல்றான்னா... 'அவரோட நிலம எப்படியிருந்தாலும் பரவால்ல... நான் அனுசரிச்சு... அவரோட வாழ்றேன்'னு சொல்றா..."

...

"அதனால..."

....

"தயவு செஞ்சு நீங்க..."

'என்ன சொல்லப் போறாரோ?'னு நான் கலாவோட அப்பா முகத்த நேருக்கு நேரா பார்த்தேன்.

"அவள... என் பொண்ண... நீங்க கல்யாணம்

பண்ணிக்கணும்" னு சொன்னார்.

எங்க கல்யாணத்துக்கு அவர் சம்மதிப்பார்னு எனக்கு முழு நம்பிக்க இருந்துச்சு. ஆனா... 'நீங்க என் பொண்ண கல்யாணம் பண்ணிக் கணும்'னு அவர் உருகிச் சொன்ன விதம்... நான் எதிர்பார்க்காததுதான்.

நான் தலையாட்டினேன்.

அதை அவர் கவனிக்கலை.

''என்ன சொல்றீங்க?''னு கேட்டார்.

"எங்க வீட்ல பெரியவங்ககிட்ட சொல்லி... அதுக்கான ஏற்பாடுகளச் செய்றேங்க"னு சொன்னேன்.

'என் பொண்ணு கஷ்டப் பட்டா... எனக்கு தாங்காது...'னு சொன்னவர்... லேசா கண்கலங்கின படியே கேட்டார்... ''அவள கண்கலங்காம பாத்துக்குவீங்களா?''

''நான் இப்ப ஆல் இந்திய ரேடியோவுல வேல பார்க்குறேன். எனக்கு வர்ற சம்பளத்த வச்சு... கலாவ நல்லபடியா பார்த்துக்குவேன்''னு சொன்னேன்.

பேச்சு நல்லபடியா... சுமுகமா முடிந்த சந்தோஷத்துல எல்லாரும் கிளம்பினோம்.

நானும், கலாவும் காதலிச்சு கல்யாணம் பண்ணிக்க முடிவு செஞ்சபோதே... 'மாப்பிள்ள என்ன வேல பார்க்குறாரு?'னு மத்தவங்க கேட்டா... 'ஆல் இந்திய ரேடியோ வுல... மத்திய சர்க்கார்ல... வேல பார்க்குறாரு'னு கலாவோட வீட்டுக்காரங்க சொல்லிக்கணும். அதுதான் அந்தஸ்து... அதுதான் காதலுக்கு மரியாதைனு முடிவு பண்ணி... ஆல் இந்திய ரேடியோவுல நிலைய வித்வான் கோஷ்டியில

கிடாரிஸ்ட்டா வேலயில சேர்ந்தேன்.

இதப் பத்தி நான் ஏற்கனவே சொல்லீருக்கேன்.

ரேடியோ ஸ்டேஷன்ல வேல பார்த்ததோட.... ஓய்வு நேரங்கள்ல... சினிமா ரெக்கார்டிங்குக்கும் போயி... கைல கொஞ்சம் காசு சம்பாதிக்க ஆரம்பிச்சிட்டேன்ல.

பீச்லருந்து நேரா வீட்டுக்கு வந்தேன்.

நம்பர் 100 காரணீஸ்வரர் கோயில் தெரு... மயிலாப்பூர் முகவரியில ஒரு சின்ன வீட்லதான் நாங்க அப்ப குடியிருந்தோம்.

ரெண்டு ரூம். ஒண்ணுல பாஸ்கரண்ணன் ஃபேமிலி. இன்னொண்ணுல ராஜாண்ணன் ஃபேமிலி. ஹால்லதான் நானும், அம்மாவும் தூங்குவோம்.

அம்மா, பாஸ்கரண்ணன், சுசீலா அண்ணி, ராஜாண்ணன், ஜீவா அண்ணி... எல்லாரும் சாப்பிட்டுக்கிட்டு இருக்காங்க. அம்மா பரிமாறிக்கிட்டிருந்தாங்க.

உள்ள வந்த நான்... ‘கரகாட்டக்காரன்’ படத்துல கனகா நின்ன மாதிரி... ஹால்ல இருந்த ஒரு தூணப் புடிச்சுக்கிட்டு நிக்குறேன்.

“வாடா... வந்து ஒக்கார்ரா...”னு பாஸ்கரண்ணன் சொல்ல...

“வாப்பா... அமர்... நீயும் வந்து ஒக்காரு... சாப்பிடு...”னு அம்மாவும் சொல்றாங்க.

ஆனா நான் நின்னுக்கிட்டே இருந்தேன்.

என் கண்ணெல்லாம் கலங்குது.

அத கவனிச்ச பாஸ்கரண்ணன்... “என்னாச்சுடா?”னு கேட்குறார்.

“என்னாச்சுப்பா... ஏன் அழுகுற?”னு அம்மாவும் விசாரிச்சாங்க.

“அன்னக்கிக்கூட நம்ம வீட்டுக்கு வந்துச்சே.... நடிகை சந்திரகாந்தாவோட அக்கா பொண்ணு... கலா... நீகூட டீ போட்டுக் குடுத்தியேம்மா.... அந்தப் புள்ள நெறய தூக்க மாத்திர போட்டுக்கிச்சு...”

“அய்யோ...”

“நல்லவேளயா காப்பாத்திட்டாங்க...”

“எதுக்குடா அப்படி பண்ணிக்கிச்சு?”

“அந்தப் பொண்ண மாப்ள வீட்டுக்காரங்க பார்க்க வந்துருக்காங்க. அது பிடிக்காம...

“சரிடா... அதுக்கு நீ ஏன் அழுற?”

“இல்ல... நான் அந்த பொண்ணுமேல ஆசப்பட்டுட்டேன்... அந்தப் பொண்ணும் எம்மேல ஆசயா இருக்கு. அவங்க அப்பாகிட்டயும் ‘நான் அமரத்தான் கட்டிக்குவேன்’னு சொல்லீருச்சு. அவங்க அப்பா... என்ன வரச்சொல்லி பீச்சுல வச்சு பேசினாரு. ‘எம் பொண்ண கட்டிக்கங்க’னு சொல்லீட்டுப் போறாரு...” னு நான் சொல்லி முடிச்சதும்....

வீடு முழுக்க அமைதி... அமைதி... அமைதி....
அமைதியா இருந்தா விட்ருவனா....
"அதனால... நீங்க எல்லாரும் ஒரு நல்லநாள் பார்த்து கலாவோட வீட்ல போய் பேசணும்"னு சொன்னேன்.
வீடு முழுக்க ஆச்சர்யம்... ஆச்சர்யம்... ஆச்சர்யம்.
'ஆமா... அமர் பயலா இப்படி பேசுறான்?'னு ஆச்சர்யம்.

"இந்த விஷயங்கள் நடக்கிறதுக்கு சில மாதங்கள் முந்தி.... எங்க வீட்டுக்கு ஒரு ஷாக் நியூஸ் வந்து சேர்ந்துச்சு..."னு சொன்னேனில்லையா...

97
பொண்ணு பார்க்க போனோம்!

2-12-1973 அன்னிக்கு அந்த அதிர்ச்சி சேதி எங்களுக்கு வந்து சேர்ந்திச்சு.

பதட்டமும், பரிதவிப்புமா ஆனோம்.

எங்க அம்மாகிட்ட எதுவும் சொல்லல.

கார்ல... நாங்க எல்லாருமா பண்ணைப்புரத்துக்கு கிளம்பினோம்.

பொதுவா இந்த மாதிரி கார்ல போகும்போது... பல விஷயங்களையும் பேசி சிரிச்சுக்கிட்டு போவோம்.

இப்ப... நாங்க எதுவுமே பேசிக்கல.

எல்லாருக்குள்ளயும் துக்கம்.

அம்மாவுக்கும் எதுவும் புரியல.

"என்னப்பா... என்னாச்சு? ஏன் எல்லாரும் 'உம்'முனு வர்றீங்க?"னு கேட்டாங்க.

எங்களால பதில் சொல்ல முடியல.

கொஞ்சநேரம் கழிச்சு... மறுபடி கேட்டாங்க...

"என்னடா... எவனுமே எதுவும் சொல்லமாட்டேங்குறீங்க?... இப்ப எதுக்காக நாம நம்ம ஊருக்குப் போறோம்?"னு கேட்டாங்க.

எதையோ சொல்லி சமாளிச்சோம்.

எங்களால அந்த அதிர்ச்சியிலருந்து மீள முடியல.

கிட்டத்தட்ட ஊர நெருங்குன சமயம்...

"அம்மா... பெரிய அண்ணன் (பாவலர்) எறந்துட்டாரும்மா"னு நான் திக்கித் தெணறி சொன்னேன்.

நாங்க சின்ன வயசுலருந்து வாழ்ந்த வீட்ல....

நாங்க தெனசரி பாடுற வீட்டுத் திண்ணைல... எங்க பாட்டுத் தெய்வம்... எங்களோட வழிகாட்டி... எங்க பாவலரண்ணன்... உசுரு இல்லாம படுத்திருந்தாரு.

ரொம்ப ஒடம்புக்கு முடியாம... கொஞ்ச நாளா ஆஸ்பத்திரியில இருந்த பாவலரண்ணன் 1973 டிசம்பர் 2-ந் தேதி எறந்துட்டார்.

என் வாழ்க்கைல... அப்படி ஒரு சோகத்த... துன்பத்த... துயரத்த பார்த்ததில்ல.

ஊரெல்லாம் கூடிக் கெடக்கு.

பழைய கம்யூனிஸ்ட் தோழர்களும், தி.மு.க. அன்பர்களும், எங்கமேல பாசம் உள்ளவங்களும் கூட்டமா கூடி கண் கலங்கினபடி நிக்கிறாங்க. அதுல சிலர் வாய்விட்டே அழுறாங்க.

பாவலரண்ணனோட ஞாபகத்த தவிர வேற எதுவும் எனக்குத் தெரியல.

கண்ணீர கட்டுப்படுத்த முடியாம அழுறேன்.

ஒரு பக்கம் சடங்கு சம்பிரதாயம் நடக்குது.

அவர தூக்கி வச்சுக்கிட்டு ஊர்வலம் கெளம்புச்சு.

என் வாழ்க்கைல இதுவரைக்கும் நான் அழாத அழுகைய அண்ணனோட இறுதி ஊர்வலத்துல அழுதுட்டேன்.

சுடுகாட்டுல... பாவலரப்பத்தி எல்லாரும் பேசுறாங்க.

எனக்கு இந்த ஒலகமே இருட்டான மாதிரி இருந்துச்சு. எல்லா வழியும் அடைக்கப்பட்ட மாதிரி இருந்துச்சு.

பாசமும், கண்டிப்புமான அண்ணன் போயிட்டாரு.

இசையையும், பாட்டையும், பேச்சையும், மக்களோட ரசனைய நாடி பிடிக்கிற உத்தியவும் எங்களுக்கு கத்துக் குடுத்த எங்க குருநாதர் போயிட்டாரு.

எல்லாத்தையும் இழந்துட்ட மாதிரி ஒரு துக்கம் என் நெஞ்சுல.

சென்னை திரும்பினோம்.

வழக்கமாத்தான் ஒவ்வொரு நாளும் விடிஞ்சது.

ஆனா... பாவலர இழந்த துக்கத்துல இருந்த எங்களுக்கு லேட்டா விடியுற மாதிரி இருந்துச்சு.

ராஜாண்ணனுக்கு இன்னும் மியூஸிக்ல நெறய கத்துக்கணும்கிற வேகம் இருந்துச்சு.

மவுண்ட் ரோட்ல மியூஸிக்கல் ஷாப்ல ஒரு பியானோவ மாச வாடகைக்கு எடுத்துட்டு வந்து வீட்ல வச்சு... வாசிச்சு பழகிக்கிட்டே இருப்பாரு.

ராஜா ஒரு லட்சிய வீரர். அவர் அப்படித்தான்.

நான் மட்டுமென்ன, நானும் ரொம்ப தீவிரமா இருந்தேன் கலாவோட காதல்ல.

கலா தூக்க மாத்திர போட்டுக்கிட்டது... ‘நான் அமரத்தான் கட்டிக்குவேன்’னு கலா தன் அப்பாகிட்டயே சொன்னது... கலாவோட அப்பா என்னை பீச்சுக்கு வரச்சொல்லி... ‘கலாவ கண் கலங்காம பார்த்துக்கங்க’னு சொன்னது... நான் எங்க வீட்ல கலாவுடனான காதலச் சொன்னது... இதெல்லாம் அப்புறம்தான் நடந்தது.

‘கரகாட்டக்காரன்’ கனகா மாதிரி... வீட்டு ஹால்ல இருந்த தூணப் பிடிச்சுக்கிட்டு... “இல்ல... நான் அந்த பொண்ணுமேல ஆசப்பட்டுட்டேன்... அந்தப் பொண்ணும் எம்மேல ஆசயா இருக்கு... அவங்க அப்பா... என்ன வரச்சொல்லி பீச்சுல வச்சு பேசினாரு. ‘எம் பொண்ண கட்டிக்கங்க’னு சொல்லீட்டுப் போறாரு... அதனால... நீங்க எல்லாரும் ஒரு நல்லநாளா பார்த்து கலாவோட வீட்ல போய் பேசணும்”னு சொன்னேன்.

‘அமர் பயலா இப்படிப் பேசுறான்?’னு எங்க வீட்ல எல்லாருக்கும் ஆச்சர்யம்.

அதேசமயம்... எனக்கும், எங்க வீட்டாருக்கும் ஒருவித தயக்கம்...

அந்த நேரத்துல கலா ஃபேமிலி... ரொம்ப வசதியான ஃபேமிலி. பெரிய எடம். அவங்க அந்தஸ்து என்ன... நம்மகிட்ட என்ன இருக்கு? ‘எப்படி அவங்க வீட்லபோய் பொண்ணு கேட்குறது?’ங்கிற பயமும் இருந்துச்சு.

இருந்தாலும் மனச தேத்திக்கிட்டு... பொண்ணு கேட்டு போறதுனு முடிவாச்சு.

“மொதல்ல நீங்க வாங்க. வந்து பொண்ண பாருங்க. அப்புறமா எல்லாரும் போயிக்கலாம்”னு சொல்லி எங்கம்மாவையும், எங்க பத்மாக்காவையும் கூட்டிக்கிட்டுப் போனேன். கூட பாஸ்கரண்ணனும் வந்தாரு.

நான் கலாவுக்கு பாட்டுச் சொல்லித்தர அடிக்கடி போன வீடுதான்... ராஜா அண்ணாமலைபுரத்துல ஆறாவது மெயின் ரோட்டுல இருந்த கலாவோட வீடு.

ஆனாலும்... இப்ப பொண்ணு விஷயமா போகும்போது... அந்த வீடு ஏதோ... அரண்மன மாதிரி தெரிஞ்சிச்சு.

கலாவோட அப்பாவும், பாஸ்கரண்ணனும் சகஜமா பேசிக்கிட்டிருந்தாங்க.

எங்கம்மாவும், எங்கக்காவும், கலாவோட அம்மாகிட்ட பேசிக்கிட்டிருந்தாங்க. ஆனா... கலாவோட அம்மா சரியாவே மொகங்குடுத்து பேசல. ஏன்னா... அவங்களுக்கு இந்த சம்பந்தம்

சுத்தமாவே பிடிக்கல.

'இவன் மூஞ்சியும், மொகரயும்... ஏதோ அம்பதுக்கும், நூறுக்கும் ஆல் இண்டியா ரேடியோவுல பொழப்பு நடத்திட்டு இருக்கான். இவன் எப்படி நம்ம பொண்ண வச்சு காலமெல்லாம் காப்பாத்துவானோ?'ங்கிற எண்ணம் அவங்க மனசுல இருந்திருக்கலாம்.

ஒரு பொண்ணப் பெத்த தாயோட நியாயமான எண்ணம்தான் இது.

இந்த யதார்த்தத்த நான் புரிஞ்சுக்கிட்ட மாதிரியே... எங்கம்மாவும், எங்கக்காவும் புரிஞ்சுக்கிட்டாங்க.

சேர்ந்து வாழப்போற ரெண்டு பேரும் மனசு ஒப்பி இருக்காங்கள்ல... அதுபோதும்கிற தெளிவுல இருந்தாங்க.

கலாவோட அப்பா, எங்கம்மாகிட்டவும், எங்கக்காகிட்டவும் நம்பிக்கையோட பேசினார்...

"எனக்குத் தெரியும்மா... ஒங்க புள்ளயப் பத்தி. அந்தப் புள்ள... சுத்தமான புள்ள. எல்லார்கிட்டவும் அன்பா பேசுற புள்ள. அவருக்கு ஈர்ப்பு சக்தி அதிகம். கலையில நல்ல ஆர்வமுள்ள ஆளுனு கேள்விப்பட்டு... தெரிஞ்சுக்கிட்டேம்மா.

அந்த மனசப் பார்த்துத்தான் எம் பொண்ண அவருக்கு குடுக்குறேனே தவிர.... பணத்தப் பார்த்து குடுக்கலம்மா..."னு சொன்னார்.

கலாவோட அப்பாவின் இந்தப் பேச்சில் எங்கம்மாவும், எங்கக்காவும் மகிழ்ந்தும், நெகிழ்ந்தும் போனாங்க.

நெகிழ்ந்ததுக்கு காரணம்... நம்பிக்கையோட அவர் பேசின வார்த்தைகள்.

மகிழ்ந்ததுக்கு காரணம்... நம்ம புள்ளமேல இம்புட்டு மதிப்பு வச்சிருக்காரே... என்பதுதான்.

பெத்த புள்ளய மத்தவங்க பாராட்டுறதுக்கு இணையான மகிழ்ச்சி... பெத்தவங்களுக்கு வேற எது இருக்கு?

இப்பக்கூட எங்க பத்மாக்கா... 'ஒன்னப் பத்தி அன்னைக்கே அப்படிச் சொன்னார்றா. ஒன் மாமனார் ரொம்ப நல்ல மனுஷர்'னு சொல்லும்.

98
கோலாகல கல்யாணம்! நகைகள் அடமானம்!

எனக்கும் கலாவுக்குமான காதலுக்கு க்ரீன் சிக்னல் கிடைச்சது.

எங்களோட பவித்திரமான... கசமுசா இல்லாத காதலுக்கு அங்கீகாரமா.... கல்யாணம் செஞ்சு வைக்க முடிவு செஞ்சாங்க.

மாப்பிள்ளைங்கிற உரிமையோட கலாவோட வீட்டுக்கு அடிக்கடி போய்வர ஆரம்பிச்சேன்.

கலா வீட்டார் என்கிட்ட ரொம்ப பிரியமா பேசினாங்க.

கலாவுக்கு நாலு தங்கச்சிங்க. எல்லாரும் சூப்பர் மச்சினிச்சிங்க. என்கிட்ட அடிச்சுப் பிடிச்சு கேலி பண்ணி விளையாடுவாங்க.

கலாவோட அப்பா என்னயக் கூப்பிட்டு 'அந்தப் பஞ்சாங்கத்த எடுங்க'ன்னார்.

நான் அவரப் பார்த்தேன்.

என் பார்வையோட அர்த்தத்த அவர் புரிஞ்சுக்கிட்டார்.

...இப்படித்தான் ஏற்கனவே கலாவுக்கு மாப்பிள்ளை பார்க்க... கலாவோட ஜாதகத்த ஒரு பேப்பர்ல என்னய பிரதியெடுத்து எழுதச் சொன்னார். பஞ்சாங்கத்த எடுத்து நல்ல நாளும் பார்க்கச் சொன்னார்.

'நாங்க காதலிக்கிறம்னு தெரிஞ்சும், அவர்கிட்டவே எனக்கு மாப்பிள்ள பார்க்க ஜாதகம் எழுதச் சொல்றாங்க. பஞ்சாங்கத்துல நல்லநாள் பார்க்கச் சொல்றாங்களே...'னு கலா வேதனப்பட்டு தூக்க மாத்திரை போட்டுக்கிட்டா.....

அத நினைச்சு நான் கலாவோட அப்பாவப் பார்த்தேன்.

அத புரிஞ்சுக்கிட்டவர்... ‘அன்னைக்கி ஒங்கள வேற விஷயத்துக்காக பஞ்சாங்கத்த எடுக்கச் சொன்னேன். இன்னைக்கி நான் ஒங்கள பஞ்சாங்கத்த எடுக்கச் சொல்றது... ஒங்க கல்யாண விஷயத்துக்காக’னு சொன்னார்.

நிச்சயதார்த்த முகூர்த்த தேதி (26-04-1974)... தாலிக்கு பொன் உருக்க முகூர்த்த தேதி (29-04-1974)... கல்யாண முகூர்த்த தேதி (06-06-1974)... இதயெல்லாம் கலாவோட அப்பா சொன்னபடி பஞ்சாங்கம் பார்த்து, நானே என் கைப்பட எழுதிக்குடுத்தேன்.

1974 ஜூன் 06-ந் தேதி மயிலாப்பூர் கபாலீஸ்வரர் கோயில்ல எனக்கும், கலாவுக்கும் கல்யாணம் நடந்தது.

மறுநா.... உட்லண்ட்ஸ் ஓட்டல்ல ரிஸப்ஷன்.

அப்போ... முதலமைச்சரா இருந்த கலைஞர், நெடுஞ்செழியன், மதியழகன், அன்பழகன், க.ராஜாராம்.... எல்லாரும் வந்திருந்து எங்கள வாழ்த்தினாங்க.

(தலைவர்களும், பிரபலங்களும் நிரம்பி வந்து வாழ்த்தின எங்க கல்யாண ஆல்பத்த இப்ப பார்த்தாலும் அவ்ளோ அழகா இருக்கு.)

என் மாமனார் வேதாசலம் என்கிற எஸ்.எஸ்.பி.லிங்கம் அண்ணா, கலைஞர், எம்.ஜி.ஆர்... இப்படி திராவிட இயக்க பிரமுகர்களோட நெருக்கமானவர். அவரோட செல்வாக்கு எங்க கல்யாண விழாவில் தெரிஞ்சது.

என் மனைவி கலாவோட இயற்பெயர் மணிமேகலை. தந்தை பெரியாரின் மனைவி ஞாபகமா ‘மணிமேகலை’ங்கிற பேரைச் சூட்டியவர் அண்ணா.

அண்ணாவோட துணைவியார் பேர் ராணி.

அவங்க ஞாபகமா... கலாவோட தங்கச்சிக்கு ‘ராணியம்மா’ங்கிற பேரை வச்சார்.

அப்படி... பேரறிஞர் அண்ணாவால் பாசம் ஊட்டி வளர்க்கப்பட்டவங்க... என் மனைவியும், அவளோட சகோதரிகளும்.

நான் கலைத்தொடர்புல இருந்ததால... டி.எம்.எஸ்.ஸோட கச்சேரிகள்ல கிடார் வாசிச்சதால... என் கல்யாணத்துக்கு டி.எம்.எஸ். வந்திருந்து வாழ்த்தினார்.

எங்க காதல் தொடங்கிறதுக்கு முக்கிய காரணமா இருந்த பாடகர் பி.பி.ஸ்ரீநிவாஸ் வந்து வாழ்த்தினார்.

எங்களுக்கு இசையில ஒரு குருவா இருந்த தன்ராஜ் மாஸ்டர் வந்து வாழ்த்தினார்.

ரிஸப்ஷனுக்கு என் நண்பர் ஜோஸ்வாராஜன் கச்சேரி நடத்தினார்.

இதுல எஸ்.பி.பி.யும், எஸ்.ஜானகியும் பாடினாங்க.

இது சாதாரண கிடாரிஸ்ட்டோட கல்யாணம்... இவ்ளோ கிராண்ட்டா நடந்திருக்காது.

ஆனா... என் கல்யாணம் கிராண்ட்டா நடந்தது.

(நெனச்சுப் பார்த்தா பிரமிப்பா இருக்கு இப்பவும்.

பிரமுகர்கள் வாழ்த்தின மாதிரியே எங்க வாழ்க்கை சிறப்பா அமைஞ்சிருக்கு.)

சீரும் சிறப்புமா எங்க கல்யாணம் நடந்துச்சு. ஆனா அதுக்காக பட்ட கடன்....

பொண்ணு வீட்ல பொண்ணுக்கு நெறைய நகை போடுறாங்க. அந்தளவுக்கு எங்க வீட்ல போட முடியாது.

எங்க பாஸ்கரண்ணனுக்கு கல்யாணம் பண்ணும்போது சுசீலா அண்ணிக்கு நாங்க அஞ்சு பவுன் நகை போட்டோம். அதோட விலை வெறும் ரெண்டாயிரம் ரூபாய்தான். ஆனாலும் அப்ப அது பெரிய தொகை. அதை புரட்ட நாங்க படாதபாடு பட்டோம்.

ராஜாண்ணனுக்கு கல்யாணம் நடந்தப்போ... ஜீவா அண்ணிக்கும் அஞ்சு பவுன் போட்டோம்.

கலாவுக்கு அவங்க வீட்ல நெறைய நகை போடுறதால்... கலாவுக்கு நாங்க கூட ரெண்டு பவுன் சேர்த்து ஏழு பவுனா போடலாம்னா...

'அதென்ன... எங்களுக்கு மட்டும் அஞ்சு பவுனு... அவளுக்கு ஏழு பவுனு? அவ மட்டும் ஒசத்தியா?'னு கேட்பாங்கனு சொல்லி... கலாவுக்கும் அஞ்சு பவுனு போட்டோம்.

ரிஸப்ஷன் செலவுலயும் பாதிய நாங்க ஏத்துக்கிறதா கலாவோட வீட்ல சொல்லீட்டோம்.

விசேஷம் முடிஞ்சு.... கணக்குப் பார்த்தா... நகைபோக... ரிஸப்ஷன் செலவு 12 ஆயிரத்துல...

பாதி ஆறாயிரம் வருது.

எஸ்.பி.பாலசுப்பிரமணியம்கிட்ட 'கச்சேரி பண்றதுல கழிச்சுக்கோ'னு கொஞ்சம் அட்வான்ஸ் வாங்கினார் ராஜாண்ணன். அதோட.... டைரக்டர் பி.மாதவன்கிட்ட கொஞ்சம் பணம் கடன் வாங்கினார்.

அது... கல்யாண இதர செலவுகளுக்கு போச்சு.

ஆக... எட்டாயிரம் ரூபா கடன்ல இருக்கு.

எட்டாயிரம்கிறது அப்ப எங்களுக்கு எட்டாத உயரத்துல இருக்க பணமாச்சே....

இந்தக் கவல எனக்கு.

அப்ப... 'ஒண்ணும் கவலப்பட வேணாம். என்னோட நகை இருக்கு. அத மயிலாப்பூர் ஃபண்ட்ல அடகு வச்சு... அந்தப் பணத்த வச்சி கடனைக் கட்டலாம்'னு கலா சொன்னா.

கல்யாணமான ஆறாவது நாள்லயே... கலாவோட நகைகள அடகு வச்சு... கடனை அடைச்சேன்.

(அப்புறம்... கொஞ்சம் கொஞ்சமா அந்த நகைகள திருப்புனோம். இப்போ கலாகிட்ட நெறைய நகை இருக்கு. இது இறைவனோட சித்தம்.)

என்னோட கல்யாணத்துக்கு அப்புறம்... எங்க வாழ்க்க கொஞ்சம் பெட்டரா இருந்துச்சு.

கைல காசும், வாய்ப்பும் அதிகமா வந்துச்சு.

அப்போ மைலாப்பூர் காரணீஸ்வரர் கோயில் தெரு 100-ஆம் நம்பர் வீட்ல.... ஒரு அறையில பாஸ்கரண்ணன் குடும்பமும், இன்னொரு அறையில ராஜாண்ணன் குடும்பமும் இருந்தாங்க. எங்களுக்கு ரூம்?

'யப்பா... அமரு.... அந்தப் பொண்ணு கலா... நல்லா வசதியா வாழ்ந்த பொண்ணுப்பா... அது வந்து இந்த வீட்ல துணிமணி தொவச்சு, சட்டிபான கழுவுறது... வேணாம்ப்பா... ஒரு வீடு பாத்து

அந்தப் புள்ளய தனியா வச்சு பார்த்துக்கோ. அது பெரிய எடத்துப் பொண்ணு... அதுதான் சரியா இருக்கும்'னு எங்கம்மா சொன்னாங்க.

எங்களுக்கு கூட்டுக் குடும்பமா வாழணும்கிற ஆசதான். ஆனா... எட வசதி இல்லையே... அதனால... நாங்க தனிக்குடித்தனம் போக வீடு தேட ஆரம்பிச்சோம்.

இது தெரிஞ்ச என் மாமனாருக்கு மனசு கேட்கல.

'எதுக்கு வேற வீடு தேடுறீங்க. எங்க வீட்லயே மாடியில குடியிருங்க'னு சொன்னார்.

நான் தயங்கினேன்.

அவர் விடல.

"நான் இங்கே குடியிருந்துக்கிறேன். ஆனா... மாசா மாசம் வாடகை தருவேன். அத வாங்கிக்கணும்"னு கண்டிஷன் போட்டேன்.

ஏத்துக்கிட்டாங்க.

நான் வீட்டோட மாப்பிள்ளையா போயிடல. என் சம்பாத்தியத்துல வாடக குடுத்து, குடும்பம் நடத்தினேன்.

'**எ**ங்க காதலுக்கு உதவணும், கல்யாணம் நடக்கணும். அப்படி நல்லபடியா நடந்தா... உன்னை தரிசித்த பிறகுதான் நாங்க குடும்ப வாழ்க்கைய தொடங்குவோம். எங்களோட முதல் குழந்தைக்கு உன் பேர வைப்போம்'னு நானும் கலாவும் வேண்டிக்கிட்டபடி திருப்பதி போனோம்.

இப்பவெல்லாம் வி.ஐ.பி. தரிசனம் ரொம்ப ஃப்ரீயா இருக்கு. அப்போ... கோயில் வெளியில படுத்திருந்திட்டு... காலைல எழுந்து குளிச்சிட்டு தரிசனம் செய்யணும்.

திருப்பதி ஏழுமலையானை தரிசிச்சிட்டு சென்னை வந்து... எங்க குடும்ப வாழ்க்கய சந்தோஷமா தொடங்குனோம்.

'**இ**னிமே இந்தப்பக்கம் வராதே'னு இளையராஜாவிடம் கோபத்தோடு சொன்னார் தன்ராஜ் மாஸ்டர்.

பதிலுக்கு சபதம் போட்ட இளையராஜா...

99
ராஜாண்ணன் போட்ட சபதம்!

எனக்கும், கலாவுக்கும் கல்யாணம் ஆச்சு.

ஏற்கனவே நாங்க இருந்த வீட்ல இடப் பற்றாக்குறயா இருந்ததால... எங்கம்மா என்கிட்ட தனிக்குடித்தனம் போகச் சொல்லீட்டாங்க.

என் மாமனார் கேட்டுக்கிட்டதால... என் மாமனார் வீட்லயே மாடியில குடியேறினோம்.

மாதா மாதம் வாடகை குடுத்தேன் அதுக்கு.

கல்யாணத்துக்குப் பின்னாடி... வாழ்க்கை பெட்டர்மெண்ட் தெரிஞ்சது.

அப்போ... பிரபல பாடகராவும், மியூஸிக் டைரக்டராவும் இருந்த ஏ.எம்.ராஜாவும், அவரோட மனைவி... பிரபல பாடகி ஜிக்கியும் சேர்ந்து மேடைக் கச்சேரிகள் பண்ணினாங்க. நான் அவங்க குழுவுல கிடார் வாசிச்சேன்.

ஏ.எம்.ராஜாவும், ஜிக்கியும் கார் எடுத்துக்கிட்டு, நான் குடியிருந்த ராஜா அண்ணாமலைபுரம் வீட்டுக்கு வந்து என்னையும் கூட்டிக்கிட்டுப் போவாங்க.

அவங்களோட கார்ல ஏறிப் போகக்கூடிய ஒரே மியூஸிஸியன் நான் மட்டும்தான்.

இது எனக்கு ரொம்ப பெருமையா இருந்திச்சு.

ராஜாண்ணனும், பாஸ்கரண்ணனும் ரெக்கார்டிங் போகும்போது... மைலாப்பூர்ல டாக்ஸி பிடிப்பாங்க. இங்க வந்து என்னை பிக்-அப் பண்ணிக்கிட்டு ஸ்டுடியோவுக்குப் போவோம்.

வேல முடிஞ்சு திரும்பும்போது... என்னை என் வீட்ல ட்ராப் பண்ணீட்டு... அவங்க மைலாப்பூர் போவாங்க.

டாக்ஸி வாடக... 33 ரூபானு வச்சுக்கங்களேன். அத... மூணு பங்கா பிரிச்சு... ஆளுக்கு 11 ரூவா குடுப்போம்.

மூணு பேருக்குமே குடும்பம்னு ஆகிப்போச்சே. அதனால... செலவு தொகைய மூணா பிரிச்சுக்குவோம்.

இந்த எடத்துல ரீடர்ஸுக்கு ஒரு சின்ன நினைவூட்டல்...

நாங்க... ஓ.ஏ.கே.தேவரோட நாடகத்துக்கு மியூஸிக் பண்ணிக்கிட்டிருந்தப்போ... பாடகி ஹெச்.எம்.வி. கமலாக்கா... ராஜாவோட திறமைய பாராட்டி... 'இன்னும் இசையில நீங்க நிறைய கத்துக்கிட்டு உயரணும்'னு சொன்னதோட... தன்ராஜ் மாஸ்டர்கிட்ட பியானோ கத்துக்க ரெகமெண்ட்டும் பண்ணியிருந்தாங்க.

அதன்படி... தன்ராஜ் மாஸ்டர்கிட்ட ஸ்டூடண்ட்டா சேர்ந்த ராஜா... ஒரு கட்டத்துல மாஸ்டரோட உதவியாளராவும் செயல்பட்டார்.

ஒரு கட்டத்துல நானும் தன்ராஜ் மாஸ்டர்கிட்ட அவருக்கு உதவியாளன் மாதிரி இருந்தேன்.

அப்புறம்... பிரபல மியூஸிக் டைரக்டர் ஜி.கே.வெங்கடேஷ்கிட்ட சேர்ந்து சினிமாவுக்கும் வாசிச்சார் ராஜா. அதோட... லண்டன்ல இருக்குற 'டிரினிடி காலேஜ் ஆஃப் மியூஸிக் யுனிவர்ஸிடி'யில... இங்க இருந்தபடியே தியரியும், பிராக்டிகலும் படிச்சுக்கிட்டிருந்தார் ராஜா. அதுமட்டுமில்லாம... நாங்க எஸ்.பி.பாலசுப்பிரமணியத்தோட கச்சேரியில வாசிச்சுக்கிட்டிருந்தோம்.

இப்படி ரொம்ப பிஸியா இருந்ததால... தன்ராஜ் மாஸ்டரப் பார்க்க ராஜாண்ணனால போக முடியல.

(இது பத்தி நான் ஏற்கனவே விவரமா சொல்லீருக்கேன்)

ரொம்ப நாளைக்கப்புறம்... என்னோட கல்யாணம் முடிஞ்ச கொஞ்ச நாள்ல...

தன்ராஜ் மாஸ்டர பார்க்க... மாஸ்டர் தங்கியிருந்த லஸ் கார்னர் லாட்ஜுக்குப் போனார் ராஜாண்ணன்.

ராஜாண்ணனப் பார்த்த மாஸ்டர்... கொஞ்சம் வருத்தத்துல எதுவும் பேசல.

கொஞ்சநேர அமைதிக்குப் பிறகு....

'கிரேடு 8-க்கான பிராக்டிகலுக்கும், தியரிக்கும் 'மியூஸி ,ரியூஸிகல்'ல போய் பணம் கட்டிட்டு வா. தவறாம கிளாஸ் அட்டர்ன்

பண்ணு'னு சொன்னார் மாஸ்டர்.

மறுநாளே... அந்தத் தேர்வு எழுத பணம் கட்டிட்டு வந்தார் ராஜாண்ணன்.

ரெண்டு மூணு நா... மாஸ்டர்கிட்ட கிளாஸுக்குப் போனார்.

ஆனா... மறுபடியும் சினிமா, கச்சேரினு பிஸியானதால... ராஜாண்ணனால கிளாஸுக்கு போக முடியல.

நீண்ட இடைவெளிக்குப் பின்னால... மாஸ்டரப் பார்க்கப் போனார்.

மாஸ்டர் பயங்கர கோபமாகிட்டார்...

'ராஸ்கல்... ஒனக்கு இனிமே நான் மியூஸிக் சொல்லிக் குடுக்கப் போறதில்லடா... நான் எவ்வளவோ சொல்லியும் கேட்காம... நீ கிளாஸ மிஸ் பண்ணிட்டேல்ல... இனிமே இந்த ரூம் பக்கமே வராத... போ...'னு சொல்லீட்டார்.

ராஜாண்ணன் தயங்கித் தயங்கி... 'சார்.... அதில்ல சார்...'னு விளக்கம் சொல்ல முயற்சித்தார்.

'நீ என்ன சொன்னாலும் நான் கேட்கப் போறதில்ல. நீ எப்படி கிரேட்-8 எக்ஸாம் எழுதப் போறேங்கிறத நான் பார்க்குறேன். இனிமே நீ இந்த ரூம் பக்கமே வரவேணாம்'னு திட்டவட்டமா சொல்லீட்டார் மாஸ்டர்.

கொஞ்சநேரம் அப்படியே அமைதியா நின்னிருந்த ராஜாண்ணனுக்கு கோபம்.

"சார்... எனக்கு நீங்க சொல்லிக்குடுக்க மாட்டீங்கள்ல...?"

"ஆமா"

"சொல்லிக்குடுக்க மாட்டீங்களா... நான் யார்கிட்டயும் கத்துக்காம... நானே சொந்தமா பிராக்டீஸ் பண்ணி... படிச்சு... கிரேட்-8 எக்ஸாம்ல பாஸாகிக் காட்றேன். எக்ஸாம்ல... ஹானர்ஸ் எடுத்துக் காமிக்கிறேன்... ஹானர்ஸ் எடுக்கலேன்னா... நான் ஒங்களப் பார்க்க வரமாட்டேன். ஒங்க ஸ்டூடண்ட்டுனும் வெளியில சொல்லிக்கமாட்டேன். நான் நெனச்சபடி பாஸாயிட்டுத்தான் ஒங்கள வந்து பார்ப்பேன்... இது சத்தியம்"னு மாஸ்டர்கிட்ட சபதம் போட்டுவிட்டு கிளம்பினார் ராஜாண்ணன்.

ஹானர்ஸ் என்பது 84 மார்க் வாங்குவது.

'சுயமா படிச்சு... பிராக்டீஸ் பண்ணி... பாஸாக முடியுமா? அதுவும் ஹானர்ஸ் எடுக்க முடியுமா?'னு எங்களுக்கு சின்ன கலக்கம்.

ஆனா... எடுத்துக்கிட்ட லட்சியத்த அடைய வெறிகொண்டு உழைக்க ஆரம்பிச்சார் ராஜாண்ணன்.

ரொம்ப கடுமையா பாடுபட்டு, பிராக்டிகலுக்கு ரெடியாயிட்டார்.

ஆனா... தியரி?

தன்ராஜ் மாஸ்டருடன் ராஜாண்ணன்

தியரி... ஒரு பெரிய கேள்விக்குறியாவே இருந்துச்சு... ராஜாண்ணன் மனசுல.

காரணம் என்னான்னா....

அந்தச் சமயம்... ராஜாண்ணனுக்கு இங்கிலீஷ் சரியா வராது. சரியாச் சொல்லணும்னா.. அவருக்கு இங்கிலீஷ் தெரியவே தெரியாது.

இருந்தாலும் வைராக்கியத்தோட... ஸிலபஸ் இருக்க... புஸ்தகங்கள்ல ஞாபகத்துக்கு வந்த புஸ்தகங்கள கலெக்ட் பண்ணி... படிக்க ஆரம்பிச்சார்.

இதுல முக்கியமான விஷயம் என்னான்னா...

எந்த டிக்ஸ்னரியும் இல்லாம... மாடல் கொஸ்டின் பேப்பரை வச்சு... அதுக்குப் பதில் எழுதி... எழுதி... சரி பார்த்து... தன்னைத்தானே

தயார் படுத்திக்கிட்டார்.

ராஜாண்ணன் பரீட்சை எழுதப் போறதுக்கு மொதநாளு... பொள்ளாச்சியில எஸ்.பி.பாலசுப்பிரமணியத்தோட கச்சேரி.

கச்சேரிக்குப் போனா எக்ஸாம் அட்டர்ன் பண்ண முடியாது. அதனால... 'பாலு... நான் கச்சேரிக்கி வரமுடியாது. எனக்கு எக்ஸாம் முக்கியம்'னு சொல்ல...

பாலுவுக்கு அதிர்ச்சி.

"டேய்... டேய்... டேய்... நீ இல்லாட்டி எப்படிடா? கண்டிப்பா நீ வரணும்... வந்தே ஆகணும்"

"எக்ஸாம் இருக்குனு சொல்றேன்ல..."

''இருக்கட்டும். ஒன்ன எக்ஸாம் எழுத வேணாம்னு சொல்லலையே... இப்ப கிளம்புறோம். நைட்டு பொள்ளாச்சியில கச்சேரி பண்றோம். கச்சேரி முடிஞ்சதும் ராத்திரியோட ராத்திரியா ஒன்ன இங்க கொண்டுவந்து சேர்த்துடுறேன்... தயவு செஞ்சு... வா"னு பாலு சொல்லி... சம்மதிக்க வச்சு கூட்டிட்டுப் போனாப்ல.

பொள்ளாச்சியில கச்சேரி முடிஞ்சதும்... கார்ல பாலு, டிரைவர் பாஸ்கர், ராஜாண்ணன், தபேலா மது, மேண்டலின் ஜோஸப்... எல்லாருமா சென்னைக்கி கிளம்பி வந்துக்கிட்டிருக் காங்க.

விடிஞ்சா... பரிட்சை... விபத்துல சிக்கின இளையராஜா...

100
வைராக்கிய மனுஷன்!

இளையராஜாண்ணன் தன்னோட இசைத் திறமையை மேம்படுத்திக்கிறதுக்காக தன்ராஜ் மாஸ்டரிடம் கிளாஸுக்குப் போனார்.

இடையில்... ரொம்ப நாள் மாஸ்டரை சந்திக்க முடியாம மறுபடி போனபோது...

லண்டன் டிரினிட்டி மியூஸிக் யுனிவர்ஸிடியில கிரேடு-8 பரிட்சை எழுத பணம் கட்டிட்டு வரச் சொன்னார் மாஸ்டர். ராஜாண்ணனும் கட்டினார். ஆனா... மறுபடி அவரால கிளாஸ் அட்டர்ன் பண்ண முடியல.

திரும்ப மாஸ்டர்கிட்ட போனபோது ‘‘உனக்கு நான் சொல்லித்தர மாட்டேன். இனிமே என் ரூம் பக்கமே வராத’’னு மாஸ்டர் சொல்ல... ‘‘நானே சொந்தமா தியரி, பிராக்டிகல் படிச்சு ஹானார்ஸ் பாஸ் பண்ணீட்டுத்தான் உங்கள வந்து பார்ப்பேன்’’னு ராஜாண்ணன் சபதம் போட்டுட்டு வந்தாரு.

கடுமையா உழைச்சு படிச்சு, ஆங்கிலம் தெரியாதபோதும்... சிரமப்பட்டு படிச்சு, பரிட்சைக்கு தயாரானார். பரிட்சைக்கு மொத நாளு... ‘பொள்ளாச்சியில கச்சேரி இருக்கு. நீ இல்லாம எப்படி? கச்சேரி முடிஞ்சதும் நாளைக்கி நீ பரிட்சை எழுதுற மாதிரி... உன்னை சென்னையில சேர்த்திடுறேன்’னு சொல்லி எஸ்.பி.பாலசுப்பிரமணியம் கூட்டிட்டுப் போனாப்ல.

பொள்ளாச்சியில கச்சேரி நல்லபடியா முடிஞ்சதும்.... கார்ல

பாலு, டிரைவர் பாஸ்கர், ராஜாண்ணன், தபேலா மது, மேண்டலின் ஜோஸப்... எல்லாருமா சென்னைக்கி கிளம்பி வந்துக்கிட்டிருக்காங்க.

சேலம்... கிருஷ்ணகிரி வழியா வேலூர் வரைக்கும் காரை ஓட்டிட்டு வந்த பாலு... டிரைவர்கிட்ட ஓட்டச் சொல்லீட்டு கொஞ்சநேரம் ரெஸ்ட் எடுத்தாப்ல.

சத்துவாச்சேரியைத் தாண்டும்போது... ரோட்ல ஒரு கொழந்த குறுக்க வர... வண்டிய இடது பக்கமா திருப்புனார் டிரைவர்.

ரோட்டவிட்டு எறங்குன வண்டி... மணல்ல சறுக்கி... எதிர இருந்த தந்திக் கம்பத்துல மோதி... குடிசைகளத் தாண்டி... ஒரு சின்ன பாலத்த தாண்டி... ரோட்டோரம் இருந்த முப்பதடி பள்ளத்துல... மூணு நாலு தடவ உருண்டு... நாலுவீலயும் மேல தூக்கிக்கிட்டு மட்டமல்லாக்கா கெடக்குது கார்.

'அவ்வளவுதான்... முடிஞ்சது... கார்ல வந்தவங்க கத...'னு கூட்டம் கூடி நிக்குது.

பாலுவும், ராஜாண்ணனும், மத்தவங்களும் மெல்ல மெல்ல... காருக்குள்ளருந்து வெளியே வர... கூட்டம் 'தப்பிச்சிட்டாங்க'ங்கிற மகிழ்ச்சியில 'ஹே...'னு கத்துனதோட... 'சீக்கிரமா ஓடியாங்க... கார் வெடிச்சிடப் போகுது'னு சொல்ல...

கார்ல ஜன்னலோர கண்ணாடியில தல வச்சு தூங்கிட்டு வந்திருக்காரு ராஜாண்ணன். கண்ணாடி தூள் தூளா நொறுங்கியும்கூட ராஜாண்ணனுக்கு எதுவும் ஆகல... காயம் படல.

'தபேலா'மதுவுக்கு மட்டும் கொஞ்சம் அடி.

அந்த அதிகாலைல...

'நாம் செத்துப் பொழைச்சவன்டா...

எமனை பார்த்து சிரிச்சவன்டா...'னு ராஜாண்ணனும், பாலுவும் பாட்டுப் பாடியிருக்காங்க.

விபத்துல இருந்து மீண்டதும்... விபத்து நடந்த எடத்துக்கு பக்கத்துல இருந்த ஒரு ஃபேக்டரிக்குள்ள போயி... லட்சுமி-சரஸ்வதி ட்ரான்ஸ்போர்ட் மொதலாளி தட்சிணாமூர்த்தி-சீனிவாசனுக்கு போன் போட்டு பாலு விஷயத்தச் சொல்ல...

சென்னையிலருந்து ஒரு இம்பாலா காரை அனுப்பி வச்சிருக்காங்க.

அதுல ஏறி சென்னை வந்து சேர்ந்தாங்க.

என்னதான் விபத்துல இருந்து தப்பிச்சாலும்... அந்த பதட்டம் இருக்கத்தானே செய்யும். அந்த பதட்டத்துக்கு மத்தியிலதான் 'கிரேட்-8'க்கான பரிட்சையை எழுதினார் ராஜாண்ணன்.

எக்ஸாம் எழுதிட்டு வந்த அன்னைக்கி சாயங்காலம்... பாலுகிட்ட, ராஜாண்ணன் என்ன சொன்னார்னா....

"ஏய்... பாலா... அந்த விபத்துல நாம தப்பிச்சிட்டோம். கடவுள்

நம்மள ஒண்ணும் சும்மா தப்பிக்க வைக்கல. இதுக்கப்புறம் நமக்கு ஏதோ... பெருசா... நல்லது நடக்கப்போகுது...” னு ஒரு கணிப்ப சொன்னார்.

விபத்துலருந்து தப்பிச்சாச்சு... எக்ஸாம் நல்லபடியா எழுதியாச்சு... நல்லது நடக்கப் போகுது...

இது போதாதா சந்தோஷத்த கொண்டாட....

‘நம்ம டோட்டல் டீமுக்கும் லிபர்ட்டி தியேட்டர் பக்கத்துல இருக்க... லிபர்ட்டி ஓட்டல்ல... பார்ட்டி ஏற்பாடு பண்ணிடலாம்’னு சொன்னார்.

அதன்படி... ஒண்ணு கூடினோம்.

பார்ட்டின்னா... பார்ட்டிதான்.

சுதியோட சேர்ந்து பாடினாங்க.

அத, நான் பார்க்கத்தான் முடிஞ்சது. என்னால சுதி சேர முடியல. ஏன்னா... அந்த சுதி... எனக்கு எப்பவுமே சேராதே...

(எல்லாருக்குமே அந்த சுதி சேராமப் போனா... மகிழ்ச்சிதான்)

சந்தோஷத்த ஸைடு-டிஷ்ஷோட மட்டும் பகிர்ந்துக்கிட்டேன்.

(நூறாவது எபிஸோடு வந்திருச்சே....னு யோசிச்சேன். தற்செயலா பார்ட்டி நியூஸ் வந்திருச்சே....)

ரெண்டே நாள்ல ரிஸல்ட் வந்துச்சு.

தன்ராஜ் மாஸ்டர்கிட்ட சபதம் போட்டபடியே... தானாவே பிராக்டிகல்பண்ணி... சிரமப்பட்டு ஆங்கில ஸிலபஸுக்கான புத்தகங்கள தேடிப்பிடிச்சு படிச்சு... மாடல் கொஸ்டின் பேப்பர வச்சு எழுதி... எழுதி சரிபார்த்து... பாஸாயிட்டார் ராஜாண்ணன். ‘84 மார்க் எடுத்துக் காட்றேன்’னு அவர் சொன்ன மாதிரியே... 85 மார்க் எடுத்து ஹானஸ்ட் வாங்கினார்.

....

சான்றிதழ எடுத்துக்கிட்டு... நேரா தன்ராஜ் மாஸ்டர்கிட்ட போனார்.

மாஸ்டர் அதை வாங்கிப் பார்த்தார். பிரமிச்சுப் போய் கொஞ்சநேரம் ராஜாவையே பார்த்தார்.

“ராஜா... யூ ஆர் கிரேட்டுடா....”னு பாராட்ட.....

“சார்... நான் கிரேட்டோ... இல்லையோ....? எல்லாம் உங்க ஆசிர்வாதம்தான்.... நான் எப்போதும் உங்க ராஜாவாவே இருந்தா போதும்”னு சொன்னார்.

தன்னை வாழ வச்சுக்கிட்டு இருக்குற இசையை முறைப்படி கத்துக்க... ராப் பகலா பாடுபட்டு வளர்ந்தவர் ராஜா. நினைச்ச லட்சியத்த அடைய வெறிகொண்டு... வைராக்கியமா உழைக்கிற... போராடுற மனுஷன்... எங்க ராஜாண்ணன்.

‘ஏதோ நல்லது நடக்கப் போகுது’னு ராஜாண்ணன்

சொன்னாரே.... அதுக்கு அடையாளமா...

அவர் அப்படிச் சொன்ன ஓரிரு மாதங்கள்ல... அதாவது... 1974 கடைசியில... அண்ணன் பஞ்சு அருணாச்சலம்கிட்ட அஸிஸ்டெண்ட்டா வேலைக்கிச் சேர்ந்தார் ஆர்.செல்வராஜ்.

குடும்ப வாழ்க்கைல... நானும், கலாவும் ரொம்ப சந்தோஷமா இருந்தோம்.

குடும்பம் நடத்துற அனுபவம் ரொம்ப புதுமையாவும் இருந்துச்சு.

சுதந்திர உணர்ச்சியும், சந்தோஷமும் நிறைஞ்ச அந்த நேரத்துல... உருவானவர்தான் வெங்கட்பிரபு.

கலாவோட வயித்துல குழந்தை வளர்ந்துக்கிட்டே வர... வர... எங்க வாழ்க்கைலயும் நெறைய வளர்ச்சி.

கச்சேரி... நாடகம்... ரெக்கார்டிங்... இப்படி நான் ரொம்ப பிஸியான மியூஸிஸியனா ஆனேன்.

கலாவுக்கு வளைகாப்ப ரொம்ப சிறப்பா செஞ்சாங்க... கலாவோட வீட்டார்.

மந்தைவெளி லீலாவதி நர்ஸிங் ஹோம் ஆஸ்பத்திரியில... டெலிவரிக்காக கலாவ சேர்த்தோம். நான், எங்கம்மா, என் மாமியார்... மூணு பேரும் கூட இருந்தோம்.

கலா பிரசவ நேரத்துல பட்ட அவஸ்தய நேர்ல பார்த்தப்போ... ஒருவித பயம்... பதட்டம்... என்னய தொத்திக்கிச்சு.

ஆஸ்பத்திரி வராண்டாவுல குறுக்கும் நெடுக்குமா நடக்குறேன். கவலயில என் கண்ணு கலங்கீருச்சு.

கொழந்த பொறந்து அழுகுற சத்தம் கேட்டதும்... கவலையெல்லாம் பறந்து... சந்தோஷத்துல கண்ணு கலங்குது எனக்கு.

கொழந்தைய... எங்கம்மா தூக்கிட்டு வந்து என் கைல குடுக்குறாங்க...

நான் என் கைல வாங்குறேன். அந்த ஸ்பரிசம் ரொம்ப வெதுவெதுப்பா இருக்கு. அப்பாவாயிட்ட ஆனந்தத்த என்னால தாங்கிக்க முடியல. ஆனந்தத்துல அழுக பொங்குது.

'கடையில போயி ஏதாவது இனிப்பு வாங்கிட்டு வந்து எல்லாருக்கும் குடுப்பா'னு எங்கம்மா சொன்னாங்க.

என் கைல பணமில்ல...

101
இசைஞானி தேடல்; கவிமேதை பாடல்!

மந்தவெளி லீலாவதி நர்ஸிங் ஹோம் ஆஸ்பத்திரியில... டெலிவரிக்காக கலாவ சேர்த்தோம்.

கொழந்த பொறந்து அழுகுற சத்தம் கேட்டதும்... கவலையெல்லாம் பறந்து... சந்தோஷத்துல கண்ணு கலங்குது எனக்கு.

1975, நவம்பர் 07-ந் தேதி... எங்க மொத வாரிசு பொறந்தது.

கொழந்தைய... எங்கம்மா தூக்கிட்டு வந்து என் கைல குடுக்குறாங்க...

நான் என் கைல வாங்குறேன். அந்த ஸ்பரிசம் ரொம்ப வெதுவெதுப்பா இருக்கு. அப்பாவாயிட்ட ஆனந்தத்த என்னால தாங்கிக்க முடியல. ஆனந்தத்துல அழுக பொங்குது.

'கடையில போயி ஏதாவது இனிப்பு வாங்கிட்டு வந்து எல்லாருக்கும் குடுப்பா'னு எங்கம்மா சொன்னாங்க.

என்கிட்ட சுத்தமா பணம் எதுவும் இல்ல.

எங்கம்மா சுருக்குப் பைல பணம் போட்டு... பெரும்பாலும் இடுப்புல சொருகியிருப்பாங்க. சில சமயம் கைல வச்சிருப்பாங்க. சுருக்குப்பைய பிரிச்சு... பத்து ரூவா எடுத்துக் குடுத்தாங்க.

கடக்கிப் போய் சாக்லெட் வாங்கிட்டு வந்து எல்லாருக்கும் குடுத்தேன்.

'எங்க காதல் கைகூடணும். நாங்க கல்யாணம்

செஞ்சுக்கிட்டதும் முதல்ல உங்கள வந்து தரிசித்த பின்னாடிதான் இல்லறம் தொடங்குவோம்'னு நானும் கலாவும் வேண்டியிருந்தோம்.

எங்க காதலுக்கு சிக்கல் வந்தப்ப... கலா தூக்கமாத்திர போட்டுக்கிட்டபோது... 'அவள காப்பாத்திட்டா... எங்களுக்கு பிறக்கிற முதல் வாரிசுக்கு உங்க பேர வைக்கிறேன் சாமி'னு நான் திருப்பதி வெங்கடாஜலபதிக்கி கடிதம் போட்டிருந்தேன்.

அதுபோலவே.... எங்க திருமணம் முடிஞ்சதும் திருப்பதி போய் தரிசனம் செஞ்சோம்.

வெங்கடாஜலபதிகிட்ட வேண்டியிருந்தபடி... எங்களோட மொத வாரிசுக்கு வெங்கட்பிரபுனு பேர் வச்சோம்.

(வெங்கட்ன்னா... வெங்கடாஜலபதி. பிரபுங்கிறது... கொழந்த ராஜபோகமா வாழணும்கிறதுக்காக வச்சது.

சின்ன வயசுலயே மிருதங்கம் கத்துக்கிட்டான் வெங்கட்பிரபு.

அந்த அரங்கேற்றத்துக்கு அப்போதைய முதலமைச்சர் மக்கள் திலகம் எம்.ஜி.ஆர். வந்து கலந்துக்கிட்டு... ஸ்பெஷலா செஞ்ச... தங்கச்சங்கிலியில பெரிய டாலரும், டாலரைத் திறந்தா உள்ள ஒரு

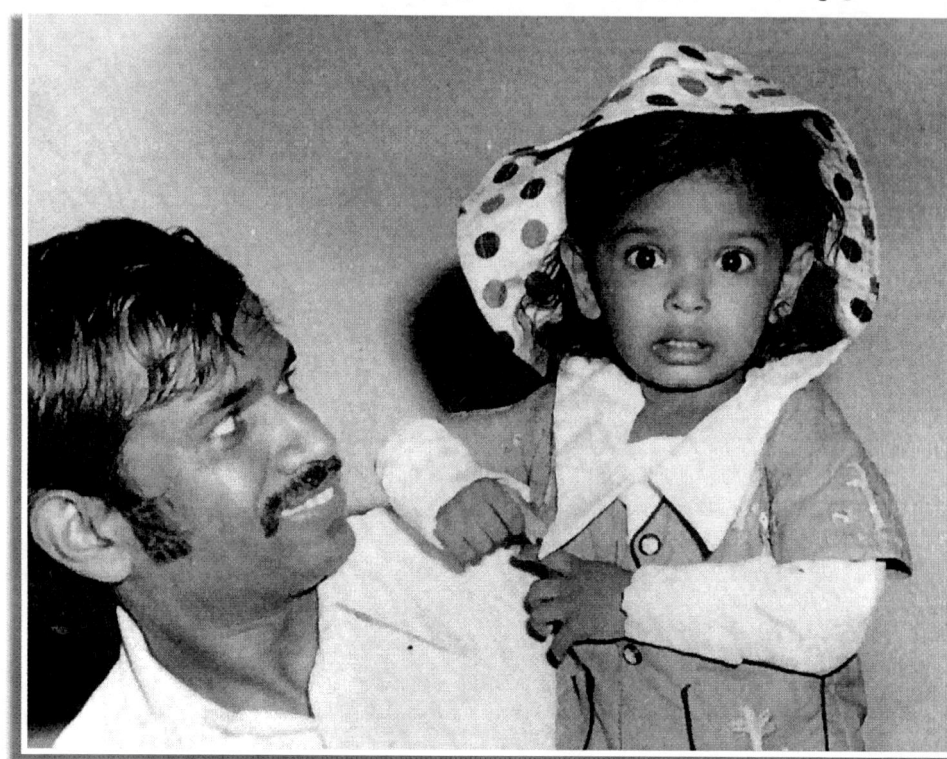

அம்மன் சிலையும், அந்த சிலை கழுத்துல ஒரு செயினும் இருக்கிற அற்புதமான பரிச... வெங்கட்பிரபு கழுத்துல போட்டுவிட்டு அழகு பாத்தார். இதப் பத்தி நான் ஏற்கனவே விரிவா சொல்லீருக்கேன்.

வெங்கட்பிரபு என்கிட்ட எப்பவும் அடக்கி வாசிக்கிறான்.

அவன் ரொம்ப நல்லவன்தான்.

என்ன... பொண்டாட்டிதாசன்.... என்னய மாதிரியே....)

பொள்ளாச்சியில கச்சேரி முடிச்சிட்டு கார்ல சென்னை திரும்பினப்போ... வேலூர் சத்துவாச்சாரிகிட்ட விபத்து ஏற்பட்டு... அதுல ராஜாண்ணன், எஸ்.பி.பி. உட்பட எல்லாரும் தப்பிச்சாங்கள்லயா... அன்னைக்கி சாயந்தரம்தான்... 'பாலா நம்மள கடவுள் சும்மா காப்பாத்தல. ஏதோ நமக்கு பெரிசா நல்லது நடக்கப் போகுது'னு ராஜாண்ணன் சொல்லீருந்தார்.

அடுத்த ஒண்ணு ரெண்டு மாசத்துலதான்... தயாரிப்பாளரும், பாடலாசிரியரும், கதாசிரியருமான அண்ணன் பஞ்சு அருணாச் சலம்கிட்ட எங்களோட மரியாதைக்குரியவரும், ராஜாண்ணனோட நண்பருமான ஆர்.செல்வராஜ் அஸிஸ்டெண்ட்டா வேலைக்கிச் சேர்ந்தார்.

(ஆர்.செல்வராஜண்ணன் எங்களோட அறையில தங்கியிருந்ததையும், ஒரு நா... சமைக்க காசில்லாம... அவர் எழுதி வச்சிருந்த கதைப் பேப்பர்கள எடைக்கிப் போட்டு அரிசி வாங்கி, சமைச்சு சாப்பிட்டதயும் இந்த தொடர்ல படிச்சிருப்பீங்க)

செல்வராஜ் அண்ணன்தான் பஞ்சு அருணாசலம் அண்ணன்கிட்ட ராஜாண்ணனப்பத்தி சொல்லி ரெகமெண்ட் பண்ணினார்.

மேஜைல தாளம் போட்டபடி...

அன்னக்கிளி ஒன்னத் தேடுதே
ஆறு மாசம் ஒரு வருஷம்
ஆவரம்பூ மேனி வாடுதே...

... ...

மச்சானப் பாத்தீங்களா...
மல வாழ தோப்புக்குள்ள...

...இப்படி தயார் பண்ணி வச்சிருந்த பாட்டுக்கள பாடிக் காண்பிச்சார் ராஜாண்ணன்.

ராஜாண்ணனோட வேவ் லென்த்தும், செல்வராஜ் அண்ணனோட வேவ் லென்த்தும் ஒரேமாதிரி இருந்த காரணத்தால... இந்த பாடல்களுக்கு பொருந்துற மாதிரி... 'ஒரு வாத்தியாருக்கும், ஒரு மருத்துவச்சிக்கும் காதல்... அத ஒட்டிய சம்பவங்கள்'னு ஒரு கதயவும் ரெடி பண்ணி பஞ்சு அருணாச்சலத்துகிட்ட சொன்னார் செல்வராஜ்.

'அன்னக்கிளி' படத்துக்கு எங்கள இசையமைப்பாளரா அறிமுகப்படுத்த முடிவு செஞ்ச பஞ்சு அருணாச்சலம்... 'பாவலர் பிரதர்ஸ்'ங்கிற பேர் ஏதோ குரூப் மியூஸிக் மாதிரி இருக்கு. ராஜாங்கிற பேர்லயும் இசைத்துறைல ஒரு சிலர் இருக்குறதுனால... 'இளையராஜானு வச்சுக்கலாம்'னு சொல்லி பேர் மாத்தினார்.

இத கேள்விப்பட்ட நாங்க.. 'நாமெல்லாம் ஒண்ணுதானே... ஒண்ணாத்தான இருக்கப் போறோம்... ஒண்ணாத்தான வாழப்போறோம்... கூடப்பொறந்த பொறப்புதானே...'னு சந்தோஷமா ஏத்துக்கிட்டோம்.

அன்னைலருந்து... இசையில 'பாவலர் பிரதர்ஸ்'ங்கிற கத முடிஞ்சு.. 'இளையராஜா'ங்கிற சகாப்தம் உருவாச்சு.

அப்புறம்தான் தெரியுமே...

இந்தத் தொடர்ல முதல் அத்தியாயத்துல....

'அன்னக்கிளி' ரெக்கார்டிங் அன்னைக்கி... ஸாங் ரெக்கார்ட் பண்ண ஒன்... டூ... த்ரீ... சொன்ன நேரத்துல கரண்ட் கட்டானதும், 'ம்க்கும்... இது வெளங்குன மாதிரித்தான்'னு அங்க இருந்தவங்க கமெண்ட் அடிச்சதும்... அதுக்குப் பின்னாடி நடந்தத அடுத்தடுத்த அத்தியாயங்கள்ல படிச்சிருப்பீங்க.

சினிமா இசை உலகத்துல எங்க வாழ்க்கைய ஆரம்பிச்சு வச்ச... எங்களோட சினிமா தந்தை பஞ்சு அருணாச்சலத்தையும், அதுக்கு முக்கிய காரணமா இருந்த ஆர்.செல்வராஜையும் என்னைக்கும் மறக்கமாட்டோம்.

கவிஞர் கண்ணதாசன் அய்யாகூட எனக்கு சுவாரஸ்யமான அனுபவங்கள் உண்டு.

ராஜாண்ணன் அப்போ ஜி.கே.வெங்கடேஷ்கிட்ட வேல செஞ்சுக்கிட்டிருந்தார். நான் அப்பப்போ... வேடிக்கை பார்க்கிறதுக்காக அங்க போவேன்.

ஒரு நா.... நான் போயிருந்தப்ப...

பி.மாதவன் சார் டைரக்ட் பண்ணின 'சபதம்'ங்கிற படத்துக்காக பாடல் கம்போஸிங்.

ஜி.கே.வி.கிட்ட கிடார் வாசிக்கிறதோட.... பாட்டுக்கான மெட்டுக்களை ஞாபகம் வச்சுக்குவார் ராஜாண்ணன்.

அன்னைக்கி... பாட்டெழுத கவிஞரய்யா வரப்போறார்.

எனக்கு ரொம்ப நாள் ஆச... என்னன்னா... கவிஞர் பாட்டெழுதுறத நேர்ல பார்க்கணும்னு.

கவிஞரய்யா வந்தார்.

பாட்டுக்கான மெட்ட சந்தத்துல பாடிக் காண்பிச்சார் ராஜாண்ணன்.

அத நான் இப்ப சொல்றேன்... ஒங்களுக்கு புரியுதானு பாருங்க...

தா... தனா... தனா...

தா... தனா... தனா...

தானா...னா... தானானா...

தானா...னா... தானானா...

... ... ராஜாண்ணன் இப்படி பாடிக் காண்பிச்சதும்....

அதக் கேட்ட கவிஞரய்யா... ''டேய் வெங்கடேசா... இது என்னடா...

வா... கலா... நிலா...

தேன்... பலா... உலா... னுக்கிட்டு... என்னடா.... ம்ம்ம்... சரி எழுதுறேன்''னு கவிஞரய்யா சொல்லச் சொல்ல... அவரோட உதவியாளர் கண்ணப்பன் எழுதிக் குடுத்தார்.

ராஜாண்ணனிடம்... "ராஜா இத பாடிக்காட்டு"னு கவிஞரய்யா சொன்னார்.

தொடுவதென்ன தென்றலோ... மலர்களோ
பனியில் வந்த துளிகளோ... கனிகளோ
உடல் எங்கும் குளிராவதென்ன - என்
மனமெங்கும் நெருப்பாவதென்ன....

...இப்படி அருமையா எழுதினார் கவிஞரய்யா. அத ட்யூன்ல பாடிக் காட்டினார் ராஜாண்ணன்.

கவிஞர் கண்ணதாசன் எழுதிய பாட்டுக்கு சன்மானம் தர நாங்க பட்டபாடு...

102
கவிஞர் வீட்டு வாசலில் கார் வரிசை!

பி.மாதவன் டைரக்ட் பண்ணின 'சபதம்' படத்துக்காக ஜி.கே.வெங்கடேஷ் அமைச்ச மெட்ட ராஜாண்ணன் பாடிக்காட்ட... கவிஞர் கண்ணதாசன் பாட்டு வரிகளை தங்கு தடையில்லாமல் சொல்லச் சொல்ல...

அத நேர்ல பார்த்துக்கிட்டிருந்த எனக்கு... 'எப்படியாச்சும் கவிஞரய்யாகிட்ட உதவியாளரா சேர்ந்திடணும்'னு பலநாளா எனக்குள்ள இருந்த ஆச தீவிரமாச்சு.

''அண்ணா... என்னய எப்படியாவது கவிஞரய்யாகிட்ட அஸிஸ்டெண்ட்டா சேர்த்து விட்ருங்க. கவிஞரய்யாகிட்ட அஸிஸ்டெண்ட்டா வேல பார்க்கணும்ங்கிறது... என்னோட இந்த ஜென்மத்து ஆச"னு ஜி.கே.வெங்கடேஷ்கிட்ட சொன்னேன்.

''அதுக்கென்னடா... இப்பவே சொல்றேன்''னுட்டு... கவிஞரய்யாவிடம் "கவிஞரே... இவன் அமர், ராஜாவோட தம்பி... நல்லா பாட்டு எழுதுறான்... ஒங்ககிட்ட அஸிஸ்டெண்ட்டா இருக்கணும்னு விருப்பப்படுறான்... சேர்த்துக்கங்க"னு ஜி.கே.வி. சொல்ல...

"அனுப்பு"னு சொல்லிட்டு கிளம்பினார் கவிஞரய்யா.

மறுநாளு...

காலைல நாலு மணிக்கெல்லாம் எழுந்து குளிச்சிட்டு, விபூதி, குங்குமமெல்லாம் வச்சுக்கிட்டு... கிளம்பி நடக்க ஆரம்பிச்சிட்டேன்.

தியாகராய நகர், நடேசன் பார்க் பக்கத்துல இருக்குற கண்ணதாசன் வீட்டுக்கு நான் போய்ச்சேரும்போது காலைல ஏழு மணி.

கவிஞரய்யா வீட்டு வாசல்ல அந்நேரத்துக்கே அஞ்சாறு கார்கள் நிக்குது. எல்லாம் சினிமா கம்பெனிகளோட வண்டிகள்.

(ரெகுலராவே கவிஞர் வீட்டு வாசல்ல... இப்படி கார்கள் நிற்கும். கவிஞர் எந்தக் கார்ல ஏர்றாரோ... அந்தக் கம்பெனிக்குத்தான் அந்த நாள்ல தன்னோட மொத பாட்ட எழுதுவார்)

அஞ்சாறு கார்களும் பத்துப்பதினஞ்சு ஆட்களும் கவிஞருக்காக வெயிட்டிங்.

நானும் போய் நின்னேன்.

மஞ்சக் கலர் பட்டுச் சட்ட... நெத்தியில பொட்டோட கவிஞரய்யா 'ஜம்'முனு வெளிய வந்து நின்னார்.

அவரப் பார்க்க வந்தவங்க க்யூ மாதிரி நின்னாங்க. நானும் போய் நின்னேன்.

முதல் ஆள்ட்ட கவிஞர் விசாரிச்சார்.

"என்னப்பா?"

"ஐயா... நான் 'கல்கி'யிலருந்து வர்றேன். அடுத்த வார தொடருக்காக..."

"சரி... சாயங்காலம் கவிதா மண்டபம் வா"

அடுத்த நபரிடம் விசாரிச்சார்...

"என்னப்பா?"

"ஐயா... நான் காரக்குடியிலருந்து வர்றேன். சினிமாவுல சேரணும்னு வந்திருக்கேன்..."

"போ... போய் சேந்துக்கோ..."

"ஐயா... நீங்கதான் சேத்துவிடணும்"

"நான் என்ன எம்ப்ளாய்மெண்ட் எக்ஸேஞ்சா வச்சிருக்கேன்?"

"இல்லங்கய்யா... நான் நெறைய பாட்டுகளும் எழுதி வச்சிருக்கேன்..."

"வச்சுக்கோ... அதுக்குரிய எடத்துல போயி தேடிப்பாரு"

"ஐயா..."

"இதோ பாருப்பா... வீணா அலையாத... உங்கிட்ட இருக்கிற தெறமயப் பார்த்து நீயே அசந்துபோயி வந்தாத்தான் ஒனக்கு சந்தர்ப்பம் கெடைக்கும்..."

"நான்... என்னப் பத்தியும் என் திறமயப் பத்தியும் அசந்து போய்த்தானய்யா இருக்கேன்..."

"நான் சொல்றத சொல்லீட்டேன்"னு எதார்த்தத்த எடுத்துச் சொன்ன கவிஞரய்யா, தன்னோட உதவியாளரிடம் "ஏ கண்ணப்பா... இவன் ஊருக்கு போறானா?னு கேட்டு துட்டு குடுத்து அனுப்பு... நம்ம

ஊருக்காரன்னு வேற சொல்லீட்டான்...”

...இப்படியே ஒவ்வொருத்தர்கிட்டவும் விசாரிச்சிட்டு என்கிட்ட வந்தார்...

“என்னப்பா?”

“ஐயா... நான்... ஜி.கே.வெங்கடேஷு சொன்னாரே... ராஜா தம்பி... உங்ககிட்ட அஸிஸ்டெண்ட்டா சேரணும்னு... அதான்...”

“ஆங்... சேர்ந்துக்க... இரு...”னு சொன்ன கவிஞரய்யா, வாசல்ல நின்னிருந்த கம்பெனி கார்கள்ல ஒண்ணுல ஏறி உட்கார்ந்தார்.

கார் கிளம்பிடுச்சு.

அந்தக் கார ஃபாலோபண்ணி மத்த கார்களும் கிளம்பிப் போகுது.

(கவிஞரய்யா ஏறிப்போன கார் எந்த கம்பெனியில நிக்குதோ... அங்க பாட்டு எழுதி முடிஞ்சதும்... அங்கருந்து... அடுத்த கம்பெனி கார் அவர பிக்-அப் பண்ணி கூட்டிப்போகும்)

கவிஞரய்யாவப் பார்க்க வந்த ஆளுங்களும் போயிட்டாங்க. கார்களும் போயிருச்சு.

நான் மட்டும் ஒத்தயில நிக்கிறேன்.

கொஞ்சநேரம் கழிச்சு... கவிஞரய்யா வீட்டு மாடியிலருந்து பஞ்சு அருணாச்சலம் எறங்கி வந்தார். என்கிட்ட விசாரிச்சார்.

“என்னப்பா?”

“இல்லண்ணே... ஜி.கே.வெங்கடேஷ், கவிஞரய்யாகிட்டச் சொல்லி... கவிஞரய்யாகிட்ட அஸிஸ்டெண்ட்டா சேர சான்ஸ் வாங்கிக் குடுத்தார். அய்யாவ வந்து பார்த்தேன். ‘சரி சேர்ந்துக்க’னு சொல்லீட்டுப் போயிட்டார்... நான் என்ன பண்ணணும்?”

“என்னப்பா நீ... கவிஞர் கார்ல ஏறிப்போகும்போதே கூட நீயும் ஏறிப் போயிருக்க வேணாமா? சரி... சரி... ஒடனே போ. டாக்டர் நடேசன் ரோடு ஐயப்பன் கோயில் பக்கத்துல இருக்குற ஃபஸ்ட்டு சந்துல கே.வி.மகாதேவன் கம்போஸிங் நடக்குது. கவிஞர் அங்கதான் போயிருக்கார். அங்க போ...”னு சொல்லியனுப்பினார்.

ஒடனே நடயக்கட்டி... அங்க போய்ச் சேர்ந்தேன்.

மஞ்சக் கலர் பட்டுச் சட்ட-வேஷ்டி அணிஞ்சு... நெத்தியில பொட்டு வச்சு... கே.வி.மகாதேவன் மாமா ஒக்காந்திருக்க...

(இண்டஸ்ட்ரியில் கே.வி.மகாதேவனை ‘மாமா’ என்றுதான் கூப்பிடுவாங்க)

பக்கத்துல மாமாவோட மெயின் அஸிஸ்டெண்ட் டி.கே.புகழேந்தி ஒக்காந்து ட்யூனை பாடிக் காட்ட... கவிஞரய்யா பாட்டுச் சொல்லச் சொல்ல... கவிஞரின் உதவியாளர் கண்ணப்பன் எழுதி, காப்பியெடுத்திட்டிருந்தார்.

“ம்ம்... பாட்டெல்லாம் சரியா இருக்கா? ஓ.கே.வா?”னு

இளம் வயதில் கண்ணதாசன்

பட்டம் நன்றி :
காந்திகண்ணதாசன்
- 'என் தந்தை'

கேட்டுட்டு அடுத்த கம்பெனிக்கு பாட்டெழுத கவிஞரய்யா கிளம்புறார்.

'சரி... நாமளும் போயி... கவிஞரய்யா ஏர்ற கார்ல ஏறிக்க வேண்டியதுதான்'னு காத்திட்டிருந்தேன்.

கவிஞரய்யா ஒரு கம்பெனி கார்ல பின் ஸீட்ல ஏறி

உட்கார்ந்தார். கூடவே அந்தக் கம்பெனியோட புரொடக்ஷன் மேனேஜரும், இன்னொருத்தரும் ஏறிக்கிட்டாங்க. முன்ஸீட்ல கவிஞரோட ரெண்டு அஸிஸ்டெண்ட்டுகள் உட்கார்ந்திட்டாங்க.

நான் டிரைவர் ஸீட்ல ஒக்கார முடியாதே!

கார் கிளம்பிப் போயிருச்சு. அந்தக் கார ஃபாலோபண்ற மத்த கம்பெனிக் கார்கள்ல... 'நான் அய்யாகிட்ட அஸிஸ்டெண்ட்டா சேர வந்தேன்'னு சொன்னா ஏத்துவாங்களா?!

கவிஞரய்யா எங்க போறார்னு தெரியல. ஆனா நான் எங்க போறதுனு முடிவு பண்ணிட்டு... ஐயப்பன் கோயில ஒரு சுத்து சுத்தீட்டு, வீட்டுக்கு நடயக் கட்டினேன்.

நடந்ததயெல்லாம் நெனச்சு... நானும் கவிஞரய்யாகிட்ட அஸிஸ்டெண்ட்டா இருந்த மாதிரி... போக்கு காட்டி பெருமப் பட்டுக்கிட்டேன்.

அதுக்கப்புறம்...

நெறைய கம்போஸிங்ல கவிஞரய்யா பாட்டு சொல்றத பார்த்த அனுபவம் எனக்குக் கிடைச்சது.

ட்யூன சொன்னதுமே... படுவேகமா பாட்டெழுதுற கண்ணதாசன் அய்யா மாதிரி ஒரு அறிவாளிய நான் பார்த்ததே இல்ல.

ஒரு பாட்டுக்கு ஒரு பல்லவிதான். ஆனா விதம் விதமா... கதையோட கான்செப்ட் கெடாம... அஞ்சாறு பல்லவியும், ஆறேழு சரணமும் எழுதித் தருவார்.

எல்லாமே நல்லாருக்கும். இதனால... 'எத எடுத்துக்கிறது? எத விடுறது?'னு தெரியாம முழிச்ச பல பெரிய பெரிய டைரக்டர்களையெல்லாம் நான் பாத்திருக்கேன்.

பாரதிராஜாண்ணனோட '16 வயதினிலே'வுக்கு கண்ணதாசன் அய்யாவ பாட்டெழுத வைக்க முடிவு செஞ்சாங்க.

இது சம்பந்தமா கவிஞரய்யாகிட்ட தெரியப்படுத்திட்டு அவர் சொல்ற தேதிய குறிச்சுக்கிட்டு வரலாம்னு போய்ப் பார்த்தேன்.

விஷயத்தச் சொன்னேன்.

'இப்பவே போலாம்'னு கிளம்பிட்டார் கவிஞரய்யா.

அப்புறம்...?

103

தன்னானே... தானனன்னே...

கவிஞர் கண்ணதாசன்கிட்ட அஸிஸ்டெண்ட்டா சேரப்போய்... என்னோட தயக்கத்தால... முடியாமப் போனாலும்.... கவிஞரய்யா பாட்டெழுதுறத பலதடவ நேர்ல பார்த்த அனுபவம் எனக்கு ரொம்ப ப்ளஸ்ஸா அமைஞ்சது.

எப்படின்னா....

ட்யூன் சொன்ன ஒடனே... வார்த்தை வரணும். வார்த்தய தேடிக்கிட்டிருக்கக் கூடாது. ஒரு பல்லவியா? பத்துப் பல்லவியா?... யோசிக்கக்கூடாது... சரளமா வரணும்.

இதத்தான்.... கவிஞரய்யா பாட்டெழுதுறப்போ... பார்த்துப் பார்த்து நான் என்னய தயார் செஞ்சுக்கிட்டேன்.

அப்படி தயார்படுத்திக்கிட்ட அனுபவத்தாலதான் பிற்காலத்துல கவிஞரய்யா என்னய அங்கீகரிச்ச கெளரவம் எனக்குக் கிடைச்சது.

'ஏய்... ராஜா... என்னோட பாட்ல ஏதாவது வார்த்த மாத்தணும்னா.... அமர வச்சு மாத்திக்கோ... அவன் சரியா பண்ணிடுவான்'னு ராஜாண்ணன்கிட்ட கவிஞரய்யா சொன்னாரே....

அந்த வார்த்த... அந்தப் பெரும... எனக்கு இந்த ஜென்மத்துக்கு போதும்.

இளையராஜா மொத மொத இசையமைச்ச 'அன்னக்கிளி' படத்துல கவிஞர் கண்ணதாசன் பாட்டு எழுதுற சூழல் அமையல.

இசையும் பாட்டும் :
ராஜாண்ணன்- கண்ணதாசன் அய்யா -நான்

ரெண்டாவது படம் 'பாலூட்டி வளர்த்தகிளி'க்கு எழுதினார்.
'கொலகொலயா முந்திரிக்கா'னு தொடங்குற பாட்டுல... 'கண்ணா ஓடோடி வா... ராஜா... வா...'னு இளையராஜாவ வரவேற்கிற மாதிரி சென்ட்டிமென்ட்டா எழுதினார்.
(இதப்பத்தி நான் ஏற்கனவே சொல்லீருக்கேன்)
பாரதிராஜாண்ணன் டைரக்ட் பண்ணின மொத படம் 'பதினாறு வயதினிலே'.
கவிஞரய்யாவ பாட்டெழுத வைக்கணும்னு பாரதி ராஜாண்ணனும், ராஜாண்ணனும் டிஸ்கஸ் பண்ணீட்டிருந்தாங்க.

“நான் வேணும்னா கவிஞரய்யாவ பார்த்துப் பேசி... ‘என்னைக்கி வர்றார்’னு கேட்டுட்டு வந்திடுறேன்”னு சொல்லி... கம்பெனி கார எடுத்துக்கிட்டு கிளம்பினேன்.

கவிஞரய்யா அப்போ தேவர் ஃபிலிம்ஸுக்கு பாட்டெழுத போயிருக்கார்னு தெரிஞ்சது.

அங்க போனேன்.

“என்ன ராஜா தம்பி?”னு கேட்டார் கவிஞர்.

“ஒரு புது கம்பெனி... டைரக்டரும் புதுசு... நாங்கதான் மியூஸிக். ஒங்க பாட்டு வேணும்னு சொன்னாங்க. அதான்... ஒங்களுக்கு எப்ப தோதுப்படும்னு தெரிஞ்சிட்டுப் போலாம்னு வந்தேங்கய்யா”னு சொன்னேன்.

“கொஞ்சம் வெய்ட் பண்ணு”னு சொன்னார்.

தேவர் ஃபிலிம்ஸ் வேலய முடிச்சிட்டு, கணக்குவழக்கு பார்த்து முடிஞ்சதும்... “வா அமர்... போலாம்”னுட்டார். கூட... கவிஞரய்யாவோட உதவியாளர் கண்ணப்பனும் வந்தார்.

கவிஞரய்யா பாட்டெழுத வர்றார்னா... ஆபீஸ்ல மெத்த விரிச்சு... கவிஞரய்யா சாய்ஞ்சுக்க வசதியா... தலையணையெலாம் போட்டு வச்சிருக்கணும். இல்லேன்னா... வசதியான நாற்காலி அரேஞ்ச் பண்ணி வைக்கணும்.

‘பதினாறு வயதினிலே’ பட ஆபீஸ்ல... எந்த ஏற்பாடும் இல்ல.

ஆக்சுவலா நான் கவிஞரய்யாகிட்ட தேதிதான கேட்க வந்தேன்... அவரு உடனே கிளம்பிட்டாரே....

கவிஞரய்யாவோட, ஆபீஸுக்குள்ள நுழைஞ்சா... ரெண்டு ராஜாக்களுக்கும் ஒருவித பதட்டம்.

‘என்னடா, எந்த ஏற்பாடும் செய்யல... திடீர்னு கையோட அவர கூட்டிட்டு வந்திட்டியே’ங்கிற மாதிரி... என்னயப் பார்க்கிறாங்க.

அவசர அவசரமா பெட்ஷீட்ட விரிச்சு... ஒரு தலகாணிய போட்டு, தலகாணி மேல டவல் போட்டு பொத்தி... ரெடி பண்ணினோம்.

பாரதிராஜாண்ணன... கவிஞரய்யாகிட்ட அறிமுகப்படுத்தினார் ராஜாண்ணன்.

“பாரதிய தெரியுமே... பாரதி... நீ... புட்டண்ணாகிட்ட ஒர்க் பண்ணினேல்ல...” எனச் சொன்னார்.

ட்யூனை வாசிச்சோம்...

தன்னான்னே தானனன்னே தனனனா... ஹேய்... தனனனா...

கொஞ்சம்கூட தாமதிக்காம வார்த்தைகள் வந்து விழுந்தது... கவிஞரய்யாகிட்டருந்து...

“செவ்வந்திப்பூ முடிச்ச சின்னக்கா... சேதி என்னக்கா...

நீ சிட்டாட்டம் ஏன் சிரிச்ச சொல்லக்கா...”

.... இந்தப் பாட்ட கவிஞரய்யா சொல்லச்சொல்ல... கண்ணப்பன் காப்பி எடுத்து எழுதினார்.

(செவ்வந்தி பூ முடிச்ச சின்னக்கா... பாட்டோட தொடக்கம்... எஎஎஎஹேஏஏஏஏஏஏஏஏஏஏஏஏஏ...னு ஹம்மிங்கோட ஆரம்பிக்கும்.

'அன்னக்கிளி'யிலகூட 'ஏ... ஏ... ஏ...'னு 'அன்னக்கிளி ஒன்னத் தேடுதே' பாட்டுல ஆரம்பிக்கும்.

இதெல்லாம் உயர்வான பாட்டு.

'ஒங்கள சங்கீதத்தால உயர வைக்கிறம்'ங்கிற மாதிரி... ஹைலெவல் ஹம்மிங்க ராஜாண்ணன் யூஸ் பண்ணீருப்பார்.)

கவிஞரய்யா பாட்ட முடிச்சிட்டு கௌம்புற நேரம்...

இப்பத்தான் எங்களுக்கு பதட்டம் அதிகமாச்சு.

ஏன்னா...

பாட்டெழுதுன கவிஞரய்யாவுக்கு 750 ரூபா சன்மானம். அவரோட உதவியாளாருக்கு 100 ரூபா. மொத்தம் 850 ரூபா வேணும்.

'பதினாறு வயதினிலே' படத்தோட தயாரிப்பாளர் எஸ்.ஏ.ராஜ்கண்ணு... ஊருக்குப் போயிருந்தார்.

கவிஞரய்யாகிட்ட சொல்றதுக்கும் எங்களுக்கு சங்கட்டம்.

என் கைல 200 ரூபா இருந்துச்சு. ராஜாண்ணன், பாரதிராஜாண்ணன்னு... அங்க இருந்தவங்க கைல வச்சிருந்த பணத்தையெல்லாம் வாங்கினோம். போதுமானதா இருந்துச்சு.

அதக்குடுத்து... கவிஞரய்யாவ அனுப்பி வச்சோம்.

'பதினாறு வயதினிலே' படத்துக்கு பூஜை போட்டதும் 'செவ்வந்திப் பூமுடிச்ச சின்னக்கா' பாட்டத்தான் முதல்ல ரெக்கார்ட் பண்ணினார் ராஜாண்ணன்.

(இந்த படத்துல 'ஆட்டுக்குட்டி முட்டையிட்டு' பாட்ட கவிஞரய்யாதான் எழுதினார்.

என்னோட பாட்டுத் திறமய... ஊர்லயே அறிஞ்சிருந்த பாரதிராஜாண்ணன் 'செந்தூரப்பூவே' பாட்டெழுதுற வாய்ப்ப எனக்குக் குடுத்தார்.)

ஆரம்ப காலத்துல... இளையராஜாண்ணன் இசையமைக்கிற படங்களுக்கு மொத பாட்ட கவிஞரய்யாதான் எழுதியிருப்பார்.

ராஜாண்ணன இசையமைக்க ஒப்பந்தம் பண்ண வர்ற... முதல்பட டைரக்டர்ஸ்கள்ட்ட... புது டைரக்டர்ஸ்கள்ட்ட... "கண்ணதாசன் அய்யாவ ஒங்க படத்துல ஒரு பாட்டு எழுத வைங்க. அவ்வளவு பெரிய கவிஞரோட ஆசிர்வாதம் ஒங்களுக்கு கிடைச்சா... நீங்க நல்லா வருவீங்க"னு நான் சொல்லுவேன்.

'அப்படி ஒரு பெரிய கவிஞரோட வேல செய்ற பாக்கியம் அவங்களுக்கும் கிடைக்கட்டுமே'ங்கிற நல்லெண்ணம்தான் இதுக்கு

காரணம்.

நான் இப்படி புது டைரக்டர்ஸ்கிட்ட சொல்றது ராஜாண்ணனுக்குத் தெரியாது.

நடிகர் திலகம் சிவாஜியப்பாவுக்கு நாங்க இசையமைச்ச மொதப்படம் ‘தீபம்’.

நடிகர் கே.பாலாஜியோட தயாரிப்பு.

பாலாஜி சாரோட தயாரிப்புல சிவாஜியப்பா நடிச்ச ‘தியாகம்’ படத்துக்கும் நாங்க மியூஸிக்.

கண்ணதாசன் பாட்டெழுத வந்தார்.

“பாட்டோட தொடக்கத்துல பூ வர்ற மாதிரி எழுதுங்க” என கவிஞரய்யாகிட்ட கேட்டுக்கிட்டார் பாலாஜி.

உடனே என்னயப் பார்த்த கவிஞரய்யா...

‘இந்த அமர் எந்தப் பூவ விட்டுவச்சிருக்கான்’னு சொல்லி ஒரு கமெண்ட் அடிக்க...

எல்லாருமே சிரிச்சிட்டாங்க.....

104
“இந்த ஆட்சி என்ன செய்யுது?”

கவிஞர் கண்ணதாசன் அய்யாவுடனான என்னோட அனுபவங்கள்ல இன்னொரு சுவாரஸ்யமான அனுபவத்தச் சொல்றேன்....

நடிகர்திலகம் சிவாஜியப்பாவுக்கு நாங்க இசையமைச்ச மொதப்படம் ‘தீபம்.’

நடிகர் கே.பாலாஜியோட தயாரிப்பு.

பாலாஜி சாரோட தயாரிப்புல சிவாஜியப்பா நடிச்ச ‘தியாகம்’ படத்துக்கும் நாங்க மியூஸிக்.

ஒரு டுயட் பாட்டு... ‘நல்லவர்க்கெல்லாம் சாட்சிகள் ரெண்டு’னு ஒரு தத்துவப் பாட்டு... இந்த ரெண்டு பாட்டுக்களவும் எழுதுறதுக்காக கவிஞரய்யா வந்தார்.

“கவிஞரய்யா... பாட்டோட தொடக்கத்துல ‘பூ’ வர்ற மாதிரி எழுதுங்க” என கேட்டுக்கிட்டார் பாலாஜி.

அதுக்குக் காரணம்...

அந்தச் சமயத்துல பூவ வச்சி எழுதின பாட்டெல்லாம் ரொம்ப பாப்புலரா இருந்துச்சு. அதுல பெரும்பாலான பூ பாட்டுக்கள நான்தான் எழுதிக்கிட்டிருந்தேன்.

‘கங்கை அமரன் ஒரு படத்துக்கு பாட்டெழுதினா... கண்டிப்பா அதுல பூ பாட்டு இருக்கும்’கிற அளவுக்கு இருந்துச்சு.

என்னோட மொதப்பாட்டா... 'பதினாறு வயதினிலே' படத்துக்கு

செந்தூரப்பூவே... செந்தூரப்பூவே

ஜில்லென்ற காற்றே...

என் மன்னன் எங்கேனு தொடங்குற பாட்ட எழுதினேன்.

'கிழக்கேபோகும் ரயில்' படத்துல...

பூவரசம்பூ பூத்தாச்சு

பொண்ணுக்கு சேதியும் வந்தாச்சு

காவேரிபோல பொங்குற மனசு

பாடாதோ...ங்கிற பாட்ட எழுதினேன்.

'கல்லுக்குள் ஈரம்' படத்துக்குக்கூட

கொத்தமல்லிப்பூவே

புத்தம்புது காத்தே...

வாசம் வீசு - வந்து

ஏதோ பேசு... ங்கிற பாட்ட எழுதினேன்.

இப்படி பூ பாட்டு பிரபல்யமா இருந்துச்சு.

அதனாலதான்... கவிஞரய்யாகிட்ட பாலாஜி சார் கேட்டுக் கிட்டார். பாலாஜி அப்படிக் கேட்டதும்...

உடனே என்னயப் பார்த்த கவிஞரய்யா...

"இந்த அமர் எந்தப் பூவ விட்டு வச்சிருக்கான்? 'சாயபு... செருப்பு...' இந்த ரெண்டு பூவயும் தான் அவன் பாட்டெழுதல..."னு சொல்லி கமெண்ட் அடிக்க...

எல்லாருமே சிரிச்சிட்டாங்க.....

(இஸ்ஸாமியர்களை 'சாய்பு' என்றும் சொல்வாங்க. கிராமங்கள்ல பேச்சு வழக்குல 'சாயபு'னும் குறிப்பிடுவாங்க. அதத்தான் கவிஞரய்யா குறிப்பிட்டார்.)

டூயட்டுக்கான ட்யூன வாசிக்கச் சொன்னார் கவிஞரய்யா.

'தானன்ன தானா... தனனன்ன னானா...'னு நாங்க வாசிக்க...

பாலாஜி சார் விரும்பின மாதிரியே... உடனே...

தேன்மல்லிப் பூவே...

பூந்தென்றல் காற்றே...னு எழுதிக் குடுத்தார் கவிஞரய்யா.

பூவுக்கு பூவும் வந்திருச்சு.... தேனுக்கு தேனும் வந்திருச்சு... கவிஞரய்யா பாட்டுல. அதனால எங்களுக்கும் திருப்தி.

கவிஞரய்யா மாதிரி ஒரு பிறவிக் கலைஞன இந்த ஜென்மத்துல பார்க்க முடியாது.

எங்கள மாதிரி ஆட்கள் கவிஞரய்யாவ பார்த்து வியக்குற விஷயம் என்னன்னா...

பாட்டு சொல்ற அழகே தனியா இருக்கும்... அவரோட வாழ்க்கைல நடந்த விஷயங்கள அவர் சொல்றவிதம் இன்னும் அழகா

'கிழக்கேபோகும் ரயில்' படத்தின் வெற்றிவிழாவில்
எனக்கு ஷீல்டு தரும் கவிஞர் கண்ணதாசன்

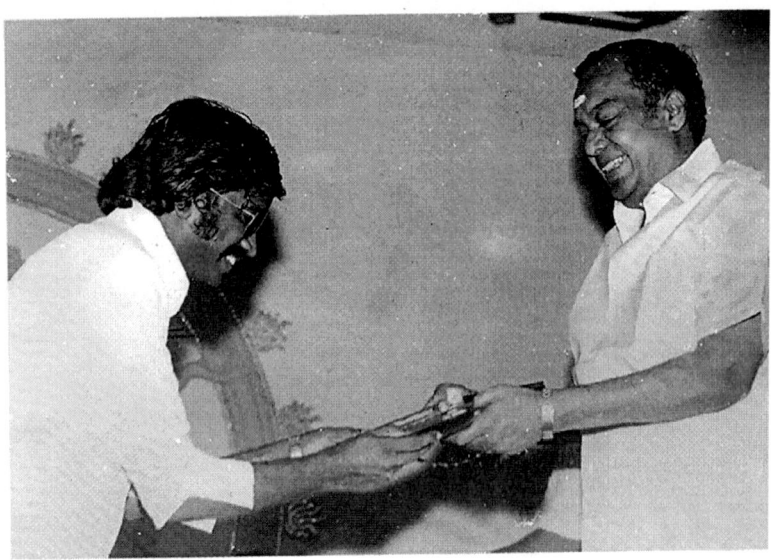

இருக்கும். அதவிட... அடல்ட் ஒன்லி விஷயத்தக்கூட உறுத்தாம... அற்புதமா சொல்லுவார்.

கவிஞரய்யா... கிரேட்!

கவிஞரய்யாவுக்கு எங்க பாவலரண்ணனோட பாட்டுக்கள் ரொம்பப் பிடிக்கும்.

கம்போஸிங் வரும்போது... பாவலரோட பாட்டுல ஏதாவது ஒண்ண குறிப்பிட்டு... அத பாடச்சொல்லி கேட்பார்.

அப்போதைய காங்கிரஸ் ஆட்சிய விமர்சிச்சு, கம்யூனிஸ சிந்தனையோட... பாமர மொழியில பாவலரண்ணன் பாடின பாட்டுக்கள அப்பப்ப பாடிக் காட்டுவோம்.

ஒரு தடவ.... கம்போஸிங்ல பாட்டெழுதி முடிஞ்சதும்....

"ஏ... அமர்... ஒங்க அண்ணன் பாட்டுல... 'அணைய பிச்சுத் திங்கவா?'னு ஒரு பாட்டு உண்டே... அதப் பாடுப்பா"னு சொன்னார்.

"அது ஒங்க பாட்டு ட்யூன்ல பாவலர் எழுதின பாட்டுத்தாங்கய்யா. **தங்கச்சி சின்னப்பொண்ணு தலை என்ன சாயுது**... னு நீங்க எழுதியிருந்த சினிமா மெட்டுலதான் எழுதிப்பாடினார்"னு நான் சொல்லிட்டு... பாட ஆரம்பிச்சேன்.

என்னண்ணே... நாட்டுக்குள்ள
கடும் பஞ்சம் ஆகுது...
ஏனண்ணே... வந்த நெல்லு
எங்கண்ணே போகுது?

சொல்லண்ணே... இன்னும் இந்த
ஆட்சி என்ன செய்யுது?
சோத்துக்கு... சோஷலிஸ
பாணி என்ன ஆனது?

அணைகள் கட்டியும் என்ன -பஞ்
சாலை உண்டாக்கியும் என்ன...
ஆத்துக்கு பாலம் கட்டி...
ரோட்டப் போட்டும் என்ன...

அணைகள் பல கட்டியதாலே
அதிகம் விளைந்ததல்லவா...
அரிசிக்குப் பஞ்சம் வந்தா...
அணைகளை பிச்சுத் திங்கவா?

...இந்தப் பாட்ட நான் பாடிக் காண்பிச்சதும் கவிஞரய்யா ரொம்ப ரசிச்சார்.

இன்னொரு சந்தர்ப்பத்துல...

கவிஞரய்யா எழுதின **மாடிமேல மாடி வச்சு** பாடலப் பத்தி கவிஞரய்யா பேசிக்கிட்டிருக்கிறப்ப...

"அய்யா... இந்தப் பாட்டு மெட்டுலயும் எங்க பாவலரண்ணன் ஒரு பாட்டெழுதியிருக்கார். அப்போதைய காங்கிரஸ் அரசோட அமைச்சர்கள் டி.டி.கிருஷ்ணமாச்சாரி, சி.சுப்பிரமணியம்... இவங்களப் பார்த்து கேட்கிற மாதிரி இந்தப் பாட்ட எழுதினார்"னு சொன்னேன்.

"எங்க அந்தப் பாட்டப்பாடு"னு சொன்னார் கவிஞரய்யா.

மக்களைக் கசக்கிடும்
பதுக்கலை பிடிக்கவந்த டி.டி.கே.
ஹலோ...ஹலோ... கம் அவுட்...
ஸீ... அண்ட் ஸே...
சிக்கலைக் களைந்தெடுக்க
வக்கிலாது ஆட்சி செய்யும்
சி.எஸ்.ஸே...
சுப்ரமண்யம்... சோறு வேணும்...

... இந்தப் பாட்டையும் கவிஞரய்யா கேட்டு ரசிச்சார்.

என்னோட ரெண்டு பாடல்கள... வானொலியில் ஒலிபரப்ப... ஆல் இந்திய ரேடியோ நிர்வாகம் தடை போட்டுச்சு...

நான் கடிதம் போட்டேன்...

கண்ணதாசன் அய்யா அட்வைஸ் பண்ணினார்....

105
என் பாட்டுக்குத் தடை!

கவிஞர் கண்ணதாசன் கூட எனக்கு ஏற்பட்ட அனுபவங்கள சொல்லீட்டு வர்றேனில்லையா...

ஒரு முக்கியமான விஷயத்துல கவிஞரய்யா எனக்கு அட்வைஸ் பண்ணின விஷயத்தச் சொல்றேன்.

ஓரம்போ... ஓரம்போ...
ருக்குமணி வண்டி வருது....
வாங்கடா வந்தனம் பண்ணுங்கடா
வந்து இந்த வண்டிய தள்ளுங்கடா...
பாளையம் பண்ணைப்புரம்
சின்னத்தாயி பெத்த மகன்
பிச்சமுத்து ஏறியே வர்றாண்டோய்...

இது ‘பொண்ணு ஊருக்கு புதுசு’ படத்துல... ராஜாண்ணன் இசையில... நான் எழுதின பாட்டு. இந்தப் பாட்டு பட்டிதொட்டியெல்லாம் பயங்கர ஃபேமஸ்.

பொதுவா நான் எழுதுற பாட்டுக்கள... “அமர்... அந்தப் பாட்டு ரொம்ப நல்லா இருந்துச்சு’’னு பாராட்டுற பெரிய மனசு கவிஞரய்யாவுக்கு உண்டு. மத்தவங்க அப்படிப் பாராட்ட மாட்டாங்க.

‘ஓரம்போ’ பாட்டு ஹிட்டானப்பவும்... ‘‘ரொம்ப நல்லா எழுதீருக்க”னு பாராட்டினார்.

இதேபோல...

தென்னமரத்துல...

தென்றலடிக்குது

நந்தவனக் கிளியே- அடியே

புன்னவனக் குயிலே...

நான் தெனந்தோறும் ரசிச்சாலும்

தெகட்டாது... பசிக்காது...

சின்ன மணிக்குயிலே-அடியே

ஒன்ன நினைக்கையிலே....

இது 'லட்சுமி' படத்துல... ராஜாண்ணன் இசையில... நான் எழுதின பாட்டு.

இதுவும் ரொம்ப பாப்புலரான பாட்டு.

இந்த ரெண்டு பாட்டுக்களும் இடம் பெற்ற படங்கள் ரெண்டுமே 1979-ல ரிலீஸாச்சு.

எல்லா ஊரு மைக்செட்லயும் பாடிக்கிட்டிருந்த இந்த ரெண்டு பாட்டுக்களயும் வானொலியில ஒலிபரப்ப... ஆல் இந்திய ரேடியோ ஸ்டேஷன் நிர்வாகம் தடை போட்டுச்சு.

'என்னங்கடா இது... மக்கள் விரும்புற பாட்டுக்கு இவங்க தடை போடுறாங்களே? ரேடியோ ஸ்டேஷன்ல கிடாரிஸ்ட்டா வேல பாத்திருக்கோம். அப்படியிருந்தும் நம்ம பாட்டுக்கு தடை போட்டிருக்காங்களே?'னு எனக்கு டென்ஷன்.

இப்ப வர்ற கவிஞர்களையெல்லாம் பார்த்தீங்கன்னா.... ரொம்ப ஸொபிஷ்டிகேட்டாவும், ரொம்ப இலக்கியத்தரமாவும் நடந்துக்குவாங்க.

அப்ப நான் வாலிபவயசுக் கவிஞனில்லையா... ரொம்பத் துடிப்பா இருந்தேன். அதுலயும் கிராமத்துலருந்து வந்தவன். அதனால ரொம்ப எமோஷனலாயிட்டேன்.

ஆல் இந்திய ரேடியோ ஸ்டேஷன் நிர்வாகத்தோட சண்ட போட்டதோட.... நான் ஒரு பகிரங்க கடிதம் எழுதினேன்.

எனக்குப் பத்திரிகை நண்பர்கள் நிறைய உண்டு. பத்திரிகையாளர்களும் எங்களுக்கு சப்போர்ட்டா இருப்பாங்க. அதுல ஒரு நண்பர் அவங்களோட பத்திரிகைல அந்த கடிதத்த பிரசுரம் செஞ்சார்.

'மக்களோட பொழுதுபோக்குக்காகத்தான் வானொலி இருக்கு. 'ஓரம்போ' பாட்ட மக்கள் வெளியில கேட்டுக்கிட்டுத்தான் இருக்காங்க. ஆனா... ஆல் இந்திய ரேடியோவுல போட மறுக்கிறாங்க. அதுல என்ன தப்பு இருக்கு? தப்பு என்னன்னு சொன்னா நாங்க திருத்திக்குவோம். இதுக்கு ஆல் இந்திய ரேடியோ நிர்வாகம் பதில் சொல்லியே தீரணும்'

'ஓரம்போ' பாடல் காட்சி...

'பொண்ணு ஊருக்குப் புதுசு'
சுதாகர்-சரிதா

இப்படியான கருத்த அந்த கடிதத்துல வெளிப்படுத்தியிருந்தேன்.

இந்த கடிதத்த பத்திரிகைல படிச்ச கவிஞரய்யா... ஒரு ஸாங் கம்போஸிங்குக்கு வந்திருந்தப்ப...

ரேடியோவுல பாட்ட போடலேங்கிறதுக்காகவெல்லாம் ஏன் கேள்வியெல்லாம் கேட்குற? “எலந்தப் பழம் பாட்ட ரேடியோவுல போட்டானா? ரேடியாவுல நம்ம பாட்ட போடலேன்னா... நம்ம பாட்டு ரொம்ப பாப்புலர்னு அர்த்தம்யா. அந்த மாதிரியெல்லாம் பத்திரிகைகள்ல எழுதாத. வேண்டாம்யா. ரேடியாவுல போடலேன்னாலும் ஓரம்போ பாட்டு நல்ல பிரபல்யமாத்தானய்யா இருக்கு. இவங்கள கேள்வி கேக்குறது... அவங்கள கேள்வி கேட்குறது... இதெல்லாம் வேணாம்யா. இந்த மாதிரி விஷயங்கள கட் பண்ணு. இதனால மக்களுக்கு ஒண்ணும் ஆகப்போறதில்ல. நம்ம வேல பாட்டெழுதுறது. அந்த வேலய செய்யணும். அந்தப் பாட்ட தடை பண்றது... தடை பண்ணாதது... அவங்களோட இஷ்டம். தடை பண்ணினாலும் பாட்டு வெளியில கேட்டுக்கிட்டுத்தான இருக்கு. அதனால கவலப்படாத”னு அட்வைஸ் பண்ணினார் கவிஞரய்யா.

‘படைப்புல சர்ச்சை இருக்கலாம்.... தேவையில்லாத சர்ச்சையும் சச்சரவும் வேணாம்’ங்கிற கவிஞரய்யாவின் அனுபவ அட்வைஸ் அது.

யார பிடிச்சிருக்கோ... அவங்களுக்குத்தான அட்வைஸ் பண்ணுவாங்க.

அந்த வகையில கவிஞரய்யாகிட்ட அட்வைஸ் வாங்கினதும் எனக்கு மறக்க முடியாத... பெருமையான அனுபவம்தான்.

‘ஓரம்போ’ பாட்டவும், ‘தென்னமரத்துல தென்றலடிக்குது’ பாட்டவும்... கேட்கிறவங்க சில வார்த்தைகள கொச்சையா மாத்திப் பாட வாய்ப்பு இருப்பதா... யூகம் பண்ணி ஆல் இந்திய ரேடியோ நிர்வாகம் இந்த ரெண்டு பாட்டுக்களுக்கும் தடை போட்டதா தெரியவந்தது. இதுக்கு மேல விபரமா இத பேச வேணாம்.

கமலோட ‘ராஜபார்வை’ படத்துக்கு பாட்டெழுத கவிஞரய்யா வந்தார்.

கமலோட ஆழ்வார்பேட்டை வீட்டுலதான் ஸாங் கம்போஸிங்.

கமல் என்னோட நண்பர்ங்கிறதாலயும், கம்போஸிங்க பார்க்கணும்கிறதாலயும் நானும் போயிருந்தேன்.

கவிஞரய்யா சேர்ல ஒக்கார்ந்திருக்கார்.

பெட்ஷீட் விரிச்சு... நாங்க கீழ ஒக்காந்திருக்கோம்.

நான், ராஜாண்ணன், கமல்... சுத்தி ஒக்காந்திருக்கோம்.

பார்வையற்ற இளைஞன்... தன் மனதுக்குப் பிடித்த பெண்ணின் அழகை வர்ணிக்கிற மாதிரி பாட்டு சிச்சுவேஷன்.

ராஜாண்ணன் ட்யூன வாசிச்சார்.

ஆஹா... கவிஞரய்யா... பிரமாதப்படுத்திவிட்டார்....

அழகே அழகு... தேவதை
ஆயிரம் பாவலர் எழுதும் காவியம்
கூந்தல் வண்ணம் மேகம் போல
குளிர்ந்து நின்றது
கொஞ்சுகின்ற செவிகள் ரெண்டும்
கேள்வியானது
பொன்முகம் தாமரை...
பூக்களே... கண்களோ...
மன கண்கள் சொல்லும் பொன்னோவியம்...

...இப்படி... அவளை தொட்டுத் தொட்டுப் பார்த்து அவன் கவிதையாக பாடுவதாக எழுதிய கவிஞரய்யா... ஒரு வரியில... **'ஒரு அங்கம் கைகள் அறியாதது'**னு எழுதினார்.

இந்த ரசிப்புக்காகவும், ரசனைக்காகவும்தான் கவிஞரய்யா பாட்டெழுதுறத நேர்ல பார்க்கக் கிடைக்கிற வாய்ப்ப நான் மிஸ் பண்றதில்ல.

ஒரு பக்கம் கவிஞரய்யா பாடல் எழுதிக்கிட்டிருக்க... கமல் தன்னோட கேமராவால போட்டோ எடுத்துக்கிட்டே இருந்தார்.

கவிஞரய்யா சொன்ன முழுப்பாட்டவும் உதவியாளர் எழுதி பிரதியெடுத்ததும்... அதை வாங்கி சரி பார்த்தார் கவிஞரய்யா. அந்தச் சமயம் நான் எழுந்து... கவிஞரய்யாவுக்கு பின்னாடி நின்னேன்.

அதை கமல் போட்டோ எடுத்தார்.

அப்போ....

கவிஞரய்யாகிட்டயே என்னோட குறும்ப காட்டினேன்...

106
அவர் கவிதை - இவர் இசை!

கமலோட 'ராஜபார்வை' படத்துக்கு... ஸாங் கம்போஸிங் கமலோட ஆழ்வார்பேட்டை வீட்ல நடந்துச்சு.

பார்வையற்ற ஒரு இளைஞன், தன் மனசுக்குப் பிடிச்சவளை வர்ணிச்சுப் பாடுற சிச்சுவேஷனுக்கு... ராஜாண்ணன் இசையில...

அழகே அழகு... தேவதை

ஆயிரம் பாவலர் எழுதும்.. காவியம்ங்கிற அருமையான வரிகள் கொண்ட பாட்டைத் தந்தார் கவிஞர் கண்ணதாசன்.

இந்தப் பாடல் உருவான சூழல... கமல் தன்னோட கேமராவால போட்டோ எடுத்துக்கிட்டே இருந்தார்.

கவிஞரய்யா சொன்ன முழுப் பாட்டவும் உதவியாளர் எழுதி பிரதியெடுத்ததும்... அதை வாங்கி சரி பார்த்தார் கவிஞரய்யா. அந்தச் சமயம் நான் எழுந்து... கவிஞரய்யாவுக்குப் பின்னாடி நின்னேன். கவிஞரய்யா சரிபார்த்துக்கிட்டிருந்தத நான் எட்டிப் பார்த்தேன்.

அதையும் கமல் நாலஞ்சு விதமா போட்டோ எடுத்தார்.

உடனே நான், கமல்கிட்ட... "இந்தப் போட்டோ எனக்கு கண்டிப்பா வேணும் கமல்"னு சொன்னேன்.

"ஆங்.... என்ன?"னு கவிஞரய்யா கேட்டார்.

"இல்ல... ஒங்க பின்னாடி நின்னு நான் ஸ்கிரிப்ட்ட எட்டிப் பார்க்கிற போட்டோ எனக்கு வேணும்"னு சொன்னேன்.

“எதுக்கு கண்டிப்பா வேணும்னு கேட்குற?”னு யாரோ கேட்டாங்க.

“இல்ல... பத்திரிகைகளுக்கு நியூஸ் குடுக்கணும். ‘பாடல்கள்... கண்ணதாசன் அய்யா... மேற்பார்வை கங்கைஅமரன்...’னு செய்தி குடுக்க, இந்த போட்டோ சரியா இருக்கும்”னு நான் சொல்ல...

கவிஞரய்யா தனக்கே உரிய குழந்தைச் சிரிப்பு சிரிச்சுக்கிட்டே... என்னய முன்னாடி இழுத்து... முதுகுல செல்லமா ரெண்டு அடி போட்டார்.

கண்ணதாசன் அய்யா முன்னாடியே... நான் சொன்ன வார்த்தை.

“நான் இப்படித்தான் மக்கள் திலகம் எம்.ஜி.ஆர்.கிட்டவும், சிவாஜியப்பாகிட்டவும் குறும்பு பண்ணி ரொம்ப அட்டகாசம் பண்ணீருக்கேன்.”

கவிஞரய்யாகூட இருந்த காலத்துல... அவரோட அருமை எனக்கு தெரியும்னாலும்... அவர் இல்லாத இப்ப... இந்த நேரத்துல அவர நெனைக்கும்போது... ‘எப்பேர்ப்பட்ட கவிஞரோட பேசியிருக்கோம்... பழகியிருக்கோம்...’னு வியப்பும், பெருமையும் வருது.

அன்னைலருந்து இன்னவரைக்கும் நான் எம்புட்டோ கவிஞர்களப் பார்த்திட்டேன்.

ஆனா... கவிஞரய்யா அளவுக்கு பாஸ்ட்டா... ட்யூன் சொன்ன ஒடனே... பாட்டுத் தர்ற கவிஞர நான் பார்த்ததில்ல.

தி.நகர். கவிதா ஓட்டல்ல... பெரிய கூடை செட் போட்டிருக்கும். அதுதான் கவிதா மண்டபம். பெரும்பாலும் கவிஞரய்யா இங்க ஒக்காந்தும் பாட்டெழுதுவார்.

ஏதோ... தரிசனத்துக்கு வந்த மாதிரி... லைன்ல நிப்பாங்க.

கவிஞரய்யா பக்கத்துல ‘மெல்லிசை மன்னர்’ எம்.எஸ்.வி. உட்கார்ந்திருப்பார்.

டைரக்டர்கிட்ட சிச்சுவேஷன் கேட்டதும்... எம்.எஸ்.வி. ட்யூன வாசிச்சதும்... உடனே... கவிஞர்ட்ட இருந்து வார்த்தைகள் வந்துவிழும்.

அரைமணி நேரத்துல முழுப்பாட்டயும் குடுத்திடுவார்.

லைன் கட்டி அவர்கிட்ட பாட்டு வாங்கிட்டுப் போவாங்க.

(சில கவிஞர்கள் ட்யூன வாங்கிட்டுப் போய்ட்டு... ரெண்டு மூணுநாள்... ஒருவாரம் கூட டைம் எடுத்துக்குவாங்க... ஒரு பாட்டெழுத)

கவிஞரய்யாகிட்ட ஆச்சரியகரமான விஷயம் என்னன்னா...

ஒரு கவிஞன்... காலைலருந்து... சாயங்காலம் வரைக்கும் குடிச்சிக்கிட்டிருந்தான்னா...

அவன்கிட்ட... ‘தானன்னா... தனத் தானா...’னு சந்தம்

சொன்னா...

காலய்ங்கழில்... அவள்ய்... வசந்த்ய்யம்னுதான் வார்த்தை வெளியில வரும்.

ஆனா... கவிஞரய்யா குடிச்சிருந்தாலும்... வரகவி மாதிரி... புதுப்புது சிந்தனையோட... ரொம்பத் தெளிவா... வார்த்தைகள் வந்து விழும்.

ஃபுல் பாட்டில் சரக்க குடிச்சிட்டும் எழுதீருக்கார்.

பெத்தடின் இன்ஜெக்ஷன் போட்டுக்கிட்டும் எழுதினார்.

அவருக்கு அது போதை. ஆனா அந்த கொடுமயவும் நான் பார்த்திருக்கேன்.

ஆனா.. இவ்வளவு போதையிலயும்

நான் பேச வந்தேன்
சொல்லத்தான்... வார்த்தையில்லை
திருவாசகம்... திருவாய்மொழி... நீ
பாடாமல் எனக்கேது ராகங்கள்

...இப்படி அற்புதமா எழுதுனார்னா... அந்தளவுக்கு

அவருக்குள்ள சரஸ்வதி அவ்வளவு ஸ்திரமா ஒக்கார்ந்திருந்தா.

அதனாலதான்... எலந்தப் பழமும் எழுதி, இந்து மதமும் எழுதி... எல்லா சப்ஜெக்ட் எழுத்துலயும் தனி முத்திரை பதிச்சார் கவிஞரய்யா.

கவிஞரய்யா... கவிதைல சளைச்சவர் இல்லேன்னா.... இசையில எங்க ராஜாண்ணன்.

(இந்த எடத்துல நான் எங்க அண்ணனப் பத்தியும் சொல்லியாகணும்ல...)

எந்த எடத்துல ஒக்காந்தும் நல்ல நல்ல பாட்டிசையத் தந்துடுவார் ராஜாண்ணன்.

ஆனாலும்... ட்யூன் கம்போஸிங் பண்றதுக்கு... அவருக்கு விருப்பமான எடம்.... கொச்சின்ல இருக்கிற தாஜ் ஓட்டல். அது நதிக்கரை ஓரம் இருக்கும். ரம்மியமான சூழலா இருக்கும்.

அந்த இயற்கைச் சூழல்ல ராஜா போட்ட பாட்டெல்லாம் விசேஷமாத்தான் இருக்கும்.

அங்க போய்ட்டா ஒரேநாள்ல மூணு படங்களுக்குக்கூட.... மெட்டு ரெடி பண்ணிடுவார்.

'சின்னத்தம்பி' படத்துல எல்லாப் பாட்டும் செம ஹிட். கொச்சின் தாஜ் ஹோட்டல்ல... அரைமணி நேரத்துல... போட்டதுதான் எல்லா ட்யூனும்.

'மன்னன்' படத்துக்குக்கூட அரை மணி நேரத்துலதான் எல்லா ட்யூனையும் போட்டார்.

சென்னையில... வி.ஜி.பி. கடற்கரை விடுதிக்கு போய் இசையமைப்பார்.

எதுக்குன்னா... ரொம்ப பிஸியா இசையமைக்கிற நேரத்துல புதுப் புது கமிட்மெண்ட்டுகளுக்காக ஆட்கள் வருவாங்க. அந்த தொந்தரவு இல்லாம இருக்கிறதுக்காக வி.ஜி.பி. போயிடுவார்.

கவிஞரய்யா ஒரு நாளைக்கி நாலு பாட்டுக்கள் எழுதினார்னா... அதுக்கு இணையா ராஜாண்ணன் ஒரு நாளைக்கி நாலு பாட்டுக்கு மெட்டுப் போட்டிருக்கார்.

ராஜாண்ணன் எனக்கு அண்ணனா இருக்கிறதுல எனக்கு ரொம்ப சந்தோஷம்.

எனக்கும், கலாவுக்குமான காதலுக்கு...

('மறுபடியும் அந்த ஃபிளாஷ்பேக் சொல்லி போரடிக்க ஆரம்பிச்சிட்டீங்களா?...'னு பதறாதீங்க.... அப்பப்ப ஞாபகம் வருதே... நான் இதயெல்லாம் பின்ன எப்பத்தான் சொல்றது?)

எனக்கும் கலாவுக்குமான காதலுக்கு உரமா அமைஞ்சது கவிஞரய்யாவோட பாட்டுக்கள்தான்.

நான் தனியா ஒரு இசைக் கச்சேரி குழு வச்சிருந்தேன். அதுல என்னோட நண்பர் ஜோஸ்வா ராஜன் ஆர்மோனியம் வாசிச்சார்...

மலேசிய வாசுதேவன், கலாவும் பாடுவா. கலாவோட தாய்மாமா டி.கே.மணியனோட மனைவி பூரணியும் பாடுவாங்க.

கலாவ ரேடியோவுல பாட வைக்கிறதா சொல்லீருந்தேன். அதனால கலாவோட வீட்ல அவள அனுப்பி வச்சாங்க. பாடுற சாக்கில பூரணி மாமி, கலாவ கூட்டிட்டு வருவாங்க.

இந்த கச்சேரியில... **கையோடு கை சேரும் காலங்களே, ஒரு ராஜா ராணியிடம்...** இப்படியான கவிஞரய்யா பாட்டுக்களத்தான் கலாவ பாட வச்சு... அதுல எங்க காதல வளர்த்தேன்.

உண்மையிலயே... காதல் கச்சேரின்னா... இதுதான்.

இளையராஜாண்ணன் இசையில கவிஞரய்யா எழுதின மொதப் பாட்டு... 'பாலூட்டி வளர்த்த கிளி' படத்துக்காக **கொலகொலயா முந்திரிக்கா** பாட்டுங்கிறதையும், அதுல **கண்ணா ஓடோடிவா... ராஜா வா**னு சென்ட்டிமென்ட்டா ராஜாண்ணனை ஆசிர்வதிச்சு எழுதினார்ங்கிறதையும் ஏற்கனவே சொல்லீருக்கேன்.

நான் இசையமைக்க வந்தப்பவும், கே.பாக்யராஜ் படம் டைரக்ட் பண்ண வந்தப்பவும் இப்படியான ஆசிர்வாதத்த எங்களுக்கும் தந்தார் கவிஞரய்யா.

அதாவது....

'கிட்டாரை வச்சிட்டுப் போடா'ன்னு என்கிட்டச் சொன்னார்... ராஜாண்ணன்.

'வெளிய போடா'னு பாக்யராஜ்கிட்ட சொன்னார் பாரதிராஜாண்ணன்.

"ஆனந்தப் பண் பாடுங்க" என்றார் கவிஞரய்யா.....

107
எங்கோ... ஏதோ... யாரோ...

கவிஞர் கண்ணதாசன் அய்யாகூட எனக்கு ஏற்பட்ட அனுபவங்கள.... சொல்லிக்கிட்டு வர்றேனில்லையா......

ருத்ரையா டைரக்‌ஷன்ல... 1978-ல வந்த படம் 'அவள் அப்படித்தான்.'

கமல்-ஸ்ரீப்ரியா நடிச்ச இந்தப் படத்துக்கு ராஜாண்ணன் மியூஸிக்ல மொத்தம் மூணு பாட்டு. இதுல ரெண்டு பாட்ட நான் எழுதியிருந்தேன். ஒரு பாட்ட கவிஞரய்யா எழுதியிருந்தார்.

முதல்ல கவிஞரய்யாதான் எழுத வந்தார்.

கடந்த காலம்... நிகழ்காலம்... எதிர்காலம்... இத நினைச்சு... குழப்ப மனநிலைல இருக்க ஓர் இளம்பெண்ணோட ஃபீலிங்தான் பாட்டுக்கான சிச்சுவேஷன்.

இதுக்கு ரொம்ப டிபரெண்ட்டா மெட்டு கம்போஸ் பண்ணீருந்தார் ராஜாண்ணன்.

கவிஞரய்யா... பெரும்பாலும் தத்துவார்த்தமா எதிர்மறையான கருத்துருக்கள பாட்டில் வச்சிருந்தாலும்... ராஜாண்ணனுக்கு பாட்டெழுதும்போது... அப்படியான அறச்சொல் எனப்படுற நெகடிவ்வான விஷயங்கள... பாட்டுல கையாளமாட்டார். ஏன்னா... அறச்சொல் பாட்டில் வர்றத ராஜாண்ணனோ... நானோ

விரும்பமாட்டோம். இது கவிஞரய்யாவுக்கும் தெரியும்.

முதல்படம் எடுக்கிற கலைஞர்களுக்கு தன் பாட்டுலயே ஆசி வழங்குற மாதிரி எழுதுவார் கவிஞரய்யா.

ஆனா... இந்த சிச்சுவேஷன் அப்படி இருந்ததால... அறச்சொல்லால பாட்டெழுதினார்.

வாழ்க்கை ஓடம் செல்ல...
ஆற்றில் நீரோட்டம் இல்லை
யாரும் தேரில் செல்ல...
ஊரில் தேரும் இல்லை
எங்கோ.... ஏதோ... யாரோ...

...இப்படி எழுதினார் பல்லவியை. சரணங்கள்லயும் விரக்தி.

இது சிச்சுவேஷனுக்கு பொருத்தமான அருமையான பாட்டு வரிகளா இருந்தாலும்... 'இப்படி அறச்சொல்லா எழுதுறாரே கவிஞரய்யா'னு கவலைப்பட்ட நான்... ருத்ரையாகிட்டவும், கமல்கிட்டவும் எடுத்துச் சொன்னேன். "கவிஞரய்யாகிட்ட சொன்னா... மாத்தித் தந்துடுவார்"ங்கிறதையும் சொன்னேன்.

கமலும், ருத்ரையாவும் 'மாடர்ன் தாட்' உள்ளவங்க. அதனால... "அதெல்லாம் ஒண்ணுமில்ல... வரிகள் நல்லாத்தான இருக்கு. அந்த கேரக்டரோட உணர்வுகள பிரதிபலிக்கிற மாதிரித்தான் இருக்கு. அப்படியே இருக்கட்டும்"னு சொல்லீட்டாங்க ரெண்டுபேருமே.

கவிஞரய்யாவும் முழுப்பாட்டவும் அந்த டைப்லயே எழுதிக் குடுத்திட்டார்.

'அவள் அப்படித்தான்' படம் வெளியாச்சு.

படம் நல்லவிதமா பேசப்பட்டுச்சே தவிர... கமர்ஷியலா ஓடல.

'அவள் அப்படித்தான்' படத்துல என்னய ரெண்டு பாட்டு எழுதச் சொன்னாங்க.

நான் ஏற்கனவே சொன்ன மாதிரி... கவிஞரய்யாவே கிண்டலடிச்ச மாதிரி... இதுல ஒரு பாட்டுல பூவ டச் பண்ணினேன்.

பூவ 'பூ'ன்னும் சொல்லலாம்... 'புஷ்பம்'னும் சொல்லலாம்ல...

பன்னீர் புஷ்பங்களே...
கானம் பாடு
உன்னைப்போலே...
எந்தன்... உள்ளம்... ஆடுது...
புது தாளம் தொட்டு... ஓஒ...
புது ராகமிட்டு...

இன்னொரு பாடல... என் பாணியில எழுதாம... கவிஞரய்யா எழுதினா எப்படி இருக்குமோ... அந்த பாணியில முயற்சிபண்ணி எழுதினேன்...

'சுவரில்லாத சித்திரங்கள்' பாக்யராஜ்-சுமதி

உறவுகள் தொடர்கதை
உணர்வுகள் சிறுகதை
ஒரு கதை என்றும் முடியலாம்
முடிவிலும் ஒன்று தொடரலாம்....
இனியெலாம் சுகமே...

இந்த ரெண்டு பாட்டுமே பாராட்டப்பட்டுச்சுன்னாலும்... வேறொரு ஸாங் கம்போஸிங்குக்கு போயிருந்தபோது 'உறவுகள் தொடர்கதை' பாட்டு ரொம்ப நல்லாருந்துச்சு. அதுல... **வேதனை தீரலாம்... வெறும்பனி விலகலாம்**கிற வரிகளும் நல்லாருந்துச்சு"னு சொல்லி பாராட்டினார் கவிஞரய்யா.

"இது... ஒங்க ஸ்டைல்ல எழுதணும்னு முயற்சி செஞ்சு எழுதுன பாட்டுங்கய்யா"னு சொன்னேன்.

ஒரு சிரிப்பு சிரிச்சார் கவிஞரய்யா.

கவிஞரய்யா பாணிய கரெக்ட்டா நான் கொண்டுவந்துட்டதா...

கவிஞரய்யா அங்கீகரிச்சதா... அந்த சிரிப்புக்கு அர்த்தம் இருந்துச்சு.

எவ்வளவு பெரிய கவிஞர் அவர். ஆனாலும் தாராளமா பாராட்டுற மனம் கொண்டவர். 'ஜானி' படத்துல மொத்தம் ஆறு பாட்டு. அதுல... **என் வானிலே... ஒரே வெண்ணிலா...** பாட்ட கவிஞரய்யா எழுதியிருந்தார். மத்த அஞ்சு பாட்டுக்களயும் நான்தான் எழுதினேன். இதுக்காக கவிஞரய்யா வருத்தப்பட்டதில்லை.

மாறாக... என்னய பாராட்டிக்கிட்டேதான் இருந்தார்.

என்னோட இசையில கவிஞரய்யா பாட்டெழுதுன அனுபவத்த நெனச்சுப் பார்க்கிறேன்....

ஒருநா...

ஏவி.எம்.ரெக்கார்டிங் தியேட்டர்ல... ராஜாண்ணனோட ரெக்கார்டிங் நடந்துக்கிட்டிருந்துச்சு... நானும் அங்க கிடார் வாசிச்சிக்கிட்டிருந்தேன்.

நான் தனியா மியூஸிக் பண்ணப்போறதா பேப்பர்ல நியூஸ் வந்திருந்துச்சு.

"ஒனக்கு என்னடா தெரியும் மியூஸிக்கப் பத்தி? போ... கிடார வச்சிட்டு வெளியில போடா"னு எல்லார் முன்னாலயும் திட்டி அனுப்பிச்சிட்டார் ராஜாண்ணன்.

இதேபோல... பாரதிராஜாண்ணன்கிட்ட அஸிஸ்டெண்ட்டா இருந்த கே.பாக்யராஜ்... தனியா படம் பண்ணப்போறதா சொல்லவும்....

'ராஜா... ராஜா'னு பாக்யராஜ செல்லமா கூப்பிடுற பாரதிராஜாண்ணன் "போடா வெளக்கெண்ண... நீ வேணாம்"னு திட்டியனுப்பிச்சிட்டார். தன்னோட அஸிஸ்டெண்ட்டுங்கிற போஸ்ட்லருந்தும் தூக்கிட்டார்.

பாக்யராஜ் ரொம்ப பிடிவாதக்காரர்.

தான் நெனச்சபடி...வெளில வந்து டைரக்ட்டரானார்.

'ஒருவிடுகதை ஒருதொடர்கதை' படத்துக்கும், பாக்யராஜோட முதல்படமான 'சுவரில்லாத சித்திரங்கள்' படத்துக்கும் ஒரே காலகட்டத்துல... 1979-ல மியூஸிக் பண்ணினேன்.

பாக்யராஜ் 'பதினாறு வயதினிலே' படத்துல அஸிஸ்டெண்ட்டா இருந்த காலத்துலருந்தே எனக்கு நல்ல பழக்கம்.

அவருக்கென்னன்னா... இளையராஜாங்கிற பெரிய ஆள்ட்டபோய் வேல செய்ய முடியாதுங்கிற பயம்... தன் விருப்பப்படி வேல வாங்குறது கஷ்டம்னு... நெனச்சார்.

அதனாலதான் என்னய மியூஸிக் டைரக்டரா நியமிச்சார்.

இளையராஜாகிட்ட மியூஸிக் அஸிஸ்டெண்ட்டா இருந்த கங்கைஅமரனும், பாரதிராஜாகிட்ட அஸிஸ்டெண்ட் டைரக்ட்டரா இருந்த பாக்யராஜூம் இணைஞ்ச 'சுவரில்லாத சித்திரங்கள்'

படத்துக்கு கண்ணதாசனய்யா பாட்டெழுத வந்தார்.

பாக்யராஜ பொறுத்தவரைக்கும் நெறைய பல்லவிகள் கேட்பாரு.

கவிஞரய்யாவும் சலிக்காம எழுதித்தருவார்.

'ஒனக்கு என்ன வேணும் சொல்லு. எழுதித் தர்றேன்'னு சலிப்பு காட்டமாட்டார். எழுதிக் குமிச்சிருவார்.

அப்படி நெறைய பல்லவிகள எழுதி... எங்களைத் திணற வச்சிட்டார்.

அந்தப் பல்லவிகள்லருந்து...

காதல் வைபோகமே...

காணும் நன்னாளிதே...

வானில் ஊர்கோலமாய்

ஜோடிக்கிளிகள் கூடி இணைந்தே...

ஆனந்தப் பண் பாடுதே...

...இந்த பல்லவிய செலக்ட் பண்ணினோம்.

இது ஒரு லவ் ஸாங்தான்... ஆனாலும் கவிஞரய்யா ஒரு விளக்கம் சொன்னார்.

"நீங்க ரெண்டு பேருமே அஸிஸ்டெண்ட்டுகளா இருந்து தனிக்கட்சி ஆரம்பிச்ச மாதிரி... தனியா படம் பண்றீங்க. நான் குறிப்பிட்டிருக்க ஜோடிக்கிளிகள் நீங்கதான். 'திரை வானத்துல வெற்றிகரமா ஊர்கோலம் வரணும்... ஆனந்தப் பண் பாடணும்'னு ஒங்களுக்கான என்னோட ஆசிர்வாதத்தத்தான் பாட்டுல வச்சிருக்கேன்"னு சொன்னார்.

நாங்க நெகிழ்ந்து போயிட்டோம்.

கண்ணே கலைமானே...

கவிஞரய்யாவின் கடைசிப் பாட்டும்... கடைசி வார்த்தைகளும்...

108

ரஜினியைப் பற்றி சொல்றேன்

ஒவ்வொரு முறையும்... ராஜாண்ணன் இசையில பாட்டெழுத வரும்போதெல்லாம்... எழுதி முடிச்சதுமே... "ஒங்க பாவலரண்ணன் பாட்டு ஒண்ணு பாடுயா"னு என்கிட்ட சொல்லுவார் கண்ணதாசன் அய்யா.

"பாவலரண்ணன் பெரும்பாலும் ஒங்க பாடலோட மெட்டுலதான் தன்னோட பாடல்கள் பாடுவாருங்கய்யா"னு நானும் சொல்லீட்டு பாடுவேங்கிறத ஏற்கனவே சொல்லீருக்கேன்.

அன்னைக்கும்... இதே மாதிரி... ஒரு பாட்டு பாடச்சொன்னார்.

"அய்யா... நீங்க எழுதின 'பாலிருக்கும் பழமிருக்கும் பசியிருக்காது' பாடல் மெட்டுல... எங்க பாவலரண்ணன் ஒரு பாட்டுப் பாடுவார். அது ஜனங்க மத்தியில ரொம்ப பிரபலமான பாட்டுங்கய்யா"னு சொன்னேன்.

'அந்தப் பாட்டப்பாடு'ன்னார் கவிஞரய்யா

ஏர் பிடிக்கும்... ம்கும்..
உழவனுக்கு... ம்கும்
நிலமிருக்காது
எந்திரமாய் உழைத்திடுவான் பலன் இருக்காது.
கட்டிடங்கள் உயர்த்திடுவான்...

கலை அழகோடு -ராவில்
கண்ணுறங்க தனது சொந்த வீடிருக்காது.
தறி பிடித்தே உடை குவிப்பான்...
சாயம் விடாது -நொந்த
தனதுடலை மறைக்க நல்ல துணி இருக்காது
-இப்படி நான் பாடிக்காட்டியதும்...
"ரொம்ப நல்லா எழுதியிருக்காருய்யா... அவரெல்லாம் சினிமாவுக்கு வந்திருக்கணும்யா"னு சொன்னார் கவிஞரய்யா.

கவிஞரய்யாவும், மக்கள் திலகமும்

'மூன்றாம் பிறை' படத்துக்கு ராஜாண்ணன் இசையில பாட்டெழுத வந்த கவிஞரய்யா...
கண்ணே கலைமானே...
கன்னி மயிலென
கண்டேன் உனைநானே
பாட்டை எழுதி முடிச்சார்.
அதுதான்... கவிஞரய்யாவின் கடைசிப் பாட்டா இருக்கும்னு யார்தான் யூகிக்க முடியும்?

ராஜாண்ணனும், பாலுமகேந்திராவும் பாட்டு திருப்தியா வந்த திருப்தியில நின்னிருந்தாங்க.

"ராஜா... பாட்டுல ஏதாவது திருத்தம் செய்யணும்னா... அமர வச்சு பண்ணிக்கோ... அவன் செய்வான். நான் அமெரிக்கா போறேன்"னு சொல்லீட்டுக் கிளம்பினார்.

ஏற்கனவே... பலமுறை... 'திருத்தம் வேணும்னா... அமர வச்சு பண்ணிக்கோ'னு கவிஞரய்யா சொல்லீருப்பதால்... இப்போது கவிஞரய்யா சொன்னது... 'எங்களிடம் அவர் பேசிய கடைசி வார்த்தைகள்'னு நான் நெனச்சுப் பார்த்தேனா... என்ன?

"அப்படியே கையப்பிடிச்சு ஒப்படைச்ச மாதிரி... 'அமர வச்சு திருத்திக்கோ'னு அப்பா சொல்லீட்டுப் போனாரே..."னு இப்பவும் என்னய பார்த்தா... சொல்லுவார் கவிஞரய்யாவின் மகன் காந்திகண்ணதாசன்.

அமெரிக்காவுல கவிஞரய்யா இறந்துட்டார்.

மக்கள் திலகம் எம்.ஜி.ஆரும், கவிஞரய்யாவும்... போடாத சண்டயில்ல... அதேபோல... அவங்க அளவுக்கு நண்பர்களும் இல்ல.

கவிஞரய்யாவ அரசவைக் கவிஞராக்கி அழகு பார்த்தவர்.

ஒரு கவிஞனை எந்த அளவுக்கு உயர்த்தணுமோ... அந்த அளவுக்கு உயர்த்தி... கவிஞரய்யாவோட இறுதிப் பயணத்த... சிறப்பாக்கினார் தலைவர் எம்.ஜி.ஆர்.

தனி விமானம் மூலம் கவிஞரய்யாவோட உடலை சென்னை கொண்டுவர ஏற்பாடு செஞ்சார். 'அரசு மரியாதையோடத்தான் கவிஞரய்யாவோட உடலடக்கம் நடக்கணும்'னு உத்தரவு போட்டார் எம்.ஜி.ஆர்.

கவிஞரய்யாவின் உடல் அமெரிக்காவுலருந்து விமானம் மூலமா சென்னை ஏர்போட்டுக்கு கொண்டு வரப்பட்டது.

எம்.ஜி.ஆர். ஏற்பாடு செய்திருந்த வேன்லதான் உடலை ஏற்றினாங்க.

நானும், சந்தானபாரதியும் என்னோட கார்ல (இப்ப வச்சிருக்க இதே 1618 எண்ணுள்ள கார்ல...) ஏர்போர்ட் போயிட்டோம்.

வேன்ல கவிஞரய்யா உடம்ப ஏற்றினதும்... அவரோட ட்ரெஸ்கள் இருந்த பெட்டிய... என்னோட கார்லதான் தூக்கிப் போட்டாங்க. அது திறந்துக்கிச்சு.

கவிஞரய்யாவோட ஒடம்ப சுமந்த வேனுக்குப் பின்னால... என்னோட கார் போகுது... கவிஞரய்யாவ இழந்த எங்களோட சோகத்த சுமந்தபடி.

எனக்குத் துக்கம் தாங்கல.

அப்படியே கவிஞரய்யாவோட சட்டய எடுத்து என் முகத்துலயும், உடம்புலயும் போர்த்திக்கிட்டு... அந்த உடையில

கவிஞரய்யாவோட வாசனைய உணர்ந்தபடி... துக்கத்த கட்டுப்படுத்த முடியாம குலுங்கிக் குலுங்கி அழுறேன்....

நான் ஊர்ல... ஏழாம் வகுப்பு படிச்சுக்கிட்டிருந்தப்ப... எங்க கணக்கு வாத்தியாருக்கு கல்யாணம் நடந்திச்சு.

இன்ப வாழ்க்கையைக்
கூட்டிக்கொள்வீரே!
துன்ப நினைவினைக்
குறைத்துக்கொள்வீரே!
அன்பும் அறனும்
பெருக்கிக்கொள்வீரே!
ஆனந்த வாழ்வை
வகுத்துக்கொள்வீரே!

...இப்படி ஒரு கவிதை எழுதிக் குடுத்து வாத்தியாரை வாழ்த்தினேன்.

கல்யாணத்திற்கு வந்திருந்த வாத்தியார்களும், மத்தவங்களும்... என்னயப் பாராட்டினாங்க.

வாத்தியார்களோட பாராட்டு.. என்னய அந்த வயசுல பரவசப்படுத்துச்சு.

‘அமர்... நீ எழுதுன அந்தப் பாட்டு ரொம்ப நல்லா இருக்குயா’னும்... ‘ராஜா... ஒனக்கு நான் எழுதுன பாட்டுல ஏதாவது திருத்தம் வேணும்னா... அமர வச்சு திருத்திக்கோ. அவன் சரியா பண்ணிடுவான்’னும் கவிஞர்களுக்கெல்லாம் வாத்தியாரான... கண்ணதாசன் அய்யா என்ன அங்கீகரிச்சுப் பாராட்டினார்.

அது எப்பவும் என்னய பெருமையும், பரவசமும் பட வைக்குது.

அதனாலதான்... குலுங்கிக் குலுங்கி அழுதுக்கிட்டிருந்தேன்.

கவிஞரய்யாவோட கடைசி வரைக்கும்... அவரோட பக்கத்துல இருக்கிற பாக்கியத்த... கவிஞரய்யாவோட ஆசி எனக்கு குடுத்துச்சு.

கவிஞரய்யாவோட கவிதை வாசம்... காற்றுவெளியெங்கும் இருக்கு. கவிஞரய்யாவோட கடைசி ஆடை வாசத்த இப்பவும்கூட என்னால உணர முடியுது.

கவியரசு கண்ணதாசன் என்கிற கவிஞரய்யா... எழுத்தோட சகல துறையிலும் சகலகலா வல்லவனா இருந்தார். அந்த எழுத்துக்களால... இன்னமும் வாழ்றார்.

கவிஞரய்யா... கவிதை உலகின் சூப்பர் ஸ்டார்.

‘சூப்பர் ஸ்டார்’னு சொன்னதும்... எனக்கு ‘சூப்பர் ஸ்டார்’ ரஜினிகாந்த்தோட.... அன்னைலருந்து இன்னவரைக்கும் ஏற்பட்ட அனுபவங்கள்... ஞாபகத்துக்கு வருது.

வாங்க... ரஜினியப் பத்தி சொல்றேன்...

109
நூறு ஜென்மம்...
வாழும் சொந்தம்!

கண்ணீரோடு... சோகத்தில்... திக்குமுக்காடி இருக்கிறோம் நாங்கள்.

சினிமாவில் நாங்கள் வாய்ப்புத்தேடி அலைந்தபோது... 'இது சரிப்படாது... இவங்க சரியா வருவாங்களா?' என எங்களை எல்லோரும் ஒதுக்கி வைத்திருந்த நேரத்தில்... விரக்தியின் உச்சத்தில் நாங்கள் இருந்தபோது.... கதாசிரியர் அண்ணன் ஆர்.செல்வராஜ் மூலமாக எங்களைப் பற்றி அறிந்து... 'பாவலர் பிரதர்ஸ்' என்ற பெயரில் கச்சேரி செய்து வந்த எங்களை... பல எதிர்ப்புகளையும் மீறி... எங்கள் மீதும், எங்கள் திறமை மீதும் நம்பிக்கை வைத்து... 'அன்னக்கிளி' படம் மூலம் 'இளையராஜா'வாக ஆக்கி... அறிமுகப்படுத்தி.... 'பாவலர் பிரதர்ஸ்'ஸான எங்களின் திரைஇசைப் பயணத்தில்... ஆதரவையும், ஆலோசனைகளையும் வழங்கி... ஆதரித்த எங்களின் திரையுலகத் தகப்பன்... அண்ணன் பஞ்சு அருணாச்சலம் 09-08-2016 அன்று இயற்கை எய்தினார்.

நான் 'பண்ணைப்புரம் எக்ஸ்பிரஸ்' தொடரில் பல அத்தியாயங்களில் அண்ணன் பஞ்சு அருணாச்சலம் பற்றி குறிப்பிட்டு... எழுதி வருவதை நீங்கள் அறிந்திருப்பீர்கள். அண்ணன் பஞ்சு அருணாச்சலத்தை... இழந்து நிற்கிற இந்த நேரத்தில்.... அவர் குறித்து எழுதுவது... எனது... எங்களின்... கடமையும், நன்றியும்

ஆகும்.

நாங்க நினைக்க முடியாத உயரத்துல நாங்க இன்னைக்கி இருக்கிறதுக்கும்... நாங்க நினைக்க முடியாத உயரத்துல நாங்க வாழ்றதுக்கும்... நாங்க நினைக்க முடியாத வசதிகள் இன்னைக்கி எங்களுக்கு கிடைச்சிருக்கதுக்கும்... எங்க பரம்பரையே உச்சத்துல இருக்கிறதுக்கும்... வெங்கட்பிரபு, பிரேம்ஜி உட்பட... எங்க பரம்பரையே உச்சத்துல இருக்கதுக்கும் ஒரே காரணம்னா... அண்ணன் பஞ்சுஅருணாச்சலத்த தவிர... வேற யாரையுமே சொல்ல முடியாது.

‘அன்னக்கிளி’யில எங்கள அறிமுகப்படுத்தினதோட மட்டுமில்லாம... அவர் கதை எழுதின எல்லா படங்களுக்கும் எங்கள மியூஸிக் டைரக்டரா போட்டு... புதுப்புது இசையவும், புதுப்புது பாட்டுக்களயும் தர்றதுக்கு வழி செஞ்சவர் அவர்.

தன்னோட கையிலயே எங்கள பிடிச்சுக்கிட்டுப் போற மாதிரி போய்... எல்லா எடத்துலயும் எங்கள ஒசத்தி வச்சார்.

எங்கள அவர் அறிமுகப்படுத்துறதுக்கு முன்னாடி... அவரோட படங்களுக்கு விஜயபாஸ்கர்தான் இசையமைச்சுக்கிட்டிருந்தார். அவர் நினைச்சிருந்தா... பேருக்கு எங்கள அறிமுகப்படுத்திட்டு.... விட்டிருக்கலாம். ஆனா... அவர் தொடர்ந்து எங்கள ஆதரிச்சார். நாங்க கீழ போயிரக்கூடாது.... மேல மேல போகணும்னு மனப்பூர்வமா நினைச்சார். சின்னப் படங்கள்லருந்து... ஏவி.எம். உட்பட... பல பெரிய கம்பெனி படங்கள்லயும் எங்கள ஒசத்தி வச்சார்.

எங்கள மட்டுமில்ல... ரஜினி, கமலையும் ஒசத்தி வச்சார்.

ரஜினியவும், கமலவும் அறிமுகப்படுத்தினவரு டைரக்டர் கே.பாலசந்தரா இருந்தாலும்... சினிமாத்துறையில... அரசாளக்கூடிய அளவுக்கு ரஜினி, கமல்... இவங்க ரெண்டுபேரோட அந்தஸ்தையும் ஒசத்தினது... அண்ணன் பஞ்சு அருணாச்சலம் எழுதின கதைகள்தான்.

ரஜினியோட ஆரம்பகாலப் படங்கள்ல... பெரும்பாலும் அவர் வில்லத்தனமாத்தான் நடிச்சிட்டிருந்தார். அதுவரை கதாநாயகனா நடிச்சுக்கிட்டிருந்த சிவக்குமாரை வில்லத்தனமாவும், அதுவரை வில்லனா நடிச்சுக்கிட்டிருந்த ரஜினிய கதாநாயகத்தனமாவும் ‘புவனா ஒரு கேள்விக்குறி’ படத்துல மாத்தி வச்சார் பஞ்சு அண்ணன்.

‘முரட்டுக்காளை’ கத எழுதி... ரஜினிய கமர்ஷியல் ஹீரோவா ஒசத்தினார். அதே சமயம்... ரஜினிக்குள்ள இருக்க நடிப்புத் திறமைய... மனசுல வச்சு... ‘எங்கேயோ கேட்ட குரல்’னு ரஜினியோட குணச்சித்திர நடிப்ப வெளிப்படுத்தும் கதயவும் எழுதினார்.

‘சகலகலா வல்லவன்’ உட்பட... பல வெற்றிப்படங்கள...

கமலுக்கு எழுதினார்.

எல்லாருமே ஒண்ணு கூடுற எடமா பஞ்சு அண்ணனோட வீடு இருந்துச்சு. நாங்க... ரஜினி... பெரும்பாலான டைரக்டர்கள்னு பல பிரபலங்கள்... அவர் வீட்ல கூடுறது வழக்கம். பஞ்சு அண்ணனோட மனைவி... விதவிதமா உணவுகள் சமைச்சுத் தருவார். அந்தம்மா சமைச்சுத் தர்ற உணவ சாப்பிடுறதுக்காகவே நாங்க காத்திருப்போம். பஞ்சு அண்ணன் பெரிய ஆலமரம். அந்த நிழல்ல நாங்க உட்பட... பல நண்பர்கள் இளைப்பாறியிருக்கோம்.

வெற்றிகரமான மனிதர் பஞ்சு அண்ணன். கதாசிரியர், வசனகர்த்தா, பாடலாசிரியர், தயாரிப்பாளர்...னு எல்லாத்துறையிலும் வெற்றிகரமான மனிதர். பெரிய படங்களுக்கு ஒரு தொகை... சின்னப் படங்களுக்கு ஒரு தொகைனு பேதம் பார்க்கமாட்டார். தன் கதைக்கு நியாயமான சம்பளத்தை வாங்கிக்குவார். மற்ற கதாசிரியர்கள் ஒரு தயாரிப்பாளருக்கு நாலஞ்சு கதைகள் சொல்லுவாங்க. அதுல ஒண்ண... தயாரிப்பாளர் தேர்வு செய்வார். ஆனா... பஞ்சு அண்ணன் ஒரே கதை தருவார். அதுவே வெற்றிப்படமா அமைஞ்சிடும். ஒரே நேரத்துல ஏவி.எம். ஸ்டுடியோவுல... நாலு படங்களோட ஷூட்டிங் நடக்கும். அந்த நாலுமே.... இவரோட கதயில உருவாகுற படங்களா இருந்த காலங்களும் உண்டு.

அவரோட வசனங்கள் ரொம்ப பேசப்படும். பெரும்பாலும் அந்த வசனங்கள... ஷூட்டிங் ஸ்பாட்டுலதான் ஒக்காந்து எழுதுவார்.

"சார்... டயலாக் வேணுமே"னு எஸ்.பி.முத்துராமன் கேட்பார்.

'பெரிய மாளிகை. வேலையாட்கள் ஆங்காங்கே வேலை செய்துகொண்டிருந்தார்கள். பண்ணயாரப் பார்க்க... சிலர் காத்திருந்தார்கள்... அப்போது வில்லனான பண்ணயார் ஜெய்சங்கர் மாடிப்படிகள் வழியாக கம்பீரமாக இறங்கி வந்தார்'னு லெங்க்தியான ஸீன எழுதிக் குடுத்து... 'இதை எடுத்துக்கிட்டிருங்க'னு சொல்லிக் குடுப்பார்.

அந்த விஷுவலை எடுத்து முடிக்கிறதுக்குள்ள.... டயலாக்கை எழுதிக் குடுத்திடுவார்.

இசையில எக்ஸ்பெரிமெண்ட்டலா சில விஷயங்கள பண்ணணும்னு ராஜாண்ணன் விரும்பினார். நல்ல இசை ஞானம் கொண்ட பஞ்சு அண்ணன், அதை நிறைவேத்தி வச்சார்.

லைவ் ஆர்க்கெஸ்ட்ராவ ரெக்கார்டிங்குக்கு பயன்படுத்திக் கிறதுல ராஜாண்ணன் எப்பவுமே ஆர்வமானவர்.

'காற்றினிலே வரும் கீதம்' படத்துக்கு 100 கலைஞர்கள் கொண்ட ஆர்க்கெஸ்ட்ராவை பயன்படுத்திக்கச் சொன்னார். அதுதான் ராஜா அவ்வளவு கலைஞர்களைப் பயன்படுத்தி இசையமைச்ச முதல் படம்.

அந்தப் பாட்டு... ‘கண்மணியே காதல் என்பது கற்பனையோ’ங்கிற பாட்டு. டபுள் ட்ராக்ல பதிவு பண்ணப்பட்ட பாட்டு அது.

பஞ்சு அண்ணன் தயாரிச்ச படங்கள்ல... அதிகமா பாட்டெழுதுனது... கவிஞர் கண்ணதாசன் அய்யா. அவருக்குப் பிறகு அதிகம் பாட்டெழுதுனது நான்தான்.

“அமர் எழுதட்டும்”னு சொல்லிடுவார்.

இன்னைக்கும் ரசிக்கப்படுற... ‘மணமகளே மருமகளே வா

‘அன்னக்கிளி’ பாடல் பதிவில் அண்ணன்கள் ஆர்.செல்வராஜ் -பஞ்சு அருணாச்சலம் -ராஜா

வா’ பாட்டு..., ‘பொன் எழில் பூத்தது புது வானில்’ பாட்டு... இப்படிப் பல பாட்டு தந்தவர்... தன்னோட படங்களுக்கு என்னய பாட்டெழுத வச்சது என்னோட பாக்கியம்.

இன்னைக்கி... எங்களோட சொத்து சுகத்துக்கு காரணமானவர் பஞ்சு அண்ணன்.

இந்த நன்றிக்காகத்தான்... பஞ்சு அண்ணனோட படங்களுக்கு சம்பளம் பேசாமலே மியூஸிக் பண்ணுவார் ராஜாண்ணன்.

ராஜாண்ணனின் மூத்த மகன் கார்த்திக்ராஜாவை, தான் தயாரித்த ‘அலெக்ஸாண்டர்’ படம் மூலம் இசையமைப்பாளராக அறிமுகப்படுத்தினார் பஞ்சு அண்ணன். இளைய மகன் யுவன் ஷங்கர் ராஜா ‘அரவிந்தன்’ படத்தில் இசையமைப்பாளராக அறிமுகமானபோதே... தங்களது தயாரிப்பான ‘பூவெல்லாம் கேட்டுப் பார்’ படத்தில் யுவனை இசையமைப்பாளராக்கினார்.

‘அன்னக்கிளி’யில ஆரம்பிச்சது எங்க மீதான அவரோட அன்பு.

அவர் கடைசியா கலந்துகொண்டது... யுவன் ஷங்கர் ராஜாவோட குழந்தைக்கு பேர் வைக்கிற விழாவுல.

யுவன் ஷங்கர் ராஜாவின்
மகளுக்கு பெயர் சூட்டும்
விழாவில்
ராஜாண்ணனுடன் -பஞ்சு
அண்ணன்

சினிமாவத்தாண்டி... எங்க குடும்ப பிரச்சினைகள்லயும் நல்ல ஆலோசனை தருவார். "ஏன் அமர் இப்படி பண்றே?"னு என்னய கண்டிப்பார். "விடு ராஜா... அவன் சின்னப்பையன்"னு எனக்கு சப்போர்ட்டும் பண்ணுவார்.

எங்கள வாழ்க்கைல உயர்த்தவும், ரஜினி, கமல... கமர்ஷியல் ஹீரோக்களா அடையாளங்காட்டவும்... பஞ்சு அண்ணன் பிறந்திருப்பாரோ...

அண்ணன் பஞ்சு அருணாச்சலம் படத்துக்கு நான் எழுதுன பல பாடல்கள்ல ஒண்ணு... 'ஒரு ராகம் பாடலோடு'னு தொடங்கும். அதுல வர்ற வரிகள்...

ஏதோ நூறு ஜென்மம்
ஒன்று சேர்ந்து வந்த சொந்தம்...
வாழும் காலம் யாவும்
துணையாக வேண்டும் என்றும்....

...அவரின் ஆன்மா எங்களை என்றும் ஆசிர்வதித்துக்கொண்டே இருக்கும்.

அந்த மகானை எங்களால் மறக்க முடியாது.

110
ரஜினி எங்க ‘சாமி!’

நான் எழுதிட்டு வர்ற ‘பண்ணைப்புரம் எக்ஸ்பிரஸ்’ தொடர... சூப்பர் ஸ்டார் ரஜினி தொடர்ந்து படிச்சிட்டு வர்றார்னு எனக்குத் தெரியுது.

தொடர்ல வர்ற சில சம்பவங்களப் பத்தி... சம்பந்தப்பட்டவங்ககிட்ட ரஜினி சார் குறிப்பிட்டு விமர்சனம் செஞ்சத... என்கிட்ட சொன்னாங்க.

இந்தத் தொடர்ல... ரஜினிசார பத்தி எழுதுறதுல... எனக்கு ரொம்ப சந்தோஷம்.

என்னயவும், ராஜாண்ணனவும் ‘சாமி’னுதான் கூப்பிடுவார் ரஜினி.

அதனால நாங்களும் ரஜினிய ‘சாமி’னுதான் கூப்பிடுவோம்.

அது ஏன்?

ரஜினி எந்த அளவுக்கு சீரியஸானவரோ... அந்த அளவுக்கு கிண்டலானவரும் கூட.

அது எப்படி?

இப்படி... பல அனுபவங்கள ஒங்களோட பகிந்துக்கப் போறேன்....

‘**அ**பூர்வ ராகங்கள்’ படம் பார்த்திட்டு நாங்க பேசிக்

கிட்டோம்... 'யாருய்யா இந்தாளு... ரஜினிகாந்த்து? வேற மாதிரி இருக்காரே...'னு வியப்பா தோணுச்சு.

எங்களுக்கு உதவிகரமா இருந்த பாடகி... ஹெச்.எம்.வி. கமலாக்காவோட ராயப்பேட்டை வீட்டுக்கு கமலாக்காவ பார்க்க அடிக்கடி நாங்க போவோம். அவங்க வீட்டுத் தெருவுக்கு முன்னாடி தெருவுல... ஜேப்பியார் வீட்டுக்கு பக்கத்துலதான் அப்போ... ரஜினி குடியிருந்தார்.

அப்ப ரஜினிகூட பழக்கமில்ல.

'அபூர்வ ராகங்கள்' படம் வெளிவந்த பின்னாடி... 'ரஜினி இங்கதான் குடியிருக்கார்'னு சொன்னாங்க. ரஜினியோட நண்பர் நட்ராஜ எங்களுக்கு முன்னாடியே தெரியும்னாலும்... ரஜினிகூட பழக சந்தர்ப்பம் அமையல.

ஆனா... எனக்கும், இளையராஜாண்ணனுக்கும் முன்னாடியே... ரஜினிக்கு பழக்கமாகிட்டார் எங்க பாஸ்கரண்ணன்.

எப்படின்னா......

சினிமாவுல பெரிய ஹீரோவாகணும்னு வந்த பாரதி ராஜாண்ணன் கிட்ட... 'நீ நடிக்க ட்ரை பண்ணாதடா... டைரக்ஷன் லைன்ல ட்ரை பண்ணு'னு சொன்னவர் பாஸ்கரண்ணன். அதுக்குமுன்ன... நடிகனா டெவலப் பண்ணிக்க பாரதிராஜாண்ணன் போட்ட நாடகங்கள்ல பாஸ்கரண்ணன் நடிச்சிருக்கார். அதுபத்தியும் நான் சொல்லீருக்கேன்.

பாரதிராஜாண்ணன் படம் பண்ணும்போது... அதுல பாஸ்கரண்ணனயும் ஒரு கேரக்டர்ல நடிக்க வைக்கணும்னு அவங்களுக்குள்ள ஒரு பேச்சு இருந்திருக்கு.

பாரதிராஜா தன்னோட முதல்படமான 'பதினாறு வயதினிலே' ஷூட்டிங்கை மைசூருல நடத்தினார்.

'நாம பேசுனபடி... எனக்கு வேஷம் குடு'னு பாஸ்கரண்ணன் கேட்க... பாரதிராஜாவும் வரச்சொல்லீட்டார்.

அதுல நடிக்கிறதுக்காக ரஜினியும், பாஸ்கரண்ணாவும் ரயில்மூலமா மைசூருக்குப் போனாங்க.

ஜாலியா... ரொம்ப ஜாலியா... ரொம்ப ரொம்ப ஜாலியா... ரயில்ல பயணம் பண்ணினாங்க. அதனால ரெண்டுபேருக்கும் நல்ல நட்பு உண்டாச்சு.

'பதினாறு வயதினிலே' படத்துல... கமல் 'சப்பாணி'யா நடிச்சு அசத்தினதும், ரஜினி 'பரட்டை'யா பட்டயக் கிளப்பினதும்... எல்லாருக்கும் தெரியும்.

(பாஸ்கரண்ணனுக்கு கிளி ஜோஸியக்காரன் வேஷத்த குடுத்தார் பாரதிராஜா.

'இம்புட்டு சின்ன கேரக்டர்ல நான் நடிக்க மாட்டேன்'னு

உரிமையோட சொல்லி மறுத்திட்டார் பாஸ்கரண்ணன்)

கோல்டன் ஸ்டுடியோவோ... விக்ரம் ஸ்டுடியோவோ... சரியா ஞாபகத்துல இல்ல.

அங்க பஞ்சு அண்ணனோட 'புவனா ஒரு கேள்விக்குறி' பட ஷூட்டிங்.

சிவக்குமாரும், ரஜினியும் நடிச்சாங்க.

நான் பார்க்கப் போயிருந்தேன்.

ஷாட்டுக்கு போறதுக்கு முன்னாடி... அத சிந்திச்சுக்கிட்டே.... சீரியஸா இருப்பாரே தவிர... ஷாட் முடிஞ்சதும்... ரொம்ப ஜாலியாயிடுவார் ரஜினி.

என்கிட்டவும்... சகஜமா பேசினார்னாலும்... ஒரு டிஸ்டென்ஸ் இருந்துச்சு.

கமலுக்கும், எனக்கும் இருக்கும் நெருங்கிய நட்பு... ரஜினிக்கு தெரிஞ்சிருக்கும். அதனாலதான் ரஜினி 'இவன் கமல் ஆளுனு நம்மகிட்ட டிஸ்டென்ஸ் மெயின்டெய்ன் பண்றாரோ?'னு கூட நான் நினைச்சதுண்டு.

ரஜினி அப்படி நினைச்சிருக்கமாட்டார்.

1980-ல வந்த 'முரட்டுக் காளை' படத்துல ரஜினி ஹீரோ. ஜெய்சங்கர் வில்லன். அதுக்கு முன்ன... 1977-ல வந்த 'காயத்ரி' படத்துல பார்த்தீங்கன்னா... ரஜினி கேரக்டர் வில்லத்தனமா இருக்கும், ஜெய்சங்கர் கேரக்டர் ஹீரோயிஸமா இருக்கும்.

எழுத்தாளர் சுஜாதா எழுதிய தொடர்கதய வாங்கி திரைக்கதை-வசனம் எழுதி, பாடல்களையும் எழுதி, 'காயத்ரி' படத்த உருவாக்கினார் அண்ணன் பஞ்சு அருணாச்சலம். 'காயத்ரி'ங்கிற டைட்டில் கேரக்ட்டர்ல கதாநாயகியா... ஸ்ரீதேவி நடிச்சிருந்தார். ராஜாண்ணன் இசை. ஆர்.பட்டாபிராமன் இயக்கியிருந்தார். இது இசையமைப்பாளர் விஜயபாஸ்கர் தயாரிச்ச படம்.

கொஞ்சம் பிசகினாலும் ஆபாசமா மாறிப் போகக்கூடிய இந்த கதய... ரொம்ப நீட்டா... விறுவிறுப்பா எடுத்ததால... படம் வெற்றியடைஞ்சது.

இந்தப் படத்தோட வெற்றி விழா... மவுண்ட்ரோடு புகாரி ஓட்டல் பக்கத்துல ஒரு சைனீஷ் ரெஸ்ட்டாரெண்ட்டுல.... ஏற்பாடு செய்யப்பட்டிருந்துச்சு.

ரஜினி எப்பவும் பளிச்சுனு, ஸ்டைலா... ட்ரெஸ் பண்ணிருப்பார். அப்ப... பெல்பாட்டம் பேண்ட் இளைஞர்களோட ட்ரெண்ட்டா இருந்துச்சு. பெல்ஸ் போட்டு... இன்சர்ட் பண்ணி.... ஒரு தோரணையா வந்தார் ரஜினி.

அண்ணன் பஞ்சு அருணாச்சலம், அண்ணா ஜெய்சங்கர், ரஜினி, நான்... உட்பட.... எல்லாரும் கலந்துகிட்டோம்.

எல்லாம் ஒண்ணா ஒக்கார்ந்து....

சாப்ட்டுட்டு... சாப்ட்டுட்டு... மேலும் சாப்ட்டுட்டு... அப்புறம் சாப்ட்டாங்க.

நான் வெறும் சாப்ட்டேன் மட்டும்தான்.

(அப்ப... இளையராஜாண்ணனும் சாப்ட்டுட்டு... சாப்ட்டுட்டு... அப்புறம் சாப்பிட்டார்தான்)

'காயத்ரி' -ரஜினி-ஸ்ரீதேவி

பார்ட்டிய அரேஞ்ச் பண்ணினவர் பஞ்சு அருணாச்சலம். அவரப் பொறுத்தவரைக்கும்... எப்படின்னா...

இப்ப 'கபாலி'ல வர்ற மகிழ்ச்சி மாதிரி... சந்தோஷம்... சந்தோஷம்... சந்தோஷம்தான்.

தான் மட்டும் சந்தோஷமா இருக்கணும்னு நினைக்காம, எல்லாரையும் சந்தோஷப்படுத்திப் பார்ப்பார்.

நான் இந்த பார்ட்டி சுவாரஸ்யங்கள... வேடிக்கை பார்த்துக்கிட்டுத்தான் இருந்தேன்.

நான் ரஜினியவிட மூத்தவன். ஆனாலும் ரஜினியவிட சின்னவனாத்தான்... ரஜினிகிட்ட என்ன காட்டிக்குவேன்.

இதுக்கு காரணமிருக்கு....

நானும் சாப்ட்டுட்டு சாப்டுற ஆள்ன்னா... சட்டுனு மத்தவங்களோட நட்புல கலந்துட முடியும். எனக்குத்தான் அந்த மாதிரி நல்ல பழக்கமில்லையே. சின்னப்பய மாதிரி... குறும்பும், கிண்டலுமா பேசி நட்பு பிடிக்கவேண்டியிருக்கும்.

அதனாலதான்...

என்னை சாமியாராக்க முயற்சி செய்த சூப்பர்ஸ்டார்...

111
வந்தது கண்டனர்;
போனது அறிந்திலர்!

ரஜினி சாருக்கு ஆன்மிக ஈடுபாடு உண்டு.

எனக்கும்தான்.

ஆன்மிக நாட்டம் இருக்குறதுனால... எல்லாத்தயும் விட்டுட்டு... எதன் மேலவும் பற்று இல்லாம இருந்திடல. அந்த வயசுக்குரிய ஜாலியான விஷயங்கள்ல இருந்துக்கிட்டேதான் ஆன்மிக ஈடுபாடும் வச்சிருந்தோம்.

ஆனா... அந்த சந்தோஷமும், ஜாலியும் அடுத்தநாள் வேலய பாதிக்காதபடி இருப்போம்.

முற்றும் துறக்கல...

பற்றும் துறக்கல...

ரஜினி சார் பத்தி நீங்க கேள்விப்பட்டிருப்பீங்க.

அப்பவெல்லாம் அவர் எப்பவும் சந்தோஷமாவே இருக்க விரும்புவார்.

நாங்க அண்ணன் -தம்பி, அம்மாவோட சேர்ந்து வாழ்ந்தோம். அதனால ஒரு கண்ட்ரோல் இருந்துச்சு. ரஜினி சார் ஆரம்பத்துல தனியாவும், நண்பர்களோடவும் வசிச்சவர். கட்டுப்பாடுகள் அவருக்கு இல்ல. நினைச்சத முடிச்சிடுற ஆளா இருந்தார்.

அதனாலதான்... 'தர்ம யுத்தம்' பட சமயத்துலனு

நெனைக்கிறேன். மதுரையில ஏர்போர்ட்ல... கண்ட்ரோல்பண்ண முடியாத நபரா... ரஜினி இருந்த சம்பவம் நடந்தது. நான் அவர்கூட அப்ப இருந்ததுகூட அவருக்குத் தெரியாது. அவரை கண்ட்ரோல்பண்ணி கொண்டு வர்றதுக்கு ரொம்ப சிரமமாத்தான் இருந்துச்சு.

(பெரிய ஆட்களப் பத்தி எழுதும்போது இப்படிப்பட்ட சம்பவங்கள்லாம் எழுதுறது சரியா? தப்பா?னு எனக்கு தெரியல. ஆனா... இப்படிப்பட்ட பெரிய ஆட்களோட பழகின அனுபவத்த எழுதும்போது... இப்படிப்பட்ட சம்பவங்கள எப்படி எழுதாம விடுறது?னும் தெரியல.

ரஜினி சார் உண்மையான ஆளு. அவரே தன்னோட வாழ்க்கை வரலாற எழுதினாலும்... இதயெல்லாம் மறைக்காமத்தான் எழுதுவார்.

உதாரணத்துக்கு ஒண்ணு சொல்லணும்னா....

'நான் ஷூட்டிங் முடிச்சிட்டு வந்து தண்ணியடிச்சிட்டு படுத்திருந்தேன். பாலசந்தர் சார்கிட்டருந்து அழைப்பு. ஒரு ஷாட் எடுக்கணும்னு சொன்னாங்க. நான் போய் நடிச்சுக் குடுத்தேன். அப்போ... 'இப்படியெல்லாம் குடிக்காதடா'னு பாலசந்தர் சார் சொன்னார்'னு ரஜினியே வெளிப்படையா சொல்லியிருக்கார்.

எல்லாரும் எல்லாத்தையும் அனுபவிச்சிருக்காங்க. ஆனா... சுயகட்டுப்பாடு இருந்ததாலதான் உயர்ந்த எடத்துக்கு வந்திருக்காங்க. அத சொல்றதுக்காகத்தான் இதயெல்லாம் குறிப்பிட வேண்டியிருக்கு.)

அந்தச் சமயத்துல என்னோட ஃப்ரெண்ட்ஸ் குரூப்ல பிரதாப்போத்தன், பி.வாசு, சந்தானபாரதி, சோமசுந்தரேஸ்வரர்... இப்படி பலரும் இருந்தாங்க.

எங்க செட்டு... மெட்ராஸ்ல இருக்க பெரும்பாலான கிளப்... ஓட்டல்கள்ல பார்ட்டினு அலைஞ்சதுண்டு.

மாரீஸ் ஓட்டல்ல செல்வராஜ்னு ஒரு நண்பர் உண்டு. நல்ல சர்வீஸ்மூலம் பல பேர்கள கவர்ந்து வச்சிருப்பார் செல்வராஜ். அதனால அங்கவும் அடிக்கடி போவோம். நான் சாப்பிடுறதில்ல. ஸைடு டிஷ்ஷ அசை போட்டுக்கிட்டே.. இல்லேன்னா... சர்பத் மட்டும் குடிச்சுக்கிட்டே..... கலகலப்பு மூட்டிக்கிட்டிருப்பேன்.

ரெண்டுதடவ... என் ஃப்ரெண்ட்ஸுங்க... என்ன பண்ணீட்டாங்கன்னா... நான் குடிக்கிற சர்ப்பத்துல எனக்குத் தெரியாம சரக்க கலந்துவிட்டுட்டாங்க.

நான் அத குடிச்சிட்டுப்போய்... 'இதென்ன புதுப் பழக்கம்?'னு வீட்ல டோஸ் வாங்கியிருக்கேன். அதனால பார்ட்டியில நான் கொஞ்சம் உஷாராத்தான் இருப்பேன்.

ஒருகட்டத்துல.... 'இனியும் நாம கண்ட இடங்கள்ல

குடிச்சிக்கிட்டு இருக்கக்கூடாது. நமக்கு ஓரளவு அந்தஸ்து வந்துக்கிட்டிருக்கு. இனிமே நாம தாஜ் ஓட்டல் பார்லதான் என்ஜாய் பண்ணணும்'னு முடிவு பண்ணினோம்.

அதன்படி... ரெகுலரா தாஜ் ஓட்டல்ல சாயங்காலத்துக்கு மேல கூடுவோம்.

அப்ப... ஒரு மின்னல் வெட்டின... ஃபிளாஷ் மாதிரி... ரஜினி வருவார்.

என்னப் பார்த்து 'என்ன சாமி எப்படி இருக்கீங்க?'னும் 'ஹாய்... ஹலோ... கண்ணுங்களா?'னு என் ஃப்ரெண்ட்ஸ்களையும் விசாரிச்சுக்கிட்டே... தூரத்துல நிக்கிற பேரர்கிட்ட சைகை காட்டிட்டு அவர் ரெகுலரா ஒக்கார்ற டேபிள்ல போய் உட்காருவார்.

பேரர் எடுத்துட்டு வந்து குடுத்ததும்... சாப்பிட்டுக்கிட்டு இருப்பார். நாங்களும் பின்னால திரும்பி அவர பார்த்துக்கிட்டு இருப்போம்.

திடீர்னு காணாமப் போயிடுவார்.

அடையாறு பார்க் ஷெரட்டனுக்குப் போயிடுவார்.

(இப்ப ரஜினி சார் சொல்றார்... 'நான் எப்ப வருவேன்னு தெரியாது. ஆனா... வரவேண்டிய நேரத்துக்கு கரெக்ட்டா வந்துடுவேன்'னு. அப்பவே... எங்கங்க... அவரோட ஃப்ரெண்ட்ஸுகள் இருப்பாங்களோ... அங்கயெல்லாம்... கரெக்ட்டா நிப்பார்.)

இப்படி... பல எடங்கள்ல... பலதரப்பட்ட நண்பர்களோட... இரவு முழுக்க ஜாலியா இருந்தாலும்...

காலைல 6:30 மணிக்கெல்லாம் சுத்தபத்தமா... நீட்டா... எந்த டயர்டும் இல்லாம... ஏவி.எம். மேக்-அப் ரூம்ல ஒக்கார்ந்திடுவார்.

மொதல்நாள் நைட்டு பார்த்த ஜாலியான ரஜினிக்கு... அப்படியே ஆப்போஸிட்டா... சின்ஸியரான ரஜினியா அங்க ஒக்கார்ந்திருப்பார்.

அந்த டெடிகேஷன கடவுள் ரஜினிக்கு குடுத்திருக்கார்.

ஜாலியாவே வேலய வச்சிருந்தாதான் சிக்கல்.

வேல கெடாம கொஞ்சம் ஜாலியா இருந்துக்கலாமே....

ஒருநா...

ஏவி.எம். ஸ்டுடியோவுல ரஜினி சார் பட ஷூட்டிங் நடந்துக்கிட்டிருக்கு.

நான் ராஜாண்ணனோட ஏவி.எம்.ல ரெக்கார்டிங்ல இருந்தேன்.

ஒரு நபர் வந்து 'நீங்க ஃப்ரீயா இருந்தா... ஒங்கள ரஜினி சார் கூட்டிவரச் சொன்னார்' னு சொல்ல...

நான் போனேன்.

"வாங்க சாமி... வாங்க..."னு கூப்பிட்டார் ரஜினி.

அவர் பக்கத்துல... சினிமாவுக்கு சம்பந்தமில்லாத சிலர்

நின்னுக்கிட்டிருந்தாங்க.

"சாமி... இவங்க 'ஹரே ராமா ஹரே கிருஷ்ணா' இயக்கத்துலருந்து வந்திருக்காங்க. இந்த இயக்கத்துல நாம் சேர்றோம். நான் கையெழுத்துப் போட்டு உறுப்பினராகிட்டேன். நீங்களும் சேருங்க"னு சொன்னார்.

நானும் அந்த ஃபார்ம்ல கையெழுத்துப் போட்டேன்.

இப்பவும்... 'ஹரே ராமா ஹரே கிருஷ்ணா' உறுப்பினர் ஆவணத்துல ரஜினி பேரும், அதுக்கு அடுத்தபடியா என்னோட பேரும் இருக்கும்.

இப்படி... என்னயும் சாமியாராக்க முயற்சி செஞ்சார் ரஜினி.

ஆனாலும் அப்போ... ரஜினியும் முழுச்சாமியாரா ஆகல... நானும் ஆகல.

ஆனா... இப்போ... நாங்க ரெண்டு பேருமே முன்னவிட... ஆன்மிகத்துல ரொம்ப தீவிர ஈடுபாட்டோடதான் இருக்கோம்.

நானும், ரஜினியும் ஒரே காலகட்டத்துலதான் மெடிடேஷன் செய்ய ஆரம்பிச்சோம்.

'படையப்பா' படத்துக்குப் பிறகு... ரொம்பத் தீவிரமா இருக்கார் ரஜினி சாமி.

நான் வணங்குற... ஆசி வாங்கப்போற சாமியார்களையெல்லாம் பார்க்க... ஆசி வாங்க... ரஜினியும் வந்திடுவார்.

இதுபத்தியெல்லாம் அப்பறமா சொல்றேன்.

நான் இருக்க எடத்துல எப்பவும் என்னைச் சுத்தி கதாநாயகிகள் நின்னு அரட்டை அடிச்சிக்கிட்டிருப்பாங்க.

இதுக்கெல்லாம் காரணம்... கமல்.

கமல் கூட நெருக்கமான நண்பராயிட்டம்னா... கதாநாயகிகள் கூடயும் நல்ல ஃப்ரெண்டாயிடலாம்.

இதப் பாத்துட்டு ரஜினி அடித்த கமெண்ட்...

112

குஷ்புக்கு அண்ணன்! கமலுக்கு மச்சான்!

"பெரும்பாலும்... சாப்ட்டு... சாப்ட்டு... சாப்புடுறவங்க கூடுற எடத்துல நீங்க எப்படி வெறும் 'சாப்ட்டுத்தான்?'னு பலரும் என்கிட்ட கேட்கிறாங்க.

சாப்ட்டு சாப்பிடுறதுல அவங்களுக்கு ஒரு விருப்பம் இருக்கலாம். ஆனா... எனக்கு அவங்களோட நட்புல... அவங்களோட நெருங்கிப் பழகுறதுல... ஒரு மயக்கம் உண்டு.

அதனால... 'சாப்ட்டு சாப்டுறது'ல விருப்பமில்ல.

வெறும் 'சாப்ட்டு'தான்.

இப்பவெல்லாம் ஒரு படத்தோட பூஜைக்கி... படம் சம்பந்தப்பட்டவங்கள்லயே சிலபேர் வர்றதில்ல. ஆனா... அப்போ.... ஒரு படத்தோட பூஜைக்கி... அந்தப் படம் சம்பந்தப்பட்டவங்க மட்டுமில்லாம... பெரும்பாலான பிரபலங்கள் வந்து வாழ்த்துவாங்க. கதாநாயக நடிகைகளும் வந்து கலந்துக்குவாங்க.

பட பூஜை நடக்கும்போது... கதாநாயகிகள் என் பக்கத்துல இங்கிட்டு ரெண்டு மூணு பேரும்... அங்கிட்டு மூணுபேரும் நின்னுக்குவாங்க. என்கிட்டத்தான் சகஜமா பேசுவாங்க.

கமல்கூட நான் நல்ல நெருங்கிய நட்புல இருந்தேன்ங்கிறத ஏற்கனவே சொல்லீருக்கேன். 'அமர்... கமலோட ஆளு'னு சொல்ற

அளவுக்கு... நான் கமல் கோஷ்டியில இருந்தேன்.

கதாநாயகிகள் பெரும்பாலும் கமல்கூட நல்ல நெருங்கிய நட்புல இருப்பாங்க. ஏன்னா... கமல் மனம்விட்டுப் பேசுவார். கமலுக்கு நெருக்கமான நண்பர்களா இருக்கவங்களுக்கும்... கதாநாயகிகள்ட்டயும் நல்ல நெருங்கிய நட்பு கிடைச்சிடும்.

எல்லா பிரபலமான ஹீரோயின்ஸெல்லாம் எனக்கு நெருக்கம். நான் அவங்ககிட்ட மனம் விட்டுப் பேசுவேன்.

ஸ்ரீப்ரியாவ நான் செமையா கிண்டல் பண்ணுவேன். ஸ்ரீப்ரியாவோட அம்மா என்னய 'மாப்ள... மாப்ள'னுதான் கூப்பிடுவாங்க. அதனால ஸ்ரீப்ரியாகிட்ட... 'இந்தாம்மா பொண்ணே... நீ என்னோட முறைப்பொண்ணு. அதனால... என்கிட்ட ஜாக்கிரதையா இருந்துக்க'னு சொல்லி கேலி பண்ணுவேன்.

'என்ன அமர்... ஒங்க முறைப்பொண்ணு என்ன சொல்லுது?'னு கமல் என்னய அடிக்கடி கிண்டல்கூட பண்ணுவார்.

குஷ்பு நடிக்கிறதுக்காக சென்னைக்கி வந்த காலத்துலருந்தே... என்னய... 'அண்ணா... அண்ணா'னுதான் கூப்பிடும். அதனால... கமல் என்னய 'மச்சான்'னு கூப்பிட்டு... கலாய்ப்பார்.

ஸ்ரீப்ரியா, ராதிகா, அம்பிகா, ராதா இப்படி எனக்கு நெருக்கமான கதாநாயகிகள் நிறையப் பேர்.

படபூஜை நடக்கும்போது... ராஜாண்ணன் விளக்கேத்திக் கிட்டிருப்பார். நடிகைகள்லாம் என்பக்கத்துல வந்து நின்னு பேசிக்கிட்டிருப்பாங்க.

இதப் பார்த்துட்டு... 'நடிகைகள்ட்ட அமர் ரொம்ப ஜாலியா பேசுறான்'னு பலபேர் என்னய தப்பா நினைச்சிருக்காங்க.

அந்த மாதிரித்தான்... வெளிஉலகத்துக்கு கண்ணனாக தெரிஞ்சிருக்கேன்... ரஜினி சாரின் பார்வைக்கும்.

"அதென்ன சாமி... எந்த நிகழ்ச்சியிலயும்... நடிகைங்கள்லாம் உங்ககிட்டயே நின்னுக்கிறாங்க. ஒங்கள சுத்தியே வர்றாங்க? ஸம்திங்... ஸம்திங்...?"னு கேட்பார்.

"அய்யோ... சாமி.... நீங்க வேற நாங்கள்லாம் நல்ல நண்பர்கள்"னு சொல்லுவேன்.

எந்த எடத்துலயும் நடிகைகள் என்கிட்ட வந்து நின்னுக்கிறதும்... என்கிட்ட பேசுறதும்... ஏன்?

நான் ரொம்ப நல்லவனா இருக்கிறேன்.

இதுக்கான சாட்சிதான் அது.

நான் கமல் படத்துக்கு தனியா மியூஸிக் டைரக்டரா இருந்திருக்கேன். ரஜினி சார் படங்களுக்கு மியூஸிக் டைரக்டரா பண்ணினதில்ல.

ஆனா... ஒரு பாடலாசிரியரா... ரஜினியோட பல படங்களுக்கு

பல பாடல்கள எழுதியிருக்கேன்.

அத ரஜினியும் பாராட்டி ரசிச்சிருக்கார்.

கமலுக்கு இசையில ஆர்வம் அதிகம். அதனால... ஸாங் கம்போஸிங் நடக்கும்போது வந்து கலந்துக்குவார்.

'இந்தப் பாட்டு இப்படி இருந்தா நல்லாருக்கும்... இந்தந்த விஷயங்கள் இதுல இருக்கணும்'னு நெறைய ஆலோசனைகளவும் சொல்லுவார்.

'புவனா ஒரு கேள்விக்குறி' –அந்தப் பாட்டு ஸீனில் ரஜினி–சுமித்ரா

ஆனா... ரஜினி அப்படியெல்லாம் வரமாட்டார்.

'அவங்க அவங்களோட வேலய செய்யட்டும். அவங்க பாட்டு போட்டுத் தரட்டும். நம்ம வேல நடிக்கிறது. நாம நம்ம வேலய செய்வோம்'னு ஒதுங்கிக்குவார்.

ஒதுங்கிக்குவார்னா ஈடுபாடு காட்டமாட்டார்னு அர்த்தமில்ல. மத்தவங்க வேலைக்கி மதிப்பு கொடுக்கிறவர் ரஜினி.

'அவங்க சுயமா என்ன சிந்திக்கிறாங்களோ... அதை அவங்க

செய்யணும். அதுல நம்ம சிந்தனைய... ஆலோசனைங்கிற பேர்ல திணிக்க வேணாம்'னு நினைப்பார் ரஜினி.

'இது மத்தவங்களோட வேலைக்கி ரஜினி தர்ற மரியாதை'னு நான் நினைக்கிறேன்.

நான் நினைக்கிறதென்ன... அதுதான் உண்மை.

அப்ப மட்டுமில்ல எப்பவும் ரஜினி அப்படிப்பட்டவர்தான்.

ஆனா... பாராட்டுறதுன்னா... முழு மனசோட பாராட்டுவார் ரஜினி.

இதுலயும்... அப்ப மட்டுமில்ல எப்பவும் ரஜினி அப்படிப்பட்டவர்தான்.

ஸாங் ரெக்கார்ட் ஆகி... ஷூட்டிங் ஸ்பாட்ல... அந்தப் பாடலுக்கு நடிக்கப் போறப்பதான் ஸாங்க கேட்பார்.

எனக்குத் தெரிஞ்சு ரஜினி படத்துல ரஜினிக்கு பிடிச்ச முக்கியமான பாட்டுகள்ல ரொம்ப முக்கியமான பாட்டு ஒண்ணு... எதுன்னா...?

'புவனா ஒரு கேள்விக்குறி' படத்துல.... கதைப்படி... சிவக்குமார் வில்லத்தனமானவராவும், ரஜினி... ஹீரோ குணாதிசயத்தோடவும் நடிச்சிருப்பாங்க. எஸ்.பி. முத்துராமன் இயக்கத்தில் அண்ணன் பஞ்சு அருணாச்சலம் திரைக்கதையும், பாடல்களும் எழுதி உருவாக்கின படம்.

இந்தப் படத்தோட பாடல்கள் இன்னிக்கும் பிரபலம். இதுல ரஜினி கேரக்டர் பாடும் கழிவிரக்கப் பாடல் ரொம்ப அருமையா இருக்கும்.

ராஜா என்பார் மந்திரி என்பார்
ராஜ்ஜியம் இல்லை ஆள...
ஒரு ராணியும் இல்லை வாழ...
ஒரு உறவுமில்லை அதில் பிரிவுமில்லை
அந்தரத்தில் ஊஞ்சல் ஆடுகிறேன் நாளும்

கல்லுக்குள் ஈரமில்லை
நெஞ்சுக்குள் இரக்கமில்லை
ஆசைக்கு வெட்கமில்லை அனுபவிக்க யோகமில்லை
பைத்தியம் தீர வைத்தியம் இல்லை
உலகில் எனக்கு ஒரு வழி இல்லை

நிலவுக்கு வானமுண்டு மலருக்கு வாசமுண்டு
கொடிக்கொரு கிளையுமுண்டு எனக்கென என்ன உண்டு

ஏன் படைத்தானோ இறைவனும் என்னை
மனதில் எனக்கு நிம்மதி இல்லை

பஞ்சு அண்ணன் எழுதிய இந்தப் பாட்டு ரெக்கார்ட் பண்ணப்பட்டு... ஷூட்டிங் தொடங்குச்சு.

அண்ணன் பஞ்சு அருணாச்சலம் படங்களோட படப்பிடிப்புக்கு உரிமையோட போய் வருவேன் நான். இந்தப் பட ஷூட்டிங்குக்கும் போனேன்.

பாடலோட கண்டெண்ட்ட உள்வாங்கி, நடிக்கிறதுக்காக... ஷூட்டிங் ஸ்பாட்ல இந்தப் பாட்டை ரொம்ப ஆழ்ந்து கேட்ட ரஜினி... "சாமி... இந்தப் பாட்டு ரொம்ப நல்லா வந்திருக்கு. சாமிகிட்ட (இளையராஜாகிட்ட) மறக்காம சொல்லிடுங்க சாமி"னு பாராட்டினார்.

நான் எப்ப ரஜினியப் பார்த்தாலும் மறக்காம கேட்கிற கேள்வி.... இதுதான்.

எது?

பொறுங்க... சொல்றேன்...

113
வரி என்னோடது...
வாழ்க்கை அவரோடது!

டைரக்டர் மகேந்திரன் அண்ணாவோட முதல் படம் 'முள்ளும் மலரும்'. ரஜினி, ஷோபா, சரத்பாபு, 'படாபட்' ஜெயலட்சுமி நடிச்சிருந்தாங்க. வேணு செட்டியார் தயாரிச்ச படம். மகேந்திரன் அண்ணா... விலாவாரியா படம் எடுக்குறவர். வேணு செட்டியார் இறுக்கிப் பிடிச்சு... சிக்கனமா ஃபிலிம்ரோல செலவு பண்ணச் சொல்றவர். தயாரிப்புச் செலவுல இப்படிச் சிக்கனம் காட்டினாலும்... யூனிட்டுக்கு ரொம்ப தாராளமா சாப்பாடு போட்டு அசத்திடுவார். ரொம்ப நல்ல மனுஷன்.

1978-ல 'முள்ளும் மலரும்' வந்துச்சு. அதுக்கு முந்தின வருஷம் 'பதினாறு வயதினிலே' படத்துல 'செந்தூரப்பூவே' பாட்ட முதன் முதலா எழுதினேன். அடுத்தடுத்து நான் எழுதின பாட்டெல்லாம் ஹிட்டாச்சு. மகேந்திரன் அண்ணாவுக்கு என்னோட பாட்டுக்கள்லாம் பிடிச்சுப் போச்சு.

அதனால... 'முள்ளும் மலரும்' படத்து பாடல்கள்ல எனக்கு ரொம்ப முக்கியத்துவம் குடுத்தார். கண்ணதாசன் அய்யா எழுதுறதுக்குப் பொருத்தமான... அழுத்தமான ஸாங் சிச்சு வேஷன்களக் கூட எனக்கு குடுத்து... எழுதச் சொன்னார் மகேந்திரன். கண்ணதாசன் அய்யா பாட்டெழுத வந்தார்.

'முள்ளும் மலரும்' ரஜினி - படாபட்

செந்தாழம்பூவில்
உட்கார்ந்த தென்றல்
என்மீது மோதுதம்மா...

இப்படி பல்லவிய எழுதினார் கவிஞரய்யா.

மகேந்திரன் அண்ணா, ராஜாண்ணன்... எல்லாருமே இப்பவும் சாட்சியா இருக்காங்க...

"அய்யா... **உட்கார்ந்த தென்றல்**ங்கிறதவிட... **வந்தாடும் தென்றல்**ங்கிறது சரியா இருக்குமங்கய்யா"னு நான் சொன்னேன்.

எவ்வளவு பெரிய கவிஞரய்யா... ஆனா நான் சொன்னத ஏத்துக்கிட்டார்.

“ஆங்.... குட்... குட்... குட்.... நீ சொல்றதுதான் சரியா இருக்கும். அப்படியே மாத்திக்கலாம்”னு சொன்னார்.

நான் ஏற்கனவே சொல்லீருக்கேன்... “பாட்டுல ஏதாவது திருத்தம் பண்ணணும்னா அமர வச்சு பண்ணிக்க ராஜா. அவன் சரியா பண்ணீடுவான்”னு கவிஞரய்யா பலமுறை சொன்னதயும்... தன்னோட கடைசிப் பாட்டான... ‘கண்ணே கலைமானே’ பாட்டுக்கும் கவிஞரய்யா இதேபோல சொன்னதையும்...

கவிஞரய்யா இப்படிச் சொல்றதுக்கு ஆரம்பமா அமைஞ்சது... இந்த வந்தாடும் தென்றல்தான்.

‘முள்ளும் மலரும்’ படத்துல ரஜினிக்கு வேல போயிடும். அதுக்காக ரஜினி அலட்டிக்க மாட்டார். ‘அடப் போடா’ங்கிற அலட்சிய மனோபாவமா இருப்பார். அந்த டோண்ட் கேர் மனோ பாவத்தோட.... தண்ணியடிச்சிட்டு... ரஜினி பாடுற சிச்சுவேஷன்.

மகேந்திரன் அண்ணா சிச்சுவேஷனச் சொல்லி... ராஜாண்ணன் ட்யூனும் போட்டுட்டார்.

“இந்தப் பாட்ட நீ எழுது” னு மகேந்திரன் சொல்லீட்டார்.

இந்த மாதிரி கட்டத்துக்கு கவிஞரய்யா எழுதணும். ஆனாலும் சான்ஸ் எனக்கு. எழுதுனேன்...

உலகம் அது ஒரு கழுதய மாதிரி
தினசரி சுழலுதடா...
பொதிதானே அந்த கழுதயும் தூக்குது
சரிதானே... பூமி
பலரையும் தாங்குது... ஏ....
கழுத கண்டத திங்குது
பூமியும் மனுஷன திங்குதடா...

...இப்படி பல்லவிய எழுதினேன்.

மகேந்திரன் அண்ணா வாங்கிப் படிச்சுப் பார்த்தார்.

“ரொம்ப நல்லாருக்குது. ஆனா... தத்துவம் சொல்ற மாதிரி இருக்கு. ‘எது நடந்தாலும்... போடா...’ங்கிற அலட்சியத்தோடவும்... போர்ஸோடவும்... ஒரு எழுச்சியும் பாட்டுல இருக்கணும்”னு சொன்னார்.

உடனே... மாத்தி எழுதினேன்....

ராமன் ஆண்டாலும் ராவணன் ஆண்டாலும்
எனக்கொரு கவலையில்லே... ஹோய்
நான்தாண்டா என் மனசுக்கு ராஜா
வாங்குங்கடா வெள்ளியில் கூஜா... நீ
கேட்டா கேட்டதை கொடுப்பேன்
கேட்கிற வரத்தை கேட்டுக்கடா

....இப்படி எழுதினேன் பல்லவிய.

''இதுதான் வேணும்''னு சொல்லி சந்தோஷப்பட்டார் மகேந்திரன் அண்ணா.

'முள்ளும் மலரும்' படத்துல முக்கியமான பாட்டா... இன்னைக்கும் இந்தப் பாட்டு இருக்கு.

யானைய கொண்டாங்க

குதிரைய கொண்டாங்க

நானும் ஊர்கோலம் போக...னு ஒரு சரணமும்,

பொன்னா பூ பூத்து வைரம் காயாக

காய்க்கும் என்னோட தோட்டம்...னு ஒரு சரணமும்,

ஊரும் கொண்டாட... உலகம் கொண்டாட

ஊர்கோலம் போகும் சாமீய்...னு ஒரு சரணமும்...

இப்படி மூணு சரணம் உள்ள பாட்டு இது.

நான் ரஜினிய பாக்குறப்பவெல்லாம் கேட்ட கேள்வி... ரஜினியோட சம்பளம் ஏற ஆரம்பிச்ச பிறகு.... கேட்ட கேள்வி... இப்பப் பார்த்தாலும் கேட்குற கேள்வி... இந்தப் பாட்டு சம்பந்தப்பட்டதுதான்.

"சாமி... நான் எழுதினது... பலிச்சிச்சா... ஒரு எழுத்தாளனா... நான் மனசார எழுதினபடி ஒங்க வாழ்க்கைல பலிச்சிச்சா?

பொன்னா பூ பூத்து வைரம் காயாக

காய்க்கும் என்னோட தோட்டம்

மாசம் மூணு போகம் விளையும்

லாபம் மேலும் கூடும்

கையிருக்கு உழைச்சி காட்டுறேன்

மனசிருக்கு பொழச்சி பாக்குறேன்....

...இப்படி நான் எழுதுனது, ஒங்க வாழ்க்கைல பலிச்சதா சாமீய்? லாபம் கூடுதா? வைரம் காய்க்குதா?"னு கேட்டேன்.

"அட... ஆமா சாமி... ரொம்பவே பலிச்சது"னு சொல்லுவார்.

அந்தப் படத்துல நான் எழுதின...

நித்தம் நித்தம் நெல்லுச்சோறு

நெய் மணக்கும் கத்திரிக்கா

நேத்து வச்ச மீன் கொழம்பு என்ன இழுக்குதய்யா

நெஞ்சுக்குள்ள அந்த நெனப்பு வந்து மயக்குதய்யா...

பாட்டையும் ரொம்ப ரசிப்பார் ரஜினி.

நான் ஏற்கனவே சொன்ன மாதிரி... ரஜினி மனசத் திறந்து... ஒளிவு மறைவு இல்லாம பாராட்டுவார்.

நான் எழுதின பல பாட்டுக்கள... இப்படி பாராட்டியிருக்கார்.

இது... சக கலைஞர்களுக்கு ரஜினி தர்ற மரியாத.

ரஜினி படத்துக்காக பாடல்கள்ல புகுத்தப்பட்ட இசை உத்தி. அதுக்காக கடுமையாக உழைத்தது நான்...

114
இன்னிசையில் இனிய அனுபவம்!

எங்களோட இசையில... மிக முக்கியமான படம்.... ரஜினி சார் நடிச்ச 'ப்ரியா' படம். இது சுஜாதா எழுதுன நாவல். அண்ணன் பஞ்சு அருணாச்சலம் கைவண்ணத்துல எஸ்.பி.முத்துராமன் இயக்கியிருந்தார். மலேசியா, சிங்கப்பூர்ல எடுக்கப்பட்ட படம்.

ஸாங் கம்போஸிங்குக்காக நாங்க பெங்களூரு போயிருந்தோம்.

ராஜாண்ணன் போட்ட மெட்டுக்கள... ஓ.கே. பண்ணீட்டாங்க.

நான் இப்ப எப்படியோ... அப்பவும் அப்படித்தான். மனசுல பட்டத சொல்லிடுவேன்.

ராஜாண்ணன் போட்டிருந்த மெட்டுக்கள்ல ஒண்ண... நான் 'இது வேணாமே'னு சொன்னேன்.

அதுக்கு என்ன காரணம்னா...

பிரெஞ்ச் மியூஸிக் கம்போஸர் பால் முரியட்.

ராஜாண்ணனுக்கு ரொம்பப் பிடிச்ச கம்போஸர் பால் முரியட். இவரோட கம்போஸிங் எல்லாமே ராஜாண்ணனுக்கு ரொம்பப் பிடிக்கும்.

ராஜாண்ணனோட ஸாங் ஆர்க்கெஸ்ட்ராவுல பால் முரியட்டோட டச் இருக்கும்.

ஒருதடவ... பால் முரியட்ட பார்க்கிறதுக்காகவே பாரீஸ் போய்...

சந்திச்சு பேசிட்டு வந்தார் ராஜாண்ணன். அந்தளவுக்கு அவர்மேல ராஜாண்ணனுக்கு லவ்.

ராஜாண்ணனோட கம்போஸிங்க கேட்டு பாராட்டியிருக்கார் பால் முரியட்.

அவர் கம்போஸ் பண்ணின ஒரு ஸாங் ட்யூன... அப்படியே 'ப்ரியா' படத்துக்கு எடுத்து வச்சார் ராஜாண்ணன்.

இது பால் முரியட்டோட ரொம்ப பாப்புலரான ஸாங்கு. 'இத ஏன் பயன்படுத்தணும். நாம காப்பியடிச்சம்கிற கெட்ட பேர் ஏன் வரணும்? வேண்டாம்'னு நான் சொன்னேன்.

ஆனா... "அதெல்லாம் தெரியாதுப்பா விடு... இருக்கட்டும்"னு சொல்லீட்டார்.

எப்பவுமே சுயமா செய்யணும்கிறதுக்காக நான் இப்படி ஸ்ட்ரகிள் பண்ணுவேன்.

என்னோட ஃபீலிங்க... ராஜாண்ணன் ஒரு கட்டத்துல ஏத்துக்கிட்டார்.

ஆனா... 'ப்ரியா' படத்துல அந்த காப்பி ட்யூன் பாட்டு இடம் பிடிச்சது.

அது என்ன பாட்டுன்னா...

டார்லிங் டார்லிங் டார்லிங்...

ஐ லவ்யூ லவ்யூ லவ்யூ

'ப்ரியா' படத்த முழுக்க வெளிநாட்டுல எடுக்க தீர்மானிச்சதால... பாடல்களோட இசை வித்தியாசமா இருக்கணும்னு யோசனை வந்தது.

அப்போ... ஸ்டீரியோ மியூஸிக் வந்த புதுசு. இதுக்கான எக்யூப்மெண்ட்ஸ்கள... ஜேசுதாஸ் வாங்கி வச்சிருந்தார்.

'இந்தப் படத்துக்கு ஸ்டீரியோ சிஸ்டத்த பயன்படுத்தலாம். ஜேசுதாஸ் ஸ்டீரியோ சிஸ்டம் வாங்கி வச்சிருக்கார். இந்த மெத்தட்ல பண்ணினா நல்லா இருக்கும்'னு ராஜாண்ணன்கிட்ட சொன்னேன்.

"நீயே அவர்கிட்ட பேசு"னு சொன்னார்.

நான் அபிராமபுரம் போய்... ஜேசுதாஸ்கிட்ட பேசினேன்.

அந்த மியூஸிக் எக்யூப்மெண்ட்ஸ்கள... அவரோட வீட்டுக்கு எதிர்வீட்ல வச்சிருந்தாங்க.

இந்த சிஸ்டத்த செட் பண்றதுக்கு... பானுமதியம்மாவோட பரணி ஸ்டுடியோதான் சரியா இருக்கும்னு தோணிச்சு.

பரணி ஸ்டுடியோவுலயும் நான்தான் போய் பேசினேன்.

ஸாங் ரெக்கார்டிங்குக்கு ரெண்டுநாள் முன்னாடியே... எக்யூப்மெண்ட்ஸ்கள கொண்டுவந்து ஸ்டுடியோவுல செட் பண்ணணும்.

நானும்... ராஜாண்ணன் குழுவுல வயலின் வாசிக்கிற குஞ்சுண்ணியும் களத்துல எறங்குனோம். குஞ்சுண்ணி அப்ப... என் வீட்டுக்கு எதிர்லதான் குடியிருந்தார். ஜேசுதாஸுக்கும் சொந்தக்காரர்.

நான்தான்... சினிமாவுல எந்த வேல கெடைச்சாலும் செஞ்சுக்கிட்டே இருக்கவன்தான.. இப்பவும்... அப்பவும்... வேலக்காரன்தான.

நானும், அவரும் அபிராமபுரம் போய்... மாடிவீட்டுல இருந்த சிஸ்டத்த தோள்ல தூக்கி வச்சு, கீழ கொண்டு வந்து... வண்டியில எடுத்திட்டுப்போய்... ஸ்டுடியோவுல செட் பண்ணி... ஸாங் ரெக்கார்டிங் முடிஞ்சதும், மறுபடி கொண்டுபோய் பத்திரமா ஜேசுதாஸ்கிட்ட சிஸ்டத்த ஒப்படைச்சோம்.

ஜேசுதாஸ் செஞ்ச இந்த உதவிதான்... 'ப்ரியா' படத்துல எல்லாப் பாட்டுக்களயும் ஜேசுதாஸ் பாட காரணம்.

ஸ்டீரியோவுல... இளையராஜா இசை வர்றதுக்கு... அவரோட இசைய அடுத்த கட்டத்துக்கு கொண்டு போறதுக்கு நான் முக்கிய காரணமா இருந்திருக்கேன்.

இதை ராஜாண்ணன் நெனைச்சுப் பார்க்குறாரோ... இல்லையோ... ஆனா இப்ப நெனைச்சாலும்... அதுக்காக நான் ரொம்ப சந்தோஷப்படுறேன்.

'ப்ரியா' படத்துக்கு ஸ்டீரியோ சிஸ்டத்துல ஸாங் ரெக்கார்டிங் பண்ணீருக்க விஷயம்... அப்படியே இண்டஸ்டிரியில பரவி... பல வி.ஐ.பி.கள் பரணி ஸ்டுடியோவுக்கு வந்து பாடல்கள கேட்டாங்க.

கேட்டவங்கள்லாம் கிறங்கிப் போனாங்க.

ஷூட்டிங் ஸ்பாட்டுக்கு வந்த பின்னாடிதான் பெரும்பாலும் ரஜினி தன்னோட படத்துக்காக ரெக்கார்ட் பண்ணுன பாடல்கள கேட்பார். ஆனா... ஸ்டீரியோ மியூஸிக்குங்கிற புது டெக்னிக்கால... ரஜினியும் பரணி ஸ்டுடியோவுக்கு வந்து பாட்டுக்கள கேட்டு ரசிச்சார்.

அப்ப... ஸ்டீரியோவ ஃபிலிம்ல கொண்டு வர்ற டெக்னிக் வரல. அதனால... பாட்டு ரெக்கார்டுல மட்டும்தான். அதாவது... வெளியில ஒலிபரப்பாகுற பாடல்கள கேட்கும்போது மட்டும்தான் ஸ்டீரியோ எஃபெக்ட்ட ரசிக்க முடியும்.

படம் பார்க்கும்போது... மோனோ எஃபெக்ட்டுதான் கிடைக்கும். இருந்தாலும்... வெளில கேட்குற எஃபெக்ட்டுக்கு கொஞ்சமும் குறையாம... தியேட்டர்ல ஸ்பீக்கர்ல சவுண்ட்ட கூட்டி குறைச்சு... ரசிகர்களுக்கு இசைல புது அனுபவம் கிடைக்கிற வேலய பண்ணியாச்சு.

எப்படியோ... 'ப்ரியா' படத்தோட பாட்டும், பின்னணி இசையும் ராஜாவின் அடுத்த லெவல்தான்.

ப்ரியா பாட்டுக்களோட ஸ்டீரியோ ஹிட்டுக்குப் பின்னாடிதான்... அந்த எக்யூப்மெண்ட்ஸ்கள... வச்சு, சாலிகிராமம் அருணாச்சலம் ஸ்டுடியோவுக்குள்ள... ஜேசுதாஸ் தன்னோட தரங்கிணி ரெக்கார்டிங் ஸ்டுடியோவ உருவாக்கினார்.

ரஜினிசார் நடிச்ச 'ஆறிலிருந்து அறுபதுவரை' படத்துக்கு பின்னணி இசை வாசிக்கிறப்போ... அந்தப் படத்த பார்த்தோம்.

எங்களுக்கெல்லாம் ரொம்பப் பிடிச்சிருந்தது.

கமர்ஷியல் மசாலாவத் தாண்டி... ரஜினியோட உணர்ச்சிமயமான நடிப்புக்கு உதாரணமா சில படங்கள் இருக்கு. 'புவனா ஒரு கேள்விக்குறி', 'ஆறிலிருந்து அறுபதுவரை', 'எங்கேயோ கேட்ட குரல்'

சாண்டோ சின்னப்பத் தேவர் கம்பெனியில எங்களுக்கு முதல் படம்... ரஜினிக்கும் முதல் படம்... 'அன்னை ஓர் ஆலயம்'

நான் ஏற்கனவே சொல்லீருக்கேன்...

'பதினாறு வயதினிலே' படத்துக்கு மியூஸிக் பண்ணிட்ட பிறகு ஒரு நாள்... டாக்ஸியில.... ரெக்கார்டிங்குக்காக மவுண்ட்ரோடு வழியா வந்துக்கிட்டிருந்தோம்.

நந்தனம் சிக்னல்ல... நின்னுக்கிட்டிருந்தப்ப...

'ஏய்... என்னடா இன்னமும் வாடக வண்டியில போய்க்கிட்டிருக்கீங்க. சொந்தமா கார் வாங்குங்கப்பா... ஆபீஸுக்கு வாங்க'னு சொன்னார் தேவர்

ரெண்டு வருஷம் கழிச்சுத்தான் தேவர பார்க்குறதுக்கு....

அதுவும்... 'அன்னை ஓர் ஆலயம்' படத்துக்கு மியூஸிக் பண்றதுக்காக, தேவரய்யா ஆபீஸுக்குப் போனோம்.

அதிகாரமும், அன்பும் கலந்த தொனி தேவரய்யாவோட குணம்.

சும்மாவா... தலைவர் எம்.ஜி.ஆர். தேவரய்யாகிட்ட மயங்குனார்?

115
விளையாட்டாய் விதைத்தவை; விளைந்தன வைரமாய்!

சாண்டோ எம்.எம்.சின்னப்பத் தேவரய்யா... தமிழ் சினிமாவுல மறக்கவே முடியாத ஒரு தயாரிப்பாளர்.

தலைவர் எம்.ஜி.ஆர்., தேவரய்யா காம்பினேஷன்ல வந்த படங்கள... ஊர்ல பார்த்து ரசிச்சு... கிறங்குனவங்கள்ல நாங்களும் உண்டு.

அப்படிப்பட்ட கம்பெனியிலருந்து... அதுவும் தேவரய்யா கிட்டருந்தே எங்களுக்கு அழைப்பு வந்துச்சு.

தேவரய்யா ஆபீஸ்ல மத்தியான சாப்பாடு அவ்வளவு ஜெகஜ்ஜோதியா இருக்கும். ஆபீஸ்ல கீழயும், மாடியிலயும் இருக்க... டேபிள், சேரெல்லாம் ஓரங்கட்டிட்டு... சமுக்காளம் விரிச்சு... ஏதோ... விசேஷ நாள்ல அன்னதானம் நடக்குற மாதிரி தடபுடலா நடக்கும்.

தேவரய்யா மனசும் மணக்கும். தேவரய்யா இருக்குற எடமும் மணக்கும்.

சந்தனத்த அள்ளிப் பூசிக்கிட்டு... வெத்தல கொதப்பின வாயோட... ''என்னங்கடா... நல்லா சாப்புடுங்க''னு அன்ப... அதிகாரமா காட்டுவார்.

தேவரய்யாவும், மக்கள் திலகம் எம்.ஜி.ஆரும் நண்பர்கள். அந்த

நட்புக்காக மட்டுமில்ல... எல்லாரையும் உபசரிக்கிற தேவரய்யாவோட அந்த தாராள மனசுக்கும், குணத்துக்கும் மயங்கித்தான்... தேவரய்யா கம்பெனிக்கி தொடர்ந்து கால்ஷீட் குடுத்து படங்கள்ல நடிச்சார் எம்.ஜி.ஆர்.

அப்படிப்பட்ட தேவரய்யா கம்பெனியில... நாங்களும் 'அன்னை ஓர் ஆலயம்' படத்துக்கு இசையமைச்சத பெருமயா நெனைக்கிறோம்.

அந்தப் படத்துல ஹீரோ ரஜினி சார்.

அப்போ... ரஜினி கொஞ்ச சம்பளம்தான் வாங்கிக்கிட்டிருந்தார். ரொம்ப கம்மியான சம்பளத்துல ரஜினி நடிச்சுக் குடுத்தார்.

இன்னைக்கும் பார்த்தீங்கன்னா... அது ரொம்ப வித்தியாசமான... எண்டர்டெயின்மெண்ட்டான படம்.

எனக்குப் பிடிச்சமான டைரக்டர் மகேந்திரன் அண்ணா... ரஜினிக்கும் ரொம்ப பிடிச்ச டைரக்டர் அவர்தான்.

ராஜாண்ணன் இசையில, ரஜினி நடிக்க... கே.ஆர்.ஜி. தயாரிப்புல, மகேந்திரன் 'ஜானி' படத்த இயக்கினார்.

தயாரிப்பாளர் கே.ஆர்.ஜி. தன்னோட கைவிரல்ல ஒரு பெரிய சைஸ் தங்க மோதிரம் போட்டிருப்பார். அந்த மோதிரத்த என்கிட்ட காட்டின கே.ஆர்.ஜி. "ஏய்... அமர்... நீ இந்தப் படத்துக்கு நல்ல பாடல்களா... ஒழுங்கா எழுதிக் குடுத்தா... ஒனக்கு இந்த மோதிரத்த தர்றேன்"னு சொன்னார்.

என் வானிலே... ஒரே வெண்ணிலா பாட்ட மட்டும் கண்ணதாசன் அய்யா எழுதினார்.

காற்றில் எந்தன் கீதம்...
காணாத ஒன்றைத் தேடுதே
...
ஆசயக் காத்துல தூதுவிட்டு
ஆடிய பூவுல வாடை பட்டு...
...
ஒரு இனிய மனது இசையை அணைத்துச் செல்லும்
இன்பம் புது வெள்ளம்...
...
ஸென்யோரீட்டா...
ஐ லவ் யூ....

இந்த நாலு பாட்டுக்களயும் நான் எழுதினேன்.

அப்பவெல்லாம் ராஜாண்ணன் என் பாட்டுல கொற சொல்லமாட்டார்.

"என்னடா இப்படி எழுதீருக்க? வேற எழுது"ன்னெல்லாம் சொல்லமாட்டார்.

பொதுவாவே... கவிஞர்களுக்கு முழு சுதந்திரம் கொடுத்தா... ஒரே பல்லவிய மட்டும்... சிறப்பா எழுதீருவாங்க.

பக்கத்துல ஒக்காந்துக்கிட்டு... 'இப்படி வேணும்... அப்படி வேணும்'னு சொல்லும்போது... நாலஞ்சு பல்லவி எழுத வேண்டியிருக்கும்.

மகேந்திரன் அண்ணா வெளியூருக்கு ஷூட்டிங் கிளம்பினார். அப்பவெல்லாம் நினைச்ச எடத்துல போன் வசதியும் இருக்காது.

அதனால... "அமர்... நாளைக்கே பாட்டு ஸீன் எடுத்தாகணும். நான் பக்கத்துல இருந்து மாத்தி எழுதச் சொல்லிக்கிட்டிருக்க முடியாது. நீயே பொருத்தமா நல்லா... எழுதிரு. நீங்களே ஃபைனல் பண்ணிக்கங்க..."னு சொல்லீட்டுப் போயிருந்தார்.

பொதுவா... சினிமாவுல நடைமுறை என்னன்னா....

பாட்டு வரிகள... டைரக்டர் ஓ.கே. சொல்லாம... ஸாங் ரெக்கார்டிங் பண்ண முடியாது.

அதனாலதான் முன்கூட்டியே அனுமதி குடுத்திட்டுப் போனார் மகேந்திரன்.

அதன்படி... நான் ஒரே பல்லவி மட்டுமே எழுதி... எல்லாருக்கும் பிடிச்சதா **காற்றில் எந்தன் கீதம்** பாடல் அமைஞ்சது.

இப்பவெல்லாம் ஒரு பாட்ட ரெடி பண்ணி... ரெக்கார்டிங் பண்ணி முடிக்க... சில நாட்கள் ஆகுது.

அப்பவெல்லாம் நாலு மணி நேரத்துல... ஸாங் ரெக்கார்ட் பண்ணி முடிச்சிடுவோம்.

எங்க இசையில நீங்க கேட்ட எல்லா ஹிட் பாட்டுக்களும் இப்படி மணிக்கணக்குல ரெடியான பாட்டுகள்தான்.

ஜெமினி ரெக்கார்டிங் ஸ்டுடியோவுலதான்... கோதண்டபாணிங்கிற அற்புதமான மனுஷர்தான், **காற்றில் எந்தன் கீதம்** பாட்ட ரெக்கார்ட் பண்ணினார்.

ஸ்கிரீன்ல படத்தோட அந்த பாட்ட கேட்டப்போ பிரமிப்பா இருந்துச்சு. மகேந்திரன் அண்ணாவுக்கு இந்தப் பாட்டு ரொம்பவும் பிடிச்சுப் போச்சு.

ஏற்கனவே மகேந்திரனுக்கு என்னய ரொம்பப் பிடிக்கும். இந்த பாட்டுக்குப் பிறகு... அவருக்கு என்னய ரொம்ப ரொம்பப் பிடிச்சுப் போச்சு. அவருக்குப் பிடிச்சமான கவிஞர்ங்கிற அந்தஸ்தும் எனக்கு கிடைச்சது.

'ஜானி'யில எனக்கு அத்தன பாடல்கள எழுதுற வாய்ப்புத் தந்த... அந்தஸ்த தந்த... மகேந்திரன் அண்ணாவுக்கு என்றென்றும் நன்றி சொன்னாலும் போதாது. மறுபடி நான் இந்தத் தொடர் மூலமா நன்றி சொல்லிக்கிறேன்.

அப்ப... வெளையாட்டுப் போக்குல செஞ்ச வேலைகள்லாம்...

அதோட வொர்த்தெல்லாம் இப்பத்தான் எனக்குத் தெரியுது.

மோதிரம்?

என் பாட்டெல்லாம் கே.ஆர்.ஜி.க்கு பிடிச்சுப் போச்சு.

என்னய உற்சாகப்படுத்தி எழுத வைக்கிறதுக்காகத்தான்... சும்மா விளையாட்டுக்கு... தன்னோட மோதிரத்த தர்றதா அவர் சொன்னார்.

இப்ப நான் பங்கேற்கிற டி.வி. நிகழ்ச்சியில குழந்தைங்களுக்கு மோதிரத்த தர்றதாச் சொல்லி... ஏமாத்துறனே... அந்த மாதிரிதான்.

கே.ஆர்.ஜி. மோதிரம் தரல.

ஆனா... அதிகம் சம்பளம் குடுத்தார் எனக்கு.

'ஜானி' படப்பிடிப்பின்போது ரஜினியுடன் இயக்குநர் மகேந்திரன்

ஆனாலும்... என் பாட்டுக்கு அதிக அதிக சம்பளம் குடுத்தது யாரு?

'அவனுக்கு இவ்வளவு சம்பளம் எதுக்கு?'னு ராஜாண்ணனே சொன்னாரு.

அந்த விஷயம்... ரஜினி விஷயத்துல வராது. அதனால... அப்புறமா அதப் பேசுவோம்.

'**ஜா**னி' ஷூட்டிங்ல பெரும்பாலும் நான் இருந்தேன்.

கன்னிமாரா ஹோட்டல்லதான்... பார்பர் ஷாப் ஸீனெல்லாம்

எடுத்தாங்க.

ரஜினி, வீ.கே.ராமசாமி, சுருளிராஜன் நடிச்சாங்க.

ஷாட் முடிச்சிட்டு வந்ததும் ஸ்டைலா சிகரெட்ட கொளுத்திக்கிட்டு... "என்ன சாமீய்?"னு கேட்டுக்கிட்டு... என்கிட்ட ஜாலியா அரட்டை அடிக்க ஆரம்பிச்சிடுவார்.

ரஜினியோட அந்தஸ்து... ஒசந்துக்கிட்டே போகுது. ஆனா... ஆரம்பத்துல அவர் பழகின அதே எளிமை கொஞ்சமும் மாறாம... பழகினார்.

ரஜினி சார கவனிச்சுப் பார்க்கிறவங்களுக்குத்தான் தெரியும்... இப்ப... 'கபாலி' வரைக்கும் கூட அவர் எளிமையா இருக்குறது.

ரஜினி சாருக்கு ஒரு கோரிக்கை...

116
சினிமாவுல டம்மி சகஜமப்பா!

இந்த தொடர் மூலமா... பெரும்பாலான ரசிகர்களோட ஆசய... என்னோட விருப்பத்த... நான் ஒரு கிராமத்தான்ங்கிற சந்தோஷத்தோட... ரஜினி சார் கவனத்துக்கு ஒரு விஷயத்த முன்வைக்கிறேன்.

அதாவது... அண்ணன் பஞ்சு அருணாச்சலம் வித்தியாசமான கேரக்டர்கள உருவாக்கி... நெறைய படங்களுக்கு கதை -திரைக்கதை -வசனம் எழுதியிருக்கார்.

எல்லாமே ரொம்ப நல்லா ஓடின படங்கள்.

'புவனா ஒரு கேள்விக்குறி', 'ஆறிலிருந்து அறுபது வரை'னு ரஜினிக்கி குணச்சித்திர கதாபாத்திரங்கள உருவாக்கி... ரஜினியோட ஆக்டிங் கெப்பாஸிட்டிய ரசிகர்களுக்கு காட்டின... பஞ்சு அருணாச்சலம்... ஏவி.எம். நிறுவனத்துக்காக எஸ்.பி.முத்துராமன் டைரக்ஷன்ல உருவாக்கின படம் 'முரட்டுக்காளை.'

இதுல 'காளையன்'ங்கிற கேரக்டர உருவாக்கினார்.

ரஜினி நடிச்ச 'முரட்டுக்காளை படம்... என்ன மாதிரி ஹிட்டடிச்ச படம்ங்கிறது ஒங்களுக்கெல்லாம் தெரியும்.

கிராமங்கள்ல வச்சு... மக்களோட கலந்து... மக்களுக்கு மத்தியில எடுத்த படம் அது.

நாங்களும் பண்ணைப்புரத்து கிராமத்து ஆளுங்கதானே.

பொதுவாக எம்மனசு தங்கம் பாட்டுல... கிராமிய மணத்தையும், திருவிழா எஃபெக்ட்டையும் ராஜாண்ணன் கொண்டு வந்திருப்பார்.

வெகுஜன ரசிகர்களா கிராமத்து ஜனங்களே இருக்கிறதுனால... இந்தப் படத்த மக்கள் அப்படி ரசிச்சாங்க.

பண்ணையார் அட்டூழியம், நியாயத்துக்கு குரல் கொடுக்கிற இளைஞன், காதல், சூது, வஞ்சம், ஜல்லிக்கட்டு.... இப்படி கிராமத்து வாழ்க்க... ஹீரோயிஸ கமர்ஷியல்ல கலந்து வந்துச்சு.

அதனால மக்கள் கொண்டாடினாங்க.

ரஜினியோட சினிமா வாழ்க்கைல இந்தப் படம் பெரிய திருப்புமுனையா இருந்துச்சு.

ரஜினி எத்தனை படம் வேணாலும் ஆக்ஷன் படங்கள்ல... நகர பின்னணியில ஆக்ஷன் அதிரடிப் படங்கள் பண்ணட்டும்.

ரஜினி இந்த மாதிரி எத்தன படங்கள் பண்ணாலும் ஓடும்.

அதேசமயம்.... கிராமியப் படங்களுக்கு எப்பவுமே தனி ஈர்ப்பு அப்பவும், இப்பவும், எப்பவும் உண்டு.

ஆனா... இப்பவெல்லாம் பெரிய ஹீரோக்கள் பெரும்பாலும் முழுமையான... கிராமத்து வாழ்க்கய பிரதிபலிக்கிற கிராமியப்

படங்கள் பக்கம் போறதில்ல.

ரஜினி கொஞ்சம் திங்க் பண்ணி... கிராமத்து படம் ஒண்ணு பண்ணணும்... நடிக்கணும்.

கன்ஸிடர் பண்ணுங்க ரஜினி தம்பி! (நான் ரஜினிக்கு மூத்தவன்)

பெரிய ஹீரோக்கள்லாம்... கண்டுக்காம இருந்தீங்கன்னா எப்படி? கொஞ்சம் வாங்க... கிராமத்துப் பக்கம். நம்ம கிராமத்து ஜனங்களவும் பாருங்க...

சவேரா தியேட்டர்ல ஒரு பிரிவ்யூ தியேட்டர்ல எங்களுக்கு 'முரட்டுக்காளை' படத்தோட பிரிமியர் ஷோவுக்கு ஏற்பாடு பண்ணியிருந்தாங்க.

ராஜாண்ணன் ஃபேமிலி, என்னோட ஃபேமிலி... எங்கம்மா... எல்லாரும் படம் பார்க்க வந்தோம்.

ரஜினியும், தன்னோட நண்பர்கள கூட்டிக்கிட்டு... எங்களோட படம் பார்க்கிறதுக்கு வந்திட்டார்.

படம் பார்த்து ரசிச்சோம்.

வெளில வந்து பேசிக்கிட்டிருந்தோம்.

எங்கம்மா... படம் பார்த்திட்டு கொஞ்சம் எமோஷனலா இருந்தாங்க.

எங்கம்மா.... கிராமத்து மனுஷிதானே.

ஊர்ல படம் பார்க்கைல... எம்.ஜி.ஆருக்கு எதிரா சதி செய்ற... சண்ட போடுற... கஷ்டப்படுத்துற... நம்பியார திட்டுவாங்க. நம்பியார் மேல அவங்களுக்கு கோவம் கொறையவே கொறையாது.

அப்படிப்பட்ட ரசிகை எங்கம்மா.

"தம்பி... இங்க வா"னு எங்கம்மா ரஜினிய கூப்பிட்டாங்க.

ரஜினியும் கிட்டக்க வந்து... 'என்னம்மா?'னு கேட்டார்.

எல்லாரும் அவங்க ரெண்டு பேரையும் பார்க்குறாங்க.

"இந்தா பாரு தம்பி ... ஜல்லிக்கட்டு காளயப்பத்தியெல்லாம் ஒனக்குத் தெரியாது. மாட்டோட கொம்ப எப்படி புடிக்கணும்னு ஒனக்குத் தெரியுதா? அதுக்கு ஒரு லாவகம் இருக்குப்பா... நீ கொஞ்சங்கூட பயமில்லாம இருக்க..."

"இல்லம்மா... அது..."

"அவ்வளவு பக்கத்துலயா மொகத்த வச்சுக்கிட்டு மாட்ட அடக்குறது?..."

"இல்லம்மா... அது..."

"சும்மா இருப்பா... அவ்வளவு கிட்டக்க மொகத்த வச்சுக்கிட்டு மாடு புடிச்சா... கொம்பு குத்தீராதா? அப்புடி எதுக்குப் புடிக்கணும் அந்த மாட்ட?"

"இல்லம்மா... அது..."

"இல்ல தம்பி... காளைங்ககிட்ட சூதானமா பழகணும். இனிமே

நீ மாடுங்க கூட நடிக்கிறதா இருந்தா... கவனமா நடிக்கணும்ப்பா"னு எங்கம்மா சொல்ல...

"சரிம்மா... சரிம்மா"னு சொன்னார் ரஜினி.

ஒரு கிராமத்து தாய்கிட்டருந்து தத்ரூபமான தன்னோட நடிப்புக்கு கிடைச்ச பாராட்டா... எங்கம்மா சொன்னதை எடுத்துக்கிட்டு... ரொம்ப சந்தோஷப்பட்டார் ரஜினி.

''இல்லம்மா... இல்லம்மா...''னு ரஜினி சொல்ல வந்தது என்னான்னா...

எங்களுக்கெல்லாம் தெரியும்... சில க்ளோஸப் காட்சிகள்ல... டம்மியான காள மாட்டுக் கொம்ப மட்டும் வச்சு ரஜினியோட ஆக்ஷன் ஸீனை எடுத்தது.

ஆனா... எங்கம்மா... அத நெஜம்னே நினைச்சாங்க.

அது டம்மிங்கிறத சொல்ல வந்த ரஜினி... தாயோட பாராட்டுல நெகிழ்ந்து... அப்படியே விட்டுட்டார்.

சினிமாவுல... டம்மி சகஜம்தான்.

அத தத்ரூபமா மாத்திக் காட்டுறதுலதான... ஒரு நடிகனோட வெற்றி இருக்கு.

பொதுவா நாங்க அறச்சொல் வர்ற மாதிரி... படைப்புகள உருவாக்குறதில்ல.

ராஜாண்ணன் தன்னோட இசையில வர்ற பாடல்கள்ல அறச்சொல் வராதபடி பார்த்துப்பார்.

கவிஞரய்யா கண்ணதாசன்கூட ராஜாண்ணனுக்கு அறச்சொல் வர்ற மாதிரி... எழுதமாட்டார்னு ஏற்கனவே சொல்லீருக்கேன்.

'பத்ரகாளி'னு படத்துக்கு டைட்டில் வச்சப்போ... 'என்னது இது? ரொம்ப ஃபோர்ஸான டைட்டிலா இருக்கு. இது சரியா வருமா?'னு ஃபீல் பண்ணினோம்.

அந்தப் படத்தோட படப்பிடிப்ப முடிச்சிட்டு ஃப்ளைட்ல போன கதாநாயகி ராணி சந்திரா... விபத்துல இறந்துட்டாங்க.

ரஜினி படத்துக்கு 'காளி'ங்கிற பேரை வச்சார் டைரக்டர் ஐ.வி.சசி.

நானும் சசியும் ரொம்ப திக்கஸ்ட் ஃப்ரெண்ட்ஸ்.

"ஏய்... என்னப்பா இது? 'காளி'னு ரொம்ப பவர்ஃபுல்லான டைட்டிலை வச்சிருக்க? மாத்துப்பா"னு நான் சொன்னேன்.

"விடுப்பா இருக்கட்டும்"னு சசி சொல்லீட்டாப்ல.

நாங்க பயந்தது மாதிரியே... காளி ஷூட்டிங்ல தீ விபத்து நடந்துச்சு.

சில நம்பிக்கைகள்... மீறப்படக்கூடாதவையாத்தான் இருக்கு...

117
இமேஜை உதறிய ரஜினி!

'புவனா ஒரு கேள்விக்குறி', 'ஆறிலிருந்து அறுபது வரை' படங்கள்ல ரஜினி சாரோட குணச்சித்திர நடிப்பைப் பார்த்திட்டு... பின்னணி இசையமைக்கிறப்போ... ரஜினியோட ஆக்டிங பெர்பாமென்ஸ பார்த்திட்டு... நாங்க அடைஞ்ச அந்த வியப்பையும், சந்தோஷத்தையும் மறுபடி தந்த படம் 'எங்கேயோ கேட்ட குரல்.'

ரஜினி, அம்பிகா, ராதா நடிச்சு... எஸ்.பி.முத்துராமன் டைரக்ட் பண்ணின படம்.

ஒரு தட்டு தட்டினா பத்து அடியாட்கள் ஓடி விழுகுற ஆக்ஷன் மசாலாவுலயிருந்து ரஜினிய மாறுபட்டு காண்பிச்ச படம் 'எங்கேயோ கேட்ட குரல்.'

'பதினாறு வயதினிலே' வில்லன் ரஜினிய 'புவனா ஒரு கேள்விக்குறி'யில குணச்சித்திரமா மாத்தினது பஞ்சு அருணாச்சலம் அண்ணன் எழுதிய ஸ்க்ரீன்பிளே.

அப்படியே... 'முரட்டுக்காளை'ல கிராமத்து ஆக்ஷன் ஹீரோவா உயர்த்தினதும் பஞ்சு அருணாச்சலம் அண்ணனோட கதைதான். 'காளி', 'கழுகு'னு ஆக்ஷன் ரூட்ல போய்க்கிட்டிருந்த ரஜினிய மறுபடியும் குணச்சித்திர ஹீரோவாக்கிப் பார்க்கிற ஆசை பஞ்ச அருணாச்சலம் அண்ணனுக்கு வந்தது. அதனாலதான் 'எங்கேயோ

கேட்ட குரல்' உருவாச்சு.

பஞ்சு அருணாச்சலம் அண்ணன் ரொம்ப தைரியமானவர். தைரியமா முடிவுகளை எடுப்பார்.

இப்பவெல்லாம் விநியோகஸ்தர்கள் 'இந்த மாதிரி கேரக்டர், இந்த ஹீரோவோட இமேஜுக்கு செட் ஆகாது'னு சொல்றாங்க.

ஆனா... அப்ப அப்படி இல்ல. பஞ்சண்ணன் கதைன்னா கேரக்டர்ஸ் எப்படி வேணாலும் இருக்கும். ரஜினியும், கமலும் கதையே கேட்கமாட்டாங்க. அந்த அளவுக்கு அவங்களுக்கு சக்ஸஸ் குடுத்தார் பஞ்சண்ணன்.

விநியோகஸ்தர்களும் போட்டி போட்டுக்கிட்டு படத்தை வாங்குவாங்க.

"ஏன் சாமி... இந்தக் கதை... எனக்கு சரியா வருமா? ஆக்‌ஷன் இமேஜ் இருக்கே... அதனால யோசிக்கிறேன்னு இமேஜ் பயத்துல தயக்கம் காட்டுனாலும்... 'நடிக்கலாம்'னு ரொம்ப ஸ்ட்ராங்க்கா முடிவெடுத்தார் ரஜினி.

நான்தான் ஏற்கனவே சொல்லீருக்கேனே... 'மத்தவங்க தப்பா நினைக்கிற அளவுக்கு நடிகைகள் என்கிட்ட ரொம்ப நட்பா இருப்பாங்க... நானும் நடிகைகள்ட்ட நேர்மையா பழகுவேன்'னு.

ரஜினி, அம்பிகா, ராதா... கேட்கவா வேணும்... 'எங்கேயோ கேட்ட குரல்' ஷூட்டிங் ஸ்பாட்டுக்கு அடிக்கடி போயிடுவேன்.

ஷாட்டுக்குப் போறதுக்கு முன்னாடி வரைக்கும்தான் ரஜினி சீரியஸா இருப்பார். ஷாட் முடிச்சிட்டு வந்ததும், ரொம்ப ஜாலி யாயிடுவார்.

'என்ன சாமி... அப்புறம்?'னு ஆரம்பிச்சார்னா... எங்க பேச்சு ஜாலியா போய்ட்டே இருக்கும். எங்க பேச்சுக் கச்சேரில அம்பிகா, ராதாவும் சேர்ந்துக்குவாங்க.

தான் மட்டுமில்லாம தன்ன சுத்தியிருக்கவங்களும் சந்தோஷமா இருக்கணும்னு நினைக்கிறவர் ரஜினி.

எங்களுக்கு அப்ப கமல், ரஜினியத் தவிர வேற எந்த ஹீரோகூடவும் நெருங்கிய நட்பு இல்ல.

கமல், ஸாங் கம்போஸிங்குக்கு பெரும்பாலும் வந்திருவார். அதனால அவர்கிட்ட அங்கயே பேசிக்குவேன். ரஜினிய சந்திக்க ஷூட்டிங் ஸ்பாட்தான்.

அதனால அடிக்கடி ஷூட்டிங் ஸ்பாட் போயிருவேன்.

'அமர்... நீங்க கிளம்புங்க'னு எஸ்.பி.முத்துராமன் சிலதடவை என்னய கிளப்பிவிடுற அளவுக்கு எங்க பேச்சுக் கச்சேரி இருக்கும்னா பாருங்களேன்.

'**எ**ங்கேயோ கேட்ட குரல்'ல ரஜினி என்னமா ஒரு மாறுபட்ட நடிப்பத் தந்திருந்தார்.

'எங்கேயோ கேட்ட குரல்' ரஜினி

ஒரு கிராமத்து விவசாயி. அவனை அப்படியே ஏத்துக்க மறுத்து விலகி ஓடுற மனைவி. அவனை அவனோட இயல்பிலேயே ஏத்துக்கிற இன்னொருத்தி.

தன்னை உதறிவிட்டுப் போன மனைவி மீதும்... அவளின் நியாயம் உணர்ந்த கணவனாக... மனிதாபிமானியாக... அவன்.

உளவியல் ரீதியா சிக்கலான இந்தக் கதையில் உணர்வுப்பூர்வமா நடிச்சு அசத்தினார் ரஜினி.

கொஞ்சம் பிசகினாலும் 'இவ்வளவு பெரிய ஹீரோவான பிறகு ஏன் இப்படியெல்லாம் நடிக்கிறாரு?' என கேள்வி வந்திருக்கும்.

கொஞ்சமும் பிசகாமல் 'ரஜினி இப்படியும் நடிக்கிறாரே?' என ரசிகர்களை நெகிழ வைத்தார் ரஜினி.

இது... பஞ்சண்ணன் கதை மீது... பஞ்சண்ணன் மீது ரஜினி வைத்த நம்பிக்கையின் வெளிப்பாடாத்தான் நான் நினைக்கிறேன்.

ரஜினியின் சினிமாப் பட கேரக்டர்ஸ் பத்திச் சொல்லும் போது... எங்க வாழ்க்கைல மறக்கவே முடியாத ஒரு சம்பவம் என்னோட கண்ணு முன்னால விரியுது.

வில்லத்தனமான கேரக்டர்கள்ல ரஜினி நடிச்சுக்கிட்டிருந்தார். அப்போ அவரோட இமேஜுக்கு பொருத்தமா இருந்ததா ரஜினி நினைச்ச கேரக்டர் ரஜினிக்கு அமையல.

அது என்னன்னா...?

அதுவரை கிராமியப் படங்களைத் தந்த பாரதிராஜாண்ணன் கமல்-ஸ்ரீதேவிய வச்சு 'சிகப்பு ரோஜாக்கள்' க்ரைம் த்ரில்லர் படத்தைத் தந்தார்.

படம் ஹிட்.

இதக் கொண்டாடணும்ல...

மகாலிங்கபுரம் ஐயப்பன் கோயில் ஏரியாவுல ஒரு வீட்டுல உற்சாகக் கூட்டத்துக்கு ஏற்பாடாச்சு. அது யார் வீடுன்னா... 'மம்பட்டியான்' தியாகராஜன் வீடு.

(அப்போ தியாகராஜன் சினிமாவுல நடிக்கல)

பாரதிராஜாண்ணன், இளையராஜாண்ணன், பாஸ்கரண்ணன், தியாகராஜன், கமல் மற்றும் கொண்டாட்டத்துல 'கலந்து'க்காம... கொண்டாட்டத்துல கலந்துக்கிறத வாடிக்கையா கொண்ட நான்... இன்னும் சிலர் இருந்தோம்.

அப்பவெல்லாம்... இந்த மாதிரி கொண்டாட்டத்துக்கு ஏற்பாடானதும் அதுல கலந்துக்கப்போற ஒவ்வொருத்தரும் கொண்டாட்டத்துக்கு தேவையானத கையோட கொண்டு வந்திடுவாங்க.

பாட்டுப் பாடிக்கிட்டு ஜாலியா போய்க்கிட்டிருந்துச்சு. இந்த தன்னிலைல கொஞ்சம் மறக்குற சந்தோஷம்.

ரஜினிய பொறுத்தவரை ஷூட்டிங் முடிஞ்சு வந்ததும் தாஜ், அடையாறு பார்க் ஷெரட்டன்னு அங்கங்க... தன்னோட நண்பர்கள் கூடியிருக்க இடங்களுக்கெல்லாம் போயிட்டு 'ஹாய்... ஹலோ...' சொல்லுவார்.

அப்படி... ரவுண்ட்ஸ் போய்ட்டு...

'சிகப்பு ரோஜாக்கள்' வெற்றியின் சிறப்புக் கூட்டத்துக்கு... லேட்டா வந்தார் ரஜினி.

ஆனா... 'ஹாட்'டா... வந்தார்.

சண்ட....!

118

கலகல பார்ட்டியில் சலசலப்பு!

ரஜினி சார் இந்தத் தொடர படிச்சிட்டு வர்றார்னு எனக்குத் தெரியும்.

நான் கொஞ்சம் பயந்துட்டுதான் இருந்தேன். பெரிய ஆளுகள... தனிப்பட்ட விஷயங்கள குறிப்பிட்டு எழுதுறமே... கோவிச்சுக்குவாங்களோ...னு.

ரஜினி சார் பேசினார்.

“தொடர்ந்து ‘நக்கீரன்’ல ஒங்க தொடர படிச்சிட்டு வர்றேன். ரொம்ப நல்லாருக்கு”னு சொன்னார்.

“நாம அதிகமா சந்திச்சுக்கிட்டது பார்ட்டிகள்ல. அதனால தண்ணியடிச்ச விஷயங்கள எழுதுறமே... நீங்க கோவிச்சுக்கு வீங்களோனு நெனைச்சேன்”னு நான் சொன்னேன்.

“அதான் சாமி... ஜாலியா இருக்கு. எனக்கு ஃப்ளாஷ்பேக் ஓடுது. ‘சாப்டுட்டு... சாப்டுட்டு... சாப்புடுறது’னு எழுதுறீங்கள்ல... அதான் ஜாலியா இருக்கு. கடந்த காலத்த திரும்பிப் பார்க்கிற மாதிரி இருக்கு”னு சொன்னார்.

அப்ப... தைரியமா எழுத வேண்டியதுதான்.

வாங்க பார்ட்டிக்கு... இல்லல்ல... மேட்டருக்குப் போலாம்.

பாரதிராஜாண்ணனோட ‘சிகப்பு ரோஜாக்கள்’ படம்

பாரதிராஜாண்ணன் -ரஜினி சார்

ஹிட்டாச்சு. இதுக்காக ஒரு கொண்டாட்டத்துக்கு... 'மம்பட்டியான்' தியாகராஜனோட மகாலிங்கபுரம் வீட்ல... பாரதிராஜாண்ணன், இளையராஜாண்ணன், கமல், தியாகராஜன், பாஸ்கரண்ணன், நான் இன்னும் சிலர்... ஒண்ணுகூடினோம்.

ஜாலி அரட்டையும், பாட்டுமா... கொண்டாட்டம் போய்க்கிட்டிருந்துச்சு.

ரஜினி சார் கொஞ்சம் லேட்டாத்தான் வந்தார்.

பல இடங்கள்ல... தன்னோட நட்பு வட்டங்கள சந்திச்சிட்டு இங்க வந்தார்.

அவர் நண்பர்கள சந்திச்ச எடங்கள்ல... ஏதோ ஒரு இடத்துல... டென்ஷனான விஷயம் ஏதோ நடந்திருக்கும்போல...

அந்த டென்ஷனோடயே இங்க வந்தார் ரஜினி. வந்ததும்... அவருக்கு இன்னும் அதிகமாயிருச்சு டென்ஷன்.

''நான் வர்றதுக்குள்ள ஆரம்பிச்சிட்டீங்களா? எனக்காக

கொஞ்சம் வெய்ட் பண்ணக்கூடாதா?"னு கோபமானார்.

''மெதுவாத்தான் தொடங்கீருக்கோம்''னு சும்மா ஒரு சமாதானத்துக்கு அவர்கிட்ட சொன்னாங்க.

அவர் சமாதானமாகல.

"பாரதிராஜா ஏற்பாடோ?"னு சொல்லிக்கிட்டு உட்கார்ந்தார்.

'இன்னும் கொஞ்சம்... இன்னும் கொஞ்சம்'னு கொண்டாட்டம் கூடிக்கிட்டிருந்துச்சு.

வழக்கம்போல நான் ஸைடுடிஷ்ஷ கொறிச்சுக்கிட்டு... வேடிக்கைப் பார்த்துக்கிட்டிருந்தேன்.

கோபம் குறையாத ரஜினி, பாரதிராஜாண்ணன்கூட சண்டக்கிப் போயிட்டார்.

"கமலஹாசன் ஹீரோவா நடிச்சிட்டிருக்கார். நான் வில்லனா நடிச்சிட்டிருக்கேன். 'சிகப்பு ரோஜாக்கள்'ல ஹீரோவே வில்லன்தான. அந்த கேரக்டர்ல... என்னய நடிக்க வைக்கணும்னு உங்களுக்கு ஞாபகம் வரலையா?"னு உரிமையோட கேட்டார் ரஜினி.

"ஹீரோ இமேஜ் இருக்க கமல் நடிச்சாத்தான் அவர் வில்லன்னு தெரியவரும்போது... ஆடியன்ஸுக்கு ஒரு ஷாக்கிங் இருக்கும். வில்லனா நடிச்சுக்கிட்டிருக்க நீங்க நடிச்சிருந்தா... 'ரஜினிதான் வில்லன்'னு ஆடியன்ஸ் ஈஸியா கெஸ் பண்ணிடுவாங்க...''னு தன்னோட 'ஸ்டார் காஸ்ட்டிங்'க்கான காரணத்த பாரதிராஜாண்ணன் சொன்னார்.

அந்த விளக்கத்த ரஜினி ஏத்துக்கல.

கொண்டாட்டத்துல எல்லாரும் உச்சத்துல இருந்தாங்க. இப்போ... 'உச்சநட்சத்திரம்' ரஜினி... அந்த எடத்துல ரொம்ப உச்சத்துல இருந்தார்.

வாக்குவாதமாகி... சத்தம் அதிகமாகி... கைகலப்பு ஆகுற மாதிரி சூழ்நில.

ரிலாக்ஸுக்காக... எல்லாரும் விரும்பி... தன்னிலை மறந்துக்கிட்டிருந்த கொண்டாட்டமா இருந்தாலும் எல்லாரும் ஓரளவுக்கு தன்னிலை மறக்காம... கொஞ்சம் சுதாரிப்போட இருந்ததுனால...

'வேற எங்கயோ ரஜினிய கோபப்படுத்தியிருக்காங்க... அந்தக் கோபம் இங்க வெடிக்குது'னு உணர்ந்துக்கிட்டதுனால... ராஜாண்ணன், கமல்... எல்லாரும் சமாதானமாகிக்கிட்டு... ரஜினியவும் சமாதானப்படுத்தினாங்க.

'பிரச்சினை இன்னும் பெரிசாகக்கூடாது'னு... கொண்டாட்டத்த நிறுத்திட்டு... எல்லாரும் தனித்தனியா கிளம்பிப் போயிட்டோம்.

மறுநா...

இந்தக் கொண்டாட்டத்துல கலந்துக்கிட்ட ஒவ்வொருத்தரும்

காலைலயே போன் போட்டு 'நேத்து ராத்திரி' நடந்ததப் பத்தியே பேசிக்கிட்டாங்க.

"இனி... எந்த பார்ட்டியிலயும் கலந்துக்கப் போறதில்ல... குடிக்கவும் போறதில்ல..." என்கிற உறுதியான முடிவை எடுத்தார் இளையராஜா.

ஆமா... 'சிகப்பு ரோஜாக்கள்' சக்ஸஸ் பார்ட்டி... ராஜாண்ணனோட வாழ்க்கைல... 'சுயகட்டுப்பாடு'ங்கிற பெரிய திருப்பத்தை உண்டாக்குச்சு.

மியூசிக் டைரக்டர் அனிருத்தோட தாத்தா எஸ்.வி.ரமணன் கூட ராஜாண்ணன், மலேசியா வாசுதேவன்... நான்... எல்லாரும் பார்ட்டியும் கூத்துமா இருந்திருக்கோம். சண்டயெல்லாம் வந்ததில்ல.

ஆனா 'சிகப்பு ரோஜாக்கள்' கொண்டாட்டம் மறக்கவே முடியாத பார்ட்டியா அமைஞ்சுப் போச்சு.

'தண்ணி போட்டா... மரியாத கெடுது... மறுநாள் வேலையும் கெடுது... இனிமே பார்ட்டி வேணாம்'னு கண்ட்ரோல் பண்ணிக்கிட்டார் ராஜாண்ணன்.

பார்ட்டியில சலசலப்பு சகஜமானதுதான். மறுநா போன் பண்ணி ஒருத்தருக்கொருத்தர்... 'ஸாரிடா மச்சான்... ஸாரிப்பா'னு சொல்லிக்கிட்டு சங்கடம் மறந்து மறுபடி சங்கமிப்பாங்க.

ஆனா... இந்த பார்ட்டிக்குப் பிறகு... 'இனிமே பார்ட்டிகளுக்கு வரமாட்டேன்...'னு ஸ்ட்ராங்கா நின்னுட்டார்.

ராஜாண்ணன் முடிவெடுத்தா... முடிவெடுத்ததுதான்.

'ரெமி மார்ட்டின்'ங்கிற சரக்கு... ராஜாண்ணனுக்கு ரொம்ப ரொம்ப பிடிச்ச சரக்கு. அப்படிப்பட்ட இஷ்டபானத்தையே தியாகம் பண்ணிட்டார் ராஜாண்ணன்.

ஏற்கனவே நான் 'கலந்துக்கிறது' இல்ல... ராஜாண்ணன் 'இருந்து' இனிமே 'இல்ல'னு முடிவெடுத்திட்டதால... நானும் எங்கயும் பார்ட்டிகளுக்குப் போறதில்ல.

ராஜாண்ணன் போனாத்தான நான் போக முடியும்... அவர பத்திரமா வீட்டுக்குக் கூட்டிட்டு வர.

நான் பழையபடி தாஜ் ஓட்டல்ல... என்னோட ஃப்ரெண்ட்ஸ்ஸுங்களோட பார்ட்டிய வேடிக்கை பார்க்கப் போவேன்.

பாஸ்கரண்ணனும், ரஜினியும் சாயங்கால சந்திப்பு நடத்துவாங்க.

பாரதிராஜாண்ணன், பஞ்சு அருணாச்சலம் அண்ணன்... அப்பப்ப... இவங்களோட பாஸ்கரண்ணனும் கலந்துக்குவார்.

'ரெண்டு மூணு நாளைக்கப்புறம் ரஜினி என்கிட்ட 'சிகப்பு ரோஜாக்கள்' பார்ட்டியப் பத்தி விசாரிச்சார்...

119
வச்சுக்கவா உன்னை மட்டும்...

ரஜினி, கமல், இளையராஜா, பாரதிராஜா, பாஸ்கர், நான் உட்பட... பலரும் கலந்துக்கிட்ட 'சிகப்பு ரோஜாக்கள்' பட சக்ஸஸ் கொண்டாட்டத்துல வாய்த்தகராறு பெரிசா ஆச்சு.

அதுலருந்து பார்ட்டிக்குப் போறதுக்கும், சாப்பிடுறதுக்கும் முற்றுப்புள்ளி வச்சார் ராஜாண்ணன்.

அந்த பார்ட்டி நடந்த மறுநா... ரஜினி சார் விசாரிச்சார்.

"என்ன சாமி? நேத்து கொஞ்சம் ஜாஸ்தியா போயிடுச்சோ?"

"ஜாஸ்தியா? ரொம்ப ஜாஸ்தி. போங்க சாமி... ஒங்களால பார்ட்டிக்கி ஒரு கை மிஸ்ஸாகிப் போச்சு..."

"என்ன சொல்றீங்க? யாரு?"

"ஒரு நல்ல பார்ட்டி பார்ட்னர இழந்துட்டீங்க. 'நாளைலருந்து குடிக்க மாட்டேன்'னு சொல்லீட்டார். இனிமே ராஜா பார்ட்டிக்கி வரவே மாட்டார்"னு சொன்னேன்.

எல்லாத்தையும் கேட்டுக்கிட்டு... "விடுங்க சாமீ"னு அதையும் ஜாலியா எடுத்துக்கிட்டார் ரஜினி.

ரஜினிய கட்டுப்படுத்த ஆளில்ல... அவரு கட்டுப்படுற ஆளும் இல்ல.

எண்ணப்படியே வாழ்ந்துக்கிட்டிருப்பவர் ரஜினி.

சமீபத்துல டைரக்டர் எஸ்.பி.முத்துராமன் சாரப் பார்த்தப்போ....

“ஒங்க தொடர் படிக்கிறதுக்கு இண்ட்ரஸ்ட்டிங்கா இருக்கு. ‘நல்லவனுக்கு நல்லவன்’ பாட்டு மேட்டர்லாம் வருதா”னு கேட்டார்.

“கண்டிப்பா வருது”னு சொன்னேன்.

அது என்னன்னா....

‘நல்லவனுக்கு நல்லவன்’ படத்துக்கு நான் எழுதின பாட்டு...

வச்சுக்கவா ஒன்ன மட்டும்
நெஞ்சுக்குள்ள...
சத்தியமா நெஞ்சுக்குள்ள
ஒண்ணுமில்ல...
சொக்கத் தங்க தட்டப்போல
செவ்வரளி மொட்டப்போல
வந்தபுள்ள சின்னப்புள்ள
வாலிபத்து கன்னிப்புள்ள...
வச்சுக்கவா... ஹேஹே...

இந்த பாட்டுக்கான ஷூட்டிங் ஏவி.எம்.ல நடந்துக்கிட்டிருந்தது.

ரஜினியும், மும்பைலருந்து வந்திருந்த டான்ஸர் நடிகை கல்பனா ஐயரும் இந்தப் பாட்டுக்கு ஆடிக்கிட்டிருந்தாங்க.

நான் ராஜாண்ணன் கூட வேறொரு படத்துக்கான ரெக்கார்டிங்ல இருந்தேன்.

சாயங்காலத்துல ரெக்கார்டிங் தியேட்டர்லருந்து.... அப்படியே வெளிய வந்து ஏவி.எம். ஸ்டுடியோவுக்குள்ளயே... வாக்கிங் போற மாதிரி... ரிலாக்ஸா நடந்துபோனேன்.

அப்படியே ரஜினியையும், எஸ்.பி.முத்துராமனையும் பார்த்து பேசிட்டிருக்கும்போது... “வாங்க சாமி”னு என் தோள்ல கையப் போட்டுக்கிட்டார் ரஜினி.

அப்படியே நடந்துக்கிட்டே..... “சாமி... எப்படி சாமி இந்த பாட்ட எழுதுனீங்க?”னு கேட்டார்.

“ஏன் சாமி? கேக்குறீங்க? வழக்கம் போல பேனாவுலதான் எழுதினேன். ஏன் என்னாச்சு?”

“இல்ல சாமி... ஒங்களுக்கு ஏதோ... தீர்க்க தரிசனம் இருக்கு. இந்த பாட்டுல இருக்க அர்த்தமெல்லாம் பார்க்கும்போது... எப்படி நீங்க எழுதுனீங்க?னு வியப்பா இருக்கு சாமி...”

“இதுல வியக்குற அளவுக்கு என்ன இருக்கு. இது ரொம்ப சாதாரணமான ஜாலிப் பாட்டு தானே?

“இல்லல்ல... எனக்கு ஒங்க மேல சந்தேகமா இருக்கு...”

ரஜினி இப்படிச் சொன்னதும் நான் ரொம்ப குழம்பிப் போனேன்.

‘நல்லவனுக்கு நல்லவன்’ ரஜினி-கல்பனா ஐயர்

“சாமீ... இது சரியாப்படல”னு சொல்லீட்டு ரஜினி போக... எஸ்.பி.முத்துராமன் சிரிச்சுக்கிட்டே ‘‘ஒங்களுக்கும் அந்த நடிகைக்கும் ஏதோ பழக்கம் இருக்கு. அதான் இப்படி எழுதியிருக்கீங்க”னு சொல்ல...

‘ஒரு ஜாலியான அர்த்தத்துல என்னய கலாய்க்கிறாங்க’னு அப்புறம்தான் எனக்குப் புரிஞ்சது.

ரஜினி படத்துக்கு நான் மியூஸிக் டைரக்டரா பண்ணினதில்ல. ஆனா... ‘நல்லவனுக்கு நல்லவன்’ படத்துக்கு ஆர்.ஆர். நடந்துக்கிட்டிருந்த சமயம்... இளையராஜாண்ணன் வேற ஒரு ஃபாரீன் கமிட்மெண்ட்ல இருந்ததுனால... அந்தப் படத்தோட...

ஓபனிங் மற்றும் க்ளைமாக்ஸ் மியூஸிக்க நான்தான் பண்ணினேன்.

ரஜினி சார வச்சு தொடர்ந்து படம் பண்ணினவர் டைரக்டர் எஸ்.பி.முத்துராமன். அதனால... அவரோட யூனிட்ல இருக்க எல்லாருக்கும் உதவணும்னு ரஜினி எடுத்த முடிவுதான் 'ஸ்ரீராகவேந்திரா' படம்.

இந்தப் படத்துல நடிக்க ரஜினி சம்பளம் வாங்கிக்கல. அந்தப் படம் மூலம் தனக்குக் கிடைக்கவேண்டிய பண பலன்கள் எல்லாத்தையும் எஸ்.பி.எம். யூனிட்டுக்கு கிடைக்கும்படி சொல்லீட்டார் ரஜினி.

சினிமாவுல நடக்காத ஒரு மாயம்... 'ஸ்ரீராக வேந்திரர்' படப்பிடிப்பு சமயத்துல நடந்துச்சு.

அதாவது... படத்துக்கு பூஜை போட்ட நாள்லருந்து... படம் தயாராகி... ஃபர்ஸ்ட் காப்பி ரெடியான வரைக்கும் ரஜினி உட்பட... யூனிட்ல யாருமே அசைவம் சாப்பிடல.

அது டெடிகேஷன் மூடு உள்ள படம். அதனால படப்பிடிப்புல பக்தி மயம் தளும்பிச்சு. ரஜினியும் ஷூட்டிங் ஸ்பாட்லயே கொஞ்ச கொஞ்ச நேரம் தியானம் பண்ணீட்டுத்தான் ஷாட்டுக்கு போவார்.

பொதுவா ஒரு படப்பிடிப்பு நடக்குற எடம் ரொம்ப ரகளையா... சத்தமா இருக்கும். சில சமயம் கடுமையான வார்த்தைப் பிரயோகமும்கூட இருக்கும்.

ஆனா... ரொம்ப அமைதியா இருந்துச்சு 'ஸ்ரீராக வேந்திரர்' படப்பிடிப்பு ஸ்தலம்.

ஒருத்தருக்கொருத்தர் "என்ன சாமி? வா சாமி... போ சாமி"னு அப்படியே ரொம்ப சாத்வீகமா பேசிக்கிட்டாங்க.

கொல்லூர் தாய் மூகாம்பிகை கோயில் பத்தி ரொம்ப பக்தியானவங்களுக்கு முன்னமே தெரியும். ஆனா... எம்.ஜி.ஆராலயும், இளையராஜாவாலயும் அந்தக் கோயில் மக்கள் மத்தியில பரவலா கவனம் பிடிச்சது.

அதுமாதிரித்தான்... ராகவேந்திரரைப் பத்தி... கொஞ்சம் பேருக்கு மட்டுமே தெரிஞ்சிருந்தது. ரஜினியாலதான்... ராகவேந்திரரப் பத்தி பலரும் அறிய முற்பட்டாங்க. ராகவேந்திரர் பெரும்பான்மையானவங்களுக்கு தெரிய ஆரம்பிச்சார்.

பிடிச்ச விஷயத்த பண்ணும்போது... ரொம்பவே ஒரு இன்வால்வ்மெண்ட் வரும்.

ரஜினிக்கு ஆன்மிக நாட்டம் அதிகம். அதனால இந்தப் படத்துல ரொம்ப இன்வால்வ்மெண்ட்டா இருந்தார். குறிப்பா இந்தப் படம் மூலம் எஸ்.பி.எம். யூனிட் தொழிலாளிகளுக்கு நன்மை கிடைக்கச் செய்றதை விரும்பினார்.

ரஜினிக்கு பிடிச்ச ஆன்மிக குரு... ரஜினிக்கு பிடிச்ச கதை...

ரஜினி விரும்பி நடிச்சார்.

அப்படியிருந்தும் ரசிகர்கள் இந்தப் படத்துக்கு பெரிய வெற்றிய தரல. ரஜினியோட மத்த படங்கள ஆதரிக்கிறதக் காட்டிலும், இந்தப் படத்த ரஜினியோட ரசிகர்கள் பெரிய அளவில் ஆதரிச்சிருக்கணும்.

அதைச் செய்யாததால... ரஜினி ரசிகர்கள் மீது எனக்கு கொஞ்சம் செல்லக் கோபம் இருக்கு.

ரஜினியோட 'மாவீரன்' படத்துக்கு இளையராஜா ஆர்.ஆர். பண்ணிக்கிட்டிருந்தார். பெரிய லெவலில் ஆர்க்கெஸ்ட்ரா கலைஞர்களை வைத்து வேலை செய்துகொண்டிருந்தார் ராஜா. அப்போது...

ரஜினி அங்கே வந்தார்.

ரஜினியைக் கண்டித்த ராஜாண்ணன்.

120
கண்டுபுடிச்சேன்... கண்டுபுடிச்சேன்...!

ரஜினி சார் நடிச்ச 'மாவீரன்' திரைப்படத்துக்கு ஒரு தனிச்சிறப்பு இருக்கு.

தமிழில் தயாரான முதல் 70 எம்.எம். திரைப்படம் அது.

இந்தப் படத்திற்கு இளையராஜா இசை. இதிலும் ஒரு சிறப்பு உண்டு.

இப்பவெல்லாம் இசைப் பதிவுல எவ்வளவோ நவீன டெக்னாலஜி இருக்கு. அன்னைக்கி... பாடல்கள்ல பாடகரின் குரலையும், சில வாத்தியங்களோட இசையையும் துல்லியமா கேட்கிறபடி பதிவு செய்யணும்னா... மேக்னடிக் டேப்ல அதிகபட்சம் நாலு ட்ராக்லதான் பதிவு செய்யமுடியும்.

ஆனா... 'மாவீரன்' படத்துக்கு எட்டு ட்ராக்ல பாடல்கள பதிவு செஞ்சோம். அதுல எல்லாப் பாடல்களயும் நான் எழுதியிருந்தேன்.

ரெண்டு மேக்னடிக் டேப் மெஷினை வச்சு... எட்டு டிராக்ல பாடல்கள பதிவு செஞ்சோம்.

ஒரு நாளைக்கு ஒரு ட்ராக்லதான் பதிவுபண்ண முடியும். இப்படி ஒரு பாட்ட பதிவு பண்ண... எட்டு நாள் ஆச்சு. அந்த எட்டு ட்ராக்கையும் கன்வர்ட் பண்ணி ஒண்ணா இணைச்ச பிறகுதான் முழுப்பாடலையும் இசையோட கேட்டு ரசிக்க முடியும்.

‘மாவீரன்’ பாட்டுக்கள்லாம் அவ்வளவு இசைச் சிறப்போட இருக்கும். பின்னணி இசை ஒரே ட்ராக்லதான் பண்ணப்பட்டது. முதன்முதல்ல 70 எம்.எம்.ல தயாராகுற படம்கிறதால... இசையிலயும் வித்தியாசம் காண்பிக்க ராஜாண்ணன் எடுத்த முயற்சி இது.

அந்த வகையில் ‘எட்டு ட்ராக்ல பாடல் பதிவு பண்ணப்பட்ட முதல் படம்’கிற தனிச் சிறப்பும் ‘மாவீரன்’ படத்துக்கு உண்டு.

அமிதாப்பச்சன் நடித்து வெற்றி பெற்ற ‘மர்த்’ இந்திப் படத்தைத் தழுவித்தான் ‘மாவீரன்’ படம் எடுக்கப்பட்டது.

ரஜினி, அம்பிகா, சுஜாதா, தாராசிங் நடிப்பில் ராஜசேகர் இயக்கியிருந்தார்.

படம் ரெடியாகி... ஆர்.ஆர். பண்றதுக்காக ராஜாண்ணன் படத்தப் பார்த்தார்.

அவருக்கு திருப்தி இல்ல.

“ஒரிஜினல் இந்தி வெர்ஷன் ரொம்ப நல்லா இருந்தது. இது ஏதோ ஒப்பி அடிச்ச மாதிரி இருக்கு”னு தன்னோட அபிப்ராயத்தச் சொன்னார்.

இது டைரக்டர் ராஜசேகருக்கு தெரிய வந்ததும்... ராஜாண்ணன்கிட்ட வந்து... “என்ன பண்ணச் சொல்றீங்க? ரஜினி சரிவர கால்ஷீட் தரல. இன்னொரு பக்கம் குறிச்ச தேதிக்குள்ள படத்த ரிலீஸ் பண்ணணும்கிற நெருக்கடி. பல ஸீன்கள எடுக்க முடியல. இருக்கிறத வச்சு சரி பண்ண வேண்டியதாப் போச்சு”னு சொன்னார்.

ரெக்கார்டிங் தியேட்டர் நிரம்பி வழியுது... ஸ்பெஷலா மியூஸிக் பண்ணணும்கிறதால நிறைய ஆர்க்கெஸ்ட்ரா கலைஞர்கள வரவழைச்சிருந்தார் ராஜாண்ணன்.

ஆர்.ஆர். போய்க்கிட்டிருக்கு....

பார்க்கிறதுக்காக ரஜினி வந்தார்.

“ஏன் சாமி ஏன் இப்படிப் பண்றீங்க? ஒரு படத்துக்கு கால்ஷீட் குடுத்தா... குடுத்தபடி சரியா நடிச்சுத் தரவேணாமா? நீங்க சரியா கால்ஷீட் குடுக்காததுனால... பாருங்க... இந்த ஸீனுக்கு லிங்கும் இல்ல... ஒண்ணும் இல்ல. பாவம் டைரக்டர் சிரமப்பட்டு... கட் பண்ணிப் போட்டு ரெடிபண்ணிக்கொண்டு வந்திருக்கார். ஏன் இப்படி பண்றீங்க தொழில்ல?”னு எல்லார் முன்னாடியும் ரஜினிய திட்டிப்புட்டார் ராஜாண்ணன்.

ஒரு சிரிப்பு சிரிச்சு... சமாளிச்சிட்டு... உட்கார்ந்த ரஜினி... கொஞ்ச நேரத்துலயே...ரெக்கார்டிங் தியேட்டர விட்டு வெளிய போயிட்டார்.

‘மாவீரன்’ படத்துக்கான ரெக்கார்டிங் முடியிற வரைக்கும் மறுபடி அந்தப் பக்கம் ரஜினி வரல.

'மாவீரன்'
ரஜினி-அம்பிகா

ரஜினிக்கு அது சின்ன வருத்தத்தக்கூட தந்திருக்கும்ல.

'மாவீரன்' ரிலீஸாச்சு.

ஆனா... பெரிய வெற்றிப் படமா அமையல.

'இளையராஜா சொன்னதும் நியாயம்தான்'னு படத்தோட ரிசல்ட் வந்தப்ப... ரஜினி நினைச்சிருக்கலாம்.

'குரு சிஷ்யன்' படத்துல... பிரபுவோட காதல கண்டுபிடிச்சு... ரஜினி கேலி பண்ற மாதிரி ஒரு பாட்டு.

கண்டுபிடிச்சேன் கண்டுபிடிச்சேன்
காதல் நோய
கண்டுபிடிச்சேன்...

ராஜாண்ணன் இசையில, வாலி அண்ணா எழுதின இந்தப் பாட்ட பாலுதான் (எஸ்.பி.பி.) பாடினான்.

பாட்டு ரெக்கார்ட் பண்ணி முடிஞ்சதும்... "ராஜா... ஒனக்கு விஷயம் தெரியுமாடா? நம்ம அமர் பய... கலாவ லவ் பண்றத கண்டுபிடிச்சு... இப்படித்தான் அவனை கேலி பண்ணிக் கிட்டிருப்பேன். அந்த சிச்சுவேஷன அப்படியே ஞாபகப்படுத்துது இந்த பாட்டு..." னு ராஜாண்ணன்கிட்ட பாலு சொல்லீட்டான்.

அப்படியே அது எல்லாப் பக்கமும் பரவுச்சு. ரஜினிக்கும் போச்சு.

நான் காதலிச்ச விஷயம் ஏற்கனவே ரஜினிக்கு தெரியும்.

'கண்டுபிடிச்சேன்' பாட்ட ஒவ்வொரு மேடையிலும் பாடுறதுக்கு முன்னாடி... என்னோட காதல் விஷயத்த சொல்லீட்டுத்தான் பாடுவான் பாலு.

குஷ்பு சினிமாவுக்கு வந்த புதுசுல நடிச்ச படம் 'தர்மத்தின் தலைவன்'

இந்தப் படத்தோட ஷூட்டிங் ஸ்பாட்டுக்கு அடிக்கடி நான் போவேன்.

குஷ்பு நடிக்க ஆரம்பிக்கிறதுக்கு முன்னருந்து... ராஜா அண்ணாமலபுரத்துல எங்க வீட்டுக்கு எதிர்லதான் குடியிருந்தார். அதனாலதான்... எனக்கு நல்ல பழக்கம். என்னய 'அண்ணன்'னு கூப்பிடுவார். கமல்கிட்ட இத சொன்னப்பதான் கமல் என்னய 'மச்சான்'னு கூப்பிட்டார்.

ரஜினிகிட்டவும் சொன்னேன்...

"சாமி... குஷ்பு எங்க எதிர்வீட்டுப் பொண்ணு. 'அண்ணன்'னுதான் என்னய கூப்பிடும். ரொம்ப தங்கமான பொண்ணு" னு சொன்னப்ப...

"அப்படியா சாமீய்? சந்தோஷம்"னு சொன்னார்.

எங்க சொந்தக் கம்பெனி... பாவலர் கிரியேஷன்ஸுக்காக 'ராஜாதி ராஜா' படத்துல நடிச்சார் ரஜினி. டைரக்ஷன்

ஆர்.சுந்தர்ராஜன்.

இதுல நடிக்கும்போதே... ''பெட்டரா இல்லியோ''னு மனசுக்குள்ள ரஜினிக்கு தோணீருக்கும்போல.

ஏன்னா... ஆர்.சுந்தர்ராஜனோட டைரக்‌ஷன் ஸ்டைல் வேற. 'ரஜினி ஸ்டைல்' வேற. அதனாலதான் தயக்கம்.

இன்னொரு காரணம்... இது எங்க சொந்தப் படம். அதனால நல்லா வரணும்னு ரஜினி கவனமா இருந்தார்.

ஒருநா...

ரஜினிய கூட்டிக்கிட்டு பஞ்சு அருணாச்சலம் அண்ணனும், எங்க பாஸ்கரண்ணனும் வந்து ராஜாவப் பார்த்தாங்க.

''ராஜா... இந்தப் படத்த கங்கைஅமரன் டைரக்‌ஷன் பண்ணட்டும். அவன் பொறுப்பா பண்ணிடுவான். அதுதான் சரியா வரும்னு நான் நினைக்கிறேன். ரஜினியும் அப்படித்தான் நினைக்கிறார்"னு பஞ்சண்ணன் சொல்ல... 'ஆமா... அதுதான் சரியா இருக்கும்'னு பாஸ்கரண்ணனும் சொன்னார்.

ரஜினியும் இத ஆமோதிச்சார்.

ஆனா ராஜாண்ணனோ... "ம்ஹூம்... நான் சுந்தர்ராஜனுக்கு வாக்கு குடுத்திட்டேன்"னு சொல்லீட்டார்.

'ராஜாதி ராஜா' படம் தயாராச்சு.

ஃபர்ஸ்ட் காப்பி பார்த்ததும்... யாருக்குமே திருப்தியில்ல.

ரஜினிக்கு சுத்தமா நம்பிக்கையே இல்ல.

"சாமீ... இந்தப் படம் ஓடுமா?னு தெரியல. ரொம்ப கன்பியூஸா இருக்கு"னு ராஜாகிட்ட ரஜினி சொன்னார்.

ராஜாண்ணன் கண்ண அகலமா விரிச்சு... "சாமீய்... இந்தப் படம் சில்வர் ஜூப்ளியா ஓடலேன்னா... நான் ஆர்மோனியப் பெட்டியில இனிமே கை வைக்க மாட்டேன்"னு சொல்லீட்டார்.

'ராஜாதி ராஜா' வெற்றிப்படமா ஓடிச்சு. (ராஜா சொன்னது பலிச்சதாலதான் என்னோட 'சின்னவர்' படத்த 'ஓடாது... ஓடினா... ஆர்மோனியத்த தொடமாட்டேன் சத்தியம்'னு ராஜா சொன்னப்ப நான் பயந்தேன். 'சின்னவர்' ஓடிச்சு. ராஜா ஆர்மோனியத்த விடல.)

அப்ப முதல்வரா இருந்த கலைஞர் தலைமையில 'ராஜாதி ராஜா' வெற்றிவிழா நடந்தது.

"**ஓ**... இப்படித்தான் பாட்டு எழுதுவீங்களா?"னு வியந்து ரசித்த ரஜினி.

121
திரிந்த ரோட்டில் உயர்ந்த பேனர்!

ஒரு முக்கியமான மீட்டிங். சினிமாக்காரர்கள் எல்லாரும் அந்த மீட்டிங்குக்கு கிளம்புறாங்க.

நான் ஏவி.எம். ஸ்டுடியோவுலருந்து என்னோட கார்ல கிளம்பினேன். ஷூட்டிங்லருந்து ரஜினி... "சாமீ... நானும் ஒங்க கார்லயே வந்துர்றேன்"னு சொல்லி ஏறிக்கிட்டார்.

மவுண்ட் ரோட்டுல கார் வரும்போது.... ரஜினியோட படங்கள் விளம்பரமா... பெரிய பெரிய பிரமாண்ட பேனர்களா வைக்கப்பட்டிருந்துச்சு.

அந்த பேனர்கள... கார் ஜன்னல் வழியா பார்த்துக்கிட்டே வந்த ரஜினி... கிட்ட வந்ததும் குனிஞ்சுப் பார்த்தார். அந்த இடத்தக் கடக்கும்போது... அப்படியே கழுத்த பின்புறமா திருப்பித்... திருப்பி... ஒக்கார்ந்தபடியே டோட்டலா டேர்ன் ஆகி... பார்த்துக்கிட்டிருந்தார்.

அத கவனிச்ச நான்.... அவரோட தோள்ல தட்டினேன்.

திரும்பி என்னயப் பார்த்தார்.

"என்ன கண்ணா.... 'நாம வந்தது எப்படி? இன்னைக்கி என்ன ஒயரத்துல இருக்கோம்'னு பார்த்து ஆச்சரியப்படுறீங்களா?"னு கேட்டேன்.

ரஜினி சைலண்ட்டாக என்னயவே பார்த்தார்.

''சாமீ இந்த ரோட்டுல நாம எப்படி... எப்படி நடந்துக்கிட்டிருந்தோம். இன்னிக்கி நம்மளவே உச்சத்துல பார்க்குறோம்னு நெனைக்கிறீங்களா?"னு மறுபடி கேட்டேன்.

"ஆமா சாமி. நெஜம்... நெஜம்... நெஜம்..."னு சொன்னார்.

அந்த நிகழ்ச்சி முடிஞ்சு திரும்பி வந்துக்கிட்டிருந்தோம்.

அப்ப நான் 'ஊரு விட்டு ஊரு வந்து' படத்துக்காக ஒரு பாட்ட அர்ஜெண்ட்டா எழுதவேண்டி இருந்தது. நேரம் இல்லாம அது தாமதப்பட்டுக்கிட்டே இருந்தது. ராஜாண்ணன் டேப்ல ட்யூன் பதிஞ்சு குடுத்திட்டார்.

பாட்ட எழுதி முடிச்சாத்தான்... ரெக்கார்ட் பண்ணி... ரெண்டு நாள்ல ஷூட்டிங் பண்ணி முடிக்க முடியும்.

"சாமீ... அவசரமா ஒரு பாட்டு எழுதணும்... எழுதிக்கவா?"'னு கேட்டேன்.

"பாட்டெழுதப் போறீங்களா? பாட்டெழுதுறத நான் நேர்ல பார்த்ததில்ல... எழுதுங்க சாமி"ன்னார்.

அப்ப அம்பாஸிடர் கார்ல பின்னாடிதான் டேப் ரெக்கார்டர் இருக்கும்.

அதுல ட்யூன் கேஸட்ட எடுத்துப் போட்டேன்.

தானா... தன தன்னனன்னா..

தன தனனா... தன தன்னனன்னா...

இப்படி ராஜா வாய்ஸ்ல... தத்தக்காரத்துல ட்யூன் ஓடுது.

அப்படியே நிறுத்திட்டு... நோட் பேடுல அந்த ரெண்டு வரிக்கான வார்த்தைகள எழுதினேன்.

ரஜினி என்னயவே ஆர்வமா பார்த்திட்டிருந்தார்.

அந்த ட்யூன்படி நான் எழுதினதை பாடிக் காண்பிச்சேன்....

மறுபடி ட்யூன ஓடவிட்டேன்... கேட்டேன்.

தன தான்னான்ன தான்னான்ன

தன்னனதான்னன்னே

தன தனனான்ன தனனான்ன

தன்னனனான்னனே...

இந்த வரிகளுக்கும் எழுதினேன்....

"பாட்டோட பல்லவி முடிஞ்சது சாமி"னு சொன்னேன்.

''அப்படியே அந்தப் பல்லவிய பாடிக் காண்பிங்க''னு சொன்னார்.

தானா வந்த சந்தனமே...

ஒன்னத் தழுவ தெனம் சம்மதமே...

இது வேறாரும் பறிக்காத

மல்லிகத் தோட்டமே...

இது யாராலும் பாடாத

மங்கள ராகமே...

இப்படி ராகத்தோட பாடிக் காண்பிச்சேன்.

"சூப்பர் சாமி. அய்யோ... இப்படித்தான் பாட்டெழுது நீங்களா?... இவ்வளவுதான் பாட்டா?"னு கேட்டார் ரஜினி.

"ஆமா சாமி... ட்யூனக் கேட்டதுமே இப்ப வர்ற கற்பனதான் பாட்டாகுது"னு சொன்னேன்.

நான் தியானத்துல ரொம்ப தீவிரமா இருந்த சமயம் அது.

காலைல... இரவுல... தினசரி ரெண்டு வேள தியானம் பண்ணிக்கிட்டிருந்தேன்.

அதிகமா உணவு சாப்பிடுறதில்ல.

காலைல ஒரு இட்லி மட்டும். மதியம் மட்டும்தான் ஓரளவு சாப்பாடு சாப்பிட்டிருந்தேன்.

அன்னைக்கி... வழக்கம்போல வீட்ல பூஜை ரூம்ல தியானத்துக்கு ஒக்கார்ந்தேன்.

வழக்கமா ஒன்றரை மணி நேரம் தியானத்துல ஒக்காருவேன். அன்னைக்கி ரெண்டேகால் மணி நேரமாகிப் போச்சு.

தியானம் முடிச்சிட்டு வெளிய வந்தா... என்னமோ ஒரு பரவசம். என்னோட மனசு என்வசம் இல்லாத அளவுக்கு பரவசம்.

அந்தக் காலைல எனக்குள்ள ஒரே ஏகாந்தமா இருக்கு. மனசு மஜாவா இருக்கு.

பொதுவா என்னோட பசங்ககிட்ட ரொம்ப அன்பா... "என்னடா பண்றீங்க? சாப்பீட்டிங்களா?"னு விசாரிப்பேன்.

இப்ப எனக்கு அந்த நினைப்பே இல்ல. ஏதோ விலகிப்போற மாதிரி இருந்தது.

ஒரு நா...

என் மனைவி எனக்கு சாப்பாடு போடுறா.

சாப்பிட்டு முடிச்சதும்... அவ சாப்பிடும்போதுதான் 'குழம்புல உப்பு இல்ல'னு தெரிஞ்சிருக்கு.

"சாப்பாடு எப்படிங்க இருந்துச்சு?"னு என்கிட்ட கேட்டா...

"ம்... நல்லா இருந்துச்சு"னு சொன்னேன்.

"கொழம்புல உப்பே போடலைங்க"னு சொன்னா.

"உப்பில்லயா? அதனால என்ன... பரவால்லம்மா"னு சொன்னேன்.

சாப்பாட்டுல கொஞ்சம் உப்பு குறைவா இருந்தாலும் நான் சாப்பிடமாட்டேன்.

ஆனா... இப்ப சாப்பிட்டிருக்கேன்னா... தியானத்தோட பலன். தியானம் அதிகமாச்சுன்னா... ஒவ்வொண்ணா அற்றுப்போகும். சுவை அற்றுப்போகும்... அப்புறம் மனம் அற்றுப்போகும்.

காலைல ஒன்றரை மணி நேரமும், இரவுல ஒன்றரை மணி நேரமும் தியானம் செய்யணும்.

இப்படி ரெண்டு மண்டலம்... (ஒரு மண்டலம்ங்கிறது 48 நாட்கள்) தியானம் இருந்தா... அதுதான் உச்சம்.

ரொம்ப நாளா தியானத்துல இருந்த நான்... அடுத்த லெவல்ல... முதல் மண்டலத்துல 15 நாட்கள் தியானம் இருந்திட்டேன்.

'ராஜாதி ராஜா' படத்தோட வெற்றிவிழாவுல என்னயப் பார்த்த ரஜினி பயந்தே போய்ட்டார்.

நீளமான தாடியும், பளபளனு மின்னுற முகமுமா இருந்தேன்.

என்னோட கண்ணு ரெண்டும்... சிவாச்சார்யார்களோட கண்ணு மாதிரி... பவர்ஃபுல்லா ஒளி வீசுது.

அப்படி ஒரு தேஜஸ்.

இப்படி தியானத்தால ஏற்பட்ட மாற்றத்த... தியானத்துல பரிச்சயமுள்ள ஒருத்தராலதான் முழுமையா புரிஞ்சுக்க முடியும். ரஜினியும் தியானம் செய்றவராச்சே. ஆனாலும் ஒரு அளவு வச்சிருக்கார் அதுக்கு.

என்னோட லெவல புரிஞ்சுக்கிட்ட ரஜினி... ரொம்ப பயந்தார்.

ரஜினி என்னைக்கூப்பிட்டு விசாரிச்சார்.

122
சாமியார் ஆகாமல் தடுத்த கறிசோறு!

நான் தியானத்துல ரொம்ப தீவிரமா இருந்தேன்.

'ராஜாதி ராஜா' படத்தோட வெற்றி விழாவுல என்னயப் பார்த்த ரஜினி சார் பயந்தே போய்ட்டார்.

நீளமான தாடியும், பளபளனு மின்னுற முகமுமா இருந்தேன். என்னோட கண்ணு ரெண்டும்... சிவாச்சார்யார்களோட கண்ணு மாதிரி... பவர்ஃபுல்லா ஒளி வீசுது. அப்படி ஒரு தேஜஸ்.

தியானத்தால எனக்குள்ள ஏற்பட்ட மாற்றத்த... தியானத்துல பரிட்சயமுள்ள ரஜினி கண்டுபிடிச்சு... பயந்து போய்ட்டார். என்னயக் கூப்பிட்டு விசாரிச்சார்.

"என்ன சாமி... என்ன பண்றீங்க?"

"காலைல ஒன்றர மணி நேரம்... நைட் ஒன்றர மணி நேரம் தியானம் பண்றேன்"

"ஒரு நாளைக்கி மூணு மணி நேரமா?"

"ஆமா சாமி"

"ரொம்ப பவர்ஃபுல்லா இருக்கு சாமி ஒங்க மெடிடேஸன். எனக்கு பயமா இருக்கு"னு சொன்னார் ரஜினி.

ரஜினி பயந்ததுக்குக் காரணம்...

மெடிடேஸனோட பீக்க நோக்கி நான் போய்க்கிட்டிருக்கேன்.

அப்படிப் போனா என்ன ஆகும்?

என் தலையில ஆன்டனா ஓபனாயிடும். கடவுளுடனான நேரடி அனுபவம் கிடைக்கும்.

சுத்தி வளைச்சு சொல்லறது எதுக்கு?

நான் இன்னும் ஒரு மண்டலம் தியானம் பண்ணீருந்தா ... லௌகீக வாழ்க்கய விட்டுட்டு... சுத்த சாமியாராயிருப்பேன்.

நான் இந்த கட்டத்த எட்டீருவனோனுதான் ரஜினி பயந்தார்.

என் மனைவி கலாவும் பயந்தா.

தியான மனநிலைலருந்துக் கிட்டே அப்பப்ப சாதாரண மனநிலைல இருப்பேன்லயா... அந்தச் சமயத்துலதான்... சாமியார்த்தனத்துலருந்து என்னய நான் முறிச்சுக்கிரணும்னு நினைச்சேன்.

அதனால... ‘‘என்னம்மா... டெய்லி சாத்வீகமா சாப்புட்டு சாப்புட்டு... சலிச்சுப் போச்சு. ஏதாவது கருவாட்டுக் கொழம்பு வச்சு... கறிச் சாப்பாடு போடேன்”னு சொன்னேன்.

நான் இப்படிக் கேட்டது... கலாவுக்கு ஆச்சர்யமா இருந்துச்சு. உடனே சமைச்சு தந்தா.

தியானத்தால அத்துப்போன சுவை நரம்புகள... கறிசோறு மூலமா மீட்டெடுத்தேன்.

ரொம்ப பாதுகாப்பா அதுலருந்து வெளிய வந்தேன்.

இப்பவும் நான் ஆன்மிக ஈடுபாட்டோடதான் இருக்கேன். ஆனா... அந்த எல்லயத் தாண்டாம இருக்கேன்.

ரஜினி அளவோட மெடிடேஸன் பண்ணுவார். நானும் அளவோட மெடிடேஸன் வச்சுக்கிட்டேன்.

ரஜினி புகழ்மிக்க வாழ்க்கைலயும், சராசரி சந்தோஷ வாழ்க்கைலயும் இருந்தாலும் அவர்கிட்ட ஆன்மிகத் தேடல் ஜாஸ்தி.

நானும், அவரும் சந்திச்சுப் பேசும்போது... ஜிவுஜிவுனு ஜாலியான விஷயங்களயும் பேசிக்குவோம். அதேபோல... ஞானிகளைப் பத்தியும், ஞானிகள் சொன்ன விஷயங்களைப் பத்தியும்

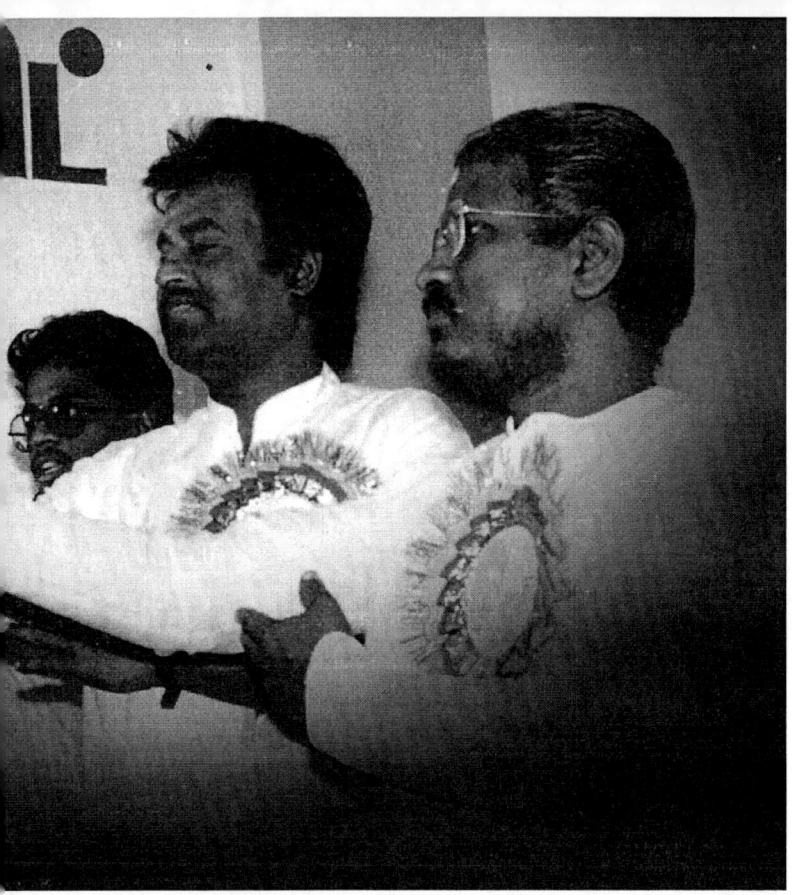

நிறைய பேசிக்குவோம்.

சமஸ்கிருத பண்டிதர் ஒருத்தர நான் சந்திச்சிருக்கேன். அவருக்கு சித்து வேலைகள் நல்லா தெரியும்.

என் முன்னாடி உட்கார்ந்து பேசிக்கிட்டிருப்பார். எனக்குப் பின்னாடி இருக்க கதவு திறக்குற சத்தம் கேட்டு திரும்பிப் பார்ப்பேன். அந்த ஞானி... அங்க கதவத் திறந்து வந்துக்கிட்டிருப்பார். வியந்து போய் எதிர்க்க பார்த்தா... அங்க உட்கார்ந்திருக்கமாட்டார்.

அவரப்பத்தி நான் ரஜினிகிட்ட சொன்னப்ப.... கூட்டிப்போகச் சொன்னார். நானும் அவர்கிட்ட ரஜினிய கூட்டிப் போனேன்.

இப்படி ஆன்மிகத் தேடல் எங்களுக்குள்ள இருந்தது. ரஜினிகிட்ட அந்தத் தேடல் அதிகமிருந்தது.

"ஏன் சாமி... மெடிடேஸன குறைச்சுக்கச் சொல்லி என்கிட்ட சொன்னீங்களே.... நீங்களும் சில பழக்கங்கள நிறுத்திக்கலாமே?"னு நான் ரஜினிகிட்ட ஒருமுறை கேட்டேன்.

அதுக்கு ரஜினி என்ன சொன்னார்ங்கிறத... அவர் வார்த்தைகள்லயே சொல்றேன்.

"ஓயாத வேல... டென்ஷன். கொஞ்சநேரமாவது நல்லா தூங்க

வேணாமா? கடவுளுக்கு நம்மளப் பத்தி தெரியாதா? கடவுள் எப்ப நிறுத்திக்கச் சொல்றாரோ.... அப்ப நிறுத்திக்க வேண்டியதுதான்"

அன்னைக்கி அப்படிச் சொன்னபடியே... இன்னைக்கி வேண்டாத பழக்கங்கள நிறுத்திக்கிட்டார் ரஜினி.

அவரோட இந்த சுயக்கட்டுப்பாடு என்னை சந்தோஷப்பட வைக்குது.

ரஜினிக்கி ஹீரோயிஸப் பாட்டு எழுதுறதுன்னாலே எனக்கு சந்தோஷமா... துள்ளலா இருக்கும். வார்த்தைகள் தானா வந்து விழும். ஏன்னா... ரஜினிய எனக்கு ரொம்பப் பிடிக்கும்.

'முள்ளும் மலரும்' படத்துக்காக 'ராமன் ஆண்டாலும்' பாட்டுல 'பொன்னா பூப்பூத்து வைரம் காயாக காய்க்கும் என்னோட தோட்டம்' னு எழுதினேன்.

"என்ன சாமி என்னோட வாக்கு பலிச்சதா..."னு ரஜினிகிட்ட அடிக்கடி கேட்பேன்னும்.... "ஆமா சாமி... ரொம்பவே பலிச்சிருக்கு"னு ரஜினி சொல்வார்னும் ஏற்கனவே சொல்லீருக்கேன்.

'மாப்பிள்ளை' படத்துக்காக 'என்னோட ராசி நல்ல ராசி, அது எப்போதும் பெரியவங்க ஆசி'னு தொடங்குற பாட்ட எழுதினேன். அதுல... முதல் சரணத்துல....

ராசி உள்ளபக்கம் தினம் வெற்றி வந்து சேரும்
காசு உள்ளப்பக்கம் வெறும் திமிரு வந்து சேரும்
நேரங்கூடும்போது எந்த ஊரும் உன்னப்பாடும்
நெஞ்சிக்குள்ள நிம்மதி வரும்
ஆளு அம்பு சேனை அட அத்தனையும் கூடும்
விட்டுப்போன சொந்தமும் வரும்
கோடியிலே ஒருத்தனுக்கு ராசி உச்சத்திலே
எந்தக்குறைகளுமே அவங்கிட்டதான்
தேடி வந்ததில்லை
எது வந்தாலும் போனாலும்
ஒட்டுற மண்ணுதான் ஒட்டும்மடா

இப்படி எழுதியிருந்தேன்.

'கபாலி' படத்துக்கு விமானத்துல விளம்பரம் அச்சிட்டு உச்சத்துல பறந்துச்சே.

'கோடியில ஒருத்தனுக்கு ராசி உச்சத்துல'னு எழுதின இந்தக் கவிஞனோட வார்த்தை பலிச்சிச்சுனு நான் பெருமைப்படக் கூடாதா...

(விளையாட்டுப் போக்குல தற்பெரும பேசிக்கிற வேண்டியதுதான்)

ரஜினியோட 'தர்மதுரை' படத்துக்கு ஒரு பாட்டெழுதினேன். அந்தப் பாட்டு ரஜினிக்கி ரொம்பவே பிடிச்சுப்போச்சு.

என்கிட்ட அதப் பத்தி ரொம்ப சிலாகிச்சுச் சொன்னார்.

அந்த பாட்டுக்கான வார்த்தைகள் வந்து விழுந்த என்னோட மனநிலைய ரஜினிகிட்ட சொன்னப்ப... "என்ன சாமி இப்படிச் சொல்றீங்க?"னு தவிப்போட சொன்னார்.

அது ரொம்ப உணர்ச்சிமயமான... உணர்வுமயமான சூழல்.

ராஜாண்ணன விட்டு... இன்னும் என்னய தூரப்படுத்துச்சு அந்த சம்பவம்.

யாரையும் சங்கடப்படுத்தணும்கிறதுக்காக நான் இதச் சொல்லல...

ஆனா... சொல்லவேண்டிய சங்கதிதான்...

சொல்றேன்...

123
சாப்பாடு, சகோதரப் பாசம், சங்கட்டம்!

ரஜினி சாரோட 'தர்மதுரை' பட வேலைகள் நடந்துக்கிட்டிருந்துச்சு. அப்பத்தான் நடந்தது இந்தச் சம்பவம்...

எப்பவுமே நான், ராஜாண்ணன், பாஸ்கரண்ணன்... மூணு பேருமே மதிய சாப்பாட ராஜாண்ணனோட ரூம்ல ஒக்கார்ந்து பேசிக்கிட்டே சாப்பிடுவோம். எங்க மூணு பேருக்கும் அவங்கவங்க வீட்லருந்து சாப்பாடு வரும். வேல விஷயமா வேற எடத்துல இருந்தாலும்... மதிய சாப்பாட்டுக்கு பெரும்பாலும் பிரசாத் ஸ்டுடியோவுல... ராஜாண்ணனோட ரூமுக்கு வந்துடுவேன். அண்ணன்களோட சேர்ந்து சாப்பிடுறதுல ஒரு மனநிறைவும், சந்தோஷமும் இருக்கும்.

ராஜாண்ணன் எவ்வளவு மனக்கட்டுப்பாடான ஆளுங்கிறது சாப்பாட்டு விஷயமே ஒரு உதாரணம்.

எங்க வீட்டு சாப்பாட்லயும், பாஸ்கரண்ணன் வீட்டு சாப்பாட்லயும் அப்பப்ப அசைவம் இருக்கும். ராஜாண்ணன் சைவச் சாப்பாடுதான் சாப்பிடுவார்.

ஒரே எடத்துல ஒக்கார்ந்து சாப்பிடறப்போ... அசைவத்தோட மணத்த உணர்றப்போ... 'நாமளும் அசைவம் சாப்பிடலாமே'னு மனசு சபலப்படும். அதுலயும் என்னய மாதிரி ஆளுங்கன்னா

கேட்கவே வேணாம்... ஆனா, ஒரு நாளும் ராஜாண்ணன்... நாங்க சாப்பிடுற அசைவச் சாப்பாடப் பார்த்திட்டு சபலப்பட்டதில்ல.

நானும், பாஸ்கரண்ணனும் கவுச்சி சாப்பிடுறப்போ... 'டேய்... ஏண்டா அதெல்லாம் சாப்பிடுறீங்க?'னு சொல்லுவார்.

'போண்ணே... இதெல்லாம் சாப்பிட்டு வளர்ந்த உடம்புதாண்ணே இது. நம்ம அம்மா எம்புட்டு ருசியா இதெல்லாம் வச்சுக் குடுத்திருக்காங்க. அப்படியெல்லாம் சாப்பிட்டவங்கதானே நாம. அந்த ருசிய எப்புடி விடமுடியும்? எங்களுக்கு பிடிச்சிருக்கு நாங்க சாப்பிடுறோம்'னு நான் பதிலுக்குச் சொல்வேன்.

ராஜாண்ணனும் ஆரம்பத்துல கவுச்சி சாப்பிட்டவர்தான். ஒரு கட்டத்துல அதெல்லாத்தையும் ஒதுக்கி வச்சிட்டு... சுத்த சைவமாயிட்டார்.

நாங்க ஒண்ணா சாப்பிடும்போது... ராஜாண்ணனுக்கு கறி வாசன அடிக்காத அளவுக்கு அந்த ரூம்லயே ஒரு ஓரமா... நானும், பாஸ்கரண்ணனும் சாப்பிடுவோம். ராஜாண்ணன் அங்கிட்டு தள்ளி ஒக்கார்ந்து சாப்பிடுவார்.

மூணுபேரு வீட்லருந்தும் சைவச் சாப்பாடு வந்தா... ஷேர் பண்ணி சாப்பிடுவோம்.

அன்னைக்கி....

'டேய்... அமர்... 'தர்மதுரை' படத்துக்கு ஒரு பாட்டெழுதணும்... மத்தியானம் எழுதிக் குடுத்துடு. அவசரம்டா... நீ வந்துடு'னு ராஜாண்ணன் கூப்பிட்டிருந்தார்.

இன்னைக்கும் மதிய சாப்பாட்ட அண்ணனோட சேர்ந்து சாப்பிடலாம்னுட்டு... என் வீட்டுக்கு போன்பண்ணி... பிரசாத் ஸ்டுடியோவுக்கு.... ராஜாண்ணனோட ரூமுக்கு சாப்பாட குடுத்துவிடச் சொல்லீட்டேன்.

'தர்மதுரை' படத்துக்காக நான் எழுத வேண்டிய பாட்டு ட்யூனை ராஜா குடுத்திட்டார். டைரக்டர் ராஜசேகர் என்கிட்ட பாடலுக்கான சிச்சுவேஷனச் சொன்னார்.

மூத்த சகோதரன இழிவுபடுத்துற மாதிரி மற்ற சகோதரர்கள் நடந்துக்கிறதும்... அந்தச் சூழல்ல மூத்த சகோதரன் பாடுறதும்தான் பாட்டுக்கான சூழல்.

'சாப்பிட்டு முடிஞ்சதும் பாட்ட எழுதலாம்'னு நெனச்சு... சிச்சுவேஷனயும், ட்யூனையும் மைண்ட்டுக்குள்ள ஓடவிடுறேன்.

மூணு பேர் வீட்லருந்தும் வந்த சாப்பாட்டு கேரியர் மொத்தமா இருக்கு. அதப்பார்த்ததும் பசியெடுக்குது. சாப்பிடுறதுக்கு தயாராகிக்கிட்டிருந்தோம்.

ராஜாண்ணன் சாப்பாட்டு கேரியர் இருக்க எடத்துக்கு வந்தார்.

அங்க இருந்த வேலையாட்கள் ரெண்டு பேர்கிட்டயும்...

'தர்மதுரை' படத்தில்...
அந்த பாட்டுக் காட்சியில்
நிழல்கள் ரவி - ரஜினி -
சரண்ராஜ்

'என்னோட சாப்பாட மட்டும் எடுத்திட்டுப் போய் என்னோட ரூம்ல வை. அவங்க ரெண்டு பேர் சாப்பாட்டையும் தூக்கிட்டுப் போய் புரொஜெக்டர் ரூம்ல வை. அவங்க ரெண்டு பேரும் அங்கயே சாப்பிடட்டும்'னு சொல்றார்.

அவங்க என்னோட சாப்பாட்டையும், பாஸ்கரண்ணன் சாப்பாட்டையும் எடுத்துக்கிட்டு வெளிய போறாங்க.

உள்ளருந்து நானும், பாஸ்கரண்ணனும் இதப் பார்க்கிறோம்.

பாஸ்கரண்ணன் வெக்ஸ் ஆனார்னா பேசவே பேசமாட்டார்.

நான் வெக்ஸ் ஆனா ரொம்பப் பேசுவேன்...

நான், பாஸ்கரண்ணன், ராஜாண்ணன்... மூணுபேர் மட்டுமே நிக்கிறோம். சுத்தி வேற யாரும் இல்ல.

இங்கபாரு... அண்ணந்தம்பிங்க ஒண்ணா ஒக்கார்ந்து சாப்பிடுறதுல ஒரு சந்தோஷம் இருக்கு. அதுனால மட்டும்தான் மதிய சாப்பாட்டு நேரத்துக்கு ஒன்கூட சாப்பிடணும்னுதான் நாங்க இங்க

வர்றோம். மத்தபடி... எங்களுக்கு சாப்பாடு இல்லாம... ஒன்னோட சாப்பாட்ட பங்கு போட்டுக்கிறதுக்கு நான் இங்க வரல.

ஒண்ணாப் பொறந்த மூணுபேரும்... ஒண்ணா வளர்ந்த மூணுபேரும்... ஒண்ணா வேல செய்ற மூணுபேரும்... 'ஒரு நேரமாவது ஒண்ணா ஒக்கார்ந்து மனம்விட்டு பேசிக்கிட்டு சாப்பிடலாம்கிற ஆசதான். அதையும் கட் பண்ணீட்டியா?... ரொம்ப சந்தோஷம்..."னு நான் சொன்னேன்.

'ஜீவாதான் என்னய தனியா சாப்பிடச் சொன்னா' னு ராஜாண்ணன் சொன்னார்.

(ராஜாவின் மனைவி... என் அண்ணி ஜீவா)

எனக்கு ராஜா மேல வருத்தம் குறையல.

'அவங்க... நல்லா விருப்பமா அசைவம் சாப்பிடுறவங்க. நீங்க சைவச் சாப்பாடு சாப்பிடுறீங்க. ஒண்ணா ஒக்கார்ந்து சாப்பிடுறப்போ... அசைவம் சாப்பிடுற அவங்களுக்கும் சங்கட்டம்... ஒங்களுக்கும் சங்கட்டம். அதனால நீங்க தனியா சாப்பிடுங்க'னு ஜீவா அண்ணி சொன்னதாக ராஜாண்ணன் விளக்கம் சொல்லீட்டுப் போனார்.

'சரி வாண்ணே... நாம சாப்பிடலாம்'னு பாஸ்கரண்ணன கூப்பிட்டேன்.

'வேணாண்டா... பசி இல்லடா'னு சொல்லீட்டார். எனக்கும் சாப்பிடுற ஆர்வம் இல்ல எங்க ரெண்டு பேர் சாப்பாட்டையும் எடுத்து அங்க இருந்த ஊழியர்கள்ட்ட குடுத்திட்டேன்.

பாட்டெழுத ஒக்கார்ந்தேன்.

வழக்கம்போல நாங்க மூணு பேரும் சாப்பிட்டுட்டு... அதுக்குப் பின்னாடி நான் பாட்டெழுதியிருந்தா... வார்த்தைகள் வேறமாதிரிகூட வந்திருக்கலாம்.

வருத்தத்தோட எழுதுறனே... வார்த்தைகள் வந்து விழுகுது...

ஆணென்ன பெண்ணென்ன
நீயென்ன நானென்ன
எல்லாம் ஓரினம்தான்
அட நாடென்ன வீடென்ன
காடென்ன மேடென்ன
எல்லாம் ஓர் நிலம்தான்
நீயும் பத்து மாசம் நானும் பத்து மாசம்
மாறும் இந்த வேசம்
--
ஒன்னுக்கொன்னு ஆதரவு
உள்ளத்திலே ஏன் பிரிவு
கண்ணுக்குள்ளே பேதம் இல்லே

பார்ப்பதிலே ஏன் பிரிவு
பொன்னும் பொருள் போகும் வரும்
அன்பு மட்டும் போவதில்லே
தேடும் பணம் ஓடிவிடும்
தெய்வம் விட்டுப் போவதில்லே
மேடைக்கும் மாலைக்கும் கோடிக்கும்
ஆசைப்பட்டு
வெட்டுக்கள் குத்துக்கள் ரத்தங்கள்
போவதென்ன
இதை புரிஞ்சும் உண்மை தெரிஞ்சும்
இன்னும் மயக்கமா
--
சொந்தம் பந்தம் சேர்ந்திருந்தா
சொத்து சுகம் தேவையில்லே
பந்தம் விட்டு போச்சுதுன்னா
வாழ்வதிலே லாபமில்லே
எண்ணம் மட்டும் சேர்ந்திருந்தா
இன்றும் என்றும் சோகமில்லே
கன்றை விட்டு தாய் பிரிஞ்சு
காணும் சுகம் ஏதுமில்லே
ஊருக்கும் பேருக்கும் காருக்கும்
இஷ்டபட்டு
வாழ்கின்ற வாழ்க்கைக்கு
என்றென்றும் அர்த்தமில்லே
இதை புரிஞ்சும் உண்மை தெரிஞ்சும்
இன்னும் மயக்கமா

இப்படி... ரீல் சிச்சுவேஷனயும், ரியல் சிச்சுவேஷனயும் மிக்ஸ்பண்ணி... கோபத்தோட அந்த பாட்ட எழுதி எடுத்துக்கிட்டு ராஜாண்ணன்கிட்டப் போனேன்...

124
அன்புக்கு ஏங்குறவன் நான்!

நான் சைவம் சாப்பிடுறதுனால 'நான் தனியாவே சாப்பிட்டுக்கிறேன்'னு ராஜாண்ணன் சொன்ன வருத்தத்துல இருந்தேன்.

அந்த மனநிலையோட... கோபத்தோட... 'தர்மதுரை' படத்துக்காக 'ஆணென்ன பெண்ணென்ன... நீயென்ன நானென்ன எல்லாம் ஓரினந்தான்' பாட்ட எழுதி முடிச்சேன்.

ராஜாண்ணன் ரிகர்ஸல்ல இருந்தாரு.

"இதுதான் அந்த சிச்சுவேஷனுக்காக பாட்டு. வச்சா வச்சுக்க... தூக்கிப் போடுறதுனாலும் போட்டுக்க"னு அவரோட மேஜைல போட்டுட்டு கிளம்பினேன்.

இந்தப் பாட்டத்தான் ரஜினி சிலாகிச்சு பாராட்டினார்.

அந்த பாட்டு எழுதும்போது இருந்த சூழல.... ரஜினிகிட்ட சொன்னப்ப... "என்ன சாமி சொல்றீங்க?"னு சங்கடப்பட்டார்.

நான் ராஜாண்ணன், பாஸ்கரண்ணன்... மூணு பேரும்... கடைசியா ஒண்ணா ஒக்கார்ந்து சாப்புட்டது... 'ஆணென்ன பெண்ணென்ன' பாட்டு பதிவாகிறதுக்கு முதல்நாள்தான்.

இளையராஜா மிகத்திறமையான, இசைஞானி. ஆனா... ராஜாண்ணன் எனக்கு அன்பான அண்ணனா இல்ல.

அன்புக்கு ஏங்குறவன் நான். அதனாலதான் இந்த விஷயத்த

சொல்ல வேண்டியதாப் போச்சு.

ரஜினி எந்த பந்தாவும் காட்டாத மனுஷன். அவர்கிட்ட... 'எனக்கு பாட்டெழுத சான்ஸ் குடுங்க'ன்னோ... 'என் பையன ஒங்க படத்துக்கு டைரக்டராக்குங்க'ன்னோ அவர்கிட்ட நான் ஆப்ளிகேஷன் வச்சதில்ல.

இவ்வளவு பணம், புகழ் இருந்தும் அந்த மிதப்பு இல்லாம பழகுவார். இந்தப் பணிவு இருக்கவங்களுக்குத்தான் வாழ்க்கைல உயர்வு கிடைக்கும். கடவுள் தன்னோட ஆசிய கொடுப்பான்.

உழைப்பும், பணிவும் இருந்தா வாழ்க்கையில் உயரலாம்கிற பாஸிடிவ் எனர்ஜிக்கு உதாரண புருஷனா ரஜினி இருக்கார்.

அதனாலதான் ரஜினிய எல்லாருக்கும் பிடிக்குது. எனக்கு ரொம்பப் பிடிக்குது.

ஏவி.எம். பள்ளிக்கூட விழாவுல பேசிய ரஜினி... பணத்தப் பத்தி பேசுறப்போ... என்னையும் குறிப்பிட்டுப் பேசினார்.

"நான் சுவிட்ஸர்லாந்துக்குப் போனா... 'இப்பத்தான் கங்கை அமரன் வந்திட்டுப் போனார்'ம்பாங்க. நான் லண்டன் போனா... 'இப்பத்தான் கங்கை அமரன் வந்திட்டுப் போனார்ம்பாங்க. பாரீஸ்

போனாலும்... பாங்காங் போனாலும் 'இப்பத்தான் கங்கை அமரன் வந்திட்டுப் போனார்'ம்பாங்க. கங்கை அமரன் டாலர் பணமா சேர்த்து வச்சிருக்காரு"னு குறிப்பிட்டதோட.... "கங்கை அமரன் ஒண்ணு தெரிஞ்சுக்கணும்..... வாழ்க்கைல முக்கியமானது மூணு. ஒண்ணு... அப்பா, ஒண்ணு அம்மா, இன்னொண்ணு டைம். இந்த மூணவும் இழந்துட்டா நமக்கு திரும்பவும் கிடைக்காது. இந்த நேரம்... இந்த நிமிஷம்ங்கிறதை மறுபடியும் நாம அடையவே முடியாது"னும் சொன்னார்.

இதுக்கு காரணமிருக்கு.

இலங்கைத் தமிழர் நல நிதிக்காக ஏற்கனவே மக்கள் திலகம் எம்.ஜி.ஆர். சொல்லி வெளிநாடுகள்ல கச்சேரி பண்ணீருக்கேன். இந்த விஷயத்த விரிவாவே ஏற்கனவே படிச்சிருப்பீங்க.

அதுக்குப் பிறகு... இலங்கைத் தமிழ்க் குழந்தைங்களோட கல்வி நிதிக்காக... பல நாடுகள்ல கச்சேரி பண்ணீருக்கேன். நான் கச்சேரி நடத்திட்டு வந்த பத்து நாள்ல... ஆஷ்ரம் பள்ளி வளர்ச்சி நிதிக்காக வெளிநாடுகள்ல நிகழ்ச்சிகள்ல கலந்துக்கிட்டார். தவிர்க்க முடியாத சூழல்ல.... என் நிகழ்ச்சி நடந்த உடனே ரஜினியோட நிகழ்ச்சி நடந்ததால... என் கச்சேரிக்கி அந்தந்த நாட்டு தமிழர்கள் மத்தியில கிடைச்ச ஆதரவைவிட ரஜினியோட நிகழ்ச்சிக்கு ஆதரவு குறைவா இருந்தது.

அதைத்தான் ஏவி.எம்.ஸ்கூல் ஃபங்ஷன்ல குறிப்பிட்டார் ரஜினி.

முதலமைச்சரா... பிஸியா இருந்த எம்.ஜி.ஆர்., என்னோட கச்சேரியோட தொடங்குற எந்த நிகழ்ச்சிக்கு வந்தாலும்... "தலைவரே... இன்னம் கொஞ்சம் நேரம் இருந்து ரெண்டு பாட்ட கேட்டுட்டுப் போங்க"னு சொல்லிடுவேன்.

அவர் எவ்வளவு வேலைல இருப்பார்ங்கிறத பத்தியெல்லாம் நான் கவலைப்படமாட்டேன். தலைவரும் இருந்து கச்சேரி கேட்பார்.

இது போலத்தான் ரஜினிகிட்டவும் நடந்துக்கிட்டேன்.

ரஜினி என்னயப் பார்த்தாலே... 'கங்கை அமரன் வர்றாப்ல... நான் கிளம்புறேன்'னு என் கண்ல சிக்காம கிளம்பிடுவார்.

ஏவி.எம்.ஸ்கூல் ஃபங்ஷன்லயும்... 'இன்னம் ரெண்டு பாட்டக் கேளுங்க'னு ரஜினிய உட்கார வச்சிட்டேன்.

அவருக்கு முக்கியமான வேலை இருக்குமே. அதனாலதான் தன்னோட பேச்சுல நேரத்தோட மகிமையையும் பேசினார்.

1986-ல 'அம்மன் கோயில் கிழக்காலே' படம் வந்த சமயம்...

'இந்த ஆண்டு அதிகப் படங்களுக்கு இசையமைத்தவர் இளையராஜா. அதிக பாடல்களை எழுதியவர் கங்கை அமரன்'னு சினிமா புள்ளிவிபரம் பத்திரிகைகள்ல செய்தியா வந்துச்சு.

இதப் பார்த்திட்டு "அடுத்த வருஷம் இந்த மாதிரி உனக்குச்

சமமா என் பேர் வராது. நானும் வர விடமாட்டேன். வராதபடி பாத்துக்குவேன்”னு ராஜாண்ணன்கிட்ட சொன்னேன்.

மறு வருஷம் அதுபோலவே ஆச்சு.

அப்பவெல்லாம் ஒரு படத்துல இடம் பெற்ற எல்லாப் பாட்டுக்களயும் நான் எழுதுவேன். அப்பறம் அது மெல்ல மெல்ல குறைஞ்சது. நான் படத்தோட எல்லாப் பாடல்களையும் எழுதணும்னு விரும்பின எடங்கள்ல கூட.... வேற, வேற கவிஞர்களும் எழுத வைக்கப்பட்டாங்க.

நான் அதுக்காக பெருசா வருத்தப்பட்டுக்கல. எனக்குத்தான்... கத எழுதுறது, பாட்டெழுதுறது... மியூஸிக் பண்றது... கச்சேரிகள் பண்றது... இப்படி ஏகப்பட்ட வேல இருக்கே.

இத்தன வேலைக்கும் மத்தியிலதான் ராஜாண்ணன் தனக்கு மேனேஜரா என்னய சேர்த்துக்கிட்டார்.

மேனேஜரா இருந்த கல்யாணம் சரிப்படலனு... என்னய மேனேஜராக்கினார்.

ராஜாவோட கால்ஷீட்ட... புது ஒப்பந்தங்கள... சம்பளத்த... நான்தான் பேசி முடிவு பண்ணுவேன்.

அப்ப ராஜாதான் தயாராகிக்கிட்டிருந்த பெரும்பாலான படங்களுக்கு மியூஸிக். எல்லார்கிட்டவும் ஒரே மாதிரியான சம்பளம்தான் வாங்கிக்கிட்டிருந்தார். இதனால ராஜா இசையில பாடுறவங்க... இசைக்கலைஞர்கள் உட்பட எல்லாருக்கும் குறைவாத்தான் ராஜாண்ணன் சம்பளம் தந்துக்கிட்டிருந்தார்.

பாடகி சித்ராவுக்கெல்லாம் ரொம்ப குறைவான சம்பளத்த ராஜா தர்றதா என்னோட மனசுக்குப் பட்டிச்சு. இத ராஜாகிட்ட சொன்னப்ப... “சித்ராவுக்கு சம்பளம் கம்மிதான். ஆனா வெளியில கச்சேரியில சம்பாதிக்குதே”னு சொன்னார்.

“அவங்க வெளிக் கச்சேரியில சம்பாதிக்கிறது வேற. அவங்க நம்மகிட்ட பாடுறதுக்கு நல்ல சம்பளம் குடுக்கணும்”னு சொன்னேன்.

நான் மேனேஜரான பிறகுதான் ராஜாவோட சம்பளத்துல பெரிய மாறுதல் பண்ணினேன்.

ரஜினி படம்னா ‘ஏ’ கிரேடு. அதவிட கொஞ்சம் கம்மின்னா கமல் படம்... அடுத்த லெவல் சத்யராஜ் படங்கள்... அதற்கடுத்த லெவல்.... அதேசமயம் நல்லா தெரிஞ்சவங்க கேட்டகிரியில ராமராஜன் படங்கள்... கடைசியா புதுமுகங்கள், லோ-பட்ஜெட் படங்கள்னு வகைப்படுத்தி... அதுக்கேத்தபடி ராஜாவோட சம்பளத்த பேசினேன்.

இப்படி பிரிச்சதுல... கடைசி வகை படங்களுக்கு... ஏற்கனவே ராஜாண்ணன் வாங்கினதவிட கொஞ்சம் சம்பளம் குறைஞ்சது. ரஜினி படத்துக்கு ராஜா சம்பளம் மூணு நாலு மடங்கு

அதிகப்படுத்தினேன்.

ரஜினியோட அந்தப் படத்து டைட்டில சொல்ல விரும்பல. அந்தப் படத்துல ராஜாண்ணனுக்கு பேசப்பட்ட சம்பளம் இண்டஸ்ட்ரி முழுக்க பரபரப்பாயிடுச்சு.

"டேய்... என்னடா நீ... எனக்கு இவ்வளவு சம்பளம் கேட்கிற?"னு ராஜாண்ணன் பயந்தார்.

"இங்க பாரு... அக்ரிமெண்ட்லயே ஒன்னோட இசையில வர்ற பாடல்கள்தான் ஆடியோ சேல்ஸ் அதிகமா இருக்குனு குறிப்பிட்டிருக்காங்க. நீ பேசாம இரு நான் பார்த்துக்குறேன்"னு சொல்லீட்டேன்.

ராஜாண்ணனோட சம்பளத்த ஒசத்தி வாங்கி... பின்னணி பாடுறவங்களுக்கும், மியூஸீஸியன்களுக்கும் ராஜாண்ணன் நல்ல சம்பளம் தரும்படி செஞ்சேன்.

சிவாஜி ஃபிலிம்ஸுக்காக, ரஜினி சம்பள விஷயத்த பொருட்படுத்தாம 'மன்னன்' படத்துல நடிக்க ஒப்புக்கொண்டார்.

இசையமைக்க ராஜாண்ணன ஒப்பந்தம் செய்ய வந்தாங்க.

சிவாஜியப்பாவுக்காக நாமளும் சிவாஜி ஃபிலிம்ஸ் 'கம்பெனிக்கு உதவணும்'னு... 'மன்னன்' படத்துக்கு ராஜாவோட சம்பளத்த பாதியா குறைச்சேன்.

இன்றளவுக்கும் அம்மா சென்ட்டிமெண்ட் பாடலுக்கு உதாரணமா இருக்க 'மன்னன்' பாடல் உருவான விதம்...

125
அட்வான்ஸ் லட்சுமி!

நான் ராஜாண்ணனுக்கு மேனேஜரா ஆன பிறகுதான் ராஜாண்ணனோட சம்பளத்த உயர்த்தினேன்னு சொன்னேனில்லையா....

அப்பவெல்லாம் தயாராகுற எல்லாப் படங்களுக்கும் ராஜாண்ணன்தான் மியூஸிக்.

'அண்ணன் இப்படி ஓய்வில்லாம உழைக்குதே'னு நெனச்ச நான் படங்கள ஃபில்டர் பண்ண ஆரம்பிச்சேன்.

ஒப்பந்தம் போட வர்றவங்ககிட்ட கதயக் கேட்பேன். மியூஸிக் பண்றதுக்கு ஸ்கோப் இல்லாத படங்களா இருந்தா... அதை தவிர்த்திடுவேன்.

ராஜாண்ணன் பணம் வாங்கிக்கிட்டு ஒரு படத்துக்கு இசையமைக்கிறதுங்கிறதத் தாண்டி... அந்தப் படத்துக்கு அவர் பண்ணின இசையால ராஜாண்ணனுக்கும் ஒரு கௌரவம் இருக்கணுமில்லையா...

'நல்ல கதையம்சம் உள்ள படங்களுக்கு யார் மியூஸிக் பண்ணினாலும் போதும். இசையும், பாட்டும் அத்தியாவசியமா... இருக்கிற ஸ்கிரிப்ட்டுகளுக்கு மட்டும் ராஜா மியூஸிக் பண்ணினா போதும்'னு நான் நெனச்சேன்.

அதனாலதான் ஃபில்டர் பண்ணினேன்.

நான் வேண்டாம்னு ஒதுக்குற படம் சம்பந்தப்பட்டவங்க...

ராஜாண்ணன சந்திச்சு... 'நீங்க மியூஸிக் பண்ணணும்'னு கேட்பாங்க.

'நீங்க அமர்கிட்டவே பேசிக்கங்க'னு சொல்லிடுவார்.

அந்தளவு... முடிவெடுக்கிற அதிகாரத்தையும் என்கிட்ட குடுத்திருந்தார் ராஜாண்ணன்.

ராஜாண்ணன்... பொதுவா எப்படின்னா... ஒரு படத்துல மியூஸிக் பண்றதுக்காக அட்வான்ஸ் பணம் வாங்கின பிறகு... அந்தப் படத்துக்கு மியூஸிக் பண்றதுக்கு ஆர்வமில்லாம இருந்தா... கொடுத்த தேதிகள மாத்தி மாத்தி தள்ளிப்போடுவாரே தவிர... பெரும்பாலும் அட்வான்ஸ திருப்பித் தரமாட்டார்.

இத பணத்தாசைனு சொல்ல முடியாது. ஏன்னா அட்வான்ஸ் தொகைங்கிறது கொஞ்ச தொகைதான்.

'தேடி வந்த லட்சுமிய திருப்பியனுப்ப வேணாமே'ங்கிற சென்ட்டிமெண்ட்டுதான்... முடிஞ்சவரைக்கும் அட்வான்ஸ்ஸ திருப்பித் தர்றத அவாய்ட் பண்ணுவார்.

இதுக்கு ஒரு உதாரணம் சொல்றேன்...

'சூரியன்' படத்தை எடுத்த டைரக்டர் பவித்திரனுக்கு ராஜாண்ணன் மேல ரொம்ப மரியாத. தன்னோட அடுத்த படமான 'ஐ லவ் இந்தியா' படத்துக்கு ராஜா சார்தான் மியூஸிக் பண்ணணும்கிற முடிவோட என்கிட்ட வந்து பேசினார்.

நான் ராஜாண்ணன்கிட்ட சொன்னப்போ... 'அதெல்லாம் வேண்டாம்'னு சொன்னார்.

"ரொம்ப நல்ல பையன்ணே. உன் இசை மேல அவ்வளவு ஆச அந்தப் பையனுக்கு"னு சொன்னேன்.

சம்மதிச்சார்.

சம்பளம் பேசி... அட்வான்ஸூம் வாங்கி ராஜாண்ணன்கிட்ட குடுத்திட்டேன்.

என்னவோ தெரியல... பவித்திரனுக்கு குடுத்த தேதிய மாத்தி மாத்தி தள்ளிப் போட்டுக்கிட்டே வந்தார்.

ஒவ்வொரு முறையும் பவித்திரன் வந்து என்கிட்ட பேசுவார்.

'கண்டிப்பா ராஜாசார் மியூஸிக்தான் வேணும். ஸாங் ஷூட்டிங் டிலே ஆகிக்கிட்டே இருக்கு. ஸாங் ரெடி பண்ணித் தரச்சொல்லுங்க'னு என்கிட்ட அடிக்கடி சொல்வார்.

ஒருதடவ... "பவித்திரன் ரொம்ப நல்ல தம்பி. ஒன்னோட மியூஸிக்லதான் இந்தப் படத்த பண்ணணும்னு ஆர்வமா வந்துருக்காப்ல. ஏன் டிலே பண்ற?"னு கேட்டேன்.

'பண்ணித்தரலாம்'னு சொல்லி மறுபடி ஒரு தேதி குடுத்தார் ராஜாண்ணன்.

பிறகு அந்தத் தேதியவும் மாத்தினார்.

பவித்திரன் வந்து என்கிட்ட பேசினார்.

“நான் சொல்றமாதிரி ராஜாண்ணன்கிட்ட சொல்லுங்க. சார்... இந்தப் படத்துக்கு நீங்க மியூஸிக் பண்ணித்தர முடியலேன்னாலும் பரவால்ல சார். என்னோட அடுத்த படத்துக்கு பண்ணித்தாங்கனு சொல்லுங்க. அட்வான்ஸ் அப்படியே அவர்கிட்டவே இருக்கட்டும்னு விட்றாதீங்க. இப்ப அட்வான்ஸ திருப்பிக் குடுத்தீங்கன்னா... வேற மியூஸிக் டைரக்டர் யாருக்காவது இந்த அட்வான்ஸ குடுத்து, ஏற்பாடு பண்ணிக்குவேன்னு, நான் சொன்னதா காட்டிக்காம... நீங்களே சொல்ற மாதிரி சொல்லுங்க”னு ஐடியா குடுத்து அனுப்பினேன்.

அதுபோலவே பவித்திரன் சொல்ல...

உடனே ஒரு தேதியக் குடுத்து... சொன்ன தேதியில பண்ணிக்குடுத்தார் ராஜாண்ணன்.

நான் ராஜாவோட மேனேஜரா இருந்த அனுபவத்தையும் சொல்லணும்கிறதுக்காக இத சொன்னேன்.

ரஜினி சார் பட விஷயங்களுக்குப் போவோம்.

‘பாண்டியன்’ படத்துக்கு வாலி அண்ணா எழுதின ‘பாண்டியனின் ராஜ்ஜியத்தில் உய்யலாலா’ பாட்டு ரொம்ப ஹிட்டாச்சு.

அந்தச் சமயம் நான் ரஜினிய பார்க்கிறபோதெல்லாம் கிண்டல் பண்ணுவேன்.

“அதென்ன சாமி... உய்யலாலா? உய்யலாலான்னா என்ன சாமி? என்ன இப்படி எழுதியிருக்காங்களே?னு நீங்க கேட்க மாட்டீங்களா?’’னு பார்க்கிற நேரமெல்லாம் கேலி பண்ணிக்கிட்டிருப்பேன். ரெண்டு மூணுதடவ மேடையிலயே “சாமீ... அந்த உய்யலாலா”னு கிண்டல் பண்ணீருக்கேன்.

நான் கேட்கிற போதெல்லாம் ரஜினி ஒரு சிரிப்பு சிரிச்சுக்குவார்.

பி.வாசு இயக்கத்துல சிவாஜி ஃபிலிம்ஸ் தயாரிச்ச... ரஜினி சார் நடிச்ச ‘மன்னன்’ பட விஷயத்துக்கு வருவோம்.

கால் நூற்றாண்டத் தாண்டியும் ‘அம்மா என்றழைக்காத உயிரில்லையே’ பாட்டு... மெருகு குலையாம இன்னமும் விரும்பப்படுது. ஒரு பக்திப் பாட்டுக்கு சமமா போற்றப்படுது.

இதுக்குக் காரணம்... நாங்க எங்க அம்மா மேல வச்சிருக்க அன்பு. என் நண்பன்... டைரக்டர் பி.வாசுவோட அம்மா மறைந்த சமயம் அது. அதனால ‘உருக்கமான ஒரு அம்மா சென்ட்டிமெண்ட் பாட்டு வேணும்’னு சொன்னதோட... ‘தாய் மூகாம்பிகை’ படத்துக்காக இளையராஜா மனமுருக பாடியிருந்த ‘ஜனனி ஜனனி... ஜகம் நீ’ங்கிற பக்தி பாடல குறிப்பிட்டு... ‘அந்தச் சாயல்ல இந்த அம்மா சென்ட்டிமெண்ட் பாட்டு இருக்கணும்’னும்

'மன்னன்' அம்மா சென்ட்டிமெண்ட் பாடல் காட்சியில் ரஜினி-பண்டரிபாய்

கேட்டுக்கிட்டாப்ல.

'ஜனனி ஜனனி' பாட்டு கேட்கிற எல்லாரையும் மெய்சிலிர்க்க வைக்கிற பாட்டு. மனசு முழுக்க தெய்வீக அனுபவம் பரவும்... மனசுல அமைதி நிலவும். அப்படியான பாட்டு அது.

அதுபோல தெய்வீக ராகத்துல 'அம்மா என்றழைக் காத' பாட்டுக்கு மெட்டுப் போட்டார் ராஜாண்ணன். அதனால இந்தப் பாட்ட எப்பக் கேட்டாலும் கண்ல கண்ணீரும், நெஞ்சில கருணையும் கசியும்... கேட்கிற எல்லாருக்கும்.

வாலி அண்ணா பிரமாதமா இந்தப் பாட்ட எழுதியிருந்தார்.

ரெக்கார்டிங் ஆனபோதே இந்தப் பாட்டு எல்லாருக்கும் மனநிறைவ தந்துச்சு.

'ரொம்ப அருமையா இருக்கு இந்தப்பாட்டு. இது பெரிய அளவுல விரும்பப்படும்... பேசப்படும்'னு ரஜினி சொன்னார்.

ரஜினிக்கு பிடிச்ச பாடல்கள்ல ரொம்ப முக்கியமான பாட்டு இது.

இந்தப் பாட்டு என்னோட மனச ரொம்பவே உருக்குச்சு. அதனால... இந்தப் பாட்டுக்கான காட்சிகள எப்படி எடுக்குறாங்கனு பார்க்குற ஆவல்ல... ஏவி.எம். ஸ்டுடியோவுல நடந்த ஷூட்டிங்க போய்ப் பார்த்தேன்.

ஒரு தனயன்... தன்னோட தாயை... தன் மகளைப் போல சீராட்டுகிற... தாயுமானவனாக தனயன் மாறியதை பிரமாதமாக வெளிப்படுத்தியிருந்தார் ரஜினி.

மொத்தத்துல... 'மன்னன்' படத்தையே மிகப்பிரமாதமா எடுத்திருந்த என்னோட நண்பன் பி.வாசுவையும் பாராட்டணும்.

'**ம**ன்னன்' படத்துல உண்டான இன்னொரு சுவாரஸ்யத்தையும் சொல்லியே ஆகணும்.

அம்மா சென்ட்டிமெண்ட் பாடல் அமைஞ்சது மாதிரி... இன்னொரு வெரைட்டில பாடல் ஒண்ணு பண்ணணும்னு.. தயாரிப்பாளரான ராம்குமாரும், பி.வாசுவும், ராஜாண்ணனும் சேர்ந்து ஒரு முடிவெடுத்தாங்க.

'**அ**டிக்கிது குளிரு...'

பாட்டுப் பாடிய ரஜினி...

'பண்ணைப்புரம் எக்ஸ்பிரஸ் பாகம்-2'-ல் என்ன உள்ளது...

- ரஜினியை பாட்டுப் பாட வைத்த அனுபவம்!
- தேடி வந்த ரஜினி- திருப்பியனுப்பிய இளையராஜா!
- ரஜினி-இளையராஜா தொழில்ரீதியான பிரிவு!
- ரஜினி உடம்பில் சங்கு-சக்கரம் குறியீடு- கண்டுபிடித்த யாகவா முனிவர்!
- சிவாஜி படம்னா... சோகம்! எம்.ஜி.ஆர். படம்னா... வேகம்!
- 'அந்த குண்டாந்தடிப்பயல (பிரபுவ) ஏன் மெயின் கேரக்டர்ல நடிக்க வைக்கிற?' எனக் கேட்டார் சிவாஜி!
- சிவாஜி படத்துக்கு எனது இசை!
- சிவாஜிக்காக மலேசியா வாசுதேவனை பாட வைத்தேன்!
- சிவாஜி வீட்டு பிரியாணி!
- கார் உண்டாக்கிய கலகம்!
- 'வெளியே போ' என என்னை விரட்டிய இளையராஜா!

- இளையராஜாவை ஏ.வி.எம். சரவணன் மறுத்தார்! ஏ.வி.எம். வாய்ப்பை நான் மறுத்தேன்!
- 'அடல்ட்ஸ் ஒன்லி' அண்ணன்கள்!
- கண்ணதாசன் பாட்டில் எனது வரிகள்!
- பார்ட்டி- வாந்தி! எம்.ஜி.ஆர். கண்டிப்பு!
- பாக்யராஜுக்கு டப்பிங் பேசினேன்!
- வைரமுத்து பாடலாசிரியர் ஆன போது...
- சிலுக்கை பாராட்டிய எம்.ஜி.ஆர்.!
- 'புத்தம் புது காலை' பாட்டின் அபூர்வ தகவல்கள்!
- என்னை ஹீரோவாக்க விரும்பிய பாரதிராஜா! தடுத்தாள் என் மனைவி!
- 'முதல் மரியாதை' சுவாரஸ்யம்!
- ஜெயலலிதா படத்துக்கு இசை!